AF761051

ಬಿ.ಆರ್. ಲಕ್ಷ್ಮಣರಾವ್

ಪ್ರೇಮಕವಿಯೆಂದೇ ಪ್ರಸಿದ್ಧರಾದ ಬಿ.ಆರ್. ಲಕ್ಷ್ಮಣರಾವ್ 09.09.1946ರಲ್ಲಿ ಬಿ.ಆರ್. ರಾಜಾರಾವ್ ಮತ್ತು ಶ್ರೀಮತಿ ವೆಂಕಟಲಕ್ಷ್ಮಮ್ಮ ಅವರ ಪುತ್ರನಾಗಿ ಚಿಕ್ಕಬಳ್ಳಾಪುರ ಜಿಲ್ಲೆಯ ಚೀಮಂಗಲ ಗ್ರಾಮದಲ್ಲಿ ಜನಿಸಿದರು. ಎಂ.ಎ., ಬಿ.ಎಡ್. ಪದವೀಧರರಾದ ಇವರು ಚಿಂತಾಮಣಿ ನಗರದಲ್ಲಿ ತಮ್ಮದೇ ಸ್ವಂತ ಟ್ಯುಟೋರಿಯಲ್ಸ್ ನಡೆಸುತ್ತಿದ್ದು, ಈಗ ವಿಶ್ರಾಂತರಾಗಿ ಬೆಂಗಳೂರಿನಲ್ಲಿ ನೆಲೆಸಿದ್ದಾರೆ.

'ಗೋಪಿ ಮತ್ತು ಗಾಂಡಲೀನ'(1971)ದಿಂದ ಮೊದಲುಗೊಂಡು 'ನವೋನ್ಮೇಷ'(2020) ದ ವರೆಗೆ ಇವರ ಒಂಬತ್ತು ಕವನ ಸಂಕಲನಗಳು ಪ್ರಕಟವಾಗಿವೆ. ಜೊತೆಗೆ ಹನಿಗವನ ಮತ್ತು ಭಾವಗೀತೆಗಳ ಪ್ರತ್ಯೇಕ ಸಂಕಲನಗಳನ್ನೂ ಸಹ ಇವರು ಹೊರತಂದಿದ್ದಾರೆ. ಸಣ್ಣಕಥೆ, ಕಾದಂಬರಿ, ನಾಟಕ, ವಿಮರ್ಶೆ, ಅನುವಾದ, ವ್ಯಕ್ತಿಚಿತ್ರ, ಲಲಿತ ಪ್ರಬಂಧ–ಹೀಗೆ ಸಾಹಿತ್ಯದ ಬಹುತೇಕ ಎಲ್ಲ ಪ್ರಕಾರಗಳಲ್ಲೂ ಇವರು ಕೃತಿರಚನೆ ಮಾಡಿದ್ದಾರೆ. ಇಂಗ್ಲೆಂಡ್, ಅಮೆರಿಕ, ಸಿಂಗಪುರ, ಮಧ್ಯಪ್ರಾಚ್ಯ ದೇಶಗಳ ಕನ್ನಡ ಸಂಘಗಳಿಂದ ಆಹ್ವಾನಿತರಾಗಿ ಸನ್ಮಾನಗೊಂಡಿದ್ದಾರೆ. ಇವರ ಕವಿತೆಗಳು ಶಾಲಾ ಕಾಲೇಜುಗಳಲ್ಲಿ ಪಠ್ಯಗಳಾಗಿವೆ; ಇಂಗ್ಲಿಷ್ ಮತ್ತು ಹಲವು ಭಾರತೀಯ ಭಾಷೆಗಳಿಗೆ ಅನುವಾದಗೊಂಡಿವೆ. ಇವರ ಭಾವಗೀತೆ ಮತ್ತು ಚಿತ್ರಗೀತೆಗಳು ಅಪಾರ ಜನಪ್ರಿಯತೆ ಗಳಿಸಿವೆ.

ಇವರಿಗೆ ಸಂದ ಪ್ರತಿಷ್ಠಿತ ಪ್ರಶಸ್ತಿಗಳಲ್ಲಿ ಕೆಲವು: ಕರ್ನಾಟಕ ಸಾಹಿತ್ಯ ಅಕಾಡೆಮಿ ಬಹುಮಾನ (1981), ಡಾ. ಪುತಿನ ಕಾವ್ಯ ಪುರಸ್ಕಾರ (2004), ಕರ್ನಾಟಕ ರಾಜ್ಯೋತ್ಸವ ಪ್ರಶಸ್ತಿ (2010) ಮತ್ತು ಮಾಸ್ತಿ ಪ್ರಶಸ್ತಿ (2014).

ಇದೀಗ ಹೊರಬರುತ್ತಿರುವ 'ಪ್ರೀತಿಯೆನುವ ಮಾಯೆ' ಬಿಆರೆಲ್ ಅವರ ಸಮಗ್ರ ಕಥಾ ಸಂಕಲನವಾಗಿದೆ.

ಪ್ರೀತಿಯೆನುವ ಮಾಯೆ

(ಕಥಾ ಸಂಕಲನ)

ಬಿ.ಆರ್. ಲಕ್ಷ್ಮಣರಾವ್

ವೀರಲೋಕ

ವೀರಲೋಕ ಬುಕ್ಸ್ ಪ್ರೈ.ಲಿ.
207, 2ನೇ ಮಹಡಿ, 3ನೇ ಮೇನ್, ಚಾಮರಾಜಪೇಟೆ
ಬೆಂಗಳೂರು–560018. ಮೊಬೈಲ್: 70221 22121
ಇಮೇಲ್: veeralokabooks@gmail.com
ವೆಬ್‌ಸೈಟ್: www.veeralokabooks.com

PREETHIYENUVA MAAYE—A collection of short stories written by **B.R. Lakshmana Rao,** # 17/6, 'Chintamani', 5th Cross, 16th Main, Balaji Layout, Padmanabha Nagara, Bengaluru-560070. Ph: 98456 93614, E-mail: lakshmanaraobr@gmail.com

Published by:
VEERALOKA BOOKS PVT. LTD.
207, 2nd Floor, 3rd Main
Chamarajpet, Bengaluru-560018

Mobile: +91 7022122121
E-mail: veeralokabooks@gmail.com
Website: www.veeralokabooks.com

© **GIRIJARAO**

Price: Rs. 320/-
Pages: 264
First Impression: 2014
Revised Impression: 2024

Paper used: 70 GSM NS Maplitho
Book size: 1/8th Demy

ISBN: 978-93-94942-54-7

Cover page illustration by:
Sudhakara Darbe

Author's photo:
A. Veeramani

Inner pages design by:
Vijaya Vikram

crew

Anand Rach
Anantha Kunigal
RajVishnu
Govind Vishnu
Vishwajith
Mamatha
Parvathi
Punith

ಅರ್ಪಣೆ

ಸಹೋದರಿಯರಾದ

ಪ್ರಮದ, ನಾಗರತ್ನ, ಅನ್ನಪೂರ್ಣ, ಜಯಲಕ್ಷ್ಮಿ, ಉಷಾ-

ನಾದಿನಿಯರಾದ

ಸುಮಾ, ಸಂಗೀತ, ಲತಾ-

ಇವರಿಗೆ ಪ್ರೀತಿಯಿಂದ-

ಅಚ್ಚಣ್ಣ

ನನ್ನ ಮಾತು

ನನ್ನ 'ಜೆಸ್ಟರ್' (1980) ಹಾಗೂ 'ಕಬ್ಬೆಕ್ಕು' (1994) ಕಥಾ ಸಂಕಲನಗಳಲ್ಲಿದ್ದ ಎಲ್ಲ ಕಥೆಗಳೂ ಇಲ್ಲಿವೆ. ಜೊತೆಗೆ ಮೂರು ಅಸಂಕಲಿತ ಕಥೆಗಳು ಇಲ್ಲಿ ಸೇರ್ಪಡೆಗೊಂಡಿವೆ.

2005ರಲ್ಲಿ 'ನಿರಂತರ' ಎಂಬ ಹೆಸರಿನಲ್ಲಿ ನನ್ನ ಸಂಕಲಿತ ಕಥೆಗಳು ಪ್ರಕಟಗೊಂಡಿದ್ದವು. ಅದರ ಪ್ರಕಾಶಕ ಮಿತ್ರರಾದ ಸಿ.ವಿ.ಜಿ. ಚಂದ್ರು ಅವರಿಗೆ–

2014ರಲ್ಲಿ 'ಪ್ರೀತಿಯ ಬೆಳಕು' ಎಂಬ ಹೆಸರಿನಲ್ಲಿ ತಮ್ಮ 'ತಳುಕಿನ ವೆಂಕಣ್ಣಯ್ಯ ಸ್ಮಾರಕ ಗ್ರಂಥಮಾಲೆ'ಯಲ್ಲಿ ಅದನ್ನು ಮರುಮುದ್ರಿಸಿದ ಹಿರಿಯ ಮಿತ್ರರಾದ ಮೈಸೂರಿನ ದಿ|| ಟಿ.ಎಸ್. ಛಾಯಾಪತಿ ಅವರಿಗೆ–

ಇದೀಗ 'ಪ್ರೀತಿಯೆನುವ ಮಾಯೆ' ಎಂಬ ಹೆಸರಿನಲ್ಲಿ ಈ ಕಥಾ ಸಂಕಲನವನ್ನು ಪ್ರಕಟಿಸಲು ಮುಂದಾಗಿರುವ 'ವೀರಲೋಕ' ಪ್ರಕಾಶನದ ಯುವಮಿತ್ರರಾದ ವೀರಕಪುತ್ರ ಶ್ರೀನಿವಾಸ್ ಅವರಿಗೆ–

ಮೌಲಿಕ ಮುನ್ನುಡಿಗಾಗಿ ಖ್ಯಾತ ವಿಮರ್ಶಕರೂ, ನನ್ನ ಹಿರಿಯ ಮಿತ್ರರೂ ಆಗಿದ್ದ ದಿ|| ಜಿ.ಎನ್. ರಂಗನಾಥರಾವ್ ಅವರಿಗೆ–

ಇಲ್ಲಿನ ಕೆಲವು ಕಥೆಗಳನ್ನು ಹಿಂದಿಗೆ ಅನುವಾದಿಸಿ ಪ್ರಕಟಿಸಿದ್ದಲ್ಲದೆ ನನ್ನ ಮೊದಲ ಕಥಾ ಸಂಕಲನ 'ಜೆಸ್ಟರ್' ಹೊರತಂದ ಪ್ರಿಯಮಿತ್ರರಾದ ಮೈಸೂರಿನ ಪ್ರೊ. ತಿಪ್ಪೇಸ್ವಾಮಿ ಅವರಿಗೆ–

ಸುಂದರ ಮುಖಪುಟ ವಿನ್ಯಾಸಕ್ಕಾಗಿ ಕಲಾವಿದರಾದ ಸುಧಾಕರ ದರ್ಬೆ ಅವರಿಗೆ–

ನನ್ನ ವರ್ಣಚಿತ್ರಕ್ಕಾಗಿ 'ಕನ್ನಡಪ್ರಭ' ದಿನಪತ್ರಿಕೆಯ ಛಾಯಾಗ್ರಾಹಕರಾದ ಎ.ವೀರಮಣಿ ಅವರಿಗೆ–

ನನ್ನ ಕುಟುಂಬದ ಎಲ್ಲ ಪ್ರೀತಿಯ ಸದಸ್ಯರಿಗೆ, ಗೆಳೆಯ ಗೆಳತಿಯರಿಗೆ, ಕೊಂಡು ಓದುವ ಪ್ರಿಯ ಓದುಗ ಬಂಧುಗಳಿಗೆ–

ಹೃತ್ಪೂರ್ವಕ ಧನ್ಯವಾದಗಳು.

–ಬಿ.ಆರ್. ಲಕ್ಷ್ಮಣರಾವ್

ದೂರವಾಣಿ: 9845693614

ಮುನ್ನುಡಿ

ಬಿ.ಆರ್. ಲಕ್ಷ್ಮಣ ರಾವ್, ಸಹೃದಯರಲ್ಲಿ ಕವಿಯಾಗಿಯೇ ಹೆಚ್ಚು ಪ್ರಸಿದ್ಧಿ ಪಡೆದವರು. ಕಥನ, ಅವರ ಕಾವ್ಯದ ಮುಖ್ಯ ಲಕ್ಷಣಗಳಲ್ಲಿ ಒಂದು. ಕಾವ್ಯದಲ್ಲಷ್ಟೇ ಅಲ್ಲದೆ, ಸಣ್ಣ ಕಥೆಯಲ್ಲೂ ಅವರು ಪ್ರಯೋಗ ಮಾಡಿದ್ದಾರೆ. 1971 ರಿಂದ 2011ರ 'ಜೀವ ಜಲ' ಸಮಗ್ರ ಕಾವ್ಯದವರೆಗೆ ಲಕ್ಷ್ಮಣರಾವ್ ಒಂಬತ್ತು ಕವನ ಸಂಕಲನಗಳನ್ನು ಪ್ರಕಟಿಸಿದ್ದಾರೆ. ಕಾವ್ಯಕ್ಕೆ ಹೋಲಿಸಿದರೆ, ಕಳೆದ ಐದು ದಶಕಗಳಲ್ಲಿ, ಸಣ್ಣ ಕಥೆಯಲ್ಲಿ ಅವರ ಕೃಷಿ ಸಮೃದ್ಧಿಯಾದದೇನು ಅಲ್ಲ. ಈ ಅವಧಿಯಲ್ಲಿ ಅವರು ಬರೆದಿರುವ ಸಣ್ಣ ಕಥೆಗಳ ಸಂಖ್ಯೆ ಇಪ್ಪತ್ತು. ಇವೆಲ್ಲವನ್ನೂ ಒಟ್ಟುಗೂಡಿಸಿ 'ಪ್ರೀತಿಯ ಬೆಳಕು' ಎಂಬ ಸಮಗ್ರ ಕಥಾ ಸಂಕಲನ ಹೊರತಂದಿದ್ದಾರೆ. ಲಕ್ಷ್ಮಣರಾವ್ ಅವರ ಕಥಾಕ್ಷೇತ್ರ ಪ್ರೀತಿ–ಪ್ರೇಮ–ಪ್ರಣಯಗಳ ಆಡೊಂಬಲ ಎಂದೇ' ಪ್ರೀತಿಯ ಬೆಳಕು' ಧ್ವನಿಪೂರ್ಣವಾದ ಹೆಸರು.

ಪ್ರೀತಿ, ಪ್ರೇಮ, ಕಾಮ–ಕಾಮನೆಗಳು ಕನ್ನಡ ಸಣ್ಣ ಕಥೆಗೆ ಹೊಸದೇನಲ್ಲ. ನವೋದಯದಿಂದ ನವ್ಯದವರೆಗೆ ಇದರ ಹಲವಾರು ಮುಖ, ಮಗ್ಗುಲುಗಳನ್ನು ನಾವು ಓದಿದ್ದೇವೆ. ಅದರ ಮನುಷ್ಯ ಸಂಬಂಧದಲ್ಲಿ, ವಿಶೇಷವಾಗಿ ಗಂಡು–ಹೆಣ್ಣುಗಳ ಸಂಬಂಧಗಳಲ್ಲಿ, ಪ್ರೀತಿ ಪ್ರಣಯಗಳ, ಆಳ, ಹರಹು, ಹೊಳಪು, ತಾಜಾತನಗಳು, ಕಾವು ಕಿಡಿಗಳು ಎಲ್ಲರಿಗೂ ದಕ್ಕಿರುವುದು ಅದರದೇ ಆದ ಮನೋ ದೈಹಿಕ ಅಳತೆ–ಮಾಪನಗಳಲ್ಲಿ. ಲಕ್ಷ್ಮಣರಾವ್ ಅವರೂ ಇದಕ್ಕೆ ಹೊರತಲ್ಲ. 'ಪ್ರೀತಿಯ ಬೆಳಕು'ವಿನ ಬಹುತೇಕ ಕಥೆಗಳು ಪ್ರೀತಿ ಕಥೆಗಳೇ. ಈ ಕಥೆಗಳ ವೈಶಿಷ್ಟ್ಯವೆಂದರೆ ಪ್ರೇಮ ಕಾಮಗಳ ಬಗೆಗಿನ ಆರೋಗ್ಯಕರವಾದ, ಪ್ರಬುದ್ಧವಾದ ನಿಲುವು. ಸಮಾಜದ ಕಟ್ಟು–ಕಟ್ಟಳೆಗಳು, ಜಾತಿ–ಮತ–ಧರ್ಮದ ಅಡ್ಡಗೋಡೆಗಳು, ಮಧ್ಯಮವರ್ಗದ ತೊಳಲಾಟಗಳು, ಪ್ರೀತಿಯ ಹಾದಿಯಲ್ಲಿ ಇಂಥ ಕಂಟಕಗಳು ಹಲವಾರು. ಜೊತೆಗೆ ಪ್ರಜ್ಞಾಪೂರ್ಣ ಮನಸ್ಸುಗಳನ್ನು ಪ್ರತಿ ಹೆಜ್ಜೆಗೂ ಕಾಡುವ ನೈತಿಕ ಪ್ರಶ್ನೆ, ಪಾಪ ಪ್ರಜ್ಞೆಗಳು ಲಕ್ಷ್ಮಣ ರಾಯರ ಪ್ರೇಮ ಕಥೆಗಳಿಗೂ ಇವೆಲ್ಲ ಅಂಟಿಕೊಂಡಿವೆ. ಕ್ರೂರ ವ್ಯವಸ್ಥೆಯ ಝಳಕ್ಕೆ ಬಾಡಿ ಹೋಗುವ ಪ್ರೇಮ, ಕ್ರೂರ ವ್ಯವಸ್ಥೆ ವಿರುದ್ಧ ಸೆಟೆದು ನಿಲ್ಲುವ ಪ್ರೇಮ, ಹಲವಾರು ರಹದಾರಿಗಳನ್ನು ಕಂಡುಕೊಳ್ಳುವ ಪ್ರೇಮ. ಇವೆಲ್ಲ ಲಕ್ಷ್ಮಣರಾವ್ ಅವರ ಕಥೆಗಳಲ್ಲಿ ತಮ್ಮದೇ ಆದ ಅನನ್ಯತೆಯೊಂದಿಗೆ ಮೊಗ ಪಡೆದಿವೆ. ಇಲ್ಲಿನ ಕಥೆಗಳಲ್ಲಿ ಗೆದ್ದ ಪ್ರೇಮದ ಸಂಭ್ರಮವಿದೆ, ವಿಫಲ ಪ್ರೇಮದ ವಿಷಾದವಿದೆ. ಪ್ರೇಮದ ತಹತಹ, ಪಡೆಯುವ ಹಂಬಲ, ಗಂಡು–ಹೆಣ್ಣುಗಳ ಸೆಳೆತ,

ಕಾಮದ ತುಡಿತ, ಕ್ರೂರ ವ್ಯವಸ್ಥೆಯ ತುಳಿತ, ಅಸಹಾಯಕತೆ ಇವೆಲ್ಲವುಗಳನ್ನು ಮುಖಾಮುಖಿ ಎದುರಿಸುತ್ತೇವೆ. ಇವೆಲ್ಲದರೊಂದಿಗೆ ತೆರೆದುಕೊಳ್ಳುತ್ತಾ ಸಾಗುವ ಇಲ್ಲಿನ ಕಥೆಗಳ ಪ್ರೇಮದ ಗುರಿ ಎಲ್ಲದರಲ್ಲೂ ವಿಜಯಸ್ತಂಭವೇ ಅಲ್ಲ. ಸೋಲು–ಗೆಲುವು ಏನೇ ಇರಲಿ, ವ್ಯವಸ್ಥೆ ಪರಿಸ್ಥಿತಿಗಳೊಂದಿಗೆ ಸೆಣಸುತ್ತ, ಕೊನೆಗೊಮ್ಮೆ ಹೊಸ ಅರಿವಿನ ಬೆಳಕಿಗೆ ಚಾಚಿಕೊಳ್ಳುವುದು ಈ ಕಥೆಗಳ ವಿಶಿಷ್ಟ ಚೆಲುವು.

ಡಿ. ಎಚ್. ಲಾರೆನ್ಸ್ ಒಂದು ಕಡೆ ಹೀಗೆ ಹೇಳುತ್ತಾನೆ:

'I think the real tragedy is in the
inner war which is waged
between people who love each
other, a war out of which
comes knowledge'

ಲಕ್ಷ್ಮಣರಾವ್ ಅವರ ಪ್ರೇಮ ಕಥೆಗಳ ನಾಯಕರು ಪ್ರೀತಿಸಿದವರನ್ನು ಪಡೆಯಲು ನಡೆಸುವ ಹೋರಾಟದಲ್ಲಿ, ಮಾನಸಿಕ ತುಮುಲಗಳಲ್ಲಿ ಕೊನೆಗೊಮ್ಮೆ, ಲಾರೆನ್ಸ್ ಹೇಳುವ ಅರಿವಿನ ಬೆಳಕಿನ ತುದಿಗೆ ಬಂದು ನಿಲ್ಲುತ್ತಾರೆ. ಈ ಮಾತಿಗೆ ನಿದರ್ಶನವಾಗಿ 'ಜೆಸ್ಟರ್', 'ಯಾಕೆಂದರೆ', 'ಒಂದು ಪ್ರೇಮದ ಕಥೆ', ಯಾರಿಗೂ ಹೇಳೋಣು ಬ್ಯಾಡ, 'ಹೀಗೂ ಆಗುವುದುಂಟು, ಕಬ್ಬೆಕ್ಕು, 'ನಿರಂತರ' ಕಥೆಗಳನ್ನು ಗಮನಿಸಬಹುದು.

–2–

ನಿರಂತರವಾಗಿ ಪ್ರೇಮಿಗಳಿಗೆ ತೊಡಕಾಗುವ ವ್ಯವಸ್ಥೆ ಕುರಿತು ಇಲ್ಲಿನ ಕಥೆಗಳಲ್ಲಿ ಹಲವಾರು ಧ್ವನಿಗಳು, ರೋಷ–ಆಕ್ರೋಶಗಳಿಲ್ಲದೆ ಅವುಡುಗಚ್ಚಿದ ಮೌನದಲ್ಲೆಂಬಂತೆ ವ್ಯಕ್ತಗೊಳ್ಳುವ ಪರಿಯನ್ನು ನೋಡಿ:

'ನಾನು ಒಬ್ಬ ಪರ ಜಾತಿಯ ಯುವಕನನ್ನು
ಪ್ರೇಮಿಸ್ತಿದೀನಿ, ಮದುವೆಯಾಗ್ತಿದೀನಿ
ಅಂತ ಹೇಗೆ ಹೇಳುವುದು?'

.....

'ಈ ವಿಚಾರ ನನ್ನ ತಂದೆಗೆ ಹೇಳಿ, ನನ್ನ
ಕುಂಕುಮ ಅಳಿಸಬೇಡವೇ, ತಾಯಿ
ನಿನ್ನ ಕಾಲಿಗೆ ಬಿದ್ದು ಬೇಡಿಕೊಳ್ತೀನಿ.'

.....

'ನಮ್ಮ ವಿದ್ಯೆ, ಘನತೆ ವೈಭವಗಳು ನಮಗೆ
ಏನೂ ಕಲಿಸಿಲ್ಲದಿದ್ದರೂ ಸಭ್ಯರಂತೆ ಸೋಗಿನ,
ಕಪಟದ, ಟೊಳ್ಳು ಜೀವನ ನಡೆಸಲು ಬೇಕಾದ
ತಾಳ್ಮೆ, ಕೃತ್ರಿಮಗಳನ್ನು ಖಂಡಿತಾ ಕಲಿಸಿಕೊಟ್ಟವೆ".

–ಜೆಸ್ಟರ್

...ಯಾಕೆಂದರೆ ಉಮಾ ಬ್ರಾಹ್ಮಣಳೇ ಆದರೂ
ನಮ್ಮ ಒಳಪಂಗಡಕ್ಕೆ ಸೇರಿದವಳಲ್ಲ. ಜೊತೆಗೆ
ಅವಳ ತಂದೆ ಅಂತ ಸ್ಥಿತಿವಂತರು ಅಲ್ಲ '...

–ಯಾಕೆಂದರೆ

'ನೋಡು ಲಕ್ಷ್ಮಿ, ನನ್ನ ನಿನ್ನ ಈ ಸಂಬಂಧ
ಮಾರ್ಗಿ ನಾಯರ್ ಸಂಬಂಧದಂತೆ ದುರಂತವಾಗುವುದು
ನನಗಿಷ್ಟವಿಲ್ಲ, ಏಕೆಂದರೆ ಅದರಿಂದ ಕೊನೆಗೆ
ನೋವು, ನಿರಾಸೆ ಅವಮಾನಕ್ಕಿಂತ ಹೆಚ್ಚಿಗೆ
ಏನು ಸಾಧಿಸಲಾರೆವು'

–ಒಂದು ಪ್ರೇಮದ ಕಥೆ

'ನೋಡು ನಂಜಿ, ಇದೆಲ್ಲಾ ನಂಗಿಷ್ಟವಿಲ್ಲ.
ನನ್ನ ಮರ್ಯಾದೆ ಕಳೀಬೇಡ... ಕೆಟ್ಟ ಹೆಸರು
ಬಂದರೆ ನನಗೂ ತೊಂದರೆ, ನಿನಗೂ ತೊಂದರೆ,
ನಿನಗೂ ಮದುವೆಯಾಗಿದೆ, ಗಂಡನಿದ್ದಾನೆ,
ಮಕ್ಕಳಿದ್ದಾರೆ'

–ಮೊಲೆ ಬೆಂಕಿ ಮುದುಕ ಇತ್ಯಾದಿ

'ಪ್ರೇಮಿಸುವುದು, ಪ್ರೇಮಿಸಲ್ಪಡುವುದು ಎಂಥ
ಸುಖದ ಸಾರ್ಥಕ ದಿವ್ಯ ಅನುಭವ... ಪ್ರೇಮ
ನಿಜಕ್ಕೂ ಕುರುಡು, ನಾನು ಎಲ್ಲಕ್ಕೂ ಕುರುಡನಾದೆ,
ಜಾತಿ ಮತ ಸಮಾಜ ಪ್ರತಿಷ್ಠೆ ಮಾನ ಮರ್ಯಾದೆ
ಕೊನೆಗೆ ನನ್ನ ಉದ್ಯೋಗ, ಭವಿಷ್ಯದ ಭದ್ರತೆ
ಯಾವುದು ನನ್ನನ್ನು ತಡೆಯಲು ಸಾಧ್ಯವಾಗಲಿಲ್ಲ.
ನನ್ನ ವಿದ್ಯೆ ಬುದ್ಧಿ ವಿವೇಕ ವ್ಯವಹಾರ ಚಾತುರ್ಯ

ಎಲ್ಲ ಪ್ರೇಮದೆದುರು ಆ ಅಲೌಕಿಕ ಅನುಭವದ
ತೀವ್ರ ಸೆಳೆತದೆದುರು ಶರಣು ಹೊಡೆದವು".

.....

ಜಾತಿ ಅಂತಸ್ತುಗಳ ಸನಾತನ ಸುಭದ್ರಗೋಡೆ
ನಮ್ಮಿಬ್ಬರ ನಡುವೆ ತಳವೂರಿ ನಿಂತಿದೆಯೆಂಬ
ಅರಿವು ವಿವೇಕ ನಮ್ಮಿಬ್ಬರಿಗೆ ಮೊದಲಿನಿಂದಲೂ
ಇರಲಿಲ್ಲವೇ? ಆದರೂ ನಾವೇಕೆ ಆ ಗೋಡೆಗೆ
ತಲೆಗಟ್ಟಿಸಿಕೊಂಡು ಜರ್ಝರಿತರಾದೆವು?'

.....

ನನಗೆ ಇದ್ಯಾವುದೂ ಯೋಚಿಸಲಿಕ್ಕೆ ಸಾಧ್ಯವಾಗ್ತಾ
ಇಲ್ಲ. ನಾನು ಹುಚ್ಚಿಯಾಗಿ ಬಿಟ್ಟಿದ್ದೀನಿ, ಅವನಿಲ್ದೆ
ನನ್ನ ಬದುಕು ಶೂನ್ಯ ಅನ್ನಿಸುತ್ತೆ,
ಅವನಿಗಾಗಿ ಸಾಯುವುದರಲ್ಲೂ ಸುಖವಿದೆ ಅನ್ನಿಸುತ್ತೆ'

–ನಿರಂತರ

'ನಾವು ಮದುವೆಯಾಗುವುದು ಖಂಡಿತ ಸಾಧ್ಯವಿಲ್ಲ.
ನನ್ನ ಅಪ್ಪ ಅಮ್ಮ ಸಂಪ್ರದಾಯಸ್ಥರು,
ಮಾಧ್ವರಲ್ಲದೆ ಬೇರೆಯವರಿಗೆ ನನ್ನನ್ನು ಮದುವೆ
ಮಾಡಿಕೊಡಲು ಅವರು ಒಪ್ಪುವುದಿಲ್ಲ.'

–ಹೀಗೂ ಆಗುವುದುಂಟು

'ನೀವು ನನ್ನ ಎಷ್ಟು ಪ್ರೀತಿಸ್ತೀರಿ, ಎಷ್ಟೊಂದು
ಹಚ್ಕೊಂಡಿದ್ದೀರಿ ಅನ್ನೋದು ನನಗೆ ಗೊತ್ತು...
ನಾನು ಅಷ್ಟೇ ತೀವ್ರವಾಗಿ ನಿನ್ನನ್ನು ಪ್ರೀತಿಸ್ತೀನಿ,
ಆದರೆ ಎಷ್ಟಾದರೂ ನಾನು ಮದುವೆಯಾದ ಹೆಣ್ಣು,
ಈ ಸಮಾಜ, ರಾಧಕ್ಕ, ನಿಮ್ಮ ಮರ್ಯಾದೆ ಗೌರವ...'

.....

'ಈ ಸಮಾಜದ ಎಲ್ಲಾ ಕಟ್ಟುಪಾಡುಗಳನ್ನು, ನೀತಿ
ನಿಯಮಗಳನ್ನು ಭೀತಿ ಆತಂಕಗಳನ್ನು
ಒಮ್ಮೆಲೇ ಮೀರಿ ನಾವು ಗಂಧರ್ವರಾದೇವೆ?'

.....

ಮುಗ್ಗರಿಸಿ ಬಿದ್ದು ನಗೆಪಾಟಲಿಗೀಡಾಗುವುದರಲ್ಲಿದ್ದ

ನನ್ನನ್ನು ಜಾನಕಿ ತಡೆದು ನಿಲ್ಲಿಸಿದ್ದಳು. ಅವಳಿಗೆ
ಕೃತಜ್ಞನಾಗಿದ್ದೆ'
.....
'ನೀವು ಕೂಡಿದ್ದರಿಂದಲಾದರೂ ಈ ಬಾರಿ ನನ್ನ
ಬಂಜೆತನ ನೀಗಬಹುದೇನೋ ಎಂಬ ಆಸೆ
ನನಗೆ. ನನ್ನ ಸ್ವಾರ್ಥಕ್ಕಾಗಿ ನಿಮ್ಮನ್ನು
ಉಪಯೋಗಿಸಿಕೊಂಡನೆಂದು ದಯವಿಟ್ಟು
ತಿಳೀಬೇಡಿ, ಅಂದು ರಾತ್ರಿ ನಿಮ್ಮಲ್ಲಿ ನನಗಿದ್ದ
ಪ್ರೀತಿಯಿಂದ ಮಾತ್ರವೇ ನನ್ನನ್ನು ಇಡಿಯಾಗಿ
ನಿಮಗೆ ಒಪ್ಪಿಸಿಕೊಂಡಿದ್ದೆ ಅಥವಾ
ನನ್ನಂತರಾಳದಲ್ಲಿ ತಾಯ್ತನದ
ಹಂಬಲವು ಇತ್ತೇನೋ, ಹೇಳಲಾರೆ...'

–ಯಾರಿಗೂ ಹೇಳೋಣು ಬ್ಯಾಡಾ

...ನಾನು ಬ್ರಾಹ್ಮಣನಲ್ಲ, ಮಾಲಿನಿ,
ನನ್ನ ಹೆಸರು ಮುನ್ನಾ, ನಾನೊಬ್ಬ ಮುಸಲ್ಮಾನ '
.....
'ಶಾಂತ ಮನಸ್ಸಿನಿಂದ ತೂಗಿ ಅಳೆದು,
ವಿಚಾರ ಮಾಡಿ ಬರೆಯುತ್ತಿದ್ದೇನೆ, ನಾನು
ಈಗಲೂ ನಿಮ್ಮವಳೇ, ನೀವು ಸ್ವೀಕರಿಸುವುದಾದರೆ'
.....
'ನಾನೊಬ್ಬ ಮುಸಲ್ಮಾನನೆಂದು ತಿಳಿದ
ಮೇಲೂ ಮಾಲಿನಿ ಹೀಗೆ ಬರೆದಿದ್ದಾಳೆಂದರೆ
ನಂಬಲೇ? ಇದೆಂಥಾ ಹುಚ್ಚುತನ!
ಇದೇಕೆ ನನ್ನಲ್ಲಿವಳಿಗೆ ಇಂಥ ವ್ಯಾಮೋಹ?
ತಾನಾಗಿ ಒಲಿದು ಬಂದಿರುವ ಮಾಲಿನಿಯಂಥ
ಹೆಣ್ಣನ್ನು ಹೇಗೆ ತಿರಸ್ಕರಿಸಲಿ? ಒಪ್ಪಿಕೊಂಡು
ಬಿಡಲೆ? ಇದರ ಪರಿಣಾಮ ಏನಾದೀತು?'

–ಕಬ್ಬೆಕ್ಕು

ಪ್ರೇಮದ ತೀವ್ರತೆ. ಆರ್ತತೆ; ವ್ಯವಸ್ಥೆಯ ಭೀತಿ, ಆತಂಕ, ನೋವು ನಿರಾಶೆಗಳೆಲ್ಲ ಮಡುಗಟ್ಟಿರುವ ಮೇಲಿನ ಮಾತುಗಳಲ್ಲಿ ಪ್ರೇಮ ಮತ್ತು

ವ್ಯವಸ್ಥೆಗಳೇ ಮುಖಾಮುಖಿಯಾಗುತ್ತವೆ. ಇದರಲ್ಲಿ ಪಡೆದದ್ದೆಷ್ಟು? ಈ ಅನುಭವ ಮುಟ್ಟಿಸಿದ ದಡ ಯಾವುದು? ತನ್ಮಯತೆಯಿಂದ ಒಮ್ಮೊಮ್ಮೆ ಹೃದಯ ಡವಗುಟ್ಟಿಸುತ್ತಾ ಓದಿಸಿಕೊಳ್ಳುವ ಲಕ್ಷ್ಮಣರಾವ್ ಅವರ ಕಥೆಗಳು ಕಾಡುವುದು ಹೀಗೆ

–3–

ಲಕ್ಷ್ಮಣರಾವ್ ಅವರ ಕವಿತೆಗಳ ನಾಯಕಿಯರಾದ ರಮಾ, ಉಮಾ, ಶಕು ಮೊದಲಾದವರು 'ಪ್ರೀತಿಯ ಬೆಳಕು' ಕಥೆಗಳಲ್ಲೂ ಅದೇ ಹೆಸರುಗಳಲ್ಲಿ ಹಾಗೂ ಬೇರೆ ಬೇರೆ ಹೆಸರುಗಳಲ್ಲಿ ನಮಗೆ ಎದುರಾಗುತ್ತಾರೆ. 'ಜೆಸ್ಟರ್'ನ ನಾಯಕಿ ರಮಾ ಅವರ ಉಮಾ ವರ್ಸಸ್ ರಮಾ ಕವಿತೆಯ ರಮಾಳಂತೆ.

'ಛೇ, ಬ್ರಾಹ್ಮಣಳಾಗಿ ರಮಾ
ಹೀಗೆ ಮಾಡಬಹುದೇ?
ಯಾವನೋ ಶೂದ್ರನನ್ನು ಕಟ್ಟಿಕೊಂಡು ಓಡಬಹುದೇ?.'

ಎಂಬ ಪ್ರಶ್ನೆಗೆ ಆಸ್ಪದ ಕೊಡುವುದಿಲ್ಲ, ಪರಜಾತಿಯವನನ್ನು ಪ್ರೀತಿಸಿದ್ದರೂ 'ನಿಜಕ್ಕೂ ಪ್ರೇಮ ಕುರುಡು, ಪ್ರೇಮಿಗಳು ಶತಮೂರ್ಖರು, ವ್ಯವಹಾರಸ್ಥರಲ್ಲ' ಎಂಬ ನಿರ್ಧಾರಕ್ಕೆ ಬಂದು, ಇನ್ ಕಮ್ ಟ್ಯಾಕ್ಸ್ ಆಫೀಸರೊಬ್ಬನನ್ನ ಮದುವೆಯಾಗುತ್ತಾಳೆ. ಕಾರು, ಬಂಗಲೇ (ಈ ಭೂತ ಬಂಗಲೆಯಲ್ಲಿ ನಮ್ಮಿಬ್ಬರವಿನ ಬೇರೆ ಯಾರು ಇಲ್ಲ) ಎಲ್ಲಾ ಇದೆ 'ಹೆಂಡತಿಯಾಗಿ' ನಮ್ಮ ಶ್ರೇಷ್ಠ ಸಂಸ್ಕೃತಿಗೆ ಅನುಸಾರವಾಗಿ ಎಲ್ಲಾ ಕರ್ತವ್ಯಗಳನ್ನು ನಿರ್ವಹಿಸುತ್ತಿದ್ದಾಳೆ. ಒಲ್ಲದವನಿಗೆ ಮೈ ಒಪ್ಪಿಸಲು ಮೊದಲಿಗೆ ಅಸಹ್ಯವೆನಿಸಿದರೂ, ಅದು ವ್ಯಭಿಚಾರವೆನ್ನಿಸಿದರೂ, 'ಹಾಸಿಗೆಯಲ್ಲಿ ನಾನು ಅವರಿಗೆ ತುಂಬಾ ಅನುಕೂಲೆಯಾಗಿ ಸಹಕಾರದಿಂದ ವರ್ತಿಸುತ್ತಿದ್ದೇನೆ.' ಸ್ವಂತ ಅನುಭವದಿಂದಲೇ ಇಂಥ ವಿಚಾರಗಳಲ್ಲಿ ಹೆಣ್ಣು ಪ್ರಾಕ್ಟಿಕಲ್ ಮೈಂಡೆಡ್ ಎಂಬುದು ಅರಿವಿಗೆ ಬಂದಿದೆ. ಹಾಗಿದ್ದಲ್ಲಿ ರಮಾ ಸುಖಿಯಾಗಿರಬೇಕಲ್ಲ? ಹೌದೇ, ಎಂದು ಆತ್ಮಾವಲೋಕನ ಮಾಡಿಕೊಂಡಾಗ (ಕಥೆಯ ಕ್ರಮವೇ introspection ರೀತಿಯದು) ಎದುರಾಗುವ ಸತ್ಯ:

'ಭ್ರಮೆಯಲ್ಲಿ ಬದುಕುತ್ತಿದ್ದೇನೆ:
ಇದು ನರಕವೆಂದು ಗೊತ್ತಿದ್ದರೂ ಸ್ವರ್ಗವೆಂದು
ಭ್ರಮಿಸುತ್ತ, ಇದು ಭ್ರಮೆಯೆಂದು ಗೊತ್ತಿದ್ದರೂ

ಸತ್ಯವೆಂದು ಭ್ರಮಿಸುತ್ತ, ಆತ್ಮ ವಂಚನೆಯಲ್ಲಿ
ಪರಿಣಿತಳಾಗಿ ಬದುಕಿದ್ದೇನೆ. (ಪುಟ 19)

ರಮಾಳ ಆಂತರ್ಯ ಹೀಗೆ ಪಿಸುಗುಟ್ಟಿದರೂ ಬಾಹ್ಯದಲ್ಲಿ ಅವಳು 'ಪ್ರಾಕ್ಟಿಕಲ್' ಆಗಿ ಬದುಕದೇ ಅನ್ಯ ಮಾರ್ಗವಿಲ್ಲ. ಅಥವಾ ಅನ್ಯಮಾರ್ಗ ಕಂಡುಕೊಳ್ಳುವ ಆಸ್ಥೆಯೂ ಅವಳಿಗಿದ್ದಂತಿಲ್ಲ. (ಅನ್ಯ ಮಾರ್ಗ ಇದಕ್ಕಿಂತ ಉತ್ತಮವಿದ್ದೀತು ಎಂಬ ಖಾತ್ರಿ ಏನು?)

ವ್ಯವಸ್ಥೆಗೆ ಹೆದರುವ ಅಪ್ಪ-ಅಮ್ಮಂದಿರು ತೋರಿಸಿದವನನ್ನೇ ಮದುವೆಯಾಗಿ ಪರಜಾತಿಯವನಲ್ಲಿ ಇಟ್ಟ ಪ್ರೀತಿಯನ್ನು ಹುದುಗಿ ಬಿಡುವ ರಮಾಳ ಅಂತರಂಗದಲ್ಲಿ ಅವಳು ಇದರಿಂದ ಕಠಿಣಳಾಗುವುದಕ್ಕಿಂತ ಮೃದುವಾಗುತ್ತಾಳೆ. ಬದುಕಿನಲ್ಲಿ 'ಐರನಿ' ಯನ್ನು ಮನಗಾಣುವಂಥ ಪ್ರಬುದ್ಧತೆ ಅವಳಲ್ಲಿ ಬೆಳೆದಿದೆ. ಪರಜಾತಿಯವನನ್ನು ಮದುವೆಯಾಗುವ ಹಠ ಬಿಟ್ಟು ತನ್ನ ಕುಂಕುಮ ಭಾಗ್ಯ ಉಳಿಸು ಎಂದು ಪ್ರೀತಿಗೆ ಅಡ್ಡಿಯಾಗುವ ತಾಯಿ. ಈ ತಾಯಿ, ಮಗಳು ತಾನು ಆರಿಸಿದ ಹುಡುಗನನ್ನೇ ಮದುವೆಯಾದ ಮೂರು ತಿಂಗಳಿಗೇ ವಿಧವೆಯಾಗುತ್ತಾಳೆ. ಅಮ್ಮನ ಬಗ್ಗೆ ಪ್ರಚಂಡ ಕೋಪ ಬಂದರೂ ಅವಳನ್ನು ವ್ಯಂಗ್ಯದ ಮೊನಚಿನಿಂದು ಚುಚ್ಚಿ ನೋಯಿಸುವುದು ರಮಾಗೆ ಸಾಧ್ಯವಾಗುವುದಿಲ್ಲ. ಬದುಕಿನ 'ಐರನಿ' ಎದುರು ಯಾರೇನು ಮಾಡಲು ಸಾಧ್ಯ ಎಂಬ ಅರಿವು ಅವಳಲ್ಲಿ ಮೂಡಿದೆ. ರಮಾ ಇಂಥದೇ ಪ್ರಭುದ್ಧತೆಯನ್ನು ಮನೆಯ ಕೆಲಸದಾಳುಗಳ ಪ್ರೇಮ ಪ್ರಕರಣದಲ್ಲೂ ಮೆರೆಯುವುದನ್ನು ನಾವು ಕಾಣುತ್ತೇವೆ. ಬಯಸಿದ್ದು ಸಿಗದೇ ಹೋದಾಗ ಅಥವಾ ಅನಿವಾರ್ಯತೆಗೆ ನೂಕಲ್ಪಟ್ಟಾಗ ವ್ಯಘ್ರವಾಗುವುದು, ಸಿನಿಕವಾಗುವುದು ಮಾನವ ಸಹಜವಾದದ್ದು. ಆದರೆ ರಮಾಳ ವರ್ತನೆ ಇದಕ್ಕೆ ತದ್ವಿರುದ್ಧ. ಮನೆಯಾಳುಗಳಾದ ಮಲ್ಲಿ-ಜಾನಿಯರ ಅಂತರ್ಧರ್ಮಿಯ ಪ್ರೇಮಿ ವಿವಾಹ ಕ್ಕೆ ಪ್ರೋತ್ಸಾಹಿಸುತ್ತಾಳೆ. ಆರ್ಥಿಕವಾಗಿ ನೆರವಾಗುತ್ತಾಳೆ, ಐರನಿಗೆ ಅವಕಾಶ ನೀಡದ ನಡೆ, ಮಲ್ಲಿ ಜಾನಿಯಂಥ ಸರಳ ವ್ಯಕ್ತಿಗಳು ಜೀವನದ ಸಮಸ್ಯೆಗಳನ್ನು ನಿರ್ಭಯವಾಗಿ, ಪ್ರಾಮಾಣಿಕವಾಗಿ ಮೆಚ್ಚಿಕೊಳ್ಳುವುದೂ ರಮಾಳಿಗೆ ತನ್ನ ಅನುಭವದ ಬೆಳಕಿನಿಂದ ಸಾಧ್ಯವಾಗುತ್ತದೆ. ಇಡೀ ಕಥೆ ಮಧ್ಯಮ ವರ್ಗದ ಪೊಳ್ಳು, ಪ್ರತಿಷ್ಠೆ, ಸಭ್ಯತೆಯ ಸೋಗು, ಆತ್ಮ ವಂಚನೆಗಳಿಗೆ ಮೌನ ಭಾಷ್ಯವಾಗುವುದರಿಂದ ಸಾಂಕೇತಿಕ ಮಹತ್ವವನ್ನೂ ಗಳಿಸಿಕೊಳ್ಳುತ್ತದೆ.

'ಯಾಕೆಂದರೆ' ಕಥೆಯ ಉಮಾ ಮತ್ತು ಒಂದು ಪ್ರೇಮ ಕಥೆಯ ಲಕ್ಷ್ಮಿಯರದು ಭಗ್ನ ಪ್ರೇಮವಲ್ಲ, 'ಯಾಕೆಂದರೆ' ಕಥೆಯ ಉಮಾ ಮತ್ತು 'ಒಂದು ಪ್ರೇಮ ಕಥೆ'ಯ ಲಕ್ಷ್ಮಿಯರದು 'ಭಗ್ನ ಪ್ರೇಮವಲ್ಲ.' ಕಥೆಯ ಉಮ

ಅಭಿಸಾರಿಕೆಯಂತೆ ಕೈ ಹಿಡಿಯುವ ಸರದಾರನೊಬ್ಬನ ನಿರೀಕ್ಷೆಯಲ್ಲಿ ನಿಂತಿದ್ದರೆ ಲಕ್ಷ್ಮಿ, ಪ್ರೀತಿಸಿದವನನ್ನು ಮದುವೆಯಾಗಿ, ಮಗನನ್ನು ಪಡೆದ ನಂತರ ಗಂಡ ತನ್ನಿಂದ ವಿಮುಖನಾಗುತ್ತಿರುವ ಸನ್ನಿವೇಶದಲ್ಲಿ ಅಸಹಾಯಕಳಂತೆ ಚಡಪಡಿಸುತ್ತಿದ್ದಾಳೆ. ಎರಡು ಪುಟಗಳ 'ಯಾಕೆಂದರೆ' ಕಥೆಯಲ್ಲಿ ಬ್ರಾಹ್ಮಣ ಸಮುದಾಯದಲ್ಲಿನ ಹೆಣ್ಣಿನ ಶೋಚನೀಯ ಸ್ಥಿತಿ ಮೂರ್ತಿವೆತ್ತಂತಿದೆ. ಉಮಾಳಂತೆ, ಈ ಕಥೆಯ ನಾಯಕನೂ ಅಸಹಾಯಕ. 'ನೀವೇ ಏಕೆ ಅವಳ ಕಥಾನಾಯಕನಾಗಿ ಅವಳ ವ್ಯಥೆಗೆ ಪೂರ್ಣ ವಿರಾಮವಾಗಬಾರದು?' ಎಂಬ ಪ್ರಶ್ನೆ ಎದುರು ನಾಯಕನೂ ಅಸಹಾಯಕ, ಉಮಾ ತಮ್ಮ ಪಂಗಡದವಳಲ್ಲ, ಅವಳ ತಂದೆ ಸ್ಥಿತಿವಂತರಲ್ಲ, ಜೊತೆಗೆ ಅವನಿಗೂ ಮದುವೆಯಾಗಬೇಕಾದ ತಂಗಿಯರಿದ್ದಾರೆ. ಒಂದು ಸಮುದಾಯದ ಕ್ರೂರ ವ್ಯಂಗ್ಯ ಇದು.

'ಒಂದು ಪ್ರೇಮದ ಕಥೆಯ' ಲಕ್ಷ್ಮಿ ವಿವಾಹಿತೆ. ಒಬ್ಬ ಮಗನ ತಾಯಿ, ಪ್ರೀತಿಸಿ ಮದುವೆಯಾದ, ಅಂತರ್ಮುಖಿಯಾದ ಗಂಡ ತನ್ನಿಂದ ದೂರವಾಗುತ್ತಿರುವುದು, ಮಾರ್ಗಿ ಎಂಬ ಹುಡುಗಿಯೊಬ್ಬಳಿಂದಾಗಿ ಎಂಬುದು ತಿಳಿದು ಲಕ್ಷ್ಮಿ ಖಿನ್ನಳಾಗುತ್ತಾಳೆ. ಸಹಪಾಠಿಯೊಬ್ಬನೆದುರು ದುಗುಡು ತೋಡಿಕೊಳ್ಳುವುದರಲ್ಲಿ ಅವಳ ಬಾಳಿನ ಪುಟಗಳು ತೆರೆದುಕೊಳ್ಳುತ್ತವೆ ಮಾರ್ಗಿ–ಗಂಡ ನಾಯರ್ ನಡುವಿನ ಆಪ್ತತೆ, ಸಹಪಾಠಿಯೊಬ್ಬನಿಂದ ಅತ್ಯಾಚಾರಕ್ಕೊಳಗಾದ ಮಾರ್ಗಿಯ ಆತ್ಮಹತ್ಯೆ. ನಾಯರ್ ಮೇಲೆ ಆರೋಪ, ಕೊನೆಗೆ ಆರೋಪದಿಂದ ಮುಕ್ತಿ, ಮದ್ರಾಸಿಗೆ ನಾಯರ್ ವಲಸೆ ಇತ್ಯಾದಿಗಳಲ್ಲಿ ಲಕ್ಷ್ಮಿಯ ಬಾಳು ಹಳಿತಪ್ಪುತ್ತಿರುವ ಸುಳಿವು ಸಿಗುತ್ತದೆ. ಲಕ್ಷ್ಮಿ–ಸಹಪಾಠಿಯ ಸಂಬಂಧದಲ್ಲಿ 'ಪ್ರೀತಿ–ಪ್ರಣಯ' ಉಂಟೆ ಎಂಬುದು ಕಥೆಯಲ್ಲಿ ಸ್ಪಷ್ಟವಾಗುವುದಿಲ್ಲವಾದರೂ ಲಕ್ಷ್ಮಿ ಸಹಪಾಠಿಯಲ್ಲಿ ಅನುರಕ್ತಳಾಗಿರಬಹುದೆ ಎಂಬ ಗುಮಾನಿಗೆ, 'ನೋಡು ಲಕ್ಷ್ಮಿ ನನ್ನ ನಿನ್ನ ಸಂಬಂಧ ಮಾರ್ಗಿ ನಾಯರ್ ಸಂಬಂಧದಂತೆ ದುರಂತವಾಗುವುದು ನನಗಿಷ್ಟವಿಲ್ಲ' ಎನ್ನುವ ಸಹಪಾಠಿಯ ಮಾತುಗಳು ಪುಷ್ಟಿ ನೀಡುತ್ತವೆ. 'ನಾವು ಸ್ನೇಹಿತರಾಗಿರೋಣ, ನೀನು ಗಂಡ, ಮಗುವನ್ನು ಕರೆಸಿಕೋ' ಸಹಪಾಠಿಯ ಈ ಸಲಹೆಯಲ್ಲಿ ಲಕ್ಷ್ಮಿಯ 'ಒಂದು ಪ್ರೇಮ ಕಥೆ' ಇನ್ನೊಂದರಲ್ಲಿ ಎಡವದೇ ಎಚ್ಚೆತ್ತುಕೊಳ್ಳುವುದರಲ್ಲಿ ಮುಕ್ತಾಯವಾಗುತ್ತದೆ. ದುಡುಕುವ ಹಂತ ತಲುಪಿದ್ದ ಲಕ್ಷ್ಮಿಗೆ ಸ್ನೇಹದ ಭರವಸೆ ಇತ್ತ ಸಹಪಾಠಿ ವಿವೇಕ ತಪ್ಪ ಹೆಣ್ಣು ಹೃದಯಕ್ಕೆ ಬೆಳಕಾಗುವುದು ಪ್ರಬುದ್ಧ ಜೀವನ ದೃಷ್ಟಿಯ ದ್ಯೋತಕ.

ಪ್ರೇಮದ ಬನಿಯ ಇನ್ನೊಂದು ಪರಿ 'ನಿರಂತರ'. ಇಲ್ಲಿಯ ಪ್ರೇಮ ಹುಚ್ಚು ಹಿಡಿಸುವ ರೀತಿಯದು, ಇಲ್ಲಿ ಎರಡು ಪ್ರೇಮ ಪ್ರಕರಣಗಳಿವೆ. ಎರಡೂ ಪ್ರಕರಣಗಳಲ್ಲಿ ಯುವ ಪ್ರೇಮಕ್ಕೆ ಅಡ್ಡಿಯಾಗುವುದು ಜಾತಿ ವ್ಯವಸ್ಥೆ.

ಕಾಲೇಜು, ವಿದ್ಯಾರ್ಥಿನಿಯಾದ ಬ್ರಾಹ್ಮಣ ಹುಡುಗಿ ಸುಮಾ. ರಾಜಾರೆಡ್ಡಿ ಎಂಬ ಸಹಪಾಠಿ ಯುವಕನಲ್ಲಿ ಅನುರಕ್ತೆ. ರಾಜಾರೆಡ್ಡಿಗೂ ಸುಮಾಳಲ್ಲಿ ಪ್ರೀತಿ, 'ನಾನು ಮದುವೆಯಾಗುವುದು ನಿನ್ನನ್ನೇ' ಎಂದು ರೆಡ್ಡಿ ಪ್ರಮಾಣ ಮಾಡಿ ಹೇಳಲೂ ಸಿದ್ಧ. ಒಂದು ಬೆಳಗ್ಗೆ ಕಾಲೇಜಿಗೆ ಹೋದವಳು, ಮನೆಗೆ ಹಿಂದಿರುಗದಿದ್ದಾಗ 'ರೆಡ್ಡಿಯ ಜೊತೆ ಓಡಿಹೋಗಿ ತಮ್ಮ ಪರಿಶುದ್ಧ ಪರಮ ಶ್ರೇಷ್ಠ ಬ್ರಾಹ್ಮಣ ಜಾತಿಗೆ ಕಳಂಕ ತಂದಳೆಂದೇ' ಮನೆಯವರು ಭಾವಿಸುತ್ತಾರೆ. ಮನೆಯಲ್ಲಿ ಸುಮಾಳ ಪರವಾಗಿ ವಕಾಲತ್ತುವಹಿಸಬಹುದಾದ ಏಕೈಕ ವ್ಯಕ್ತಿಯೆಂದರೆ, ಭಗ್ನ ಪ್ರೇಮಿಯಾದ ಅಣ್ಣ. ವೈಶ್ಯರ ಹುಡುಗಿಯನ್ನು ಪ್ರೀತಿಸಿ ವಂಚಿತನಾದ ಅಣ್ಣನ ಪ್ರೀತಿಗೂ ಅಡ್ಡಿಯಾಗುವುದು ಜಾತಿಯೇ, ಇವಳು ಪ್ರೀತಿಸಿದ ಶೆಟ್ಟರ ಹುಡುಗಿ ಭಾಗ್ಯ ತಂದೆ ಹುಡುಕಿದ ವರನನ್ನೇ ಮದುವೆಯಾಗುತ್ತಾಳೆ. ಭಗ್ನ ಪ್ರೇಮಿಯಾದ ಅಣ್ಣನಿಗೆ ತಂಗಿಯ ಪ್ರೀತಿ ಸಾಹಸದ ಬಗ್ಗೆ ಸಹಾನುಭೂತಿ ಇದೆ. ಸ್ವಾನುಭವದಿಂದಲೋ ಎಂಬಂತೆ ಪ್ರೀತಿ, ಸಮಾಜ, ಜಾತಿ ವ್ಯವಸ್ಥೆಗಳ ಬಗ್ಗೆ, ಪರಿಣಾಮಗಳ ಬಗ್ಗೆ ತಂಗಿಗೆ ಉಪದೇಶಾಮೃತ ನೀಡುತ್ತಾನೆ. 'ಕಾದು ನೋಡೋಣ' ಎನ್ನುವುದಷ್ಟೇ ಅವನು ಸೂಚಿಸಬಹುದಾದ ಪರಿಹಾರ. ಅನಾರೋಗ್ಯ ಪೀಡಿತನಾದ ರೆಡ್ಡಿಯನ್ನು ನೋಡಲು ಹಳ್ಳಿಗೆ ಹೋದಾಗ ಅವನ ತಾಯಿಯಿಂದ ಬೇರೊಂದು ಹೆಣ್ಣು ಗೊತ್ತು ಮಾಡಿರುವ ಸುದ್ದಿ ಸುಮಾಳಿಗೆ ಗೊತ್ತಾಗಿ ಅವಳೂ ಭಗ್ನ ಪ್ರೇಮದ ಹೊಸ್ತಿಲಲ್ಲಿದ್ದಾಳೆ. ಅಣ್ಣ ಸೂಚಿಸುವ 'ಕಾದು ನೋಡೋಣ' ಪರಿಹಾರದಲ್ಲಿ ಸುಖಾಂತದ ನಿರೀಕ್ಷೆ ಇಟ್ಟುಕೊಳ್ಳಲಾಗದು. ಸುಮಾಳಿಗೆ ಇರುವ ದಾರಿ ಅಣ್ಣ ಹೇಳಿದ ಹಾಗೆ ಕೇಳುವುದು. ಯುವ ಪ್ರೇಮದ ರಭಸ ತೀವ್ರತೆಗಳು ದಟ್ಟವಾಗಿರುವ 'ನಿರಂತರ', ಪ್ರೇಮಿಗಳನ್ನು ನಿರಂತರವಾಗಿ ಅಗಲಿಸುತ್ತಿರುವ ನಮ್ಮ ಜಾತಿ ವ್ಯವಸ್ಥೆ ಬಗ್ಗೆ ಅವಡುಗಚ್ಚುವಂತೆ ಮಾಡುತ್ತದೆ. ಸಂಯಮದ ನಿರೂಪಣೆಯಿಂದಾಗಿ ಅಣ್ಣನ ಸ್ಪಷ್ಟವಾದ ಅನುಭವಜನ್ಯವಾದ ಮಾತುಗಳಿಂದಾಗಿ 'ನಿರಂತರ' ಓದುಗರ ಸಹಾನುಭೂತಿಯನ್ನು ಗಳಿಸುತ್ತದೆ.

'ನಿರಂತರ'ದಂತೆ ನಮ್ಮನ್ನು ಗಾಢವಾಗಿ ತಟ್ಟುವ ಇನ್ನೊಂದು ಕಥೆ 'ಯಾರಿಗೂ ಹೇಳೋಣು ಬ್ಯಾಡ'. ಇದರ ಕಥಾನಾಯಕಿ ರಮಾ, ಸುಮಾ, ಲಕ್ಷ್ಮಿಯರಿಗಿಂತ ಪ್ರಬುದ್ಧಳು. ಲೋಕಾನುಭವದಲ್ಲಿ ಮಾಗಿದವಳು. ಅಪಘಾತದಲ್ಲಿ ಗಂಡನನ್ನು ಕಳೆದುಕೊಂಡ ನಂತರ ಎರಡನೆಯ ಮದುವೆಯಾಗುವ ಜಾನಕಿಗೆ ಮರುಮದುವೆ ನಂತರವೂ ಸುಖ–ನೆಮ್ಮದಿಗಳು ಮರೀಚಿಕೆಯೇ, ಆರ್ಥಿಕವಾಗಿ ಯಾರ ಹಂಗೂ ಇಲ್ಲದೆ ಬದುಕಲು ಕೆಲಸಕ್ಕೆ ಸೇರುವ ಜಾನಕಿ ಹೆಚ್ಚಿನ ಓದಿಗಾಗಿ ಬಿ.ಎಡ್., ಕಾಲೇಜು ಸೇರುತ್ತಾಳೆ. ಕಾಲೇಜಿನ ಉಪನ್ಯಾಸಕ ಅವಳ ಚುಂಬಕ ಕಣ್ಣುಗಳಂತಿದ್ದ ಕಣ್ಣಿನ ಚೆಲುವಿಗೆ ಮಾರಹೋಗುತ್ತಾನೆ. ಇಂಪಾದ ಕಂಠ ಅವರಿಬ್ಬರನ್ನು ಹತ್ತಿರ ತರುತ್ತದೆ. ತಮ್ಮಿಬ್ಬರಲ್ಲಿ ಪ್ರೀತಿ ಸಂಬಂಧ

ಬೆಳೆದು, 'ಮತ್ತೊಂದು ದುರಂತವಾಗುವುದು ಬೇಡ' ಎಂದು ಅನುಭವ ಜಾನಕಿಗೆ ಕಿ' ಮಾತು ಹೇಳುತ್ತದೆ. ಆದರೂ ಬದುಕಿನ ಅನಂತ ಸಾಧ್ಯತೆಗಳ ಅರಿವು ಅವಳಿಗಿದೆ. ಉಪನ್ಯಾಸಕ ಗೆಳೆಯನಿಂದ ಮಗುವನ್ನು ಪಡೆದು ತನ್ನ ಬಂಜೆತನ ನಿವಾರಿಸಿಕೊಳ್ಳುವುದು ಇಂಥ ಒಂದು ಸಾಧ್ಯತೆ. ಒಂದು ದಿನ ಸಮಾಜದ ಎಲ್ಲಾ ಕಟ್ಟುಪಾಡುಗಳನ್ನೂ ನೀತಿ ನಿಯಮಗಳನ್ನು ಮೀರಿ ಇಬ್ಬರು ಗಂಧರ್ವರಾಗುತ್ತಾರೆ. ತನ್ನಾಸೆ ಫಲಿಸುವ ಸೂಚನೆ ಕಂಡಿದ್ದೇ ಜಾನಕಿ ಉಪನ್ಯಾಸಕ ನೊಂದಿಗಿನ ಪ್ರೇಮ ಸಂಬಂಧಕ್ಕೆ ಪೂರ್ಣ ವಿರಾಮ ಹಾಕುತ್ತಾಳೆ. ಹುಟ್ಟಲಿರುವ ಮಗುವನ್ನು ಗಂಡನಿಗೆ ಆರೋಪಿಸುವ ಉಪಾಯವನ್ನು ಬಲ್ಲ ಜಾನಕಿ ಉಪನ್ಯಾಸಕನೊಂದಿಗೆ ಸ್ನೇಹದ ಇತಿಮಿತಿ ಸಂಬಂಧ ಇಟ್ಟುಕೊಳ್ಳಲು ನಿರ್ಧರಿಸುತ್ತಾಳೆ. ಬಂಜೆತನ ನೀಗಿಕೊಳ್ಳುವುದು ಹೆಣ್ಣಿಗೆ ಸಹಜವಾದ ಆಸೆಯೇ ಸರಿ. ವಿವಾಹಿತನಾದ ಉಪನ್ಯಾಸಕನಲ್ಲೂ ಜಾನಕಿಯ ಬಗ್ಗೆ ವಿಪರೀತವಾದ ಮೋಹ ಇದ್ದಾಗ್ಯೂ ಹೆಂಡತಿ ರಾಧೆಯನ್ನು ವಂಚಿಸಲು ಅವನು ಸಿದ್ಧನಿಲ್ಲ ಎಂದೇ ಜಾನಕಿ ಇನ್ನು ಮುಂದೆ ಸ್ನೇಹಿತನ ಇತಿಮಿತಿಯಲ್ಲಿ ಬಾಳೋಣ ಎಂದಾಗ, 'ಮುಗ್ಗರಿಸಿ ಬಿದ್ದು ನಗೆ ಪಾಟೀಲಿಗೀಡಾಗುವ' ಹಂತ ತಲುಪಿದ್ದ ಅವನಲ್ಲಿ ಕೃತಜ್ಞತ ಭಾವನೆ ಮೂಡುತ್ತದೆ. ಅವನ ಪ್ರಾಪಪ್ರಜ್ಞೆ ಹಿಂದೆ ಸರಿಯುತ್ತದೆ. ಹುಟ್ಟಲಿರುವ ಮಗುವನ್ನು ಗಂಡನಿಗೆ ಆರೋಪಿಸುವುದು ಸರಿಯೇ ಎಂಬ ನೈತಿಕ ಪ್ರಶ್ನೆ ಮೂಡುತ್ತದೆಯಾದರೂ ನೆಮ್ಮದಿಯ ಬದುಕಿಗಾಗಿ ಕೈಗೊಂಡ ಈ ನಿರ್ಧಾರ ಅವಳ ದೃಷ್ಟಿಯಿಂದ ಸರಿಯಾದುದೇ. ಉಪನ್ಯಾಸಕನ ಮನೆ ಒಡೆದು ಮತ್ತೊಂದು ದುರಂತವನ್ನು ಉಡಿಯಲ್ಲಿ ಕಟ್ಟಿಕೊಳ್ಳುವುದಕ್ಕಿಂತ ಇದು ಅವಳ ದೃಷ್ಟಿಯಲ್ಲಿ ಸರಿಯಾದ ನಿರ್ಧಾರ. ಇದು ಅನಿವಾರ್ಯ ಎಂಬ ಅರಿವು ಮೂಡಿದಾಗ ಉಪನ್ಯಾಸಕನಲ್ಲೂ ಜಾನಕಿಯ ಬಗ್ಗೆ ಕೃತಜ್ಞತ ಭಾವ ಮೂಡುತ್ತದೆ. ಜಾನಕಿಯ ಲೋಕಾನುಭವ ಮತ್ತು ವಿವೇಕಗಳಿಂದಾಗಿ, ಪ್ರೇಮ ಇಲ್ಲಿ ಮನೆ ಮುರುಕುತನದ ಹಂತಕ್ಕೆ ಹೋಗುವುದಿಲ್ಲ. ಜಾನಕಿಯ ವಿವೇಕ, ದಿಟ್ಟತನಗಳಿಂದಾಗಿಯೇ ಇದು ಮಾಮೂಲಿ ವಿವಾಹೇತರ ಸಂಬಂಧದ ಗೋಳ್ಕಕರೆಯಾಗದೆ ಒಂದು ಸತ್ವಶಾಲಿ ಕಥೆಯಾಗಿದೆ.

ಪ್ರೀತಿ ಕಾಣದೆ ಮರುಟಿ ಹೋಗುತ್ತಿರುವ ಮೂರು–ನಾಲ್ಕು ಜೀವಿಗಳ ಮನಸ್ಸನ್ನು ತೆರೆದಿಡಲು ಪ್ರಯತ್ನಿಸುವ 'ಮೊಲೆ ಬೆಂಕಿ ಮುದುಕ ಇತ್ಯಾದಿ' ಒಂದು ಸಂಕೀರ್ಣ ಕಥೆ. ಉಬ್ಬಿದ ಮೊಲೆಗಳ ಗೀಳು ಹತ್ತಿಸಿಕೊಂಡ ಲಿಬಿಡೊ ನಾಯಕ, ಆಸೆ ಅಭಿರುಚಿಗಳಲ್ಲಿ ವ್ಯತಿರಕ್ತವಾದ ಅವನ ಹೆಂಡತಿ, ಬೆಂಕಿ ಹಚ್ಚಿಕೊಂಡು ಆತ್ಮಹತ್ಯೆ ಮಾಡಿಕೊಳ್ಳುವ ತಂಗಿ, ಅನಾಥನಾಗಿ ಕಾಲ ದೂಡುತ್ತಿರುವ ಮುದುಕ–ಇವರುಗಳ ಬದುಕಿನ ಎಳೆಗಳ ಮೂಲಕ ನೇಯ್ದುಕೊಳ್ಳುವ ಕಥೆ ನಾಯಕನ ಕಣ್ಣುಗಳ ಮೂಲಕವೇ ಸಾಗುತ್ತದೆ.

ನಾಯಕನಿಗೆ ಮೊಲೆಗಳ ಗೀಳು ಎಷ್ಟೆಂದರೆ, ಮರಣಶಯ್ಯೆಯಲ್ಲಿರುವ ಹೆಣ್ಣಿನಲ್ಲಿ ಅವಳ ಉಬ್ಬಿದ ಮೊಲೆಗಳಷ್ಟನ್ನೇ ಕಾಣುತ್ತಾನೆ, ಮನೆಗೆಲಸದ ನಂಜಿಯೂ ತನ್ನ ಉಬ್ಬಿದ ಮೊಲೆಗಳಿಂದ ಅವನ ಲಿಬಿಡೋ ಚುಚ್ಚುತ್ತಾಳೆ.

ಹೆಂಡತಿಗೆ ತಾನು ಬಯಸುವಂಥ ಮೊಲೆಗಳಿಲ್ಲ ಎಂಬ ಕೊರಗು ಇವನಿಗಿದೆ. ಇವನು ಸೂಕ್ಷ್ಮ ಮನಸ್ಸಿನವನೂ ಆದ್ದರಿಂದ ತನ್ನ ಆಸಕ್ತಿ–ಆಸೆಗಳಿಂದ, (ಸಾಯುತ್ತಿರುವ ಹೆಣ್ಣಿನ ಮೊಲೆಗಳಲ್ಲಿ ದೃಷ್ಟಿ ನೆಟ್ಟಿದ್ದು, ನಂಜಿಯ ಮೇಲೆ ಅನುರಕ್ತಿ ಉಂಟಾದ್ದು) ಹುಟ್ಟಿದ ಪಾಪಪ್ರಜ್ಞೆ, ಅಪರಾಧ ಪ್ರಜ್ಞೆಗಳಿಂದ ತೊಳಲಾಡುತ್ತಾನೆ. ತನ್ನ ಬದುಕು ಅನಾಥ ಮುದುಕನಂತಾಗಬಹುದೆಂದು ಕಂಗೆಡುತ್ತಾನೆ. ಕೊನೆಗೊಂದು ದಿನ ಹೆಂಡತಿ ಇಲ್ಲದಾಗ, ನಂಜಿ ತಾನಾಗಿ ಹಾಸಿಗೆಗೆ ಬಂದು ಒಪ್ಪಿಸಿಕೊಂಡರೂ 'ನೋಡು ನಂಜಿ, ಇದೆಲ್ಲ ನಂಗಿಷ್ಟವಿಲ್ಲ. ನನ್ನ ಮರ್ಯಾದೆ ಕಳೀಬೇಡ 'ಎಂದು ಅವಳನ್ನು ತಿರಸ್ಕರಿಸುತ್ತಾನೆ. ನಂಜಿಯನ್ನು ತಾನು ತಿರಸ್ಕರಿಸಿದ್ದಕ್ಕೆ, ತನ್ನ ಹೆಂಡತಿ ವ್ಯಭಿಚಾರಕ್ಕೆ ತೊಡಗಿದರೆ ಸಹಿಸಬಲ್ಲಂತ ಮನಸ್ಥಿತಿಯನ್ನು ತಾನು ತಲುಪಿಲ್ಲ ಎಂಬುದೇ ಕಾರಣವಿದ್ದೀತು ಎಂದು ವಿಶ್ಲೇಷಿಸುತ್ತಾನೆ. ಈಡೇರದ ಗುಪ್ತ ಕಾಮನೆಗಳಿಂದ ತ್ರಸ್ತ ನಾಗುತ್ತಾ ಹೋಗುವ ನಾಯಕನ ತೊಳಲಾಟ, ಅದಕ್ಕೆ ಅವನು ಆರೋಪಿಸುವ ನೈತಿಕತೆ ಇವೆಲ್ಲ ಪ್ರೀತಿ–ಪ್ರಣಯಗಳ ಬಗ್ಗೆ ಮಧ್ಯಮ ವರ್ಗದ snobbish mentality ಯನ್ನೂ ಅಥವಾ ರೋಗಗ್ರಸ್ತ ಮನೋಭಾವವನ್ನು ಸಮರ್ಥವಾಗಿ ಧ್ವನಿಸುತ್ತದೆ. (ನಿಮ್ಮ ಕನ್ನಡಿಯಲ್ಲಿ ನನ್ನ ಪ್ರತಿಬಿಂಬ ಕಂಡರೆ ಎಳ್ಳಷ್ಟು ಆಶ್ಚರ್ಯ ಪಡಬೇಕಿಲ್ಲ). ನಾಯಕನ ಗೀಳು, ನೈತಿಕ ಪ್ರಜ್ಞೆ, ಪಾಪಪ್ರಜ್ಞೆಗಳ ತೊಳಲಾಟಕ್ಕೆ, ಇಡುಕೀರಿದ ಘಟನೆಗಳು, ಪಾತ್ರಗಳಿಂದ ವಜನು ಜಾಸ್ತಿಯಾಯಿತೇನೋ ಎನ್ನುವಂತಾಗುತ್ತದೆ. ನವ್ಯ ಕಾವ್ಯವನ್ನು ಎಳೆದು ತರದೆಯೂ, ತಂಗಿ ಮುದುಕ ಇಲ್ಲದೆಯೂ ಇದೊಂದು ಚೊಕ್ಕ ಕಥೆಯಾಗುವ ಸಾಧ್ಯತೆಯನ್ನು ತಳ್ಳಿ ಹಾಕುವಂತಿಲ್ಲ.

ಇನ್ನೊಂದು ಮಾತು, 'ಮೊಲೆ ಬೆಂಕಿ ಮುದುಕ ಇತ್ಯಾದಿ'ಯ ಮುಕ್ತಾಯದಲ್ಲಿ ನಾಯಕ ತಾಳುವ ನಿಲುವು ನಮ್ಮನ್ನು ನವೋದಯ ಕಾಲಕ್ಕೆ ಎಳೆದೊಯ್ಯುತ್ತದೆ. ನವೋದಯದ ಪ್ರಮುಖ ಕಥೆಗಾರರಾದ ಆನಂದ, ಆ ಕಾಲಘಟ್ಟದಲ್ಲಿ ಕನ್ನಡದಲ್ಲಿ ಹೆಚ್ಚು ಪ್ರೇಮ–ಪ್ರಣಯ ಕಥೆಗಳನ್ನು ಬರೆದವರು. ಲಕ್ಷ್ಮಣರಾವ್ ಅವರ 'ನಿರಂತರ'ದಲ್ಲೂ ಪ್ರೇಮ–ಪ್ರಣಯ ಕಥೆಗಳೇ ಹೆಚ್ಚು. ಬಹುಮಟ್ಟಿಗೆ ಇವರಿಬ್ಬರಿಗೂ ಹೋಲಿಕೆ ಇಲ್ಲಿಗೆ ನಿಲ್ಲುತ್ತದೆ. ಆದರೆ ನೈತಿಕ ಪ್ರಜ್ಞೆಗೆ ಸಂಬಂಧಿಸಿದಂತೆ ಆನಂದರ 'ನಾ ಕೊಂದ ಹುಡುಗಿ' ಕಥೆಯನ್ನು ತಟ್ಟನೆ ನೆನಪಿಸುತ್ತದೆ. ಲಕ್ಷ್ಮಣರಾವ್ ಅವರ 'ಮೊಲೆ ಬೆಂಕಿ... ಕಥೆ. 'ನಾ ಕೊಂದ ಹುಡುಗಿ'ಯ ಕಥಾನಾಯಕ ತನ್ನನ್ನು ಬಯಸಿ ಬಂದ ಚೆನ್ನಿಯನ್ನು ನೈತಿಕ ಪಾಠ

ಬೋಧಿಸಿ, ತಿರಸ್ಕರಿಸುತ್ತಾನೆ. ಚೆನ್ನಿಯ ಸೌಂದರ್ಯ, ಆಕರ್ಷಣೆಗಳು ಅವನನ್ನು ಸೆಳೆಯದೇ ಇಲ್ಲ. ತನ್ನ ಹೆಂಡತಿ ಲಕ್ಷ್ಮಿಯಲ್ಲಿನ ಅಪಾರ ಪ್ರೀತಿಯಿಂದಾಗಿ ಚೆನ್ನಿಯನ್ನು ಒಪ್ಪಿಕೊಳ್ಳುವುದು ಅಸಾಧ್ಯವಾಗುತ್ತದೆ. ಲಕ್ಷ್ಮಿ ಇಲ್ಲದಿದ್ದಲ್ಲಿ ಚೆನ್ನಿಯನ್ನು ತಾನು ತಿರಸ್ಕರಿಸುತ್ತಿರಲಿಲ್ಲವೇನೋ ಎನ್ನುವ ಆಲೋಚನೆಯಲ್ಲಿ ಅವನು ಚೆನ್ನಿಯ ದೈಹಿಕ ಆಕರ್ಷಣೆಯ ಸೆಳೆತವನ್ನು ಒಪ್ಪಿಕೊಳ್ಳುತ್ತಾನೆ. 'ಮೊಲೆ ಬೆಂಕಿ...' ಕಥಾನಾಯಕನೂ ತನ್ನನ್ನು ಬಯಸಿ ಬಂದ ನಂಜಿಗೆ ಮರ್ಯಾದೆಯ ಪಾಠ ಹೇಳಿ ಅವಳನ್ನು ತಿರಸ್ಕರಿಸುತ್ತಾನೆ. ಹಾಗೆಂದು ನಂಜಿಯಲ್ಲಿ ಅವನಿಗೆ ಆಸಕ್ತಿ ಇಲ್ಲವೆಂದಲ್ಲ. 'ನಾ ಕೊಂದ ಹುಡುಗಿಯ' ನಾಯಕನಂತೆ ಇವನೂ ನಂಜಿಯನ್ನು ತಾನು ತಿರಸ್ಕರಿಸಲು ಹೆಂಡತಿಯೇ ಕಾರಣ. ಅಲ್ಲಿ ಹೆಂಡತಿಯ ಬಗ್ಗೆ ಪ್ರೀತಿ ನಿಷ್ಠೆ ಮೇಲುಗೈ ಆದರೆ ಲಕ್ಷ್ಮಣರಾವ್ ಕಥೆಯಲ್ಲಿ 'ನಾನು ನನ್ನ ಹೆಂಡತಿಯನ್ನು ಎಷ್ಟೇ ದ್ವೇಷಿಸಬಹುದಾದರೂ ಅವಳು ಬೇರೊಬ್ಬನೊಂದಿಗೆ ವ್ಯಭಿಚಾರಕ್ಕೆ ತೊಡಗಿದರೆ ಸಹಿಸಬಲ್ಲಂತ ಮನಸ್ಥಿತಿಗೆ ಬಂದು ತಲುಪಿದ್ದೇನೆಂದು ನನಗನ್ನಿಸುವುದಿಲ್ಲ. ಈ ಸ್ವಾತಂತ್ರ್ಯವನ್ನು ನನ್ನ ಹೆಂಡತಿಗೆ ಕೊಡದೆ, ನಾನು ನಂಜಿಯೊಂದಿಗೆ ಸುಖಿಸುವುದು ನೈತಿಕವಾಗಿ ಸಮರ್ಥನೀಯವಲ್ಲ' ಎಂಬ ಆಲೋಚನೆ ಮುಂದಾಗುತ್ತದೆ. ಆನಂದರ ಕಥೆಯಲ್ಲಿ ನಾಯಕನ ನಿರ್ಧಾರಕ್ಕೆ ಪತ್ನಿಯಲ್ಲಿನ ಪ್ರೇಮನಿಷ್ಠೆಯೇ ನಿರ್ಣಾಯಕವಾದರೆ ಲಕ್ಷ್ಮಣರಾಯರ ಕಥೆಯಲ್ಲಿ ನಾಯಕ ನಂಜಿಯನ್ನು ತಿರಸ್ಕರಿಸುವುದಕ್ಕೆ ಕಾರಣ ವಿವಾಹೇತರ ಸಂಬಂಧವನ್ನು ಸ್ತ್ರೀಪರವಾದ ನಿಟ್ಟಿನಲ್ಲೂ ನೋಡುವ ಚಿಂತನೆಯ ಪ್ರಭಾವ ಇರುವಂತಿದೆ. ಇದು ಕಾಲದ ಪ್ರಭಾವವೂ ಹೌದು.

ಬಹುಮುಖಿ ಸಂಸ್ಕೃತಿಯ ನಮ್ಮ ದೇಶದಲ್ಲಿ ಅಪರೂಪವಾಗುತ್ತಿರುವ ಹಿಂದೂ ಮುಸ್ಲಿಂ ಸ್ನೇಹ ಬಾಂಧವ್ಯದ ಅನ್ಯೋನ್ಯತೆಯ ಚಿತ್ರದೊಂದಿಗೆ ಪ್ರಾರಂಭವಾಗುವ 'ಕಬ್ಬೆಕ್ಕು' ಪ್ರೀತಿಯ ಪಾರಮ್ಯವನ್ನು ಎತ್ತಿ ಹಿಡಿಯುವ ಚೊಕ್ಕ ಕಥೆ. ಬ್ರಾಹ್ಮಣರ ಮಂಜುನಾಥ, ಮುಸಲ್ಮಾನರ ಮುನ್ನಾ ಗಳಸ್ಯ-ಕಂಠಸ್ಯ ಸ್ನೇಹಿತರು. ಇವರಿಬ್ಬರ ಕುಟುಂಬಗಳ ಮಧ್ಯೆಯೂ ಇಂಥದೇ ಸ್ನೇಹ ವಿಶ್ವಾಸ. ಮಂಜುನಾಥನ ತಂದೆ ನಿಧನ ಹೊಂದಿದಾಗ ಮುನ್ನಾನ ತಂದೆ ಇಬ್ರಾಹಿಂ ಸಾಬರು ಈ ಬ್ರಾಹ್ಮಣ ಕುಟುಂಬದ ನೆರವಿಗೆ ಬಂದದ್ದಿದೆ. ಮಂಜುನಾಥ ಕನ್ಯೆಯನ್ನು ನೋಡಲು ಹೋದಾಗ ಮುನ್ನ ಬ್ರಾಹ್ಮಣನಂತೆ ನಾಟಕವಾಡಿ ಮಧ್ಯಸ್ಥಿಕೆ ವಹಿಸುತ್ತಾನೆ ಕನ್ಯೆ ಮೆಚ್ಚಿಕೊಳ್ಳುವುದು ಮುನ್ನನನ್ನು, ಮುನ್ನ ತಾನು ಮುಸಲ್ಮಾನ ಎಂದು ಹೇಳಿದರೂ ಹುಡುಗಿ ಮೊದಲ ನೋಟದಲ್ಲೇ ತನ್ನನ್ನು ಸೆಳೆದುಕೊಂಡ ಮುನ್ನಾನ ಆಕರ್ಷಣೆಯಿಂದ ವಿಚಲಿತಳಾಗುವುದಿಲ್ಲ. ಪ್ರೇಮದೆದುರು ಧಾರ್ಮಿಕ ತೊಂದರೆಗಳು-ತಕರಾರುಗಳು ಅವಳನ್ನು ಕಾಡುವುದಿಲ್ಲ. ಶಾಂತ ಮನಸ್ಸಿನಿಂದ ಅಳೆದು ತೂಗಿ ವಿಚಾರ ಮಾಡಿ

'ನೀವು ಸ್ವೀಕರಿಸುವುದಾದರೆ ನಾನು ಈಗಲೂ ನಿಮ್ಮವಳೇ' ಎನ್ನುತ್ತಾಳೆ. ಇದೇಕೆ 'ನನ್ನಲ್ಲಿವಳಿಗೆ ಇಂಥ ವ್ಯಾಮೋಹ?' ಮುನ್ನಾನ ಈ ಪ್ರಶ್ನೆಗೆ ಉತ್ತರ ಕಾಣುವುದಿಲ್ಲ. 'ಮಾಲಿನಿ ಅಂತ ಹೆಣ್ಣೇ ಇಂಥ ಧೈರ್ಯ ಮಾಡಿರುವಾಗ ನಾನು ಹಿಮ್ಮೆಟ್ಟುವುದು ತರವೇ?' ಎಂಬ ಪ್ರಶ್ನೆ ಮುನ್ನನನ್ನು ಕಾಡುತ್ತದೆ. ಬಸ್ ಸ್ಟ್ಯಾಂಡಿನಲ್ಲಿ ತನ್ನೂರಿನ ಬಸ್ಸಿನಲ್ಲಿ ಕುಳಿತವನ್ನು ಮೇಲಿನ ಪ್ರಶ್ನೆಗೆ ಉತ್ತರವೆಂಬಂತೆ ಹಠಾತ್ತನೆ ನಿರ್ಧರಿಸಿ ಮಾಲಿನಿಯ ಊರಾದ ಕಮ್ಮರಡಿಯ ಬಸ್ಸು ಹತ್ತುತ್ತಾನೆ. ಮುನ್ನಾ ಅನ್ಯಧರ್ಮೀಯ ಎಂದು ತಿಳಿದ ಮೇಲೂ ಮಾಲಿನಿ ತನ್ನ ನಿರ್ಧಾರ ಬದಲಿಸದೇ ದಿಟ್ಟತನದ ನಿಲುವು ತಾಳುವುದರಿಂದಾಗಿ ಕಥೆ ಮೆಚ್ಚುಗೆಯಾಗುತ್ತದೆ. ಪ್ರೇಮ ಗೆಲ್ಲುತ್ತದೆ. ಪ್ರಾರಂಭದಲ್ಲಿ ಬರುವ ಬಹು ಸಂಸ್ಕೃತಿ ನಡುವನ ಆಪ್ತ ಸಂಬಂಧದ ಕಾಣ್ಕೆಯಿಂದಾಗಿ ಮುನ್ನಾ-ಮಾಲಿನಿಯ ಭವಿಷ್ಯದ ಬಗ್ಗೆ ಭರವಸೆ ತಾಳುವಂತಾಗುತ್ತದೆ. ಕನಸಿನಲ್ಲಿ ಕಾಣಿಸಿಕೊಳ್ಳುವ ಮಲೆನಾಡಿನ ಕಬ್ಬೆಕ್ಕು ಚಿತ್ತಚೋರ ಪ್ರೇಮಿಯ ರೂಪಕವಾಗಿ ಕಥೆಯ ಹೊಳವನ್ನು ಹೆಚ್ಚಿಸುತ್ತದೆ. ವರನನ್ನು ನೋಡುವ ಸಂದರ್ಭದಲ್ಲಿ ಮಾಲಿನಿಯಿಂದ 'ಎಲ್ಲಿ ಜಾರಿತೋ ಮನವು' ಗೀತೆಯನ್ನು ಹಾಡಿಸುವುದು 'ನನ್ನಂತರಾಳದಲ್ಲಿ ನಾನು ಅವಳನ್ನು ಪ್ರೀತಿಸಿದ್ದು, ಬಯಸಿದ್ದು ನಿಜವೇ?' ಎಂಬ ಮುನ್ನಾನ ಪ್ರೇಮ ತಾಕಲಾಟಕ್ಕೆ ಆಸರೆಯಾಗಿ ನಿಲ್ಲುತ್ತದೆ.

ಪ್ರೀತಿಯ ಮತ್ತೊಂದು ಆಯಾಮವನ್ನು ಬಿಂಬಿಸುವ 'ಕವಿತಾ' ಒಂದು ಮನೋಜ್ಞ ಕಥೆ. ಮನೆ ಕೆಲಸದ ಹೆಣ್ಣಾಳು ನಂಜಮ್ಮನ ನೆರವಿಗೆ ಬರುವ ಅವಳ ನಾದಿನಿ ಪುಟ್ಟಗೌರಿ ಹದಿಹರೆಯ ದಾಂಗುಡಿ ಇಡುತ್ತಿರುವ ಚೆಲುವೆ. ಹದಿಹರಿಯದ ಖೋಡಿತನ ಈ ಬಾಲೆಯಲ್ಲಿ ಉತ್ಸಾಹ-ಕುತೂಹಲ-ಆಸೆಗಳಿಗೆ ಕಚಗುಳಿ ಇಡುತ್ತದೆ. ಮನೆಯವರಿಗೆ ಆತ್ಮೀಯಳಾಗುವ ಪುಟ್ಟಗೌರಿ ಕ್ರಮೇಣ, ಬೆಳಿಗ್ಗೆ ಏಳು ಗಂಟೆಗೆಲ್ಲ ಸಾಲಂಕೃತವಾಗಿ ಹಿತ್ತಲಿನ ಚಂಗುಲಾಬಿಯಂತೆ ತಾಜಾತನವೇ ಮೈಯೆತ್ತು ಹಾಜರಾಗುತ್ತಾಳೆ. ಪುಟ್ಟಗೌರಿ, ಸಿನಿಮಾ ಹುಚ್ಚು, ಮನೆ ಒಡತಿಯ ಬ್ರಾ ಕದ್ದು ತೊಡುವ ಹಂಬಲ-ಹೀಗೆ ಯಾವುದೋ ಮಾಟಕ್ಕೆ ಒಳಗಾದಂತೆ ಸಹಜ ಬಯಕೆಗಳಿಗೆ ಒಡ್ಡಿಕೊಳ್ಳುತ್ತಾಳೆ. ಎದುರು ಮನೆಯ ಕಾಲೇಜು ಹುಡುಗನ ಜೊತೆ ಸಿನಿಮಾಕ್ಕೆ ಹೋಗುವ ಭಾನಗಡಿ ನಡೆಸಿ ಸಿಕ್ಕಿಬಿದ್ದು ಹಳ್ಳಿಗೆ ವಾಪಸಾಗುತ್ತಾಳೆ. ನಂತರ ಮದುವೆ, ಹಿಂದಿನ ಭಾನಗಡಿ ಗಂಡನಿಗೆ ಗೊತ್ತಾಗಿ ಸಂಸಾರದಲ್ಲಿ ಇರುಸು ಮುರುಸು, ತಪ್ಪು ತಿಳುವಳಿಕೆ ಹೋಗಿ ಪುಟ್ಟಗೌರಿ ಗರ್ಭಿಣಿಯಾಗುತ್ತಾಳೆ. ಹೆರಿಗೆ ಕಷ್ಟವಾದರೂ ಸಿಸೇರಿಯನ್‌ನಲ್ಲಿ ಹೆಣ್ಣು ಕೂಸಿಗೆ ಜನ್ಮ ಕೊಡುತ್ತಾಳೆ. ಪುಟ್ಟಗೌರಿಯನ್ನು ಹಚ್ಚಿಕೊಂಡಿದ್ದ ಕವಿ ಕೂಸಿಗೆ ಕವಿತಾ ಎಂದು ಹೆಸರಿಡುತ್ತಾನೆ. ಸಾಮಾನ್ಯ ಎನ್ನಬಹುದಾದ ಅಥವಾ ಭಾವುಕತೆಯಿಂದ ಕುಸಿದು ಬೀಳಬಹುದಾದಂಥ

ಕಥೆ. ಆದರೆ ಇಲ್ಲಿ ಕವಿ ಸಹಜವಾದ ಮಾನವೀಯ ಸ್ಪಂದನದಿಂದಾಗಿ ಒಂದು ಮನೋಜ್ಞ ಕಥೆಯಾಗಿದೆ.

ತನ್ನ ಕಾವ್ಯಕ್ಕೆ ಕಾಯಕಲ್ಪ ಮಾಡಲು ರಾತ್ರಿಯಲ್ಲ ಕಾವ್ಯ ಮೀಮಾಂಸೆಯಲ್ಲಿ ತೊಡಗಿದ ಕವಿಗೆ, ಮುಂಜಾನೆ ಹಿತ್ತಲಿನ ಗುಲಾಬಿ, ಮಲ್ಲಿಗೆಯಂತೆ ಜೀವನದ ಚೆಲುವಾಗಿ ಪುಟ್ಟಗೌರಿ ಪ್ರತ್ಯಕ್ಷಳಾಗುತ್ತಾಳೆ. 'ಕಾವ್ಯ ಗ್ರಾಹ್ಯವಾಗುವುದು ಅಲಂಕಾರದಿಂದ, ಸೌಂದರ್ಯವೇ ಅಲಂಕಾರ' ವಾಮನನ ಕಾವ್ಯ ಮೀಮಾಂಸೆಯ ಮಾತಿಗೆ ಜೀವಂತ ನಿದರ್ಶನವಾಗಿ ಕವಿಯಲ್ಲಿ ಹುರುಪು ಮೂಡಿಸುತ್ತಾಳೆ. ಮುಂದೆ ಪುಟ್ಟಗೌರಿ ತನ್ನ ಬೆಳವಣಿಗೆ, ಬದಲಾವಣೆಯೊಂದಿಗೆ ಕಾವ್ಯದ ಆತ್ಮ, ವಕ್ರೋಕ್ತಿ, ಕಲೆಯ ಸೃಷ್ಟಿ ಮತ್ತು ಮಾನಸಿಕ ದೂರ, ಧ್ವನಿ ಮೊದಲಾದ ಜಿಜ್ಞಾಸೆಗಳಿಗೂ ಪಾತ್ರವಾಗುತ್ತಾ ಕವಿಯ ಮನಸ್ಸಿನ ತುಂಬಾ ತುಂಬಿಕೊಳ್ಳುತ್ತಾಳೆ. ಪುಟ್ಟಗೌರಿಯ ಸಂಸಾರದಲ್ಲಿ ಬಿರುಕು ಮೂಡಿದಾಗ, ಅವಳ ಹೆರಿಗೆ ಬೇನೆ ಸಮಯದಲ್ಲಿ, ಕವಿಗೆ ಕಾವ್ಯ ಮೀಮಾಂಸೆ, ಮುಜುಗರಗಳು ದೂರವಾಗಿ ಪುಟ್ಟಗೌರಿಯ ಸಂಸಾರ ಉಳಿಸುವುದು, ಅವಳನ್ನು ಉಳಿಸಿಕೊಳ್ಳುವುದೇ ಮುಖ್ಯ ಕಾಳಜಿಯಾಗುತ್ತದೆ. ಕೊನೆಗೆ ರಕ್ತದಾನ ಮಾಡಿ ಪುಟ್ಟಗೌರಿಯನ್ನು ಉಳಿಸಿಕೊಳ್ಳುತ್ತಾನೆ. ಕವಿತೆ ಹುಟ್ಟುವುದು ಮಾನವ ಪ್ರೀತಿಯ ಸಹಜ ನೆಲೆಯಲ್ಲಿ ಎಂಬ ಹೊಸ ಬೆಳಕಿನಲ್ಲಿ ಪುನಃ ಕಾವ್ಯ ಸೃಷ್ಟಿಯಲ್ಲಿ ತೊಡಗುತ್ತಾನೆ. ಪುಟ್ಟಗೌರಿ ಕವಿಗೆ ಹತ್ತಿರವಾದಂತೆಲ್ಲ, ಕಾವ್ಯ ಮೀಮಾಂಸೆಗೆ ಒರೆಗೆ ಬಿದ್ದು, ಕೊನೆಗೆ, ಕಾವ್ಯ ಹುಟ್ಟುವುದು, ಅದರ ಸಾರ್ಥಕತೆ ಇರುವುದು ಮಾನವೀಯ ಪ್ರೀತಿಯಲ್ಲಿ ಎಂಬ ಹೊಸ ಬೆಳಕು ಮೂಡಿಸುವುದರಲ್ಲಿ ಕಥೆ ಯಶಸ್ವಿಯಾಗುತ್ತದೆ. ಕವಿ ಪುಟ್ಟಗೌರಿಗೆ ಕೊಡುವ ರಕ್ತ 'ಕವಿತಾ'ಗೆ ರಕ್ತದಾನವಾಗಿ ಅವನಲ್ಲಿ ಮೂಡುವ ಧನ್ಯತೆಯೂ ಅರ್ಥಪೂರ್ಣವಾಗುತ್ತದೆ. ಪುಟ್ಟಗೌರಿಯ, ಒಂದು ಸಾಮಾನ್ಯ ಎನ್ನಬಹುದಾದ ಕಥೆ ಹೊಸ ಕಾವ್ಯದ ರೂಪಕವಾಗಿಯೂ ಹೆಚ್ಚಿನ ಅರ್ಥವಿಸ್ತಾರಗಳನ್ನು ಪಡೆದುಕೊಳ್ಳುತ್ತದೆ.

'ದಾಖಲೆ' ಮತ್ತು 'ನಾನು ಕೊಂದ ಹುಡುಗ' ಕಥೆಗಳು ಮಾನವೀಯ ಪ್ರೀತಿ ಮತ್ತು ಸಾಹಿತ್ಯದ ಜಿಜ್ಞಾಸೆಗೆ ಹತ್ತಿರವಾದವು. 'ದಾಖಲೆ'ಯಲ್ಲಿ ಕವಿ (ನಾನು) ಮತ್ತು ಕ್ರಾಂತಿಕಾರಿ ಸತ್ಯನ ಮುಖಾಮುಖಿ ಸಾಹಿತ್ಯ ಮತ್ತು ಕ್ರಿಯೆಗಳ ಮುಖಾಮುಖಿಯೇ ಆಗಿದೆ. ದೇವರು, ಧರ್ಮ, ಭಜನೆಗಳಲ್ಲಿ ನಂಬಿಕೆ ಇಲ್ಲದ ಸತ್ಯನಿಗೆ ಬದುಕಿನ ಅಸಂಗತಿಗಳು, ಬೀಬತ್ಸಗಳೇ ಮುಖ್ಯವಾಗುತ್ತವೆ. ಜಗತ್ತಿನ ಎಲ್ಲಾ ಅನ್ಯಾಯ ಕಷ್ಟ-ಕೋಟಲೆಗಳಿಗೂ ಶೋಷಣೆ, ಪೀಡನೆಗಳಿಗೂ ದೇವರೇ ಜವಾಬ್ದಾರನೆಂಬುದನ್ನು ಸತ್ಯ ಆಚಾರ್ಯರೊಂದಿಗಿನ ಸಂವಾದದಿಂದ ಕಂಡುಕೊಳ್ಳುತ್ತಾನೆ. ಕವಿ ತುರ್ತು ಪರಿಸ್ಥಿತಿಯ ಘೋರಗಳನ್ನು ಸರ್ವಾಧಿಕಾರವನ್ನು ಖಂಡಿಸಿ ಕಾವ್ಯ ಬರೆದು ಚಪ್ಪಾಳೆ ಗಿಟ್ಟಿಸಿಕೊಳ್ಳುತ್ತಾನೆ.

ಸತ್ಯಾನ್ವೇಷಿಯಾಗಿ ಹೊರಟ ಸತ್ಯ ತುರ್ತು ಪರಿಸ್ಥಿತಿಯಲ್ಲಿ ಜೈಲು ಸೇರಿ, ಕೊನೆಗೆ ವೈದ್ಯನಾಗಿ ಹಳ್ಳಿಯಲ್ಲಿ ನರ್ಸಿಂಗ್ ಹೋಂ ತೆರೆದು ಬಡವರ ಸೇವೆಯಲ್ಲಿ ತೊಡಗುತ್ತಾನೆ. ('ಓಹೋ ಸಮಾಜ ಸೇವೆ ಅನ್ನಪ್ಪ'-'ಏನೋ ಕೈಲಾದ ಮಟ್ಟಿಗೆ'.)

ಹಳ್ಳಿಯ ಹೊಲಸು ರಾಜಕೀಯ, ದಬ್ಬಾಳಿಕೆ, ಶೋಷಣೆಗಳಿಗೆ ಅಡಚಣೆಯಾಗಿ ನಿಂತ ಸತ್ಯನ ಕೊಲೆಯಾಗುತ್ತದೆ. ಗೌಡನ ಮಗ ಹರಿಜನ ಹುಡುಗಿಯೊಬ್ಬಳ ಶೀಲ ಭಂಗ ಮಾಡಿದ್ದನ್ನು ಮುಚ್ಚಿ ಹಾಕಲು ಬಿಡದೆ, ಹರಿಜನ ಹುಡುಗಿ ಪರವಾಗಿ ನಿಂತಿದ್ದೇ ಸತ್ಯನ ಕೊಲೆಗೆ ಕಾರಣ ಎಂದು ಅವನ ಸಂಗಾತಿ ಶೀಲಳ ನಂಬಿಕೆ. ಕಥೆಯುದ್ದಕ್ಕೂ ಸಾಹಿತ್ಯ ಮತ್ತು ಕ್ರಾಂತಿಕಾರಿ ಕಾರ್ಯಚರಣೆ juxtapose ಆಗುತ್ತಾ ಹೋದಂತೆ ವಾಸ್ತವ ಬದುಕು ಮತ್ತು ಸಾಹಿತ್ಯದ ನಡುವಣ ಕಂದರ ಹೆಚ್ಚುತ್ತಲೇ ಹೋಗುತ್ತದೆ. ಕೊನೆಗೆ ಕವಿಗೆ ಸತ್ಯನ ಸಾವು ದುಃಖದ ಜೊತೆಗೆ ನೆಮ್ಮದಿಯನ್ನು ತರುವುದು ಸಾಹಿತ್ಯದ ಒಂದು ironyಯೇ ಆಗಿಬಿಡುತ್ತದೆ.

'ನಾನು ಕೊಂದ ಯುವಕ' ಕಥೆಯ ಚಂದ್ರು ಬಂಡಾಯಗಾರ, ಬಂಡಾಯ ಕಾವ್ಯ ಬರೆದು ಬಹುಮಾನ ಗಿಟ್ಟಿಸಿದವ. ಇವನ ಬಂಡಾಯದ ಹಿಂದೆ ಅವನ ಹುಟ್ಟಿನ ಗುಟ್ಟಿದೆ. ಇವನು ಹರಿಜನ ಹೆಂಗಸೊಬ್ಬಳಿಗೆ ಶ್ರೀಮಂತ ಜಮೀನ್ದಾರನಿಂದ ಹುಟ್ಟಿದವನು. ಹೆಂಡತಿಯನ್ನು ಉಳಿಸಿಕೊಳ್ಳಲು ಹಾಗೂ ಅವಳ ಪುತ್ರ ವ್ಯಾಮೋಹ ತೀರಿಸಲು, ಜಮೀನ್ದಾರ ಹೊಲತಿಯಲ್ಲಿ ತನಗೆ ಹುಟ್ಟಿದ ಗಂಡು ಕೂಸನ್ನೇ ಹೆಂಡತಿ ಹಡೆದ ಹೆಣ್ಣು ಕೂಸಿನ ಜಾಗಕ್ಕೆ ಸ್ಥಳಾಂತರಿಸಿ ಅದು ಅವಳದೆಂದೆ ನಂಬಿಸುತ್ತಾನೆ. ಇದು ಚಂದ್ರುವಿನ ಜನ್ಮ ರಹಸ್ಯ. ವಿದ್ಯಾರ್ಥಿ ದೆಸೆಯಿಂದಲೇ 'ಸಹವಾಸ ದೋಷದಿಂದ' ಬಂಡಾಯಗಾರನಾಗಿದ್ದ, 'ಜಾತಿ ಮತ ದೇವರು ಶ್ರೀಮಂತಿಕೆ ದಿಕ್ಕರಿಸಿ ವಾಮಪಂಥ ಹಿಡಿದಿದ್ದ' ಚಂದ್ರುಗೆ ದಲಿತರಲ್ಲಿ ಹೆಚ್ಚು ಸಹಾನುಭೂತಿ. ತಂದೆ ಸತ್ತು ಆಸ್ತಿಗೆ ವಾರಸುದಾರನಾದಾಗ ದೊಡ್ಡ ರೆಡ್ಡಿ (ಚಂದ್ರು ತಂದೆ) ಇಟ್ಟುಕೊಂಡಿದ್ದ ದಲಿತ ಮಹಿಳೆಯ ಗಂಡನಿಂದಲೇ ಚಂದ್ರೂಗೆ ತನ್ನ ಜನ್ಮ ರಹಸ್ಯ ಗೊತ್ತಾಗುತ್ತದೆ. ಇದರ ತಲ್ಲಣಗಳೆಲ್ಲ ತಣ್ಣಗಾದ ನಂತರ ಚಂದ್ರು ಬ್ಯಾಂಕಿನ ಕೆಲಸಕ್ಕೆ ರಾಜೀನಾಮೆ ಕೊಟ್ಟು, ಹಳ್ಳಿಗೆ ಹೋಗಿ ತನ್ನವರೇ ಆದ ದಲಿತರ ಸ್ಥಿತಿಗತಿಗಳನ್ನು ಉತ್ತಮಪಡಿಸಲು ನಿರ್ಧರಿಸುತ್ತಾನೆ. ಇವನ ದಲಿತೋದ್ಧಾರಕ್ಕೆ ಹಳ್ಳಿಯವರು, ದೊಡ್ಡರೆಡ್ಡಿಯ ಹೆಣ್ಣು ಮಕ್ಕಳು ತಿರುಗಿ ಬೀಳುತ್ತಾರೆ. 'ಪಿತ್ರಾರ್ಜಿತ ಆಸ್ತಿಯ ಮೇಲೆ ಯಾವ ಹಕ್ಕೂ ಇಲ್ಲ. ಮರ್ಯಾದೆಯಿಂದಾಗಿ ಮನೆಯಿಂದ ಹೊರಗೆ ಹೋಗದಿದ್ದರೆ ನಾವು ಕೋರ್ಟಿಗೆ ಹೋಗಿ ಪೊಲೀಸರಿಂದ ನಿನ್ನನ್ನು ಊರಾಚೆಗೆ ದಬ್ಬಿಸಬೇಕಾಗುತ್ತೆ' ಎಂದು ಚಂದ್ರನ ಅಕ್ಕ ಭಾವ ಗುಡುಗುತ್ತಾರೆ. ಆಸ್ತಿ ದಾಖಲೆಗಳೊಂದಿಗೆ ಆ

ರಾತ್ರಿ ಹಳ್ಳಿ ತ್ಯಜಿಸಿದ ಚಂದ್ರನ ಹೆಣ ಮರುದಿನ ಬೆಳಗ್ಗೆ ಪಾಳುಗುಡಿಯ ಅರಳಿ ಮರದ ಕೊಂಬೆಯಲ್ಲಿ ತೂಗುತ್ತಿರುತ್ತದೆ. ಚಂದ್ರನ ಕೊಲೆಯಾಯಿತೆ? ಆತ್ಮಹತ್ಯೆಯಾಯಿತೆ? ಕೊನೆಗೂ ತಿಳಿಯುವುದಿಲ್ಲ.

ಚಂದ್ರನ ಸಾವಿಗೆ ತಾನು ಕಾರಣ ಎಂದು ಕವಿಗೆ ಪಾಪಪ್ರಜ್ಞೆ ಕಾಡುತ್ತದೆ. ಚಂದ್ರು, ತನ್ನ ಜನ್ಮರಹಸ್ಯ ತಿಳಿಸಿ ಮಾರ್ಗದರ್ಶನ ಕೋರಿದಾಗ ಕವಿ 'ಈಗ ನಿನ್ನ ಮುಂದೆ ಎರಡು ಆಯ್ಕೆಗಳಿವೆ. ಒಂದು ನಿಜವನ್ನು ಧೈರ್ಯವಾಗಿ ಒಪ್ಪಿಕೊಂಡು ಅದರೆಲ್ಲ ಪರಿಣಾಮಗಳಿಗೆ ಒಡ್ಡಿಕೊಳ್ಳುವುದು. ಎರಡು ನಿಜವನ್ನು ಮುಚ್ಚಿಟ್ಟು ಜಾಣತನದಿಂದ, ತಾಳ್ಮೆಯಿಂದ ಸುಭದ್ರ ಜೀವನ ನಡೆಸುವುದು.' ಚಂದ್ರು ಮೊದಲ ಸಲಹೆಯನ್ನೇ ಸ್ವೀಕರಿಸಿ ದುರಂತವನ್ನು ಆಹ್ವಾನಿಸುತ್ತಾನೆ ಎಂದೇ ಕವಿಗೆ ಪಾಪಪ್ರಜ್ಞೆ, ಎರಡನೆಯ ಸಲಹೆ ಅಂಗೀಕರಿಸಿದ್ದರೆ ಕಥೆಯ ಅಂತ್ಯ ಸುಖಾಂತವಾಗಬಹುದಿತ್ತು. ಚಂದ್ರು ತಾನು ಪ್ರೀತಿಸಿದ್ದ ಜಾನಕಿಯೊಂದಿಗೆ ಮಕ್ಕಳು ಮರಿ ಸಮೇತ ಬ್ಯಾಂಕಿನ ದೊಡ್ಡ ಅಧಿಕಾರಿಯಾಗಿ ಸುಖವಾಗಿರಬಹುದಿತ್ತು.

ಹೀಗೆ ಕಥೆಗೆ ಎರಡು ಅಂತ್ಯಗಳನ್ನು ಸೂಚಿಸಿದರೂ ಅವನ ಪಾಪ ಪ್ರಜ್ಞೆ, ನೈತಿಕ ಪ್ರಜ್ಞೆಗಳಿಂದ ಕವಿಗೆ ಬಿಡುಗಡೆ ಇಲ್ಲ. ಎಂದೇ 'ನಾನು ಕೊಂಚಮಟ್ಟಿಗೆ ಚಂದ್ರುವಿನ ಸಾವಿಗೆ ಹೊಣೆ' ಎನ್ನುವ ನಿರ್ಧಾರಕ್ಕೆ ಬರುತ್ತಾನೆ. ಜೊತೆಗೆ ತಾನೀಗ ನಿಜವಾಗಿ ಬದುಕಿದ್ದೇನೆಂಬ ಭ್ರಮೆಯಿಂದಲೂ ಬಿಡುಗಡೆ ಹೊಂದಿದ್ದಾನೆ. ಇಲ್ಲಿಯೂ ಕಥೆಯ irony ಇರುವುದು ವ್ಯವಸ್ಥೆ ಎದುರು ಬಂಡಾಯ ನಿಷ್ಕ್ರಿಯೆಯಾಗಿ ಸಾಹಿತ್ಯದ ಹಳಹಳಿಕೆಯಲ್ಲಿ ಕೊನೆಗಾಣುವುದರಲ್ಲಿ ಚಂದ್ರು ಎರಡನೆಯ ಸಲಹೆ ಒಪ್ಪಿಕೊಂಡಿದ್ದರೂ ಅದರಿಂದ ಕವಿಯ ನೈತಿಕ ಪ್ರಜ್ಞೆ ಗೆಲ್ಲುತ್ತಿರಲಿಲ್ಲ. ಸತ್ಯವನ್ನು ಒಪ್ಪಿಕೊಳ್ಳುವುದೇ ಚಂದ್ರುವಿನ ಸ್ವಭಾವಕ್ಕೆ ಅನುಗುಣವಾದ ಅನಿವಾರ್ಯ ಮಾರ್ಗವಾಗಿತ್ತು. ಸತ್ಯವನ್ನು ಒಪ್ಪಿಕೊಂಡ ಚಂದ್ರು ಸತ್ತ, ಅಷ್ಟರಮಟ್ಟಿಗೆ ದಲಿತರಿಗೆ ಹಿನ್ನಡೆ, ವ್ಯವಸ್ಥೆಗೆ ಜಯ, ವ್ಯವಸ್ಥೆಯ ಅಂಗವಾದ ಕವಿಗೂ ತಾನು ಬದುಕಿರುವೆನೆಂಬ ಭ್ರಮೆ ಕಳೆಯುತ್ತದೆ.

–4–

ಕಾವ್ಯದಂತೆ, ಸಣ್ಣ ಕಥೆಯಲ್ಲೂ ಲಕ್ಷ್ಮಣರಾವ್ ನವ್ಯ, ಬಂಡಾಯಗಳ ಹಣೆಪಟ್ಟಿಗೆ ದಕ್ಕುವವರಲ್ಲ. ನವ್ಯದ ಅಂತರ್ಮುಖತೆ, ಅನಾಥ ಪ್ರಜ್ಞೆ, ಪ್ರಜ್ಞಾ ಪ್ರವಾಹ ತಂತ್ರ, ಇವೇ ಮೊದಲಾದವು ಇವರ ಕಥೆಗಳಲ್ಲಿ ಕಾಣುವುದಿಲ್ಲ. ಸಾಮಾಜಿಕ ಕಳಕಳಿಗಿಂತ ಭಿನ್ನ. ಅಂದರೆ ಸಾಮಾಜಿಕ ಸಮಸ್ಯೆಗಳಿಂದ ವಿಮುಖರು ಎಂದಲ್ಲ, ಸಾಮಾಜಿಕ ಸಮಸ್ಯೆಗಳು, ಕ್ರೂರ ವ್ಯವಸ್ಥೆ ಇವುಗಳ ಒತ್ತಡದಲ್ಲಿ, ದಮನಕಾರಿ ನಿಲುವುಗಳಲ್ಲಿ ಮನುಷ್ಯ ಸಂಬಂಧಗಳು, ಪ್ರೀತಿ

ವಿಶ್ವಾಸಗಳು ಹೇಗೆ ನಲುಗಿ ಹೋಗುತ್ತಿವೆ ಎಂಬುದು ಲಕ್ಷ್ಮಣರಾವ್ ಅವರ ಸೃಜನಶೀಲ ಮನಸ್ಸಿನ ಮುಖ್ಯ ಕಾಳಜಿಯಾಗಿದೆ. ಪ್ರೀತಿ-ಗಂಡು ಹೆಣ್ಣಿನ ಪ್ರೀತಿ, ಜೀವನ ಪ್ರೀತಿ-ವ್ಯವಸ್ಥೆಯ ಕ್ರೂರ ಹಿಡಿತದಲ್ಲಿ ನಲುಗಬಾರದು. ನಿಷೇಧ ಮೊದಲಾದ ನಕಾರಾತ್ಮಕ ಪ್ರವೃತ್ತಿಗಳಲ್ಲಿ ಪ್ರೀತಿ ಮುರುಟಿ ಹೋಗಬಾರದು ಎಂಬ ಆರೋಗ್ಯಕರ ಜೀವನದೃಷ್ಟಿ ಲಕ್ಷ್ಮಣರಾವ್ ಅವರ ಕಥೆಗಳ ಹಿಂದಿನ ಮುಖ್ಯ ಮಾನವೀಯ ದನಿಯಾಗಿದೆ.

ಅರ್ಥ, ಕಾಮ, ಕಾಮನೆಗಳು ಏನೇ ಇರಲಿ-ಈ ಪಾತಳಿಗಳಲ್ಲಿ ಮನುಷ್ಯ ಸಂಬಂಧಗಳು ಪ್ರಕೃತಿ ಸಹಜವಾಗಿ ವಿಕಸನಗೊಳ್ಳಬೇಕೇ ವಿನಃ ದಮನಕಾರಿ ಪ್ರವೃತ್ತಿ ಸಲ್ಲದು ಎಂಬುದೇ ಲಕ್ಷ್ಮಣರಾವ್ ಅವರ ಕಾವ್ಯ, ಸಣ್ಣ ಕಥೆಗಳ ಧೋರಣೆ, ನೈತಿಕ ಪ್ರಜ್ಞೆ, ಪಾಪಪ್ರಜ್ಞೆ ಇವೆಲ್ಲ ಇದ್ದರೂ ಇವು ವಿನಾಶಕಾರಿಯಾಗದೇ ಜೀವ ಪರವಾಗಿಯೇ ಪ್ರಕಟಗೊಳ್ಳುತ್ತವೆ. ಗಂಡು-ಹೆಣ್ಣಿನ ಪ್ರೀತಿ ಸಂಬಂಧಗಳು ಜಾತಿ ಧರ್ಮಗಳು ಕ್ರೂರ ವ್ಯವಸ್ಥೆಯಲ್ಲಿ ನರಳಬಾರದು ಎಂಬ ನಿಲುವಿನಲ್ಲೂ ಅವು ಅಶ್ಲೀಲ, ಅನೀತಿಕರವಾಗಬಾರದು ಎಂಬ ಎಚ್ಚರವೂ ಲಕ್ಷ್ಮಣರಾಯರಲ್ಲಿದೆ. ರಮಾ, ಲಕ್ಷ್ಮಿ, ಜಾನಕಿ, ಸುಮಾ ಮೊದಲಾದವರ ಸಮಸ್ಯೆಗಳು ಪ್ರೀತಿ-ಪ್ರೇಮ ಪ್ರಣಯಗಳಾದರೂ ಇವೆಲ್ಲ ಸ್ವಚ್ಛಂದವಾಗದೇ ಸಾಮಾಜಿಕ ಆರೋಗ್ಯದ ಪರಿಮಿತಿಯಲ್ಲಿ ಪರಿಹಾರಕ್ಕೆ ಕೈ ಚಾಚುತ್ತವೆ. ರಮಾ, ಲಕ್ಷ್ಮಿ, ಜಾನಕಿ, ಮಾಲಿನಿ ಇವರೆಲ್ಲ ಸಮಾಜದ ನೀತಿಯ ಚೌಕಟ್ಟಿನಲ್ಲೆ ತಮ್ಮ ಸಮಸ್ಯೆಗಳಿಗೆ ಮುಖಾಮುಖಿಯಾಗುತ್ತಾರೆ. ಇವರುಗಳು ಕಂಡುಕೊಳ್ಳುವ ಪರಿಹಾರವೂ ಮಾನವೀಯತೆಯ ಸ್ಪರ್ಶದಲ್ಲೇ ರೂಪಗೊಳ್ಳುತ್ತವೆ. ರಮಾ ಪ್ರೀತಿಸಿದವರನ್ನು ಜಾತಿ ಅಡಚಣೆಯಿಂದಾಗಿ ಕಳೆದುಕೊಳ್ಳುತ್ತಾಳಾದರೂ ಪ್ರೀತಿ-ಪ್ರೇಮ ಗಳ ಬಗ್ಗೆ ಅವಳು ಸಿನಿಕಳಾಗುವುದಿಲ್ಲ. ಇದರಿಂದಾಗಿಯೇ ತನ್ನ ಮನೆಗೆಲಸದ ಆಳುಗಳ ಪ್ರೀತಿಯನ್ನು ತಿರಸ್ಕರಿಸುವುದಿಲ್ಲ. ಪ್ರೀತಿಯ ಸಲುವಾಗಿ ಧರ್ಮದ ಅಡ್ಡಗೋಡೆಗಳನ್ನು ದಾಟುವ ಮಾಲಿನಿಯ ನಿಟ್ಟ ನಿರ್ಧಾರದಲ್ಲೂ ಪರಿಣಾಮಗಳನ್ನು ಎದುರಿಸುವ ಧೈರ್ಯದ ಜೊತೆಗೆ ಭಾವೋದ್ವೇಗವನ್ನು ಮೀರಿದ ಪ್ರಬುದ್ಧತೆ ಇದೆ. ಕಷ್ಟಗಳ ಸರಮಾಲೆಯನ್ನು ಎದುರಿಸಿದ ಜಾನಕಿಗೆ ವಿವಾಹೇತರ ಸಂಬಂಧದಿಂದ ಮಗುವನ್ನು ಪಡೆಯುವುದು ಅನೀತಿ ಎನ್ನಿಸದಿರಲು ಅವಳಲ್ಲಿನ ಸ್ತ್ರೀ ಸಹಜ ಬಯಕೆ ಸಕಾರಣವಾದದ್ದು. ತನ್ನ ಬಯಕೆ ಈಡೇರಿದ ಕೂಡಲೇ ಅವಳು ವಿವಾಹೇತರ ಕಾಮ ಸಂಬಂಧವನ್ನು ಮುಂದುವರಿಸುವುದಿಲ್ಲ. ದಾಖಲೆ, ನಾಕೊಂದ ಹುಡುಗ. ಕಥೆಗಳ ನಾಯಕರ ಹೋರಾಟ ಶೋಷಣೆ ವಿರುದ್ಧ. ಇಲ್ಲಿ ಮಾನವ ಪ್ರೀತಿ ಸಂಬಂಧಗಳನ್ನು ಬೆಸೆಯುವ ಪ್ರಯತ್ನವೇ ಮುಖ್ಯವಾಗಿದೆ. ಪುಟ್ಟಗೌರಿ ಬಗ್ಗೆ ಕವಿ ತೋರುವ ಪ್ರೀತಿಯು ಮಾನವೀಯ ಪ್ರೇಮದ ಫಲವಾಗಿದೆ.

ಲಕ್ಷ್ಮಣರಾಯರೊಳಗಿನ ಕವಿಯ ಆರೋಗ್ಯಕರ ಜೀವನ ದೃಷ್ಟಿ, ಸ್ಪಷ್ಟ ವಿಚಾರಗಳ ಜೊತೆಗೆ ಅವರ ಗದ್ಯವೂ ವಾಚ್ಯವಾಗದೆ ಧ್ವನಿ ಪೂರ್ಣವಾಗಿ ಕಾವ್ಯಕ್ಕೆ ಹತ್ತಿರವಾಗುತ್ತದೆ. ಜಿ.ಎಸ್. ಆಮೂರರು ಹೇಳಿರುವಂತೆ ಪ್ರಾಮಾಣಿಕತೆ, ತೀಕ್ಷ್ಣತೆ ಮತ್ತು ಹೊಸ ದೃಷ್ಟಿ ಲಕ್ಷ್ಮಣರಾವ್ ಅವರ ಕಾವ್ಯದ ಮುಖ್ಯ ಗುಣಗಳಾಗಿರುವಂತೆ ಕಥೆಗಳ ಮುಖ್ಯ ಗುಣವು ಆಗಿದೆ; ಶಕ್ತಿಯು ಆಗಿದೆ.

–ಜಿ.ಎನ್. ರಂಗನಾಥ ರಾವ್

ಪ್ರಕಾಶಕರ ನುಡಿ

'ಯಾವುದೇ ಕನ್ನಡ ಪುಸ್ತಕ ಬೇಕಿದ್ದರೂ ಕೇಳಿ, ತಲುಪಿಸದೇ ಇದ್ದರೆ ಹೇಳಿ' ಎನ್ನುವುದು ವೀರಲೋಕದ ಘೋಷವಾಕ್ಯವಾಗಿತ್ತು. ಅದೇ ನಮ್ಮ ಹತ್ತಾರು ಮುಜುಗರಗಳಿಗೂ ಕಾರಣವಾಗಿತ್ತು. ಕೆಲವು ಓದುಗರು ಮಾರುಕಟ್ಟೆಯಲ್ಲಿ ಇಲ್ಲದ ಪುಸ್ತಕ ಕೇಳಿದ್ದರು, ನಾವು ಹುಡುಕಿ ಹುಡುಕಿ ಹೈರಾಣಾಗಿದ್ದೆವು. ಅವರು ನಮ್ಮನ್ನು ಪರೀಕ್ಷೆ ಮಾಡಿದ್ದರು. ನಾವು ಅದನ್ನೇ ಛಲವಾಗಿ ತಗೆದುಕೊಂಡು ಈಗ ಪರೀಕ್ಷೆ ಪಾಸಾಗಲು ಹೊರಟಿದ್ದೇವೆ.

ಪುಸ್ತಕಕ್ಕೆ ಆರ್ಡರ್ ಬಂದ ಕೂಡಲೇ ನಾವು ಅಮಾಯಕವಾಗಿ ಹತ್ತಾರು ಪುಸ್ತಕದ ಅಂಗಡಿಗಳನ್ನು ತಾಕಿ, ವೆಬ್ಸೈಟುಗಳನ್ನು ಜಾಲಿಸಿ ಪುಸ್ತಕ ಸಿಗದೇ ನೊಂದುಕೊಂಡಿದ್ದೆವು. ನಮ್ಮ ಅಸಹಾಯಕತೆಯನ್ನು ನೋಡಿ ಅವರು ಖುಷಿಪಡುತ್ತಿದ್ದರು. ಈಗ ಆ ಖುಷಿಯನ್ನು ನಿಜವಾಗಿಸುತ್ತಿದ್ದೇವೆ. ಮಾರುಕಟ್ಟೆಯಲ್ಲಿ ಇಲ್ಲದ, ಬಹುಬೇಡಿಕೆಯನ್ನು ಉಳಿಸಿಕೊಂಡಿರುವ ಕೃತಿಗಳನ್ನು ಮರುಮುದ್ರಣ ಮಾಡುವ ಯೋಜನೆಯೊಂದನ್ನು ಸಿದ್ಧ ಮಾಡಿದ್ದೇವೆ. ಈ ಯೋಜನೆಯ ಅಡಿಯಲ್ಲಿ ಓದುಗರಿಂದ ನಿರಂತರ ಬೇಡಿಕೆ ಇರುವ, ಆದರೆ ಮಾರುಕಟ್ಟೆಯಲ್ಲಿ ಲಭ್ಯವಿಲ್ಲದ ಕೃತಿಗಳನ್ನು ವರ್ಷಕ್ಕಿಷ್ಟು ಎಂಬ ಮಾನದಂಡದಲ್ಲಿ ಪ್ರಕಟಿಸಲು ಆರಂಭಿಸಿದ್ದೇವೆ.

ಬೇಡಿಕೆ ಇರುವ ಕೃತಿಯು ಓದುಗರಿಗೆ ಅಲಭ್ಯವಾಗಬಾರದು ಎಂಬ ಸದುದ್ದೇಶ ಇದರ ಹಿಂದಿದೆ. ಒಂದು ವೇಳೆ ಕುವೆಂಪು, ತೇಜಸ್ವಿ, ಬೇಂದ್ರೆ, ಕಾರಂತರು, ಮಾಸ್ತಿಯವರಂತಹ ಮಹನೀಯರ ಕೃತಿಗಳು ಲಭ್ಯವಿಲ್ಲದಿದ್ದರೆ ಓದುಗಲೋಕಕ್ಕೆ ಅದೆಂಥಾ ನಷ್ಟ ಅಂತ ಒಮ್ಮೆ ಯೋಚಿಸಿ. ಅದೇ ಕಾರಣಕ್ಕೆ ಈ ಪರಿಷ್ಕೃತ ಪುಸ್ತಕಗಳನ್ನು ಪ್ರಕಟಿಸುವ ಕೈಂಕರ್ಯಕ್ಕೆ ಮುನ್ನಡಿ ಇಟ್ಟಿದ್ದೇವೆ.

ಬೇಡಿಕೆಯಲ್ಲಿರುವ ಹತ್ತು ಕೃತಿಗಳನ್ನು ಈ ವರ್ಷದಲ್ಲಿ ಮರುಪ್ರಕಟಣೆ ಮಾಡುತ್ತಿದ್ದೇವೆ. ಆ ಹತ್ತು ಕೃತಿಗಳಲ್ಲಿ ನಾಡಿನ ಹಿರಿಯ ಕವಿ ಬಿ.ಆರ್. ಲಕ್ಷ್ಮಣ ರಾವ್ ಅವರ ಪ್ರೀತಿಯೆನುವ ಮಾಯೆ ಕೃತಿಯೂ ಒಂದು. ಹತ್ತು ವರ್ಷಗಳ

ಹಿಂದೆ ಪ್ರಕಟವಾಗಿ ಬಿಡುಗಡೆ ಕಾಲಕ್ಕೆ ಅಪಾರವಾದ ಓದುಗರ ಮನ್ನಣೆಯನ್ನು ಪಡೆದಿತ್ತು. ಈಗ ಮತ್ತೊಮ್ಮೆ ಓದುಗರ ಮಡಿಲಿಗರ್ಪಿಸಲು ವೀರಲೋಕ ಹರ್ಷಿಸುತ್ತದೆ. ಇಲ್ಲಿನ ಎಲ್ಲ ಕತೆಗಳಲ್ಲಿ ಪ್ರೀತಿ ತುಂಬಿ ಹರಿಯುತ್ತದೆ. ಕತೆಗಳು ಹಳೆಯದಾದರೂ ಕತೆಗಳಲ್ಲಿನ ಪ್ರೀತಿ ಯಾವ ಕಾಲಕ್ಕೂ ಹೊಸದಾಗಿಯೇ ಹರಿಯುತ್ತದೆ. ಅಂದಿನ ಹಾಗೂ ಇಂದಿನ ಪ್ರೀತಿಯ ಭಾವಗಳಲ್ಲಿ ಯಾವುದೇ ಬದಲಾವಣೆ ಇಲ್ಲ. ಪ್ರೀತಿಗೆ ಸಾವಿಲ್ಲ. ಕತೆಗಳಿಗೂ ಕೂಡ..

ಈ ಕೃತಿ ಓದುವ ಸುಖ ನಿಮ್ಮದಾಗಲಿ..

ನಿಮ್ಮ,

ವೀರಕಪುತ್ರ ಶ್ರೀನಿವಾಸ

ಪ್ರಕಾಶಕ, ವೀರಲೋಕ ಬುಕ್ಸ್

ಕಥೆಗಳ ಅನುಕ್ರಮಣಿಕೆ

1

ಚಂದನದ ಗೊಂಬೆ

ಮಹಡಿಯ ಮೇಲಿನ ಪಾತ್ರೆ ಪರಟೆ ತುಂಬಿದ್ದ ಕೋಣೆಯನ್ನು ಗುಡಿಸಿ ಓರಣ ಮಾಡುತ್ತಿದ್ದಳು ಸರೂ. ಅದೆಷ್ಟು ವರ್ಷಗಳ ಧೂಳು, ಕಸವೊ, ಎಲ್ಲಾ ಸಾಮಾನುಗಳ ಮೇಲೂ ಅಂಗುಲ ದಪ್ಪ ನಿಂತಿತ್ತು. ಮೂಲೆ ಮೂಲೆಗಳಲ್ಲಿ ಜೇಡರ ಬಲೆ; ಪೆಟ್ಟಿಗೆಗಳ ತುಂಬಾ ಸರಸರ ಓಡಾಡುವ ಜಿರಳೆ, ಇಲಿಗಳ ಸಂಸಾರ, ಭಯದಿಂದ ಕೀ ಕೀ ಎಂದು ಓಡುವ ಸಣ್ಣಪುಟ್ಟ ಇಲಿ ಮರಿಗಳನ್ನು ನೋಡಿ ಕನಿಕರದಿಂದ ನಗು ಬರುತ್ತಿತ್ತು. ಏನನ್ನಾದರೂ ಸರಿಸಿದರೆ ಸಾಕು, ದಿಕ್ಕು ದಿಕ್ಕಿಗೆ ಸರಸರನೆ ಓಡುವ ಹಲ್ಲಿಗಳು. ಕೆಂಬಣ್ಣದ ದೊಡ್ಡ ಭಯಂಕರ ಜಿರಲೆಗಳು, ಮುಂದೆ ಒಂದೆಡೆ ಸರಿದರೆ ಮೈಗೆಲ್ಲ ಅಸಹ್ಯವಾಗಿ ಸುತ್ತಿಕೊಳ್ಳುವ ಜೇಡರ ಬಲೆ.

ಅದೆಷ್ಟು ವರ್ಷಗಳಾಯಿತೋ ಯಾರಾದರೂ ಈ ಮನೆ ಕಡೆ ನೋಡಿ! ನಾನಿದ್ದಾಗ ಮನೆಯನ್ನು ಎಷ್ಟು ಚೊಕ್ಕಟವಾಗಿ, ಓರಣವಾಗಿ ಇಟ್ಟುಕೊಂಡಿದ್ದೆ. ಈಗ ಯಾರಿಗೂ ಮನೆಯ ಕಡೆ ಗಮನವೇ ಇದ್ದಂತಿಲ್ಲ.

ಏಕೋ ಮನಸ್ಸಿಗೆ ತುಂಬಾ ನೋವಾಯಿತು. ಅಳು ಒತ್ತಿ ಬಂತು. ಕಷ್ಟಪಟ್ಟು ಉಗುಳು ನುಂಗಿದಳು.

ನನ್ನ ಬಗೆಗೆ ಎಷ್ಟು ಆಸೆಗಳನ್ನು ಇಟ್ಟುಕೊಂಡಿದ್ದರು ಅಪ್ಪ, ಅಮ್ಮ, ಅವರಿಗೆ ಈ ವಿಷಯ ಹೇಗೆ ಹೇಳುವುದು? ಈಗಾಗಲೇ ಅವರಿಗೆ ಆಗಿರುವ ನೋವು, ನಿರಾಸೆ ಸಾಕಷ್ಟಾಗಿದೆ. ಇನ್ನು ಈ ಆಘಾತವನ್ನು ಹೇಗೆ ಸಹಿಸುವರೋ! ದೇವರೇ...

ಬಂದ ಒಂದು ವಾರದಿಂದಲೂ ಮಗಳು ಮನಸ್ಸಿನಲ್ಲೇ ಮುಚ್ಚಿಟ್ಟುಕೊಂಡು ಸಂಕಟಪಡುತ್ತಿದ್ದ ವಿಷಯವನ್ನು ಅರಿತುಕೊಳ್ಳಲು ಸೀತಮ್ಮ ಪಡದ ಪಾಡೇ ಇಲ್ಲ. ಆದರೂ ಸರೂ ಬಾಯಿ ಬಿಡಲಿಲ್ಲ. 'ನನಗೇನಾಗಿದೆಯಮ್ಮ? ಚೆನ್ನಾಗೇ ಇದ್ದೀನಲ್ಲ. ಏಕೆ ಹೀಗೆಲ್ಲ ಕೇಳ್ತಿಯ?' ಎಂದು ಬಾಯಿ ಮುಚ್ಚಿಸಿ ಬಿಡುತ್ತಿದ್ದಳು. ಆದರೂ, ಅವಳ ಸೊರಗಿದ ದೇಹ, ಬಾಡಿದ ಮುಖ, ಒಳಗಿನ ವೇದನೆಯನ್ನೆಲ್ಲ ತಡೆಹಿಡಿದರೂ ಹೊರ ಚಿಮ್ಮುವ ಸೋತ ನೋಟ ಬೇಡದ ನೂರು ಕಥೆಗಳನ್ನು ಹೇಳುತ್ತಿದ್ದವು. 'ನನ್ನಲ್ಲಲ್ಲದೆ ಇನ್ಯಾರಲ್ಲಿ ಹೇಳಿಕೊಳ್ತೀಯ ಸರೂ, ಹೀಗೇಕೆ ಮನಸಲ್ಲೇ ಮುಚ್ಚಿಟ್ಟುಕೊಂಡು ಒದ್ದಾಡ್ತಿಯ?' ಎಂದರೆ 'ಹೀಗೇಕಮ್ಮ ಕಾಡ್ತಿಯ?' ಎಂದು ಗಳನೆ ಅತ್ತುಬಿಡುತ್ತಿದ್ದಳು. ಈ ಭಯದಿಂದ ಮಗಳನ್ನು ಮಾತನಾಡಿಸುವುದಕ್ಕೆ ಹೆದರಬೇಕಾಯಿತು ಸೀತಮ್ಮ.

'ಆ ಪಾಪಿಗಳು ಅದೇನು ಕಷ್ಟ ಕೊಡುತ್ತಿದ್ದಾರೊ ಮಗೂಗೆ, ಅವಳ ಸಂಕಟ ನಾ ನೋಡಲಾರೆ ಕಣ್ರೆ. ತಾನಾದರೂ ವಿಷಯ ಹೀಗಿದೆ ಅಂತ ಹೇಳಬಾರದೆ ಇವಳು?ಹೊಟ್ಟೆಯಲ್ಲಿ ಇಟ್ಕೊಂಡು ಸಂಕಟ ಪಡ್ತಾಳೆ' ಎಂದು ಗಂಡನ ಮುಂದೆ ಕಣ್ಣೀರಿಡುತ್ತಿದ್ದರು ಸೀತಮ್ಮ. 'ಏನು ಮಾಡೋದು ಸೀತೂ, ಸರಿಯಾಗಿ ವಿಚಾರ ಮಾಡದೆ ದುಡುಕಿ, ಗಿಣಿಯ ಹಾಗೆ ಸಾಕಿದ್ದ ಒಬ್ಬಳೇ ಮಗಳನ್ನು ನಾವೇ ಬೆಕ್ಕಿನ ಪಾಲು ಮಾಡಿದೆವು. ಈಗ ಅನ್ನೋ ಹಾಗಿಲ್ಲ ಅನುಭವಿಸೋ ಹಾಗಿಲ್ಲ ಆಗಿದೆ' ಎಂದು ನಿಟ್ಟುಸಿರು ಬಿಡುತ್ತಿದ್ದರು ರಾಮಣ್ಣ. ಸೀತಮ್ಮನವರಿಗೆ ಪರಿಸ್ಥಿತಿ ಹೀಗೆ ಇರಬಹುದು ಎಂದೆನಿಸಿದ್ದರೂ ಹಾಗೆಂದು ಮಗಳ ಬಳಿ ಕೇಳಿದರೆ ಎಲ್ಲಿ ಅವಳ ಹೃದಯಕ್ಕೆ ನೋವಾಗುವುದು ಎಂದು 'ಏನೋ ಎಲ್ಲಾ ಆ ದೇವರ ಇಚ್ಛೆಯಿದ್ದ ಹಾಗೆ' ಎಂದುಕೊಂಡು ಮೌನ ವಹಿಸಿದ್ದರು.

'ಇಲ್ಲಿ ಎಲ್ಲರೂ ನನ್ನನ್ನು ಎಷ್ಟು ಪ್ರೀತಿಸುತ್ತಾರೆ' ಅನ್ನಿಸಿ ಹೆಮ್ಮೆ ಎನಿಸಿತು ಸರೂಗೆ. ಅಮ್ಮ, ಅಪ್ಪ, ರಂಗ ಇರಲಿ, ಕೊನೆಗೆ ಆ ಗಂಗೆಯು ಸಹ ಅವಳು ಕೊಟ್ಟಿಗೆಗೆ ಕಾಲಿಡುವುದಕ್ಕಿಲ್ಲ ಆಗಲೇ ಗುರುತು ಹಿಡಿದು ಮೇವು ಬಿಟ್ಟು ಬಂದು, ಅವಳ ಮೈಯಲ್ಲ ನೆಕ್ಕತೊಡಗಿದ್ದು ನೋಡಿ ಅವಳಿಗೆ ಹೃದಯವೆಲ್ಲ ಕಿತ್ತು ಬಂದಂತಾಗಿತ್ತು. ಅದರ ಕೊರಳು ತಬ್ಬಿ, ಮುತ್ತಿಟ್ಟು, ಗಳಗಳನೆ ಅತ್ತುಬಿಟ್ಟಿದ್ದಳು. ತಲೆಯೆತ್ತಿದಾಗ ಹಸುಗಳಿಗೆ ಮೇವಿಡುತ್ತಿದ್ದ ರಂಗ ನೆಟ್ಟ ದೃಷ್ಟಿಯಿಂದ ತನ್ನ ಮನಸ್ಸನ್ನು ಬೆದಕುವಂತೆ ನೋಡುತ್ತಿದ್ದುದನ್ನು ಗಮನಿಸಿ ಒಳಗೋಡಿದ್ದಳು.

***

ಸರೂಗೆ ರಂಗನನ್ನು ನೋಡಿದಾಗಲೆಲ್ಲ ಹಿಂದಿನ ನೆನಪುಗಳು ಸ್ಪಷ್ಟವಾಗಿ ಕಣ್ಣ ಮುಂದೆ ನಿಲ್ಲುತ್ತವೆ. ಚಿಕ್ಕಂದಿನಲ್ಲಿ ರಂಗ ಹಿತ್ತಲಿನ ದೊಡ್ಡ ಮಾವಿನ

ಮರದ ಕೊಂಬೆಗೆ ಹಗ್ಗ ಕಟ್ಟಿ, ಮಣೆ ಇಟ್ಟು ಉಯ್ಯಾಲೆ ಸಿದ್ಧ ಮಾಡಿ, ತನ್ನನ್ನು ಎತ್ತಿ ಕೂಡಿಸಿ, ಕೆಳ ಕೂಂಬೆಯ ಎಲೆಗಳಿಗೆ ಕಾಲು ತಾಕಷ್ಟು ಜೋರಾಗಿ ತೂಗುತ್ತಿದ್ದುದು ಇಂದಿಗೂ ಅವಳಿಗೆ ಚೆನ್ನಾಗಿ ನೆನಪಿದೆ. ಅಮ್ಮ

'ಎಲ್ಲಾದರೂ ಬಿದ್ದು ಕೈ ಕಾಲು ಮುರಕೊಂಡೀರಿ, ಬೇಡ' ಎಂದು ಎಷ್ಟು ಹೇಳಿದರು ಅವಳ ಮಾತಿಗೆ ಕಿವಿ ಕೊಡುತ್ತಿದ್ದವರು ಯಾರು?

ನೆನಪಿನ ಸುರಳಿ ಬಿಚ್ಚತೊಡಗಿತ್ತು...

ಒಮ್ಮೆ ಉಯ್ಯಾಲೆಯಾಡುತ್ತಿದ್ದಾಗ ಮಣೆ ಜಾರಿ ಬಿದ್ದು ನನ್ನ ಕೈ ಕಾಲೆಲ್ಲ ತರಚಿ ರಕ್ತ ಬಂದು, ನಾನು 'ಹೋ' ಎಂದು ಅಳತೊಡಗಿದಾಗ ನಮ್ಮ ತಾಯಿ ಬಂದು 'ಏನೊ, ಅವಳನ್ನು ಕೊಂದು ಬಿಡ್ತಿಯೇನೋ...?' ಎಂದು ಕೋಪದ ಭರದಲ್ಲಿ ರಂಗನನ್ನು ಹೊಡೆದಿದ್ದರು. ಆಗ ಈ ಗಲಭೆಗೆ ಬಂದ ತಮ್ಮ ತಂದೆ ವಿಷಯ ತಿಳಿದುಕೊಂಡು, 'ಪಾಪ, ತಬ್ಬಲಿ ರಂಗನ ಹಾಗೆಲ್ಲ ಹೊಡೀತೀಯಲ್ಲೇ. ನಮ್ಮ ಸರೂನ ಕಂಡರೆ ಅವನಿಗೆಷ್ಟು ಪ್ರೀತಿ. ಏನೋ ಅಕಸ್ಮಾತ್ ಆದ ವಿಷಯಕ್ಕೆ ಇಷ್ಟೆಲ್ಲ' ಎಂದು ಅಳುತ್ತಿದ್ದ ರಂಗನನ್ನು ಸಂತೈಸಿದ್ದರು.

ಚಿಕ್ಕಂದಿನಲ್ಲೇ ವಿಧವೆಯಾಗಿ ಪಡಬಾರದಷ್ಟು ಕಷ್ಟಪಟ್ಟ ತಮ್ಮ ತಂಗಿ, ತನ್ನ ಒಬ್ಬನೇ ಮಗ ರಂಗನನ್ನು ಅಣ್ಣನ ಮಡಿಲಲೊಳಗಿಟ್ಟು, ಕಣ್ಣು ಮುಚ್ಚಿದ ಮೇಲೆ ಗಂಡು ಮಕ್ಕಳಿಲ್ಲದ ನಮ್ಮ ತಂದೆ-ತಾಯಿ ರಂಗನನ್ನೇ ತಮ್ಮ ಮಗನಂತೆ ಸಾಕಿದ್ದರು. ಅವನನ್ನು ಚೆನ್ನಾಗಿ ಓದಿಸಿ ವಿದ್ಯಾವಂತನನ್ನಾಗಿ ಮಾಡಬೇಕೆಂದು ಅವರಿಗೆ ತುಂಬಾ ಆಸೆಯಿತ್ತು. ಆದರೆ ರಂಗ ಹೊಲ, ಗದ್ದೆ ನೋಡಿಕೊಳ್ಳುವುದರಲ್ಲಿ, ತೋಟ ಮಾಡುವುದರಲ್ಲಿ, ಕಷ್ಟಪಟ್ಟು ದುಡಿಯುವುದರಲ್ಲಿ ತೋರಿದಷ್ಟು ಆಸಕ್ತಿ ಓದಿನಲ್ಲಿ ತೋರಲಿಲ್ಲ.

ಅಂದು ನಾನು ಎಲ್.ಎಸ್. ಮುಗಿಸಿ ಹೈಸ್ಕೂಲು ಸೇರಿದಾಗ ಇನ್ನೂ ಎಲ್.ಎಸ್.ನಲ್ಲೇ ಕೂತಿದ್ದ ರಂಗನನ್ನು 'ಹೆಣ್ಣಮ್ಮ' 'ಪೆದ್ದ' ಎಂದೆಲ್ಲ ರೇಗಿಸಿದಾಗ ಅಪ್ಪ ಅಂದಿದ್ದರು. 'ಲೇ, ಅವನು ನಾಳೆ ನಿನ್ನ ಮದುವೆಯಾಗೋ ಗಂಡ ಅಲ್ವೇನೇ, ಹೀಗೆಲ್ಲ ಮಾತಾಡ್ತೀಯಲ್ಲೆ...' ಅಂತ.

ನಾನು 'ಯಾರು ಮದುವೆಯಾಗುತ್ತಾರೆ...?'

ಅಂದಿದ್ದಕ್ಕೆ 'ಹೋ' ಅಂತ ಅಳಹತ್ತಿದ್ದ. ಅಪ್ಪ, ಅಮ್ಮ ಜೋರಾಗಿ ನಗುತ್ತಿದ್ದರು ಯಾರ ಪರಿವೆಯು ಇರಲಿಲ್ಲ ಅವನಿಗೆ. ಅಪ್ಪ ಅವನನ್ನು ಸಂತೈಸಿ' ಹೋಗಲಿ ಬಿಡೊ ರಂಗ, ಅವಳು ಯಾರನ್ನಾದರೂ ಮದುವೆಯಾಗಿ ಹಾಳಾಗಲಿ, ನನ್ನ ಆಸ್ತಿಯೆಲ್ಲ ನಿಂಗೆ ಕೊಡ್ತೀನಿ. ನೋಡ್ಕೊಂಡು ಹಾಯಾಗಿರುವಂತೆ. ಓದಿಲ್ಲದಿದ್ದರೆ ಗಂಟು ಹೋದದ್ದೇನು...?' ಎಂದಿದ್ದರು.

***

ಕಸವನ್ನೆಲ್ಲ ಒಂದು ಮೂಲೆಗೆ ತಳ್ಳಿ, ಒಂದು ಪೆಟ್ಟಿಗೆಯ ಮೇಲೆ ಕೂತು, 'ರಂಗನನ್ನೇ ಮದುವೆಯಾಗಿದ್ದರೆ ಹೇಗಿರುತ್ತಿತ್ತು' ಎಂದು ಯೋಚಿಸಿದಳು ಸರೂ. 'ಛೆ, ಎಂಥಾ ಹಾಳು ಯೋಚನೆ!' ಅನ್ನಿಸಿ ತನ್ನನ್ನು ತಾನೇ ಶಪಿಸಿಕೊಂಡಳು.

ರಂಗ ಅವಿದ್ಯಾವಂತ, ಸರಿ. (ನಾನೇನು ಮಹಾ ಓದಿ ಗುಡ್ಡೆ ಹಾಕಿದ್ದಿದ್ದು ಎಸ್.ಎಸ್.ಎಲ್.ಸಿ. ತಾನೆ) ಆದರೂ ನಾನು ಅವನನ್ನು ಪ್ರೀತಿಸುತ್ತಿರಲಿಲ್ಲವೇ? ಅವನು ನನ್ನನ್ನು ಪ್ರೀತಿಸುತ್ತಿರಲಿಲ್ಲವೆ? ಅವನ ಬಗ್ಗೆ ನನಗೆಷ್ಟು ಅಭಿಮಾನವಿತ್ತು! ಅವನ ಭೀಮಕಾಯ ನನ್ನಲ್ಲೆಷ್ಟು ಆಸೆಗಳನ್ನು ಕೆರಳಿಸುತ್ತಿತ್ತು! ಅವನು ಹೊಲಗದ್ದೆಗಳಲ್ಲಿ ಚಲ್ಲಣ ತೊಟ್ಟು ಇತರರೊಂದಿಗೆ ಕೆಲಸದಲ್ಲಿ ತೊಡಗಿದ್ದಾಗ, ಮನೆಗೆ ತಾನೇ ಕಟ್ಟಿಗೆ ಸೀಳಿ ಹಾಕುವಾಗ, ಬೆವರಿನಿಂದ ತೊಯ್ದು ಮಿರುಗುತ್ತಿದ್ದ ಅವನ ಮೈಕಟ್ಟನ್ನೇ ನೋಡುತ್ತಾ ನಾನು ಮೈ ಮರೆತು ನಿಲ್ಲುತ್ತಿರಲಿಲ್ಲವೇ?

***

'ಛೇ ಏಕೋ ಇಂದು ಎಲ್ಲಾ ಕೆಟ್ಟ ಯೋಚನೆಗಳೇ ಮನಸ್ಸಿನ ತುಂಬ' ಎಂದುಕೊಂಡು ತಲೆ ಝಾಡಿಸಿ, ಮತ್ತೆ ಎದ್ದು ಗುಡಿಸತೊಡಗಿದಳು ಆದರೂ ಯೋಚನೆಗಳು ಅವಳ ಬೆನ್ನು ಬಿಡಲಿಲ್ಲ...

ಅಂದು ನನ್ನನ್ನು ಮದುವೆಯಾಗಲು ನೋಡಲು ಬರುವ ಗಂಡು ಲಾಯರ್ ಎಂದು ತಿಳಿದು ನನಗೆ ಒಳಗೊಳಗೆ ಎಷ್ಟು ಸಂತೋಷವಾಗಿತ್ತು! ಎಷ್ಟು ಹೆಮ್ಮೆಯೆನಿಸಿತ್ತು! ಆ ಸಂಭ್ರಮದಲ್ಲಿ ನನಗೆ ಅರಿವಿಲ್ಲದೆ ಮನೆಯಲ್ಲ ಕುಣಿದು ಕುಪ್ಪಳಿಸಿದ್ದೆ. ಹಾಲು ಕರೆಯುತ್ತಿದ್ದ ರಂಗ ಹಾಲಿನ ಪಾತ್ರೆಯನ್ನು ಒಳಗೊಯ್ಯಲು ಬಂದ ನನ್ನನ್ನು ಕೇಳಿದ್ದ, 'ಏನು ಸರೂ ಬಹಳ ಖುಷಿಯಾಗಿದ್ದಿ. ಲಾಯರ್ ಹೆಂಡ್ತಿಯಾಗಿಬಿಡುತ್ತೀನಿ ಅಂತಲೊ...? 'ಹೋಗೋ, ಇನ್ನು ಅವರು ಬರಕ್ಕಿಲ್ಲ, ನೋಡಲಿಕ್ಕಿಲ್ಲ, ಹಾಗೆಲ್ಲ ಏನೆಲ್ಲ ಮಾತಾಡಬೇಡ. ಅವರು ನನ್ನನ್ನು ಒಪ್ಪಿದರಲ್ಲವೆ...?' ಎಂದು ನಾನಂದಿದ್ದಕ್ಕೆ 'ನಿನ್ನನ್ನು ಒಪ್ಪದೆ ಏನು, ಸಕ್ಕರೆ ಗೊಂಬೇನ, ನಿನ್ನ ಮದುವೆಯಾಗಕ್ಕೂ ಪುಣ್ಯ ಬೇಕು' ಅಂದಿದ್ದ. ನಾನು ನಾಚಿಕೆಯ ಮುದ್ದೆಯಾಗಿ ಅಲ್ಲಿಂದ ಕಂಬಿ ಕಿತ್ತಿದ್ದೆ. ಅವನ ಹೊಗಳಿಕೆಯಿಂದ ನನಗೆ ತುಂಬಾ ಸಂತೋಷವಾಗಿತ್ತು. ಹಾಗೆಂದು ಅದರ ಹಿಂದಿನ ಅವನ ನೋವು ನನ್ನ ಮನಸ್ಸಿಗೆ ತಾಕದಿರಲಿಲ್ಲ. ಆದರೆ ಆಗ ಯಾವುದೊಂದು ಪರ್ಯಾಲೋಚನೆಗೂ. ನಿರ್ಧಾರಕ್ಕೂ ನನ್ನ ಮನಸ್ಸು ಪಕ್ವವಾಗಿರಲಿಲ್ಲ.

ನನ್ನ ವೈವಾಹಿಕ ಜೀವನದ ಬಗ್ಗೆ ಎಂಥೆಂಥ ಕನಸುಗಳನ್ನು ನೇಯ್ದಿದ್ದೆ. ಎಷ್ಟು ಆಶಾ ಗೋಪುರಗಳನ್ನು ಕಟ್ಟಿದ್ದೆ, ಎಲ್ಲಾ ನನಸಾದಂತೆ, ಕೈಗೆಟುಕಿದಂತೆ ತೋರಿತ್ತು. ಶೇಖರ್ ಮದುವೆಯಾದ ಹೊಸದರಲ್ಲಿ ನನ್ನಲ್ಲಿ, ಎಷ್ಟು ಪ್ರೀತಿ ತೋರುತ್ತಿದ್ದರು! ನಗರದಲ್ಲೆಲ್ಲ ನನ್ನನ್ನು ಎಷ್ಟು ಮೆರೆದಾಡಿಸಿದ್ದರು! ನನ್ನ

ಜೀವನವೆಲ್ಲ ಸ್ವರ್ಗ ಸಮವೆಂದು, ರಸಮಯವೆಂದು ತೋರಿತ್ತು. ಆದರೆ ಇದೆಲ್ಲ ಎಷ್ಟು ದಿನ...? ಕುಡಿಕೆಯ ಹೂಬಾಣದಂತೆ ಬಣ್ಣ ಬಣ್ಣದ ಹೂಗಳನ್ನು ತೂರಿ, ಕ್ಷಣದಲ್ಲಿ ಬರಿದಾಗಿ, ಕತ್ತಲೆಯ ಮೊಟ್ಟೆಯಾಗಿತ್ತು ನನ್ನ ಬಾಳು. ಈಗಿನ ಶೇಖರ್, ಮಧ್ಯರಾತ್ರಿಯಲ್ಲಿ ಮಧ್ಯದ ಮುದ್ದೆಯಾಗಿ...ಅಬ್ಬ, ಅಸಹ್ಯ ವಾಸನೆ...! ಪಶು ವರ್ತನೆ...!! ಬೆಳಗಾಗುವುದರಲ್ಲಿ ನಾನು ಅರೆ ಜೀವ. ಆದರೂ ಅತ್ತೆ ಮಾವ ಇದಕ್ಕೆಲ್ಲ ಕುರುಡರು. ಅತ್ತೆ ಹೇಳುತ್ತಿದ್ದರು 'ಒಂದು ಮಗುವಾದರೆ ಎಲ್ಲಾ ಸರಿಹೋಗ್ತಾನೆ? ಆದರೆ ಮದುವೆಯಾಗಿ ಇದು ಐದನೆಯ ವರ್ಷ...! ಮಗು?ಈಗ ನನಗೆ ಹಗಲು ನರಕ; ಇರುಳು ನರಕ; ಬಂದು ಹೋಗುವವರ ಬಳಿಯಲೆಲ್ಲ ಅತ್ತೆ 'ಒಳ್ಳೆ ಬಂಜೆಯನ್ನು ಮನೆಗೆ ತಂದುಕೊಂಡ ಹಾಗಾಯಿತು' ಎಂದು ಹೀಯ್ಯಾಳಿಸುತ್ತಾರೆ ಹೌದೇ...? ನಾನು ಬಂಜೆಯೆ...?

ಅಂದು ಸರೂಳ ಅತ್ತೆ ನೆರೆಮನೆಯ ನರಸಮ್ಮನ ಹತ್ತಿರ ಗುಟ್ಟಾಗಿ ಹೇಳುತ್ತಿದ್ದ ವಿಷಯವನ್ನು ಸರೂ ಕದ್ದು ಕೇಳಿದ್ದಳು. 'ಈ ವರ್ಷವೇನಾದರೂ ಮಗು ಗಿಗೂ ಆಗೊ ಸೂಚನೆ ಕಂಡಿತೊ ಸರಿಯಾಯ್ತು. ಇಲ್ಲದಿದ್ದರೆ... ಶೇಖರನಿಗೆ ಮತ್ತೊಂದು ಒಳ್ಳೆ ಹೆಣ್ಣು ನೋಡಿ ಮದುವೆ ಮಾಡಿ ಬಿಡುವುದು, ಅಷ್ಟೇ ಕಣ್ರೀ. ಏನೋ ಕಣ್ಮುಚ್ಚೋದರೊಳಗೆ ಒಬ್ಬ ಮೊಮ್ಮಗನ್ನ ನೋಡೋ ಭಾಗ್ಯವಿದೆಯೇನೋ ಅಂದರೆ ಒಳ್ಳೆ ಬಂಜೆ ಬಂದು ಸೇರಿಕೊಂಡಳು ಮನೇಲಿ ಏನು ಕಾಹಿಲೆ ಕಸಾಲೆಯೋ ಯಾರಿಗ್ಗೊತ್ತು'.

ಶೇಖರನಿಗೆ 'ಮತ್ತೊಂದು ಮದುವೆ...! ನನಗೊಬ್ಬಳು ಸವತಿ...!!' ಸಿಡಿಲೆರಗಿತ್ತು ಸರೂಗೆ, ಏನು ಮಾಡಲು ತೋಚದೆ ಕಂಗಾಲಾದಳು. 'ನೀನು ಆಜೀವ ಪರ್ಯಂತ ಬಂಜೆ. ನಿನಗಿಲ್ಲಿ ಸ್ಥಾನವಿಲ್ಲ' ಎಂದು ಆ ಮನೆಯ ಅಂಗುಲಂಗುಲವು ಕಿವಿ ಕಿವುಡಾಗುವಂತೆ ಅಬ್ಬರಿಸಿ ಹೆದರಿಸಿದ್ದವು. ದಿಕ್ಕು ಕಾಣದೆ ತಾನೇ ತಾನು ತವರಿಗೆ ಓಡಿಬಂದದ್ದು?

***

ಆದರೆ ಇಲ್ಲಿಯಾದರೂ ಯಾರಲ್ಲಿ ನನ್ನ ದುಃಖ ತೋಡಿಕೊಳ್ಳುವುದು? ಏನೆಂದು? ಶೇಖರ ನನಗೊಬ್ಬ ಸವತಿಯನ್ನು ತರಲಿದ್ದಾನೆಂದೆ?, ಹೌದು ಇದರಲ್ಲಿ ತಪ್ಪಾದರೆ ಏನು? ನಾನು ಬಂಜೆಯಾದದ್ದು ನನ್ನ ತಪ್ಪಲ್ಲವೇ? ನನ್ನ ಕರ್ಮವಲ್ಲವೇ? ನನ್ನ ಯಾವ ಜನ್ಮದ ಪಾಪದ ಫಲವೋ ಅಲ್ಲವೇ?... ಅಯ್ಯೋ ದೇವರೇ ನನ್ನ ಬಾಳೇಕೆ ಹೀಗೆ ಹಾಳು ಮಾಡಿದೆ...? ಇದಕ್ಕೆ ಪರಿಹಾರವೇ ಇಲ್ಲವೇ...?

ಹತ್ತಿಕ್ಕಿದ್ದ ದುಃಖ ಒತ್ತಿ ಬಂತು, ಸರೂ ಬಿಕ್ಕಿದಳು. ಕಣ್ಣೀರು ಚಿಮ್ಮಿ ದಳದಳನೆ ಹರಿಯಿತು. ಸೆರಗಿನ ತುದಿಯಿಂದ ಕಣ್ಣೊರಸಿಕೊಂಡು

ನಿಟ್ಟುಸಿರಿಟ್ಟಳು. ತನ್ನ ನಿಸ್ಸಹಾಯಕತೆಯ ಬಗ್ಗೆ ತನಗೆ ನಾಚಿಕೆಯೆನಿಸಿತು. ಗಂಡ ಅತ್ತೆ, ಮಾವ, ಜೀವನ ಎಲ್ಲ ಅಸಹ್ಯವಾಗಿ ಅನ್ಯಾಯವಾಗಿ ಕಂಡವು. ಆದರೆ ಅವೆಲ್ಲ ತನಗೆ ಅಪರಿಹಾರ್ಯವೆನ್ನುವುದು ನೆನಪಾದಾಗ ಅವೆಲ್ಲವುಗಳ ಬಗ್ಗೆ ದ್ವೇಷ ಉಕ್ಕಿ ಹರಿಯಿತು.

ಇಲ್ಲ... ಬಾಳಲೇಬೇಕು... ಹೇಗಾದರೂ... ಹೇಗಾದರೂ...ಹೇಗೆ...? ಹೇಗೆ...?

ಈ ಭಾವನೆಗಳ ತಿಕ್ಕಾಟದಲ್ಲೂ ಸರೂ ಏನು ಮಾಡುತ್ತಿದ್ದೇನೆಂಬುದರ ಪರಿವೆಯೂ ಇಲ್ಲದೆ ಕಸ ಗುಡಿಸುತ್ತಲೇ ಇದ್ದಳು. 'ಇದೊಂದು ಮೂಲೆಯಲ್ಲಿನ ಪಾತ್ರೆಗಳ ಮೇಲಿನ ಧೂಳೊರಸಿ. ಕಸ ಗುಡಿಸಿ ಬಿಟ್ಟರೆ ಆಗೇ ಹೋಯ್ತು' ಎಂದು ಕೊಂಡು ಪಾತ್ರೆಗಳನ್ನು ಒಂದೊಂದಾಗಿ ತೆಗೆದು ಧೂಳೊರೆಸಿದಳು. ಮೂಲೆಯಲ್ಲಿ ರಾಶಿ ಬಿದ್ದಿದ್ದ ಕಸ ಕಡ್ಡಿಯನ್ನು ಪೊರಕೆಯಿಂದ ತನ್ನ ಬಳಿಗೆ ಎಳೆದುಕೊಂಡಳು. ಅದರೊಂದಿಗೆ ಧೂಳು ಮುಚ್ಚಿದ್ದ ಕೈ ಮುರುಕ ಚಂದನದ ಗೊಂಬೆಯೊಂದು ಬಂದಿತು.

ಅದೇಕೊ ಆ ಗೊಂಬೆ ಸರೂಳ ಗಮನ ಸೆಳೆಯಿತು. ಕುತೂಹಲ ಕೆರಳಿಸಿತು. ಅದನ್ನು ಕೈಗೆ ತೆಗೆದುಕೊಂಡು ಧೂಳು ಒರೆಸಿದಳು. ಆ ಗೊಂಬೆ ಅವಳಿಗೆ ಚಿರಪರಿಚಿತವಾಗಿ ತೋರುತ್ತಿತ್ತು. ಇದನ್ನೆಲ್ಲಿ ನೋಡಿದ್ದೆ? ಎಲ್ಲಿ...? ಎಲ್ಲಿ...? ಎಂದು ದಿಟ್ಟಿಸಿ ನೋಡಿ ನೆನಪು ಮಾಡಿಕೊಳ್ಳಲು ಪ್ರಯತ್ನಿಸಿದಳು. ನೆನಪಾಗಲಿಲ್ಲ ಎದುರಿನ ಪಡಸಾಲೆಗೆ ಹೋಗಿ ಮಂಚದ ಮೇಲೆ ಕುಳಿತು ತನ್ನ ಗತ ಜೀವನದ ಪುಟಗಳನ್ನು ತಿರ' ಹಾಕ ತೊಡಗಿದಳು...

ಎಲ್ಲಿ ನೋಡಿದ್ದೆ ಈ ಗೊಂಬೆಯನ್ನು...? ಎಲ್ಲಿ...? ಎಲ್ಲಿ...? ಹ್ಞಾ...! ಹೌದು... ನೆನಪಾಗುತ್ತಿದೆ... ಇದನ್ನೇ ಅಲ್ಲವೇ... ಹೌದು... ಈ ಬೊಂಬೆಯನ್ನು ಅಲ್ಲವೇ... ನಾವಿಬ್ಬರೂ ಹಾ... ನಾನು, ರಂಗ... ಅಪ್ಪ, ಅಮ್ಮ... ಇದು... ನಮ್ಮ ಮಗು... ಹೌದು... ಹೌದು... ನೆನಪಾಯಿತು...

ನಮ್ಮ ಮಗು... ರಂಗನಿಗೆ ತೋರಿಸಬೇಕು... ಹೌದು ರಂಗನಿಗೆ... ಎಲ್ಲಿರಂಗ...? ರಂಗ...sssss ರಂಗಾ...sssss ರಂಗಾ...

ಹುಚ್ಚಿಯಂತೆ ದಡದಡನೆ ಮೆಟ್ಟಿಲಿದು ಓಡಿದಳು ಸರೂ ಸೀತಮ್ಮ ಎದುರಿಗೆ ಸಿಕ್ಕಿದರು. 'ಅಮ್ಮ, ಅಮ್ಮ ರಂಗ ಎಲ್ಲಿ...?' 'ತೋಟದಲ್ಲಿರಬೇಕು', 'ಯಾಕೆ...?' ಉತ್ತರ ಕೊಡುವಷ್ಟು ವ್ಯವಧಾನವಿದ್ದರಲ್ಲವೆ ಸರೂಗೆ...? ತೋಟಕ್ಕೆ ಓಡಿದಳು. ತೋಟದ ಮೂಲೆಯೊಂದರಲ್ಲಿ ತೆಂಗಿನ ಸಸಿ ನೆಡಲು ಹಳ್ಳ ತೆಗೆಯುತ್ತಿದ್ದ ರಂಗ, ಕೈಗಳೇನೊ ನೆಲ ಅಗೆಯುತ್ತಿದ್ದವು. ಆದರೆ ಮನಸ್ಸು ಯಾವ್ಯಾವುದೋ ಯೋಚನೆಗಳಿಂದ ಭಾರವಾಗಿತ್ತು. ರಂಗ...s' ರಂಗ...ss ಎಂದು ಏದುಸಿರು ಬಿಡುತ್ತಾ ಓಡಿ ಬರುತ್ತಿದ್ದ ಸರುಳನ್ನು ಕಂಡು ಏನು ಅನಾಹುತವಾಗಿದೆಯೋ

ಎಂದು ರಂಗಾ ಗಾಬರಿಗೊಂಡ. ವೇಗವಾಗಿ ಓಡುತ್ತಾ ಬಂದು ತಟ್ಟನೆ ನಿಂತಿದ್ದರಿಂದ ಆಯತಪ್ಪಿ ಬೀಳುವುದರಲ್ಲಿದ್ದ ಸರೂಳನ್ನು ಹಿಡಿದು ನಿಲ್ಲಿಸಿದ.

ರಂಗನ ಭುಜವನ್ನೊರಗಿ ನಿಂತು, ಮೈಯೆಲ್ಲ ಕಂಪಿಸುತ್ತಿದ್ದ ಸರೂ ಅಸಹಾಯಕಳಂತೆ ರಂಗನನ್ನು ನೋಡಿದಳು. ರಂಗಾ ಗಾಬರಿಯಿಂದ ಸರೂಳ ಕಣ್ಣೊಳಗೆ ದಿಟ್ಟಿಸಿದ. ಸರೂಳಿಗೆ ದಿಗ್ಭ್ರಾಂತಿಯಾಯಿತು...'ನಾನೇಕೆ ಹೀಗೆ ಓಡಿ ಬಂದೆ...? ಏಕೆ...? ಏಕೆ...?? ಎಂದು ಯೋಚಿಸಿದಳು. ಏನೂ ತೋಚಲಿಲ್ಲ, ಬಿಕ್ಕಿ ಬಿಕ್ಕಿ ಅಳತೊಡಗಿದಳು. ರಂಗನಿಗೆ ಮತ್ತೂ ಗಾಬರಿಯಾಗಿ ಸರೂ... ಏಕೆ... ಏನಾಯ್ತು?... ಏನಾಯ್ತು...??' ಎಂದು ಕೇಳಿದ ಸರೂ ಬೊಂಬೆಯನ್ನು ಹಿಡಿದಿದ್ದ ಕೈಯನ್ನು ಮುಂದೆ ಚಾಚಿದಳು. ಬೊಂಬೆಯನ್ನು ಕೈಗೆ ತೆಗೆದುಕೊಂಡ ರಂಗ ಏನು ತೋರದೇ ಅದನ್ನೇ ನೋಡ ತೊಡಗಿದ. ಸರೂ ರಂಗನ ಎದೆಯಲ್ಲಿ ಮುಖ ಹುದುಗಿಸಿ ಅಳುತ್ತಲೇ ಇದ್ದಳು...

***

ಅಂದು ರಾತ್ರಿ ಸರೂಳಿಗೆ ಒಂದು ಕನಸು ಬಿತ್ತು. ಅದರಲ್ಲಿ ಸರೂ ಜೋಗುಳ ಹಾಡುತ್ತ ತೊಟ್ಟಿಲು ತೂಗುತ್ತಿದ್ದಳು. ತೊಟ್ಟಿಲಲ್ಲಿ ಕೈಮುರುಕ ಚಂದನದ ಗೊಂಬೆ ಮಲಗಿತ್ತು. ತೊಟ್ಟಿಲಲ್ಲಿ ಬಗ್ಗಿ ನೋಡಿದಾಗ ಸರುಳನ್ನು ಕಂಡು ನಸು ನಕ್ಕಿತು...

–1965

2

ಪ್ರೇಮಿಸಲಾರೆ...

'ಏಳುವರೆ ಆಯ್ತು ಏಳೋ'... ಶುರುವಾಯ್ತು ತಂಗಿ ರತ್ನಳ ಸುಪ್ರಭಾತ ರಾಗ, ಹಾಳುಗೋಳು! ನೆನ್ನೆಯ ತನಕ ಬೆಂಗಳೂರಿನ ಹಾಸ್ಟೆಲಿನಲ್ಲಿ ಬೆಳಗ್ಗೆ ಎಷ್ಟು ಹೊತ್ತಾದರೂ ಕೇಳುವವರಿಲ್ಲದೆ ಬಿದ್ದಿರುತ್ತಿದ್ದೆ. ಇಲ್ಲಿ ಯಾರು ಬೆಳಗ್ಗೆ ಎಬ್ಬಿಸಲೇ ಬೇಕಾಗಿಲ್ಲ 6 ಘಂಟೆ ನಸುಕಿಗೇ ಲೌಡ್ ಸ್ಪೀಕರ್ ದನಿಯಲ್ಲಿ ಅಪ್ಪ ದೇವರ ಪೂಜೆ ಶುರು ಮಾಡಿದನೆಂದರೆ ಆ ಗಂಟೆಯ ಗಣಗಣ, ಮಂತ್ರಗಳ ವಟ ವಟಕ್ಕೆ ಎಂಥ ಕುಂಭಕರ್ಣನಿಗೂ ಎಚ್ಚರವಾಗುತ್ತೆ. ಆದರೂ ಮುಸುಕೆಳೆದುಕೊಂಡು, ಕಣ್ಣುಮುಚ್ಚಿ ಬಾಳಿನ ಬಗ್ಗೆ ತಾತ್ವಿಕವಾಗಿ ಯೋಚಿಸುತ್ತಾ ಮಲಗಿದ್ದೆ. ಅಪ್ಪನ ನಿಜ ಜೀವನದಲ್ಲಿನ ಸುಳ್ಳು, ಕಪಟ, ವಂಚನೆ ಅಪ್ರಮಾಣಿಕತೆ–ಇವೆಲ್ಲದರ ಪಾಪ ಭೀತಿಯಿಂದ ಪ್ರತಿದಿನ ನಸುಕಿಗೆ ಎದ್ದು ಮಾಡುವ ಪೂಜೆ ಪುನಸ್ಕಾರ, ಅರ್ಥವಿಲ್ಲದ ನೀತಿ ನಿಯಮ ಸಂಸ್ಕಾರ–ಇದೆಲ್ಲದರ ಸಾರ್ಥಕತೆ ಬೆದಕುತ್ತಿದ್ದೆ ಅಷ್ಟರಲ್ಲಿ ನನ್ನ ಭಾವಭಂಗ ಮಾಡಿದ ರತ್ನಳ ಕೂಗಾಟಕ್ಕೆ ರೇಗಿ ಗೊಣಗಿ ಹೊರಳಾಡಿ ಕೊನೆಗೂ ಎದ್ದೆ.

ಮುಖ ತೊಳೆದು ಕಾಫಿಗೆಂದು ಅಡುಗೆ ಮನೆಗೆ ಹೊರಟೆ, ಹಿತ್ತಲಲ್ಲಿ ಹೋ ಅಂತ ಗಲಾಟೆ ನಡೆದಿತ್ತು. ಕಿಟಕಿಯಿಂದ ನೋಡಿದಾಗ, ನನ್ನ ಚಿಕ್ಕ ತಮ್ಮ ತಂಗಿ ಒಂದು ಮುದ್ದಾದ ಬಿಳಿಯ ಹಸುವಿನ ಕರು ಜೊತೆ ಕುಣಿದು ಕುಪ್ಪಳಿಸಿ ಕೂಗಾಡುತ್ತಿದ್ದರು. ಆ ಕರು ಚಂಗ ಚಂಗನೇ ನೆಗೆಯುತ್ತಾ ಹಿತ್ತಲು ತುಂಬಾ ಓಡಾಡುತ್ತಿತ್ತು, ಅದರ ಹಿಂದೆ ಅದಕ್ಕಿಂತ ಹೆಚ್ಚಾಗಿ ನೆಗೆದಾಡುತ್ತಾ ನನ್ನ ತಮ್ಮ ತಂಗಿ ಹೋ ಅಂತ ಕೂಗಾಡುತ್ತಿದ್ದರು. ಆ ಮುಗ್ಧರ ಜೀವನೋತ್ಸಾಹ ಕಂಡು

ಹೊಟ್ಟೆಕಿಚ್ಚಾಯಿತು. ಹಾಗೆಯೇ ಆ ಹೊಸ ಕರು ಯಾವುದೆಂದು ಕುತೂಹಲ ಕೆರಳಿತು.

ಕೊಟ್ಟಿಗೆಗೆ ಹೋದೆ ಅಲ್ಲಿ ಹಳೆ ಹಸು ಗೌರಿಯ ಜೊತೆ ಒಂದು ಹಸುವಿತ್ತು. ಬಾರಿ ಎತ್ತಿನಗಾತ್ರ, ದೊಡ್ಡ ದೊಡ್ಡ ಕೆಂಪು ಕಣ್ಣುಗಳು, ಉದ್ದವಾದ ಚೂಪು ಕೊಂಬುಗಳು, ನೋಡಿದರೇ ಭಯವಾಗುತ್ತಿತ್ತು. ನಂಜಿ ಹಾಲು ಕರೆಯುತ್ತಿದ್ದಳು. ರತ್ನ ಹಸುವಿನ ಹತ್ತಿರದಲ್ಲೇ ನಿಂತಿದ್ದಳು.

ಹುಲ್ಲಿನ ಮೆದೆಯಿಂದ ಮುಖವೆತ್ತಿ ಬುಸ್ಸೆಂದು ಉಸಿರು ಬಿಟ್ಟು ಲಕ್ಷ್ಮಿ ನನ್ನನ್ನೇ ಕೆಂಗಣ್ಣುಗಳಿಂದ ದುರುಗುಟ್ಟಿ ನೋಡಿತು. 'ಯಾವುದೀ ಹೊಸ ಹಸು?' ರತ್ನಳನ್ನು ಕೇಳಿದೆ. 'ಲಕ್ಷ್ಮಿ ತಂದಾಗಲೇ ಐದು ತಿಂಗಳಾಯಿತು' ಎಂದಳು. ಅದರ ಹತ್ತಿರ ಹೋಗಲು ಮುಂದಾದೆ. ಲಕ್ಷ್ಮಿ ಹಿಂದೆ ಸರಿದು ತಲೆಯಾಡಿಸಿತು. 'ಹತ್ರ ಬರಬೇಡಿ ಬಾಯಿ, ಸಾಮಿ ಹೊಸಬರನ್ನು ಕಂಡ್ರೆ ಬೋ ಗಲಾಟೆ ಮಾಡ ತೈತೆ' ಅಂದಳು ನಂಜಿ. ಯಾರಿಗೆ ಬೇಕು ಇದರ ಉಸಾಬರಿ ಅಂದುಕೊಂಡು ವಾಪಸಾದೆ.

ಅಡುಗೆ ಮನೆಯಲ್ಲಿ ಅಮ್ಮ ಅಜ್ಜಿ ನಡುವೆ ಕುರುಕ್ಷೇತ್ರ ನಡೆದಿತ್ತು. ಇಬ್ಬರ ಧ್ವನಿಯು ಮಿತಿಮೀರಿದಾಗ ಅಪ್ಪ ದೇವರ ಮನೆಯಿಂದಲೇ ಅರಚಿದರು: 'ಏನೇ ಅದು ನಿಮ್ಮ ಗೋಳು, ಪೂಜೆ ಮುಗಿಯೋ ತನಕ ಆದ್ರೂ ಸುಮ್ಮನಿದ್ದು ಸಾಯಬಾರದ' ಅಂತ. 'ಸಾಯೋದೊಂದೆ ಬಾಕಿ' ಎಂದು ಅಮ್ಮ ಇನ್ನೂ ಜೋರಾಗಿ ಆರ್ಭಟಿಸಿದಳು ನಾನು ಬಂದದ್ದು ನೋಡಿ ಅಜ್ಜಿ ನನ್ನ ಹತ್ತಿರ ತಮ್ಮ ಗೋಳನ್ನು ತೋಡಿಕೊಳ್ಳತೊಡಗಿದರು: 'ಹೇಗೆ ಆಡ್ತಾಳೆ ನೋಡು, ಇವಳು ನಾನೇನು ನರಕಯಾತನೆ ಕೊಡ್ತಿದ್ದ ಹಾಗೆ ಇವಳಿಗೆ, ದೊಡ್ಡವರೆಂದರೆ ಕಿಂಚಿತ್ ಗೌರವವಿಲ್ಲ. ಇಂಥ ರಾಕ್ಷಸಿ ಜೊತೆ ನಾನಂತೂ ಬಾಳಲಾರೆನಪ್ಪ, ನಾಗೂ ಮನೆಗೆ ಹೊರಟು ಹೋಗ್ತೀನಿ...' ಅಂತ. ಅದಕ್ಕೆ ಅಮ್ಮ, 'ಅಹಹ, ಇಲ್ಲಿ ಬಾಳಕ್ಕೆ ಅಷ್ಟು ಕಷ್ಟವಾದರೆ ಅಲ್ಲಿಗಾದರೂ ತೊಲಗಬಾರದೆ...? ಇಲ್ಲಿದ್ದು ನನ್ನನ್ನು ಯಾಕೆ ಹೀಗೆ ಗೋಳು ಹೊಯ್ಕೋಬೇಕು ಕಾಣೆ...?' ಎಂದಳು. ಅಲ್ಲಿಗೆ 'ತೊಲಗ್ತೀನಪ್ಪ, ಮಗಳ ಮನೆಯಲ್ಲಿ ಎಷ್ಟು ದಿನ ಅಂತ ಇರೋದು ಹೇಳು. ಮರ್ಯಾದೆನಾ? ನನಗೇನು ನೂರು ಜನ ಗಂಡು ಮಕ್ಕಳಿದಾರಾ? ಇರೋ ಒಬ್ಬ ಮಗನ ಮನೆಯಲ್ಲಿ ರಾಮಕೃಷ್ಣ ಅಂತ ಕಣ್ಣು ಮುಚ್ಕೋಕ್ಕೂ ಬಿಡೋಲ್ವಲ್ಲ ಇವಳು ಹು... ಏನ್ ಮಾಡೋದು, ಎಲ್ಲಾ ನನ್ನ ಪೂರ್ವಾರ್ಜಿತ ಕರ್ಮಫಲ...' ಎಂದು ಅಜ್ಜಿ ಸೊರಸೊರ ಅಳತೊಡಗಿದಳು. ಥೂ ಗೋಳು ಎಂದು ನನಗೆ ಆಸಹ್ಯವಾಯಿತು. ಬಾಳೆಲ್ಲ ಮಗಳು ಮತ್ತು ಸೊಸೆಗೆ ಹೆರಿಗೆ, ಬಾಣಂತನದ ಸೇವೆಗೆ ತೇಯ್ದು, ಸಾಯುವ ವಯಸ್ಸಾದರೂ ಮಗ, ಮಗಳು ಅಂತ ಒದ್ದಾಡುತ್ತಾ, ಸೊಸೆ ಜೊತೆ ಕಚ್ಚಾಡುತ್ತಾ, ಅಡುಗೆಮನೆಯೇ

ಜಗತ್ತಾಗಿರುವ ನನ್ನ ಅಜ್ಜಿಯ ಬಾಳಿಗೆ ಅರ್ಥವಿದೆಯೇ ಅನ್ನಿಸಿತು. ತಾಯಿಯ ಬಗ್ಗೆ ನನಗೆ ಪ್ರೀತಿ ಇದ್ದರೂ, ಮಾತೃದೇವೋಭವ ಎಂದು ಅವಳು ಮಾಡಿದ್ದೆಲ್ಲ ಸರಿಯಂದು ಒಪ್ಪಲಾರೆ. ಹಾಗೆಂದು ಅವಳ ಮನ ನೋಯಿಸಲು ಆರೆ. ಸಂಸಾರ ಹೀಗೆ ಎಡವಟ್ಟಾಗಲು ಕಾರಣ ಅಪ್ಪನೇ ಅನಿಸುತ್ತೆ, ಅಪ್ಪನ ವ್ಯಾವಹಾರಿಕತೆ, ಧನಾರ್ಜನೆಯೇ ಬಾಳು, ಅದರಿಂದಲೇ ಮನುಷ್ಯನಿಗೆ ಬೆಲೆ ಮರ್ಯಾದೆಯಂದು ಸುಳ್ಳಿನಲ್ಲೇ ನಡೆಸುತ್ತಿರುವ ಜೀವನ ಕಂಡರೆ ಅಸಹ್ಯವಾಗುತ್ತೆ. ನಾನಾದರೂ ಸ್ವಚ್ಛವಾಗಿ, ಪ್ರಾಮಾಣಿಕವಾಗಿ, ತೀವ್ರವಾಗಿ ಅರ್ಥಪೂರ್ಣವಾಗಿ ಬಾಳಬೇಕೆಂದು ನಿಶ್ಚಯಿಸುತ್ತೇನೆ.

ಇನ್ನು ಇಲ್ಲೇ ಕುಳಿತರೆ ಇವರ ನಿಲ್ಲದ ಗೋಳು ರಾಗ ಕೇಳುತ್ತಲೇ ಇರಬೇಕಾಗುತ್ತದೆಂದು, ಎದ್ದು ಹೋಗಿ ವರಾಂಡಲಿ ಒಂದು ಬೆತ್ತದ ಕುರ್ಚಿಯಲ್ಲಿ ಕುಳಿತೆ, ಇಲ್ಲೇ ನಾನು ಅವಳನ್ನು ಮೊದಲ ಬಾರಿಗೆ ಕಂಡದ್ದು: ಎದುರು ಮನೆಯ ಮುಂಬಾಗಿಲಲ್ಲಿ ಎಡಗೈಯನ್ನು ಸೊಂಟದ ಮೇಲಿಟ್ಟುಕೊಂಡು, ಬಲಗೈಯಿಂದ ಬಾಗಿಲ ಮೇಲ್ಪಟ್ಟಿಯನ್ನು ಹಿಡಿದುಕೊಂಡು ವಯ್ಯಾರವಾಗಿ ನಿಂತಿದ್ದಳು. ತುಂಬಿದ ಏರುತಿಟ್ಟನ ಅಂಗಾಂಗಗಳಿಂದ, ಹೊಳೆಯುವ ಕಣ್ಣುಗಳಿಂದ, ಉಕ್ಕುತ್ತಿದ್ದ ಯೌವನವನ್ನು ಹೊರಚಿಮುತ್ತ, ಸರಳವಾದ ಉಡುಪಿನಲ್ಲಿ ಇದ್ದರೂ ಸಹ, ಸೂರ್ಯನ ಎಳೆ ಬಿಸಿಲಲ್ಲಿ ರಂಗಾಗಿ, ತುಂಬಾ ಅಂದವಾಗಿ ಕಂಡರು. ರೋಮ್ಯಾಂಟಿಕ್ ಕವಿಯಾಗಿದ್ದರೆ ಅವಳ ಸೌಂದರ್ಯವನ್ನು ವರ್ಣಿಸಿ ಅಲ್ಲೇ ಒಂದು ಪದ್ಯವನ್ನು ಗೀಚುತ್ತಿದ್ದೆ. ಆದರೂ ಕುತೂಹಲದಿಂದ ಎದ್ದು ಹೋಗಿ ಬಾಗಿಲಲ್ಲಿ ನಿಂತು ದಿಟ್ಟಿಸಿದೆ. ಇದನ್ನು ಗಮನಿಸಿದ ಅವಳು ಸಹ ನನ್ನ ಕಡೆ ಒಂದು ಕ್ಷಣ ದಿಟ್ಟಿಸಿ, ಮುಖ ತಿರುಗಿಸಿದಳು. ನಾನು ನೆಟ್ಟ ನೋಟದಿಂದ ನೋಡುತ್ತಿರುವುದನ್ನು ಗಮನಿಸಿಯೂ ಕೂಡ ಅಲ್ಲೇ ನಿಂತಳು. ಯಾರೋ ತಯಾರಿ ಹುಡುಗಿ, ಪ್ರೇಮಕ್ಕೆ ಯೋಗ್ಯಳಾದವಳು ಎಂದುಕೊಂಡೆ, ನಗು ಬಂತು. ಕಾಲೇಜಿನಲ್ಲಿ, ನಗರದಲ್ಲಿ ನೂರಾರು ಅಂದದ ಹುಡುಗಿಯರನ್ನು ನೋಡುವ, ಮನಸ್ಸಿನಲ್ಲಿ ಎಲ್ಲರನ್ನೂ ಕೂಡ ಬಯಸುವ ನನಗೆ, ಶುದ್ಧ ಪ್ರೇಮ, ಪವಿತ್ರ ಪ್ರೇಮ, ಅಮರ ಪ್ರೇಮ ಇವೆಲ್ಲಾ ಸಾಧ್ಯವಿಲ್ಲ ಅನ್ನಿಸಿದೆ. ಸುಮಾರು ಮೂವತ್ತು ವರ್ಷಗಳಿಂದ ಒಟ್ಟಿಗೆ ಸಂಸಾರ ಮಾಡಿಯೂ ಅಪರಿಚಿತರಂತೆ ಇರುವ, ಕಚ್ಚಾಡುವ ಅಪ್ಪ ಅಮ್ಮನನ್ನು, ಇಂಥ ಅನೇಕ ಸಂಸಾರಗಳನ್ನು ಕಂಡೂ ಕಂಡೂ ನನಗೆ ಮದುವೆ, ಸಂಸಾರದಲ್ಲಿ ಕುತೂಹಲ, ಆಸಕ್ತಿ, ನಂಬಿಕೆ, ಸತ್ತಿವೆ. ಆದ್ದರಿಂದ ಆ ಹುಡುಗಿಯ ಬಗ್ಗೆ ನನಗೆ ಅಂತಹ ಪ್ರೇಮ ಸಾಧ್ಯವಿಲ್ಲದಿದ್ದರೂ ಬೇಸಿಗೆ ರಜೆದಲ್ಲಿ ಮಾಡಲೇನು ಬೇರೆ ಕೆಲಸವಿಲ್ಲದ್ದರಿಂದ ಹೊಸ ಅನುಭವಕ್ಕಾಗಿಯಾದರೂ ಪ್ರಯತ್ನ ಮಾಡುವುದರಲ್ಲಿ ತಪ್ಪೇನೂ ಇಲ್ಲ ಅನಿಸಿತು.

ಕಾಫಿ ಕುಡಿಯುತ್ತ, ರತ್ನಳಿಂದ ಆ ಹುಡುಗಿಯ ಬಗ್ಗೆ ಮಾಹಿತಿ ಸಂಪಾದಿಸಿದೆ. ಅವಳ ಹೆಸರು ವಾಸಂತಿ, ಅಪ್ಪ ಹೈಸ್ಕೂಲ್ ಹೆಡ್ ಮಾಷ್ಟರು. ಸಾಲಾಗಿ ಆರು ಜನ ತಂಗಿಯರು. ಒಬ್ಬ ಅಣ್ಣ, ಪಿಯುಸಿ ಮೂರು ಸಲ ಡುಮ್ಕಿ ಹೊಡೆದು ಮನೆಯಲ್ಲಿ ಕೂತಿದ್ದಾಳೆ. ಹಿಂದಿ ಕಲಿಯುತ್ತಾ...ಕೇಳಿ ಆಸಕ್ತಿಗೆ ಗ್ರಹಣ ಹಿಡಿಯಿತು.

ಸಂಜೆ ವಾಕಿಂಗ್ ಹೋಗಲೆಂದು ನೀಟಾಗಿ ಡ್ರೆಸ್ ಮಾಡಿಕೊಂಡು, ಬಾಗಿಲಲ್ಲಿ ನಿಂತು, ವಾಸಂತಿಯ ಮನೆಯ ಕಡೆ ನೋಡುತ್ತಿದ್ದಾಗ ನಾಣಿ ಬಂದ. 'ಏನೋ, ಹೊಸ ಹಕ್ಕಿಯ ಮೇಲೆ ನಿನ್ನ ಕಣ್ಣೂ ಬಿದ್ದ ಹಾಗಿದೆ' ಅಂದ. 'ಬರೀ ಕುತೂಹಲ' ಎಂದು. 'ಹುಡುಗಿ ಹೇಗೆ?' ಕೇಳಿದೆ. 'ಹೇಗೆ ಅಂದರೆ ಎಲ್ಲರ ಹಾಗೇ, ಒಳ್ಳೆ ಅನುಭವಸ್ಥೆ, ಹತ್ತಾರು ಊರುಗಳು, ನೂರಾರು ಬಕರಗಳನ್ನು ಕಂಡಿದ್ದಾಳೆ. ಅವಳ ದರ್ಶನ ಭಾಗ್ಯಕ್ಕಾಗಿ ಪಕ್ಕದ ಲೈಬ್ರರಿಯಲ್ಲಿ ಲಾಟುಗಟ್ಟಳೆ ಅಭಿಮಾನಿಗಳು ಬೆಳಗಿನಿಂದ ರಾತ್ರಿ ತನಕ ಸತ್ತಿರ್ತಾರೆ. ಈ ಸುಂದರಿಯಾದರೋ ಅವರನ್ನು ನಿರಾಶೆ ಗೊಳಿಸದೆ, ಸಾಲಂಕೃತಳಾಗಿ ಬಾಗಿಲಲ್ಲಿ ನಿಂತು, ಓರೆ ನೋಟಗಳಿಂದ ಅವರ ಕಣ್ಮನಗಳನ್ನು ತಣಿಸುತ್ತಿರುತ್ತಾಳೆ... ಅಂತ ಒಂದೇ ಉಸಿರಿಗೆ ವ್ಯಾಖ್ಯಾನ ವದರಿದ. ಛೆ ಇಷ್ಟು ಚೀಪೆ ಇವಳು ಅನ್ನಿಸಿ ನಿರಾಶೆಯಾಯಿತು.

ಅಂದೇ ಅವಳ ಅಣ್ಣ ಅನಿಸಿಕೊಂಡ ಬಕರಾನ ಭೇಟಿಯೂ ಆಯಿತು. ನಾಳೆ ಪರಿಚಯ ಮಾಡಿಸಿದ. ಗಿಡ್ಡಗೆ, ದಪ್ಪಗೆ, ಮುಖದ ತುಂಬಾ ಮೊಡವೆಯ ಹರಕುಗಟ್ಟಿದ, ಪಿಯುಸಿ ಎಷ್ಟು ಪ್ರಯತ್ನಕ್ಕೂ ಪಾಸಾಗದೆ ಪಾಲಿಟೆಕ್ನಿಕ್ ಮೊದಲ ವರ್ಷದಲ್ಲಿದ್ದ, ಸುಮಾರು 25 ವರ್ಷ ವಯಸ್ಸಿನ ಆ ಪ್ರಾಣಿಯನ್ನು ಕಂಡಾಗ, ಈ ಮೊರಾನ್ ಸಂಗಡ ಸ್ನೇಹ ಅಸಹ್ಯ, ಅಸಾಧ್ಯ ಅನ್ನಿಸಿ ಆ ಹಂಬಿಕೆ ಕೈಬಿಟ್ಟೆ.

ವಾಕಿಂಗ್ ಮುಗಿಸಿ ಮನೆಗೆ ಬಂದಾಗ ರೇಡಿಯೋ ರೂಮಿನಲ್ಲಿ ವಾಸಂತಿ ರತ್ನಾಳೊಂದಿಗೆ ಮಾತನಾಡುತ್ತಿದ್ದಳು. ನಾನು ಬಂದ ಸುಳಿವು ಹತ್ತಿ ಸರಸರನೆ ಹೊರಟು ಹೋದಳು. ನನ್ನ ಪಕ್ಕದಲ್ಲೇ ಸರಿದು ಹೋದ ಅವಳನ್ನು ಹತ್ತಿರದಿಂದ ದಿಟ್ಟಿಸಲು ಅದೇಕೋ ಧೈರ್ಯವಾಗದೆ ಮುಖ ತಿರುಗಿಸಿದೆ. ರತ್ನ ಅಂದಳು, 'ನೋಡೋ, ನಿನ್ನ ಈ ಪುಸ್ತಕ ಓದಿ ಕೊಡ್ತೀನಿ, ಕೊಡು' ಅಂದಳು. ನನ್ನ ಅಣ್ಣನ ಕೇಳಿ ನೋಡ್ತೀನಿ, ಅಂದೆ. ಎಂದು ವಾಸಂತಿ ಸಾಮರ್ ಸೆಟ್ ಮಾಮ್ ಬರೆದ ಆಫ್ ಹ್ಯೂಮನ್ ಬಾಂಡೇಜ್ ಕಾದಂಬರಿಯನ್ನು ಕೇಳಿದ್ದಳು. ಆ ಬೆಪ್ಪುತಕ್ಕಡಿಗೆ ಯಾವುದಾದರೂ ಕಂತ್ರಿ ಕನ್ನಡ ಕಾದಂಬರಿ ಸರಿ. ಇವೆಲ್ಲ ಇಷ್ಟವಾಗುತ್ತದೆಯೇ? ತಾನು ಇಂಗ್ಲಿಷ್ ಪುಸ್ತಕಗಳನ್ನು ಓದುತ್ತೇನೆಂದು ತೋರಿಸಿಕೊಳ್ಳಲು ಇದೆಲ್ಲ ನಟನೆ, ಎಂದು ಅನಿಸಿದರೂ, ನಾನು ನನ್ನ ಮತ್ತು ವಾಸಂತಿಯ ಪ್ರಣಯಕ್ಕೆ ಇದು ಮೊದಲ ಮೆಟ್ಟಿಲು, ಎಂದುಕೊಂಡು, 'ನನ್ನ

ಕೇಳೋದೇನು? ನೀನೇ ಕೊಟ್ಟಿದ್ದರೆ ಆಗಿತ್ತು' ಎಂದೆ. ಅದಕ್ಕೆ ರತ್ನ 'ಹಾಗಲ್ಲ ಕಣೋ, ಅವಳ ಮನೆ ತುಂಬಾ ಚಿಕ್ಕ ಮಕ್ಕಳು, ಕಾದಂಬರಿ ಕ್ಷೇಮವಾಗಿ ವಾಪಸ್ಸಾಗಲ್ಲ, ಅದಕ್ಕೋಸ್ಕರ' ಎಂದಳು. 'ಪರವಾಗಿಲ್ಲಾ ಕೊಡು' ಎಂದೆ ಕನ್ನಡ ಪ್ರಣಯ ಕಾದಂಬರಿಗಳಲ್ಲಿನಂತೆ ಪುಸ್ತಕದಲ್ಲಿ ಪ್ರೇಮಪತ್ರವೇನಾದರೂ ಬಂದರೇ... ಅನ್ನಿಸಿ ನನ್ನ ಕಲ್ಪನೆಗೆ ನಾನೇ ನಕ್ಕೆ.

ರಾತ್ರಿ ನಾನು ಮತ್ತು ವಾಸಂತಿ ಯಾವುದೋ ಸ್ವರ್ಗವೆಂಬಂಥ ಕಲ್ಪನಾ ಲೋಕದಲ್ಲಿ ಪ್ರೇಮ ವಿವಾಹ ಪ್ರೇಮ ವಿಹಾರ ಮಾಡುತ್ತಿದ್ದಂತೆ, ನೀನೆ ನನ್ನ ಪ್ರಾಣ... ಎಂದು ಅವಳು, ನೀನೇ ನನ್ನ ಜೀವನ... ಎಂದು ನಾನು ಹಾಡುತ್ತಿದ್ದಂತೆ ಕನಸಾಯಿತು. ಈ ಹುಡುಗಿ ನಿಜವಾಗಿಯೂ ನನ್ನ ಹೃದಯವನ್ನೇ ಹೊಕ್ಕಿದ್ದಾಳೆಯೋ ಅನ್ನಿಸಿ, ಭಯವಾಯಿತು.

ಬೆಳಿಗ್ಗೆ ಮತ್ತೆ ಕೊಟ್ಟಿಗೆಗೆ ಹೋದಾಗ ಅಲ್ಲಿ ನನ್ನ ಚಿಕ್ಕ ತಮ್ಮ, ತಂಗಿ ಮಲಗಿದ್ದ ಲಕ್ಷ್ಮಿಯ ಬೆನ್ನ ಮೇಲೆ ಕೂತು, ಅದರ ಉದ್ದನೆಯ ಚೂಪಾದ ಕೊಂಬುಗಳನ್ನು ಹಿಡಿದು ಜಗ್ಗುತ್ತ, ಸವಾರಿ ಮಾಡುತ್ತಾ, ಸಂತೋಷದಿಂದ ಹೈ...ಹೈ... ಎಂದು ಕೂಗುತ್ತಿದ್ದರು. ಆದರೂ ಲಕ್ಷ್ಮಿ ತನ್ನ ಕಣ್ಣುಗಳನ್ನು ಅರೆಮುಚ್ಚಿ ಶಾಂತವಾಗಿ ಮೆಲುಕು ಹಾಕುತ್ತಿತ್ತು. ಇದನ್ನು ಕಂಡು ನಾನು ಅರೆ, ಈ ಚೋಟಗಳು ಇಷ್ಟು ಧೈರ್ಯವಾಗಿ ಇದರ ಮೇಲೆ ಕೂತು ಸವಾರಿ ಮಾಡುತ್ತಿದ್ದಾರಲ್ಲ, ನಾನು ಇದನ್ನು ಮುಟ್ಟಿ ನೋಡಿಯೇ ಬಿಡುತ್ತೇನೆ ಎಂದು ಹೊಟ್ಟೆಕಿಚ್ಚಿನಿಂದ ಲಕ್ಷ್ಮಿಯ ಬಳಿ ಹೋದೆ. ಅದು ತನ್ನ ಕೆಂಗಣ್ಣುಗಳಿಂದ ನನ್ನನ್ನೇ ದುರುಗುಟ್ಟಿ ನೋಡಿ ತಟ್ಟನೆ ಎದ್ದು ನಿಂತಿತ್ತು. ಅದರ ಮೇಲೆ ಕೂತಿದ್ದ ತಮ್ಮ, ತಂಗಿ ಜಾರಿಬಿದ್ದು, ಹೋ ಅಂತ ಅಳ ಹತ್ತಿ, ನಂಜಿ, ಅಮ್ಮ, ಅಜ್ಜಿ ಎಲ್ಲ ಓಡಿಬಂದು ರಂಪ ರಾಮಾಯಣವಾಯಿತು. ನನಗೆ ಲಕ್ಷ್ಮಿಯ ಮೇಲೆ ಸಿಕ್ಕಾಪಟ್ಟೆ ಕೋಪ ಬಂತು, ಏನು ಮಾಡಲಾಗದೆ ಸುಮ್ಮನಾದೆ. ಅದಕ್ಕೆ ನಿನ್ನ ರೂಢಿಯಾಗುವ ತನಕ ಅದರ ಹತ್ತಿರ ಹೋಗಬೇಡ ಎಂದು ಅಮ್ಮ ಬುದ್ಧಿ ಹೇಳಿದಳು.

ಬೆಳಗಿನ ತಿಂಡಿಗಾಗಿ ದೋಸೆ ಹುಯ್ಯುತ್ತಿದ್ದರು. ನಾನು ಅಡುಗೆ ಮನೆಗೆ ಹೋಗಿ, ನನಗೆ ಎಣ್ಣೆ ಸ್ವಲ್ಪ ಜಾಸ್ತಿ ಹಾಕಿ ಚೆನ್ನಾಗಿ ರೋಸ್ಟ್ ಮಾಡು ಎಂದೆ ಅಮ್ಮನಿಗೆ. ಚಟ್ನಿ ರುಬ್ಬುತ್ತಿದ್ದ ರತ್ನ, 'ಎಣ್ಣೆ ಜಾಸ್ತಿ ತಿನ್ನಬೇಡ ಕಣೋ, ಪಿತ್ತ ಆಗುತ್ತೆ' ಅಂದಳು. ಅದಕ್ಕೆ ನಾನು 'ಓಹೋಹೋ, ಮಹಾ ದೊಡ್ಡ ಡಾಕ್ಟರ್ ಹೇಳುತ್ತಾ ಇದ್ದಾಳೆ. ನೂರಾರು ಹೋಟೆಲಿನ, ಸಾವಿರಾರು ಮಸಾಲೆ ದೋಸೆ ತಿಂದೂ ಏನು ಆಗಿಲ್ಲ ನನಗೆ ಗೊತ್ತಾ' ಎಂದೆ. 'ಅದಕ್ಕೆ ಹೀಗಿದ್ದೀಯ ಜಟ್ಟಿ' ಎಂದು ಹಾಸ್ಯ ಮಾಡಿದಳು ಅಮ್ಮ. 'ನೀನು ಡಾಕ್ಟರಾಗಿದ್ದರೆ ತುಂಬಾ ಚೆನ್ನಾಗಿತ್ತು' ಅಂದಳು ಅಜ್ಜಿ. 'ಎಮ್ಮೆ ಆಗ್ತಾನಲ್ಲ ಸಾಲದೆ?' ಎಂದು ಅಣಕಿಸಿದಳು ರತ್ನ. 'ನಾನು ಡಾಕ್ಟರ್ ಆಗದಿದ್ದರೆ ಏನಂತೆ? ರತ್ನಾಳನ್ನೇ ಡಾಕ್ಟರ್ ಮಾಡಿಬಿಡುವುದು'

ಎಂದೆ. 'ಸದ್ಯ-ಪಿಯುಸಿ ಓದಿಸಿದರೆ ಸಾಕಾಗಿದೆ' ಎಂದಳು ರತ್ನ. 'ಯಾಕೆ ನೀನು ಮನೆಯಲ್ಲಿ ಕೂತು ಏನು ಮಾಡಬೇಕಂತೆ? ಹೇಗೂ ಪಿಯುಸಿ ಈ ಊರಲ್ಲಿ ಶುರುವಾಗಿದೆಯಲ್ಲಾ ಯಾಕೆ ಸೇರಬಾರದು?' ಎಂದು ಕೇಳಿದೆ. ಅದಕ್ಕೆ ಅಮ್ಮ 'ಈಗಾಗಲೇ ನಿನ್ನ ಕಾಲೇಜಿಗೆ, ಹಾಸ್ಟೆಲಿಗೆ ಅಂತ ಎಷ್ಟೊಂದು ಖರ್ಚು ಅಂತ ಗೊಣಗ್ತಾ ಇದ್ದಾರೆ ನಿಮ್ಮಪ್ಪ, ಇನ್ನು ಇವಳನ್ನು ಬೇರೆ ಕಾಲೇಜಿಗೆ ಸೇರಿಸಲು ಎಲ್ಲಿಂದ ತಂದು ಹವಣಿಸೋದು?' ಎಂದಳು. 'ಯಾಕೆ? ನಾನು ದೊಡ್ಡಬೆಪ್ಪನಾಗಿ, ಅಪ್ಪ ಹೇಳಿದ ಹಾಗೆ ಕೇಳಿಕೊಂಡು, ಅಂಗಡಿಯಲ್ಲಿ ಬಿದ್ದಿದ್ದು, ಸಂಪಾದನೆ ಹೆಚ್ಚು ಮಾಡಿದ್ದರೆ ಅಪ್ಪನಿಗೆ ತುಂಬಾ ಸಂತೋಷವಾಗುತ್ತಿತ್ತೇನೋ, ಅಲ್ವ? ರತ್ನ ಕಾಲೇಜಿಗೆ ಸೇರಲೇಬೇಕು' ಎಂದೆ. ಹುಡುಗಿಯರೆಲ್ಲ ಅಷ್ಟೊಂದು ಓದಿ ಏನು ಮಾಡಬೇಕಾಗಿದೆಯಪ್ಪ, ಎಷ್ಟು ಓದಿದರು ಕೊನೆಗೆ ಅಡಿಗೆ ಮನೆ ತಪ್ಪಿದ್ದಲ್ಲವಲ್ಲ' ಎಂದು ಆಕ್ಷೇಪಣೆ ಎತ್ತಿದಳು ಅಜ್ಜಿ. 'ಅದೆಲ್ಲಾ ನಿನ್ನ ಕಾಲಕಾಯ್ತು. ಈಗ ಹುಡುಗರಿಗಿಂತ ಹುಡುಗಿಯರೇ ಮುಂದು' ಎಂದೆ. 'ಅದಲ್ಲ ಕಣೋ, ಇವಳಿಗೆ ಅದೂ ಇದೂ ಮನೆ ಕೆಲಸಗೆಲಸವೇ ಆಗುತ್ತೆ. ಇನ್ನು ಓದೋದಕ್ಕೆ ಸಮಯ ಎಲ್ಲಿ?' ಎಂದಳು ಅಮ್ಮ. ಅದಕ್ಕೆ ನಾನು 'ಇವಳು ಬೇಕಾದರೆ ಟ್ಯುಟೋರಿಯಲ್ ಸೇರಲಿ, ಅದಕ್ಕೆ ಆಗೋ ಖರ್ಚು ನಾನು ಕೊಡ್ತೀನಿ. ನನ್ನ ಈ ವರ್ಷದ ಸ್ಕಾಲರ್‌ಶಿಪ್ ಎಲ್ಲ ರತ್ನಾಗೆ ಕೊಟ್ಟುಬಿಡ್ತೀನಿ' ಎಂದೆ. ಅಮ್ಮ, ರತ್ನ ಸಂತೋಷದಿಂದ ಹಿಗ್ಗಿದರು. ನಾನು ಸಹ ಏನೋ ಮಹಾ ತ್ಯಾಗ ಮಾಡಿದಂತೆ ಉಬ್ಬಿದೆ. ಆದರೆ ಮನಸ್ಸು ಆದರ್ಶದ ಅಟ್ಟದಿಂದ ಮತ್ತೆ ನೆಲಕ್ಕೆ ಇಳಿದ ಮೇಲೆ ಯೋಚಿಸತೊಡಗಿದೆ. ರತ್ನ ಟ್ಯುಟೋರಿಯಲ್ ಹೋಗಿಯೂ, ಸಹ ಪಾಸಾಗಿ ಒಳ್ಳೆಯ ಮಾರ್ಕ ತೆಗೆದುಕೊಳ್ಳುತ್ತಾಳೆಂದು ಯಾವ ಗ್ಯಾರಂಟಿ? ಫೇಲಾದರೆ? ನಾನು ಕೊಡುವ ಹಣವೆಲ್ಲ ವ್ಯರ್ಥ, ಇಲ್ಲದ ತರಲೆ ನನಗೇಕೆ? ಆ ದುಡ್ಡಿನಲ್ಲಿ ಬಟ್ಟೆ ಹೊಲಿಸಿಕೊಳ್ಳಬಹುದಾಗಿತ್ತ, ಪುಸ್ತಕಗಳನ್ನು ಕೊಳ್ಳಬಹುದಾಗಿತ್ತು, ಏನಾದರೂ ಮಾಡಬಹುದಾಗಿತ್ತು, ಹೀಗೇಕೆ ಹೇಳಿ ಸಿಕ್ಕಿಕೊಂಡೆ, ಎಂದು.

ಮಧ್ಯಾಹ್ನ ಕಾರ್ಡ್ಸ್ ಆಡಲು ನಾಣಿಯು ಬರದೆ ತುಂಬಾ ಬೋರಾಯಿತು. ಪಕ್ಕದ ಲೈಬ್ರರಿಗೆ ಹೋಗಿ ಪುಸ್ತಕಗಳ ಪಟ್ಟಿ ನೋಡುತ್ತಾ ಕುಳಿತೆ. ವಾಸಂತಿ ಮನೆಯ ಕಡೆ ದೃಷ್ಟಿ ಹರಿದಾಗ, ಅವಳು ಮುಂಬಾಗಿಲಿನ ಮೆಟ್ಟಿಲ ಮೇಲೆ ಕುಳಿತು ಪುಸ್ತಕ ಓದುತ್ತಿದ್ದಳು. ಅದು ನಾನು ಕೊಟ್ಟ ಪುಸ್ತಕವೇ ಇರಬಹುದೆಂದು ಉಬ್ಬಿದೆ. ಪುಸ್ತಕದ ಪಟ್ಟಿಯಿಂದ ತಲೆಯೆತ್ತಿ ಆಗಾಗ ಅವಳ ಕಡೆ ನೋಡುತ್ತಾ, ಮಹಾಹಾಸ್ಯಗಾರನಂತೆ ಹಾಸ್ಯ ಚಟಾಕಿಗಳನ್ನು ಹಾರಿಸುತ್ತಿದ್ದ ಲೈಬ್ರರಿಯನ್ನ ಸಪ್ಪೆ ಜೋಕುಗಳಿಗೆ ಬಾರದ ನಗೆ ಬರೆಸಿಕೊಂಡು ನಗುತ್ತಿದ್ದೆ. ವಾಸಂತಿಯು ಆಗಾಗ ನನ್ನ ಕಡೆ ಕದ್ದು ಕದ್ದು ನೋಡಿ ನಸುನಗೆ ಬೀರುತ್ತಿದ್ದಳು. ಅಷ್ಟರಲ್ಲಿ ಆ ಮನೆಯಿಂದ ವಾಸಂತಿಯ ಅಣ್ಣ ಮೊರೋನ್ ಆಚೆ ಬಂದ, ಅವಳಿಗೆ ಏನೋ ಹೇಳಿದ. ಅವಳು ಮನೆಯೊಳಗೆ ಮಾಯವಾದಳು. ಲೈಬ್ರರಿಗೆ ಬಂದು ಪುಸ್ತಕ

ಹಿಂತಿರುಗಿಸುತ್ತ ನನಗೆ 'ಹಲೋ' ಅಂದ, ಹಲೋ ಅಂದೆ. 'ಏನು ಬಹಳ ಹಲ್ಕಿರಿದು ನಗುತ್ತಿದ್ದೀರಲ್ಲ? ಅಂದ. ನಿನ್ನ ತಂಗಿನ ನೋಡಿ ಕಣೋ, ಬೆಪ್ಪೆ' ಎಂದು ಮುಖದ ಮೇಲೆ ಉಗುಳಿದಂತೆ ಅನ್ನಬೇಕೆನಿಸಿದರು 'ನಿಮಗೇನು ಇದ್ದಕ್ಕಿದ್ದ ಹಾಗೆ ಅಷ್ಟು ಕುತೂಹಲ?' ಎಂದೆ ವ್ಯಂಗ್ಯವಾಗಿ. 'ಏನಿಲ್ಲ ಸುಮ್ಮನೆ ಕೇಳಿದೆ' ಅಂದ ನಾನು 'ಅಷ್ಟೇ' ಅಂದೆ. ತೆಪ್ಪಗೆ ಬಾಯಿ ಮುಚ್ಚಿಕೊಂಡು ಹೋದ ಗುಗ್ಗು. ಹೋ ಅಂತ ನಕ್ಕು ಅವನಿಗೆ ಅವಮಾನ ಮಾಡಬೇಕೆನಿಸಿತು. ನನ್ನ ತಂಗಿಯನ್ನು ಇಡೀ ಊರೇ ಹೀಗೆ ದಿಟ್ಟಿಸಿ ನೋಡಿ ನಕ್ಕಿದ್ದರೂ ನಾನು ಏಕೆಂದು ಕೇಳುತ್ತಿರಲಿಲ್ಲ. ಬೇರೆಯವರು ತಾನೆ ನೋಡಬೇಕು ನನ್ನ ತಂಗಿಯನ್ನು?

ಸಂಜೆಯ ಸುತ್ತಾಟಕ್ಕೆಂದು ನಾಣಿಗಾಗಿ ಕಾಯುತ್ತಾ ಗೇಟಿನ ಬಳಿ ನಿಂತಿದ್ದೆ, ಅವನು ಎಷ್ಟು ಹೊತ್ತಾದರೂ ಬಾರದೆ ಕೋಪ ಬಂದಿತ್ತು. ಬರಲಿ, ರೇಗುತ್ತೇನೆ ಎಂದು ಕಾದೆ. ಅಷ್ಟರಲ್ಲಿ ಎದುರು ಮನೆಯಿಂದ ಒಂದು ಮುದ್ದಾದ ಪುಟ್ಟ ಹುಡುಗಿ ಕಷ್ಟಪಟ್ಟುಕೊಂಡು ಮೆಟ್ಟಿಲಿದು ತೂರಾಡುತ್ತಾ ಆ ಮನೆಯ ಗೇಟಿನ ಬಳಿ ಬಂದು ನಿಂತಳು. ವಾಸಂತಿಯ ತಂಗಿ ಎಂದು ಊಹಿಸಿ ಕೈ ಚಾಚಿ ಬಾ...ಬಾ... ಎಂದೆ. ಅವಳು ದಡದಡನೆ ರಸ್ತೆ ದಾಟಿ ತೂರಾಡುತ್ತಾ ನನ್ನ ಬಳಿ ಬಂದಳು. ಅವಳನ್ನು ಎತ್ತಿಕೊಂಡು ಮುಖದ ತುಂಬಾ ಮುದ್ದಿಸಿ, ಪಕ್ಕದ ಅಂಗಡಿಯಲ್ಲಿ ಬಿಸ್ಕತ್ತು ಚಾಕೋಲೇಟ್ ಕೊಡಿಸಿ, ಮನೆಗೆ ಕರೆ ತಂದೆ. ನಿನ್ನ ಹೆಸರೇನು ಮರಿ? ಕೇಳಿದೆ ಚಪ್ಪ... ಎಂದಳು ಮುದ್ದಾಗಿ. ಅವಳೊಂದಿಗೆ ಮಾತನಾಡುತ್ತಾ ಆಟವಾಡುತ್ತಿದ್ದಾಗ ವಾಸಂತಿ ಬಂದಳು. ವೆರಾಂಡಲಿ ನಾನೊಬ್ಬನೇ ಇರುವುದು ಕಂಡು ಗಾಬರಿಗೊಂಡು ಹಿಂತಿರುಗುವುದರಲ್ಲಿದ್ದಳು. 'ರತ್ನ ಬೇಕಿತ್ತ?' ಅಂದೆ. ಹ. ಹೂ... ಅಲ್ಲ... ಚಂಪಾ ಎಂದಳು ತೊದಲುತ್ತಾ. 'ಹೊಗ್ತಿಯ? ಚಂಪಾ ನಾ' ಬಲಲ್ಲ... ಮಾಮ ಅತ್ಲನೆ ಇಲ್ತೀನಿ ಎಂದು ಕೈ ಆಡಿಸುತ್ತಾ, ವಾಸಂತಿ ಏನೂ ಮಾಡಲು ತೋಚದೆ ನಿಂತಳು. ಕೆನ್ನೆಗಳು ಕೆಂಗುಲಾಬಿಗಳಾಗಿದ್ದವು. ಅಷ್ಟರಲ್ಲಿ ರತ್ನ ಒಳಗಿನಿಂದ ಬಂದು, ಅಲ್ಲೇಕೆ ನಿಂತಿದ್ದೀಯೇ ಬಾ ಒಳಗೆ ಎಂದಳು ವಾಸಂತಿಗೆ. ವಾಸಂತಿ ಒಳಗೆ ಬಂದು 'ಈ ಕತ್ತೆ ಚಂಪಿ ನೋಡೇ, ಮನೆಯಲ್ಲಿ ಕೂಡಿಟ್ಟರೂ ಹೇಗೋ ತಪ್ಪಿಸಿಕೊಂಡು ರಸ್ತೆಗೆ ಓಡಿ ಬಂದುಬಿಡುತ್ತಾಳೆ. ರಸ್ತೆ ತುಂಬಾ ಕಾರು, ಬಸ್ಸು ಓಡಾಡ್ತಾ ಇರ್ತವೆ. ಏನಾದರೂ ಆದರೆ ಏನು ಗತಿ!' ಎಂದಳು. ಅಷ್ಟರಲ್ಲಿ ನಾಣಿ ಬಂದ, ಎಲ್ಲಿ 'ಹಾಳಾಗಿ ಹೋಗಿದ್ದೆಯೋ ಬೆಳಗಿನಿಂದ' ಎಂದೆ. 'ಹಳ್ಳಿಗೆ ಹೋಗಿದ್ದೆ ಕಣೋ' ಎಂದು, ಒಳಗೆ ಹೋದ ವಾಸಂತಿಯನ್ನು ನೋಡ ತೊಡಗಿದ. ಚಂಪಾನ ಒಳಗೆ ಬಿಟ್ಟು ಬಂದು, ನಾಣಿ ಜೊತೆ ಹೊರಗೆ ಹೊರಟೆ. ನಾಣಿ ನಗುತ್ತಿದ್ದ 'ಯಾಕೋ ಪೂಲ್' ಎಂದೆ 'ಪರವಾಗಿಲ್ಲ' ಕಣೋ, ಒಳಗೊಳಗೆ ಏನು ಕರಾಮತ್ತು ನಡೆಸುತ್ತಿದ್ದೀಯಲ್ಲ 'ಎಂದ.

ಸುತ್ತಾಟ ಮುಗಿಸಿ ಹಿಂತಿರುಗಿದಾಗ, ಕತ್ತಲೆ ಕವಿಯುತ್ತಿತ್ತು. ವಾಸಂತಿ ಮನೆಗೇಟಿನ ಹತ್ತಿರ ರತ್ನ, ವಾಸಂತಿ ನಿಂತಿದ್ದರು. ರತ್ನ, ನನ್ನ ಹತ್ತಿರ ಬಂದು ಗುಟ್ಟಾಗಿ ಹೇಳಿದಳು. 'ನೋಡೋ, ಆ ಲೈಬ್ರರಿಲಿ ಒಬ್ಬ ಹಲ್ಕಾ ಇದ್ದಾನೆ. ಅವನು ದಿನ ವಾಸಂತಿನ ಪೋಲಿ ಪೋಲಿಯಾಗೆಲ್ಲ ಚುಡಾಯಿಸುತ್ತಾನಂತೆ, ಎಂದು. ಅದಕ್ಕೆ ನಾನು 'ಹೌದಾ? ಇರು ನೋಡ್ಕೋತೀನಿ ಅವನ್ನ' ಎಂದೆ. ರೋಷದಿಂದ ಮತ್ತನಾಗಿ, ತಮಿಳು ಹೀರೋ ಥರ, ವಾಸಂತಿಯ ಮಾನ ರಕ್ಷಣೆಗಾಗಿ, ಆ ಖಳನನ್ನು ಸದೆಬಡೆದು, ವಾಸಂತಿಗೆ ನನ್ನ ಪೌರುಷದ ಪರಿಚಯ ಮಾಡಿಕೊಡುವವಂತೆ, ಲೈಬ್ರರಿಗೆ ಸರಸರನೆ ಹೋದೆ. ಅಲ್ಲಿ ಒಬ್ಬ ಉರಿ ಮೀಸೆ ಬಿಟ್ಟ ದಾಂಡಿಗ ಸಿಗರೇಟು ಸೇದುತ್ತಾ ಕಾಲಿನ ಮೇಲೆ ಕಾಲು ಹಾಕಿಕೊಂಡು ಕುಳಿತಿದ್ದ, ನೋಡಿದ ಕೂಡಲೇ ನನ್ನ ಭಾವಾವೇಶವೆಲ್ಲ ಕೈಕೊಟ್ಟು ಪಲಾಯನ ಮಾಡಿತು. ಅವನು ಒಂದು ನಿಮಿಷ ನನ್ನ ಕಡೆ ನೋಡಿ, ಸಿಗರೇಟ್‌ನ್ನು ಜೋರಾಗಿ ದಂ ಎಳೆದು, ಹೊಗೆಯನ್ನು ವೃತ್ತಾಕಾರವಾಗಿ ನನ್ನ ಕಡೆ ಉಗುಳಿದ. ಹೊಗೆಯುಂಗುರ ನನ್ನ ಮುಖ ಹಾದುಹೋಯಿತು. ತಿರಸ್ಕಾರದ ನಗೆ ನಕ್ಕ. ಭಾರಿ ಅವಮಾನವಾಯಿತು. ಆದರೆ ಅವನೊಂದಿಗೆ ಸೆಣಸುವುದು ಸಾಧ್ಯವಿಲ್ಲ ಎಂಬ ಅರಿವಾಗಿ, ನನ್ನ ದೌರ್ಬಲ್ಯದ ಬಗ್ಗೆ ತುಂಬಾ ಕೀಳೆನಿಸಿತು. ಹೇಡಿಯಂತೆ ಸುಮ್ಮನೆ ಹಿಂತಿರುಗಿದರೆ ವಾಸಂತಿ ಏನೆಂದುಕೊಂಡಾಳು? ನನ್ನನ್ನು ಹೇಡಿ, ಕೈಲಾಗದವನು ಅಂದುಕೊಳ್ಳದೆ ಇರುತ್ತಾಳೆಯೇ? ಸೋಲು ನಿಶ್ಚಯವಾದರೂ ಆ ದಾಂಡಿಗನೊಂದಿಗೆ ಸೆಣಸಿ ವಾಸಂತಿಗಾಗಿ ಸಾವನ್ನಪ್ಪಿದ್ದರು, ಚಿಂತೆ ಇಲ್ಲ ಅನಿಸಿತು. ಆದರೆ ಮರುಕ್ಷಣ ನನಗೇಕೆ ಎಲ್ಲೂ ಇಲ್ಲದ ಈ chivalry, sentimentality! ಅವಳು ನನ್ನನ್ನು ಪ್ರೀತಿಸುತ್ತಿದ್ದಾಳೆ ಎಂದು ಯಾವ ನಂಬಿಕೆ? ಒಂದು ವೇಳೆ ಪ್ರೀತಿಸಿದರು ನಾನೇನು ಅವಳನ್ನು ಮದುವೆಯಾಗುತ್ತೇನೆಯೇ? ಸುಖ ಪಡುತ್ತೇನೆಯೇ? ಇಲ್ಲದ ಉಸಾಬರಿ ನನಗೇಕೆ ಅನ್ನಿಸಿತು. ಯಾವ ನಿಶ್ಚಯಕ್ಕೂ ಬರಲಾಗದೆ, ಭಾವನೆಗಳ ತುಮುಲದಲ್ಲೇ ತಲೆ ತಗ್ಗಿಸಿಕೊಂಡು ಹಿಂತಿರುಗಿದೆ. ವಾಸಂತಿಯ ಕಡೆ ನೋಡುವ ಧೈರ್ಯವಾಗಲಿಲ್ಲ.

ಆದ ಅವಮಾನ ಬೆಂಬಿಡದ ಭೂತದ ಹಾಗೆ ರಾತ್ರಿಯಲ್ಲ ಕಾಡಿತು. ಆದದ್ದಾದರೂ ಏನು? ನಾನೇಕೆ ಇಷ್ಟು ಭಾವವಶನಾಗುತ್ತಿದ್ದೇನೆ ಎಂದು ನನ್ನನ್ನು ನಾನೇ ಸಮಾಧಾನ ಮಾಡಿಕೊಳ್ಳಲು ಯತ್ನಿಸಿದರೂ, ಮೂರು ಹೊತ್ತು ಸಾಹಿತ್ಯ, ತತ್ವಶಾಸ್ತ್ರ ಓದಿಕೊಂಡು ಬಾಳೆಲ್ಲ ಬರೀ ಭ್ರಾಂತಿ, ನಿರರ್ಥಕ, ಎಂದು ಭಾಷಣ ಬಿಗಿಯುವ ನನಗಿಂತ ಜುಮ್ಮಂತ ಸಿಗರೇಟ್ ಸೇದಿಕೊಂಡು, ಮೈ ಬೆಳಸಿಕೊಂಡು, ಹುಡುಗಿಯರನ್ನು ಚುಡಾಯಿಸುವ ಆ ದಾಂಡಿಗನೆ ಉತ್ತಮ ಅನಿಸಿತು. ನೀನು ನಿನ್ನ ಪುಸ್ತಕಗಳನ್ನೆಲ್ಲ ಸುಟ್ಟು, ಹುರಿ ಮೀಸೆ ಬಿಟ್ಟು,

ಕಸರತ್ತು ಮಾಡಿ, ದಾಂಡಿಗನಾಗಿ, ವಾಸಂತಿಯನ್ನು ಪೋಲಿ ಪೋಲಿಯಾಗಿ ಚುಡಾಯಿಸಿ ಮಜಾ ನೋಡು ಎಂದು ನನ್ನ ಅಂತರಾತ್ಮದ ಒಂದು ಭಾಗ ಉಪದೇಶ ನೀಡತೊಡಗಿತು. ನನ್ನ ಹೇಡಿತನಕ್ಕೆ, ಪುಕ್ಕಲುತನಕ್ಕೆ, ದೌರ್ಬಲ್ಯಕ್ಕೆ ನನ್ನ ಬಗ್ಗೆ ನನಗೆ ತಿರಸ್ಕಾರವಾಯಿತು.

ರಾತ್ರಿ ಭಯಂಕರ ಕನಸು. ಗೇಟಿನ ಬಳಿ ನಿಂತು, ಬಾ...ಬಾ... ಎಂದು ಕರೆದದ್ದಕ್ಕೆ ನನ್ನ ಕಡೆ ಓಡುತ್ತಾ, ತೂರಾಡುತ್ತಾ, ರಸ್ತೆ ದಾಟಿ ಬರುತ್ತಿದ್ದ ಚಂಪ ಮೇಲೆ ಬರ್‍ರೆಂದು ಬಂದ ಕಾರು ಹರಿಯಿತು. ಚಿಲ್ಲೆಂದು ಚಿಮ್ಮಿದ ರಕ್ತ ನನ್ನ ಮೈ ಮೇಲೆ ಸಿಡಿದು ರಸ್ತೆಯಲ್ಲ ಚೆಲ್ಲಾಡಿತು, ಚಂಪಾ... ಎಂದು ಚೀರಿ ಆ ದೃಶ್ಯ ನೋಡಲಾಗದೆ ಎರಡು ಕೈಯಲ್ಲಿ ಮುಖ ಮುಚ್ಚಿಕೊಂಡೆ, ಅಷ್ಟರಲ್ಲಿ ವಾಸಂತಿ ಕಿಟಾರನೆ ಚೀರಿದ ಶಬ್ದ, ಕಣ್ಣು ಬಿಟ್ಟೆ, ಆ ಹುರಿ ಮಿಸೆಯ ದಾಂಡಿಗ ವಾಸಂತಿಯನ್ನು ಬಲಾತ್ಕಾರವಾಗಿ ಕಾರಿನೊಳಕ್ಕೆ ಎಳೆದುಕೊಂಡು, ಕಾರನ್ನು ಬುರ್ ಅಂತ ಸ್ಟಾರ್ಟ್ ಮಾಡಿ ಗಹ ಗಹಿಸಿ ನಗುತ್ತಾ ಹೊರಟ, ನಾನು ವಾಸಂತಿಯ ರಕ್ಷಣೆಗೆಂದು ಕಾರಿನ ಹಿಂದೆಯೇ ಓಡಿಯೇ ಓಡಿದೆ. ಧೂಳಿನ ಬೆಟ್ಟವನ್ನೇ ಹಿಡಿದಿಟ್ಟುಕೊಂಡು ಓಡುತ್ತಿದ್ದ ಕಾರು ಕೊನೆಗೆ ನಿಂತದ್ದು ಒಂದು ಮರಳು ಗಾಡಿನಲ್ಲಿ. ಮೇಲು ಕೆಳಗೂ ಕೆಂಡದಂತೆ ಸುಡುವ ಸೂರ್ಯ ಮತ್ತು ಮರಳು, ಓಡಿ ಓಡಿ ದಣಿದಿದ್ದ ನನಗೆ ತಲೆಸುತ್ತಿ ಬಂದು, ಕಣ್ಣು ಮಂಜಾಗುತ್ತಿತ್ತು. ಅಷ್ಟರಲ್ಲಿ ಕಾರಿನ ಬಾಗಿಲು ತೆರೆದು ಹೊರ ಬಂದು ದಾಂಡಿಗ ವಾಸಂತಿಯನ್ನು ಬಲತ್ಕಾರವಾಗಿ ಹೊರಗೆ ಇಳಿದು ಅವಳ ಮೇಲಕ್ಕೆ ಅತ್ಯಾಚಾರಕ್ಕೆ ತೊಡಗಿದ

ಕೋಪೋದ್ರಿಕ್ತನಾದ ನಾನು ಅವನ ಮೇಲೆ ನುಗ್ಗಿದೆ. ಬಲವಾದ ಪೆಟ್ಟು ಬಿತ್ತು. ನಿಸ್ಸಹಾಯಕನಾಗಿ, ತೀರಾ ನಿಶಕ್ತನಾಗಿ, ಸುತ್ತ ಕತ್ತಲೆ ಕವಿದು ಬಂದು, ಅದರಲ್ಲಿ ವಾಸಂತಿ, ದಾಂಡಿಗ, ಮರಳುಗಾಡು, ಬಿಸಿಲು ಎಲ್ಲಾ ಮಂಜಿನಂತೆ ಕರಗಿ, ಕೊನೆಗೆ ಎಲ್ಲಾ ಶೂನ್ಯವಾಗಿ, ಜ್ಞಾನ ತಪ್ಪಿ ಕುಸಿದು ಬಿದ್ದೆ.

ತಟ್ಟನೆ ಎಚ್ಚರಾಗಿ ಕಣ್ಣುಬಿಟ್ಟಾಗ ಸುತ್ತಲೂ ಬೆಳ್ಳಗೆ ಬೆಳಗಾಗಿತ್ತು, ಕನಸನ್ನು ನೆನೆಸಿಕೊಂಡು, ಕೊನೆಗೆ ಕನಸಿನಲ್ಲಾದರೂ ವಾಸಂತಿಯನ್ನು ರಕ್ಷಿಸಲು ಸಾಧ್ಯವಾಗಲಿಲ್ಲವಲ್ಲ ಎಂದು, ಮುಸುಕೆಳೆದುಕೊಂಡು ಚಡಪಡಿಸತೊಡಗಿದೆ. ಅಷ್ಟರಲ್ಲಿ ನನ್ನ ಪುಟ್ಟ ತಂಗಿ ಸುಧಾ ಹೊದಿಕೆ ಎಳೆದು 'ಏಳು ಗಂಟೆ ಆಯ್ತು ಏಳೋ' ಎಂದು ಕಿವಿಯಲ್ಲಿ ಕೂಗತೊಡಗಿದಳು. ಅವಳ ಮೇಲೆ ಸಿಕ್ಕಾಪಟ್ಟೆ ಕೋಪ ಬಂತು. ರೇಗಿ ಕೂಗಾಡಿದೆ. ಅವಳು ಮುಸಿಮುಸಿ ಅಳುತ್ತಾ ಒಳಗೆ ಹೋದಳು. ಹಾಗೆ ಮಾಡಬಾರದಾಗಿತ್ತು ಅನಿಸಿತು. ಏಕೆ ಎಲ್ಲಾ ಹೀಗೆ ನನ್ನ ಕಾಡ್ತಾರೆ ಎಂದು ಸಿಡಿಮಿಡಿಕೊಟ್ಟುತ್ತಾ, ಎದ್ದು ಹೊರಟೆ.

ಬಚ್ಚಲು ಮನೆಯಲ್ಲಿ ಮುಖ ತೊಳೆದು ಬಂದಾಗ, ಮತ್ತೆ ಅದೇ ಗಲಭೆ ಹಿತ್ತಲಲ್ಲಿ. ಇಂದು ಏನಾದರೂ ಆಗಲಿ, ಲಕ್ಷ್ಮಿಯನ್ನು ಮುಟ್ಟಿಯೇ

ತೀರುತ್ತೇನೆಂದು ಹಟತೊಟ್ಟು, ಕೊಟ್ಟಿಗೆ ಹೊಕ್ಕೆ, ನಂಜಿ ಹಸುಗಳಿಗೆ ಹುಲ್ಲು ಹಾಕುತ್ತಿದ್ದಳು. ಲಕ್ಷ್ಮಿ ಮತ್ತೆ ನನ್ನನ್ನು ದುರಗುಟ್ಟಿಕೊಂಡೆ ನೋಡಿತು. ಮುಂದೆ ಹೋಗಲೋ ಬೇಡವೋ ಎಂದು ಯೋಚಿಸಿದೆ. ಲಕ್ಷ್ಮಿಯ ಕೆಂಗಣ್ಣು, ಚೂಪು ಕೊಂಬು ನೋಡಿ ಅಂಜಿಕೆ ಆಯಿತು. ಛೆ, ಹೇಡಿಯಾಗಬಾರದು ಎಂದುಕೊಂಡು ಮುಂದೆ ಹೋದೆ. ಲಕ್ಷ್ಮಿ ಹಿಂದೆ ಹಿಂದೆ ಸರಿದು, ಸರ್ರ್ರಂದು, ಮುಂದೆ ಬಂದು, ತನ್ನ ತಲೆಯಿಂದ ನನ್ನನ್ನು ಗುಮ್ಮಿತು. ನಾನು ನನ್ನ ಹಿಂದಿದ್ದ ಜೋಳದಕಡ್ಡಿಯ ರಾಶಿಯ ಮೇಲೆ ದೊಪ್ಪೆಂದು ಬಿದ್ದೆ. ನಂಜಿ ಗಾಬರಿಯಿಂದ ಓಡಿ ಬಂದು, ಹಿಂದಕ್ಕೆಳೆದುಕೊಂಡಳು, ನಾನು ಎದ್ದು ನಿಂತೆ, ನಂಜಿ ಹೋ 'ಅಂತ' ನಕ್ಕಳು. ನಾನು ಅವಮಾನದಿಂದ ಕೆಂಪಾಗಿ ಕುಗ್ಗಿ ಹೋದೆ. ನಂಜಿ, 'ಯಾಕ್ ಸ್ವಾಮಿ, ಏನಾರ ಯೇಳಿದರೇ ನಿಮ್ಮ ಮನಸ್ಗೇ ಬರಾಕಿಲ್ವಲ್ಲ...?' ಅಂದಳು. ನನಗೆ ಎಲ್ಲರನ್ನೂ ಒದ್ದು ಚಟ್ನಿ ಮಾಡುವಷ್ಟು ಕೋಪ ಬಂತು. ಆದರೆ ಏನು ಮಾಡಲಾಗದೆ ಹಿಂತಿರುಗಿದೆ.

ಮುಂಬಾಗಿಲಲ್ಲಿ ನಿಂತು ಕಾಫಿ ಹೀರುತ್ತಿದ್ದಾಗ ಮನಸ್ಸಿನಲ್ಲಿ ಬರಿ ನಿರಾಶೆ, ಸೋಲು ತುಂಬಿದ್ದವು. ವಾಸಂತಿ ತುಳಸಿ ಕಟ್ಟೆಗೆ ನೀರೆರೆದು, ಕೈಜೋಡಿಸಿ, ಕಣ್ಣು ಮುಚ್ಚಿ ಪ್ರಾರ್ಥಿಸುತ್ತಿದ್ದಳು. (ಒಳ್ಳೆಯ ಗಂಡ ಸಿಕ್ಕಲಿ ಎಂದಿರಬೇಕು, ಅದಕ್ಕೂ ಹೆಚ್ಚಿನ ಆಕಾಂಕ್ಷೆ ಇಂಥ ಹುಡುಗಿಯರಿಗೆ ಏನಿದ್ದೀತು?) ಅವಳು ಕಣ್ಣು ಬಿಟ್ಟಾಗ, ನಾನು ಅವಳನ್ನೇ ದಿಟ್ಟಿಸುತ್ತಿರುವುದು ಅವಳ ಗಮನಕ್ಕೆ ಬಂದು, ಸರಸರನೇ ಮನೆ ಒಳಗೆ ಹೊರಟು ಹೋದಳು, ನನ್ನತ್ತ ಒಂದು ನಸುನಗೆಯನ್ನು ಬೀರದೆ ಹೋದದ್ದು ಕಂಡು, ಅವಳ ಪ್ರೇಮಕ್ಕೆ ನಾನು ಅನರ್ಹನೆಂದು ತೀರ್ಮಾನಿಸಿರಬೇಕು, ಹಾಳಾಗಲಿ ಅವಳಂಥ ಮುದ್ದು ಹುಡುಗಿ, ವೈಯಾರಿಯನ್ನು ಪ್ರೀತಿಸಲು ನನಗಂತೂ ಸಾಧ್ಯವಿಲ್ಲ ಎಂದು ಯೋಚಿಸಿದೆ, ತಟ್ಟನೆ ಎಟುಕಲಾರದ ದ್ರಾಕ್ಷಿ, ಹುಳಿ ಅನ್ನಿಸಿ ವಿಷಾದದ ನಗೆ ನಕ್ಕೆ.

ಮಧ್ಯಾಹ್ನ ವಾಸಂತಿ ತನ್ನ ತಂಗಿಯರಲ್ಲಿ ಒಬ್ಬಳ ಕೈಲಿ ಆಫ್ ಹ್ಯೂಮನ್ ಬಾಂಡೇಜ್ ಕಾದಂಬರಿಯನ್ನು ಹಿಂತಿರುಗಿಸಿದಳು. ಅವಳು ಅದನ್ನು ಓದಿದಳೇ ಎನ್ನುವ ಸಂಶಯ ಮೂಡಿತು. ಬೋರಾಗಿ ಅರ್ಧಕ್ಕೆ ಬಿಟ್ಟಿರಬೇಕು ಅನ್ನಿಸಿತು. ಕತ್ತೆ ಬಾಲ ಅಂದುಕೊಂಡೆ, ಆದರೆ ತಂಗಿ ಹೇಳಿದ ಮಾತು ನಿಜವಾಯಿತು. ಪುಸ್ತಕದ ಸ್ಥಿತಿ ಚಿಂತಾಜನಕವಾಗಿತ್ತು. ಮುಖಪುಟ ಪತ್ತೆ ಇರಲಿಲ್ಲ, ಪುಟಗಳೆಲ್ಲ ಕಿತ್ತು ಬಂದಿದ್ದವು. ರತ್ನ 'ನಾನು ಮೊದಲೇ ಹೇಳಿದೆ, ಕೇಳಿದೆಯೇ?' ಅಂದಳು. 'ಹಾಳಾಗಲಿ ಬಿಡು ಗೊತ್ತಾಯ್ತಲ್ಲ' ಎಂದು ಆ ಪುಸ್ತಕವನ್ನು ಅಂಗಡಿಗೆ ತೆಗೆದುಕೊಂಡು ಹೋಗಿ, ಕ್ಯಾಲಿಕೋ ರೀಬೈಂಡ್ ಮಾಡಲು ಹೇಳಿ ಬಂದೆ.

–1966

3

ಒಬ್ಬಂಟಿಗಳು

ಈ ಚಿಕ್ಕ ಊರು, ಚಿಕ್ಕ ಕಾಲೇಜು, ಚಿಕ್ಕ ಜನಗಳು, ನನ್ನ ಚಿಕ್ಕ ರೂಮು ನೋಡಿದಾಗ ನಾನು ಚಿಕ್ಕವನು ಆಗುತ್ತಿದ್ದೇನೇನೋ ಎಂಬ ಭಯ ಕಾಡುತ್ತಿತ್ತು. ಆಸೆಯಾಗುತ್ತಿತ್ತು. ಚಿಕ್ಕವನಾದಷ್ಟು ಬಾಳು ಹೊರೆಯಲ್ಲ. ಬಾಳಿನ ನೈಜ ಸ್ವರೂಪಕ್ಕೆ ಕಣ್ ತೆರೆದಷ್ಟು ಜೀವನೋತ್ಸಾಹ ಕುಗ್ಗುತ್ತೆ. ಆದರೆ ದುರಂತ, ನಾನು ಚಿಕ್ಕವನಾಗಲಾರೆ.

ಇಲ್ಲಿ ನಾನು ಒಬ್ಬಂಟಿ, ಕಾಲೇಜಿನ ಕೆಲಸದ ವೇಳೆ ಬಿಟ್ಟರೆ, ಸಂಜೆ ಸುತ್ತಾಟದ ವೇಳೆ ಬಿಟ್ಟರೆ, ದಿನದ ಬಹುಪಾಲು ಸಮಯ ಕಳೆಯುತ್ತಿದ್ದುದು ಈ ಪುಟ್ಟ ಕೋಣೆಯಲ್ಲಿ ಒಬ್ಬಂಟಿಯಾಗಿ, ಒಬ್ಬಂಟಿತನ ನನ್ನನ್ನು ಕುಷ್ಟರೋಗದ ಹಾಗೆ ತಿನ್ನುತ್ತಿದೆ ಎಂದು ಮರುಕ ಪಡುತ್ತಿದ್ದೆ, ಆದರೆ ಇಲ್ಲಿನ ಒಬ್ಬಂಟಿತನ ನಾನೇ ಆರೋಪಿಸಿಕೊಂಡಿದ್ದರಿಂದ ಹಾಯೆನಿಸುತ್ತಿತ್ತು. ಬೆಂಗಳೂರಿನಲ್ಲಿ ಅಪ್ಪ, ಅಮ್ಮ, ಅಣ್ಣ, ತಮ್ಮ, ಅಕ್ಕ, ತಂಗಿ ಬಂಧು–ಮಿತ್ರರ ಚಕ್ರವ್ಯೂಹದ ನಡುವೆ ನಾನೊಬ್ಬ ಏಕಾಏಕಿ ಅಭಿಮನ್ಯು ಎನ್ನುವ ಅರಿವು ನನ್ನನ್ನು ಕಿತ್ತು ತಿನ್ನುತ್ತಿತ್ತು. ಆದ್ದರಿಂದಲೇ ದೂರ, ಬಹು ದೂರ, ಈ ಚಿಕ್ಕ ಅಪರಿಚಿತ ಊರಿಗೆ ಓಡಿ ಬಂದೆ. ಇಲ್ಲಿ ಯಾರ ಸನಿಹಕ್ಕೂ ಹೋಗದೆ, ಯಾರ ಸ್ನೇಹವನ್ನು ಮಾಡದೆ, ನನ್ನ ಒಬ್ಬಂಟಿತನವನ್ನು ಸಮರ್ಥಿಸಿಕೊಳ್ಳುತ್ತಿದ್ದೆ. ನನ್ನ ವಿದ್ಯಾರ್ಥಿಗಳು, ಸಹ ಪ್ರಾಧ್ಯಾಪಕರು ಮರೆಯಲ್ಲಿ ನನ್ನನ್ನ 'ಏಕಾಂತ ಜಿ' 'loan Ranger', 'disappointed lover' ಎಂದೆಲ್ಲಾ ಹಾಸ್ಯ ಮಾಡುತ್ತಿದ್ದರು. ಆದರೆ ನನಗೆ ನೋವಾಗುತ್ತಿರಲಿಲ್ಲ.

ಹಾಗೆ ನೋಡಿದರೆ, ನಾನು ಒಬ್ಬ ನಿರಾಶೆ ಹೊಂದಿದ ಪ್ರೇಮಿಯೇ. ಪ್ರತಿ ಸಂಜೆ ಸುತ್ತಾಟಕ್ಕೆ ಒಬ್ಬನೇ ಊರ ಹೊರಗೆ ಹೋಗಿ ಬೆಟ್ಟ ಹತ್ತಿ ಕುಳಿತು, ಎದುರಿನ ದೊಡ್ಡ ಬಂಡೆಗೆ ಕಲ್ಲು ಬೀರುತ್ತಾ ವಿದ್ಯಾಳ ಬಗ್ಗೆ ಯೋಚಿಸುತ್ತಿದ್ದೆ, ಅಂದಿನ ರಾತ್ರಿಯ ಬಗ್ಗೆ ಯೋಚಿಸುತ್ತಿದ್ದೆ...

ನಾನೆಂಥ ಪೆದ್ದನೆಂದರೆ, ನಾನು ಕಲ್ಪಿಸಿದ್ದ ನಮ್ಮ ಭವಿಷ್ಯ ಅಂದು ನಿರ್ಧಾರವಾಗುತ್ತೆ ಎಂದಿದ್ದೆ. ಆದರೆ ಅಂದೆ ಅದು ನುಚ್ಚುನೂರಾಯಿತು. ಕಬ್ಬನ್ ಪಾರ್ಕ್‌ನಲ್ಲಿ ಕುಳಿತು ಸುತ್ತಲಿನ ಗಿಡ ಮರಗಳಿಂದ, ಶೂನ್ಯದಿಂದ ಕತ್ತಲು ಸೋರತೊಡಗಿದ್ದನ್ನು ನೋಡುತ್ತಾ, ಎದುರಿಗೆ ಸ್ಪಷ್ಟವಾಗಿ, ನಿಶ್ಚಲವಾಗಿ ಕುಳಿತಿದ್ದ ವಿದ್ಯಾ ಸ್ವಲ್ಪ ಸ್ವಲ್ಪವೇ ಅಸ್ಪಷ್ಟವಾಗುತ್ತಾ ನಡೆದು, ಕರಿಯ ನೆರಳಾಗಿ, ಕೊನೆಗೆ ಕತ್ತಲೆಯ ಮುದ್ದೆಯಾಗುವುದನ್ನು ಗಮನಿಸುತ್ತಾ, ಸಿಗರೇಟೆಳೆದು ಕೇಳಿದೆ, 'ಡಾರ್ಲಿಂಗ್ ಹಿಡಿಸಿತೆ?' ಅದೇ ತಾನೇ ಡಾರ್ಲಿಂಗ್ ಚಿತ್ರ ನೋಡಿ ಬಂದಿದ್ದೆವು. 'ಓಹೋ', ತುಂಬಾ marvelous ಆಗಿದೆ. ಕೊನೆಯಲ್ಲಿ ಅವಳೆಂದ 'why didn't God make two people who really belong to each other' ಕೇಳಿದಾಗ ನನ್ನೆದೆ ಝಲ್ಲೆಂತು. ಇನ್ನು 'ಅದೇ ಕಿವಿಯಲ್ಲಿ ಗುಂಯ್ ಗುಡುತ್ತಿದೆ' ಅಂದಳು. ಆದರೆ 'ನನಗಂತೂ ಆ ಸಮಸ್ಯೆ ಇಲ್ಲ' ಎಂದೆ 'ಹೇಗೆ?' ಕೇಳಿದಳು. 'ನೀನಿಲ್ಲವೇ?' ಅಂದೆ. ವಿದ್ಯಾ ಏನೆನ್ನುತ್ತಾಳೋ ಎಂಬ ಕಾತರದಿಂದ ಕಾದೆ. ಆದರೆ ಅವಳ ಮೌನ ನನ್ನನ್ನು ನಿರಾಶೆ ಗೊಳಿಸಿ ಕೆರಳಿಸಿತು. ಇಂದು ತೀರ್ಮಾನವಾಗೇ ಬಿಡಲಿ ಎಂದು ವಿದ್ಯಾ 'ನೀನು ನನ್ನನ್ನು ಪ್ರೀತಿಸೋಲ್ಲವೇ?' ಎಂದೆ... ಜೀವನದಲ್ಲಿ 'ನಾನು ಪ್ರೀತಿಸಿದ್ದು ಒಬ್ಬೇ ಒಬ್ಬ ವ್ಯಕ್ತಿಯನ್ನು, ಆ ವ್ಯಕ್ತಿ ನಾನೇ' ಎಂದು 'ಡಾರ್ಲಿಂಗ್' ಚಿತ್ರದ ನಾಯಕಿಯ ಮಾತುಗಳನ್ನೇ ಉದ್ಧರಿಸಿ ಜೋರಾಗಿ ನಕ್ಕಳು. 'ತಮಾಷೆ ಬೇಡ, ವಿದ್ಯಾ. 'ಸೀರಿಯಸ್ಸಾಗಿ ಕೇಳ್ತಿದ್ದೇನೆ' ಅಂದೆ. 'ಸೀರಿಯಸ್ಸಾಗು ಅಷ್ಟೇ ಆನಂದ, ನಾವಿಬ್ಬರು ಒಂದಾಗುವುದು ಸಾಧ್ಯವಿಲ್ಲವೆಂದೇ ಕಾಣುತ್ತೆ' ಅಂದಳು. ಏಕೆ? ಕೇಳಿದೆ. 'ಜಾತಿ ಪ್ರಶ್ನೆ ಅಣ್ಣ ಒಪ್ಪುತ್ತಿಲ್ಲ', 'ನಿನ್ನ ಅಣ್ಣ ದೊಡ್ಡ ಪೆದ್ದ' ಅಂದೆ, ಆನಂದ್ 'ದಯವಿಟ್ಟು ಅಣ್ಣನ ಬಗ್ಗೆ ಕೀಳಾಗಿ ಮಾತನಾಡಬೇಡಿ. ಅಣ್ಣ ನಮಗಾಗಿ ತುಂಬಾ ತ್ಯಾಗ ಮಾಡಿದ್ದಾನೆ. ಅವನು ಸ್ವಾರ್ಥಿಯಾಗಬಹುದಿತ್ತು. ಮದುವೆಯಾಗಿ ಬೇರೆ ಸಂಸಾರ ಹೂಡಿ ನಮ್ಮನ್ನೆಲ್ಲ ಬೀದಿ ಪಾಲು ಮಾಡಬಹುದಿತ್ತು. ಆದರೆ ಅಣ್ಣ ಫ್ಯಾಕ್ಟರಿಯಲ್ಲಿ ದುಡಿದು, ಮೂವತ್ತಾರಾದರೂ, ಮದುವೆಯಾಗದೆ 10 ಮಂದಿಯ, ಸಂಸಾರ ನಿರ್ವಹಿಸಿ, ನನ್ನನ್ನು ಎಂ.ಎ. ಓದಿಸಿದ್ದಾನೆ. ಇನ್ನಾದರೂ ನಾನು ದುಡಿದು ಅವನ ಭಾರ ಕೊಂಚ ಕಮ್ಮಿ ಮಾಡುವಷ್ಟಾದರೂ ಮಾನವೀಯತೆ ತೋರಿಸದೆ ಸ್ವಾರ್ಥಿಯಾಗಲೇ? ನಿಮ್ಮೊಂದಿಗೆ ಮನೆ ಬಿಟ್ಟು ಓಡಿ ಬರಲೇ?' ಕೇಳಿದಳು ಆದರೆ, 'ವಿದ್ಯಾ, ನೀನಿಲ್ಲದಿದ್ದರೆ ನಾನು ಒಬ್ಬಂಟಿಯಾಗಿ ಸತ್ತು ಹೋಗ್ತೇನೆ'

ಎಂದೆ. ಶುದ್ಧ 'ಸುಳ್ಳು, ಒಬ್ಬಂಟಿತನ ನಮ್ಮ ಜನ್ಮಕ್ಕೆ ಅಂಟಿ ಬಂದ ಶಾಪ. ಅದನ್ನು ಅರಗಿಸಿಕೊಂಡೆ ನಾವೆಲ್ಲ ಬಾಳಬೇಕು ತಾನೆ?' ಎಂದಳು. 'ಆದರೆ, ವಿದ್ಯಾ' ಎನ್ನುವಷ್ಟರಲ್ಲಿ, 'ಸಾರಿ, ಆನಂದ್, 0+0=0 ಅಲ್ಲವೇ? ಆದ್ದರಿಂದ ದಯವಿಟ್ಟು ಮರೆತುಬಿಡಿ, ತುಂಬಾ ಕತ್ತಲಾಯಿತು, ಹೋಗೋಣ' ಎಂದು ವಿದ್ಯಾ ಎದ್ದಾಗ ನನ್ನ ಎದೆಯಲ್ಲಿ ಪೆಟ್ರೋಲ್ ಉರಿಯಿತು. ರಾಕ್ಷಸ ಎದ್ದ, ಭಯಂಕರ ಹಿಂಸೆ ಮಾಡುವ ಒತ್ತಾಯವಾಯಿತು. ವಿದ್ಯಾಳ ಕತ್ತು ಕಿವುಚಿ, ಅಥವಾ ದೊಡ್ಡ ಬಂಡೆ ಅಪ್ಪಳಿಸಿ ಅವಳ ತಲೆ ಒಡೆದು, ಅಥವಾ ಅವಳ ದೇಹವನ್ನು ಕಚ್ಚಿ ಕಚ್ಚಿ ತಿಂದು ರಕ್ತ ಕುಡಿದು, ಅಥವಾ ಅವಳ ಕನ್ಯತ್ವ ಭಂಗ ಮಾಡಿ, ಕೆರೆಗೆಸೆದು ಅಥವಾ? ಅಥವಾ?? ಆದರೆ ಯಾವುದೋ ಸಂಯಮ ಭಯ ನನ್ನನ್ನು ತಡೆ ಹಿಡಿದಿತ್ತು. ಒಂದು ಅರ್ಧ ಸತ್ತೆ. ಇಂದು ಅದನ್ನೆಲ್ಲಾ ನೆನೆದರೆ ದೀರ್ಘ ಏಕಾಂತ, ತೀವ್ರ ನಿರಾಸೆ ಎಂತ ಘೋರ ಕೃತ್ಯಕ್ಕೂ ತೊಡಗಿಸಬಹುದು ಅನ್ನಿಸುತ್ತೆ.

ಪ್ರತಿ ಸಂಜೆ ಒಬ್ಬನೇ ಸುತ್ತಾಟಕ್ಕೆ ಊರ ಹೊರಗೆ ಹೋಗುತ್ತಿದ್ದೆ ಅಂದೆನಲ್ಲ, ಊರಿಗೆ ಸುಮಾರು ಒಂದೂವರೆ ಮೈಲಿ ದೂರದಲ್ಲಿ, ರಸ್ತೆಯಂಚಿನಲ್ಲಿ, ಬೆಟ್ಟಕ್ಕೆ ಸಮೀಪವಾಗಿ, ಒಂದು ಒಬ್ಬಂಟಿ ಬಡ ಹಂಚಿನ ಮನೆಯಿದೆ. ಅಲ್ಲಿಂದ ಒಂದು ಫರ್ಲಾಂಗ್ ದೂರದಲ್ಲಿ ಒಂದು ಹಳ್ಳಿ. ಅಲ್ಲಿ ಪ್ರಸಿದ್ಧವಾದ ಶಿವಾಲಯ. ಆ ಮನೆಯ ಸುತ್ತ ಮುತ್ತ ನಿರ್ಜನ ಕಾಡು. ಆದ್ದರಿಂದ ಮನೆ ದ್ವೀಪದ ಹಾಗಿದೆ ಈ ದ್ವೀಪದ ಸುತ್ತ ಬೇಲಿಯ ಕೋಟೆ ಒಳಗೆ ಉದ್ಯಾನದಂತಹ ಹೂವು, ಹಣ್ಣು ತರಕಾರಿಯ ಗಿಡಮರಗಳ ತೋಟ... ಈ ಬಡ ಗುಡಿಸಲನ್ನೇ ರಾಜಮಹಲ್ ಎಂದು ತಿಳಿದರೆ ಇಲ್ಲಿ ಮಾಂತ್ರಿಕನಿಂದ ಬಂದಿಸಲ್ಪಟ್ಟ ರಾಜಕುವರಿಯಂಥ ಚೆಲುವಾದ ಒಂದು ಹುಡುಗಿ.

'ಮಾಂತ್ರಿಕ' ಅಂದೆ ಅಲ್ಲವೇ? ಅದೂ ನಿಜ, ಒಮ್ಮೆ ನನ್ನ ಒಬ್ಬಂಟಿ ಸುತ್ತಾಟದಲ್ಲಿ ಪ್ರಾರಬ್ಧಕ್ಕೆ ಗಂಟು ಬಿದ್ದ ಸಹ ಪ್ರಾಧ್ಯಾಪಕರೊಬ್ಬರಿಂದ ಈ 'ದ್ವೀಪ'ದ ಬಗ್ಗೆ ಸಂಪೂರ್ಣ ಮಾಹಿತಿ ಸಿಕ್ಕಿತು. ಈ ಮನೆಯೊಡೆಯ ಊರಿಗೆ ಪ್ರಸಿದ್ಧನಾದ ಮಾಂತ್ರಿಕ. ಯಾವ ದೆವ್ವ ಬಡಿದರೂ, ಗ್ರಹಪೀಡಿಸಿದರೂ ಅವನಿಂದಲೇ ವಿಮುಕ್ತಿ, ಊರಿಂದ ಹೊರಗೆ ಸ್ಮಶಾನದ ಮರೆಗೆ ವಾಸವಿದ್ದು ದೇವಿ ಉಪಾಸನೆ ಮಾಡುತ್ತಾನೆ. ಇವನ ದೊಡ್ಡ ಮಗಳು: ಹೆಸರು ದೇವಿ. ಮಾಂತ್ರಿಕನ ಹೆಂಡತಿಗೆ ಸದಾ ರೋಗ, ಹಾಸಿಗೆ. ಆದ್ದರಿಂದ ಇವನು ಆಚೆ ಹೋದಾಗೆಲ್ಲ, ದೇವಿ ಬೇಲಿ ಹತ್ತಿರ ನಿಂತು ಯುವಕರನ್ನು ಆಕರ್ಷಿಸುತ್ತಾಳೆ. ಕಣ್ಣು, ಕೈ ಸನ್ನೆಯಿಂದ, ಮುಗುಳ್ನಗೆಯಿಂದ ಅವಳಿಗಾಗಿ ಅನೇಕ ಯುವಕರು ಆ ರಸ್ತೆಯಲ್ಲಿ ಓಡಾಡಿದರು, ಮುಂದುವರಿಯಲು ಮಾಂತ್ರಿಕನ ಭಯ. ಅಂತೂ ಏಳು ಸುತ್ತಿನ ಕೋಟೆ ದಾಟಿ, ಸರ್ಪಕಾವಲನ್ನು ಸದೆಬಡಿದು ಮಾಂತ್ರಿಕನಿಂದ ರಾಜಕುಮಾರಿಯನ್ನು ಪಾರುಗಾಣಿಸುವ ಧೀರರಾಜಕುಮಾರ ಇನ್ನೂ ಬಂದಿರಲಿಲ್ಲ.

ಪ್ರತಿ ಸಂಜೆ ಅದೇ ರಸ್ತೆಯಲ್ಲಿ ಸುತ್ತಾಟಕ್ಕೆ ಹೋಗುತ್ತಿದ್ದ ನನ್ನನ್ನು ಕಂಡರೂ ದೇವಿ ಕಣ್ಸನ್ನೆ ಮಾಡಿ ಮುಗುಳು ನಗುತ್ತಿದ್ದಳು. ನಾನು ಮುಗುಳ್ನಕ್ಕು ಮುಂದುವರೆಯುತ್ತಿದ್ದೆ. ಅವಳ ನೋಟ ನನ್ನನ್ನೇ ಬೆಟ್ಟಕ್ಕೂ ಹಿಂಬಾಲಿಸುತ್ತಿತ್ತು. ನಾನು ಯಥಾ ಪ್ರಕಾರ ಬೆಟ್ಟವೇರಿ ಯಥಾಸ್ಥಾನದಲ್ಲಿ ಕುಳಿತು, ಅದೇ ಬಂಡೆಗೆ ಕಲ್ಲು ಬೀರುತ್ತಾ, 'ಕಾಡುವ ನನ್ನ ಭೂತಾಕಾರದ ಭ್ರೂಣ ಗೂಢಗಳ' ಬಗ್ಗೆ ಯೋಚಿಸುತ್ತಿದ್ದೆ. ಒಮ್ಮೊಮ್ಮೆ 'ಚೆಲುವೆ ದೇವಿಯನ್ನು' ನೋಡಿದಾಗ 'ಪಾಪ' ಅನ್ನಿಸಿ ನಾನೇ, ಆ ರಾಜಕುಮಾರನಾಗಿ ಬಿಡಲೇ, ಅನ್ನಿಸಿ ನನ್ನ chivalry ನಾನೇ ನಗುತ್ತಿದ್ದೆ.

ಒಂದು ಸಂಜೆ ದ್ವಿಪದ ಹತ್ತಿರ ದೇವಿ ಕಾಣಲಿಲ್ಲ. ನಾನು ಬೆಟ್ಟವೇರಿ ಯಥಾ ಸ್ಥಾನದಲ್ಲಿ ಕುಳಿತೆ, ಬಂಡೆಗೆ ಕಲ್ಲು ಬೀರುತ್ತಾ. ಪ್ರತಿದಿನ ಕತ್ತಲು ಕವಿಯತೊಡಗಿದೊಡನೇ ಅಲ್ಲಿಂದ ಹಿಂತಿರುಗುತ್ತಿದ್ದವನು ಅಂದು ಅಲ್ಲೇ ಕುಳಿತೆ. ಸುತ್ತಲೂ ಗುಯ್ಗುಡುವ ನೀರವತೆ, ಕತ್ತಲು ಸೋರತೊಡಗಿತ್ತು. ಎದುರಿಗಿದ್ದ ಭಾರಿ ಬಂಡೆ ಸ್ವಲ್ಪ ಸ್ವಲ್ಪವೇ ಅಸ್ಪಷ್ಟವಾಗುತ್ತಾ, ನಡೆದು ಕರಿಯ ನೆರಳಾಗಿ, ಕೊನೆಗೆ ಕತ್ತಲ ಮುದ್ದೆಯಾಯಿತು. ಇದ್ದಕ್ಕಿದ್ದಂತೆ ಎದ್ದುನಿಂತೆ. ಸೇಡು, ರೋಷ, ನೋವು ಕೆರಳಿದವು. ಆ ಬಂಡೆ ಇಳಿಜಾರಿನ ತುದಿಯಲ್ಲಿತ್ತು. ಕೆಳಗೆ ಆಳವಾದ ಪ್ರಪಾತ. ಮುಂದೆ ನುಗ್ಗಿ ಬಂದು ಬಲವನ್ನೆಲ್ಲ ಪ್ರಯೋಗಿಸಿ, ಎರಡೂ ಕೈಗಳಿಂದ ಅದನ್ನು ಕೆಳಗಿನ ಪ್ರಪಾತಕ್ಕೆ ತಳ್ಳಲು ಯತ್ನಿಸಿದೆ. ಆ ಭಾರಿ ಬಂಡೆ ಒಂದಂಗುಲವೂ ಕದಲಲಿಲ್ಲ. ಕೊನೆಗೆ ಬೆವೆತು ನಿರಾಶನಾಗಿ, ಕುಸಿದು ಕುಳಿತು ಯೋಚಿಸಿದೆ: ಎಂಥ ಪೆದ್ದು ನಾನು, ಆ ಬಂಡೆ ಉರುಳಿದ್ದರೆ, ನಾನು ಆಯಾ ತಪ್ಪಿ, ಅದರೊಂದಿಗೇ ಪ್ರತಾಪಕ್ಕೆ ಬೀಳುತ್ತಿರಲಿಲ್ಲವೇ?, ಸದ್ಯ ಅದು ಉರುಳಲಿಲ್ಲ!

ಕವಿಯುತ್ತಿದ್ದ ಕತ್ತಲಿನಲ್ಲಿ ಭಯವಾಯಿತು. ಹಿಂತಿರುಗಲು ಎದ್ದೆ. ಅಷ್ಟರಲ್ಲಿ ಯಾರೋ ಸರಸರ ಓಡಿ ಬರುವ ಸದ್ದು! ಬೆಚ್ಚಿ ಬೆವರಿದೆ. ಮಬ್ಬು ಬೆಳಕಿನಲ್ಲಿ ಎದುರಿಗೆ ನಿಂತ ಹುಡುಗಿ ದೇವಿಯೇ? ಹೌದು ದೇವಿ! ಆದರೆ ಇವಳೇಕೆ ಇಲ್ಲಿ? ಬೆವೆತು ಏದುಸಿರು ಬಿಡುತ್ತಿದ್ದಳು. 'ಏನು?' ಎಂದೆ ಕಣ್ಣರಳಿಸಿ. ಸುಮ್ಮನೆ ದಿಟ್ಟಿಸುತ್ತಾ ಏದುಸಿರು ಬಿಡುತ್ತಾ ನಿಂತಳು. ಮತ್ತೊಮ್ಮೆ, 'ಏನು ಏನಾಯಿತು?' ಕೇಳಿದೆ. ನನ್ನ ಕೈ ಹಿಡಿದಳು. ಬೆಚ್ಚಗೆ ಭಯವಾಯಿತು! ನನ್ನನ್ನು ಎಳೆದುಕೊಂಡು ಬೆಟ್ಟದಲ್ಲಿ ಸರಸರ ಇಳಿದಳು. ಮಂತ್ರಮುಗ್ಧನಂತೆ ಆ ಮಾಟಗಾತಿಯ ಹಿಂದೆ ಮರು ಮಾತಿಲ್ಲದೆ ನಡೆದೆ. ಬೆಟ್ಟವಿಳಿದು, ಹೊಲ ಗದ್ದೆ ದಾಟಿ, ದಟ್ಟವಾಗಿ ಬೆಳೆದಿದ್ದ ಹೊಂಗೆ ತೋಪನ್ನು ಹೊಕ್ಕೆವು. ದ್ವೀಪದ ಹಿಂಭಾಗಕ್ಕೆ ಎರಡು ಫರ್ಲಾಂಗ್ ದೂರದಲ್ಲಿದೆ ಈ ತೋಪು. ಇಲ್ಲಿ ತಟ್ಟನೆ ನಿಂತು ಬಿಟ್ಟಳು ದೇವಿ. ಎದುರಿಗೇ ದೊಡ್ಡ ಹೊಂಡದಲ್ಲಿ ನೀರು ನಿಂತು ಕಪ್ಪೆಗಳ ಕರ್ಕಶ ಗೊಟರು. ಸುತ್ತಲೂ ಕಪ್ಪು ಮುಸುಕಿನ ಮರಗಳು. ಹಕ್ಕಿಗಳ ಚಿಲಿಪಿಲಿ, ದೇವಿಯನ್ನು

ನೋಡಿದೆ. ಅವಳು ನೆಲದ ಕಡೆ ಕೈ ತೋರಿಸಿದಳು. ನೋಡಿದೆ. ಉದ್ದವುದ್ದಕ್ಕೂ ಬಿದ್ದಿತ್ತು ಒಂದು ಮನುಷ್ಯಾಕೃತಿ, ತುಂತುರು ಬೆಳಕಿನಲ್ಲಿ ನಿಕ್ಕರ್ ಶರ್ಟು ತೊಟ್ಟಿದ್ದುದು ಸ್ಪಷ್ಟವಾದರೂ ಮುಖ ಅಸ್ಪಷ್ಟವಾಗಿತ್ತು. ಜೇಬಿನಿಂದ ಬೆಂಕಿಪಟ್ಟಿಗೆ ತೆಗೆದು ಕಡ್ಡಿಗೀರಿ ಮುಖದ ಬಳಿ ಹಿಡಿದೆ. ತಲೆ ಒಡೆದು ರಕ್ತ ಮಡುವುಗಟ್ಟಿತ್ತು. ಪಕ್ಕದಲ್ಲೇ ಕಡ್ಡಿ ಎಸೆದು, ದಿಗ್ಗನೆ ಎದ್ದು ನಿಂತೆ. ರಕ್ತ, ಸಾವು ನೋಡಿ, ಒಳಗೆ ನಡುಗಿ 'ಏನಿದೆಲ್ಲಾ?' ಎಂದೆ. ಬಿಕ್ಕಿ ಬಿಕ್ಕಿ ಅಳತೊಡಗಿದಳು. 'ಛೇ ಅಳಬೇಡ ಏನಾಯ್ತು ಹೇಳು' ಎಂದೆ. ಓಡಿ ಬಂದು ಬಿಗಿದಪ್ಪಿಕೊಂಡಳು. ಅಳುತ್ತಾ ತನ್ನ ಮುಖವನ್ನು ನನ್ನೆದೆಗೆ ಉಜ್ಜತೊಡಗಿದಳು. ನನಗೆ ಬೆಚ್ಚಗೆ ಸುಖವೆನಿಸಿದರೂ ಒಳಗೆಲ್ಲೋ ಭಯ ಕೊರೆಯಿತು. ಆದರೂ ಒತ್ತಿ ಬಂದ ಆಸೆಯಿಂದ ಅವಳ ಮುಖವೆತ್ತಿ ಮುದ್ದಿಸಿದೆ. ಅಳು ನಿಲ್ಲಿಸಿದಳು. ಕಣ್ಣೀರೊರಸಿ 'ಏನಾಯ್ತು ಹೇಳು' ಎಂದೆ. ಹೇಳತೊಡಗಿದಳು.

***

ಕಣ್ತೆರೆದರೆ ಆ ದ್ವೀಪದ ಮನೆಯಲ್ಲಿ ದೇವಿಯನ್ನು ಕಾಡುತ್ತಿದ್ದವು... ಭೀತಿ, ಸಾವು, ಒಬ್ಬಂಟಿತನ, ಅಪ್ಪನ ಕಪ್ಪು ಮೈ, ಕೆಂಗಣ್ಣು, ಬಿಳಿ ವಿಭೂತಿ ಪಟ್ಟೆಗಳು, ಕೆದರಿದ ಕೆಂಗೂದಲು, ಮೀಸೆ, ಗಡ್ಡ, ಕರ್ಕಶಧ್ವನಿ, ಕ್ರೂರ ಮಾತು, ಅಶ್ಲೀಲ ಬೈಗುಳ, ಕಚಕ್ಕನೆ ಕೊಚ್ಚಿ ಹಾಕುತ್ತಿದ್ದ ಪ್ರಾಣಿ ಬಲಿ, ಸ್ಮಶಾನದ ಬುರುಡೆ ಮೂಳೆಗಳಿಗೆ ಮಾಡುತ್ತಿದ್ದ ಚಿತ್ರ ವಿಚಿತ್ರ ಪೂಜೆಗಳು, ದೇವಿಯ ಸುತ್ತ ಬೀತಿ ಭೂತದ ಬಲೆ ಹೆಣದಿದ್ದವು.

ಆಳದಲ್ಲೆಲ್ಲೋ ಅಡಗಿದ ನಿಸ್ತೇಜ ಕಣ್ಣುಗಳು, ಒಣಗಿದ ಹುಲ್ಲಿನಂತಹ ಹಿಡಿಕೂದಲು, ಒಣಗಿದ ಕಟ್ಟಿಗೆಯಂತಹ ದೇಹ, ಎಲ್ಲೋ ಆಳದಲ್ಲಿ ಶುರುವಾಗಿ, ಬಾಯಲ್ಲಿ ಹುಸಿ ಮದ್ದಾಗುತ್ತಿದ್ದ ಗೊರ್-ಗೊರ್ ಕೆಮ್ಮುವ ಧ್ವನಿ, ಅಕ್ಕ ಓಡಿ ಹೋದ ಮೇಲೆ ಉಲ್ಬಣವಾದ ಖಾಯಿಲೆಯಿಂದ ಹಾಸಿಗೆಯೇ ಪ್ರಪಂಚವಾಗಿ ಸಾವು ಬದುಕಿನ ನಡುವೆ ಅಡ್ಡ ಗೋಡೆಯ ಮೇಲಿನ ದೀಪದಂತಿದ್ದ ಅಮ್ಮನನ್ನು ಕಂಡಾಗಲೆಲ್ಲಾ ಸಾವಿನ ಭೀಕರ ಕುಣಿಕೆ ದೇವಿಯ ಕತ್ತು ಕಿವುಚುತ್ತಿತ್ತು.

ಇನ್ನೇನು ವರ್ಷಕ್ಕೆ ಹೈಸ್ಕೂಲ್ ಮುಗಿಸುತ್ತಿದ್ದಳು ದೇವಿ. ಆಗ ಎಷ್ಟೊಂದು ಗೆಳತಿಯರು, ಎಷ್ಟು ಖುಷಿ! ಆದರೆ, ಅಷ್ಟರಲ್ಲಿ ಅಕ್ಕ ಯಾವನೊಂದಿಗೂ ಓಡಿ ಹೋದಳು. ಅಪ್ಪ ದೇವಿಯ ಓದು ಬಿಡಿಸಿದ, ಇವಳು ಓಡಿಹೋಗಿ ಕೆಟ್ಟ ಹೆಸರು ತಂದಾಳು, ಎಂದು ಎಷ್ಟು ಅತ್ತು ಕರೆದರೂ, ಗೋಳಾಡಿದರು ಕರಗಲಿಲ್ಲ. ಅಂದಿನಿಂದ ಈ ಬಂದಿಖಾನೆಯಲ್ಲಿ ಒಬ್ಬಂಟಿ ಕೊಳೆಯಬೇಕಾಯಿತು ದೇವಿ. ತುಂಬಾ ಬೇಸರವಾದಾಗ, ಊರೊಳಕ್ಕೆ, ಗೆಳತಿಯರ ಬಳಿಗೆ ಹೋಗಿ ಬರುತ್ತೇನೆಂದರೆ, ಅಪ್ಪ ಕೆರಳಿ ಕೆಂಡವಾಗಿ, 'ಯಾವ ಮಿಂಡ ಕಾದಿದ್ದಾನೆ ಅಲ್ಲಿ?

ತೆಪ್ಪಗೆ ಬಿದ್ದಿರು. ಈ ಬೇಲಿಯ ಬಾಗಿಲೇ ಏನಾದರೂ ದಾಟಿದೆಯೋ ಕಾಲು ಮುರಿದೇನು' ಎಂದು ಹೆದರಿಸುತ್ತಿದ್ದ. ದೇವಿ ಒಳಗೊಳಗೆ ಕುದಿಯ ತೊಡಗಿದಳು. ಮಂಕು ಕವಿಸುವ ಒಬ್ಬಂಟಿತನ ದೇವಿಯನ್ನು ನರಳಿಸಿತು, ಕೆರಳಿಸಿತು. ಅಕ್ಕನಂತೆ ನಾನು ಸಹ ಯಾರೊಂದಿಗಾದರೂ ಓಡಿ ಹೋಗುತ್ತೇನೆ ಈ ನರಕದಿಂದ? ಎಂದು ನಿರ್ಧರಿಸಿದ್ದಳು. 'ಅಕ್ಕನ ಗಂಡ ಸತ್ತದ್ದು ಯಾವುದೋ ರೋಗದಿಂದ, ಅಪ್ಪನ ಮಂತ್ರಶಕ್ತಿಯಿಂದಲ್ಲ' ಎಂದು ತೀರ್ಮಾನಿಸುತ್ತಿದ್ದಳು. ಅಪ್ಪ ಮನೆಯಲ್ಲಿ ಇಲ್ಲದಿದ್ದಾಗ ಬೇಲಿ ಬಳಿ ನಿಂತು ಸುಂದರವಾದ ಶ್ರೀಮಂತರಂತೆ ಕಾಣುವ ಯುವಕರನ್ನು ಆಕರ್ಷಿಸ ತೊಡಗಿದಳು. ಸವಿಗನಸು ಕಟ್ಟತೊಡಗಿದಳು. ಆದರೆ ಯುವಕರೆಲ್ಲ ಆಸೆಗಣ್ಣಿನಿಂದ ನೋಡುತ್ತಿದ್ದರೇ ಹೊರತು ಹತ್ತಿರ ಬರುವ ಧೈರ್ಯ ಮಾಡುತ್ತಿರಲಿಲ್ಲ. ದೇವಿಗೆ ತೀವ್ರ ನಿರಾಸೆ ರೊಚ್ಚು ಉಕ್ಕುತ್ತಿತ್ತು.

ಆದರೂ ದೇವಿಯ ಅದೃಷ್ಟಕ್ಕೆ ಅವಳಿಗೊಬ್ಬ ಗೆಳೆಯ ಸಿಕ್ಕ ಕೊನೆಗೆ. ಅವನು ಪಕ್ಕದ ಹಳ್ಳಿಯ ಹತ್ತೊಂಬತ್ತು ವರ್ಷಪ್ರಾಯದ ಭೈರ. ಕುರಿ ಮೇಕೆಗಳನ್ನು ಮೇಯಿಸುತ್ತಿದ್ದ. ತಲೆಯೊಳಗೆ ಜೇಡಿಮಣ್ಣಾದರೂ ಮೈ ತುಂಬಾ ಕಸುವಿತ್ತು. ಒಂದು ದಿನ ಮೇಕೆ ಎಂದು ದ್ವೀಪದ ತೋಟಕ್ಕೆ ನುಗ್ಗಿದಾಗ, ಒದ್ದು ಆಚೆ ಓಡಿಸಿ ಓಡಿ ಬಂದು ಭೈರನಿಗೆ ಬಾಯ್ತುಂಬಾ ಬೈದಳು ದೇವಿ, ಅಂದಿನಿಂದ ಪರಿಚಯವಾಗಿ, ಪರಿಚಯ ಸ್ನೇಹವಾಯಿತು. ದೇವಿಗೆ ತನ್ನ ನೋವು, ಕನಸು ತೋಡಿಕೊಳ್ಳಲು ಮನುಷ್ಯ ಪ್ರಾಣಿ ಎಂದು ಬೇಕಿತ್ತು. ಭೈರಾ ಸಿಕ್ಕ.

ಪ್ರತಿ ಮಧ್ಯಾಹ್ನ ಕುರಿ ಮೇಕೆಗಳನ್ನು ಎಲ್ಲಾದರೂ ದೂರ ಮೇಯಲು ಬಿಟ್ಟು, ಹೊಂಗೆ ತೋಪಿನಲ್ಲಿ ಕಾಯುತ್ತಿದ್ದ ಭೈರ, ದೇವಿಗಾಗಿ. ಅಪ್ಪ ಊರಲ್ಲಿಲ್ಲದ ದಿನ ಮನೆಗೆಲಸಗಳನ್ನೆಲ್ಲಾ, ಬೇಗ ಮುಗಿಸಿ, ಅಮ್ಮ ಮಲಗಿದ ಮೇಲೆ, ದೇವಿ ಕದ್ದೋಡುತ್ತಿದ್ದಳು. ಹೊಂಗೆ ತೋಪಿಗೆ, ಅಲ್ಲಿ ಹೊಂಗೆಯ ತಂಪು ನೆರಳಿನಲ್ಲಿ ಆರಾಮಾಗಿ ಮಲಗಿ ದೇವಿ, ರಾಜಕುಮಾರಿ, ಹತ್ತು ಮಾರು ದೂರದಲ್ಲಿ ಕುಳಿತ ಭೈರ, ಸೇವಕ. ರಾಜಕುಮಾರಿ ತಾನು ಕಲ್ಪಿಸುತ್ತಿದ್ದ ಕನಸುಗಳನ್ನೆಲ್ಲ ನನಸಿನ ಹಾಗೆ ಸೇವಕನಿಗೆ ವರ್ಣಿಸುತ್ತಿದ್ದಳು. ಅಂದು ತನ್ನ ನಲ್ಲ ತಡವಾಗಿ ಬಂದದ್ದು, ತಾನು ಮುನಿಸಿಕೊಂಡದ್ದು, ಅವನು ರಮಿಸಿದ್ದು, ಮುತ್ತಿನ ಹಾರ ಕೊಟ್ಟದ್ದು, ಮುತ್ತು ಕೊಟ್ಟದ್ದು. ಕೆಲವೇ ದಿನಗಳಲ್ಲಿ ಅವನೊಂದಿಗೆ ಈ ಬಂಧನದಿಂದ ಮುಕ್ತಳಾಗಿ ಓಡಿಹೋಗಿ ಮದುವೆಯಾಗಿ ಮಧುಚಂದ್ರಕ್ಕೆ ಬೃಂದಾವನ, ಊಟಿ, ಕಾಶ್ಮೀರ, ಎಲ್ಲಾ ತನ್ಮಯಳಾಗಿ ವರ್ಣಿಸುತ್ತಿದ್ದಳು.

ಸೇವಕ ಮೌನವಾಗಿ ಕುಳಿತು ಆಲಿಸುತ್ತಿದ್ದ. ಅವನ ಕಣ್ಣುಗಳಲ್ಲಿ ಉರಿಯುವ ನೋವು, ಬೆಂಕಿ, ದೇವಿಗೆ ಖುಷಿ. ಅವನ ಹಸಿದ ಹೆಬ್ಬುಲಿ ಹಸುವಿನ ಮಾಂಸವನ್ನು ನೋಡುವ ನೋಟ. ದೇವಿಗೆ ಚೆಲ್ಲಾಟ. ಬೇಕೆಂದೇ ಎದೆ ಸರುಗು ಜಾರಿಸಿ ಭೈರನ ಸಂಯಮಕ್ಕೆ ಚಾಟಿ ಏಟು ಕೊಡುತ್ತಿದ್ದಳು. ಮಾದಕ ನಗೆ,

ಆಹ್ವಾನದ ನೋಟಗಳಿಂದ ಹುಚ್ಚು ರೇಗಿಸುತ್ತಿದ್ದಳು... ಇಷ್ಟಾದರೂ ಇವಳು ರಾಜಕುಮಾರಿ, ಅವನು ಹೀನ ಸೇವಕ. ತಾನು ಕೊಟ್ಟಷ್ಟನ್ನೇ ಕೃಪೆಯಿಂದ ಅವನು ಸ್ವೀಕರಿಸಬೇಕು. ತಾನು ಮುಟ್ಟು ಎಂದಾಗ ಮಾತ್ರ ಕೈ ಮುಟ್ಟಬೇಕು, ಮೈ ಮುಟ್ಟಬೇಕು ಅಷ್ಟೆ. ಒಮ್ಮೆ ಒತ್ತಾದ ಆ ಹೊಂಗೆ ತೋಪಿನಲ್ಲಿ ಒಟ್ಟಾಗಿ ನಡೆಯುವಾಗ ಭೈರ ಎಡವಿ, ಮೈಗೆ ಮೈತಾಕಿದಕ್ಕೆ ಛಟೀರೆಂದು ಕೆನ್ನೆಗೆ ಕೊಟ್ಟು ಹೀನಮಾನ ಬೈದಿದ್ದಳು ದೇವಿ. ಕಣ್ಣೀರಿಟ್ಟು ಘೋರ ಗೈದವನಂತೆ ಕ್ಷಮೆಯಾಚಿಸಿದ್ದ ಭೈರ. ದೇವಿಯ ಮುಖದಲ್ಲಿ ಯಾವುದೋ ತೃಪ್ತಿಯ ನಗೆ, ಸೇಡಿನ ನಗೆ, ನಾಯಿಯಂತೆ ಪಳಗಿದ್ದ ಭೈರ ದೀನ ದೃಷ್ಟಿಯಿಂದ ನೋಡಿದಾಗ ದಿಗ್ವಿಜಯದ ನಗೆ ದೇವಿಯ ಕಣ್ಣು ತುಟಿಗಳಲ್ಲಿ.

ಇಂದೂ ಸಹ ಅಪ್ಪ ಊರಲ್ಲಿರಲಿಲ್ಲ. ಇಂದೇ ಹಿಂತಿರುಗುವ ಸಂಭವವೂ ಇರಲಿಲ್ಲ. ಆದ್ದರಿಂದ ದೇವಿ ವಾಡಿಕೆಯಂತೆ ಹೊಂಗೆ ತೋಪಿಗೆ ಹೋದಳು. ಆದರೆ ತೋಪಿನಲ್ಲೆಲ್ಲ ಹುಡುಕಿದರೂ ಪತ್ತೆ ಇಲ್ಲ. ಎತ್ತರದ ಮರಗಳನ್ನೇರಿ ಸುತ್ತಲೂ ನೋಡಿದಳು. ಹತ್ತಿರದೆಲ್ಲಲ್ಲೂ ಕುರಿ, ಮೇಕೆಗಳ ಹಿಂಡಾಗಲೀ, ಭೈರನಾಗಲಿ ಕಾಣಲಿಲ್ಲ. ಈಗ ಬರಬಹುದೆಂದು ಹೊಂಡದ ಹತ್ತಿರ ಹೊಂಗೆಯ ನೆರಳಲ್ಲಿ ಅಡ್ಡಾದಳು. ಕಣ್ಣು ಮುಚ್ಚಿ ಕಲ್ಪನೆಯ ಅಮರಾವತಿಯಲ್ಲಿ ನಲ್ಲನೊಡನೆ ವಿಹರಿಸತೊಡಗಿದಾಗ ಬಿಸಿಲಿನ ಝಳ ನಿದ್ರೆಯ ಬಲೆ ಬೀಸಿತ್ತು.

ಯಾಕೋ ದಿಗ್ಗನೆ ಎಚ್ಚರವಾಗಿ ದೇವಿ ಕಣ್ಣುಬಿಟ್ಟಾಗ ಎದುರಿಗೆ ಭೈರ! ದೇವಿಯ ಕೆನ್ನೆ, ತುಟಿಗಳಲ್ಲಿ ಯಾವುದೋ ಬಿಸಿ ಉರಿ. ಹೆದರಿಕೆಯಾಯಿತು. ಭೈರನ ಕಣ್ಣು ತುಟಿಗಳಲ್ಲಿ ಧಗಧಗನೆ ಉರಿಯುತ್ತಿದ್ದ ಆ ಬೆಂಕಿಯನ್ನು ಕಂಡು ದೇವಿ ಕಂಗಾಲಾದಳು. ತಟ್ಟನೆ ಎದ್ದು ಕೂಡಲು ಯತ್ನಿಸಿದಳು. ಅವಳ ಎರಡು ಭುಜಗಳನ್ನು ತನ್ನ ವಜ್ರಮುಷ್ಟಿಯಲ್ಲಿ ಹಿಡಿದು, ಹಸಿದ ಹೆಬ್ಬುಲಿಯಂತೆ ಮೇಲೆ ಬಿದ್ದ ಭೈರ, ಕೂಗಿಕೊಳ್ಳಲು ತೆರೆದ ದೇವಿಯ ಬಾಯನ್ನು ತನ್ನ ಬಾಯಿಂದ ಮುಚ್ಚಿದ. ಸ್ವಲ್ಪ ಹೊತ್ತು ವಿಲವಿಲ ಒದ್ದಾಡಿ ದೇವಿ ತೆಪ್ಪಗಾದಳು.

ಎದ್ದು ಕುಳಿತು, ಅಸ್ತವ್ಯಸ್ತವಾಗಿದ್ದ ಉಡುಪನ್ನು ಸರಿಪಡಿಸಿಕೊಂಡಳು ದೇವಿ, ಆರಾಮವಾಗಿ ಮಲಗಿದ್ದ ಭೈರನ ಕಣ್ಣಲ್ಲಿ ತೃಪ್ತಿ. ತುಟಿಯ ಮೇಲೆ ದಿಗ್ವಿಜಯದ ನಗೆಯಿತ್ತು. ದೇವಿಯ ರೋಷ ಸಿಡಿದೆದ್ದಿತು. ಕಣ್ಣಿಂದ ನೀರು ಚಿಮ್ಮಿತು. ತಟ್ಟನೆ ಎದ್ದವಳೇ ಹತ್ತಿರದಲ್ಲೇ ಬಿದ್ದಿದ್ದ ದೊಡ್ಡ ಕಲ್ಲು ಗುಂಡನ್ನು ಪ್ರಯಾಸದಿಂದ ಎತ್ತಿಕೊಂಡಳು. ನಿಶ್ಚಿಂತೆಯಿಂದ ಮಲಗಿದ್ದ ಭೈರ ಅನಿರೀಕ್ಷಿತ ಅನಾಹುತದ ಅರಿವಾಗಿ ಹೇಳಲು ಯತ್ನಿಸಿದ, ಆದರೆ ಅಷ್ಟರಲ್ಲಿ 'ಥೂ ನಾಯಿ, ಸಾಯಿ' ಎಂದವಳೇ ದೇವಿ ಬಲವೆಲ್ಲ ಪ್ರಯೋಗಿಸಿ ಕಲ್ಲು ಗುಂಡಿನಿಂದ ಭೈರನ ತಲೆಗೆ ಅಪ್ಪಳಿಸಿದಳು. ಕಿಮಕ್ಕೆನ್ನದೆ ಬಿದ್ದ ಭೈರ, ತಲೆ ಒಡೆದು ರಕ್ತ ದಳದಳ ಹರಿಯಿತು. ಸ್ವಲ್ಪವೇ ಹೊತ್ತು ವಿಲವಿಲ ಒದ್ದಾಡಿ ಸತ್ತ...

ಅಲ್ಲಾಡದೇ ಬಿದ್ದಿದ್ದ ಭೈರನ ದೇಹವನ್ನು ನೆಟ್ಟ ನೋಟದಿಂದ ದಿಟ್ಟಿಸುತ್ತ ನಿಂತಳು, ದೇವಿ ಬಹಳ ಹೊತ್ತು. ಅಪ್ಪಳಿಸಿದ ಕಲ್ಲು ಗುಂಡು ತನ್ನ ತಲೆಯನ್ನೇ ಸಿಡಿದಂತೆ ಅವಳಿಗೆ ದಿಗ್ಭ್ರಮೆಯಾಗಿತ್ತು. ಏನೂ ತೋಚದೆ ಮಂಕು ಕವಿದಿತ್ತು. ತುಂಬಾ ಹೊತ್ತಾದ ನಂತರ ವಸ್ತುಸ್ಥಿತಿಗೆ ಸ್ವಲ್ಪ ಸ್ವಲ್ಪವೇ ಎಚ್ಚರವಾಗತೊಡಗಿ, ಸುತ್ತಾ ಕಣ್ಣಾಡಿಸಿದಾಗ ಕತ್ತಲು ಕವಿದಿತ್ತು. ಮತ್ತೊಮ್ಮೆ ಭೀಕರವಾಗಿ ಬಿದ್ದಿದ್ದ ಭೈರನ ಹೆಣವನ್ನು ನೋಡಿದಾಗ, ತಾನೇ ಅದು ತಾನೇ ಮಾಡಿ ಮುಗಿಸಿದ ಘೋರ ಕೊಲೆಯ ಅರಿವಾಗಿ ಒಳಗೇ ಥರಥರ ನಡುಗಿದಳು. ಕೈ ಕೈ ಹಿಸುಕಿ ಕೊಂಡಳು. ಅಲ್ಲೇ ಕುಳಿತು ಎರಡು ಕೈಗಳಿಂದಲೂ ಮುಖ ಮುಚ್ಚಿಕೊಂಡು ಬಿಕ್ಕಿ ಬಿಕ್ಕಿ ಅತ್ತಳು. ಶೂನ್ಯದೃಷ್ಟಿಯಿಂದ ನೋಡಿದಳು. ಎದುರಿಗೆ ನಿಂತಿತ್ತು ಬೃಹದಾಕಾರದ ಬೆಟ್ಟ ಮೂಕ ಸಾಕ್ಷಿಯಂತೆ. ಏನೋ ಹೊಳೆದಂತಾಗಿ ಎದ್ದು ನಿಂತಳು. ಒಂದು ಕ್ಷಣ ಯೋಚಿಸಿ ಹಿಂಜರಿದಳು. ಆದರೆ ಮರುಕ್ಷಣವೇ ಹಿಂದೂಮುಂದೆ ಯೋಚಿಸದೆ ಓಡತೊಡಗಿದಳು ಬೆಟ್ಟದ ಕಡೆಗೆ.

***

ಮತ್ತೆ ಮೌನ ಕವಿದಾಗ ಸುತ್ತಲೂ ಕಪ್ಪು ಕತ್ತಲು, ವಾಚು ನೋಡಿದೆ, ಗಂಟೆ ಎಂಟು ಸಮೀಪಿಸುತ್ತಿತ್ತು. 'ಈಗೇನು ಮಾಡೋಣ?' ಎಂದೆ. ನನ್ನ ಪ್ರಶ್ನೆಗೆ ನನಗೇ ಆಶ್ಚರ್ಯವಾಯಿತು. ನಾನು ಈ ಕೊಲೆಯಲ್ಲಿ ಭಾಗಿ ಎನ್ನುವ ಹಾಗೆ! ನನಗೂ ಈ ಕೊಲೆಗೂ ಏನು ಸಂಬಂಧ? ನನಗೂ ದೇವಿಗೂ ಏನು ಸಂಬಂಧ? ಆದರೆ ದೇವಿಯ ಕಥೆ ಕೇಳಿದ ಮೇಲೆ ದೇವಿಯೆಲ್ಲೆಲ್ಲೋ ನಾನೂ ಇದ್ದೆ, ಈಗ ಈ ಕೊಲೆಯನ್ನು ಮುಚ್ಚಿಡುವುದು ನನಗೂ ಅಷ್ಟೇ ಅವಶ್ಯಕವಾಗಿತ್ತು. ದೇವಿ ಮೌನವಾಗಿದ್ದರೂ ಅವಳ ಮೊರೆ ನನಗೆ ಕೇಳುತ್ತಿತ್ತು. ಕಪ್ಪು ಕತ್ತಲೆಯಲ್ಲೂ ಅವಳ ಕಣ್ಣುಗಳಲ್ಲಿನ ಆರ್ತದೃಷ್ಟಿ ಕಾಣುತ್ತಿತ್ತು.

ಯೋಚಿಸತೊಡಗಿದೆ, ಮೊದಲು ಈ ಹೆಣವನ್ನು ಇಲ್ಲಿಂದ ದೂರ ಒಯ್ಯಬೇಕು. ಈ ಸ್ಥಳ ದ್ವೀಪಕ್ಕೆ ತೀರಾ ಹತ್ತಿರವಾಗಿದೆ. ಹೆಣವನ್ನು ಎಲ್ಲೇ ಒಗೆದರೂ ಪೊಲೀಸರು ಪತ್ತೆಗೆ ತೊಡಗುತ್ತಾರೆ ಆದ್ದರಿಂದ ಕೊಲೆಯೇ ಅಲ್ಲದಂತೆ ಮಾಡಬೇಕು. ಕೊಲೆಯಲ್ಲದಿದ್ದರೆ ಆತ್ಮಹತ್ಯೆ, ತಲೆಗೆ ಇಂಥ ಭಾರಿ ಪೆಟ್ಟಾಗಬೇಕಾದರೆ ಎತ್ತರದಿಂದ ಬಿದ್ದಿರಬೇಕು, ತುಂಬಾ ಎತ್ತರದಿಂದ, ಎತ್ತರವನ್ನು ಅಳೆಯಲು ಎತ್ತಿದ ಮುಖಕ್ಕೆ ಬೆಟ್ಟ ಕಂಡಿತು. ಬೆಟ್ಟದೊಂದಿಗೇ ಕಣ್ಮುಂದೆ ಸುಳಿಯಿತು, ನನ್ನ ಮಾಮೂಲು ಕೂಡುವ ಸ್ಥಳ, ಆ ಬಂಡೆ, ಆ ಪ್ರಪಾತ...

ಅದೇ ಸರಿಯೆಂದು ನಿಶ್ಚಯಿಸಿ, ನನ್ನ ಹಂಚಿಕೆಯನ್ನು ದೇವಿಗೆ ವಿವರಿಸಿದೆ. ತಲೆಯಾಡಿಸಿ ಒಪ್ಪಿದಳು. ಈಗ ಹೆಣವನ್ನು ಬೆಟ್ಟದ ಮೇಲಕ್ಕೆ ಹೊರ

ಬೇಕಾಗಿತ್ತು. ಪೆಟ್ಟು ಬಿದ್ದು ತುಂಬಾ ಹೊತ್ತಾದ್ದರಿಂದ ರಕ್ತ ಹೆಪ್ಪುಗಟ್ಟಿತ್ತಾದರೂ, ದಾರಿಯುದ್ದಕ್ಕೂ ರಕ್ತ ತೊಟ್ಟಿಕ್ಕದಂತೆ ಎಚ್ಚರ ವಹಿಸಲು ಹೆಣದ ರುಂಡಕ್ಕೆ ಬಟ್ಟೆ ಸುತ್ತ ಬೇಕಾಗಿತ್ತು. ಅದೃಷ್ಟಕ್ಕೆ ಅವನ ಟವೆಲ್ ಬಳಿಯಲ್ಲೇ ಬಿದ್ದಿತ್ತು. ಕಡ್ಡಿಗೀರಿ ನೋಡಿದೆ. ರಕ್ತ ಅದನ್ನು ಮುಟ್ಟಿರಲಿಲ್ಲ. ಹೆಣವನ್ನು ನಾನು ಎತ್ತಿಹಿಡಿದೆ. ದೇವಿ ಎಚ್ಚರಿಕೆಯಿಂದ ಹೆಣದ ರುಂಡಕ್ಕೆ ಟವೆಲ್ ಬಿಗಿದಳು. ಹೆಣವನ್ನು ಮರಕ್ಕೆ ಒರಗಿಸಿ ಬೆಂಕಿ ಕಡ್ಡಿಗಳ ಬೆಳಕಿನಲ್ಲಿ ನೆಲದ ಮೇಲೆ ಹರಿದಿದ್ದ ರಕ್ತದ ಮೇಲೆ ಮಣ್ಣು ಮುಚ್ಚಿದೆವು.

ಹೆಣವನ್ನು ನಾನು ಹೆಗಲ ಮೇಲೆ ಹೊತ್ತೆ. ದೇವಿ ಮುಂದೆ ನಡೆದಳು. ಕಪ್ಪು ಕತ್ತಲಿನಲ್ಲಿ ನಕ್ಷತ್ರಗಳ ಉಗುಳು ಬೆಳಕಿನಲ್ಲಿ ಎಡವುತ್ತಾ ಮುಗ್ಗರಿಸುತ್ತಾ ನಡೆದೆವು. ಹೆಣದ ಭಾರಕ್ಕೆ ಬಗ್ಗಿ, ಬೆವರಿ, ನಾನು ಏದುಸಿರು ಬಿಡುತ್ತಿದ್ದೆ. ಯಾರಾದರೂ ಇಲ್ಲಿ ಓಡಾಡುತ್ತಿದ್ದು ನೋಡಿ ಬಿಟ್ಟರೆ? ಎನ್ನುವ ಭಯ ಬೇರೆ ತಿನ್ನುತ್ತಿತ್ತು. ಆದರೆ ಕಪ್ಪುಗತ್ತಲು ನಮಗೆ ರಕ್ಷಾ ಕವಚವಾಗಿತ್ತು. ಅತಿ ಪ್ರಯಾಸದಿಂದ ಬೇಗ ಬೇಗನೆ ಬೆಟ್ಟದ ಬುಡ ಮುಟ್ಟಿದೆವು. ಅದರ ಮೇಲೆ ಹತ್ತುವುದರಲ್ಲಿ ನಮ್ಮ ಹೆಣ ಬಿದ್ದಿತ್ತು. ಅಂಗುಲ ಅಂಗುಲವನ್ನು ಕಣ್ಣಲ್ಲಿ ಕಣ್ಣಿಟ್ಟು ನೋಡುತ್ತಾ ತಡವುತ್ತಾ ತೆವಳುತ್ತಾ ಹತ್ತಬೇಕಿತ್ತು. ಸ್ವಲ್ಪ ಅಜಾಗರೂಕರಾದರು ಮೈಕೈ ಮುರಿಯುತ್ತಿದ್ದರೂ ಖಾತ್ರಿ. ಅಂತೂ ಇಂತೂ ಕೊನೆಗೊಮ್ಮೆ ನನ್ನ ಮಾಮೂಲು ಸ್ಥಳವನ್ನು ಮುಟ್ಟಿದಾಗ ಸಮಾಧಾನದ ನಿಟ್ಟುಸಿರು ಬಿಟ್ಟೆವು.

ಇಳಿಜಾರಿನಲ್ಲಿ ಹೆಜ್ಜೆಯ ಮೇಲೆ ಹೆಜ್ಜೆಯಿಟ್ಟು ನಡೆದು ಆ ಭಾರಿ ಬಂಡೆಗೆ ನಾನು ಆತು ನಿಂತೆ. ಹೆಣವನ್ನು ಹೆಗಲಿನಿಂದ ಇಳಿಸಿ ಬಂಡೆಗೆ ಆನಿಸಿ ಕೂಡಿಸಿದೆ. ದೇವಿಯನ್ನು ಕರೆದೆ. ತೆವಳುತ್ತಾ ತೆವಳುತ್ತಾ ಹತ್ತಿರ ಬಂದ ದೇವಿ ಹೆಣದ ರುಂಡಕ್ಕೆ ಬಿಗಿದಿದ್ದ ಟವಲನ್ನು ಬಿಚ್ಚಿಕೊಂಡು ಹಿಂತುರುಗಿ ಹೋಗಿ ದೂರ ನಿಂತಳು. ಈಗ ಹೆಣದ ಸೊಂಟವನ್ನು ಎರಡು ಕೈಗಳಿಂದಲೂ ಹಿಡಿದು, ಬಲವೆಲ್ಲಾ ಬಿಟ್ಟು ಅದನ್ನು ತಲೆಯಿಂದ ಮೇಲಕ್ಕೆ ಎತ್ತಿ ಹಿಡಿದೆ. ನಾಲ್ಕು ಹೆಜ್ಜೆ ಹಿಂದೆ ಬಂದು, ರಭಸವಾಗಿ ಮುನ್ನುಗ್ಗಿ ಹೋಗಿ, ಶಕ್ತಿಯನ್ನೆಲ್ಲ ಪ್ರಯೋಗಿಸಿ ಹೆಣವನ್ನು ಪ್ರಪಾತಕ್ಕೆ ಎಸೆದೆ, ಎಸೆದವನೇ ಮುನ್ನುಗ್ಗಿ ಬಂಡೆಯನ್ನು ಬಲವಾಗಿ ಅಪ್ಪಿ ಹಿಡಿದೆ. ಆಲಿಸಿದೆ ಆಳದಲ್ಲೆಲ್ಲೋ 'ದೊಪ್ಪ' ಎಂದು ಕ್ಷೀಣ ಶಬ್ದವಾಯಿತು. ಅಪ್ಪಿ ಹಿಡಿದ ಬಂಡೆ ಅಲ್ಲಾಡಿದಂತಾಯ್ತು. ಬಂಡೆಯೂ ಪ್ರಪಾತದಲ್ಲಿ ಉರುಳಿ ಬಿಡುವುದೋ ಎಂಬ ಭಯದಿಂದ ದಿಗ್ಭ್ರಾಂತನಾಗಿ ಹಿಂತಿರುಗಿ ಓಡಿ ದೇವಿಯನ್ನು ಬಿಗಿಯಾಗಿ ಎದೆಗವಚಿಕೊಂಡೆ.

–1968

4

ಒಂದು ಪ್ರೇಮದ ಕಥೆ

ಲಕ್ಷ್ಮಿಯಿಂದ ಪತ್ರ ಬಂತು, ಬರೆದಿದ್ದಳು, 'ನಾನು ಒಂದು ಕಾಲೇಜಿನಲ್ಲಿ ಸಂದರ್ಶನಕ್ಕೆಂದು ಶನಿವಾರ ಬೆಂಗಳೂರಿಗೆ ಬರಲಿದ್ದೇನೆ, ಸಂಜೆ ಐದು ಗಂಟೆಗೆ 'ಎಲೈಟ್' ಹೋಟೆಲಿನಲ್ಲಿ ನಿನಗಾಗಿ ಕಾದಿರುತ್ತೇನೆ, ಖಂಡಿತ ಬಂದು ಭೇಟಿಯಾಗು.'

ನನಗೆ ಲಕ್ಷ್ಮಿಯ ಪರಿಚಯವಾಗಿ ಕೆಲವೇ ತಿಂಗಳುಗಳಾಗಿದ್ದವು. ನಾವು ಭೇಟಿಯಾದದ್ದು ಬೆಂಗಳೂರಿನ ಒಂದು ಉಪಾಧ್ಯಾಯ ತರಬೇತಿ ಶಿಬಿರದಲ್ಲಿ. ಆಕೆ ಬೆಂಗಳೂರಿಗೆ ಸುಮಾರು ಅರವತ್ತು ಮೈಲಿ ದೂರದ ಒಂದು ಚಿಕ್ಕ ಪಟ್ಟಣದಲ್ಲಿ ಒಂದು ಖಾಸಗಿ ಇಂಗ್ಲಿಷ್ ಮಾಧ್ಯಮದ ಸಂಯುಕ್ತ ಪ್ರೌಢಶಾಲೆಯ ಮುಖ್ಯೋಪಾಧ್ಯಾಯಿನಿಯಾಗಿದ್ದಳು.

ನಮ್ಮ ಸ್ನೇಹ ಬಹು ಬೇಗ ಗಾಢವಾಗಿತ್ತು, ಕಾರಣ ನಮ್ಮಿಬ್ಬರಿಗೂ ಸಂಗೀತ, ಸಿನಿಮಾಗಳಲ್ಲಿದ್ದ ಸಮಾನ ಆಸಕ್ತಿ. ಆಕೆಗೆ ಮದುವೆಯಾಗಿ ಐದು ವರ್ಷದ ಒಬ್ಬ ಮಗನಿದ್ದ. ಅವನನ್ನು ಮದ್ರಾಸಿನ ಅವಳ ತಂದೆಯ ಮನೆಯಲ್ಲೇ ಓದಲು ಬಿಟ್ಟಿದ್ದರು. ಅವಳದ್ದು ಅಂತರ್ಜಾತೀಯ ವಿವಾಹವೆಂದು ನನಗೆ ತಿಳಿದಿತ್ತು. ಒಮ್ಮೆ ಆಕೆಯ ಗಂಡ ಶಂಕರನ್ ನಾಯರ್ ಸಹ ಭೇಟಿಯಾಗಿದ್ದ. ನೋಡಲು ಸುಂದರನಾಗಿದ್ದ ಆತನ ನೋಟ, ನಡವಳಿಕೆಯಿಂದಲೇ ಅವನು ಭಾವುಕನೆಂದೂ, ಅಂತರ್ಮುಖಿಯೆಂದೂ ಸ್ಪಷ್ಟವಾಗುತ್ತಿತ್ತು. ಆತನೂ ಸಹ ಆಕೆಯೊಂದಿಗೆ ಅದೇ ಶಾಲೆಯಲ್ಲಿ ಸಹೋಪಾಧ್ಯಾಯನಾಗಿದ್ದ, ಏಕೆಂದರೆ ಆಕೆ ಎಂ.ಎ. ಆತ ಬಿ.ಎ. ಮಾತ್ರಾ.

ಸದಾ ಸಿಗರೇಟು ಸೇದುತ್ತಿರುತ್ತಿದ್ದ ಆತ ನನ್ನನ್ನು ಭೇಟಿಯಾದಾಗ ಹೇಳಿದ್ದ, 'ನೀವು ಸಾಹಿತಿಯಂತೆ, ಚೆನ್ನಾಗಿ ಹಾಡ್ತೀರಂತೆ, ಲಕ್ಷ್ಮಿ ಯಾವಾಗಲೂ ನಿಮ್ಮ ಬಗ್ಗೆ ಹೇಳ್ತಾ ಇರ್ತಾಳೆ, ಒಮ್ಮೆ ನಮ್ಮೂರಿಗೆ ಬನ್ನಿ ನನಗೆ 'ತಲಾತ್ ಮತ್ತು ಮುಖೇಶರ ಹಾಡುಗಳೆಂದರೆ ತುಂಬ ಇಷ್ಟ.'

ನಾನು ಮತ್ತು ಲಕ್ಷ್ಮಿ ಸದಾ ಒಟ್ಟಿಗೆ ಇರುತ್ತಿದ್ದು, ಎಲ್ಲಾ ಕಡೆ ಒಟ್ಟಿಗೆ ಓಡಾಡುತ್ತಿದ್ದುದು, ನಮ್ಮ ಸಹಪಾಠಿಗಳಲ್ಲೇ ಅಲ್ಲದೆ ಪ್ರಾಧ್ಯಾಪಕರಲ್ಲೂ ಗುಸುಗುಸಕ್ಕೆ ಕಾರಣವಾಗಿತ್ತು. ನನ್ನಂಥ ಅವಿವಾಹಿತ, ಅಸಭ್ಯ ಯುವಕನೊಂದಿಗೆ ವಿವಾಹಿತೆಯಾದ ತಾಯಿಯಾದ, ನನಗಿಂತಲೂ ಕೊಂಚ ಹಿರಿಯಳಾದ ಆಕೆಯ ನಿಕಟ ಸಂಪರ್ಕ ಹಲವರಿಗೆ ನೀತಿಬಾಹಿರವಾಗಿ ಕಂಡಿದ್ದರೆ ಆಶ್ಚರ್ಯವೇನಿಲ್ಲ. ನಾನು ಹಲವಾರು ಬಾರಿ ಆಕೆಯನ್ನು ಕಾಣಲು ಅವಳ ಹಾಸ್ಟೆಲಿಗೆ ಬರುತ್ತಿದ್ದುದು, ಅಲ್ಲಿನ ವಾರ್ಡನ್ ಸಹಾ ನಮ್ಮನ್ನು ಸಂದೇಹದಿಂದ ನೋಡಲು ಕಾರಣವಾಗಿತ್ತು.

ಆದರೆ ನಮ್ಮಿಬ್ಬರ ನಡುವಿನ ಸಂಬಂಧ ಇಂದಿಗೂ ನನಗೆ ಸ್ಪಷ್ಟವಾಗಿಲ್ಲ, ನಾವು ಪರಸ್ಪರ ತುಂಬಾ ಪ್ರೀತಿಸುತ್ತಿದ್ದೆವು. ಒಟ್ಟಾಗಿದ್ದಾಗ ತುಂಬಾ ಖುಷಿಯಾಗಿರುತ್ತಿದ್ದೆವು. ಹಾಡುತ್ತಿದ್ದೆವು. ಹಲವಾರು ವಿಷಯಗಳ ಬಗ್ಗೆ ಚರ್ಚಿಸುತ್ತಿದ್ದೆವು, ಸಹಪಾಠಿಗಳಲ್ಲಿ ಅನೇಕರ ದಡ್ಡತನ, ಅಲ್ಪತನವನ್ನು ಗೇಲಿ ಮಾಡಿ ಗಹಗಹಿಸುತ್ತಿದ್ದೆವು. ಆದರೆ ನಮ್ಮ ಅಂತರಂಗಗಳನ್ನು, ಖಾಸಗಿ ಬದುಕನ್ನು ಪರಸ್ಪರ ತೋಡಿಕೊಂಡಿರಲಿಲ್ಲ.

ಶಿಬಿರ ಮುಗಿದು ನಾವು ಬೇರ್ಪಟ್ಟ ಮೇಲೂ ನಮ್ಮ ಸ್ನೇಹ ಕೊನೆಗೊಳ್ಳಲಿಲ್ಲ. ಆಕೆಯೇ ಮೊದಲು ಪತ್ರ ಬರೆದಳು. 'ನೀನೊಬ್ಬನೇ ನನಗೆ ಆಪ್ತ ಸ್ನೇಹಿತ. ನಿನ್ನೊಂದಿಗೆ ಕಳೆದ ಮುಗ್ಧ ಸಂತೋಷದ ಗಳಿಗೆಗಳನ್ನು ನಾನೆಂದಿಗೂ ಮರೆಯಲಾರೆ. ನಿನ್ನಲ್ಲಿ ನನಗೆ ಅಪಾರವಾದ ಪ್ರೀತಿ, ನಂಬಿಕೆ ಇದೆ. ಯಾಕೆಂದು ನನಗೆ ತಿಳಿಯದು. ನನ್ನ ಮನಸ್ಸನ್ನು, ದುಃಖಗಳನ್ನು ಗೊಂದಲಗಳನ್ನು ನೀನೊಬ್ಬನಾದರೂ ಅರ್ಥ ಮಾಡಿಕೊಳ್ಳಬಲ್ಲೆಯೆಂದು ನನಗೆ ಭರವಸೆಯಿದೆ. ಬೆಂಗಳೂರನ್ನು, ಅಲ್ಲಿನ ಸ್ವತಂತ್ರ ನಿರಾತಂಕ ಪರಿಸರವನ್ನು ಖುಷಿಗಳನ್ನು, ನಿನ್ನ ಚೇತೋಹಾರಿ ಸ್ನೇಹವನ್ನು ಬಿಟ್ಟು ಈ ಖಂಡೀಪುರವೆಂಬ ಶಿಖಂಡಿಗಳ ಪಟ್ಟಣಕ್ಕೆ ವಾಪಸ್ಸಾಗಿ, ಇಲ್ಲಿನ ದುರ್ಭರ ಒಬ್ಬಂಟಿತನ, ಏಕತಾನತೆಯಿಂದ ಉಸಿರುಕಟ್ಟಿ ಸಾಯುವಂತಾಗಿದೆ. ಕಡೇ ಪಕ್ಷ ನಿನ್ನ ಪತ್ರಗಳಿಂದಾದರೂ ಈ ಅನಿಷ್ಟಗಳನ್ನು ಕೊಂಚ ಸಹಿಸಲು ಸಾಧ್ಯವಾದೀತು. 'ಆದ್ದರಿಂದ ಕೂಡಲೇ ಉತ್ತರಿಸು.' ಹೀಗೆ ಪ್ರಾರಂಭವಾಯಿತು ನಮ್ಮ ಪತ್ರ ವ್ಯವಹಾರ. ಅವಳನ್ನು ಪತ್ರದಲ್ಲಿ ಹೇಗೆ ಸಂಬೋಧಿಸಬೇಕೆಂಬುದೇ ಗೊಂದಲವಾದಾಗ, 'ಪ್ರಿಯ ಮೇಡಂ' ಎಂದು ಬರೆಯುತ್ತಿದ್ದೆ. ಆದರೆ ಅವಳು

ಮಾತ್ರ 'ಪ್ರಿಯ ಚಂದ್ರು' ಎಂದೇ ಬರೆಯುತ್ತಿದ್ದಳು. ತನ್ನ ಪತ್ರಗಳ ತುಂಬ ಆಕೆ ತನ್ನ ನಿರಾಸೆ, ದುಃಖ, ಒಬ್ಬಂಟಿತನ, ತನ್ನ ಚಿಕ್ಕ ಪಟ್ಟಣದ ನಿರ್ಜೀವ ಬದುಕು, ಶಾಲೆಯ ಕೆಲಸದ ಏಕತಾನ, ತನ್ನ ಗಂಡನ ಅನಾರೋಗ್ಯ, ಸಿಗರೇಟು, ಚಟ ಇತ್ಯಾದಿ ಬರೆದರೂ, ತನ್ನ ಆಳದ ನೋವಿನ ನಿಜವಾದ ಕಾರಣವನ್ನು ಮಾತ್ರ ಹೊರಗೆಡಹಿರಲಿಲ್ಲ.

ಅಂದು 'ಎಲೈಟ್'ನಲ್ಲಿ ಭೇಟಿಯಾದಾಗ ಸಂದರ್ಶನದ ಬಗ್ಗೆ ಕೇಳಿದೆ, 'ಎಲ್ಲ ಮಾಮೂಲು, ನನಗೆ ಕನ್ನಡ ಬರದಿರುವುದರಿಂದ ಕೆಲಸ ಸಿಕ್ಕದಿರುವುದು ಖಾತ್ರಿ' ಎಂದಳು. 'ಕತ್ತು ಕಿವಿಚುವ ಆ ದರಿದ್ರ ಶಿಖಂಡಿಪುರದಿಂದ ನನಗೆ ವಿಮುಕ್ತಿಯೇ ಇಲ್ಲವೆಂದು ತೋರುತ್ತೆ' ಎಂದು ಪೆಚ್ಚಾದಳು. ತಿಂಡಿ ತಿಂದು ಆಟೋಲಿ ಕಬ್ಬನ್ ಪಾರ್ಕಿಗೆ ಹೋಗಿ, ನಿರ್ಜನವಾದ ಒಂದು ಜಾಗದಲ್ಲಿ ಕೂತೆವು. ನಿಧಾನವಾಗಿ ಕತ್ತಲು ಕವಿಯುತ್ತಿತ್ತು. ಸುತ್ತಲಿನ ಮರಗಳ ತುಂಬ ಹಕ್ಕಿಗಳ ಗುಲ್ಲು ತುಂಬಿತ್ತು.

ಮೌನ ಮುರಿದು ಲಕ್ಷ್ಮಿ ಹೇಳಿದಳು–'ನೀನು ಬರ್ತೀಯೋ ಇಲ್ಲವೋ ಎಂದಿದ್ದೆ. ನೀನು ಬಂದಿದ್ದು ನನಗೆ ತುಂಬಾ ಸಂತೋಷವಾಯಿತು. ನನ್ನ ಬಗ್ಗೆ ಪ್ರೀತಿಯಿರುವ ವ್ಯಕ್ತಿ ನೀನೊಬ್ಬನಾದರೂ ಇದ್ದೀಯಲ್ಲ' ನಾನು ಕೇಳಿದೆ. 'ಯಾಕೆ, ನನ್ನ ಬಗ್ಗೆ ನಂಬಿಕೆಯಿರಲಿಲ್ಲವಾ, ಮೇಡಂ?' ಅವಳೆಂದಳು, 'ನೋಡು ನನ್ನನ್ನು 'ಮೇಡಂ' 'ಮೇಡಂ' ಎಂದು ಕರೆಯಬೇಡ, ಶಾಲೆಯಲ್ಲಿ ಊರಲ್ಲಿ ಎಲ್ಲರಿಂದಲೂ ಹಾಗೆ ಕರೆಸಿಕೊಂಡು ನನಗೆ ಸಾಕಾಗಿದೆ. ಹಾಗೆ ಕರೆದಾಗಲೆಲ್ಲ ನಾನು ಮುದುಕಿಯೇನೋ ಅನ್ನಿಸುತ್ತೆ' ನಾನು ಕೇಳಿದೆ, 'ಹಾಗಾದರೆ ಏನೆಂದು ಕರೆಯಲಿ?' ಅವಳೆಂದಳು, 'ಏನೆಂದು ಬೇಕಾದರೂ ಕರಿ, ಲಕ್ಷ್ಮಿ ಅನ್ನು, ಏನು ಕೊಳ್ಳೆ ಹೋದದ್ದು?' ಆದರೂ ಕೂಡಲೇ ಹಾಗೆನ್ನಲು ನನಗೆ ಸಂಕೋಚವಾಯಿತು. ಅವಳೆಂದಳು, 'ನೋಡು, ಇಂದು ಬೆಳಿಗ್ಗೆ ಈ ಊರಲ್ಲೇ ಇರುವ ನನ್ನ ತಂಗಿಯ ಮನೆಗೆ ಹೋಗಿದ್ದೆ, ಅವಳು ಇಲ್ಲೇ ನಮ್ಮ ಸಂಬಂಧಿಕನಾದ ಒಬ್ಬ ಬ್ರಾಹ್ಮಣನನ್ನು ಮದುವೆಯಾಗಿದ್ದಾಳೆ. ನನ್ನನ್ನು ಕಂಡ ಕೂಡಲೇ ಅವಳು ಕೇಳಿದ್ದೇನು ಗೊತ್ತ? ನಿಮ್ಮೂರಲ್ಲಿ ಹುಣಸೇಹಣ್ಣು ಬಹಳ ಸಲೀಸಂತಲ್ಲ, ತರಬಾರದಿತ್ತಾ? ಎಂದು. ನನ್ನ ಯೋಗಕ್ಷೇಮ ವಿಚಾರಿಸಲಿಲ್ಲ, ನಾನು ಎಲ್ಲರಿಗೂ ಬೇಡವಾಗಿಬಿಟ್ಟೆ 'ಹೀಗೆಂದು ಬಿಕ್ಕಿ ಬಿಕ್ಕಿ ಅಳತೊಡಗಿದಳು. ನನಗೆ ಏನು ಮಾಡುವುದಕ್ಕೂ ದಿಕ್ಕೇ ತೋಚಲಿಲ್ಲ. ಅವಳ ಕೈ ಹಿಡಿದು, 'ಸಮಾಧಾನ ಮಾಡಿಕೊ, ನೀನು ಬೇಕಾಗಿರುವವನು ನಾನಿದ್ದೇನಲ್ಲ' ಎಂದೆ. ಅವಳು ನನ್ನ ಕೈ ಬಿಗಿಯಾಗಿ ಬಿಡಿದು, 'ಚಂದ್ರು, ನಾನು ಅನಾಥೆಯಾಗಿ ಬಿಟ್ಟಿದ್ದೇನೆ, ನೀನಾದರೂ ನನ್ನನ್ನು ನಿಜವಾಗಿ ಪ್ರೀತಿಸುತ್ತೀಯಲ್ಲ?' ಎಂದು ದೀನಳಾಗಿ ಕೇಳಿದಳು, 'ನಿನ್ನಾಣೆಗೂ' ಎಂದೆ.

ಅವಳು ಸಮಾಧಾನಗೊಂಡ ಮೇಲೆ ಕೇಳಿದೆ, 'ತಪ್ಪು ತಿಳಿಯಬೇಡ, ನಿನ್ನ ಗಂಡ ನಿನ್ನನ್ನು ಪ್ರೀತಿಸುವುದಿಲ್ಲವೆ?' ಅವಳು ಹೇಳಿದಳು–ಹತ್ತು ವರ್ಷಗಳ ನಮ್ಮ ದಾಂಪತ್ಯ ಜೀವನದ ನಂತರ ಪ್ರೀತಿ ಒಂದು ಸವಕಲು ನಾಣ್ಯವಾಗಿದೆ. ಕಾಲದ ಈ ಕ್ರೂರ ಪ್ರವಾಹದಲ್ಲಿ ಎಂಥೆಂಥ ಸುಮಧುರ ಭಾವನೆಗಳೂ ಹೇಗೆ ಗೊಡ್ಡಾಗಿ ಬಿಡುತ್ತವೆ ನೋಡು! ಆತ ಈಗಲೂ ನನ್ನನ್ನು ಪ್ರೀತಿಸುತ್ತಿರಬಹುದು. ಆದರೆ ಹತ್ತು ವರ್ಷಗಳ ಹಿಂದಿನ ತೀವ್ರತೆ ತಲ್ಲೀನತೆ ಈಗೆಲ್ಲಿ.' ನಾನು ಹೇಳಿದೆ, 'ನೋಡು, ಲಕ್ಷ್ಮಿ, ನಾನು ಎಂದೂ ನಿನ್ನ ಖಾಸಗಿ ಜೀವನದ ಬಗ್ಗೆ ಕೆದಕಿದವನಲ್ಲ, ಆದರೆ ನೀನು ಹೀಗೆ ಎಲ್ಲಾ ಯಾತನೆಗಳನ್ನು ಮನಸ್ಸಿನಲ್ಲಿ ಅದುಮಿಡುತ್ತಿದ್ದರೆ ಹುಚ್ಚಿಯಾಗಿ ಬಿಡುತ್ತೀ. ಆದ್ದರಿಂದ ನನ್ನಲ್ಲಿ ನಿನಗೆ ನಂಬಿಕೆಯಿದ್ದರೆ ಎಲ್ಲಾ ಹೇಳಿಕೊಂಡು ಬಿಡು, ಹೃದಯ ಹಗುರಾಗುತ್ತೆ' ಅವಳಂದಳು 'ಹೌದು ಚಂದ್ರು, ನಾನು ಇಂದು ನಿನ್ನನ್ನು ಇಲ್ಲಿಗೆ ಬರ ಹೇಳಿದ್ದು ಅದಕ್ಕಾಗಿಯೇ, ಈ ಯಾತನೆಗಳಿಂದ ವಿಮೋಚನೆ ಪಡೆಯಲಿಕ್ಕಾಗಿಯೇ ಇಂದು ನನ್ನ ಒಳಗನ್ನೆಲ್ಲಾ ನಿನ್ನ ಮಂದೆ ತೆರದಿಟ್ಟು ಬಿಡುತ್ತೇನೆ.'

ಅವಳ ಕಥೆ ಹೀಗಿತ್ತು: ಲಕ್ಷ್ಮಿ ಮತ್ತು ಶಂಕರನ್ ಮದ್ರಾಸಿನಲ್ಲಿ ಅಕ್ಕ ಪಕ್ಕದ ಮನೆಯವರು. ಇವಳು ಬ್ರಾಹ್ಮಣ ಮನೆತನದವಳು, ಅವನು ನಾಯರ್, ಆದರ ಮೊದಲಿನಿಂದ ಒಟ್ಟಿಗೆ ಸಲಿಗೆಯಲ್ಲಿ ಬೆಳೆದು, ಪ್ರಾಯದಲ್ಲಿ ಪ್ರೇಮಿಗಳಾದರು. ಓದಿನಲ್ಲಿ ಇವಳು ಸದಾ ಮುಂದೆ, ಅವನು ಹಿಂದೆ. ಇವಳು ಎಂ. ಎ, ಪ್ರಥಮ ಶ್ರೇಣಿಯಲ್ಲಿ ಪಾಸಾದಾಗ, ಅವನಿನ್ನೂ ಬಿ.ಎ.ಲಿ ಕುಂಟುತ್ತಿದ್ದ. ಆದರೂ ಅವರಲ್ಲಿ ಪರಸ್ಪರ ಪ್ರೇಮವೇನೂ ಕುಗ್ಗಲಿಲ್ಲ. ಇವರ ಪ್ರೇಮ ಮೊದಲಿಂದಲೂ ಬಹಿರಂಗ ರಹಸ್ಯವಾಗಿತ್ತು. ಇವಳ ತಂದೆ ವಿದ್ಯಾವಂತ ಹಾಗೂ ವಿವೇಕಿಯಾದ್ದರಿಂದ ಮನೆಯಲ್ಲಿ ಇತರರ ವಿರೋಧವಿದ್ದರೂ ಮಗಳ ಆಸೆಗೆ ಅಡ್ಡಿ ಬರಲಿಲ್ಲ. ಶಂಕರನ ತಂದೆಗೂ ಲಕ್ಷ್ಮಿಯೆಂದರೆ ತುಂಬಾ ಅಕ್ಕರೆ, ಅವರು ಎಷ್ಟೋ ಬಾರಿ ಅವಳಿಗೆ ಬುದ್ಧಿ ಹೇಳಿದ್ದುಂಟು. 'ಈ ಶಂಕರನ್ ನಿಷ್ಪ್ರಯೋಜಕ, ಬರೀ ಕನಸುಗಾರ, ಇವನನ್ನು ಕಟ್ಟಿಕೊಳ್ಳಬೇಡ. ನೀನು ಖಂಡಿತ ಸುಖ ಪಡುವುದಿಲ್ಲ' ಎಂದು, ಕೊನೆಗೂ ಶಂಕರನ್ ಬಿ.ಎ. ಮುಗಿದ ಮೇಲೆ ಅವರಿಬ್ಬರೂ ನಾಯರ್ ಸಂಪ್ರದಾಯದಂತೆ ಮದುವೆಯಾದರು. ನಂತರ ಕೆಲಸದ ಬೇಟೆಯಲ್ಲಿ ಬೆಂಗಳೂರಿಗೆ ಬಂದರು. ಅಲ್ಲಿ ನಾಯರನ ಗೆಳೆಯನೊಬ್ಬನ ಮನೆಯಲ್ಲಿದ್ದುಕೊಂಡು ಕೆಲಸದ ಬೇಟೆಗೆ ತೊಡಗಿ ಬೇಸತ್ತರು. ಅದೂ ಇದೂ ಚಿಲ್ಲರೆ ಕೆಲಸಗಳು ಸಿಕ್ಕಿದವು, ಹೋದವು, ಕೆಲವನ್ನು ಇವರೇ ಬಿಟ್ಟರು, ಕೆಲವನ್ನು ಬಿಡಬೇಕಾಯಿತು. ಈ ನಡುವೆ ಅವರಿಗೆ ಒಂದು ಗಂಡು ಮಗುವಾಯಿತು. 'ಉದಯ' ಎಂದು ಹೆಸರಿಟ್ಟರು. ಅವರಿಗೆ ಆಶೋದಯವಾದಂತೆ 'ಖಂಡೀಪುರ'ದಲ್ಲಿ ಒಂದು ಇಂಗ್ಲಿಷ್ ನರ್ಸರಿ ಪ್ರಾರಂಭವಾಗಲಿದ್ದು,

ಕೆಲಸಗಳಿಗೆ ಜಾಹೀರಾತು ಬಂದಿತು. ದೂರದ ಆ ಚಿಕ್ಕ ಊರಲ್ಲಿ ಇವರಿಗೆ ಹೆಚ್ಚಿನ ಪ್ರತಿಸ್ಪರ್ಧಿಗಳಿಲ್ಲದೆ ಲಕ್ಷ್ಮಿಗೆ ಮುಖ್ಯೋಪಾಧ್ಯಾಯನೀಯ ಮತ್ತು ನಾಯರ್‌ಗೆ ಸಹೋಪಾಧ್ಯಾಯನ ನೌಕರಿ ಸಿಕ್ಕಿದವು. ಇವರು ಹುರುಪಿನಿಂದ ದುಡಿದು, ನರ್ಸರಿ ಪ್ರಾಥಮಿಕವಾಗಿ, ಮಾಧ್ಯಮಿಕವಾಗಿ, ಈಗ ಸಂಯುಕ್ತ ಪ್ರೌಢಶಾಲೆಯಾಗುವ ಹಂತಕ್ಕೆ ತಂದಿದ್ದರು.

ಮೊದಲಲ್ಲಿ ಶಾಲೆಯ ಕೆಲಸದಲ್ಲಿ, ದಾಂಪತ್ಯ ಜೀವನದಲ್ಲಿ ಉತ್ಸಾಹ ತುಂಬಿತ್ತು. ಸಂಬಳವೂ ಸಾಕಷ್ಟು ಬರುತ್ತಿತ್ತು, ತಿಂಗಳಿಗೆ ಸರಿಯಾಗಿ, ಆದರೆ ಆ ಊರಿನಲ್ಲಿ ಇವರ ಸಂಬಂಧಿಕರು ಯಾರೂ ಇಲ್ಲದಿದ್ದುದರಿಂದ, ಇಂಗ್ಲಿಷ್ ಬಲ್ಲವರು ತೀರಾ ಕಡಿಮೆ ಇದ್ದುದರಿಂದ, ಜೊತೆಗೆ ನಾಯರ್ ಸಂಕೋಚದ ಮನುಷ್ಯನಾದ್ದರಿಂದ ಇವರ ಗೆಳೆಯರ ಬಳಗ ಬಹಳ ಬೆಳೆಯಲಿಲ್ಲ. ಆದರೂ ಇವರ ಪ್ರೇಮದ ಬಟ್ಟಲು ಇನ್ನೂ ಬರಿದಾಗಿರಲಿಲ್ಲವಾದ್ದರಿಂದ ಅದರ ನಿಶೆಯಲ್ಲಿ ಇತರ ಎಲ್ಲಾ ಕೊರತೆಗಳೂ ಕ್ಷುಲ್ಲಕವಾಗಿ ಕಂಡಿದ್ದವು.

ಕ್ರಮೇಣ ತೊಂದರೆಗಳು ಶುರುವಾದವು. ಉದಯ ಕೊಂಚ ಬೆಳೆದ ನಂತರ ಈ ಊರಿನಲ್ಲಿದ್ದರೆ ಅವನ ಮಾನಸಿಕ ಬೆಳವಣಿಗೆ ಕುಂಠಿತವಾಗುತ್ತದೆಂದು ಅವನನ್ನು ಮದ್ರಾಸಿನಲ್ಲಿ ತಂದೆಯ ಮನೆಯಲ್ಲಿ ಬಿಟ್ಟರು. ನಂತರ ಅವರಿಗೆ ಮಕ್ಕಳಾಗಲಿಲ್ಲ. ಬಾಳು ಯಾಂತ್ರಿಕ, ನೀರಸವಾಗತೊಡಗಿತು. ಆ ಊರಿನ ಬಹಳಷ್ಟು ಜನ ಕೇವಲ ವ್ಯಾಪಾರೀ ಮನೋವೃತ್ತಿಯ ಡಂಬಾಚಾರಿಗಳಾಗಿದ್ದು, ಸಾಂಸ್ಕೃತಿಕ ಚಟುವಟಿಕೆಗಳಿಗೆ ಆಸ್ಪದವೇ ಇರಲಿಲ್ಲ. ರೋಟರಿ, ಲಯನ್ಸ್ ಇತ್ಯಾದಿ ಸಂಘಗಳನ್ನು ಕಟ್ಟಿಕೊಂಡು ಸಭೆಗಳಲ್ಲಿ ತಮ್ಮ ಸಂಪತ್ತಿನ, ವೈಭವದ ಪ್ರದರ್ಶನಗಳಲ್ಲಿ ಪೈಪೋಟಿ ನಡೆಸುತ್ತಿದ್ದರು. ಇದ್ದ ಒಂದೇ ಒಂದು ಸಿನಿಮಾ ಮಂದಿರದಲ್ಲಿ ಸದಾ ಮೂರನೇ ದರ್ಜೆಯ ಸಿನಿಮಾಗಳೇ ಪ್ರದರ್ಶಿತವಾಗುತ್ತಿದ್ದವು. ಇವರು ಆಗಾಗ ಬೆಂಗಳೂರಿಗೆ ಹೋಗಿ ಬರುತ್ತಿದ್ದರಾದರೂ ಬಹಳ ಖರ್ಚಾಗುತ್ತಿದ್ದುದರಿಂದ ಈ ಪ್ರವಾಸಗಳು ಕ್ರಮೇಣ ವಿರಳವಾದವು.

ಬರುಬರುತ್ತಾ ನಾಯರ್ ಹೆಚ್ಚು ಹೆಚ್ಚು ಮೌನಿಯಾಗುತ್ತಿದ್ದ. ಶಾಲೆಯ ಕೆಲಸ ಮುಗಿದ ಕೂಡಲೇ ಮನೆಗೆ ಹಿಂತಿರುಗಿ, ಆರಾಮ ಕುರ್ಚಿ ಒರಗಿ, ಸಿಗರೇಟ್ ಸುಡುತ್ತಾ, ರೇಡಿಯೋಲಿ 'ವಿವಿಧ ಭಾರತಿ'ಯ ಹಿಂದಿ ಹಾಡುಗಳನ್ನು ರಾತ್ರಿ ಮಲಗುವ ತನಕ ಕೇಳುತ್ತಿದ್ದ. ಸದಾ ದುಃಖಭರಿತ ಭಗ್ನಪ್ರೇಮದ ತಲಾತ್ ಅಥವಾ ಮುಖೇಶರ ಹಾಡುಗಳನ್ನು ಗುಣುಗುಣಿಸುತ್ತಿದ್ದ, ಅವನನ್ನು ಕಂಡರೆ ಲಕ್ಷ್ಮಿಗೆ 'ಅಯ್ಯೋ' ಅನಿಸುತ್ತಿತ್ತು.

ಈ ನಡುವೆ ಶಾಲೆಯಲ್ಲೂ ರಾಜಕೀಯ ಪ್ರಾರಂಭವಾಗಿತ್ತು. ಈಗ ಶಾಲೆ ಸುಭದ್ರ ತಳಹದಿಯ ಮೇಲೆ ಸುವ್ಯವಸ್ಥಿತವಾಗಿ ಬೆಳೆಯುತ್ತಿದ್ದುದರಿಂದ

ಶಾಲೆಯ ಆಡಳಿತ ವರ್ಗದವರಿಗೆ ಪರಕೀಯರು ಶಾಲಾಡಳಿತದ ಪ್ರಮುಖ ಸ್ಥಾನಗಳಲ್ಲಿರುವುದು ಅಷ್ಟು ಹಿತವಾಗಿ ಕಾಣುತ್ತಿರಲಿಲ್ಲ. ಜೊತೆಗೆ 'ಕಾರ್ಯಕಾರಿ ಸಮಿತಿಯ' ಅಧ್ಯಕ್ಷನಾದ ಸಾಹುಕಾರನಿಗೆ ಲಕ್ಷ್ಮಿಯ ಮೇಲೆ ಮೊದಲಿನಿಂದಲೂ ಒಂದು ಕಣ್ಣಿತ್ತು. ಅವನ ಸೂಚನೆ, ಪ್ರಲೋಭನೆಗಳಿಗೆ ಇವಳು ಅನುಕೂಲಕರ ಪ್ರತಿಕ್ರಿಯೆ ತೋರದ್ದರಿಂದ ಅವನು ಒಳಗೇ ಕ್ಷುದ್ರನಾಗಿದ್ದ. ಅವನ ಕೀಲುಗೊಂಬೆಯಾಗಿದ್ದ ರಾಮಸ್ವಾಮಿಯೆಂಬ ಒಬ್ಬ ನಾಲಾಯಕನಿಗೆ ಶಾಲೆ ಮುಖ್ಯೋಪಾಧ್ಯಾಯ ಪಟ್ಟ ಕಟ್ಟಲು ಕುತಂತ್ರಗಳು ನಡೆಯುತ್ತಿದ್ದವು. ಹೇಗಾದರೂ ಮಾಡಿ ಈ ಪರಕೀಯರನ್ನು ಊರಿಂದ ಹೊರಡಿಸಲು ಅವರು ಅವಕಾಶಕ್ಕಾಗಿ ಕಾಯುತ್ತಿದ್ದರು,

ಚಮಚ ರಾಮಸ್ವಾಮಿ ಕುಳ್ಳಗಿನ, ಡೊಳ್ಳು ಹೊಟ್ಟೆಯ ವ್ಯಕ್ತಿ. ರಸಾಯನ ಶಾಸ್ತ್ರದ ಮೇಷ್ಟರು. ಎಲ್ಲೋ ಕೂಲಿಗಳ ಮೇಸ್ತ್ರಿಯಾಗಗಬೇಕಿದ್ದವನು ದಾರಿ ತಪ್ಪಿ ಉಪಾಧ್ಯಾಯನಾಗಿ ಬಿಟ್ಟಿದ್ದ, ಹೊಲಸು ಬಾಯಿ, ತನ್ನ ದಡ್ಡತನ ಮತ್ತು ಮಾಸ್ತರಿಕೆಯಲ್ಲಿ ತನ್ನ ಅಸಾಮರ್ಥ್ಯ ಮುಚ್ಚಿಟ್ಟುಕೊಳ್ಳಲು ವಿದ್ಯಾರ್ಥಿಗಳ ಮೇಲೆ ಸದಾ ಜಬರ್ದಸ್ತನ್ನ ಚಲಾಯಿಸುತ್ತಿದ್ದ, ಆದರೆ ವಿದ್ಯಾರ್ಥಿಗಳಿಗೆ ಆತನೆಂದರೆ ಒಂದು ಗೇಲಿಯ ವಸ್ತು. ಅವನ ಡೊಳ್ಳು, ತುಂತುರು ಬಾಯಿ, ರೇಗು ಕೂಗು ಎಲ್ಲ ಹುಡುಗರ ಅಪಹಾಸ್ಯಕ್ಕೆ ಕಿಚಾವಣೆಗೆ ಸಾಮಗ್ರಿಗಳಾಗಿದ್ದವು, ನಾಯರ್ ದಂಪತಿಗಳ ಬಗ್ಗೆ 'ಹುಡುಗರಿಗಿದ್ದ ಒಲವು ಗೌರವಗಳನ್ನು ಕಂಡು ಹೊಟ್ಟೆಉರಿಯಲ್ಲಿ ಬೇಯುತ್ತಿದ್ದ ಹಲವರಲ್ಲಿ ಇವನು ಮೊದಲಿಗನಾಗಿದ್ದ, ತಾನು ಶಾಲೆಯ ಮುಖ್ಯೋಪಾಧ್ಯಾಯನಾಗುವ ಹಾದಿಯಲ್ಲಿ ಕಂಟಕಪ್ರಾಯರಾಗಿದ್ದ ಇವರಿಬ್ಬರನ್ನು ಕೆಡವಲು ಇವನು ಶಕುನಿಯಂತೆ, ಇಯಾಗೋನಂತೆ ಒಳಗೇ ಕುತಂತ್ರ ಮಸೆಯುತ್ತಿದ್ದ.

ಮಾರ್ಗರೆಟ್ ಎಂಬ ಹುಡುಗಿಯನ್ನು ಲಕ್ಷ್ಮಿ ಮನೆಗೆಲಸಕ್ಕಾಗಿ ಇಟ್ಟುಕೊಂಡಿದ್ದಳು. ಅವಳ ತಂದೆ ತಾಯಿಯರು ಕಡು ಬಡವರಾಗಿದ್ದರಿಂದ, ಅವಳನ್ನು ತನ್ನ ಶಾಲೆಯಲ್ಲೇ ಸೇರಿಸಿಕೊಂಡು, ಅವಳ ಓದಿನ ವೆಚ್ಚವನ್ನೆಲ್ಲಾ ತಾನೇ ಹೊತ್ತಿದ್ದಳು. ಆ ಹುಡುಗಿ ಇವರ ಮನೆ ಸೇರಿದಾಗ ಎಂಟು ವರ್ಷದ ಪುಟ್ಟ ಹುಡುಗಿ. ಈಗ ಹದಿನೈದರ ದಾವಣಿಯ ತರುಣಿಯಾಗಿದ್ದಳು, ಲಕ್ಷ್ಮಿ ಮತ್ತು ನಾಯರ್ ಇಬ್ಬರಿಗೂ ಅವಳೆಂದರೆ ತುಂಬಾ ಮಮತೆ, ಅಕ್ಕರೆ, ಪ್ರೀತಿಗೆ 'ಮಾರ್ಗಿ' ಎಂದು ಕರೆಯುತ್ತಿದ್ದರು, ಅವಳು ಇವರನ್ನು 'ಆಂಟಿ', 'ಅಂಕಲ್' ಎನ್ನುತ್ತಿದ್ದಳು. ತಮಿಳು ಮತ್ತು ಇಂಗ್ಲಿಷಿನಲ್ಲಿ ನಿರರ್ಗಳವಾಗಿ ಮಾತನಾಡುತ್ತಿದ್ದಳು. ಎಣ್ಣೆಗೆಂಪು ಬಣ್ಣವಾದರೂ, ಪ್ರಾಯದ ಹೊಸ್ತಿಲಲ್ಲಿ ಮಾಟವಾಗಿ ಮೈ ತುಂಬಿ ಬೆಳೆದಿದ್ದಳು. ಅವಳ ಮಾದಕ ನೋಟ ತುಂಟನಗೆಯಲ್ಲಿ ಸೂಜಿಗಲ್ಲಿತ್ತು.

ಇತ್ತೀಚೆಗೆ ಮಾರ್ಗಿಯ ಜೊತೆ ನಾಯರ್‌ನ ವರ್ತನೆಯಲ್ಲಿ ಲಕ್ಷ್ಮಿಗೆ ಏನೋ ಬದಲಾವಣೆ ಕಾಣತೊಡಗಿತು. ಅವಳನ್ನು ಕಂಡೊಡನೆ ಅವನ ಕಣ್ಣುಗಳು ಮಿಂಚುತ್ತಿದ್ದವು. ಚೈತನ್ಯ ಉಕ್ಕುತ್ತಿತ್ತು, ಮುಖದಲ್ಲಿ ಗೆಲುವು ಮೂಡುತ್ತಿತ್ತು. ಅವನು ಅವಳ ಹೆಗಲ ಮೇಲೆ ಕೈ ಹಾಕಿ ಎದೆಯ ಮೇಲೆ ಇಳಿಬಿಟ್ಟಾಗ, ಸೊಂಟ ಬಳಸಿ ಹಿಡಿದುಕೊಂಡಾಗ, ಕಚಗುಳಿಯಿಟ್ಟು ನಗಿಸಿದಾಗ, ಲಕ್ಷ್ಮಿಗೆ ಆಳದಲ್ಲಿ ಅಸಹನೀಯ ಸಂಕಟವಾಗತೊಡಗಿತು. ಈಗ ಪೂರ್ಣ ಹೆಣ್ಣಾಗಿ ಅರಳುತ್ತಿದ್ದ ಮಾರ್ಗಿಯೂ ಸಹ ತನ್ನ ಗಂಡನ ಸ್ಪರ್ಶ ಸಾಮೀಪ್ಯಗಳಲ್ಲಿ ಹಿತವಾದ ಸುಖ ಅನುಭವಿಸುತ್ತಿರುವಂತೆ ಕಂಡು ಲಕ್ಷ್ಮಿಯ ಹೃದಯ ಕುದಿಯತೊಡಗಿತು. ಆದರೂ ತುಟಿ ಸೈರಿಸಿಕೊಂಡು, ಕಂಡು ಕಾಣದವಳಂತೆ, ಮೌನವಾಗಿದ್ದಳು. ಆದರೆ ಬರುಬರತ್ತಾ ನಾಯರ್‌ಗೆ ಮಾರ್ಗೀಯ ಹುಚ್ಚೇ ಹಿಡಿದಂತೆ ತೋರುತ್ತಿತ್ತು. ಶಾಲೆಯಲ್ಲೂ ಇವರ ಅನ್ಯೋನ್ಯತ ಕೊಂಚ ಅಂಕೆ ಮೀರತೊಡಗಿ ಇವರ ಸಂಬಂಧದ ಬಗ್ಗೆ ಈಗಾಗಲೇ ವಿದ್ಯಾರ್ಥಿಗಳಲ್ಲಿ, ಉಪಾಧ್ಯಾಯರುಗಳಲ್ಲೂ, ಗುಸುಗುಸುವೆದ್ದಿತ್ತು.

ಒಂದು ಸಂಜೆ ಶಾಲೆ ಬಿಟ್ಟಾಗ, ನಾಯರ್ ತನಗಾಗಿ ಕಾಯದೆ ಅರ್ಧ ಗಂಟೆಗೆ ಮೊದಲೇ ಮನೆಗೆ ಹಿಂತಿರುಗಿದ್ದು, ಮಾರ್ಗಿಯ ಕ್ಲಾಸು ಹಿಂದಿನ ಪಿರಿಯಡ್‌ಗೆ ಕೊನೆಗೊಂಡದ್ದು ಗಮನಕ್ಕೆ ಬಂದು, ಏನೋ ಅನುಮಾನ ಆತಂಕ ಆವೇಗಗಳಲ್ಲಿ ಬಿರಬಿರನೆ ಮನೆಗೆ ಬಂದಳು. ಬಾಗಿಲು ಮುಚ್ಚಿತ್ತು. ಒಳಗೆ ಮಾರ್ಗಿಯ ಕಿಲಕಿಲ ನಗು ಕೇಳಿ ಬಂತು. ದಬದಬ ಬಾಗಿಲು ಬಡಿದಳು. ನಗೆ ನಿಂತು ನಿಶ್ಶಬ್ದ ಕವಿಯಿತು.

ನಾಯರ್ ಬಂದು, ಬಾಗಿಲು ತೆಗೆದು, ರೇಡಿಯೋ ಹಾಕಲು ಹೋದ, ಇವಳು ಒಳ ಹೊಕ್ಕಾಗ ಮಾರ್ಗಿ ಹಿತ್ತಿಲಲ್ಲಿ ಮುಸರೆ ತಿಕ್ಕುತ್ತಿದ್ದಳು. ಇವಳನ್ನು ಕಂಡಾಗ ಕಣ್ಣು ಮರೆಸಿದಳು. ಕೆನ್ನೆಗಳು ಕೆಂಪೇರಿದ್ದವು, ಲಕ್ಷ್ಮಿಗೆ ರೋಷ ದುಃಖ ಅವಮಾನ ಏನೆಲ್ಲ ಒಟ್ಟಿಗೆ ಉಕ್ಕಿ ಬಂದು, ಏನು ಮಾಡಲೂ ತೋಚದೆ, ಬಚ್ಚಲು ಮನೆಗೆ ನುಗ್ಗಿ, ಮುಖಕ್ಕೆ ತಣ್ಣೀರು ರಾಚಿಕೊಂಡಳು, ಲಕ್ಷ್ಮಿ ಮಾರ್ಗಿಗೆ

'ನಾಳೆಯಿಂದ ಕೆಲಸಕ್ಕೆ ಬರಬೇಡ' ಎಂದು ಹೇಳಿದಳು. ಮಾರ್ಗಿ ಏಕೆಂದೂ ಸಹ ಕೇಳದೆ, ಮುಖ ತಗ್ಗಿಸಿಕೊಂಡು ಹೊರಟು ಹೋದಳು, ಲಕ್ಷ್ಮಿಗೆ ತಾನು ಮಾಡಿದ್ದು ತಪ್ಪಾಯಿತೇನೋ ಎನ್ನಿಸಿ ಪೆಚ್ಚಾಯಿತು...

ಮಾರನೆಯ ದಿನ ಮಾರ್ಗಿ ಕೆಲಸಕ್ಕೆ ಬಾರದ್ದನ್ನು ನಾಯರ್ ಗಮನಿಸಿದರೂ, ಏನೂ ಹೇಳಲಿಲ್ಲ. ಸಂಜೆ ಮನೆಗೆ ಹಿಂತಿರುಗಿದಾಗ ವ್ಯಗ್ರನಾಗಿ ಚಡಪಡಿಸುತ್ತಿದ್ದ, ಆರಾಮ ಕುರ್ಚಿಯಲ್ಲಿ ದಿನ ಪತ್ರಿಕೆ ಓದುವನಂತೆ ನಟಿಸುತ್ತಾ ಕೂತಿದ್ದ ಅವನ ಮುಂದೆ ಲಕ್ಷ್ಮಿ ಕಾಫಿಯ ಬಟ್ಟಲು ಚಾಚಿದಾಗ, ಗಡುಸಾಗಿ ಕೇಳಿದ, 'ಮಾರ್ಗಿಯನ್ನು ಕೆಲಸಕ್ಕೆ ಬರಬೇಡವೆಂದು ಹೇಳಿದೆಯಂತಲ್ಲ

ಯಾಕೆ?' ಲಕ್ಷ್ಮಿ ಏನೂ ಉತ್ತರಿಸದೆ, ಬಟ್ಟಲನ್ನು ಮೇಜಿನ ಮೇಲಿಟ್ಟು, ವಾಪಸ್ಸಾಗುವುದರಲ್ಲಿದ್ದಳು, ನಾಯರ್ ಧಿಗ್ಗನೆ ಮೇಲೆದ್ದು ಕಿರುಚಿದ, 'ನನ್ನ ಪ್ರಶ್ನೆಗೆ ಉತ್ತರ ಕೊಡು', ಲಕ್ಷ್ಮಿ ಶಾಂತವಾಗಿ ಹಿಂತಿರುಗಿ ಹೇಳಿದಳು. 'ಮಾರ್ಗಿ ದೊಡ್ಡವಳಾಗಿದ್ದಾಳೆ. ಜನ ಬಾಯಿಗೆ ಬಂದಂತೆ ಮಾತಾಡ್ತಿದಾರೆ' ನಾಯರ್ ಬಿರುಗಣ್ಣು ಬಿಡುತ್ತಾ ಬುಸುಗುಟ್ಟಿದ. 'ಸುಳ್ಳು ಯಾಕೆ ಬೊಗಳ್ತೀಯ? ನಿಜವಾದ ಕಾರಣ ಅದಲ್ಲವೆಂದು ನನಗೂ ಗೊತ್ತಿದೆ'. ಲಕ್ಷ್ಮಿ ಈಗಲೂ ಶಾಂತವಾಗಿಯೇ ಹೇಳಿದಳು. 'ನಿಜವಾದ ಕಾರಣ ಗೊತ್ತಿದ್ದ ಮೇಲೆ ಕೇಳುವುದು ಯಾಕೆ?' ನಾಯರ್‌ಗೆ ರೊಚ್ಚು ಏರುತ್ತಿತ್ತು. 'ನೀನೂ ಸಹ ಇಷ್ಟು ಕೀಳಾಗಿ ವರ್ತಿಸುತ್ತೀಯೆಂದು ನಾನು ತಿಳಿದಿರಲಿಲ್ಲ. ಹೊಟ್ಟೆ ಕಿಚ್ಚಿನ ಮೊಟ್ಟೆ' ಎಂದ. ಲಕ್ಷ್ಮಿಗೂ ನಿಧಾನವಾಗಿ ಕೋಪ ಏರತೊಡಗಿತು. ಅಂದಳು 'ನಾನು ನಿನ್ನ ಹೆಂಡತಿ, ನೆನಪಿರಲಿ', ನಾಯರ್ ಗರ್ಜಿಸಿದ, 'ಓಹೋ, ಹೆಂಡತಿಯ ಅಧಿಕಾರ ಚಲಾಯಿಸುತ್ತಿಯೋ? ಈ ತಾಳಿಯೇ ಅಲ್ಲವೆ ನಿನ್ನ ಅಧಿಕಾರದ ಲಾಂಛನ', ಹೀಗೆಂದು ಅವಳ ಕರಿಮಣಿಸರಕ್ಕೆ ತಟ್ಟನೆ ಕೈ ಹಾಕಿ, ಜಗ್ಗಿ ಕಿತ್ತು ಮೂಲೆಗೆಸದ, ಲಕ್ಷ್ಮಿಗೆ ಶಾಕ್ ಹೊಡೆದಂತಾಗಿ, ಅವಾಕ್ಕಾಗಿ ನಿಂತುಬಿಟ್ಟಳು. ಕರಿಮಣಿಗಳು ನೆಲದ ಮೇಲೆಲ್ಲ ಹರಿದಾಡಿದವು. ನಾಯರ್ ಬೀದಿ ಬಾಗಿಲು ತೆಗೆದ, ಸರಸರ ಹೊರಗೆ ಹೋಗಿಬಿಟ್ಟ.

ಅರ್ಧ ಗಂಟೆಯ ನಂತರ ನಾಯರ್ ಹಿಂತಿರುಗಿದಾಗ, ಬೀದಿಯ ಬಾಗಿಲು ತೆರೆದೇ ಇತ್ತು. ಮನೆ ತುಂಬ ನಿಶ್ಯಬ್ದ ಕವಿದಿತ್ತು. ಅವನಿಗೆ ಭಯ ಆತಂಕ ಮೂಡಿರಬೇಕು. ಬೆಡ್ರೂಮಿಗೆ ನುಗ್ಗಿದ. ಅಲ್ಲಿ ಲಕ್ಷ್ಮಿ ಕತ್ತಲಲ್ಲಿ ಮಂಚದ ಮೇಲೆ ಬಿದ್ದುಕೊಂಡು, ಬಿಕ್ಕಿ ಬಿಕ್ಕಿ ಅಳುತ್ತಿದ್ದುದು ಕಂಡ, ಅವನ ಕರುಳು ಕಿವಿಚಿತು. ಅವಳ ಎರಡು ಕಾಲುಗಳನ್ನೂ ಬಿಗಿಯಾಗಿ ಹಿಡಿದುಕೊಂಡು, 'ನನ್ನ ಕ್ಷಮಿಸು, ಲಕ್ಷ್ಮಿ' ಎಂದ. ಅವಳು ಧಿಗ್ಗನೆ ಮೇಲೆದ್ದು, ಅವನನ್ನು ತಬ್ಬಿ ಅವನ ಎದೆಯಲ್ಲಿ ಮುಖವಿಟ್ಟು, ಗೊಳೋ ಎಂದು ಅತ್ತಳು. ಅವನೂ ಮೌನವಾಗಿ ಕಣ್ಣೀರಿಡುತ್ತಿದ್ದ.

ಆ ಶಾಲೆಯ ಹತ್ತನೆಯ ತರಗತಿಯಲ್ಲಿ ರಾಜಾರೆಡ್ಡಿ ಎಂಬ ಒಬ್ಬ ವಿದ್ಯಾರ್ಥಿಯಿದ್ದ. ಅವನು ಶಾಲೆಯ ಕಾರ್ಯಕಾರಿ ಸಮಿತಿಯ ಅಧ್ಯಕ್ಷನ ಏಕೈಕ ಪುತ್ರ ರತ್ನ. ತಂದೆ ತಾಯಿಯರ ಮುದ್ದು, ಧನ ಮದದ ವಿಷವಲಯಗಳಲ್ಲಿ ಕುಲಗೆಟ್ಟು ನಾರುತ್ತಿದ್ದ ಅಸಭ್ಯ ದಾಂಡಿಗ, ಪುಂಡ, ಹದಿನಾರರ ಹರೆಯದಲ್ಲಿದ್ದರೂ ಅವನು ಸಕಲ ಕಲ್ಯಾಣ ಗುಣಸಂಪನ್ನನಾಗಿ ಶೋಭಿಸುತ್ತಿದ್ದ. ಅವನ ನಾಯಕತ್ವದ ಒಂದು ಪುಟ್ಟ ಪೋಲಿಗಳ ದಂಡೇ ಇತ್ತು.

ರಾಜಾರೆಡ್ಡಿಗೆ ಒಂಬತ್ತನೆಯ ತರಗತಿಯಲ್ಲಿದ್ದ ಮಾರ್ಗರೆಟ್ ಮೇಲೆ ಒಂದು ವರ್ಷದಿಂದಲೂ ಆಸಕ್ತಿ ಬೆಳೆಯುತ್ತಿತ್ತು. ಇದೀಗ ನಾಯರ್‌ನಂತೆ

ಅವನಿಗೂ ಅವಳ ಮೋಹದ ಹುಚ್ಚು ಹಿಡಿದಿತ್ತೆಂದೇ ಹೇಳಬೇಕು, ಸದಾ ಅವಳ ಹಿಂದೆ ಅಲೆಯುತ್ತಾ, ಆಗಾಗ ನಾಯರ್ ಹೆಸರು ಹೇಳಿ ಅವಳನ್ನು ಚುಡಾಯಿಸತೊಡಗಿದ್ದ. ಇದು ನಾಯರ್ ಗಮನಕ್ಕೂ ಬಂದಿತ್ತು. ಆದರೆ ಅವನನ್ನು ಎದುರಿಸುವುದರಿಂದ ಪರಿಸ್ಥಿತಿ ಬಿಗಡಾಯಿಸಬಹುದೆಂದು ನಾಯರ್-ಮಾರ್ಗಿ ಇಬ್ಬರೂ ಹೆದರಿ ಮೌನವಾಗಿ ಸಹಿಸಿಕೊಂಡಿದ್ದರು. ಆದರೆ ಒಂದು ಸಂಜೆ, ಶಾಲೆ ಬಿಟ್ಟು, ವಿದ್ಯಾರ್ಥಿಗಳೆಲ್ಲ ದೊಂಬಿಯಲ್ಲಿ ಹೊರಕ್ಕೆ ನುಗ್ಗುತ್ತಿದ್ದಾಗ, ರೆಡ್ಡಿ ಮಾರ್ಗಿಯ ಜಡೆ ಜಗ್ಗಿದ. ಅವಳು ಹಿಂತಿರುಗಿದವಳೇ ಛಳೀರೆಂದು ಅವನ ಕೆನ್ನೆಗೆ ಬೀಗಿದಳು.

ವಿದ್ಯಾರ್ಥಿಗಳ ಗುಂಪು ಮುಂದೇನಾಗುವುದೊ ಎಂದು ಸ್ತಬ್ಧವಾಗಿ ನಿಂತು ಕಾತುರದಿಂದ ಕಾಯುತ್ತಿತ್ತು, ರೆಡ್ಡಿ ರೋಷದಿಂದ ಕೆಂಪಾಗಿ ಅವಳ ಮೇಲೆ ಕೈ ಎತ್ತಿದ, ಆದರೆ ಹಠಾತ್ತನೆ ಹಿಂದಿನಿಂದ ಅವನ ಕೈ ಹಿಡಿಯಲ್ಪಟ್ಟಿತು. ಅವನು ಹಿಂತಿರುಗಿದಾಗ ಅಲ್ಲಿ ನಾಯರ್ ನಿಂತಿದ್ದ 'ನಿನ್ನ ಆಟವನ್ನೆಲ್ಲ ನಾನು ಗಮನಿಸುತ್ತಲೇ ಇದ್ದೆ, ಮಾಡುವುದೆಲ್ಲ ಮಾಡಿ, ಈಗ ಆ ಹುಡುಗಿಯ ಮೇಲೆ ಕೈ ಎತ್ತುವೆಯಾ, ಲೋಫರ್?' ಎಂದವನೇ ನಾಯರ್ ರೆಡ್ಡಿಗೆ ನಾಲ್ಕು ಬಾರಿಸಿದ, ಮಣ್ಣು ಮುಕ್ಕಿದ ರೆಡ್ಡಿ, ರೋಷದಿಂದ, ಅವಮಾನದಿಂದ ಕೆಂಪಾಗಿ ಮೇಲೆದ್ದು, ನಡುಗುತ್ತಾ, ಗುಂಪಿನಲ್ಲಿ ನುಗ್ಗಿ ಮರೆಯಾದ.

ಮಾರನೆಯ ದಿನ ಮುಂಜಾನೆಯೇ ಖಂಡೀಪುರದ ಗೋಡೆ ಗೋಡೆಗಳ ಮೇಲ ಬಣ್ಣ, ಬಣ್ಣದ ಸುಣ್ಣಗಳಲ್ಲಿ, ಇದ್ದಿಲಲ್ಲಿ, ಟಾರಿನಲ್ಲಿ ನಾಯರ್ ಮತ್ತು ಮಾರ್ಗಿಯ ಹೆಸರುಗಳು ಜೊತೆಯಾಗಿ, ಆಶ್ಲೀಲ ಸಾಹಿತ್ಯದೊಂದಿಗೆ, ಕತೆಗಳೊಂದಿಗೆ, ಪದ್ಯಗಳೊಂದಿಗೆ, ಚಿತ್ರಗಳೊಂದಿಗೆ ವಿಜೃಂಭಿಸಿದ್ದವು.

ಶಾಲೆಯ 'ಕಾರ್ಯಕಾರಿ ಸಮಿತಿ' ತುರ್ತು ಸಭೆ ಸೇರಿತು, ಚಮಚ ರಾಮಸ್ವಾಮಿ, ನಾಯರ್‌ನ ಮೇಲೆ ಒಂದು ದೊಡ್ಡ ಆಪಾದನೆಗಳ ಪಟ್ಟಿಯನ್ನೇ ಸಿದ್ಧಪಡಿಸಿದ. ಅಂದು ಸಂಜೆ ಶಾಲೆಯಲ್ಲಿ ಸಭೆ ಸೇರಿ, ಲಕ್ಷ್ಮಿಯ ಎದುರಲ್ಲೇ ನಾಯರನ ಮೇಲಿನ ದೋಷಾರೋಪಣೆಗಳ ಪಟ್ಟಿ ಓದಿ, ಅವನಿಂದ ಶಾಲೆಯ ಘನತೆ ಗೌರವ ಹಾಳಾಗುತ್ತಿರುವುದರಿಂದ, ಈ ಕೂಡಲೇ ನಾಯರ್ ತನ್ನ ಕೆಲಸಕ್ಕೆ ರಾಜೀನಾಮೆ ಕೊಡಬೇಕೆಂದೂ, ಹಾಗಿಲ್ಲದಿದ್ದಲ್ಲಿ ಅವನನ್ನು ಸಸ್ಪೆಂಡ್ ಮಾಡಿ, ಈ ವಿಚಾರವನ್ನು ವಿದ್ಯಾ ಇಲಾಖೆಯ ತನಿಖೆಗೆ ಒಪ್ಪಿಸುವುದಾಗಿಯೂ ಬೆದರಿಸಲಾಯಿತು. ನಾಯರ್‌ರಾಜೀನಾಮೆ ಕೊಡಲು ನಿರಾಕರಿಸಿದ. ಅವನನ್ನು ಸಸ್ಪೆಂಡ್ ಮಾಡಲಾಯಿತು.

ಮಾರನೆಯ ದಿನ ಮತ್ತೊಂದು ಘಟನೆ ನಡೆಯಿತು. ಮಾರ್ಗಿ ವಿಷ ಕುಡಿದು ಒದ್ದಾಡುತ್ತಿದ್ದಾಗ ಆಸ್ಪತ್ರೆಗೆ ಸೇರಿಸಿದ್ದರು. ಅವಳು ಕುಡಿದ ವಿಷ ತೀವ್ರ ಪರಿಣಾಮಕಾರಿಯಾಗಿರಲಿಲ್ಲವಾದ್ದರಿಂದ, ಅವಳು ವಾಂತಿ ಮಾಡಿ

ಬದುಕಿಕೊಂಡಳು. ಆದರೆ ಅತೀವ ಸುಸ್ತಾಗಿ ಮಲಗಿದ್ದ ಕಾರಣ, ಅಂದು ಅವಳನ್ನು ಪ್ರಶ್ನಿಸಲು ಯಾರಿಗೂ ಅವಕಾಶ ಕೊಡಲಿಲ್ಲ. ಆದ್ದರಿಂದ ಮತ್ತೆ ವದಂತಿಗಳು ಹಬ್ಬಿದ್ದವು. 'ಮಾರ್ಗಿ ನಾಯರ್‌ನಿಂದ ಬಸುರಾಗಿದ್ದು, ಅವಮಾನಕ್ಕೆ ಹೆದರಿ ಆತ್ಮಹತ್ಯೆಗೆ ಪ್ರಯತ್ನಿಸಿದಳು' ಎಂದು. ಆದರೆ ಮಾರನೆಯ ದಿನ ಮಾರ್ಗಿ ಪೊಲೀಸರಿಗೆ ಹೇಳಿಕೆ ಕೊಟ್ಟಳು. 'ಹಿಂದಿನ ದಿನ ರಾತ್ರಿ ಅವಳು ಶೌಚಕ್ಕೆ ಮನೆಯ ಹಿಂದಿನ ಹೊಂಗೆಯ ತೋಪಿಗೆ ಹೋಗುತ್ತಿದ್ದಾಗ, ರಾಜಾರೆಡ್ಡಿ ಮತ್ತು ಇನ್ನಿಬ್ಬರು ಅವಳ ಬಾಯ್ಮುಚ್ಚಿ, ಬಲಾತ್ಕಾರದಿಂದ ಎತ್ತಿಕೊಂಡು ಹೋಗಿ, ಅವಳ ಮೇಲೆ ಅತ್ಯಾಚಾರ ಮಾಡಿ, ಈ ವಿಚಾರ ಹೊರಗೆಡಹಿದರೆ ಪ್ರಾಣ ತೆಗೆಯುತ್ತೇವೆಂದು ಹೆದರಿಸಿ ತಮಗೆ ಅನುಕೂಲವಾಗಿದ್ದರೆ ಕೇಳಿದ್ದನ್ನು ಕೊಡುವುದಾಗಿ ಹೇಳಿದರಂತೆ. ರಾಜಾರೆಡ್ಡಿ ತನ್ನ ಉಂಗುರವನ್ನು ಅವಳಿಗೆ ಬಳುವಳಿಯಾಗಿ ಕೊಟ್ಟನಂತೆ. ಶಾಲೆಯಲ್ಲಿ ತನ್ನ ಮಾನವನ್ನು ಈಗ ತನ್ನ ಕನ್ಯತ್ವವನ್ನು ಕಳೆದುಕೊಂಡು ಹಿಂತಿರುಗಿದ ಮಾರ್ಗಿ, ಅವಮಾನ, ದುಃಖ ಅಸಹಾಯಕತೆ ಹೆದರಿಕೆಗಳಿಂದ ದಿಕ್ಕು ತೋಚದೆ, ಮನೆಯಲ್ಲಿದ್ದ ಇಲಿ ಪಾಷಾಣವನ್ನು ನುಂಗಿದ್ದಳು. ವೈದ್ಯರ ವರದಿಯೂ ಮಾರ್ಗಿ ಹೇಳಿಕೆಯನ್ನು ಸಮರ್ಥಿಸಿದ್ದರಿಂದ, 'ಅತ್ಯಾಚಾರ'ದ ಆಪಾದನೆಯ ಮೇಲೆ ಪೋಲೀಸರು ರಾಜಾರೆಡ್ಡಿಯನ್ನು ಬಂಧಿಸಿದರು. ಅವನು ತನ್ನ ತಪ್ಪನ್ನು ಒಪ್ಪಿಕೊಂಡ, ಜೊತೆಗೆ 'ನಾಯರ್ ಮತ್ತು ಮಾರ್ಗಿ'ಯ ಮೇಲೆ ಗೋಡೆಗಳ ಮೇಲೆ ಬರೆದದ್ದೂ ಸಹ ತಾನು ಮತ್ತು ತನ್ನ ದಂಡೆಂದೂ, ಇದಕ್ಕೆ ರಾಮಸ್ವಾಮಿಯ ಉತ್ತೇಜನ, ಬೆಂಬಲ ಸಹ ಇತ್ತೆಂದೂ ಅವನು ಹೇಳಿಕೆ ಕೊಟ್ಟ, ಶಾಲೆಯ 'ಕಾರ್ಯಕಾರಿ ಸಮಿತಿ'ಯ ಅಧ್ಯಕ್ಷ ತನ್ನ ಕೆಲಸಕ್ಕೆ ರಾಜೀನಾಮೆ ಕೊಟ್ಟ. 'ಅತ್ಯಾಚಾರ'ದ ಮತ್ತು 'ಆತ್ಮಹತ್ಯೆ ಪ್ರಯತ್ನ'ದ ಮೊಕದ್ದಮೆಗಳು ಅವರಿವರ ಮಧ್ಯಸ್ತಿಕೆಯಿಂದ, ಹಣದ ಓಡಾಟದಿಂದ ಕೋರ್ಟುಕಟ್ಟೆ ಹತ್ತದೆ ಪಾರಾದವು. ನಾಯರನ ಸಸ್ಪೆನ್‌ಷನ್ ರದ್ದಾಯಿತು. ಆದರೆ ನಾಯರನೇ ಈಗ ತನ್ನ ಕೆಲಸಕ್ಕೆ ರಾಜೀನಾಮೆ ಕೊಟ್ಟ. ಲಕ್ಷ್ಮಿ ಎಷ್ಟು ಪ್ರಯತ್ನಿಸಿದರೂ ಅವನ ನಿರ್ಧಾರ ಬದಲಾಗಲಿಲ್ಲ. ಸಮಿತಿಯು ಅವನ ರಾಜೀನಾಮೆಯನ್ನು ಸ್ವೀಕರಿಸಲು ಮೊದಲು ಒಪ್ಪಲಿಲ್ಲವಾದರೂ ಕೊನೆಗೆ ತೆಗೆದುಕೊಳ್ಳಲೇಬೇಕಾಯಿತು. ನಾಯರ್ ಸದ್ಯಕ್ಕೆ ಆ ಊರಲ್ಲಿ ಇರಲಾಗದೆ ಮದ್ರಾಸಿಗೆ ಹೋಗಿಬಿಟ್ಟ. ಆದರೆ ಲಕ್ಷ್ಮಿ ಮಾತ್ರ ತಾನು ಒಬ್ಬಂಟಿಯಾಗಿಯಾದರೂ ಇಲ್ಲೇ ಉಳಿದು, ಮುಂದುವರಿಯುತ್ತೇನೆಂದು ಹಟತೊಟ್ಟು ನಿಂತಳು.

ತನ್ನ ಕಥೆ ಮುಗಿಸಿ, ನಿಟ್ಟುಸಿರಿಟ್ಟು ಲಕ್ಷ್ಮಿ ನನ್ನ ಪ್ರತಿಕ್ರಿಯೆಗಾಗಿ ಕಾದಳು. ಅವಳ ಕಥೆಯಲ್ಲೇ ತಲ್ಲೀನನಾಗಿದ್ದ ನಾನೂ ಸುಮ್ಮನಿದ್ದುದರಿಂದ, ಕೆಲವು ಕ್ಷಣ ಮೌನ ಕವಿಯಿತು. ನಮಗೇ ಅರಿವಿಲ್ಲದೆ ನಮ್ಮ ಸುತ್ತ ದಟ್ಟ ಕತ್ತಲು ಕವಿದಿತ್ತು. ನಮ್ಮ ಎಡಕ್ಕೆ ಕೊಂಚ ದೂರದಲ್ಲಿ ಹಾದು ಹೋಗಿದ್ದ ರಸ್ತೆಯ ಮೇಲೆ ಆಗೀಗ

ಒಂದೊಂದು ಒಬ್ಬಂಟಿ ಕಾರುಗಳು ಓಡಿ ಮರೆಯಾಗುತ್ತಿದ್ದವು. ನಮ್ಮ ಎದುರಿಗೆ ಸ್ವಲ್ಪ ದೂರದಲ್ಲಿದ್ದ ಕಾರಂಜಿಯ ಹತ್ತಿರ ವಿದ್ಯುತ್ ದೀಪಗಳ ಹಾಲು ಬೆಳಕಿನಲ್ಲಿ ಹುಲ್ಲು ಹಾಸಿನ ಮೇಲೆ, ಮೆಟ್ಟಿಲುಗಳ ಮೇಲೆ ಕೆಲವು ಜನ ಕುಳಿತಿದ್ದರು. ಮಿಕ್ಕಂತೆ ಸುತ್ತ ನಿರ್ಜನ, ನೀರವ, ಒಬ್ಬ ಪೋಲೀಸಿನವನು ಕಾರಂಜಿಯ ಬಳಿ ಸುಳಿದಾಡುತ್ತಿದ್ದ.

ನಾನು ಕಡ್ಡಿ ಗೀರಿ, ಸಿಗರೇಟ್ ಹಚ್ಚಿ, ಹೇಳಿದೆ: 'ನಿನ್ನ ಕಥೆ ಇಷ್ಟೊಂದು ಕುತೂಹಲಕಾರಿಯಾಗಿರುತ್ತೆಂದು ನಾನು ನಿರೀಕ್ಷಿಸಿರಲಿಲ್ಲ, ನಿಮ್ಮಿಬ್ಬರ ಆಂತರಿಕ ಸಂಕಟಗಳಿಗೂ ನಿರಾಸೆಗೂ ಕಾರಣ ಭ್ರಮನಿರನಸವೆಂದು ನನಗನ್ನಿಸುತ್ತೆ. ನೀವು ಪ್ರೇಮದಿಂದ, ದಾಂಪತ್ಯದಿಂದ ಅತೀ ಹೆಚ್ಚು ನಿರೀಕ್ಷಿಸಿದ್ದರಿಂದ ಹೀಗಾಗಿರಬಹುದು. ಜೊತೆಗೆ ಈ ಊರಿನ ಸಂಕುಚಿತ ಪರಿಸರವೂ ಇದಕ್ಕೆ ಒತ್ತುಕೊಟ್ಟಿರಬೇಕು, ಅಲ್ಲವೇ?' ಲಕ್ಷ್ಮಿ ಹೇಳಿದಳು: ನನಗೆ ಇಂದಿಗೂ ನಾಯರ್ ಮೇಲೆ ಕೊಂಚವೂ ಕೋಪವಿಲ್ಲ. ಒಮ್ಮೊಮ್ಮೆ ಯೋಚಿಸಿದಾಗ ಅವನ ಬಗ್ಗೆ ಸಹಾನುಭೂತಿ ಮೂಡುತ್ತೆ. ಅವನು ಕೆಲಸಕ್ಕಾಗಿ ರಾಜೀನಾಮೆ ಕೊಟ್ಟಿದ್ದಕ್ಕೆ, ಊರು ಬಿಟ್ಟಿದ್ದಕ್ಕೆ ಕಾರಣ ಮಾರ್ಗಿಯ ಮೇಲೆ ನಡೆದ ಅತ್ಯಾಚಾರವೆಂದೇ ನನ್ನ ನಂಬಿಕೆ. ಒಟ್ಟಿನಲ್ಲಿ ಅವನಿಗೆ ಬೇಕಾಗಿದ್ದ ಪ್ರೀತಿಯನ್ನು, ಬೇಕಾಗಿದ್ದ ರೀತಿಯಲ್ಲಿ ನಾನು ಪೂರೈಸಲಿಲ್ಲವೇನೋ ಅನ್ನಿಸುತ್ತೆ' ನಾನು ಹೇಳಿದೆ: 'ಇದೇ ಮಾತನ್ನು ನಿನಗೆ ಅನ್ವಯಿಸಿ ಅವನ ಬಗ್ಗೆಯೂ ಹೇಳಬಹುದಲ್ಲದೇ?' ಅವಳು ಮೌನವಾದಳು.

ಕಾರಂಜಿಯ ಬಳಿ ಠಳಾಯಿಸುತ್ತಿದ್ದ ಪೋಲೀಸ್ ಪೇದೆ ಈಗ ಟಾರ್ಚ್ ಬೆಳಕು ಚೆಲ್ಲುತ್ತಾ ನಮ್ಮತ್ತಲೇ ಬಂದ. ನಮ್ಮ ಬಳಿ ಬಂದು, ಬೆಳಕನ್ನು ನಮ್ಮಿಬ್ಬರ ಮುಖದ ಮೇಲೂ ಬಿಟ್ಟು, ಒಂದು ಕ್ಷಣ ಗಮನಿಸಿ ನಿಂತ. ನಾನು ಕೇಳಿದೆ: 'ಏನಪ್ಪ, ಏನು ಬೇಕಿತ್ತು?' ಅವನು ಗಡುಸಾಗಿ ಹೇಳಿದ, 'ನನಗೆ ಬೇಕಾಗಿರುವುದಿರಲಿ, ನೀವು ಯಾರು? ಇಲ್ಲಿ ಏನ್ಮಾಡ್ತಾ ಇದೀರಿ?' ನಾನು ಹೇಳಿದೆ: 'ಮಾತಾಡ್ತಾ ಕೂತಿದೀವಿ. 'ಓಹೋ, ಮಾತಾಡ್ತಾ ಕೂತಿದೀರಾ? ಬೇರೆ ಎಲ್ಲೂ ಜಾಗವೇ ಸಿಕ್ಕಿಲ್ಲವೇನೋ ಮಾತಾಡೋಕೆ, ಇಲ್ಲಿ ಕತ್ತಲ್ಲಿ ಕೂತ್ಕಂಡೇ ಇಬ್ಬರೂ ಮಾತಾಡಬೇಕೋ?' ನನಗೆ ರೇಗಿತು, ಹೇಳಿದೆ, 'ರೀ ಮಿಸ್ಟರ್, ಬಾಯಿಗೆ ಬಂದಂತೆಲ್ಲ ಮಾತಾಡಬೇಡಿ, ಇಲ್ಲಿ ಕೂತು ಮಾತಾಡಬಾರದೆಂದು ಕಾನೂನಿದೆಯೇನ್ರಿ?' ಅವನು ಇನ್ನೂ ಗಡುಸಾದ, 'ಏನ್ರೀ, ನನಗೇ ಕಾನೂನು ಹೇಳಿಕೊಡಲಿಕ್ಕೆ ಬರ್ತೀರೋ? ಇಲ್ಲಿ ಕತ್ತಲಾದ ಮೇಲೆ ಹೀಗೆಲ್ಲಾ ಗಂಡು ಹೆಣ್ಣು ಇಬ್ಬರೇ ಇರಬಾರದೂಂತ ನಿಮಗೆ ಗೊತ್ತಿಲ್ವೋ? ಇಲ್ಲಿ ಕತ್ತಲಲ್ಲಿ ಎಂಥೆಂಥ ಕೆಲಸ ನಡೀತದೇಂತ ನಿಮಗೇನ್ರಿ ಗೊತ್ತು? ಕೊಲೆಗಳೂ ನಡೀತವೆ, ಗೊತ್ತಾ?' ನಾನು ಹೇಳಿದೆ, 'ನಾವು ಅಂಥವರಲ್ಲ, ಯಾವ ಕೆಟ್ಟ ಉದ್ದೇಶವೂ

ನಮಗಿಲ್ಲ' ಅವನೆಂದ, 'ಸಿಕ್ಕಿಹಾಕ್ಕೊಂಡ ಮೇಲೆ ಎಲ್ರೂ ಹಂಗೇರಿ ಹೇಳೋದು, ಇಷ್ಟಕ್ಕೂ ಈಯಮ್ಮ ಯಾರು?' 'ನನ್ನ ಅಕ್ಕ' 'ಹೆಸರೇನು?' 'ಲಕ್ಷ್ಮೀನಾಯರ್.' 'ನಿಮ್ಮ ಹೆಸರು?' 'ಚಂದ್ರಶೇಖರ ರಾವ್.' 'ಹೆಸರು ಕೇಳಿದ್ರೆ ಅಕ್ಕ ತಮ್ಮ ಇದ್ದಂಗಿಲ್ಲವಲ್ಲ?' ಈಗ ಲಕ್ಷ್ಮಿ ಮಧ್ಯೆ ಬಾಯಿ ಹಾಕಿದಳು. ತನಗೆ ಬರುತ್ತಿದ್ದ ಅರೆಬರೆ ಕನ್ನಡದಲ್ಲೇ ಇಂಗ್ಲಿಷ್ ಬೆರೆಸಿ ಹೇಳಿದಳು, 'ನೋಡಪ್ಪ, ನಾನು ಒಂದು ಹೈಸ್ಕೂಲ್ ಹೆಡ್ ಮಿಸ್ಟ್ರೆಸ್, ಇವರೂ ಕೂಡ ಟೀಚರ್. ನಾವು ಫ್ರೆಂಡ್ಸ್, ರೆಸ್ಪೆಕ್ಟಬಲ್ ಪೀಪಲ್. ಯಾಕೆ ಟ್ರಬಲ್ ಕೊಡ್ತೀರಿ?' ಅವನೆಂದ, 'ಹಾಗಾದ್ರೆ ಮೊದಲು ಯಾಕೆ ಸುಳ್ಳು ಹೇಳಿದ್ದು?'

ನಿಮ್ಮಂತ ಓದ್ದೋರೇ ಹೀಗೆಲ್ಲ ನಮ್ಮ ಮೇಲೆ ಜಬರ್‌ದಸ್ತ್ ಮಾಡೋದು, ನಮ್ಮನ್ ಕಂಡ್ರೆ ನಿಮಗೆ ತಾತ್ಸಾರ. ನಾನ್ ಮನಸ್ಮಾಡಿದ್ರೆ ನಿಮಗೆ ಎಷ್ಟು ತೊಂದ್ರೆ ಕೊಡಬಹುದು. ಮಾಡಿಕೊಂಡು, ಗೊತ್ತಾ? ಅದೆಲ್ಲ ಯಾಕೆ? ನನ್ ಜೊತೆ ಸ್ಟೇಷನ್ನಿಗೆ ಬಂದು, ಇನ್‌ಸ್ಪೆಕ್ಟರಿಗೆ ಏನು ಹೇಳ್ಕೋತೀರೋ ಹೇಳ್ಕೊಳ್ಳಿ. 'ಇದೊಳ್ಳೆ ಪೀಕಲಾಟಕ್ಕೆ ಬಂತಲ್ಲ ಅನ್ನಿಸಿತು. ಸ್ವಲ್ಪ ಮೆದುವಾಗಿ ಹೇಳಿದೆ, 'ನೋಡೀ ಇವರೇ, ನೀವು ಸುಮ್ಮ ಸುಮ್ಮನೆ ನಮ್ಮ ಮೇಲೆ ಕೋಪ ಮಾಡಿಕೊಂಡು ನಮಗೆ ತೊಂದರೆ ಕೊಡ್ತಿದೀರಿ. ಇದರಿಂದ ನಿಮಗೇನು ತಾನೇ ಲಾಭ?' ಅವನೆಂದ, 'ಇಲ್ರೀ ಒಂದು ಸರಿ ಅನುಭವಿಸಿದರೇನೇ ನಿಮಗೆ ಬುದ್ಧಿ ಬರೋದು. ನಿಮ್ಮನ್ನ ಒಂದು ರಾತ್ರಿ ಲಾಕಪ್ನಲ್ಲಿ, ಆಯಮ್ಮನ್ನ ರಿಮ್ಯಾಂಡ್ ಹೋಂನಲ್ಲಿ ಇಡ್ತಾರೆ. ನಿಮ್ಮಪ್ಪನ್ನ, ಆಯಮ್ಮನ ಗಂಡನ್ನ ಕರೆಸ್ತಾರೆ. ಆಗ ಗೊತ್ತಾಗ್ತದೆ ನಿಮ್ಮ ಕಥೆ ಎಷ್ಟು ನಿಜಾಂತ.' ಒಂದಷ್ಟು ಲಂಚವಾದರೂ ಕೊಟ್ಟು ಬಚಾವಾಗೋಣ ಎಂದು ಯೋಚಿಸತೊಡಗಿದೆ. ಅಷ್ಟರಲ್ಲಿ ಅವನೇ ನಿಂತು ಹೇಳಿದ, 'ನೋಡ್ರಿ, ನೀವ್ಯಾರೋ ಒಳ್ಳೆಯವರ ಥರ ಕಾಣ್ತೀರಿ, ನಾನೂ ಒಳ್ಳೆಯೋನೇ ಅದಕ್ಕೇ ಹೇಳ್ತಿದೀನಿ, ಇನ್ನೊಂದು ಸರ್ತಿ ಪೋಲೀಸ್ನೋರ ಹತ್ರ ಮಾತಾಡೋವಾಗ ಕೊಂಚ ಮಾರ್ಯಾದೆ ಕೊಟ್ಟು ಮಾತಾಡಿ. ನಾವಿರೋದು ನಿಮ್ಮಂತೋರ್ನ ರಕ್ಷಿಸೋದಕ್ಕೇ ಹೊರ್ತು ಕಿರುಕುಳ ಕೊಡಕ್ಕಲ್ರೀ ಹೋಗ್ಲೀ ಹೋಗಿ' ಅಬ್ಬ! ಸದ್ಯ ಗಂಡಾಂತರ ತಪ್ಪಿತು! ಅನ್ನಿಸಿ ಸಮಾಧಾನದ ನಿಟ್ಟುಸಿರುಬಿಟ್ಟೆವು.

ಅವನು ಅತ್ತ ಹೋದ ಮೇಲೆ ಲಕ್ಷ್ಮಿ ಹೇಳಿದಳು, 'ಪರವಾಗಿಲ್ಲ ನಾನು ಮುದುಕಿಯೇನೋ ಅಂತಿದ್ದೆ, ನನ್ನನ್ನು ಕಂಡರೂ ಅಂತಹ ಅಕೃತ್ಯಗಳನ್ನು ಮಾಡಬಲ್ಲವಳಂತೆ ಕಾಣ್ತೀನಿ ಎಂದಂತಾಯಿತು.' ನಾನೆಂದೆ, 'ನೀನು ಇದೇ ಮನಃಸ್ಥಿತಿಯಲ್ಲಿ ಮುಂದುವರಿದರೆ, ಬರೀ ಕಾಣೋದೇನು, ಮಾಡುವ ಸಾಧ್ಯತೆ ಕೂಡ ಖಂಡಿತ ಇದೆ. ನೋಡು, ಲಕ್ಷ್ಮಿ, ನನ್ನ ನಿನ್ನ ಈ ಸಂಬಂಧ ಮಾರ್ಗಿ ನಾಯರ್ ಸಂಬಂಧದಂತೆ ದುರಂತವಾಗುವುದು ನನಗಿಷ್ಟವಿಲ್ಲ. ಏಕೆಂದರೆ ಅದರಿಂದ ಕೊನೆಗೆ ನೋವು, ನಿರಾಸೆ, ಅವಮಾನಕ್ಕಿಂತ ಹೆಚ್ಚಿಗೆ ನಾವು ಏನೂ

ಸಾಧಿಸಲಾರವು. ನಿನ್ನ ಹೃದಯದ ತುಂಬ ಇನ್ನೂ ಬೇಕಾದಷ್ಟು ಪ್ರೀತಿಸಿದೆ, ಆಸೆಗಳಿವೆ. ಅವು ಅಡ್ಡದಾರಿ ಹಿಡಿಯುವುದು ಬೇಡ. 'ನಾನು ಮುದುಕಿ' ಎಂದು ನೀನು ಯೋಚಿಸಿದ ಮಾತ್ರಕ್ಕೆ ನಿನ್ನ ದೇಹ, ಅದರೊಳಗಿನ ಆಸೆಗಳು ಮುದಿಯಾಗಲಾರವು. ಆದ್ದರಿಂದ ಮೊದಲು ಆ ದರಿದ್ರ ಊರು ಬಿಡು, ನಿನ್ನ ಮಗನನ್ನು ನಿನ್ನ ಬಳಿಗೇ ವಾಪಸ್ ಕರೆಸಿಕೊ. ನಾಯರ್ ಮನ ಒಲಿಸಿ, ಹೇಗಾದರೂ ಮಾಡಿ ಬೆಂಗಳೂರಲ್ಲೆ ಒಂದು ಕೆಲಸ ಗಿಟ್ಟಿಸಿಕೊಂಡು ಸಂಸಾರ ಹೂಡು ಮತ್ತೊಂದು ಮಗುವಿಗೆ ಪ್ರಯತ್ನಿಸು.' ಅವಳು ಮುಗುಳ್ನಕ್ಕು 'You silly' ಎಂದಳು. ನಾನೆಂದೆ, 'ನಾನು ಸೀರಿಯಸ್ಸಾಗೇ ಇಷ್ಟೆಲ್ಲ ಹೇಳ್ತಿರೋದು. ನಿನಗೇನೇ ಸಂದಿಗ್ಧಗಳಿದ್ದರೂ ಗೊಂದಲಗಳಿದ್ದರೂ. ನನಗೆ ಬರಿ, ಮನಸ್ಸು ಹಗುರಾಗುತ್ತೆ, ಸದ್ಯಕ್ಕೆ ನಿನ್ನ ಪ್ರೀತಿ, ಮಮತೆಯನ್ನೆಲ್ಲಾ ನನಗೇ ಕೂಡು. ನಿನ್ನನ್ನು ಮನಸಾರೆ ಪ್ರೀತಿಸುವ ಸ್ನೇಹಿತರಲ್ಲಿ ನಾನೂ ಒಬ್ಬ ಎಂದು ತಿಳಿದುಕೊ. ನನ್ನಲ್ಲಿ ನಿನಗೆ ನಂಬಿಕೆ ಇದೆ ತಾನೆ?' ಲಕ್ಷ್ಮಿ ತಟ್ಟನೆ ನಿಂತು ಬಿಟ್ಟಳು. ಅವಳ ಕಣ್ಣಂಚುಗಳಲ್ಲಿ ನೀರಾಡುತ್ತಿತ್ತು. ತುಟಿಗಳಲ್ಲಿ ನಗೆಯಿತ್ತು. ನನ್ನ ಹೃದಯವೂ ತುಂಬಿ ಬಂದಿತ್ತು.

–1976

5

ಜೆಸ್ಟರ್

ರಮ, 'ಚೆನ್ನಾಗಿದ್ದೀಯೇನೆ?' ಎಂದು ಕೇಳ್ತೀಯಲ್ಲ, ನಿನಗೇನು ಕುರುಡೇ? ನೋಡು, ಈ ಬಂಗಲೆಯನ್ನು; ಅರಮನೆಯಂಥ, ನವನವೀನ ಸಾಧನ ಸಾಮಗ್ರಿಗಳಿಂದ, ಹವಾನಿಯಂತ್ರಿತ ಕೊಠಡಿಗಳಿಂದ, ಸುಖಾಸನಗಳಿಂದ ಸುಸಜ್ಜಿತವಾದ ಈ ಬಂಗಲೆಯನ್ನು: ಬಂಗಲೆಯ ಮುಂದಿನ ಉದ್ಯಾನದಂಥ ತೋಟವನ್ನು; ತೋಟದಲ್ಲಿ ಹೂವರಳಿ ನಿಂತಿರುವ ಮರಗಿಡ ಬಳ್ಳಿಗಳನ್ನು; ಅದರಲ್ಲೂ ಮುಖ್ಯವಾಗಿ ಆ ಗುಲ್‌ಮೊಹರ್ ಮರಗಳನ್ನು; 'ಜ್ವಾಲೆಮರ' ಎಂಬ ಹೆಸರಿಗೆ ತಕ್ಕಂತೆ, ಮೇ ತಿಂಗಳಲ್ಲಿ ಮೈ ತುಂಬ ನಿಗಿ ನಿಗಿ ಕೆಂಡಗಳಂಥ ಹೂವರಳಿ, ನವಿಲಿನಂತೆ ಗರಿ ಬಿಚ್ಚಿ, ಕ್ರಾಂತಿಕಾರಿಯಂತೆ ಹೇಗೆ ಬೀಗಿ ನಿಂತಿದೆ ನೋಡು. ಮೂರು ಬಣ್ಣಗಳ ಬೋಗಿನ್‌ವಿಲ್ಲಾ, 'ಮಳೆ ಮರ', ಪಾತಿಗಳಲ್ಲಿನ ಬಣ್ಣ ಬಣ್ಣದ ಅಂಗೈ ಅಗಲದ ಗುಲಾಬಿ ಹೂಗಳ ಪೊದೆಗಳು, ತೋಟಕ್ಕೇ ತಿಲಕಪ್ರಾಯವಾಗಿರುವ ಕ್ಯಾಕ್ಟಸ್‌ಗಳು, ತೋಟದ ನಡುವಿನ ಈ ಕಾರಂಜಿ ಕೊಳ, ಕೊಳದಲ್ಲಿ ಯಾವ ನಿರ್ದಿಷ್ಟ ಗುರಿಯೂ ಇಲ್ಲದೆ, ಸದಾಕಾಲ ನಿರುದ್ದೇಶ ಈಜುತ್ತಲೇ ಬದುಕಿ, ಸಾಯುವ, ಅನಿಮಿಷ ಮೀನುಗಳನ್ನು ನೋಡು.

'ಚೆನ್ನಾಗಿದ್ದೀಯೇನೆ?' ಎಂದು ಕೇಳಿದೆಯಲ್ಲ, ಗ್ಯಾರೇಜಿನಲ್ಲಿರುವ ಡೀಸಲ್ ಕಾರು, ಬುಲೆಟ್ ಮೋಟಾರು ಸೈಕಲ್ (ಸ್ಸಾರಿ, ಅದನ್ನು ನನ್ನ ಯಜಮಾನರು ಆಫೀಸಿಗೆ ತಗೊಂಡು ಹೋಗಿದ್ದಾರೆ) ನೋಡು; ಆಳುಕಾಳುಗಳನ್ನು ನೋಡು; ಇವೆಲ್ಲಕ್ಕಿಂತ ಮುಖ್ಯವಾಗಿ ನನ್ನ ವಾರ್ಡ್ ರೋಬ್ ನೋಡು, ಜುಯಲ್‌ಬಾಕ್ಸ್ ನೋಡು.

ಸಾಲದೇನೆ, ರಮ? ಒಂದು ಹೆಣ್ಣು ಇದಕ್ಕಿಂತ ಹೆಚ್ಚಿಗೆ ಬಯಸುವುದಾದರೂ ಏನಿದೆ? ಈ ಎಲ್ಲ ಐಶ್ವರ! ವೈಭವ! ಆನಂದ! ಗಂಡ ಇನ್‌ಕಮ್‌ಟ್ಯಾಕ್ಸ್ ಆಫೀಸರ್, ಇದಕ್ಕಿಂತ ಅಂತಸ್ತು ಬೇಕೆ? ಅತ್ತೆ, ಮಾವ, ನಾದಿನಿ-ಯಾರ ಕಾಟವೂ ಇಲ್ಲದೆ, ಸುಖವಾಗಿ, ಮಜವಾಗಿ ಇತರರ ಕಣ್ಣು ಕುಕ್ಕುವಂತೆ, ಈ ಎಲ್ಲ ವೈಭವಕ್ಕೂ ನಾನೊಬ್ಬಳೇ ಒಡತಿಯಾಗಿ ಈ ಇಡೀ ಮಹಲಿನಲ್ಲಿ ನಾನೊಬ್ಬಳೇ ದೆವ್ವದಂತೆ ಓಡಾಡಿಕೊಂಡಿದ್ದೇನೆ.

'ಚೆನ್ನಾಗಿದ್ದೀಯೇನೆ?' ಎಂದು ಕೇಳಿದೆಯಲ್ಲವೆ? ಚೆನ್ನಾಗಿದ್ದೇನೆ ರಮ, ತುಂಬ ಚೆನ್ನಾಗಿದ್ದೇನೆ. ಏಕೆ, ನನ್ನನ್ನು ನೋಡಿದರೆ ಕಾಣುವುದಿಲ್ಲವೆ? ನನ್ನ ಬಡಕಲಾಗಿ ಬಳುಕುವ ಈ ಮೈಮಾಟ, ಕಣ್ಣಿನ ಸುತ್ತಲಿನ ಕಪ್ಪು ಚಕ್ರಗಳು, ಹಣೆಯ ಮೇಲೆ ಶಾಶ್ವತವಾಗಿ ನಿಂತ ನೆರಿಗೆಗಳನ್ನು ಕಂಡರೆ ಅರ್ಥವಾಗುವುದಿಲ್ಲವೆ, ನಾನೆಷ್ಟು ಚೆನ್ನಾಗಿದ್ದೇನೆಂದು? ನಿನಗೆ ಕಾಣದಿದ್ದರೂ, ನನ್ನ ಪ್ರಿಯ ಕನ್ನಡಿ ನನಗೆ ಸದಾ ನೆನಪಿಸುತ್ತಿರುತ್ತೆ ನನ್ನ ಚೆನ್ನವನ್ನು.

'ಚೆನ್ನಾಗಿದ್ದೀಯೇನೆ?' ಎಂದು ನೀನು ಕೇಳಿದಾಗಲೇ ನಿನ್ನ ಪ್ರಶ್ನೆಯ ಮೂಲೋದ್ದೇಶ ನನಗೆ ಹೊಳೆಯಿತು. ಅಲ್ಲ ಕಣೆ, ರಮ, ನನ್ನ ಪ್ರಾಣಸ್ನೇಹಿತೆಯಾಗಿದ್ದವಳಲ್ಲವೇ ನೀನು? ಕೇಳುವ ಪ್ರಶ್ನೆಯನ್ನು ನೇರವಾಗಿ ನಿರ್ದಾಕ್ಷಿಣ್ಯದಿಂದ ಕೇಳಬಾರದೆ? ನನ್ನಂತೆ ನೀನೂ ಇತ್ತೀಚೆಗೆ ಆತ್ಮವಂಚಕಿಯಾಗ್ತಿದ್ದೀಯೇನು? ನಿನ್ನ ನಿಜವಾದ ಪ್ರಶ್ನೆ, 'ಹಳೆಯದನ್ನೆಲ್ಲ ಮರೆತಿದ್ದೀಯೇನೆ?' ಎಂದು ತಾನೇ? ನಿಜವನ್ನು ಒಪ್ಪಿಕೊ. ನಮ್ಮ ನಮ್ಮಲ್ಲಿ ಎಂಥ ಮುಚ್ಚುಮರೆ? ಇಷ್ಟಕ್ಕೂ ಈಗ ಈ ಇಡೀ ಭೂತಬಂಗಲೆಯಲ್ಲಿ ನಮ್ಮಿಬ್ಬರ ವಿನಾ ಬೇರೆ ಯಾರೂ ಇಲ್ಲ. ಯಾಕೆ ಹೆದರಿಕೆ? ನನ್ನ ಗಂಡ ರಾತ್ರಿಯ ತನಕ ಹಿಂತಿರುಗುವ ಸಂಭವವಿಲ್ಲ. ಬಂದರೂ ಆ ಮೋಟಾರ್ ಸೈಕಲ್ ಶಬ್ದ ಒಂದು ಮೈಲಿ ದೂರದಿಂದಲೇ ಕೇಳುತ್ತೆ. ಆದ್ದರಿಂದ ಮನಸ್ಸು ಬಿಚ್ಚಿ ಮಾತನಾಡಿಕೊಳ್ಳೋಣ.

ಅಂದ ಹಾಗೆ, ಹಳೆಯದನ್ನೆಲ್ಲ ಮರೆಯುವ ಬಗ್ಗೆ ಮಾತಾಡುತ್ತಿದ್ದೆವಲ್ಲವೆ? ನೋಡು, ರಮ, ಮನಸ್ಸಿಗೆ ಅಹಿತವಾದದ್ದಾಗಿದ್ದರೆ ಈ ಹಾಳು ಮನಸ್ಸು ತಾನೇ ಅಪ್ರಯತ್ನವಾಗಿ ಮರೆತು ಬಿಡುತ್ತಿತ್ತೇನೋ. ಆದರೆ ನನ್ನ ಬಾಳಿನಲ್ಲೇ ಅತ್ಯಂತ ಸಂತೋಷದ, ಆ ಭಾವಪೂರ್ಣ ಗಳಿಗೆಗಳನ್ನು ಹೇಗೆ ತಾನೆ ಮರೆಯಲು ಸಾಧ್ಯ? ನಾನು ಹೃದಯಪೂರ್ವಕವಾಗಿ ಪ್ರೇಮಿಸಿದ್ದ ಆ ರವಿಯನ್ನು, ಅವನ ಮೋಡಿ ಹಾಕುವ ಆ ತುಂಟ ಕಣ್ಣುಗಳನ್ನು, ಅವನ ಪ್ರೇಮ, ಅವನ ಮಾತು, ಅವನ ಸನಿಹ, ನನಗೆ ಹಿಡಿಸಿದ್ದ ಹುಚ್ಚನ್ನು ನನಗೆ ನೀಡಿದ್ದ ಮಧುರ ಅನುಭವಗಳನ್ನು ನಾನು ಹೇಗೆ ತಾನೆ ಮರೆಯಲು ಸಾಧ್ಯ? ಇಲ್ಲ. ರಮ, ನಾನು ಹಳೆಯದನ್ನು ಕಿಂಚಿತ್ತೂ ಮರೆತಿಲ್ಲ, ಮರೆಯಲಾರೆ.

ನಾನು ಹೇಡಿಯಂತೆ ವರ್ತಿಸಿದೆ, ಎಂದು ನಿನಗೆ ಅನಿಸಿಸುತ್ತಿರಬಹುದಲ್ಲವೆ? ಆದರೆ ಆಗಿನ ನನ್ನ ಪರಿಸ್ಥಿತಿಯಲ್ಲಿ ಹೃದಯವುಳ್ಳ ಯಾವ ಹೆಣ್ಣೇ ಇದ್ದಿದ್ದರೂ, ನನ್ನ ಹಾಗೇ ವರ್ತಿಸುತ್ತಿದ್ದಳು, ಎಂದು ನನ್ನ ನಂಬಿಕೆ. ನೀನೇ ನೋಡು: ಅಪ್ಪನಿಗೆ ಹೃದಯಾಘಾತವಾಗಿತ್ತು. ಅವರು ಭಾವಾವೇಶಕ್ಕೊಳಗಾಗುವ ಯಾವ ವಿಷಯವನ್ನೂ ಅವರಿಗೆ ಹೇಳುವಂತಿರಲಿಲ್ಲ. ಅಂಥದರಲ್ಲಿ 'ನಾನು ಒಬ್ಬ ಪರಜಾತಿಯ ಯುವಕನನ್ನು ಪ್ರೇಮಿಸ್ತಿದ್ದೀನಿ. ಮದುವೆಯಾಗ್ತಿನಿ' ಅಂತ ಹೇಗೆ ಹೇಳುವುದು? ಈ ಇನ್‌ಕಮ್ ಟ್ಯಾಕ್ಸ್ ಆಫೀಸರ್‌ಗೆ ನನ್ನ ತೋರಿಸಿದಾಗಲೇ, ನಾನು ರವಿಯ ಬಗ್ಗೆ ಅಪ್ಪನಿಗೆ ಹೇಳಬೇಕೆಂದಿದ್ದವಳು, ಮೊದಲು ಅಮ್ಮನಲ್ಲಿ ಹೇಳಿಕೊಂಡೆ. ಅವರು ತತ್ತರಿಸಿ ಹೋದರು. 'ಈ ವಿಚಾರ ನಿನ್ನ ತಂದೆಗೆ ಹೇಳಿ ನನ್ನ ಕುಂಕುಮ ಅಳಿಸಬೇಡವೆ, ತಾಯಿ, ನಿನ್ನ ಕಾಲಿಗೆ ಬಿದ್ದು ಬೇಡಿಕೊಳ್ತೀನಿ' ಎಂದು ನನ್ನ ಕಾಲಿಗೆ ಬಿದ್ದು, ಹಣೆ ಹಣೆ ಬಡಿದುಕೊಂಡು, ಗೊಳೋಂತ ಅತ್ತಳು, ಇಂಥ ಭಾವಾತಿಸಾರದ ಸನ್ನಿವೇಶಗಳನ್ನು ಸಿನಿಮಾಗಳಲ್ಲಿ ಕಂಡಾಗ, ನಾವು ಎಷ್ಟು, ಅಸಹ್ಯಪಟ್ಟುಕೊಂಡು, ಗೇಲಿ ಮಾಡ್ತಿದ್ದೆವಲ್ಲವೆ? ಆದರೆ, ಜೀವನ ವ್ಯಾಪಾರೀ ಸಿನಿಮಾಗಳಷ್ಟೇ ಕೆಟ್ಟದಾಗಿರುತ್ತೆ, ರಮ, ನಿಜಕ್ಕೂ ನನಗೆ ದಿಕ್ಕೇ ತೋಚಲಿಲ್ಲ. ರವಿ ನನ್ನನ್ನು ಮದುವೆಯಾಗಲು, ನನ್ನೊಂದಿಗೆ ಬೇಕಿದ್ದರೆ ದೂರ ಎಲ್ಲಿಗಾದರೂ ಓಡಿಹೋಗಲೂ ಸಹ ಸಿದ್ಧನಾಗಿದ್ದ ಸತ್ಯ ನನಗೆ ಗೊತ್ತಿತ್ತು. ಆದರೆ ತಂದೆ ತಾಯಿಯರ ಪ್ರೀತಿ ಎಂಥ ಬಂಧನವಾಗಬಲ್ಲದೆಂಬುದು ಆಗ ಗೊತ್ತಾಯಿತು. ಹಿಂದೂ ಸಂಸ್ಕೃತಿಯ ಉತ್ಕೃಷ್ಟ ಕುಸುಮದಂತೆ, ವಿಧೇಯ ಮಗಳಂತೆ ನನ್ನ ಕರ್ತವ್ಯಕ್ಕೆ ತಲೆ ಬಾಗಿದೆ. ನನ್ನ ಪ್ರೇಮವನ್ನು ನಿರ್ದಯವಾಗಿ ಬಲಿ ಕೊಟ್ಟೆ, ಪ್ರೇಮಿಸುವುದಕ್ಕೆ ಮುಂಚೆಯೇ, ಅದರ ಮುಂದಿನ ಪರಿಣಾಮಗಳ ಬಗ್ಗೆ, ಯಾವ ಪ್ರೇಮಿಯೂ ಯಾಕೆ ಯೋಚಿಸುವುದಿಲ್ಲ? ತನ್ನ ಪ್ರೇಮ ಪ್ರಸಂಗ ಸುಖಾಂತವಾಗುವುದಕ್ಕೆ ತಕ್ಕವನನ್ನೇ ಆರಿಸಿ ಯಾಕೆ ಪ್ರೇಮಿಸುವುದಿಲ್ಲ? ನಿಜಕ್ಕೂ ಪ್ರೇಮ ಕುರುಡು, ರಮ, ಪ್ರೇಮಿಗಳು ಶತಮೂರ್ಖರು, ವ್ಯವಹಾರಸ್ಥರಲ್ಲ.

ಆದರೆ ಮುಂದಿನ 'ಐರನಿ' ನೋಡು, ನನಗೆ ಮದುವೆಯಾದ ಮೂರೇ ತಿಂಗಳಿಗೆ ಅಪ್ಪ ಗೊಟಕ್ಕೆಂದ. ಆಗ ನನಗೆ ಎಷ್ಟು ಬೇಸರವಾಯಿತು ಗೊತ್ತ? ಅಮ್ಮನ ಬಗ್ಗೆ ಎಂಥ ಪ್ರಚಂಡ ಕೋಪ ಬಂತು ಗೊತ್ತ? ಆದರೆ ವಿಧವೆಯಾಗಿ ದುಃಖಿಸುತ್ತಿದ್ದ ಅಮ್ಮನನ್ನು ನನ್ನ ವ್ಯಂಗ್ಯದ ಮಾತುಗಳಿಂದ ಚುಚ್ಚಿ, ಇನ್ನೂ ನೋಯಿಸುವುದು ನನಗೆ ಸಾಧ್ಯವಾಗಲಿಲ್ಲ. ರವಿಯ ಬಳಿಗೇ ಓಡಿಹೋಗಿಬಿಡೋಣ ಅನ್ನಿಸಿತು ಆದರೆ ಯಾವ ಮುಖ ಹೊತ್ತು ಅವನ ಬಳಿಗೆ ಹೋಗುವುದು ಎಂದು ಸುಮ್ಮನಾದೆ. ನನ್ನ ಮದುವೆಗೆ ಮುಂಚೆ ಅವನಿಗೆ ಒಂದು ಮಾತೂ ತಿಳಿಸಿರಲಿಲ್ಲ. ಅವನು ನನ್ನನ್ನು ಭೇಟಿಯಾಗಲು ಎಷ್ಟೋ ಪ್ರಯತ್ನಿಸಿದ. ಆದರೆ ನಾನು ಅವನಿಗೆ ಅವಕಾಶವೇ ಕೊಡದೆ, ತಲೆ ತಪ್ಪಿಸಿಕೊಂಡೆ, ಇಂಥ ದ್ರೋಹ ಮಾಡಿ, ಮತ್ತೆ ಅವನ ಪ್ರೀತಿ ಯಾಚಿಸಿ

ಹೇಗೆ ಹೋಗುವುದು? ಅವನು ಮನಸ್ಸು ಮಾಡಿದ್ದರೆ ನನ್ನ ಮದುವೆಯನ್ನೇ ನಿಲ್ಲಿಸಬಹುದಿತ್ತು. ಆದರೆ ಅವನು ಸಭ್ಯನಾಗಿ ಊರನ್ನೇ ಬಿಟ್ಟುಹೋದ.

ನನ್ನ ಮದುವೆಯಾಗಿ ಎರಡು ವರ್ಷಗಳಾದವಲ್ಲ, ಇನ್ನೂ ರವಿ ಮದುವೆಯಾಗಿಲ್ಲ ವಂತೆ. ಇದನ್ನು ಕೇಳಿದಾಗ ನಿಜಕ್ಕೂ ನನಗೆ ಎಷ್ಟು ಗರ್ವ, ಸಂತೋಷ ಆದವು, ಗೊತ್ತ? ಹಾಗಾದಾಗ ನನಗೇ ಆಶ್ಚರ್ಯವಾಯಿತು, ನಾನು ಪ್ರೇಮಿಸುತ್ತಿದ್ದದ್ದು ರವಿಯನ್ನೋ, ಅಥವಾ ಆ ಮುಖವಾಡದಲ್ಲಿ ನನ್ನನ್ನೇ ನಾನು ಪ್ರೇಮಿಸಿಕೊಳ್ಳುತ್ತಿದ್ದೆನೋ, ಎಂದು ಸಂದೇಹವಾಯಿತು. ರವಿ ಮದುವೆಯಾಗಿಬಿಟ್ಟರೆ ನಾನು ಅವನನ್ನು ಮರೆಯಬಲ್ಲೆ, ಅನ್ನಿಸುತ್ತೆ. ಅಲ್ಲಿಯ ತನಕ ಅವನನ್ನು, ಅವನ ಮನಸ್ಸಿನಲ್ಲಿರುವ ನನ್ನ ಪ್ರತಿಬಿಂಬವನ್ನು ನಾನು ಮರೆಯಲಾರೆ.

ನಾನು ಎಂ.ಎ. ಮಾಡ್ತಿದ್ದಾಗ ನಮ್ಮ ಮನಸ್ಸುಗಳಲ್ಲಿ ಅದೆಷ್ಟು ಕನಸುಗಳು, ಆದರ್ಶಗಳು, ಎಂತೆಂಥ ಹುಚ್ಚು ಕಲ್ಪನೆಗಳು ತುಂಬಿದ್ದವಲ್ಲವೆ? ಕ್ಯಾಂಟೀನಿನಲ್ಲಿ ಕೂತು, ಕಾಫಿ ಹೀರುತ್ತಾ, ಕ್ರಾಂತಿಯ ಬಗ್ಗೆ ಎಷ್ಟು ಭಾವಾವೇಶದಿಂದ ಮಾತಾಡುತ್ತಿದ್ದೆವಲ್ಲವೆ? ನಮ್ಮ ದೇಶದ ಬಡತನ, ಕೊಳಕು, ಅಜ್ಞಾನದ ಬಗ್ಗೆ, ಸಿರಿವಂತಿಕೆ, ಭ್ರಷ್ಟಾಚಾರ, ಲಂಚಗುಳಿತನದ ಬಗ್ಗೆ, ನಮ್ಮ ಜಿಡ್ಡುಗಟ್ಟಿದ ಕಂದಾಚಾರದ ಸಂಸ್ಕೃತಿಯ ಬಗ್ಗೆ, ಜಾತಿ ಪದ್ಧತಿಯ ಅನಿಷ್ಟ ಪರಿಣಾಮಗಳ ಬಗ್ಗೆ, ಎಷ್ಟು ಮುಗ್ಧವಾಗಿ ಭಾಷಣಗಳನ್ನು ಕುಟ್ಟುತ್ತಿದ್ದೆವಲ್ಲವೆ? ಅವೆಲ್ಲ ವಾಸ್ತವತೆಯ ಕಿಂಚಿತ್ತೂ ಅರಿವಿಲ್ಲದ, ಪುಸ್ತಕ ಪಾಂಡಿತ್ಯವೆಂದು ಈಗ ಅರಿವಾಗುತ್ತಿದೆ, ರಮ. ನೋಡು; ನನಗೀಗ, ಈ ಇಂದ್ರಿಯ ಗಮ್ಯ ಜಗತ್ತಿನಷ್ಟೇ ಸ್ಪಷ್ಟವಾಗಿ ಗೊತ್ತು, ನನ್ನ ಗಂಡನ ಈ ಎಲ್ಲ ಐಶ್ವರ್ಯ, ವೈಭವ, ಅಂತಸ್ತು ನಿಂತಿರುವುದು ಲಂಚದ, ಭ್ರಷ್ಟಾಚಾರದ ಆಸ್ತಿಭಾರದ ಮೇಲೆ, ಎಂದು. ಆದರೆ ನಾನೇನು ತಾನೇ ಮಾಡಬಲ್ಲೆ? ಇದನ್ನೆಲ್ಲ ತಾತ್ಸಾರದಿಂದ ನೋಡುತ್ತೇನೆ, ಅಷ್ಟೇ. ಇದರಿಂದ ನನ್ನ ಪತಿವರ್ಯರ ಜೀವನ ದೃಷ್ಟಿ, ಬಾಳಿನ ಮೌಲ್ಯಗಳಲ್ಲಿ ಏನೊಂದೂ ಬದಲಾವಣೆಯೂ ಆಗಿಲ್ಲ. ನಾನೇ ಕ್ರಮೇಣ ಬದಲಾಗುತ್ತೀನೆಂದು ತಾಳ್ಮೆಯಿಂದ, ಸಜ್ಜನಿಕೆಯಿಂದ ಕಾಯುತ್ತಿದ್ದಾರೆ, ಅಷ್ಟೇ. ನೀನು ನೋಡಿದ ನನ್ನ ಒಡವೆಗಳಾಗಲೀ, ವಸ್ತ್ರಗಳಾಗಲೀ ನಾನಾಗಿ ಬಯಸಿ ಕೊಂಡದ್ದಲ್ಲ. ಅವರೇ ತಂದು ಒಟ್ಟಿರುವುದು. ಅವರ ತೃಪ್ತಿ, ಸಂತೋಷಗಳಿಗಾಗಿ ನಾನು ಪ್ರದರ್ಶನದ ಬೊಂಬೆಯಂತೆ, ಆಗಾಗ ಇವುಗಳನ್ನೆಲ್ಲ ತೊಟ್ಟು ಪಾರ್ಟಿಗಳಿಗೆ, ಪಾನಕೂಟಗಳಿಗೆ ಹೋಗಬೇಕಾಗುತ್ತೆ, ಹೋಗುತ್ತೇನೆ. ಹೆಂಡತಿಯಾಗಿ ನನ್ನ ಕರ್ತವ್ಯಗಳನ್ನೂ ಸಹ ನಾನು, ನಮ್ಮ ಶ್ರೇಷ್ಠ ಸಂಸ್ಕೃತಿಗೆ ಅನುಸಾರವಾಗಿ ನಿರ್ವಹಿಸುತ್ತಿದ್ದೇನೆ, ರಮ.

ನಮ್ಮ ದಾಂಪತ್ಯ ಜೀವನದ ಬಗ್ಗೆ ನಿನ್ನ ಕುತೂಹಲ ಕೆರಳಿರಬಹುದು. ಆದರೆ ಇಲ್ಲಿ ಅಂಥ ಸಮಸ್ಯೆಗಳೇನೂ ಉದ್ಭವಿಸಿಲ್ಲ. ಏಕೆಂದರೆ ಹಾಸಿಗೆಯಲ್ಲಿ

ನಾನು ಅವರಿಗೆ ತುಂಬಾ ಅನುಕೂಲೆಯಾಗಿ, ಸಹಕಾರದಿಂದ ವರ್ತಿಸುತ್ತೇನೆ. ಮೊದಮೊದಲಲ್ಲಿ ನನ್ನ ಮನಸ್ಸಿಗೆ ಒಲ್ಲದ ಒಂದು ಗಂಡಿಗೆ ನನ್ನ ಮೈ ಒಪ್ಪಿಸಲು ಅಸಹ್ಯವಾಯಿತು. ಜಿಗುಪ್ಸೆಯಾಯಿತು, ವ್ಯಭಿಚಾರದ ಥರ ಅನ್ನಿಸಿತು. ಆದರೆ ಕ್ರಮೇಣ ಹೊಂದಿಕೊಂಡೆ, ಅನ್ನು. ನನ್ನಗನ್ನಿಸುತ್ತೆ, ರಮ, ಹೆಣ್ಣು ಇಂಥ ವಿಚಾರಗಳಲ್ಲಿ ತುಂಬಾ ಪ್ರಾಕ್ಟಿಕಲ್-ಮೈಂಡೆಡ್, ಅಂತ ಅಥವಾ ನನ್ನ ಈ ನಡವಳಿಕೆಯ ಹಿಂದೆ, ನನಗೇ ಅರಿವಿಲ್ಲದ ಎಷ್ಟೋ ನಿಗೂಢ ನಿಲುವುಗಳಿರಬಹುದು. ಭಯಗಳಿರಬಹುದು. ನನ್ನ ಬಗ್ಗೆ, ನನ್ನ ಭೂತ ಕಾಲದ ಬಗ್ಗೆ ನನ್ನ ಗಂಡನಿಗೆ ಯಾವ ರೀತಿಯ ಅನುಮಾನಗಳೂ ಬರದಂತೆ ನಾನು ಎಚ್ಚರವಹಿಸುತ್ತಿದ್ದಿರಬಹುದು. ಜೊತೆಗೆ ಮನವೊಲ್ಲದ ಗಂಡಿನ ಸನಿಹ, ಒಡನಾಟ ಪ್ರಾಯದ ಹೆಣ್ಣಿನ ಮನಸ್ಸಿಗೆ ಅಸಹ್ಯವೆನಿಸಬಹುದೇ ಹೊರತು, ಅವಳ ದೇಹಕ್ಕಲ್ಲ, ನನ್ನ ಮೈ ಅವರ ಮೈಯನ್ನು ನಿಸ್ಸಂಕೋಚವಾಗಿ ಬಯಸುತ್ತೆ ರಮ. ಯಾರ ಮೈಯಾದರೂ ಆಗಿತ್ತು, ಅನ್ನು. ಒಟ್ಟಿನಲ್ಲಿ ನಮ್ಮ ದಾಂಪತ್ಯ ಜೀವನ ಸುಖಮಯವಾಗಿಯೇ ಇದೆ. ಆದರೆ, ನಿಜ ಹೇಳಲೇ ರಮ? ನಾನು ಇದುವರೆಗೆ ಒಂದು ಬಾರಿಯಾದರೂ ಇಡಿಯಾಗಿ ನನ್ನನ್ನು ನನ್ನವರಿಗೆ ಅರ್ಪಿಸಿಕೊಂಡಿಲ್ಲ, ತನ್ಮಯಳಾಗಿ ಸುಖಿಸಿಲ್ಲ, ಅದು ಮಾತ್ರ ಎಂದಿಗೂ ಸಾಧ್ಯವಿಲ್ಲ, ಅನ್ನಿಸುತ್ತೆ. ನಾನು ಎಷ್ಟೇ ನಟಿಸಿದರೂ, ನನ್ನವರಿಗೆ ಇದರ ಸುಳಿವು ಸಿಕ್ಕಿಬಿಟ್ಟಿದೆಯೆಂದೇ ನನ್ನ ಗುಮಾನಿ. ಹಾಗೆಂದು ಅವರೇನೂ ತೋರಿಸಿಕೊಂಡಿಲ್ಲ. ಆದರೆ ನಾವು ಪ್ರತಿಬಾರಿ ಒಟ್ಟಿಗೆ ಮಲಗಿ ಎದ್ದಾಗಲೂ, ಅವರ ಕಣ್ಣುಗಳಲ್ಲೇ ಅವರ ಅತೃಪ್ತಿ ಸ್ಪಷ್ಟವಾಗಿ ಕಾಣುತ್ತೆ. ಹಾಗೆಂದು ಇದನ್ನೇನೂ ಅವರು ಮನಸ್ಸಿಗೆ ಹಚ್ಚಿಕೊಂಡಿಲ್ಲ, ಏಕೆಂದರೆ ದಾಂಪತ್ಯ ಸುಖ ಅವರಿಗೆ ಅಂಥ ಮಹತ್ವದ್ದೇನೂ ಅಲ್ಲ, ಜೀವನದ ಪರಮೋದ್ದೇಶವೂ ಅಲ್ಲ, ಅವರು ಬೆನ್ನು ಹತ್ತಿರುವುದು ಹಣವನ್ನು, ಅಧಿಕಾರವನ್ನು, ಅದಕ್ಕಾಗಿ ಎಂಥ ತ್ಯಾಗಕ್ಕೂ ಅವರು ಸಿದ್ಧರಾಗಿದ್ದಾರೆ. ಅವರು ಕುಡಿಯುತ್ತಾರೆಂದು, ಬೇರೆ ಹೆಣ್ಣುಗಳ ಸಂಬಂಧವೂ ಉಂಟೆಂದು ನನಗೂ ಗೊತ್ತಾಗಿದೆ. ಆದರೆ ಇಂಥ ಕ್ಷುಲ್ಲಕ (!) ವಿಚಾರಗಳ ಬಗ್ಗೆ ರಾದ್ಧಾಂತ ಮಾಡಿಕೊಳ್ಳಲು ನಾವೇನೂ ಅವಿದ್ಯಾವಂತರೇ, ಅಸಭ್ಯರೇ, ರಮ? ನಮ್ಮ ವಿದ್ಯೆ, ಘನತೆ ವೈಭವಗಳು ನಮಗೆ ಏನು ಕಲಿಸಿಲ್ಲದಿದ್ದರೂ, ಸಭ್ಯರಂತೆ ಸೋಗಿನ, ಕಪಟದ, ಟೊಳ್ಳು ಜೀವನ ನಡೆಸಲು ಬೇಕಾದ ತಾಳ್ಮೆ, ಕೃತ್ರಿಮಗಳನ್ನು ಖಂಡಿತ ಕಲಿಸಿಕೊಟ್ಟಿವೆ. ಒಂದು ವೇಳೆ ನಾನೂ ಸಹ ಅವರಂತೆ ವಿವಾಹ ಬಾಹಿರ ಸಂಬಂಧಗಳನ್ನು ಬೆಳೆಸಿದರೆ, ಅವರು ಅನಾಗರಿಕರಂತೆ ಕೋಪದಿಂದ ಕನಲಿ ಕೂಗಾಡಲಾರರು, ನನ್ನ ಕತ್ತು ಹಿಚುಕಿ ಕೊಲ್ಲಲಾರರು, ನನ್ನನ್ನು ಕತ್ತು ಹಿಡಿದು ಮನೆಯಿಂದ ಹೊರಕ್ಕೆ ದಬ್ಬಲಾರರು ಎಂಬ ಖಾತ್ರಿ ನನಗಿದೆ. 'ಏನೇ ಅನಾಚಾರ ಮಾಡಿದರೂ ಅದು ಬಹಿರಂಗವಾಗದ ಹಾಗೆ, ಎಚ್ಚರಿಕೆಯಿಂದ ಜಾಣತನದಿಂದ ಮಾಡು' ಎಂದು ಬುದ್ಧಿವಾದ ಹೇಳಿಯಾರು,

ಅಷ್ಟೆ, ಭಾವಾವೇಶ ಸಾಧ್ಯವಾಗುವುದು ಮುಗ್ಧ, ನೇರ ಸರಳ ವ್ಯಕ್ತಿಗಳಿಗೆ ಮಾತ್ರ, ರಮ, ಕೊಳಕು ಮನಸ್ಸಿನ, ಕೊಳೆತ ಹೃದಯದ, ನಮ್ಮಂಥ ಜಾಣ, ಸಭ್ಯ, ವಿದ್ಯಾವಂತ ವಂಚಕರಿಗಲ್ಲ, ನಾವು ಆತ್ಮ ಸತ್ತರೂ ತೋರಿಕೆಗೆ ಬದುಕಿರುವ 'ಮಮ್ಮಿ 'ಗಳು, ಹೆಣ ಕೊಳೆಯದಂತೆ ಎಷ್ಟು ಎಚ್ಚರಿಕೆ ವಹಿಸಿದ್ದೇವೆ ನೋಡು, ಎಷ್ಟೊಂದು ಸುಗಂಧ ದ್ರವ್ಯಗಳನ್ನು ನಮ್ಮೊಳಗೆಲ್ಲ ತುಂಬಿಕೊಂಡಿದ್ದೇವೆ!

ವ್ಯಭಿಚಾರ ಮಾಡಲಿಕ್ಕೂ ಧೈರ್ಯಬೇಕು, ರಮ, ಮುಗ್ಧ ಧೈರ್ಯ ಅಥವಾ ಭಂಡ ಧೈರ್ಯ ಬೇಕು. ಇವೆರಡೂ ನನ್ನಲ್ಲಿಲ್ಲ. ಅದು ನನಗೂ ಗೊತ್ತು, ಬಹುಶಃ ನನ್ನವರಿಗೂ ಗೊತ್ತು.

ನಾನು ಸಮಯವನ್ನು ಹೇಗೆ ಕಳೆಯುತ್ತೇನೆಂದು ನಿನಗೆ ಸೋಜಿಗವಾಗಿರಬೇಕಲ್ಲವೆ? ನಿನ್ನ ಸೋಜಿಗ ಸ್ವಾಭಾವಿಕವಾಗಿಯೇ ಇದೆ. ಮನೆಯಲ್ಲಿ ನಾನು ಏನೊಂದೂ ಕೆಲಸ ಮಾಡಬೇಕಿಲ್ಲ. ಅಡುಗೆಯಿಂದ ಮೊದಲುಗೊಂಡು, ಪ್ರತಿಯೊಂದಕ್ಕೂ ನೌಕರರಿದ್ದಾರೆ. ಆದರೂ ಸಮಯ ಹೋಗುತ್ತೆ. ಸಮಯ ಒಂದು ಹೊರೆಯಾಗುವುದು-ನಾವು ಅದಕ್ಕೆ ಬೆಲೆ ಕೊಟ್ಟಾಗ ಅಥವಾ ಅದರಿಂದ ಏನಾದರೂ ಮಹತ್ವವಾದದ್ದನ್ನು ನಿರೀಕ್ಷಿಸಿ ನಿರಾಶರಾದಾಗ ಮಾತ್ರ. ನನಗೀಗ ಯಾವ ನಿರೀಕ್ಷೆಗಳಾಗಲೀ, ಮಹತ್ವಾಕಾಂಕ್ಷೆಗಳಾಗಲೀ ಇಲ್ಲ. ಭ್ರಮೆಯಲ್ಲಿ ಬದುಕಿದ್ದೇನೆ: ಇದು ನರಕವೆಂದು ಗೊತ್ತಿದ್ದರೂ ಸ್ವರ್ಗವೆಂದು ಭ್ರಮಿಸುತ್ತ, ಇದು ಭ್ರಮೆಯೆಂದು ಗೊತ್ತಿದ್ದರೂ ಸತ್ಯವೆಂದು ಭ್ರಮಿಸುತ್ತ, ಆತ್ಮವಂಚನೆಯಲ್ಲಿ ಪರಿಣತಳಾಗಿ ಬದುಕಿದ್ದೇನೆ.

ದಿನದ ಹೆಚ್ಚಿನ ಸಮಯವನ್ನು ತೋಟದಲ್ಲಿ, ಅದರ ಆರೈಕೆಯ ಮೇಲ್ವಿಚಾರಣೆಯಲ್ಲಿ ಕಳೆಯುತ್ತೇನೆ. ಅಲ್ಲಿ ಸಹಜವಾಗಿ ಅರಳಿ, ಬಾಡಿ, ಉದುರಿ, ಮಣ್ಣಾಗಿ ಹೋಗುವ ಹೂಗಳನ್ನು ಕಂಡು ಸುಖಪಡುತ್ತೇನೆ. ಅಲ್ಲಿನ ಗುಲ್‌ಮೊಹರ್, ಕ್ಯಾಕ್ಟಸ್, ಕೊಳದೊಳಗಿನ ಮೀನು-ಪ್ರತಿಯೊಂದರಲ್ಲೂ ನನ್ನ ವ್ಯಕ್ತಿತ್ವಕ್ಕೆ ಅರ್ಥಪೂರ್ಣವಾದ ಸಂಕೇತಗಳನ್ನು ಕಾಣುತ್ತಾ, ಅವುಗಳೊಂದಿಗೆ ಆತ್ಮೀಯತೆ ಗಳಿಸುತ್ತೇನೆ, ತಾದಾತ್ಮ್ಯ ಸಾಧಿಸುತ್ತೇನೆ. ಮನೆಯಲ್ಲಿ ಸಂಗೀತ, ಸಾಹಿತ್ಯ, ಇತ್ಯಾದಿ; ಸಂಜೆಗೆ ಸಿನಿಮಾ, ಮಹಿಳಾ ಕೂಟಗಳು ಪಾರ್ಟಿಗಳು ಇತ್ಯಾದಿ; ಆಗಾಗ್ಗೆ ಪಿಕ್‌ನಿಕ್ ಸಹ ಇರುತ್ತೆ. ಹೀಗೆ ಹೇಗೋ ಕಳೆದುಹೋಗುತ್ತೆ ಸಮಯ, ಆದರೆ ನನ್ನ ಅತ್ಯಂತ ನೋವಿನ, ಏಕಾಂತದ, ನಿರಾಸೆಯ ಖಾಸಗಿ ಗಳಿಗೆಗಳಲ್ಲಿ ನಾನೇನು ಮಾಡ್ತೀನಿ ಗೊತ್ತೆ, ರಮ? ಪದ್ಯ ಬರೀತೀನಿ, ಯಾರಿಗೂ ಗೊತ್ತಾಗದಂತೆ ಕಂತೆ ಕಂತೆ ಬರೆದಿಟ್ಟಿದ್ದೀನಿ.

ನಾನು ಪದ್ಯ ಬರೆಯೋದು ಕೇಳಿ ನಿನಗೆ ತಮಾಷೆ ಅನ್ನಿಸಿರಬೇಕಲ್ಲವೆ? ಆದರೆ ಇಲ್ಲಿ ತಮಾಷೆ ಏನೂ ಇಲ್ಲ, ರಮ. ನಮ್ಮ ಅಂತರಂಗದ ತುಡಿತಗಳನ್ನು ಉತ್ಕಟ ಭಾವನೆ, ಕಾಮನೆಗಳನ್ನು ಹೊರಹಾಕಲು ನಮಗೆ ಏನಾದರೊಂದು ಹೊರದಾರಿ ಬೇಕೇ ಬೇಕಲ್ಲವೆ? ಇಲ್ಲದಿದ್ದರೆ ಖಂಡಿತ ನಾನು ಹುಚ್ಚಿಯಾಗಿ

ಬಿಡ್ತಿದ್ದೆ. ನಮ್ಮ ಆಂತರ್ಯದ ಆಸೆ, ನಿಲುವುಗಳು ಪ್ರಕಟಗೊಳ್ಳದೆ ಸುಪ್ತ ಪ್ರಜ್ಞೆಗೆ ಒತ್ತಲ್ಪಟ್ಟ ಪ್ರತಿಭಟನೆಗಳು, ನಮ್ಮ ನಿರಾಸೆ, ಪ್ರತೀಕಾರಗಳು, ನಮ್ಮ ಬಾಹ್ಯಕ್ರಿಯೆಗಳಲ್ಲಿ ಒಮ್ಮೊಮ್ಮೆ ಹೇಗೆ ಸೂಚ್ಯವಾಗಿಯಾದರೂ, ಜೆಸ್ಚರ್ ಮೂಲಕ ಪ್ರಕಟಗೊಳ್ಳುತ್ತವೆ, ಎನ್ನುವುದಕ್ಕೆ ನನ್ನ ಈ ಮನೆಯಲ್ಲೇ ನಡೆದ ಒಂದು ಪ್ರಸಂಗವನ್ನು ಉದಾಹರಿಸುತ್ತೇನೆ, ಕೇಳು.

ನಮ್ಮ ಮನೆಯಲ್ಲಿ ಮಲ್ಲಿ ಎಂಬ ಒಬ್ಬ ಕೆಲಸದವಳಿದ್ದಳು. ಕಸ, ಮುಸುರೆ ಇತ್ಯಾದಿ ನೋಡಿಕೊಳ್ಳುತ್ತಿದ್ದಳು. ಕಂದು ಬಣ್ಣವಾದರೂ ಮೈ ಕೈ ತುಂಬಿಕೊಂಡು, ಆರೋಗ್ಯದಿಂದ ಮಿರುಮಿರುಗುತ್ತಾ, ಆಕರ್ಷಕಳಾಗಿದ್ದಳು. ಬೆಳಗಿನಿಂದ ಸಂಜೆಯವರೆಗೆ ನಮ್ಮ ಮನೆಯಲ್ಲಿ ಇರುತ್ತಿದ್ದಳು. ಅರಳು ಹುರಿದಂತೆ ಮಾತಾಡುವ ಹರಟೆ ಮಲ್ಲಿ. ನನ್ನೊಂದಿಗೆ ತುಂಬಾ ಸಲಿಗೆಯಿಂದಿದ್ದಳು. ಅವಳ ಮುಗ್ಧ ಮನಸ್ಸಿನ ಲವಲವಿಕೆ, ಅವಳ ಪುಟಿಯುವ ಜೀವನೋತ್ಸಾಹ, ಅವಳನ್ನು ನನಗೆ ಪ್ರಿಯಳಾಗಿಸಿದ್ದವು. ಅವಳಿಗೆ ಮದುವೆಯಾಗಿತ್ತು, ಮಕ್ಕಳಿರಲಿಲ್ಲ, ಗಂಡ ಯಾವುದೋ ಗಿರಣಿಯಲ್ಲಿ ಕೂಲಿಯಾಗಿದ್ದ.

ಒಂದು ಮಧ್ಯಾಹ್ನ ಮಲಗಿದ್ದವಳು, ಯಾಕೋ ಬೇಸರವಾಗಿ, ಪದ್ಯ ಬರೆಯಬೇಕನ್ನಿಸಿ, ಪದ್ಯದ ಪುಸ್ತಕ ಪೆನ್ನಿನ ಸಹಿತ, ತೋಟಕ್ಕೆ ಬಂದೆ. ಗ್ಯಾರೇಜಿನ ಪಕ್ಕದಲ್ಲಿರುವ 'ಮಳೆಮರ'ದ 'ನೆರಳಿಗೆ ಹೋಗುತ್ತಿದ್ದಾಗ, ಗ್ಯಾರೇಜಿನ ಒಳಗಿನಿಂದ ಗುಸ ಗುಸ ಶಬ್ದ ಕೇಳಿತು. ಕುತೂಹಲದಿಂದ 'ಯಾರು ಒಳಗೆ?' ಎಂದೆ, ತಟ್ಟನೆ ಬಳೆಗಳ ಗಲಗಲ ಶಬ್ದವಾದಂತಾಗಿ, ನಿಶ್ಯಬ್ದ ಕವಿಯಿತು. ಶಟರ್ಸ್ ಮೇಲೆಳೆದೆ. ಗ್ಯಾರೇಜಿನ ಒಂದು ಮೂಲೆಯಲ್ಲಿ, ಕಾರಿನ ಹಿಂದೆ ಮಲ್ಲಿ ಮತ್ತು ನಮ್ಮ ತೋಟದ ಮಾಲಿಯಾದ ಜಾನಿ ಮುದುಡಿಕೊಂಡು, ಭಯಗ್ರಸ್ತ ಅರಳಿದ ಕಣ್ಣುಗಳಿಂದ ನಿಂತಿದ್ದರು. ನನ್ನನ್ನು ಕಂಡೊಡನೆ ಮುಖ ತಗ್ಗಿಸಿದರು. ಸ್ವಲ್ಪ ಹೊತ್ತು ಹಾಗೆಯೇ ನಿಂತಿದ್ದರು. ಪ್ರತಿಮೆಗಳಂತೆ. ನಂತರ 'ನಡೀರಿ ಹೊರಗೆ' ಎಂದು ಅಬ್ಬರಿಸಿ ಪಕ್ಕಕ್ಕೆ ಸರಿದೆ. ಮಲ್ಲಿ ಸರಸರ ಹೊರ ಬಂದು, ಮನೆಯೊಳಕ್ಕೆ ಓಡಿದಳು. ಜಾನಿ ತೋಟದಲ್ಲಿದ್ದ ತನ್ನ ಕ್ಯಾಬಿನ್ನಿಗೆ ಹೋದ. ನಾನು ಶಟರ್ಸ್ ಕೆಳಗೆಳೆದು, ಮಲ್ಲಿಗಾಗಿ ಮನೆಯೊಳಕ್ಕೆ ನಡೆದೆ.

ಜಾನಿ ಕಟ್ಟುಮಸ್ತಾದ ಯುವಕ. ಮತಾಂತರಗೊಂಡ ಕ್ರಿಶ್ಚಿಯನ್ ಮನೆತನ. ಚಿಕ್ಕಂದಿನಿಂದಲೇ ಅನಾಥನಾಗಿ ನನ್ನವರ ಮನೆ ಸೇರಿದ್ದನಂತೆ, ಅದೂ ನನ್ನ ಮಾವನವರ ಕಾಲದಲ್ಲಿ. ಆಗಿನಿಂದಲೂ ತೋಟ ನೋಡಿಕೊಳ್ಳೋದೇ ಅವನ ಉದ್ಯೋಗವಾಗಿತ್ತಂತೆ. ತುಂಬಾ ನಯವಿನಯದ, ಮಿತವಾದ ಮಾತಿನ, ವಿಧೇಯ, ಶ್ರಮಜೀವಿ ಯುವಕನಾಗಿದ್ದ. ಹಾಗೆಯೇ ರಂಗು ರಂಗಿನ ಬಟ್ಟೆ ತೊಟ್ಟು ವಾರಕ್ಕೆರಡು ಸಿನಿಮಾ ನೋಡಲು ಹೋಗುವ ದಿಲ್‌ದಾರನೂ ಆಗಿದ್ದ. ಪ್ರತಿ ಭಾನುವಾರ ತಪ್ಪದೆ ಚರ್ಚಿಗೆ ಹೋಗುತ್ತಿದ್ದ.

ನಾನು ಮಲ್ಲಿಗಾಗಿ ಮನೆಯಲ್ಲಿ ಹುಡುಕಾಡತೊಡಗಿದೆ. ಎಲ್ಲೂ ಕಾಣಲಿಲ್ಲ. 'ಮಲ್ಲೀ... ಎಂದು ಕೂಗಿದೆ. ಉತ್ತರ ಬರಲಿಲ್ಲ. ಕೊನೆಗೆ ಹಿತ್ತಲಿಗೆ ಬಂದಾಗ, ಅಲ್ಲಿ ಒಗೆಯುವ ಬಂಡೆಯ ಮೇಲೆ ಕೂತು, ಅಳುತ್ತಿದ್ದಳು. ನಾನು ರೇಗಾಡಬಹುದೆಂದು ನಿರೀಕ್ಷಿಸುತ್ತಿದ್ದಳೂಂತ ಕಾಣುತ್ತೆ. ಆದರೆ ನನಗೆ ಅವಳ ಬಗ್ಗೆ ಕೋಪವೇನೂ ಇರಲಿಲ್ಲ. ಕುತೂಹಲವಿತ್ತು. ಅವಳ ಈ ಅನೈತಿಕ ಸಂಬಂಧದ ಹಿನ್ನೆಲೆ, ವಿವರಗಳನ್ನು ಅರಿಯುವ ಕಾತರತೆಯಿತ್ತು. ಆದ್ದರಿಂದ ಅವಳನ್ನು ಸಂತೈಸಿದೆ. ಈ ವಿಚಾರವನ್ನು ಯಜಮಾನರಿಗೆ ಹೇಳುವುದಿಲ್ಲವೆಂದೂ, ಅವಳ, ಜಾನಿಯ ನೌಕರಿಗಳಿಗೆ ಯಾವ ಅಪಾಯವೂ ಇಲ್ಲವೆಂದೂ ಆಶ್ವಾಸನೆ ಕೊಟ್ಟು, ಅವಳ ನಂಬಿಕೆ, ವಿಶ್ವಾಸ ಗಳಿಸಿ, ಅವಳಿಂದ ಈ ಪ್ರಸಂಗದ ವಿವರಗಳನ್ನು ಬಿಚ್ಚಿಸಿದೆ–

ಮಲ್ಲಿ ತನ್ನ ದಾಂಪತ್ಯ ಜೀವನದಲ್ಲಿ ಅಸುಖಿಯಾಗಿದ್ದಳು, ಅತೃಪ್ತಳಾಗಿದ್ದಳು. ಅವಳ ಗಂಡ ಭಾರಿ ಕುಡುಕ, ಕೊಳಕ. ಜೊತೆಗೆ ಅತ್ತೆಯ ಕಾಟವೂ ಅತಿಯಾಗಿತ್ತು. ಮದುವೆಯಾದ ಹೊಸತರಲ್ಲಿ ಗಂಡ ಇವಳನ್ನು ಭಾರಿ ಪ್ರೀತಿಸುತ್ತಿದ್ದ. ಹೊಸ ಸೀರೆ ಕೊಡಿಸುತ್ತಿದ್ದ, ಸಿನಿಮಾಗಳಿಗೆ ಕರೆದೊಯ್ಯುತ್ತಿದ್ದ. ಆದರೆ, ಮದುವೆಯಾಗಿ ಮೂರು ವರ್ಷಗಳಾದರೂ ಮಕ್ಕಳಾಗದಿದ್ದಕ್ಕೆ ಅವನು ತಿರುಗಿಬಿದ್ದ, ಮಲ್ಲಿಗೆ ಬಂಜೆಯೆಂಬ ಬಿರುದು ಬಂತು. ಸಂಜೆಯಾದರೆ ತನ್ನ ಮನೆಯೆಂಬ ಕೊಳಕು ನರಕಕ್ಕೆ ಹೋಗಬೇಕಲ್ಲ, ಎಂದು ಮಲ್ಲಿಗೆ ಭಯವಾಗುತ್ತಿತ್ತು, ಸಂಕಟವಾಗುತ್ತಿತ್ತು. ಬೆಳಗಿನಿಂದ ಸಂಜೆಯ ತನಕ ಇಲ್ಲಿ ದುಡಿದು, ಸಂಜೆ ಮನೆಯಲ್ಲಿ ಕುಡುಕ ಗಂಡನಿಂದ ಹೀನಾಮಾನ ಬೈಸಿಕೊಳ್ಳಬೇಕಿತ್ತು; ದನದ ಹಾಗೆ ಬಡಿಸಿಕೊಳ್ಳಬೇಕಿತ್ತು. ಮಲ್ಲಿಗೆ ಜೀವನವೇ ರೋಸಿಹೋಗಿತ್ತು. ಈ ನಡುವ ಜಾನಿ ಅವಳ ಬಗ್ಗೆ ಆಸಕ್ತಿ ತೋರಿಸತೊಡಗಿದ, ಮಲ್ಲಿಗೂ ಇದು ಹಿತವಾಗಿತ್ತು, ಅವಶ್ಯಕವಾಗಿತ್ತು. ಮೊದ ಮೊದಲಲ್ಲಿ ಕೇವಲ ದೈಹಿಕ ಆಕರ್ಷಣೆಯಾಗಿ ಶುರವಾದ ಅವರ ಸಂಬಂಧ ಕ್ರಮೇಣ ಗಾಢವಾಯಿತು. ಜಾನಿ ಮಲ್ಲಿಯನ್ನು ನಿಜಕ್ಕೂ ಪ್ರೀತಿಸತೊಡಗಿದ, ಅವಳ ದಾರುಣ ಜೀವನದ ಬಗ್ಗೆ ಅವನಿಗೆ ಮರುಕ, ಅನುಕಂಪವಿತ್ತು. 'ನೀನೂ ಕ್ರಿಶ್ಚಿಯನ್ ಆಗಿಬಿಡು, ನಾವಿಬ್ಬರೂ ಮದುವೆಯಾಗಿ ಬಿಡೋಣ' ಅನ್ನುತ್ತಿದ್ದ. ಆದರೆ ಮಲ್ಲಿಗೆ ಭಯ, ತನ್ನ ದುಷ್ಟ, ಗಂಡ ಜಾನಿಗೇನಾದರೂ ಕೇಡು ಮಾಡಿದರೆ? ಇದಕ್ಕೆ ಜಾನಿ ಒಂದು ಪರಿಹಾರ ಸೂಚಿಸಿದ್ದ. ಈಗ ಅವರಿಬ್ಬರೂ ಸಾಧ್ಯವಾದಷ್ಟು ಹಣ ಉಳಿಸಿ, ಕೂಡಿಡುತ್ತಿದ್ದರು. ಹಣ ಸಾಕಷ್ಟಾದ ಮೇಲೆ, ಒಂದು ದಿನ ಯಾರಿಗೂ ತಿಳಿಯದಂತೆ ಪರಾರಿಯಾಗಿಬಿಡೋದು, ಎಲ್ಲಾದರೂ ದೂರ ಹೋಗಿ, ನೌಕರಿ ಹಿಡಿದು, ಸಂಸಾರ ಹೂಡುವುದು. ಜಾನಿಗೆ ನೌಕರಿ ಸಿಕ್ಕುವ ಬಗ್ಗೆ ಯಾವ ಆತಂಕವೂ ಇರಲಿಲ್ಲ. ಅವನಿಗೆ ಸಕಲ ಕೆಲಸಗಳೂ ಚೂರುಪಾರು ಗೊತ್ತಿದ್ದವು. ಜೊತೆಗೆ ಮಲ್ಲಿಯನ್ನು ಕ್ರೈಸ್ತಧರ್ಮಕ್ಕೆ ಮತಾಂತರಗೊಳಿಸಿ, ಯಾವುದಾದರೂ

ಚರ್ಚಿನಲ್ಲಿ ತಾನು ಮದುವೆಯಾದರೆ, ಚರ್ಚಿನಿಂದಲೂ ಅವರಿಗೆ ನೆರವು ಸಿಕ್ಕುವ ಸಾಧ್ಯತೆಯಿತ್ತು. ಹೀಗೆ, ಅವರು ಪಲಾಯನದ ಸಿದ್ಧತೆಯಲ್ಲಿದ್ದರು. ನಾನು ಮಲ್ಲಿಯನ್ನು ಕೇಳದೆ, 'ಜಾನಿ ನಿನಗೆ ದ್ರೋಹ ಮಾಡಿ, ನಡುನೀರಿನಲ್ಲಿ ಕೈಬಿಟ್ಟು ಹೋದರೆ ಏನು ಮಾಡ್ತೀಯ?' ಎಂದು. ಅದಕ್ಕೆ ಮಲ್ಲಿ ಹೇಳಿದಳು: ತನಗೆ ಜಾನಿಯ ಬಗ್ಗೆ ಸಂಪೂರ್ಣ ನಂಬಿಕೆ, ಭರವಸೆ ಇವೆಯೆಂದು. ಯಾಕೆಂದರೆ ತನ್ನ ಮತ್ತು ಜಾನಿಯ ಸಂಬಂಧದಿಂದ ಇವಳು ತಾನಾಗಿ ಎಂದೂ ಏನನ್ನೂ ನಿರೀಕ್ಷಿಸಿರಲಿಲ್ಲ. ಜಾನಿ ತಾನಾಗಿಯೇ ಈ ಪಲಾಯನದ ಮದುವೆಯ, ಸಂಸಾರದ, ಹೊಸ ಸಂತೋಷ, ನೆಮ್ಮದಿಯ ಜೀವನದ ಆಸೆಗಳನ್ನು ಇವಳಲ್ಲಿ ಬಿತ್ತಿದ್ದ. ಒಂದು ವೇಳೆ ಜಾನಿ ತನಗೆ ದ್ರೋಹ ಮಾಡಿದರೆ, ತಾನು ಕಳೆದುಕೊಳ್ಳಬೇಕಾದ್ದು ಏನೂ ಇಲ್ಲವೆಂದೇ ಮಲ್ಲಿಯ ನಂಬಿಕೆ. ಎಲ್ಲಾದರೂ ದುಡಿಯೋದು, ಹೇಗಾದರೂ ಬದುಕೋದು, ಅದಂತೂ ತಪ್ಪಿದ್ದಲ್ಲವಲ್ಲ, ಎಂದು ಅವಳ ಸಿದ್ಧಾಂತ, ಒಟ್ಟಿನಲ್ಲಿ, ಈ ಸರಳ ವ್ಯಕ್ತಿಗಳ ಧೈರ್ಯ, ನಿರ್ಧಾರ, ಪ್ರಾಮಾಣಿಕತೆ ನನಗೆ ತುಂಬಾ ಮೆಚ್ಚುಗೆಯಾದವು. ನಾನೇನು ಮಾಡಿದೆ ಗೊತ್ತೆ, ರಮ? ನನ್ನ ಗಂಡನಿಗೆ ತಿಳಿಯದ ಹಾಗೆ ನಾನು ಕೂಡಿಟ್ಟಿದ್ದ ಹಣದಿಂದ, ಒಂದು ಸಾವಿರವನ್ನು ಅವರಿಗೆ ಕೊಟ್ಟೆ. ಅವರ ಪರಾರಿಯ ಸಿದ್ಧತೆಯಲ್ಲಿ ಎಲ್ಲ ನೆರವು, ಸೂಚನೆ, ಸಲಹೆ, ಎಚ್ಚರಿಕೆಗಳನ್ನು ಕೊಟ್ಟೆ ಕೊನೆಗೆ ಒಂದು ದಿನ ಅವರಿಬ್ಬರೂ ಪರಾರಿಯಾದರು. ಆ ದಿನ ನನಗೆಷ್ಟು ಖುಷಿಯಾಯ್ತು ಗೊತ್ತೆ? ನಾನೇ ಹಾಗೆ ಮಾಡಿದಷ್ಟು. ಆ ದಿನವೆಲ್ಲ ಖುಷಿಯಾಗಿ ತೋಟದಲ್ಲಿ ಹಾಡಿಕೊಂಡು ತಿರುಗಿದೆ. ಏನೋ ಸಾಧಿಸಿದವಳಂತೆ ಬೀಗಿ ನಡೆದೆ. ಮನಸ್ಸಿನ ತುಂಬ ಏನೋ ಕೃತಾರ್ಥತೆ, ಧನ್ಯತೆ ತುಂಬಿಕೊಂಡಿದ್ದವು.

ಇದೆಲ್ಲ ನಿನಗೆ, ಸಿಲ್ಲಿ ಅನ್ನಿಸಿ, ನಗೆ ತರಿಸುತ್ತಿರಬಹುದಲ್ಲವೆ? ನನಗೂ ಒಮ್ಮೊಮ್ಮೆ ಹಾಗೇ ಅನ್ನಿಸುತ್ತೆ. ಆದರೆ ಹೀಗೆ ಅಳೆದೂ ಸುರಿದೂ ಯೋಚಿಸುವುದೂ ಸಹ ಸಿಲ್ಲಿ ಅಲ್ಲವೇನೆ? ಇದು, ನಾವು ಸಂಕೀರ್ಣವೆಂದು ಭ್ರಮಿಸಿರುವ, ನಮ್ಮ ವ್ಯಕ್ತಿತ್ವಗಳ ವಿಕಾರಗಳು, ವಂಚಕ ಸೋಗುಗಳಲ್ಲವೇನೆ? ನಾವು 'To be, or not to be' ಎಂದು ಕೊರಗುತ್ತಲೇ ಸಾಯುತ್ತೇವೆ. ಆದರೆ ಮಲ್ಲಿ ಜಾನಿಯಂಥ ಸರಳ ವ್ಯಕ್ತಿಗಳು ಜೀವನದ ಸಮಸ್ಯೆ, ಸಂದಿಗ್ಧಗಳನ್ನು ನೇರವಾಗಿ, ನಿರ್ಭಯವಾಗಿ, ಪ್ರಾಮಾಣಿಕವಾಗಿ ಎದುರಿಸುತ್ತಾರೆ, ಪ್ರತಿಕ್ರಿಯಿಸುತ್ತಾರೆ, ಜೀವನಕ್ಕೆ ತಮ್ಮನ್ನು ತಾವು ಸಂಪೂರ್ಣ ಒಡ್ಡಿಕೊಳ್ಳುತ್ತಾರೆ. ಇವರು ನಮಗಿಂತ ಖಂಡಿತ ಮೇಲು. ಅನ್ನಿಸುವುದಿಲ್ಲವೆ? ಹೇಳು ರಮ, ನಿನಗೇನನ್ನಿಸುತ್ತೆ?

–1978

6

ಒಂದು ರಾತ್ರಿ

ಅವು 'ರಾಷ್ಟ್ರವು ಚಲಿಸುತ್ತಿದ್ದ' ದಿನಗಳು. 'ಮಾತು ಕಡಿಮೆ, ಹೆಚ್ಚು ದುಡಿಮೆ' ಎಂದು 'ಪ್ರತಿಯೊಬ್ಬನೂ ಪ್ರತಿ ಇನ್ನೊಬ್ಬನಿಗೆ ಕಲಿಸುತ್ತಿದ್ದ' ಅಥವಾ ಬಿಕ್ಕಳಿಸುತ್ತಿದ್ದ ದಿನಗಳು. ರಾಷ್ಟ್ರದ ತುಂಬ ಸುಖ, ಶಾಂತಿ, ಸಮೃದ್ಧಿ ತುಂಬಿ ತುಳುಕುತ್ತಿದ್ದವು, ಫಲಕಗಳ ಮೇಲೆ, ಭಿತ್ತಿಗಳ ನೆತ್ತಿಗಳಲ್ಲಿ.

ಜೂನ್ ತಿಂಗಳ ಕೊನೆಯ ವಾರವಾದರೂ ಮಳೆಯ ಸುಳಿವಿಲ್ಲದೆ, ಬಿರು ಬೇಸಿಗೆಯ ಬಿಸಿಲು, ಧಗೆ. ಎಲ್ಲರಲ್ಲೂ ಜಿಗುಪ್ಸೆ ಮಂಕು, ಮಂಪರು ಕವಿಸಿತ್ತು. ವೃತ್ತಿನಿರತ ಪ್ರೌಢಶಾಲಾ ಉಪಾಧ್ಯಾಯರುಗಳ ತರಬೇತಿಯ ಬೇಸಿಗೆ ಶಿಬಿರಕ್ಕಾಗಿ ಬೆಂಗಳೂರಿಗೆ ಬಂದಿದ್ದೆ. ಅದೇ ಅಂದು ಪರೀಕ್ಷೆಯೆಂಬ ಪ್ರಹಸನ ಮುಗಿದಿತ್ತು. ಅದರಿಂದ ಮನಸ್ಸಿಗಾದ ನೆಮ್ಮದಿ ಆನಂದಗಳನ್ನು ವೈಭವದಿಂದ ಆಚರಿಸಲು, ಹಾಸ್ಟೆಲಿನ ಒಂದೇ ಕೊಠಡಿಯಲ್ಲಿ ಸಹವಾಸಿಗಳಾಗಿದ್ದ ನಾವು ನಾಲ್ವರು ಅಂದು ರಾತ್ರಿ ಗುಂಡು ಹಾಕಿ, ಕ್ಯಾಬರೆ ನೋಡಲು ಒಂದು ಪಾನ-ನಾಟ್ಯ ಗೃಹಕ್ಕೆ ಹೋದೆವು.

ನಾವು ಎಂದರೆ, ನಾನು, ಚಂದ್ರು, ವಿಶ್ವ ಮತ್ತು ಶಿವಪ್ಪ, ನಮ್ಮಲ್ಲಿ ನಾನು ಮತ್ತು ವಿಶ್ವ ಇನ್ನೂ ಅವಿವಾಹಿತರಾಗಿದ್ದೆವು. ಚಂದ್ರುಗೆ ಮದುವೆಯಾಗಿ ಕೇವಲ ಆರು ತಿಂಗಳಾಗಿದ್ದವು. ನಾವು ಮೂವರೂ ಇಪ್ಪತ್ತೈದು ವರ್ಷ ವಯಸ್ಸಿನ ಒಳಗಿನವರಾಗಿದ್ದೆವು. ಶಿವಪ್ಪ ಮಾತ್ರ ಹಿರಿಯ. ಸುಮಾರು ನಲವತ್ತೆರಡು ವರ್ಷ ವಯಸ್ಸು. ವಿಧುರ. ಆತನ ಒಬ್ಬನೇ ಮಗ ಡಿಪ್ಲೊಮ ಮಾಡಿ, ಯಾವುದೋ ಕಾರ್ಖಾನೆಯಲ್ಲಿ ಕೆಲಸದಲ್ಲಿದ್ದ.

ನಾವು ಒಬ್ಬೊಬ್ಬರೂ ಒಂದೊಂದು ಕಡೆಯಿಂದ ಬಂದಿದ್ದೆವು. ನಾನು ಕೋಲಾರದಿಂದ, ಚಂದ್ರು ಸಾಗರದಿಂದ, ಶಿವಪ್ಪ ರಾಯಚೂರಿನಿಂದ, ವಿಶ್ವ ಮಾತ್ರ ಬೆಂಗಳೂರವನೇ ಆಗಿದ್ದ. ನಮ್ಮಲ್ಲಿ ಶಿವಪ್ಪ ಒಬ್ಬ ಮಾತ್ರ ಲಿಂಗಾಯತ, ಬಿಟ್ಟರೆ ಮಿಕ್ಕ ಮೂವರೂ ಬ್ರಾಹ್ಮಣರು,

ಆದ್ದರಿಂದ ಶಿವಪ್ಪನಿಗೆ ನಮ್ಮೊಂದಿಗೆ ಒಂದೇ ಕೊಠಡಿಯಲ್ಲಿ ವಾಸಿಸುವುದು ಮೊದಮೊದಲಲ್ಲಿ ಸ್ವಲ್ಪ ಮುಜುಗರದ ವಿಷಯವೇ ಆಗಿತ್ತು. ಆದರೆ ಬೇಗ ಹೊಂದಿಕೊಂಡಿದ್ದ.

ಶಿವಪ್ಪ ನಾಯ್ಕರ್ ಸ್ಥೂಲಕಾಯದ, ಕಪ್ಪು ಬಣ್ಣದ ವ್ಯಕ್ತಿ. ತುಂಬಿದ ಗುಂಡು ಮುಖ ಸದಾ ಎಣ್ಣೆ ಸವರಿದಂತೆ ಮಿರುಗುತ್ತಿರುತ್ತಿತ್ತು. ಅರೆನರೆತ ನೇರ ಕೂದಲನ್ನು ತೀಡಿ ಹಿಂದಕ್ಕೆ ಬಾಚಿ, ನಾಟಕದವರಂತೆ ಮಧ್ಯಕ್ಕೆ ಬೈತಲೆ ತೆಗೆದಿರುತ್ತಿದ್ದ. ಸಾಮಾನ್ಯ ಲಿಂಗಾಯತರಂತೆ ಅವನಿಗೆ ಆಚಾರ, ಮಡಿವಂತಿಕೆ ಸ್ವಲ್ಪವೂ ಇರಲಿಲ್ಲ. ಶಿವದಾರ, ಕರಡಿಗೆ ಇತ್ತಾದರೂ ಮಾಂಸ, ಗುಂಡು ಎಲ್ಲಾ ಸ್ವೀಕರಿಸುತ್ತಿದ್ದ. ವಯಸ್ಸಿನಲ್ಲಿ ನಮಗಿಂತ ಹಿರಿಯನಾದರೂ ನಮ್ಮೊಂದಿಗೆ ಪೋಲಿ ವಿಚಾರಗಳ ಚರ್ಚೆಯಲ್ಲಿ ಉತ್ಸಾಹಪೂರ್ಣನಾಗಿ ಭಾಗವಹಿಸುತ್ತಿದ್ದ. ಆದ್ದರಿಂದ ನಮಗೆ ಅವನಲ್ಲಿ ಎಷ್ಟು ಸಲಿಗೆ ಬೆಳೆಯಿತೆಂದರೆ ಅವನನ್ನು ಏಕವಚನದಲ್ಲಿ ಸಂಬೋಧಿಸುತ್ತಿದ್ದೆವು, ನಮ್ಮ ಆಪ್ತ ಗೆಳೆಯನಾಗಿ ಒಪ್ಪಿಕೊಂಡಿದ್ದೆವು.

ಚಂದ್ರ ಮಲೆನಾಡಿನವನು. ಪೂರ್ತಿ ಹೆಸರು ಚಂದ್ರಶೇಖರ ಜೋಯಿಸ, ಸಾಗರದ ಸರ್ಕಾರಿ ಪ್ರೌಢಶಾಲೆಯಲ್ಲಿ ಮಾಸ್ತರನಾಗಿದ್ದ. ಕನ್ನಡ ಸಾಹಿತ್ಯದ ವಿದ್ಯಾರ್ಥಿ. ಚೆನ್ನಾಗಿ ಓದಿಕೊಂಡಿದ್ದ. ಶುದ್ಧ ಕನ್ನಡ ಮಾತಾಡುತ್ತಿದ್ದ. ತೆಳ್ಳಗೆ ಬೆಳ್ಳಗೆ ಸುಂದರನಾಗಿದ್ದ. ಆದರೆ ಸದಾ ವಿಷಾದದ ಜೋಲು ಮೋರೆ. ಮಲೆನಾಡಿನ ಗ್ರಾಮದಲ್ಲಿ ಬೆಳೆದ ಮುಗ್ಧ, ಬೆಂಗಳೂರನ್ನು ಬೆರಗುಗಣ್ಣಿಂದ ನೋಡುತ್ತಿದ್ದ. ಹುಟ್ಟಿ ಬೆಳೆದದ್ದು ಬಡ ಕುಟುಂಬವಾದರೂ ಈಗ ದೊಡ್ಡ ಅಡಿಕೆತೋಟದ ಮಾಲೀಕರ ಮಗಳನ್ನು ಮದುವೆ ಆಗಿ, ತಾನೂ ಶ್ರೀಮಂತನಾಗಿದ್ದ. ಧಾರಾಳವಾಗಿ ಖರ್ಚುಮಾಡುತ್ತಿದ್ದ. ಅಂದಿನ ಪಾನಕೂಟದ ಖರ್ಚನ್ನೆಲ್ಲಾ ತಾನೇ ವಹಿಸಿಕೊಂಡಿದ್ದ. ನಿಜಸಂಗತಿ ಅಂದರೆ ಅವನ ಒತ್ತಾಯದ ಮೇಲೇ ಅಂದು ನಾವೆಲ್ಲಾ ಒಟ್ಟಿಗೆ ಹೊರಟದ್ದು. ಅವನಿಗೆ ಗುಂಡು ಹಳೆಯ ಅಭ್ಯಾಸವಾದರೂ, ಕ್ಯಾಬರೆ ಪ್ರಥಮ ಅನುಭವವಾಗಿತ್ತು. ಚಂದ್ರುಗೆ ಬೆಂಗಳೂರಲ್ಲಿ ಯಾರೋ ಸಂಬಂಧಿಕರು ಅಥವಾ ಪರಿಚಯಸ್ಥರು ಇದ್ದಿರಬೇಕು. ಯಾಕೆಂದರೆ ಪ್ರತಿದಿನ ಬೆಳಗ್ಗೆ, ಸಂಜೆ, ಗಾಂಧಿಬಜಾರಿನಲ್ಲಿದ್ದ ಅವರ ಮನೆಗೆ ಹೋಗಿ ಬರುತ್ತಿದ್ದ. ಅವರು ಯಾರು, ಏನು ಎಂಬುದರ ಬಗ್ಗೆ ಬಾಯಿ ಬಿಡುತ್ತಿರಲಿಲ್ಲ.

ವಿಶ್ವ, ಬೆಂಗಳೂರಲ್ಲೇ ಹುಟ್ಟಿ ಬೆಳೆದವನು. ಚಿಕ್ಕವನಾಗಿದ್ದಾಗಲೇ ತಂದೆ-ತಾಯಿಯರನ್ನು ಕಳೆದುಕೊಂಡು ಅಣ್ಣನ ಪೋಷಣೆಯಲ್ಲಿ ಬೆಳೆದವನು. ಇತಿಹಾಸದಲ್ಲಿ ಎಂ.ಎ. ಮಾಡಿದ್ದರೂ ಕಾಲೇಜಿನಲ್ಲಿ ಕೆಲಸ ಸಿಕ್ಕದೆ, ಬೆಂಗಳೂರಿನ ಶಿವಾಜಿನಗರದ ಒಂದು ಖಾಸಗಿ ಪ್ರೌಢಶಾಲೆಯಲ್ಲಿ ತಿಂಗಳಿಗೆ ಇನ್ನೂರೈವತ್ತು ರೂಪಾಯಿ ಸಂಬಳಕ್ಕೆ ದುಡಿಯುತ್ತಿದ್ದ.

ಬೆಂಗಳೂರಲ್ಲೆ ಮನೆ ಇದ್ದುದರಿಂದ ಅವನಿಗೆ ಹಾಸ್ಟೆಲ್ ಸೌಲಭ್ಯ ಸಿಕ್ಕುವ ಸಾಧ್ಯತೆ ಇರಲಿಲ್ಲ. ಆದ್ದರಿಂದ ಹಾಸ್ಟೆಲ್‌ಸಿಬ್ಬಂದಿಗೆ ಗೊತ್ತಾಗದಂತೆ, ಗುಟ್ಟಾಗಿ, ಪರೀಕ್ಷೆಗೆ ಒಂದು ತಿಂಗಳು ಹಿಂದಿನಿಂದ ನಮ್ಮ ಕೊಠಡಿಯಲ್ಲೇ ಠಿಕಾಣಿ ಹಾಕಿ, ನಮ್ಮೊಂದಿಗೆ ಅಭ್ಯಾಸ ನಡೆಸುತ್ತಿದ್ದ. ಕೊಂಚ ಕುಳ್ಳನಾದರೂ ಕಟ್ಟುಮಸ್ತಾಗಿದ್ದ. ಕಂದು ಬಣ್ಣವಾದರೂ ಆಕರ್ಷಕ ರೂಪವಿತ್ತು. ದಪ್ಪ ಇಳಿಮೀಸೆ ಬಿಟ್ಟಿದ್ದ. ತುಂಬಾ ಸರಸಿ, ಸದಾ ನಗುಮುಖದ, ತಮಾಷೆಯ, ಕುಚೋದ್ಯದ, ದಿಲಾವರನಾದರೂ ಸ್ವಂತ ವಿಷಯದ ಬಗ್ಗೆ ಸದಾ ಮೌನಿ. ಒಮ್ಮೊಮ್ಮೆ ಅವನ ಕಣ್ಣುಗಳ ಆಳದಲ್ಲಿ, ಮಾತುಗಳ ಮೂಲದಲ್ಲಿ, ವಿಷಾದದ ಛಾಯೆ ಕಾಣುತ್ತಿತ್ತು. ಸೇಡಿನ ಕಿಚ್ಚು ಭಗ್ಗೆಂದು ಪ್ರಜ್ವಲಿಸುತ್ತಿತ್ತು. ಆದರೆ ಅವೆಲ್ಲಾ ಕೇವಲ ಒಂದು ಕ್ಷಣಮಾತ್ರ. ಮತ್ತೆ ಮಾಮೂಲಿನಂತೆ ಹಗುರ ಮನಸ್ಸಿನ ಹಕ್ಕಿಯಾಗಿ, ಜೀವನೋತ್ಸಾಹದಿಂದ ಪುಟಿದು ಹಾರುತ್ತಿದ್ದ.

ಇನ್ನು ನಾನು, ಕೋಲಾರದವನಾದರೂ ಕಾಲೇಜು ವಿದ್ಯಾಭ್ಯಾಸವೆಲ್ಲ ಬೆಂಗಳೂರಲ್ಲೇ ಆಗಿದ್ದುದರಿಂದ, ನಗರಕ್ಕೆ, ನಗರ ಜೀವನದ ಆಡಂಬರ ಆಕರ್ಷಣೆಗಳಿಗೆ ಹಳಬನಾಗಿದ್ದೆ. ನಾನು ನೌಕರಿಯಲ್ಲಿದ್ದುದು ಕೋಲಾರದ ಒಂದು ಖಾಸಗಿ ಪ್ರೌಢಶಾಲೆಯಲ್ಲಾದರೂ, ತಿಂಗಳಿಗೊಮ್ಮೆ ಬೆಂಗಳೂರಿಗೆ ಬಂದು ಹೋಗುತ್ತಿದ್ದೆ-ಸಾಹಿತ್ಯ, ಸಿನೆಮಾ, ಗುಂಡು, ಕ್ಯಾಬರೆ ಇತ್ಯಾದಿಗಳಿಗಾಗಿ.

***

ಪಾನಗೃಹಕ್ಕೆ ನಾವು ಹೋದಾಗ ರಾತ್ರಿ ಒಂಬತ್ತೂವರೆಯಾಗಿತ್ತು. ನೃತ್ಯಗಳು ಪ್ರಾರಂಭವಾಗಲಿದ್ದುದು ಹತ್ತೂವರೆಗೆ. ಆದ್ದರಿಂದ ಜನ ಅಷ್ಟಾಗಿ ಇರಲಿಲ್ಲ. ನೃತ್ಯವೇದಿಕೆಯ ಎದುರಿನಲ್ಲಿದ್ದ ಒಂದು ಟೇಬಲ್ಲಿನ ಸುತ್ತ ನಾಲ್ಕು ಮೆತ್ತನೆ ಕುರ್ಚಿಗಳಲ್ಲಿ ಕೂತೆವು. ಮಂಕಾದ ದೀಪಗಳ ಹಿತವಾದ ಬೆಳಕು. ಮೆಲುದನಿಯಲ್ಲಿ ಮಾತಾಡುತ್ತಿದ್ದ ಅಲ್ಲಲ್ಲಿ ಚೆದುರಿ ಕೂತಿದ್ದ ಜನ. ಅಲೆ ಅಲೆಯಾಗಿ ತೇಲಿಬರುತ್ತಿದ್ದ ವಿದೇಶೀ ಸ್ಟೀರಿಯೋ ಸಂಗೀತ. ತಂಪಾದ ಹವಾ ನಿಯಂತ್ರಿತ ಗಾಳಿ. ಮನಸ್ಸು ಬಿಚ್ಚಿ ಮಾತಾಡಿಕೊಳ್ಳಲು ಅನುವಾದ ವಾತಾವರಣವಿತ್ತು.

ನಾಲ್ಕು ತಣ್ಣನೆ ಬಿಯರ್ ಮತ್ತು ಗೋಡಂಬಿ ತರಿಸಿದೆವು. ಸಿಗರೇಟು ಎಳೆಯುತ್ತಾ, ಬಿಯರ್ ಹೀರುತ್ತಾ, ಮಾತಿಗೆ ತೊಡಗಿದೆವು. ಮಾತು ಸ್ವಾಭಾವಿಕವಾಗಿ ಉಪಾಧ್ಯಾಯ ತರಬೇತಿ ಶಿಬಿರದ ಬಗ್ಗೆ ಶುರುವಾಯಿತು. ನಮ್ಮಲ್ಲಿ ಪರೀಕ್ಷೆಯನ್ನು ಗಂಭೀರವಾಗಿ ತೆಗೆದುಕೊಂಡಿದ್ದವರು ನಾನು ಮತ್ತು ವಿಶ್ವ ಇಬ್ಬರೇ. ಏಕೆಂದರೆ, ಇದುವರೆಗಿನ ಎಲ್ಲಾ ಪರೀಕ್ಷೆಯಲ್ಲೂ ಗಳಿಸಿದ್ದ ನಮ್ಮ ಉತ್ತಮ ಮಟ್ಟವನ್ನು ಉಳಿಸಿಕೊಳ್ಳಲಿಕ್ಕಾಗಿ; ಜೊತೆಗೆ ಪರೀಕ್ಷೆಗಳನ್ನು, ಯಾವುದೇ ಆಗಿರಲಿ, ಗಂಭೀರವಾಗಿ ಪರಿಗಣಿಸುವುದು ನಮಗೆ ಸ್ವಭಾವಜನ್ಯವಾಗಿ ಬಿಟ್ಟಿತ್ತು. ವಿಶ್ವನಿಗಂತೂ ಅವನ ನೌಕರಿಯ ದೃಷ್ಟಿಯಿಂದ ಈ ಪರೀಕ್ಷೆ ಮಹತ್ವದ್ದಾಗಿತ್ತು, ನನಗೂ ಸಹ, ಚಂದ್ರು ಹೊಸ ಮದುವೆ ಗಂಡಾದ್ದರಿಂದ ಆ ಗುಂಗಿನಲ್ಲಿದ್ದು ಪರೀಕ್ಷೆಯನ್ನು ಹಾಗೂ ಹೀಗೂ ನಿಭಾಯಿಸಿದ್ದ. ಆದರೆ ಶಿವಪ್ಪ ಮಾತ್ರ ಕೊನೆಯ ತನಕ ಆರಾಮಾಗಿದ್ದು, ಪರೀಕ್ಷೆಯಲ್ಲಿ ಯಾವ ಸಂಕೋಚ, ಹೆದರಿಕೆಯೂ ಇಲ್ಲದೆ, ಅವನ ಕಡೆಯ ಇತರೆ ಅನೇಕ ಉಪಾಧ್ಯಾಯರಂತೆ, ಅಕ್ಕಪಕ್ಕದಲ್ಲಿದ್ದವರಿಂದ ಅಂಗಲಾಚಿ, ಕಾಪಿ ಹೊಡೆದು ಬರೆದಿದ್ದ. ಅನೇಕ ಪ್ರಾಧ್ಯಾಪಕರಿಂದ ಹೀನಾಮಾನ ಬೈಸಿಕೊಂಡಿದ್ದ. ಆದರೆ ಅದರಿಂದ ಅವನಿಗೆ ಯಾವ ರೀತಿಯ ಅವಮಾನ, ಅಭಿಮಾನಭಂಗ ಆದಂತಿರಲಿಲ್ಲ.

ಇಷ್ಟಾದರೂ, ನಮ್ಮಲ್ಲಿ ಯಾರಿಗೂ ಈ ಶಿಬಿರದ ಬಗ್ಗೆಯಾಗಲಿ, ಈ ಪರೀಕ್ಷೆಯ ಬಗ್ಗೆಯಾಗಲಿ, ಇದರ ಉಪಯುಕ್ತತೆಯ ಬಗ್ಗೆಯಾಗಲಿ, ಅಂಥ ಸದಭಿಪ್ರಾಯವಿರಲಿಲ್ಲ. ವಿಶ್ವನಂತೂ, 'ಇದೆಲ್ಲಾ ಕೇವಲ ಒಂದು ಕಪಟ ನಾಟಕ' ಅಂದ. 'ಇಲ್ಲಿ ಬೋಧಿಸುವ ಯಾವುದೇ ಒಂದು ವೈಜ್ಞಾನಿಕ ಅಥವಾ ಮನೋವೈಜ್ಞಾನಿಕ ವಿಧಾನವನ್ನೂ ನಾವು ನಮ್ಮ ಶಾಲೆಗಳಲ್ಲಿ ದಿನನಿತ್ಯದ ಆಚರಣೆಗೆ ತರಲು ಸಾಧ್ಯವೇ ಇಲ್ಲ' ಎಂದು ಘೋಷಿಸಿದ. ತನ್ನ ಶಾಲೆಯನ್ನೇ ಉದಾಹರಿಸಿದ: 'ಇಕ್ಕಟ್ಟು ಕೊಠಡಿಗಳು. ಒಂದೊಂದು ಕೊಠಡಿಗೆ ಅರವತ್ತು ಹುಡುಗರನ್ನು ಕುರಿಗಳನ್ನು ತುಂಬುವ ಹಾಗೆ ತುಂಬಿರುತ್ತಾರೆ. ಅಲ್ಲಿ ಎಂಥಾ ಪಾಠ ಮಾಡುವುದು, ಮಣ್ಣು? ಅಲ್ಲಿ ಪಾಠ ಮಾಡಲು ಗೊತ್ತಿರಬೇಕಾದ್ದು ಹರಿಕಥೆ, ಅಷ್ಟೇ. ವೈಜ್ಞಾನಿಕ ವಿಧಾನಗಳಲ್ಲ, ವಿದ್ಯಾರ್ಥಿಗಳ ಮನಃಪ್ರವೃತ್ತಿ ಅಲ್ಲ' ಅಂದ. 'ಅಲ್ಲಿ ಅರ್ಥಮಾಡಿಕೊಳ್ಳಬೇಕಾಗಿರುವುದು ವಿದ್ಯಾರ್ಥಿಗಳನ್ನಲ್ಲ; ಮುಖ್ಯೋಪಾಧ್ಯಾಯರನ್ನು, ಶಾಲೆಯ ಆಡಳಿತವರ್ಗವನ್ನು' ಎಂದು ನಕ್ಕ. ಇವೆಲ್ಲಾ ವಿಚಾರ ನನ್ನ ಶಾಲೆಯ ಬಗ್ಗೆಯೂ ನಿಜವಿತ್ತು. ನನ್ನ ಶಾಲೆಗೂ ಆಟದ ಬಯಲು, ವಾಚನಾಲಯ, ಪ್ರಯೋಗ ಶಾಲೆ, ಪುಸ್ತಕ ಭಂಡಾರ ಏನೊಂದೂ ಇರಲಿಲ್ಲ. ಇರಬೇಕೆಂದು ಹೇಳುವವರು ಕೇಳುವವರೂ ಇರಲಿಲ್ಲ. ಶಿವಪ್ಪ ಹೇಳಿದ, 'ನಮ್ ಕಡೀ ಸಾಲಿಗಳನ್ನು ನೋಡಿದ್ರ ಇವೇ ಛಲೋ ಅನ್ನಿಸ್ತಾವು. ಅಲ್ಲಿ ಮಾಸ್ತರಿಕೆ ಮಾಡಬೇಕಂದ್ರ ಗೊತ್ತಿರಬೇಕಾದ್ದು ಸಿರ್ಫ್ ರಾಜಕೀಯ.

ನಾನು ಕಲಿಸಲಿಕ್ಕೆ ಸುರೂ ಮಾಡಿ ಬರೋಬರಿ ಪಚ್ಚೀಸ್ ವರ್ಷಾತು. ಆಗ ಪ್ರೈಮರಿ ಸಾಲೀಲಿ ಕಲೀಸ್ತಿದ್ದೆ. ಇನ್ನೂ ಮ್ಯಾಟ್ರಿಕ್ಯುಲೇಶನ್ ಸಹಾ ಪಾಸಾಗಿರಿಲ್ಲ. ಆಮ್ಯಾಲೆ ಎಲ್ಲಾ ಪರೀಕ್ಷೆನೂ, ಸಾಲಿ ಕಾಲೇಜಿಗೆ ಹೋಗ್ದೇನೇ ಪ್ರೈವೇಟಾಗಿ ಪಾಸ್ ಮಾಡ್ಡೆ. ಹ್ಯಾಗೆ ಮಾಡ್ಡೆ, ತಿಳೀತಾ? ಎಲ್ಲಾ ರಾಜಕೀಯ, ಸಿರ್ಫ್ ಪೊಲಿಟಿಕ್ಸ್. ಈಗ ನೋಡಿ, ನನಗ ಎಲ್ಡು ಡಿಗ್ರಿ ಬಂದು... ಹಾಯ್‌ಸ್ಕೂಲ್ ಮಾಸ್ತರಾದೆ... ಖರೇ ಹೇಳೋಕಂದ್ರ ನನಗ ಅಂಗ್ರೇಜಿ ಸುದ್ದಾ ಬರಾಕಿಲ್ಲ. ಆದ್ರೂ ನಾ ಸಾಲೀಲಿ ಕಲ್ಸೋದು ಸಿರ್ಫ್ ಅಂಗ್ರೇಜಿ... ಯಾಕಂದ್ರ ನಮ್ ಸಾಲ್ಯಾಗ ನಾ ಹಿರೇವನಿದ್ದೀನಿ, ಸೀನಿಯರ್ ಸಹಾ' ಎಂದ. ಚಂದ್ರು ನಮ್ಮ ಚರ್ಚೆಯಲ್ಲಿ ಭಾಗವಹಿಸದೆ, ನಿರಾಸಕ್ತನಾಗಿ ಕೇಳುತ್ತಿದ್ದ. ಅವನಿಗೆ ಕ್ಯಾಬರೆ ಯಾವಾಗ ಶುರು ಆಗುತ್ತೋ ಎಂಬ ಕಾತರತೆ ಇದ್ದಂತಿತ್ತು.

ನಾನೆಂದೆ: 'ಈ ಬಾರಿ ಮಾರ್ಗರೆಟ್ ಫಸ್ಟ್ ರ್‍ಯಾಂಕ್ ತಗೊಳ್ಳೋದ್ರಲ್ಲಿ ಯಾವ ಸಂಶಯವೂ ಇಲ್ಲ. What a bitch of a flirt she is, I say! ಎಲ್ಲಾ ಪ್ರೊಫೆಸರ್‌ಗಳನ್ನೂ ತನ್ನ ಸೆರಗಲ್ಲಿ ಕಟ್ಟಿಕೊಂಡು ಬಿಟ್ಟಿದ್ದಾಳೆ. ಒಟ್ಟಿನಲ್ಲಿ, ಇಲ್ಲೂ ಇಷ್ಟು ಹೊಲಸಿರುತ್ತೇಂತ ನಾನು ಊಹಿಸಿಯೇ ಇರಲಿಲ್ಲ ಕಣೋ ವಿಶು. ಅವನು, ಆ ಸೈಕಾಲಜಿ ಮೇಷ್ಟ್ರು ನೂರು ರೂಪಾಯಿಗೆ ಒಂದು ಸೆಟ್ ಪ್ರಶ್ನೆಪತ್ರಿಕೆ ಕೊಡ್ತೀನಿ ಅಂತ ಬಹಿರಂಗವಾಗೇ ಹೇಳ್ಕೊಂಡು ತಿರುಗ್ತಿದ್ದ!'

ಇದ್ದಕ್ಕಿದ್ದಂತೆ ಚಂದ್ರು ಕಿರುಚಿದ, 'Shut up, I say! ನಾವು ಇಲ್ಲಿಗೆ ಬಂದಿರೋದು ಮತ್ತೆ ಆ ದರಿದ್ರ ವಿಚಾರಗಳನ್ನೇ ಮೆಲುಕು ಹಾಕೋದಕ್ಕಾ? ನಾಳೆ ಆದ್ರೆ ನಮ್ಮ ನಮ್ಮ ಊರುಗಳಿಗೆ ವಾಪಸ್ ಹೊರಟುಹೋಗ್ತಿವಿ. ಆರಾಮಾಗಿ ಗುಂಡು ಹಾಕ್ತಾ, ಯಾವುದಾದರೂ ಆಹ್ಲಾದಕರವಾದ ವಿಚಾರ ಮಾತಾಡೋಣ, ಬೇರರ್... ನಾಲ್ಕು ಸ್ಕಾಚ್ ವಿಸ್ಕಿ... ಲಾರ್ಜ್.' ನಾನೆಂದೆ: 'ಆಹ್ಲಾದಕರವಾದ ವಿಚಾರಗಳಿರೋದು ಹಿಂದಿ ಸಿನೆಮಾಲಿ ಕಣಮ್ಮ, ನಮ್ಮ ಜೀವನದಲ್ಲಿ ಎಲ್ಲಿಯದು?' ಅದಕ್ಕೆ ಚಂದ್ರು ಹೇಳಿದ, 'ಹೋಗಲಿ, ನಾವು ಒಬ್ಬೊಬ್ಬರೂ ನಮ್ಮ ಜೀವನದಲ್ಲಿ ನಡೆದ ಅತ್ಯಂತ ದಾರುಣ ಪ್ರಸಂಗಗಳನ್ನು ಮುಚ್ಚು ಮರೆಯಿಲ್ಲದೆ ಹೇಳಿಕೊಳ್ಳೋಣ. ಅದರಿಂದಲಾದರೂ ನಾವು ಒಬ್ಬರನ್ನೊಬ್ಬರು ಸದಾ ನೆನಪಿನಲ್ಲಿ ಇಟ್ಕಳ್ಳಿಕ್ಕೆ ಸಹಾಯವಾಗುತ್ತೆ.' 'ಓ.ಕೆ.' ಅಂದೆ.

ವಿಸ್ಕಿ ಬಂತು, ಸೋಡಾ ಸಹ. ನಾನು ಗೆಳೆಯರಿಗೆ ಹೇಳಿದೆ, 'ವಿಸ್ಕಿಗೆ ಸೋಡಾ ಬದಲು ಬಿಯರ್ ಬೆರೆಸಿ ಕಾಕ್‌ಟೇಲ್ ಮಾಡೋಣ. ಸಖತ್ ಕಿಕ್ ಕೊಡುತ್ತೆ.' ಎಲ್ಲರೂ ಒಪ್ಪಿದರು. ಕೆಲವೇ ನಿಮಿಷಗಳಲ್ಲಿ ನಾವೆಲ್ಲರೂ ಹಿತವಾದ, ಹಗುರವಾದ ಮತ್ತಿನಲ್ಲಿದ್ದೆವು.

'ಬೆಕ್ಕಿಗೆ ಗಂಟೆ ಕಟ್ಟುವವರು ಯಾರು?' ಅಂದೆ, 'ಶಿವಪ್ಪ, ನೀನೇ ಶುರುಮಾಡೋ' ಅಂದ ವಿಶ್ವ. ಶಿವಪ್ಪ ಮತ್ತಿನಲ್ಲಿ ಕಣ್ಣು ತೇಲಿಸುತ್ತಾ,

ತಲೆದೂಗುತ್ತಾ ಹೇಳಿದ, 'ಯಾದ್ ಕರೂಂಗಾ, ದೋಸ್ತೋ, ಜರಾ ಠಹರೋ' ಇವನಿಗೆ ಸಖತ್ ಒದೆ ಸಿಕ್ಕಿದೆ ಅಂತ ಖಾತ್ರಿಯಾಯಿತು. 'ಕನ್ನಡ್ ಮೆ ಬೋಲಿಯೇ, ಖಾವಂದ್' ಎಂದೆ.

'ಹೇಳ್ತೀನಿ, ಜರಾ ಸಂಭಾಲೋ, ನನಗ ಮದ್ವಿ ಆದಾಗ ಇನ್ನೂ ಭಾಳಾ ಸಣ್ಣವನಿದ್ದೆ. ಸಿರ್ಫ ಅಠಾರಾ ಸಾಲ್... ಕೇವಲ ಹದಿನೆಂಟು ವರ್ಷ. ನನ್ ಹೆಣ್ತಿಗೆ ಕೇವಲ ಹದಿನಾಲ್ಕು. ನಾನು ಪ್ರೈಮರಿ ಇಸ್ಕೂಲ್ ಮಾಸ್ತರನಿದ್ದೆ. ಮದ್ವೆ ಆದ ನಾಲ್ಕು ತಿಂಗಳಿಗೇ ಹೆಣ್ತಿ ಬಸಿರಾದ್ಲು. ಆದರೆ ಮತ್ತ ಮೂರು ತಿಂಗಳಿಗೇ ಮೈ ಇಳೀತು. ಹೀಗೇ ನಾಲ್ಕು ಬಾರಿ ಆಯ್ತು ನನ್ ಹೆಣ್ತಿ ಭಾಳ ಇಳಿದುಹೋಗಿದ್ಲು. ನಾವಿದ್ದದ್ದು ಒಂದು ಹಳ್ಳಿ, ಅಲ್ಲಿಗೆ ಹತ್ತಿರದ ದವಾಖಾನೆ ಅಂದ್ರ ಹತ್ತು ಮೈಲಿ ಹೋಗೇಕಿತ್ತು. ನಮ್ಮೂರಾಗೇ ಒಬ್ಬ ಸೂಲಗಿತ್ತಿ ಇದ್ಲು ಅವಳೇ ನನ್ ಹೆಣ್ತೀನ ನೋಡ್ಕೋತಿದ್ಲು. ಪ್ರತಿ ಸಾರಿ ಗರ್ಭಪಾತ ಆದಾಗ್ಲೂ ಇನ್ನೊಂದು ವರ್ಷ ನಿನ್ ಹೆಣ್ತಿ ಜತೆ ಮಲಗಬ್ಯಾಡ ಅಂತ ಹೇಳ್ತಿದ್ಲು. ಆದರೆ ಆ ಸಂಯಮ ನನಗಿರಲಿಲ್ಲ. ಐದನೇ ಬಾರಿ ಗರ್ಭ ನಿಲ್ತು, ಒಂಬತ್ತನೇ ತಿಂಗಳು ಆಕೀಗೆ ಹೆರಿಗೆ ಬ್ಯಾನಿ ಸುರುವಾದಾಗ ಸೂಲಗಿತ್ತಿ ಹೇಳಿದ್ಲು 'ಇದು ನನ್ ಕಯ್ಯಾಗ ಆಗೋ ಹಂಗಿಲ್ಲ. ಪ್ಯಾಟಿಗೇ ಕರಕೊಂಡು ಹೋಗು, 'ಅಂತ. ನನಗೆ ದಿಕ್ಕೇತೋಚ್ಲಿಲ್ಲ. ಬಸ್ನಾಗ ಹೆಂಗೆ ಹಾಕ್ಕೊಂಡು ಹೋಗೋದು? ಬಿಟ್ರೆ, ಊರಾಗ ಒಂದೂ ಮೋಟಾರ್ ಗಾಡಿ ಇರ್ಲಿಲ್ಲ. ಹೆಣ್ತಿ ವಿಲಿವಿಲಿ ಒದ್ದಾಡ್ತಿದ್ಲು, ಎತ್ತಿನ ಗಾಡೀಲೇ ಹಾಕ್ಕೊಂಡು ಹೋದ್ವಿ, ಶಹರ್ ಸೇರೋಗಂಟ ಅವಳು ಪಟ್ಟ ಯಾತನೆ ಈಗಲೂ ಕಣ್ಣಿಗೆ ಕಟ್ಟಿದಂಗದ. ಶಹರದಾಗ ದವಾಖಾನೆ ಸೇರಿಸಿದ್ವು ಮಾಮೂಲಿ ಹೆರಿಗೆ ಆಗೋಣಿಲ್ಲ ಅಂದು ಓಪರೇಷನ್ ಮಾಡಿದ್ರು. ಮಗಾ ಹುಟ್ದ. ಹೆಣ್ತಿನೂ ಆರಾಮಿದ್ಲು. ಆಗದ ಸುಸ್ತಾಗಿದ್ಲು. ನನ್ನ ಕಂಡೋಳೇ ಬಿಕ್ಕಿ ಬಿಕ್ಕಿ ಅತ್ತು. 'ಭಾಳಾ ನೋವ್ತಿಂದ್ಯಾ? ಚಿಂತಿ ಮಾಡಬ್ಯಾಡ, ಸಿವ ಕಾಪಾಡ್ದ. ಮಗಾ ಉಟ್ಟವ್ನೆ' ಅಂದೆ. ಮಗಾನ ನೋಡಿ, ಕಣ್ಣೀರಲ್ಲೂ ನಕ್ಲು.

'ನಾನು ಬ್ರೆಡ್ಡು, ಹಾಲು ತರಲು ಹೋದೆ. ಬಂದಾಗ ಹೆಣ್ತಿ ತನ್ ಜಾಗದಾಗ ಇರ್ಲಿಲ್ಲ. ನರ್ಸ್ ಹೇಳಿದ್ಲು, 'ಆಗದೀ ರಕ್ತ ಹೋಕ್ತಾ ಐತಿ. ಒಳಗೆ ಡಾಕಟ್ರು ನೋಡ್ತಾ ಅವ್ರೆ' ನಾನು ಗಾಬರಿಯಿಂದ ಜೀವ ಹಿಡ್ಕೊಂಡು ಕಾಯ್ತಾ ನಿಂತಿದ್ದೆ. ಆಗ ಯಾರೋ ಇಬ್ಬರು ಸೂಟುಬೂಟಿನೋರು ದಡದಡ ಬಂದ್ರು 'ಅರ್ಜೆಂಟಾಗಿ ಡಾಕ್ಟರನ್ನ ನೋಡ್ಬೋಕು. ಎಮರ್ಜನ್ಸಿ ಕೇಸು' ಎಂದು, ನರ್ಸ್ ಕಯ್ಯಾಗೆ ಒಂದು ಚೀಟಿ ಹತ್ತು ರೂಪಾಯಿ ನೋಟು ಇಟ್ರು. ಅವಳು ಹೋದ ಒಂದು ಮಿನಿಟದಾಗೆ ಡಾಕ್ಟರಮ್ಮನ ಜತಿ ಹೊರಬಂದ್ಲು. ಆ ಸೂಟು ಬೂಟಿನೋರ ಜತಿ ಡಾಕ್ಟರಮ್ಮ ಬುರಂತ ಕಾರಾಗ ಹೊಂಟೇಹೋದ್ಲು 'ನನ್ ಹೆಣ್ತಿಗೆ ಹೆಂಗೈತಿ, ಅಂತ ನರ್ಸ್‌ನ ಕೇಳ್ದೋ, 'ಪಾಡಾಗ್ತತಿ' ಅಂದು ಅವಳೂ

ಹೋಗೇ ಬಿಟ್ಲು ಅರ್ಧ ತಾಸಿನ ಮ್ಯಾಲೆ ಡಾಕ್ಟರಮ್ಮ ಬಂದ್ಲು. ನನ್ನ ನೋಡಿ ತಟ್ಟನೆ ನೆನಪಾದಂಗ ಒಳಗ ಓಡಿದ್ಲು. ಐದು ಮಿನಿಟದಾಗ ಹೊರ ಬಂದು, ನನ್ನ ಹತ್ರ ಬಂದು, 'am sorry' ಅಂದು ಹೊಂಟೋದ್ಲು. ನಾನು ಗೋಳೊಂತ ಅತ್ತೆ. ಆ ಡಾಕ್ಟರಮ್ಮನ್ನ ಅಲ್ಲೇ ಚಿಂದಿ ಚಿಂದಿಮಾಡಬೇಕು ಅನ್ನಿಸ್ತು. ಮಗೂ ಸಲುವಾಗಿ ಸುಮ್ಮನಾದೆ. ಆ ಮಗೂ ಸಲುವಾಗೇ ಮತ್ತ ಮದ್ವಿ ಮಾಡ್ಕೊಳ್ದೆ ಹಾಗೇ ಉಳಿದೆ. ನಾನೇ ಸಾಕಿ, ಸಲಹಿ, ಡಿಪ್ಲೊಮ ಓದಿಸ್ದೆ, ಕಾರ್ಖಾನೇಲಿ ನೌಕರಿ ಕೊಡಿಸ್ದೆ. ಆಗ ಮನಸ್ಸಿಗೆ ನೆಮ್ಮದಿ ಆತು.

'ಅದನ್ನೆಲ್ಲಾ ಈಗ ನೆನಪು ಮಾಡಿಕೊಂಡರೆ, ನಾನು ಮತ್ತ ಮದ್ವಿ ಮಾಡ್ಕೊಳ್ದೆ ಇದ್ದದ್ದಕ್ಕೆ ಕಾರಣ, ಮಗಾ ಅಲ್ಲ ಅನ್ನೋ ಸತ್ಯ ಅರಿವಾಗ್ತತಿ. ನನಗ ಮತ್ತ ಮದ್ವಿ ಆಗೋ ಧೈರ್ಯ ಇನ್ನಿಲ್ಲ. ನನ್ ಹೆಣ್ತಿನ ಕೊಂದೋನು ನಾನೇ ಅನ್ನೋ ಭಾವನಾ, ಭಯ ನನ್ ಮನಸ್ಸದಾಗ ನಿಂತ್ಬಿಟ್ಟಿತ್ತು. ಅವಳ ಬಗ್ಗೆ ನಾನು ಪಶೂ ಹಂಗ ವರ್ತಿಸಿದೆ, ಅನ್ನಿಸ್ತತಿ. ಅವಳು ಮೂಕ ಪಶೂ ಹಂಗ ನನ್ನ ಸಹಿಸಿಕೊಂಡ್ಲು. ನನಗೆ ಸ್ವಲ್ಪ ಸಂಯಮ ಇದ್ದಿದ್ರ ಅವಳು ಸಾಯ್ತಿರಲಿಲ್ಲ. ಈಗಲೂ ಆ ಪುಟ್ಟ ಹುಡುಗೀ ಮುಖ ನೆನಪಾಗ್ತತಿ. ಅಗದೀ ಭಯವಾಗ್ತತಿ. ನೀನು ಕೊಲೆಗಾರ, ಕೊಲೆಗಾರ, ಅಂತ ಕಿರುಚಿದಂತಾಗ್ತತಿ' ಎಂದು ಬಿಕ್ಕಿ ಬಿಕ್ಕಿ ಅಳತೊಡಗಿದ. ಅವನಿಗೆ ಸಮಾಧಾನ ಮಾಡುವಷ್ಟರಲ್ಲಿ ನಮಗೆ ಸಾಕುಸಾಕಾಯಿತು.

ಅವನು ಸುಧಾರಿಸಿಕೊಂಡ ಮೇಲೆ ಗಂಭೀರವಾದ ವಾತಾವರಣವನ್ನು ಹಗುರಗೊಳಿಸಲು ನಾನೆಂದೆ, 'ಅದಿರ್ಲಿ ಶಿವಪ್ಪ, ಇಷ್ಟು ವರ್ಷ ಮದುವೆ ಆಗೇನೇ ಹೇಗೆ ನಿಭಾಯಿಸಿದೆ?'

ಅವನೆಂದ, 'ಅದರಾಗೇನ್ನೈತೋ ಮಗಾ? ಹಳ್ಳಿಕಡೆ ಎಲ್ಲಾ ಸುರಳೀತ, ಸುಸೂತ್ರ, ರಾಜಕೀಯ ಒಂದು ಗೊತ್ತಿದ್ರ, ನಮ್ಮಳ್ಳಿ ಪಂಚಾಯತಿ ಚೇರ್ಮನ್ ನನ್ನ ಖಾಸಾ ದೋಸ್ತು. ನಮ್ ಸಾಲೀಗೆ ಬರ್ತಿದ್ದ ಮೇಡಂಗಳನ್ನು, ನಮ್ಮಳ್ಳಿಗೆ ಬರ್ತಿದ್ದ ಸೂಲಗಿತ್ತಿಯರನ್ನು ಸುಮ್ಮೇ ಕಳೀಸ್ತುಬ್ತಿದ್ವ? ಶಹರಿಗೆ, ಶಿಕಾರಿಗೆ, ಶರಾಬಿಗೆ ಎಲ್ಲಾದಕ್ಕೂ ಚೇರನ್‌ಗೆ ಗೆಣೆಯ ನಾನೇ ಬೇಕಾಗಿತ್ತು. ನಮ್ಮಕಡೆಯ ಎಮ್ಮೆಲೆ ಸಹಾ ನನಗೆ ಭಾರೀ ಗೆಣೆಯ, ಕಣಯ್ಯ. ಅದೇನೂ ನೋಡು, ನನ್ನ ಹೆಂಡ್ತಿ ಹೋದದ್ದೇ ಹೋದದ್ದು, ನನ್ನ ಆಚಾರ ಗೀಚಾರ ಎಲ್ಲಾ ಗಾಳೀಗ್ತುಬ್ಟೆ. ನನ್ನ ಸಂಬಂಧಿಕರೆಲ್ಲ ಹೀಯ್ಯಾಳಿಸಿದರು. ಮತ್ತೊಂದು ಮದ್ವಿ ಆಗು, ಅಂತ ಜುಲುಂ ಮಾಡಿದರು. ನಾನು ಅದೊಂದಕ್ಕೆ ಮಾತ್ರ ಬಿಲ್‌ಕುಲ್ ಒಪ್ಪಿಲ್ಲ. ನನ್ನ ಮಗನ್ನ ನಾನೇ ಸಾಕ್ದೆ. ರಾಜಾ ಬೇಟಾ ಅಂಗೆ ಸಾಕ್ದೆ'

***

'ಈಗ ನನ್ನ ಪ್ರಸಂಗ ಹೇಳೀನಿ, ಕೇಳಿ' ಎಂದು ಚಂದ್ರು ತಾನೇ ಶುರುಮಾಡಿದ, ನನಗನ್ನಿಸಿತು, ಇವನು ಈ ಪ್ರಸಂಗ ಹೇಳಲಿಕ್ಕೆಂದೇ ನಮ್ಮನ್ನು ಇಲ್ಲಿಗೆ ಕರೆತಂದಿರಬಹುದೇ? ಎಂದು. ಅವನು ಮುಂದುವರಿಸಿದ. 'ಈ ಪ್ರಸಂಗವನ್ನು ನಾನು ಇದುವರೆಗೂ ಯಾರಲ್ಲೂ ಹೇಳಿಲ್ಲ. ಇದನ್ನು ನನ್ನಲ್ಲೇ ಅಡಗಿಸಿಟ್ಟುಕೊಂಡು ನಾನು ಸದಾಕಾಲ ಒದ್ದಾಡಲಾರೆ, ಇಂದು ನಿಮಗೆ ಹೇಳಿಬಿಡ್ತೀನಿ, ಆದರೆ ದಯವಿಟ್ಟು, ಮಾತುಕೊಡಿ, ಇದನ್ನು ಬೇರೆ ಯಾರಿಗೂ ಹೇಳಕೂಡದು. ಇದು ನನ್ನ ಮರ್ಯಾದೆ ಪ್ರಶ್ನೆ' ಹೀಗೆಂದು ಕೈ ಚಾಚಿದ. ನಾವು ಅವನ ಕೈಮೇಲೆ ಕೈ ಇಟ್ಟು ಮಾತು ಕೊಟ್ಟೆವು.

ಚಂದ್ರು ಮತ್ತೊಂದು ಗುಟುಕು ಕಾಕ್‌ಟೇಲ್ ಕುಡಿದು ಶುರುಮಾಡಿದ, 'ನನಗೆ ಡಿಸೆಂಬರ್‌ನಲ್ಲಿ ಮದುವೆ ಆಯಿತು. ಹಣವಂತರ ಮನೆ ಹುಡುಗಿ, ಗೌರಿ ಅಂತ ಹೆಸರು. ಲಕ್ಷಣವಾಗಿದ್ದಾಳೆ. ಅಡಿಕೆ, ತೆಂಗಿನ ತೋಟಗಳಿವೆ. ದಿನಾ ಬಸ್ಸಲ್ಲಿ ಬರ್ತಿದ್ದಳು. ಹೀಗೇ ಆಸಕ್ತಿ, ಪ್ರೇಮಾಂಕುರ ಎಲ್ಲಾ ಆಯ್ತು. ಎಸ್.ಎಸ್.ಎಲ್.ಸಿ. ಪರೀಕ್ಷೆ ಆದ್ಮಲೆ ಅವಳಪ್ಪ ಅವಳ ಮದುವೆ ಪ್ರಯತ್ನ ಶುರುಮಾಡಿದರು. ಗೌರಿ ಈಗಾಗಲೇ ಬೆಳೆದು ನಿಂತಿದ್ದಳು. ಹಳ್ಳಿ ಹುಡುಗಿಯರು ಪಟ್ಟಣದವರಂತಲ್ಲ, ಬಿಡಿ. ಅದೂ ಅಲ್ಲದೆ ಗೌರಿ ಶಾಲೆಗೆ ಸೇರಿದ್ದು ಕೊಂಚ ತಡವಾಗಿ. ಅವಳಿಗೆ ಆಗ್ಲೇ ಹದಿನೆಂಟು ತುಂಬಿತ್ತು. ಗೌರಿ ಸಾಗರಕ್ಕೆ ಬಂದು, ತನ್ನ ಮದುವೆಯ ವಿಷಯ ನನಗೆ ತಿಳಿಸಿ, ಅವಳ ಅಪ್ಪನನ್ನು ಮದುವೆಗೆ ಕೇಳಲು ಹೇಳಿದಳು. ನಾನು ಹಿಂಜರಿದೆ. 'ನಾನೆಲ್ಲಿ, ನೀನೆಲ್ಲಿ' ಎಂದೆ. ಅವಳು ಕೇಳಲಿಲ್ಲ. ಆತ್ಮಹತ್ಯೆಯ ಬೆದರಿಕೆ ಹಾಕಿದಳು. ಸರಿ, ನಾನು ಅವಳ ಅಪ್ಪನ ಬಳಿ ಹೋದದ್ದೂ ಆಯ್ತು, ಛೀಮಾರಿ ಹಾಕಿಸಿಕೊಂಡು, ಜೋಲು ಮೋರೆಯೊಂದಿಗೆ ಸಾಗರಕ್ಕೆ ಹಿಂತಿರುಗಿದ್ದೂ ಆಯ್ತು. ಆದರೆ ಮಾರನೇ ದಿನವೇ ಅವಳಪ್ಪ ಸಾಗರಕ್ಕೆ ಬಂದು, ನನ್ನ ಕ್ಷಮೆ ಕೇಳಿ, ಗೌರಿಯನ್ನು ಮದುವೆಯಾಗಲು ಬೇಡಿಕೊಂಡರು. ಮದುವೆ ಅದ್ದೂರಿಯಾಗಿ ನಡೆಯಿತು, ಅನ್ನಿ. ನಂತರ ಗೌರೀನ ಕೇಳಿದೆ, 'ಇದೇನು ನಿಮ್ಮಪ್ಪನಲ್ಲಿ ಇದ್ದಕ್ಕಿದ್ದಂತೆ ಈ ಪರಿವರ್ತನೆ?' ಎಂದು. ಅವಳೆಂದಳು, 'ನನ್ನ ನಿಮ್ಮ ಸಂಬಂಧ ತುಂಬಾ ಮುಂದೆ ಹೋಗಿದೆ, ಎಂದು ಅಮ್ಮನ ಬಳಿ ಬಾಂಬ್ ಹಾಕಿದೆ' ಎಂದು. ಅಬ್ಬ! ಹುಡುಗಿಯರ ಭಂಡ ಧೈರ್ಯವೇ! ಎಂದು ಚಕಿತನಾದೆ.

ಮದುವೆಯಾದದ್ದು ಚಳಿಗಾಲ. ಆದರೂ ಬೆಚ್ಚಗೆ ಮನೆಯಲ್ಲಿ ಮಲಗದೆ, ಮಧುಚಂದ್ರ ಹೊರಟೆವು. ನಾವು ಬೆಂಗಳೂರು, ಮೈಸೂರು, ಕನ್ನಂಬಾಡಿ ನೋಡಿರಲಿಲ್ಲ. ಮೊದಲು ಮೈಸೂರಿಗೆ ಬಂದೆವು. 'ಮೈಸೂರು ದರ್ಶನ' ಬಸ್ಸಲ್ಲಿ ಮೈಸೂರೆಲ್ಲ ನೋಡಿ. ಶ್ರೀರಂಗಪಟ್ಟಣ ಮುಗಿಸಿ, ಸಂಜೆಗೆ ಕನ್ನಂಬಾಡಿಗೆ ಹೋದೆವು. ಅದರ ಸೌಂದರ್ಯಕ್ಕೆ ನಾವು ಮಾರುಹೋಗಿದ್ದೆವು.

ಗೌರಿಗಂತೂ ಖುಷಿಯೋ ಖುಷಿ! ಮೋಟಾರು ಬೋಟಿನಲ್ಲೂ ಹೋಗಿ ಬಂದೆವು. ಸಂಜೆ ಆರಕ್ಕೆಲ್ಲ ಕತ್ತಲ ಕವಿಯತೊಡಗಿತು. ವಿದ್ಯುದ್ದೀಪಗಳು ಬೆಳಗಿದವು. ಕಾರಂಜಿಗಳಲ್ಲಿ ಬಣ್ಣ ಬಣ್ಣದ ನೀರು ಚಿಮ್ಮುತ್ತಿತ್ತು. ನನ್ನ ಹೆಂಡತಿ ಸಂತೋಷದಲ್ಲಿ ಮೈಮರೆತಿದ್ದಳು. ಆಗ ಇದ್ದಕ್ಕಿದ್ದಂತೆ ತಣ್ಣಗೆ ಗಾಳಿ ಬೀಸತೊಡಗಿ ಕೆಲವೇ ನಿಮಿಷಗಳಲ್ಲಿ ಮಿಂಚು ಗುಡುಗಿನೊಂದಿಗೆ ಮಳೆ ಶುರುವಾಯಿತು. ನಾವು ಒಬ್ಬರ ಕೈ ಒಬ್ಬರು ಹಿಡಿದು, ಮಳೆಯಲ್ಲಿ ನೆನೆಯುತ್ತಲೇ ಖುಷಿಯಾಗಿ ಮೆಟ್ಟಿಲುಗಳೇರುತ್ತಾ ನಡೆದವು. ಮೇಲಿರುವ ಟೂರಿಸ್ಟ್ ಹೋಟೇಲಿನ ಬಳಿ ಬರುವಷ್ಟರಲ್ಲಿ ಗಾಳಿ ವಿಪರೀತ ಜೋರಾಗಿ, ಇದ್ದಕ್ಕಿದ್ದಂತೆ ವಿದ್ಯುದ್ದೀಪಗಳೆಲ್ಲ ಅರಿಹೋಗಿ, ಕಗ್ಗತ್ತಲು ಕವಿಯಿತು.

ನಾವು ಹೋಟೇಲೊಳಕ್ಕೆ ನುಗ್ಗಿದೆವು. ಅಲ್ಲೋ ಜನಜಂಗುಳಿ, ಹತ್ತಿರದಲ್ಲೇ ಇದ್ದ ಬಾರ್ ಸೆಕ್ಷನ್ನಿನಲ್ಲಿ ಮೋಂಬತ್ತಿಗಳನ್ನು ಹಚ್ಚಿದ್ದರು. ಆ ಬೆಳಕಿನ ಕಡೆ ಧಾವಿಸಿದೆವು. ನೂಕುನುಗ್ಗಾಟದಲ್ಲಿ ಯಾವಾಗಲೋ ಗೌರಿಯ ಕೈ ನನ್ನ ಕೈಯಿಂದ ನುಣುಚಿಕೊಂಡಿತ್ತು. ಹಿಂತಿರುಗಿ ನೋಡಿದೆ. ಗೌರಿ ಇರಲಿಲ್ಲ. ಎದೆ ಧಸಕ್ಕೆಂದಿತು. ಜನಜಂಗುಳಿಯಲ್ಲಿ ನುಗ್ಗಾಡುತ್ತಾ ಅವಳಿಗಾಗಿ ಹುಡುಕಾಡಿದೆ. ಎಲ್ಲೂ ಪತ್ತೆ ಆಗಲಿಲ್ಲ. 'ಗೌರೀ...' ಎಂದು ಕಿರುಚಿದೆ. ಉತ್ತರ ಬರಲಿಲ್ಲ. ಅಷ್ಟರಲ್ಲಿ ಯಾರೋ ಮಹಡಿ ಮೆಟ್ಟಿಲುಗಳನ್ನು ದಡದಡ:: ಹತ್ತುತ್ತಿರುವಂತಾಗಿ ಅಲ್ಲಿಗೆ ಓಡಿದೆ. ಮಹಡಿ ಏರಿದೆ. ಎಲ್ಲೋ ದೂರದಲ್ಲಿ ಯಾವುದೋ ಕೊಠಡಿಯ ಬಾಗಿಲು ಧಡಾರನೆ ಮುಚ್ಚಿದಂತಾಯ್ತು. ಅತ್ತ ಕಡೆ ಧಾವಿಸಿದೆ. ಎದುರಿಗೆ ಯಾವುದೋ ವ್ಯಕ್ತಿ ಬರುತ್ತಿತ್ತು. ಡಿಕ್ಕಿ ಹೊಡೆದೆ. ಅವನು ಬಯ್ಯುತ್ತಾ ಟಾರ್ಚ್ ಹಾಕಿದ. ಹೋಟೇಲಿನ ವಾಚ್‌ಮನ್ ಇರಬೇಕು, 'ಯಾರು ನೀನು?' ಎಂದ.

ನಾನು, 'ನನ್ನ ಹೆಂಡತಿ ತಪ್ಪಿಸಿಕೊಂಡಿದ್ದಾಳೆ, ಯಾರೋ ಇಲ್ಲಿಗೆ ಎಳೆದುಕೊಂಡು ಬಂದಿದ್ದಾರೆ. ಇಲ್ಲಿ ಯಾವುದೋ ರೂಮಿನಲ್ಲಿರಬೇಕು' ಎಂದೆ.

ಅವನು, 'ಈ ನಾಟಕವೆಲ್ಲ ಸಾಕು. ನಿಮ್ಮಂಥಾ ಕಳ್ಳರು ಇಂಥಾ ಸಮಯಕ್ಕಾಗಿ ಕಾಯ್ತಿದ್ದೀರೀಂತ ನಮಗೂ ಗೊತ್ತು. ನಡೀ ಹೊರಗೆ' ಎಂದು ತಳ್ಳಿದ.

ನಾನು, 'ನಾನು ಅಂಥವನಲ್ಲ. ದಯವಿಟ್ಟು ಸಹಾಯಮಾಡಿ' ಎಂದು ಅಂಗಲಾಚಿದೆ.

ನನ್ನ ಒದ್ದೆ ಮುದ್ದೆಯಾದ ಬಟ್ಟೆಗಳು, ಕೆದರಿ ಮುಖಕ್ಕೆಲ್ಲ ಅಂಟಿದ್ದ ತಲೆಕೂದಲು, ನಾನೊಬ್ಬ ಕಳ್ಳನಂತೆಯೇ ಅವನಿಗೆ ಕಂಡಿದ್ದರೆ ಆಶ್ಚರ್ಯವೇನಿಲ್ಲ. ಅವನು ರಪ್ಪೆಂದು ನನ್ನ ಮುಖಕ್ಕೆ ಗುದ್ದಿದ. ಆ ಅನಿರೀಕ್ಷಿತ ಹೊಡೆತಕ್ಕೆ ನಾನು ಆಯತಪ್ಪಿ ಪಕ್ಕದಲ್ಲೇ ಇದ್ದ ಒಂದು ರೂಮಿನ ಬಾಗಿಲ ಮೇಲೆ ದೊಪ್ಪೆಂದು ಕುಸಿದುಬಿದ್ದೆ, ಮೂಗಿನಿಂದ ರಕ್ತ ಸುರಿಯತೊಡಗಿತು. 'ಅಯ್ಯೋ' ಎಂದು

ಚೀರಿದೆ. ಅಷ್ಟರಲ್ಲಿ ಆ ರೂಮಿನ ಬಾಗಿಲು ತೆರೆಯಿತು. ಒಬ್ಬ ವಿದೇಶಿ ಮಹಿಳೆ ಒಳಗಿನಿಂದಲೇ ಇಂಗ್ಲಿಷಿನಲ್ಲಿ, 'ಏನು ಸಮಾಚಾರ? ಏನಿದೆಲ್ಲ ಗಲಾಟೆ?' ಎಂದಳು. ವಾಚ್‌ಮನ್, 'ಯಾವನೋ ಕಳ್ಳ' ಎಂದ. ನಾನು ಮೇಲೆದ್ದು, ಆಕೆಗೆ ಇಂಗ್ಲಿಷಿನಲ್ಲಿ ಆದದ್ದನ್ನೆಲ್ಲ ವಿವರಿಸಿ, ಬಿಕ್ಕಿ ಬಿಕ್ಕಿ ಅಳತೊಡಗಿದೆ. ಆಕೆ ನನ್ನನ್ನು ಒಳಕ್ಕೆ ಕರೆದು ವಾಚ್‌ಮನ್‌ಗೆ, 'ನೀನೇನೂ ಚಿಂತಿಸಬೇಡ. ನಾನು ನೋಡ್ಕೊಳ್ಳಿನಿ ಹೋಗು' ಎಂದಳು. 'ಸರಿ, ಮೇಡಂ, ಗುಡ್‌ನೈಟ್, ಬಾಗಿಲು ಭದ್ರವಾಗಿ ಹಾಕ್ಕೊಳ್ಳಿ' ಎಂದು ಹೇಳಿ ಅವನು ಹೊರಟುಹೋದ.

ರೂಮಿನೊಳಗೆ ಮೋಂಬತ್ತಿಗಳ ಮಂದ ಬೆಳಕಿತ್ತು. ಅವಳ ಹೊರತು ಬೇರೆ ಯಾರೂ ಇರಲಿಲ್ಲ. ಅವಳು ನನ್ನನ್ನು ಬಾತ್‌ರೂಮಿಗೆ ಕರೆದೊಯ್ದು, ಮುಖ ತೊಳೆದುಕೊಳ್ಳಲು ಹೇಳಿದಳು. ನಾನು ಗೌರಿಯ ಬಗ್ಗೆ ಗೋಳಾಡುತ್ತಲೇ ಇದ್ದೆ. ಅವಳು, 'ನಿನ್ನ ಗೌರಿ ಎಲ್ಲೂ ಓಡಿಹೋಗಲ್ಲ. ಈ ಕತ್ತಲು, ಮಳೆಯಲ್ಲಿ ಎಲ್ಲೀಂತ ಹುಡುಕ್ತೀಯ. ಲೈಟ್ ಬಂದ್ಮಲೆ ಹುಡುಕೋವಂತೆ. ಖಂಡಿತ ಇಲ್ಲೇ ಇದ್ದಾಳೆ. ಚಿಂತಿಸಬೇಡ' ಎಂದಳು. ನಾನು ಬಿಸಿನೀರಲ್ಲಿ ಮುಖ ತೊಳೆದು, ಅವಳು ಕೊಟ್ಟ ಟವೆಲಿನಲ್ಲಿ ಒರೆಸಿಕೊಂಡೆ. 'ಬರ್ತೇನೆ, ಥ್ಯಾಂಕ್ಸ್' ಎಂದು ಹೊರಟೆ. ಅವಳು ಮತ್ತೆ ತಡೆದಳು. 'ತುಂಬಾ ಚಳಿ ಇದೆ. ಏಟಿನ ನೋವು ಬೇರೆ ಜಾಸ್ತಿ ಇರಬಹುದು. ಇದನ್ನು ಕುಡಿ' ಎಂದು, ಒಂದು ಗಾಜಿನ ಲೋಟದಲ್ಲಿ ಬ್ರಾಂದಿ ಬಗ್ಗಿಸಿಕೊಟ್ಟಳು. ನಾನು ಹಿಂದೆ ಮುಂದೆ ನೋಡುತ್ತಿದ್ದಂತೆ ಅವಳೇ ನನ್ನ ತುಟಿಗೆ ಇಟ್ಟು ಬಲವಂತವಾಗಿ ಕುಡಿಸಿದಳು. ಬ್ರಾಂದಿ ಸುಡುತ್ತಾ ಒಳಗೆ ಇಳಿಯಿತು. ಮುಖ ಕಿವುಚಿದೆ. ಇನ್ನೂ ಹೊರಗೆ ಹೋಗುವ ಆತುರದಲ್ಲೇ ಇದ್ದೆ. ಆದರೆ ಅವಳು ನನ್ನನ್ನು ಬಿಗಿಯಾಗಿ ಅಪ್ಪಿ ಬಂಧಿಸಿಬಿಟ್ಟಳು. ಕೊಂಚ ಕೊಂಚವಾಗಿ ನನ್ನ ಆತಂಕವೆಲ್ಲ ಕರಗತೊಡಗಿ, ಅವಳ ಬಿಸಿ ಅಪ್ಪುಗೆ ಹಿತವಾಯಿತು. ಆ ಮಂದ ಬೆಳಕಲ್ಲಿ ಬಿಳಿ ತೊಗಲಿನ ಆ ಕೆಂಗೂದಲ ಹೆಣ್ಣು ಅಪ್ಸರೆಯಂತೆ ಕಂಡಳು. ನಂತರದ ಒಂದರ್ಧ ಗಂಟೆ, ನನಗೆ ಕನಸಿನಂತೆ ತೋರಿತು, ನಾನು ಅವಳೊಂದಿಗೆ ಮಲಗಿದ್ದು, ಸುಖಿಸಿದ್ದು, ಎಲ್ಲ. ಮತ್ತೆ ಎಚ್ಚರಾಯಿತು. ಬಿಕ್ಕಿ ಬಿಕ್ಕಿ ಅಳತೊಡಗಿದೆ, ಅವಳು ಸಂತೈಸ ತೊಡಗಿದಳು, 'ನಿನ್ನ ದುಃಖ ನನಗೆ ಅರ್ಥವಾಗುತ್ತೆ, ನಿನ್ನ ಹೆಂಡತಿ ನಿನಗೆ ಸಿಕ್ಕರೂ ಸಿಕ್ಕಬಹುದು. ಆದರೆ ನನ್ನ ಗಂಡ, ನನ್ನ ನಲ್ಲ, ನನಗೆ ಇನ್ನೆಂದಿಗೂ ಸಿಕ್ಕಲಾರ' ಎಂದಳು. 'ಯಾಕೆ? ಏನಾಯಿತು ಅವನಿಗೆ?' ಎಂದು ಕೇಳಿದೆ. ಅವಳು ಹೇಳಿದಳು. 'ಅದೊಂದು ದುಃಸ್ವಪ್ನ! ನೀನು ನಿನ್ನ ಹೆಂಡತಿಯನ್ನು ಹುಡುಕಲು ಹೊರಟಿದ್ದಾಗ ನಿನ್ನನ್ನು ತಡೆದಿದ್ದೇನೆ. ಕ್ಷಮಿಸು, ಯಾಕೆ ತಡೆದೆ ಗೊತ್ತ? ನನ್ನ ಸ್ವಾರ್ಥಕ್ಕಾಗಿ, ಮೈತೀಟೆಯ ತೀರಿಕೆಗಾಗಿ ಅಲ್ಲ. ನಾನು ಅಮೆರಿಕದಲ್ಲಿ ಇದ್ದಾಗ, ಐದು ವರ್ಷಗಳ ಹಿಂದೆ, ಇಂಥದೇ ಸಂದರ್ಭದಲ್ಲಿ

ನನ್ನನ್ನು ದುಷ್ಟರಿಂದ ರಕ್ಷಿಸಲು ಬಂದ ನನ್ನ ಗಂಡ, ನನ್ನ ಕಣ್ಣೆದುರೇ ಆ ದುಷ್ಟರಿಂದ ಅತ್ಯಂತ ದಾರುಣವಾಗಿ ಕೊಲೆಯಾಗಿ ಹೋದ. ನನ್ನ ಮಾನವೂ ಉಳಿಯಲಿಲ್ಲ, ಆ ದುಷ್ಟರ ಪತ್ತೆಯೂ ಆಗಲಿಲ್ಲ. ಆ ಹೃದಯವಿದ್ರಾವಕ ಘಟನೆಯನ್ನು ಮರೆಯಲು, ನನ್ನ ದೇಶವನ್ನೇ ಬಿಟ್ಟು, ಹೀಗೆ ಅಲೆಯುತ್ತಿದ್ದೇನೆ. ನನ್ನ ಗಂಡನಿಗಾದದ್ದು ನಿನಗೂ ಆಗಿಬಿಟ್ಟೀತು ಎಂಬ ಭಯದಿಂದ ನಿನ್ನನ್ನು ತಡೆದೆ. ತಪ್ಪು ತಿಳಿಯಬೇಡ. ನಿನ್ನ ಹೆಂಡತಿ ಜೀವಸಹಿತ ಸಿಕ್ಕರೆ, ಅವಳನ್ನು ಸಹಾನುಭೂತಿಯಿಂದ ಸ್ವೀಕರಿಸು, ನಾವೆಲ್ಲಾ ಎಷ್ಟಾದರೂ ಪರಿಸ್ಥಿತಿಯ ಕೈಗೊಂಬೆಗಳು. ಇನ್ನು ನೀನು ಹೋಗಬಹುದು' ಎಂದಳು. ನಾನು ಎದ್ದು, ಬಟ್ಟೆ ತೊಟ್ಟುಕೊಂಡೆ. ಅವಳು ಮುತ್ತಿಟ್ಟು, 'ಗುಡ್‌ನೈಟ್' ಎಂದಳು. ಅವಳ ಕಣ್ಣುಗಳಿಂದ ತುಳುಕುತ್ತಿದ್ದ ನೀರು ಮೋಂಬತ್ತಿಯ ಬೆಳಕಿನಲ್ಲಿ ಮುತ್ತುಗಳಂತೆ ಹೊಳೆದವು. ಬಾಗಿಲು ತೆರೆದು ಹೊರಬಂದೆ, ಮೆಟ್ಟಿಲಿಳಿದೆ, ಅಷ್ಟರಲ್ಲಿ ಲೈಟುಗಳು ಝುಗಝುಗ ಹೊತ್ತಿಕೊಂಡವು.

ಸುತ್ತಾ ಆತಂಕದಿಂದ ಕಣ್ಣಾಡಿಸುತ್ತಾ ಹೊಟೇಲಿನಿಂದ ಹೊರಕ್ಕೆ ಬಂದೆ. ಮಳೆ, ಗಾಳಿ ನಿಂತಿತ್ತು. ಪಡಸಾಲೆಯ ಒಂದು ಮೂಲೆಯಲ್ಲಿ ಗೌರಿ ಕೂತಿದ್ದಳು. ಅವಳು ತೊಟ್ಟಿದ್ದ ಬಟ್ಟೆಗಳಿಂದ ಕೂಡಲೇ ಗುರುತು ಹತ್ತಿತು. ಮೊಣಕಾಲುಗಳ ಮಧ್ಯೆ ಮುಖ ಹುದುಗಿಸಿ ಅಳುತ್ತಿದ್ದಳು. ಅವಳ ಬಳಿ ಧಾವಿಸಿದೆ. ಅವಳ ಬಲರಟ್ಟೆಯ ಹತ್ತಿರ ಕುಪ್ಪುಸ ಹರಿದಿತ್ತು. ನಾನು ಮೆಲ್ಲಗೆ 'ಗೌರೀ...' ಎಂದೆ. ಅವಳು ತಲೆಯೆತ್ತಿ ನೋಡಿ, ಗಕ್ಕನೆ ಎದ್ದು, ನನ್ನನ್ನು ಅಪ್ಪಿಕೊಂಡು, ಗೋಳೋ ಎಂದು ಅಳತೊಡಗಿದಳು. ನಮ್ಮ ಸುತ್ತ ಜನ ಘರಾಯಿಸತೊಡಗಿದರು. ನಾನು ಅವಳನ್ನು ಸಂತೈಸುತ್ತಾ. ಬೇಗ ಬೇಗ ಬಸ್ ನಿಲ್ದಾಣದ ಕಡೆ ಕರೆದೊಯ್ಯತೊಡಗಿದೆ. ಅವಳು ಏನೇನೋ ಹೇಳಲು ಪ್ರಯತ್ನಿಸುತ್ತಿದ್ದಳು. ಆದರೆ ಅವಳ ಮುಖದ ಮೇಲಿನ ಗಾಯದ ಗುರುತುಗಳು, ಹರಿದ ರವಿಕೆ ಸಾಕಷ್ಟು ಹೇಳುತ್ತಿದ್ದವು. ನಾನು ಅವಳಿಗೆ ಒಂದು ಮಾತು ಹೇಳಿದೆ, 'ಈಗ ನಡೆದದ್ದೆಲ್ಲ ಒಂದು ದುಃಸ್ವಪ್ನ ಎಂದು ತಿಳಿದುಕೋ. ಮರೆತುಬಿಡು. ನೀನೇನೂ ನನಗೆ ವಿವರಿಸಬೇಕಾಗಿಲ್ಲ. ಸಮಾಧಾನದಿಂದಿರು. I love you.' ಅವಳು ನನ್ನ ಎದೆಯಲ್ಲಿ ಮುಖ ಹುದುಗಿಸಿ ಅಳುತ್ತಲೇ ಇದ್ದಳು.

ಒಂದು ಟ್ಯಾಕ್ಸಿ ಮಾಡಿಕೊಂಡು ಮೈಸೂರು ತಲುಪಿದೆವು. ಆ ರಾತ್ರಿಯೆಲ್ಲ ಗೌರಿಗೆ ಸುಡುವ ಜ್ವರ. ಮಾರನೆಯ ದಿನವೆ ನಮ್ಮ ಮಧುಚಂದ್ರಕ್ಕೆ ಮುಕ್ತಾಯ ಹಾಡಿ, ಸಾಗರಕ್ಕೆ ಹಿಂತಿರುಗಿಬಿಟ್ಟೆವು. ಈ ಒಂದೇ ಒಂದು ದಾರುಣ ಘಟನೆಯಿಂದ ನಮ್ಮ ಪ್ರೇಮದ ಮುಗ್ಧತೆ, ಪಾವಿತ್ರ್ಯ ಎಲ್ಲ ನುಚ್ಚುನೂರಾಯಿತು. ಏನೂ ಆಗದಹಾಗೆ, ಮೊದಲಿನಂತೆಯೇ ಇರಲು ನಾನು ಪ್ರಯತ್ನಿಸಿದೆ. ಗೌರಿಗೆ ಧೈರ್ಯ, ಉತ್ಸಾಹ ತುಂಬಲು ಎಷ್ಟೋ ಯತ್ನಿಸಿದೆ. ಆದರೆ ಅವಳ

ಕಣ್ಣುಗಳು ಮೊದಲಿನಂತೆ ನನ್ನ ಕಣ್ಣುಗಳನ್ನು ಎದುರಿಸಲಾರೆವು. ಒಟ್ಟಿಗೆ ಮಲಗಿದರೆ, ಉತ್ಕಟ ಘಟ್ಟದಲ್ಲಿ, ಕಿಟಾರನೆ ಚೀರಿ, ಕೈಕಾಲು ಝಾಡಿಸುತ್ತಾ ಗಡಗಡ ನಡುಗತೊಡಗುತ್ತಾಳೆ. ಜ್ವರ ಬಂದುಬಿಡುತ್ತೆ. ಸಂಪೂರ್ಣ frigid ಆಗಿಬಿಟ್ಟಿದ್ದಾಳೆ. ಅವಳನ್ನು ಈಗ ಮಾನಸಿಕ ಚಿಕಿತ್ಸೆಗಾಗಿ ಇಲ್ಲಿಗೇ ಕರೆತಂದಿದ್ದೇನೆ. ಇಲ್ಲಿ ಅವಳ ಸೋದರಮಾವನ ಮನೆ ಇದೆ. ನಾನು ಪ್ರತಿದಿನ ಗಾಂಧಿಬಜಾರಿಗೆ ಹೋಗಿ ಬರುವುದು ಅವಳನ್ನು ನೋಡಲಿಕ್ಕಾಗಿಯೇ. ಈಗ ಎಷ್ಟೋ ಮೇಲು, ಮುಖದಲ್ಲಿ ಕೊಂಚ ಜೀವಕಳೆ ಬಂದಿದೆ. ಆದರೆ ನಾವಿನ್ನೂ ಒಟ್ಟಿಗೆ ಮಲಗಿಲ್ಲ. ಆಗ ನೋಡಬೇಕು ಎಷ್ಟು ಮಾತ್ರ ಸರಿಹೋಗಿದ್ದಾಳೆ ಎಂದು. ಮೊದಲಿನಂತೆಯೇ ನೋಡಿಕೊಳ್ಳಲು ನಾನಂತೂ ಸಿದ್ಧನಿದ್ದೇನೆ. ಅಷ್ಟಾದರೂ ಮನಸ್ಸಿನ ಸಿದ್ಧತೆಯನ್ನು ಆ ವಿದೇಶಿ ಹೆಂಗಸು ಮಾಡಿಕೊಟ್ಟಳಲ್ಲ, ಅವಳಿಗೆ ನಾನು ಕೃತಜ್ಞನಾಗಿರಬೇಕು.'

ಚಂದ್ರು ತನ್ನ ಪ್ರಸಂಗ ಮುಗಿಸಿದಾಗ, ನಾನು ನಿಜಕ್ಕೂ ದಂಗಾಗಿ ಹೋದೆ. ನಾವೆಲ್ಲ ಅವನ ನಡವಳಿಕೆಯನ್ನು, ನಿರ್ಧಾರವನ್ನು ಮೆಚ್ಚಿ ಮಾತಾಡಿದೆವು. ಈ ವ್ಯಕ್ತಿಯನ್ನು ನಾನು ಹಳ್ಳಿಯ ಮುಗ್ಧ, ಸಾಮಾನ್ಯ ಎಂದು ತಪ್ಪು ತಿಳಿದಿದ್ದೆನಲ್ಲ, ಎಂದು ನಾಚಿಕೆ ಆಯಿತು. ಆಳವರಿಯದೆ ಮೇಲುನೋಟಕ್ಕೇ ಯಾರ ವ್ಯಕ್ತಿತ್ವವನ್ನೂ ಅಳೆದು ನಿರ್ಧರಿಸಬಾರದು, ಎಂದು ಅರ್ಥ ಆಯಿತು.

ಅಷ್ಟರಲ್ಲಿ ನಮ್ಮ ಸುತ್ತ ಕವಿದಿದ್ದ ವಿಷಾದದ ನೀರವತೆಯನ್ನು ಕೊಚ್ಚಿ ಹಾಕಿ, ವಾದ್ಯವೃಂದದ ಶಬ್ದ ಕೋಲಾಹಲ ಶುರುವಾಯಿತು. ನಾವು ಪರಿಸರದ ಪ್ರಜ್ಞೆಯೇ ಇಲ್ಲದೆ, ಮಾತಿನಲ್ಲಿ ಮಗ್ನರಾಗಿಬಿಟ್ಟಿದ್ದೆವು. ಈಗ ಸುತ್ತಾ ನೋಡಿದರೆ ಎಲ್ಲೆಡೆಯೂ ಜನ ತುಂಬಿದ್ದರು. ನೃತ್ಯಗಳು ಪ್ರಾರಂಭ ಆಗಲಿವೆಯೆಂದು ಗಿಟಾರ್‌ವಾದಕ ತನ್ನ ಕೃತಕ ಶೈಲಿಯ ತೊದಲು ಇಂಗ್ಲಿಷಿನಲ್ಲಿ ಪ್ರಕಟಿಸಿದ. ರೀಟಾ, ಶೆರಿ, ಜೂಲಿ ಇತ್ಯಾದಿ ಸುಳ್ಳು ಹೆಸರಿನ ಹುಡುಗಿಯರು ಒಬ್ಬರಾದ ಮೇಲೆ ಒಬ್ಬರು ಬಂದು ಕುಣಿದು ಹೋದರು. ನಮ್ಮಲ್ಲಿ ಶಿವಪ್ಪನನ್ನು ಬಿಟ್ಟರೆ ಬೇರೆ ಯಾರಿಗೂ ನೃತ್ಯಗಳು ಕುತೂಹಲಕಾರಿ ಇಲ್ಲವೇ ಪ್ರಚೋದಕವಾಗಿರಲಿಲ್ಲ. ಚಂದ್ರು ಸಹ, ಕ್ಯಾಬರೆಯ ತನ್ನ ಪ್ರಥಮ ಅನುಭವವಾದರೂ, ಸಪ್ಪಗೆ ಕೂತಿದ್ದ. ಶಿವಪ್ಪ ಮಾತ್ರ ಬಿಟ್ಟ ಕಣ್ಣು ನೆಟ್ಟನೋಟದಿಂದ ಆ ಹೆಣ್ಣುಗಳ ಮೈಮಾಟವನ್ನು ಹೀರುತ್ತಿದ್ದ. ಕುಣಿದ ಮೂವರಲ್ಲಿ ಜೂಲಿ ಮಾತ್ರ ಇನ್ನೂ ಚಿಕ್ಕ ವಯಸ್ಸಿನ ತೆಳ್ಳನೆ ಹುಡುಗಿಯಾಗಿದ್ದಳು. ಅವಳನ್ನು ತೋರಿಸಿ ಶಿವಪ್ಪ 'ನನ್ ಹೆಂತಿ ಥೇಟ್ ಹಿಂಗೇ ಇದ್ಲು' ಎಂದ. ಅವಳು ಇವನ ಹತ್ತಿರ ಬಂದು ತೊಡೆಯೇರಿ ಕೂತು, ವಿಸ್ಕಿ ತರಿಸಿಕೊಂಡಳು. ಪ್ರತಿಫಲವಾಗಿ ಇವನ ತಲೆಸವರಿ. ಹಣೆಗೆ ಮುತ್ತಿಟ್ಟು ಹೋದಳು. ಶಿವಪ್ಪ ಆನಂದತುಂದಿಲನಾಗಿದ್ದ. 'ಅದೆಷ್ಟೇ ಖರ್ಚಾದರೂ ಈ

ರಾತ್ರಿ ಅವಳ ಜತಿ ಮಲಗಲಿಕ್ಕೇ ಬೇಕು' ಎಂದ. 'ಬೆಲೆ ವಿಚಾರಿಸಿ ನೋಡು. ಆದರೆ ಕೆನ್ನೆಗೆ ಕೊಟ್ಟಾಳು, ಹುಷಾರ್' ಎಂದೆ.

***

ಮೂರು ನೃತ್ಯಗಳು ಮುಗಿದ ಮೇಲೆ ಇಪ್ಪತ್ತು ನಿಮಿಷ ವಿರಾಮ ಪ್ರಕಟವಾಯಿತು. ಚಂದ್ರು ಮತ್ತೆ ವಿಸ್ಕಿಗೆ ಆರ್ಡರ್ ಮಾಡಿದ. ಈಗ ವಿಶ್ವನ ಸರದಿ ಬಂತು. ಸಿಗರೇಟ್ ಹಚ್ಚಿ, ಅವನು ತನ್ನ ಪ್ರಸಂಗ ಪ್ರಾರಂಭಿಸಿದ.

'ನಾನು ಹಿಸ್ಟರಿ ಎಂ.ಎ. ಮಾಡ್ತಿದ್ದಾಗ ಪ್ರೊಫೆಸರ್ ಜೊತೆ ಜಗಳ ಕಾದೆ, ಪ್ರತಿಫಲ ಪರೀಕ್ಷೇಲಿ ಸೆಕೆಂಡ್ ಕ್ಲಾಸ್ ಬಂತು. ಕೆಲಸಕ್ಕಾಗಿ ಕಾಲೇಜುಗಳಿಗೆ ನಾಯಿ ಥರ ಅಲೆದೆ. ಅಣ್ಣನ ಕಷ್ಟದ ದುಡಿಮೆಯ ಹಣ ಅಪವ್ಯಯವಾಯಿತು, ಅಷ್ಟೆ. ಈ ನಡುವೆ ಮನೆಯಲ್ಲೂ ಅಣ್ಣ ಅತ್ತಿಗೆಯರ ಕೊಂಕು, ಚುಚ್ಚು ಮಾತು ಶುರುವಾಗಿದ್ದವು. ಕೊನೆಗೆ ಬೇಸತ್ತು, ಶಿವಾಜಿನಗರದ ಒಂದು ಖಾಸಗಿ ಪ್ರೌಢಶಾಲೇಲಿ ಇನ್ನೂರೈವತ್ತು ರೂಪಾಯಿ ಸಂಬಳಕ್ಕೆ ಸೇರಿಕೊಂಡೆ.'

ಅಲ್ಲಿ ವನಮಾಲಾಂತ ಒಬ್ಬ ಮಲೆಯಾಳಿ ಹೆಣ್ಣು ಇಂಗ್ಲಿಷ್ ಟೀಚರ್ ಆಗಿದ್ದಳು. ಕೇರಳದವಳು, ಅಲ್ಲೇ ಇಂಗ್ಲಿಷ್ ಸಾಹಿತ್ಯದಲ್ಲಿ ಎಂ.ಎ. ಮಾಡಿದ್ದಳು. ಇಲ್ಲಿ ಅವಳ ಚಿಕ್ಕಮ್ಮನ ಮನೇಲಿ ವಾಸವಾಗಿದ್ದಳು. ಅವಳ ಅಣ್ಣ ಕೇರಳದ ಯಾವುದೋ ಕಾಲೇಜಿನಲ್ಲಿ ಅರ್ಥಶಾಸ್ತ್ರದ ಪ್ರಾಧ್ಯಾಪಕ ಆಗಿದ್ದ, ಕ್ರಾಂತಿಕಾರಿ ಲೇಖನಗಳನ್ನು ಬರೀತಿದ್ದ. ಮಾಲಾಳ (ವನಮಾಲಾಳನ್ನು ಎಲ್ಲರೂ ಹಾಗೇ ಕರೀತಿದ್ದು) ಪರಿಚಯ ಗಾಢ ಸ್ನೇಹಕ್ಕೆ, ಕ್ರಮೇಣ ಗಾಢ ಪ್ರೇಮಕ್ಕೆ ತಿರುಗಿತು. ನಾವು ಪರಸ್ಪರ ಹುಚ್ಚರಾಗಿದ್ದೆವು. ಶಾಲೆಯಲ್ಲಿ ನಮ್ಮ ಬಗ್ಗೆ ಗುಸಗುಸ ಪ್ರಾರಂಭವಾದಾಗ, ನಾವು ಮದುವೆಯ ನಿರ್ಧಾರಕ್ಕೆ ಬಂದೆವು. ಅವಳ ಕಡೆಯಿಂದ ಯಾವ ಅಡಚಣೆಯೂ ಇರಲಿಲ್ಲ. ಆದರೆ ನನ್ನ ಅಣ್ಣ ಭಾರಿ ರಾದ್ಧಾಂತ ಮಾಡಿದ. 'ಇನ್ನು ಮುಂದೆ ನನ್ನ ನಿನ್ನ ಸಂಬಂಧ ಕಡಿದುಹೋಗುತ್ತೆ' ಅಂದ. ಅಪ್ಪ ಬಿಟ್ಟುಹೋಗಿದ್ದ ಚೂರುಪಾರು ಆಸ್ತಿಯಲ್ಲಿ ಚಿಕ್ಕಾಸೂ ಕೊಡುವುದಿಲ್ಲ, ಅಂದ. ಸರಿ, ಎಂದೆ. ಮನೆ ಬಿಟ್ಟೆ.

ಒಂದು ಚಿಕ್ಕ ಮನೆ ಮಾಡಿದೆ. ಇಂಥ ದಿನ ರಿಜಿಸ್ಟ್ರಾರ್ ಆಫೀಸಿನಲ್ಲಿ ಮದುವೆ ಆಗೋದು, ಅಂತ ತೀರ್ಮಾನವೂ ಆಯಿತು. ಆ ವೇಳೆಗೆ ನಾನೂ ಬಂದಿರುತ್ತೇನೆಂದು ಮಾಲಾಳ ಅಣ್ಣ ಪತ್ರ ಬರೆದಿದ್ದ. ಅಷ್ಟರಲ್ಲಿ ತುರ್ತುಪರಿಸ್ಥಿತಿ ಘೋಷಣೆ ಆಯಿತು. ಮಾಲಾಳ ಅಣ್ಣ ಭೂಗತನಾದ. ಅವನು ಒಬ್ಬ ನಕ್ಸಲೈಟ್ ಆಗಿದ್ದನೆಂದೂ, ರಕ್ತಕ್ರಾಂತಿಯ ಬೆಂಬಲಿಗನೆಂದೂ ನಂತರ ಮಾಲಾಳಿಂದ ತಿಳಿಯಿತು. ನಾವು ಮದುವೆಯಾಗಬೇಕಿದ್ದ ದಿನ ಪೊಲೀಸರು ಬಂದು, ಮಾಲಾಳನ್ನು ಪ್ರಶ್ನಿಸಬೇಕೆಂದು ಶಿವಾಜಿನಗರದ ಠಾಣೆಗೆ ಕರೆದೊಯ್ದರು,

ವಿಷಯ ತಿಳಿದ ಕೂಡಲೇ ನಾನು ಆ ಠಾಣೆಗೆ ಧಾವಿಸಿದೆ. ಅವರು' ಅವಳನ್ನು ಹಲಸೂರು ಠಾಣೆಗೆ ಕರೆದೊಯ್ದಿದ್ದಾರೆ' ಎಂದರು. ಅಲ್ಲಿಗೆ ಹೋದೆ. ಅವರು ಮತ್ತೊಂದು ಠಾಣೆಯ ಹೆಸರು ಹೇಳಿದರು. ಹೀಗೆ ಹತ್ತಾರು ಠಾಣೆಗಳನ್ನು ಸುತ್ತಿ ಸುಸ್ತಾದೆ. ಕೊನೆಗೆ ಶಿವಾಜಿನಗರದ ಠಾಣೆಗೇ ಬಂದು, ಇನ್‌ಸ್ಪೆಕ್ಟರ್ ಮೇಲೆ ರೇಗಾಡಿದೆ. ಅವನು 'ಹೆಚ್ಚಿಗೆ ಮಾತಾಡಿದರೆ ನಿನ್ನನ್ನೂ ಒಳಗೆ ಹಾಕಬೇಕಾಗುತ್ತೆ. Get out' ಅಂದ. ಹೊರಕ್ಕೆ ದಬ್ಬಿಸಿದ. ಅಸಹಾಯಕನಾಗಿ ಮನೆಗೆ ಬಂದೆ. ಗೆಳೆಯರಿಗೆಲ್ಲ ವಿಷಯ ತಿಳಿಸಿ, ಏನಾದರೂ ಮಾಡಬೇಕೆಂದು ಗೋಗರೆದೆ. ಎಲ್ಲರೂ ಹೆದರಿ ಕಂಗಾಲಾಗಿದ್ದರು. ಯಾರೂ ನನ್ನ ನೆರವಿಗೆ ಬರಲಿಲ್ಲ.

ಮೂರು ದಿನ ಮಾಲಾಳ ಸುಳಿವೇ ಸಿಕ್ಕಲಿಲ್ಲ. ನಾಲ್ಕನೇ ದಿನ ಪೊಲೀಸರೇ ಒಂದು ಜೀಪಿನಲ್ಲಿ ಅವಳನ್ನು ಅವಳ ಮನೆಗೆ ಬಿಟ್ಟು ಹೋಗಿದ್ದರು. ಮಾಲಾ ಸಾಯುವಂತೆ ಆಗಿದ್ದನ್ನು, ನಾನು ಹೋಗಿ ಅವಳನ್ನು ಕಂಡಾಗ, ನನ್ನ ತಬ್ಬಿಕೊಂಡು, ಮುಳು ಮುಳು ಅತ್ತಳು. ಅವಳ ಅಣ್ಣ ಎಲ್ಲಿ ಅಡಗಿದ್ದಾನೆ. ಎಂಬ, ಅವಳಿಗೆ ತಿಳಿಯದ ರಹಸ್ಯವನ್ನು ಅವಳಿಂದ ಹೊರಡಿಸಲು, ಅವರು ಎಲ್ಲಾ ಪೊಲೀಸ್ ತಂತ್ರಗಳನ್ನೂ ಬಳಸಿದ್ದರು. ಪೋಲೀಸ್ ಠಾಣೆಗಳಲ್ಲಿ ಅವಳು ಅನುಭವಿಸಿದ ಕಿರಾತ ಹಿಂಸೆಗಳನ್ನು ಹೇಳಿಕೊಳ್ಳಲು ಅವಳಿಗೇ ಸಾಧ್ಯವಾಗಲಿಲ್ಲ. ನಾನು ಪೋಲೀಸರ ಬಗ್ಗೆ ರೋಷದಿಂದ ನಡುಗುತ್ತಿದ್ದೆ. ಆದರೆ ಏನೂ ಮಾಡಲಾಗದ ನನ್ನ ಅಸಹಾಯಕತೆಯ ಬಗ್ಗೆ ನಾಚಿಕೆಯಾಗುತ್ತಿತ್ತು. ಮಾಲಾಳನ್ನು ಸಾಧ್ಯವಾದಷ್ಟೂ ಸಮಾಧಾನಪಡಿಸಿದೆ. 'ಎಲ್ಲಾ ಮರೆತು ಸುಧಾರಿಸಿಕೋ' ಎಂದೆ. 'ಏನೇ ಆಗಲಿ, ನಾನು ನಿನ್ನ ಕೈ ಬಿಡುವುದಿಲ್ಲ. ನಾವು ನಾಳೆಯೇ ಮದುವೆಯಾಗಿಬಿಡೋಣ' ಎಂದೆ. ಅವಳು ಸುತರಾಂ ಒಪ್ಪಲಿಲ್ಲ. 'ನನ್ನ ಕಥೆ ಮುಗೀತು. ಚರಂಡಿಗಿಂತ ಕಡೆಯಾದ ಈ ದೇಹಾನ ನಿನಗೆ ಒಪ್ಪಿಸಲು ನನಗೆ ಸಾಧ್ಯವಿಲ್ಲ' ಎಂದಳು. 'ಹಾಗೆಲ್ಲ ಯೋಚಿಸಬೇಡ. ನನಗೆ ಬೇಕಾಗಿರೋದು ನಿನ್ನ ದೇಹವಲ್ಲ, ಮನಸ್ಸು. ಅದನ್ನು ಕೆಡಿಸೋದಕ್ಕೆ ಯಾರಿಂದಲೂ ಸಾಧ್ಯವಿಲ್ಲವಲ್ಲ' ಎಂದೆ. ಅವಳು ಎಷ್ಟೇ ಪ್ರತಿಭಟಿಸಿದರೂ, ನಾನು ನನ್ನ ನಿರ್ಧಾರ ಬದಲಾಯಿಸಲಿಲ್ಲ. 'ನಾಳೆ ಮದುವೆಗೆ ಸಿದ್ಧವಾಗಿರು' ಎಂದು ಹೇಳಿ, ಹೊರಟುಬಂದೆ. ಅಂದೇ ರಾತ್ರಿ ಅವಳು ನೇಣುಹಾಕಿಕೊಂಡು ಸತ್ತುಹೋದಳು.

ನಾನು ಹುಚ್ಚನಂತಾದೆ. ನನ್ನಲ್ಲಿದ್ದ ಮನುಷ್ಯತ್ವವೆಲ್ಲ ಸತ್ತುಹೋಯಿತು. ನಾನು ಹಿಂಸಾವಾದಿಯಾದೆ. ನಕ್ಸಲರ ಗುಂಪೊಳಕ್ಕೆ ನುಸುಳಿಕೊಂಡೆ. ಬನ್ನೇರುಘಟ್ಟದ ಬಳಿ ಕಾಡಿನಲ್ಲಿ ನಮಗೆ ಶಿಕ್ಷಣ, ತರಬೇತಿ ರಹಸ್ಯವಾಗಿ ನಡೆಯುತ್ತಿತ್ತು. ಸರ್ಕಾರ ವಿರೋಧಿ ಘೋಷಣೆಗಳನ್ನು ರಾತ್ರಿಯ ಹೊತ್ತು ಗೋಡೆಗಳ ಮೇಲೆ ಬರೀತಿದ್ವಿ ಭಿತ್ತಿಪತ್ರಗಳನ್ನು ಅಂಟಿಸುತ್ತಿದ್ವಿ, ಹಸ್ತ ಪತ್ರಗಳನ್ನು ರಸ್ತೆಗಳಲ್ಲೆಲ್ಲ

ಚೆಲ್ಲುತ್ತಿದ್ವಿ, ಭೂಗತ ಸಾಹಿತ್ಯ ಪ್ರಚಾರ, ವಿತರಣೆ ನೋಡಿಕೊಳ್ಳುತ್ತಿದ್ವಿ. ಒಂದು ರಾತ್ರಿ ಗಾಂಧಿಬಜಾರಿನ ಗೋಡೆಯೊಂದರ ಮೇಲೆ ಬರೀತಿದ್ದಾಗ ಪೋಲೀಸರ ಕೈಗೆ ಸಿಕ್ಕಿಬಿದ್ದೆ. ಠಾಣೆಗೆ ಎಳೆದೊಯ್ದರು. ನನ್ನ ಕತೆ ಮುಗೀತು ಅಂಡ್ಕೊಂಡೆ. ಠಾಣೆಯಲ್ಲಿ ಇನ್‌ಸ್ಪೆಕ್ಟರ್ ಎದುರಿಗೆ ತಳ್ಳಿದರು. ನೋಡಿದರೆ, ಅವನು ನನ್ನ ಬಿ.ಎ. ಗೆಳೆಯ ರಾಜೇಶ್, ಕೂಡಲೇ ನನ್ನನ್ನು ಪಕ್ಕದ ವಿಚಾರಣೆಯ ಕೊಠಡಿಗೆ ಎಳೆದೊಯ್ದ. ವಿಷಯವೆಲ್ಲ ತಿಳಿದುಕೊಂಡ. ನಂತರ ಹೇಳಿದ, 'ವಿಶೂ, ನಿನ್ನ ಈ ರೀತಿಯ ಪ್ರತಿಭಟನೆಯಿಂದ ಏನೂ ಪ್ರಯೋಜನವಿಲ್ಲ. ಮಾಲಾಳ ಥರ ದಿನಕ್ಕೆ ಎಷ್ಟೋ ಸಾವಿರ ನಿರಪರಾಧಿಗಳು ಇಡೀ ರಾಷ್ಟ್ರದಲ್ಲಿ ಈ ರಾಕ್ಷಸೀಪರ್ವಕ್ಕೆ ಬಲಿಯಾಗುತ್ತಿದ್ದಾರೆ. ನಾನೂ ಸಹ ನಿಸ್ಸಹಾಯಕನಾಗಿದ್ದೇನೆ. ಈಗ ಈ ಕೆಲಸ ಬಿಟ್ಟರೆ ನನ್ನ ಮೇಲೂ ಕಣ್ಣಿಟ್ಟು, ನನ್ನನ್ನೂ ಬೇಟೆಯಾಡುತ್ತಾರೆ. ಆದ್ದರಿಂದ ನಿರ್ವಾಹ ಇಲ್ಲದೆ ಈ ಕೂಪದಲ್ಲೇ ಕೊಳೆಯುತ್ತಿದ್ದೇನೆ. ನಾನು ಸ್ನೇಹಿತನಾಗಿ ನಿನಗೊಂದು ಬುದ್ಧಿವಾದ ಹೇಳುತ್ತಿದ್ದೇನೆ. ಇನ್ನು ಮುಂದೆ ಇಂಥ ವ್ಯರ್ಥ ಪ್ರಯತ್ನಕ್ಕೆ ಕೈಹಾಕಬೇಡ. ಇದರಿಂದ ನಿನ್ನ ಮಾಲಾಳ ಸಾವಿಗೆ ನೀನು ಸೇಡು ತೀರಿಸಿಕೊಳ್ಳಲು ಸಾಧ್ಯ ಇಲ್ಲ. ಯಾಕೆಂದರೆ ಇದಕ್ಕೆಲ್ಲ ಮೂಲ ಕಾರಣರಾದವರು ಮೇಲೆಲ್ಲೋ ಇದ್ದಾರೆ. ಅವರು ನಿನ್ನ ನನ್ನ ಕೈಗೆ ಸಿಕ್ಕುವ ಸಾಧ್ಯತೆ ಇಲ್ಲ. ಈ ದಿನ ನಿನ್ನ ಪುಣ್ಯಕ್ಕೆ ನನ್ನ ಕೈಗೆ ಸಿಕ್ಕಿಬಿದ್ದಿದ್ದೀಯ. ಇಲ್ಲದಿದ್ದರೆ ನೀನು ಜೀವಸಹಿತ ಹೊರಬೀಳೋದೇ ಅನುಮಾನವಿತ್ತು. ಹೊರಟು ಹೋಗು. ಈಗ ನಾವು ಮಾಡಬಹುದಾಗಿರೋದು ಕೇವಲ ಕಾದು ಕುಳಿತುಕೊಳ್ಳುವ ಕೆಲಸ ಮಾತ್ರ. ಈ ಧಮನಕಾಂಡದ ಮುಗಿವಿಗೆ, ಒಳ್ಳೆಯ ದಿನಗಳ ಬರುವಿಗೆ ಅಥವಾ ಪ್ರತೀಕಾರಕ್ಕೆ ತಕ್ಕ ಕಾಲ, ಅವಕಾಶಕ್ಕೆ' ಎಂದ. ನಾನು ಹೊರಬಂದೆ.

ಅಂದಿನಿಂದ ಭೂಗತ ಚಟುವಟಿಕೆಗಳನ್ನು ಬಿಟ್ಟು, ಸಭ್ಯನ ಸೋಗಿನಲ್ಲಿ ಬಾಳುತ್ತಿದ್ದೇನೆ. ಆದರೆ ನನ್ನೊಳಗಿನ ಲಾವಾರಸ ಈಗಲೂ ಕೊತ ಕೊತ ಕುದಿಯುತ್ತಿದೆ. ನನಗೀಗ ನಂಬಿಕೆ ಬಂದುಬಿಟ್ಟಿದೆ. ನಮ್ಮ ದೇಶಕ್ಕೆ ಪ್ರಜಾಪ್ರಭುತ್ವ ತಕ್ಕದ್ದಲ್ಲ ನಮ್ಮ ದೇಶ ಉದ್ಧಾರವಾಗಬೇಕಾದರೆ ನಮಗೆ ಮಾವೋ, ಕ್ಯಾಸ್ಟ್ರೋ, ಗೆವಾರ ಥರದ ನಾಯಕರು ಬೇಕು. ದೇಶದಲ್ಲಿ ರಕ್ತಕ್ರಾಂತಿ ಆಗಬೇಕು. ಸುಲಿಗೆ, ದಮನ, ಅನ್ಯಾಯ, ಹಿಂಸೆ, ಭ್ರಷ್ಟಾಚಾರ ನಾಶವಾಗಬೇಕು, ಮಾಲಾಳ ಸಾವಿಗೆ ಪ್ರತೀಕಾರ ಆಗಲೇಬೇಕು.'

ಇಷ್ಟೆಲ್ಲಾ ಒಂದೇ ಉಸುರಿಗೆ ಹೇಳಿ, ವಿಶ್ವ ಸುಮ್ಮನಾದ. ಮಾಲಾಳ ಸಾವಿಗೆ ಪ್ರತೀಕಾರಕ್ಕೂ, ವಿಶ್ವನ ರಕ್ತಕ್ರಾಂತಿಯ ಸಿದ್ಧಾಂತಕ್ಕೂ ಸರಿಯಾಗಿ ತಾಳೆಯಾಗದೆ ನನಗೆ ಗೊಂದಲವಾಯಿತು. ಕ್ರಾಂತಿಯ ಕಿಡಿ ಸಿಡಿಯುವುದೇ ಹೀಗೋ? ಅನ್ನಿಸಿತು. ತನ್ನ ಪ್ರಸಂಗ ಮುಗಿಸಿ ವಿಶ್ವ ತನ್ನ ಬಟ್ಟಲಲ್ಲಿ ಇದ್ದ ವಿಸ್ಕಿಯನ್ನೆಲ್ಲ

ಗಟಗಟ ಕುಡಿದು, ಕುರ್ಚಿಯಲ್ಲಿ ಹಿಂದಕ್ಕೆ ವಾಲಿ, ಕಣ್ಮುಚ್ಚಿ ಕುಳಿತ. ಅವನು ತುಂಬಾ ನೋವಿನಲ್ಲಿರುವಂತೆ ತೋರಿತು. ಆದರೆ ಕೆಲವೇ ಕ್ಷಣಗಳಲ್ಲಿ ಅವನು ತನ್ನ ಎಚ್ಚರವನ್ನು ಕಳೆದುಕೊಂಡು ಪ್ರಶಾಂತ ನಿಶೆಯಲ್ಲಿದ್ದ. ನಮ್ಮ ಸಮಾಧಾನದ ಮಾತುಗಳು ಅವನಿಗೆ ಅವಶ್ಯಕವಾಗಿರಲಿಲ್ಲ.

ಇಷ್ಟರಲ್ಲಿ ಮತ್ತೆ ವಾದ್ಯವೃಂದದ ಕಿವಿಗಡಚಿಕ್ಕುವ ಸಂಗೀತಸುಧೆಯ ಪ್ರವಾಹ ಪ್ರಾರಂಭವಾಯಿತು. ನನ್ನಲ್ಲೂ ಹಿತವಾಗಿ ಅಡರಿಕೊಳ್ಳುತ್ತಿದ್ದ ಅಮಲೆಲ್ಲ ಒಂದೇ ಬಾರಿಗೆ ಕೊಚ್ಚಿಹೋಯಿತು. ಬೆಚ್ಚಿಬಿದ್ದವನಂತೆ ಕೂತೆ. ಈಗ ಪೂರ್ಣ ಎಚ್ಚರದಲ್ಲಿ ಇದ್ದವರು ನಾನು, ಚಂದ್ರು ಇಬ್ಬರೇ. ಶಿವಪ್ಪ ಅರೆಮಂಪರಿನಲ್ಲಿದ್ದ. ವಿಶ್ವನಂತೂ ಪೂರ್ತಿ flat ಆಗಿದ್ದ, ವೇದಿಕೆಯ ಮೇಲೆ ರೀಟಾ ಕುಣಿಯುತ್ತಿದ್ದಳು. ತನ್ನ ಮಾದಕ ಪ್ರಚೋದಕ ಶೈಲಿಯಲ್ಲಿ ಬಟ್ಟೆಗಳನ್ನು ಒಂದೊಂದಾಗಿ ಬಿಚ್ಚತೊಡಗಿದಳು. ಜನ ಅವಳನ್ನು ಉತ್ತೇಜಿಸಲು, 'Come on, baby', 'ಶಹಬಾಸ್, ಪ್ಯಾರೀ' ಎಂದು ಚೀರಾಡುತ್ತಿದ್ದರು. ಅವಳ ಅಸಭ್ಯ ಹಾವಭಾವ, ತೋರಿಕೆಯ ನಾಚಿಕೆ, ಪೊಗದಸ್ತಾದ ಅರೆನಗ್ನತೆ ನಿಜಕ್ಕೂ ಮೈ ಬೆಚ್ಚಗಾಗಿಸುತ್ತಿತ್ತು. ಶಿವಪ್ಪ ಭಾರಿ ಮಜಾ ತಗೊಳ್ತಿದ್ದ. ಚಂದ್ರು ನಿರ್ಭಾವದಿಂದ ನೋಡುತ್ತಿದ್ದ.

ನಾನು ವಿಶ್ವನನ್ನು ಎಬ್ಬಿಸಲು ಪ್ರಯತ್ನಿಸಿದೆ. ಅವನ ತಲೆ ಹಿಡಿದು ಅಲುಗಾಡಿಸಿದೆ. ಅವನು ಕಣ್ಣು ಬಿಟ್ಟು ನೆಟ್ಟಗೆ ಕೂತ. 'ಡಾನ್ಸ್ ನೋಡು, ನಿದ್ದೆ ಸಾಕು' ಎಂದೆ. ಅವನು ಮಂದಿಯಂತೆ ನೋಡುತ್ತಾ ಕುಳಿತ. ಇದ್ದಕ್ಕಿದ್ದಂತೆ 'ಮಾವೋ... ಗೆವಾರ...' ಎಂದು ಚೀರಿದ. ಅದೃಷ್ಟಕ್ಕೆ ಅಲ್ಲಿನ ಶಬ್ದ ಕೋಲಾಹಲದಲ್ಲಿ ಇವನ ಕಿರುಚಾಟ ಯಾರಿಗೂ ಸ್ಪಷ್ಟವಾಗಿ ಕೇಳುತ್ತಿರಲಿಲ್ಲ ಮತ್ತೆ ಕಿರುಚಿದ, 'ಮಾವೋ, ಗೆವಾರಾ, ಕ್ಯಾಸ್ಟ್ರೋ, ಯಾವಾಗ ಬರೀರಿ, ನಮ್ಮ ದೇಶಕ್ಕೆ ಯಾವಾಗ ಬರೀರಿ, ನಮ್ಮನ್ನು ಯಾವಾಗ ಉದ್ಧಾರ ಮಾಡ್ತೀರಿ ಬನ್ನಿ... ಬೇಗ ಬನ್ನೀ...ಮಾವೋ...ಗೆವಾರಾ...'

ತಟ್ಟನೆ ಎಲ್ಲರ ಗಮನ ಇವನ ಕಡೆ ತಿರುಗಿತು. ಕುಣಿಯುತ್ತಿದ್ದ ರೀಟಾ ಸಹ ಇವನ ಕಡೆಯೇ ನೋಡಿಕೊಂಡು. ಗೇಲಿಮಾಡುತ್ತಾ ಕುಣಿದಳು. 'Come on, ಯಾರ್, Come on. ಮೇರೀ ಬಿಲ್ಲೀ ಹೋನಾ ಕ್ಯಾ?' ಎಂದು ತನ್ನ ಕಾಚದ ಮೇಲಿನ ಬೆಕ್ಕಿನ ಚಿತ್ರಕ್ಕೆ ಬೆಟ್ಟು 'ಮಾಡಿ ತೋರಿಸುತ್ತಾ ಕೈಬೀಸಿ ಕರೆದಳು. ಜನರೆಲ್ಲಾ 'ಹೋ' ಎಂದು ನಕ್ಕರು. ವಿಶ್ವ ಗಕ್ಕನೆ ಎದ್ದ. ನಮ್ಮನ್ನೆಲ್ಲ ತಳ್ಳಿಕೊಂಡು ವೇದಿಕೆಯ ಕಡೆ ನುಗ್ಗಿದ. 'ಯೂ ಬಿಚ್! ಹಲ್ಕಾ ರಂಡೆ, ನಿನ್ನಿಂದಲೇ ಈ ದೇಶವೆಲ್ಲ ಹಾಳಾಗ್ತಿರೋದು. ಈವೊತ್ತು ನನ್ನ ಕೈಗೆ ಸಿಕ್ಕಿಬಿದ್ದಿದ್ದೀಯ. ನಿನ್ನ ಬಿಡ್ತೀನಾ? ರಕ್ತ ಹೀರಿಬಿಡ್ತೀನಿ. ನಿನ್ನ ಕರುಳು ಬಗೆದು ತಿಂದುಬಿಡ್ತೀನಿ. ನಿನ್ನಿಂದಲೇ ನನ್ನ ಮಾಲಾ ಸತ್ತಿದ್ದು, ನಿನ್ನ ಕತೆ ಈವೊತ್ತಿಗೆ ಮುಗೀತು.

ಮಾವೋ... ಗೆವಾರಾ...' ಎಂದು ಸಿಂಹಗರ್ಜನೆ ಮಾಡಿ, ವೇದಿಕೆಯ ಮೇಲಕ್ಕೆ ಜಿಗಿದ. ರೀಟಾಳ ಕೊರಳಿಗೆ ಕೈಹಾಕಿದ.

ತಟ್ಟನೆ ವಾದ್ಯಗಳ ಅಬ್ಬರವೆಲ್ಲ ಅಡಗಿ ನಿಶ್ಶಬ್ದ ಕವಿಯಿತು. ಜನರೆಲ್ಲ ಮೇಲೆದ್ದು ಅವಾಕ್ಕಾಗಿ ನಿಂತರು. ರೀಟಾ ಕಿಟಾರನೆ ಚೀರಿಕೊಂಡು ನೆಲಕ್ಕೆ ಕುಸಿದಳು. ವಿಶ್ವ ತೂರಾಡುತ್ತಾ ಅವಳ ಮೇಲೆ ಬಿದ್ದ. ದಡ ದಡ ಓಡುತ್ತಾ ನಾಲ್ಕಾರು ಜನ ಬೇರರ್‌ಗಳು, ಹೋಟೆಲ್ ಮ್ಯಾನೇಜರ್, ಅವರು ಇವರು ವೇದಿಕೆಗೆ ನುಗ್ಗಿದರು. ವಿಶ್ವನನ್ನು ರೀಟಾಳ ಮೇಲಿಂದ ಎಳೆದು, ವೇದಿಕೆಯಿಂದ ಕೆಳಕ್ಕೆ ಒಗೆದರು. ರೀಟಾ ಒಳಕ್ಕೆ ಓಡಿಹೋದಳು, ವಿಶ್ವ ದೊಪ್ಪೆಂದು ಕೆಳಗೆ ಬಿದ್ದು, ಹೆಣದಂತೆ ನಿಶ್ಚೇಷ್ಟಿತನಾದ. ಕೆಲವರು ಅವನ ಮುಖಕ್ಕೆ ಗುದ್ದಿದರು. ಕೆಲವರು ಚಂಡಿನಂತೆ ಒದ್ದರು. ಈ ನಡುವೆ ನಾನು, ಚಂದ್ರು ಆ ಗುಂಪಿನ ಮಧ್ಯೆ ನುಗ್ಗಿ, ಅವರನ್ನು ತಡೆಯಲು ಯತ್ನಿಸಿದೆವು. 'ದಯವಿಟ್ಟು ಅವನನ್ನು ಕ್ಷಮಿಸಿ. ಅವನು ಕುಡಿತದ ಮತ್ತಿನಲ್ಲಿದ್ದ. ಬೇಕೆಂದು ಅವನು ಹಾಗೆ ಮಾಡಿದ್ದಲ್ಲ' ಎಂದು ಅವರನ್ನೆಲ್ಲ ಸಮಾಧಾನಗೊಳಿಸಿದೆವು. ಮ್ಯಾನೇಜರ್ ಕೋಪೋದ್ರಿಕ್ತನಾಗಿದ್ದ. ಕೆಂಗಣ್ಣು ಬಿಡುತ್ತಾ ಆರ್ಭಟಿಸಿದ, 'Scoundrels, drunken brutes, ಮೊದಲು ಇಲ್ಲಿಂದ ಹೊರಗೆ ಹೋಗಿ, ಇಲ್ಲದಿದ್ದರೆ ಒದ್ದು ಆಚೆ ಹಾಕಿಸುತ್ತೇನೆ.'

ವಿಶ್ವನ ಮೂಗು, ಬಾಯಿಂದ ರಕ್ತ ಒಸರುತ್ತಿತ್ತು. ಅಮಲಿನಲ್ಲೂ ಸಣ್ಣಗೆ ಮುಲುಗುತ್ತಿದ್ದ. ಚಂದ್ರು ತನ್ನ ಕರ್ಚೀಫಿನಿಂದ ಅವನ ಮುಖದ ಮೇಲಿನ ರಕ್ತ ಒರೆಸಿದ. ನಾನು ಮತ್ತು ಶಿವಪ್ಪ ಅವನ ಬಗಲುಗಳಿಗೆ ಕೈ ಹಾಕಿ, ಮೇಲೆತ್ತಿ ನಡೆಸಿಕೊಂಡು, ಎಳೆದುಕೊಂಡು, ಬಾಗಿಲ ಕಡೆ ನಡೆದವು. ಚಂದ್ರು ಬಿಲ್ ಪಾವತಿ ಮಾಡಿ ಬರಲು ಹೋದ. ಜನರಲ್ಲಿ ಕೆಲವರು ಕುತೂಹಲದಿಂದ ನಮ್ಮನ್ನೇ ನೋಡುತ್ತಿದ್ದರು. ಕೆಲವರು ಗೇಲಿ ಮಾಡಿ ನಕ್ಕರು. ಅತಿ ಪ್ರಯಾಸದಿಂದ ವಿಶ್ವನನ್ನು ಸಾಗಿಸಿಕೊಂಡು ನಾವೆಲ್ಲ ಹೊರ ಬಂದೆವು. ಎರಡು ಆಟೋಗಳಲ್ಲಿ ಹಾಸ್ಟೆಲ್ ತಲುಪಿದೆವು. ರಾತ್ರಿ ಮಲಗುವ ಹೊತ್ತಿಗೆ ಹೆಣವಾಗಿದ್ದೆವು.

ಈ ಎಲ್ಲ ರಾದ್ಧಾಂತದಲ್ಲಿ ನನ್ನ ದಾರುಣ ಪ್ರಸಂಗ ನನ್ನಲ್ಲೇ ಉಳಿದು ಹೋಯಿತು. ಅದು ಮಿಕ್ಕವರು ಹೇಳಿದ ಪ್ರಸಂಗಗಳಿಗಿಂತ ಹೆಚ್ಚು ಭಯಂಕರ, ಕರುಣಾಜನಕ ಆಗಿತ್ತೆಂದು ನನ್ನ ಭಾವನೆ. ಮಾರನೆಯ ದಿನವೇ ನಾವೆಲ್ಲ ನಮ್ಮ ನಮ್ಮ ಊರುಗಳಿಗೆ ಹೊರಟುಬಿಟ್ಟೆವು. ಹೋಗಲಿ ಬಿಡಿ. ಒಟ್ಟಿನಲ್ಲಿ ನನ್ನ ಆ ಮೂವರೂ ಮಿತ್ರರು ಈ ವೇಳೆಗಾಗಲೇ ನನ್ನನ್ನು ಮರೆತುಬಿಟ್ಟಿರಬಹುದು.

–1978

7

ಯಾಕೆಂದರೆ

ಉಮಾ ಬಹುಶಃ ನಿಮಗೆ ಗೊತ್ತಿರಲಾರಳು. ಯಾಕೆಂದರೆ ಅವಳು ಹೆಚ್ಚಾಗಿ ಮನೆಬಿಟ್ಟು ಹೊರಗೆ ಬರುವುದಿಲ್ಲ. ಯಾಕೆಂದರೆ ಅವಳೊಂದು ಹೆಣ್ಣು; ವಯಸ್ಸಿಗೆ ಬಂದ ಲಕ್ಷಣವಾಗಿರುವ ಹೆಣ್ಣು; ಬ್ರಾಹ್ಮಣ ಹೆಣ್ಣು.

ಅವಳ ತಂದೆ ಮುವ್ವತ್ತೈದು ವರ್ಷ ಪ್ರೌಢಶಾಲೆಯ ಮಕ್ಕಳಿಗೆ ವಿಜ್ಞಾನ ಕಲಿಸಿ, ಕೊನೆಯ ಕೆಲವು ವರ್ಷಗಳು ಮುಖ್ಯೋಪಾಧ್ಯಾಯರಾಗಿ ಈಗ ನಿವೃತ್ತರಾಗಿದ್ದಾರೆ.

ಉಮಾ ನನಗೆ ಚೆನ್ನಾಗಿ ಗೊತ್ತು, ಯಾಕೆಂದರೆ ನಾನು ಆಗಾಗ ಅವಳ ಮನೆಗೆ ಹೋಗುತ್ತಿರುತ್ತೇನೆ. ಅವಳ ಅಣ್ಣ ನನ್ನ ಆಪ್ತ ಗೆಳೆಯ. ಯಾಕೆಂದರೆ ಅವನೂ ಸಹ ನನ್ನಂತೆ ಪದ್ಯ ಹೊಸೆಯುತ್ತಾನೆ. ಮಾತು ಮಸೆಯುತ್ತಾನೆ. ಇಂದಿನ ರೂಢಿಗ್ರಸ್ತ, ಜಿಡ್ಡು ಹಿಡಿದ ಹಿಂದೂ ಗೊಡ್ಡು ಮೌಲ್ಯಗಳ, ಆಚರಣೆಗಳ ವಿರುದ್ಧ.

ಅವರ ಮನೆಯಲ್ಲಿ ಎಲ್ಲರೊಂದಿಗೂ ನನಗೆ ಸಲಿಗೆಯಿದೆ. ಎಲ್ಲರಿಗೂ ನನ್ನಲ್ಲಿ ನಂಬಿಕೆ ಸದಭಿಪ್ರಾಯವಿದೆ. ಯಾಕೆಂದರೆ ನಾನೂ ಸಹ ಮರ್ಯಾದಸ್ಥ ಬ್ರಾಹ್ಮಣ ಕುಟುಂಬದ ಒಬ್ಬ ಸಭ್ಯ ಯುವಕ.

ಉಮಾ ಬಿ.ಎ. ಓದಿದ್ದಾಳೆ, ಟೈಲರಿಂಗ್, ಸಂಗೀತ ಕಸೂತಿ ಕಲಿತಿದ್ದಾಳೆ. ಆದರೂ ಮನೆಯಲ್ಲೇ ಇದ್ದಾಳೆ. ಯಾಕೆಂದರೆ ಅವಳನ್ನು ನೌಕರಿಗೆ ಕಳಿಸಲು ಅವಳ ಮನೆಯಲ್ಲಿ ಯಾರಿಗೂ, ಅವಳ ಅಣ್ಣನಿಗೂ ಸಹ ಇಷ್ಟವಿಲ್ಲ. ಅಥವಾ ಧೈರ್ಯವಿಲ್ಲ. ಕಾರಣಗಳು ಹಲವಾರು. ಬಹುಶಃ ನಿಮಗೂ ಗೊತ್ತಿರುತ್ತೆ.

ಉಮಾ ಬೆಳ್ಳಗಿದ್ದಾಳೆ. ಯಾಕೆಂದರೆ ಸೂರ್ಯ ಅಷ್ಟಾಗಿ ಅವಳನ್ನು ತಾಕುವುದಿಲ್ಲ, ಸುಡುವುದಿಲ್ಲ. ತೆಳ್ಳಗಿದ್ದಾಳೆ, ಯಾಕೆಂದರೆ ಯಾವ ಟಾನಿಕ್ಕೂ ಅವಳ ಮೈಗೆ ಹತ್ತಿಲ್ಲ.

ಬೆಳಗ್ಗೆ ಬಿಸಿಲೇರುವುದಕ್ಕೆ ಮುಂಚೆ, ಉಮಾ ಅಪ್ಪನ ದೇವರ ಪೂಜೆಗೆಂದು ಹಿತ್ತಿಲಲ್ಲಿನ ಹೂ ಬಿಡಿಸಿ, ಬಟ್ಟೆಗಳನ್ನು ಒಗೆದು ಹರವುತ್ತಾಳೆ, ನಂತರ ಮನೆಗುಡಿಸಿ, ಸಾರಿಸಿ ತಿಂಡಿ ಊಟದ ಸಿದ್ಧತೆಯಲ್ಲಿ ನೆರವಾಗುತ್ತಾಳೆ. ಮಧ್ಯಾಹ್ನ ಬಿಡುವಾದಾಗ ಮಲಗಿ, ವಿವಿಧ ಭಾರತಿ ಕೇಳುತ್ತಾ, ಭೈರಪ್ಪ, ಅನಕೃ, ತರಾಸು, ತ್ರಿವೇಣಿ ಇತ್ಯಾದಿ ಓದುತ್ತಾಳೆ. ಸಂಜೆ ಜಡೆ ಹೆಣೆದುಕೊಂಡು ಶೃಂಗಾರವಾಗಿ ಟೈಪಿಗೆ ಹೋಗುತ್ತಾಳೆ ನಗುನಗುತ್ತಾ. ಆದರೆ ಟೈಪ್ ಮುಗಿದ ಕೂಡಲೇ ಮನೆಗೆ ಬಂದು ಬಿಡುತ್ತಾಳೆ. ಇಲ್ಲದಿದ್ದರೆ ಅವಳಣ್ಣ, ನನ್ನ ಕ್ರಾಂತಿಕಾರಿ ಕವಿಮಿತ್ರ ಕೆಂಡಕಾರುತ್ತಾನೆ, ಅತ್ತಿಗೆ ಕೊಂಕು ಚುಚ್ಚುತ್ತಾಳೆ.

ರಾತ್ರಿಯ ಹೊತ್ತು ನಿದ್ದೆಯಲ್ಲಿ ಉಮಾ ಕಟಕಟ ಹಲ್ಲು ಕಡಿಯುತ್ತಾಳೆಂದು ಅವಳ ಅಮ್ಮ ಆಗಾಗ ಹೇಳುತ್ತಿರುತ್ತಾರೆ.

ಉಮಾ ವಾರಕ್ಕೋ ಪಕ್ಷಕ್ಕೋ ಒಮ್ಮೆ ಸಿನಿಮಾಗೂ ಹೋಗುತ್ತಾಳೆ. ನಮ್ಮೂರಿನ ಗೋಡೌನಿನಂತಿರುವ ಟಾಕೀಸಿನಲ್ಲಿ ಕೆಟ್ಟ ಕೆಟ್ಟ ಕನ್ನಡ ಪನ್ನಡ ಸಿನಿಮಾಗಳನ್ನು ನೋಡಲು, ತನ್ನ ತಾಯಿ ಅತ್ತಿಗೆಯರೊಂದಿಗೆ ಉಮಾಗೆ ಗೆಳತಿಯರೂ ಇದ್ದಾರೆ. ಆದರೆ ಅವರಲ್ಲಿ ಬಹಳಷ್ಟು ಮಂದಿ ಈಗಾಗಲೇ ಮದುವೆಯಾಗಿ ದೂರದೂರದ ಊರುಗಳಿಗೆ ಹೋಗಿಬಿಟ್ಟಿದ್ದಾರೆ. ಉಳಿದವರು ಭೇಟಿಯಾಗುವುದು ಆಗೊಮ್ಮೆ ಈಗೊಮ್ಮೆ ಅರಿಸಿನ ಕುಂಕುಮದ ಸಂದರ್ಭಗಳಲ್ಲಿ ಮಾತ್ರ.

ಅಪರೂಪಕ್ಕೊಮ್ಮೆ ಉಮಾ ಮನೆಯ ತಲೆಬಾಗಿಲಿಗೆ ಬಂದು ನಿಂತಾಗ ನನಗೆ ವಿ.ಸೀ. ಅವರ 'ಶಬರಿ', ಮುಂಜಾನೆ ಹಿತ್ತಿಲ ಮಲ್ಲಿಗೆ ಬಳ್ಳಿಯ ಬಳಿ ನಿಂತಾಗ ಡಿ.ವಿ.ಜಿ.ಯವರ 'ವನಸುಮ', ತುಳಸಿಕಟ್ಟೆ, ಸುತ್ತುತ್ತಿರುವಾಗ ಕೆ.ಎಸ್.ನ.ರವರ ಪ್ರೇಮಗೀತೆಗಳು ನೆನಪಾಗುತ್ತವೆ.

ತನ್ನ ಹರಿದ ರವಿಕೆಗಳಿಗೆ ತೇಪೆ ಹಾಕುವಾಗ, ಹಿತ್ತಿಲಲ್ಲಿ ಮಧ್ಯಾಹ್ನ ಒಬ್ಬಂಟಿ ಕೂತು ಕೂದಲು ಒಣಗಿಸಿಕೊಳ್ಳುವಾಗ, ಉಮಾ ಸಣ್ಣಗೆ ತನ್ನಲ್ಲೇ ತಾನು ಹಾಡಿಕೊಳ್ಳುವುದನ್ನು, ಮಾತಾಡಿಕೊಳ್ಳುವುದನ್ನು ನಾನು ಕದ್ದು ಕೇಳಿದ್ದೇನೆ.

ಉಮಾ ಕಾದಿದ್ದಾಳೆ: ತನ್ನ ತವರು ಬಾಳಿನ ಕೊನೆಯ ಅಂಕಕ್ಕಾಗಿ, ಮುಂದಿನ ಬಿಡುಗಡೆಯ ಬೇಡಿಗಾಗಿ, ಆದರೆ ಬ್ರಾಹ್ಮಣರ ಮನೆಗಳಲ್ಲಿ, ಅದರಲ್ಲೂ ಮಧ್ಯಮ, ಕೆಳಮಧ್ಯಮ ವರ್ಗಗಳ ಬ್ರಾಹ್ಮಣರ ಮನೆಗಳಲ್ಲಿ ಹೆಣ್ಣು ಮಕ್ಕಳಿಗೆ ಮದುವೆಗಳಾಗುವುದು ಎಷ್ಟು ಕಷ್ಟದ, ರೇಜಿಗೆಯ ವಿಚಾರ ಎಂಬುದು ಬಹುಶಃ ನಿಮಗೂ ಗೊತ್ತೇ ಇದೆ.

ಆದರೆ ನೀವು ಕೇಳಬಹುದು ನನ್ನನ್ನು, 'ನೀನೇ ಏಕೆ ಅವಳ ಕಥೆಗೆ ಕಥಾನಾಯಕನಾಗಿ, ಅವಳ ವ್ಯಥೆಗೆ ಪೂರ್ಣ ವಿರಾಮವಾಗಬಾರದು?' ಎಂದು. ನನಗೇನೋ ಇಷ್ಟವೇ. ಆದರೆ ನನ್ನ ಅಪ್ಪ ಅಮ್ಮ ಒಪ್ಪುವುದಿಲ್ಲ. ಯಾಕೆಂದರೆ ಉಮಾ ಬ್ರಾಹ್ಮಣಳೇ ಆದರೂ ನಮ್ಮ ಒಳಪಂಗಡಕ್ಕೆ ಸೇರಿದವಳಲ್ಲ. ಜೊತೆಗೆ ಅವಳ ತಂದೆ ಅಂಥ ಸ್ಥಿತಿವಂತರೂ ಅಲ್ಲ. ಅದೂ ಅಲ್ಲದೆ ನನಗೂ ತಂಗಿಯರಿದ್ದಾರೆ, ಅವರಿಗೂ ಮದುವೆಗಳಾಗಬೇಕಲ್ಲ!

–1978

8

ಗಡಿಯಾರ

ದಿನಾ ರಾತ್ರಿ ಊಟವಾದ ಮೇಲೆ ಒಂಟಿಯಾಗಿ ಊರ ಹೊರಗಿನ ಕಾಲೇಜುವರೆಗೆ ನಡೆದು ಹೋಗಿ, ಅದರ ಮುಂಭಾಗದ ಧ್ವಜಸ್ತಂಭದ ವೇದಿಕೆಯ ಮೇಲೆ ಕೂತು, ಸಿಗರೇಟಿಳೆಯುತ್ತಾ ಮನಮಂಥನ ಮಾಡುವುದು ನನ್ನ ಪರಿಪಾಠ.

ಆ ದಿನವೂ ಹಾಗೆಯೇ ಕೂತಿದ್ದೆ. ಸುತ್ತಲೂ ಹಿತವಾಗಿ ಕತ್ತಲು ಕವಿದಿತ್ತು. ಆ ಕತ್ತಲಲ್ಲೂ ಚುಮುಕಿದ ಬೆಳಕಿನ ಕಣಗಳಲ್ಲಿ ಒಬ್ಬ ವ್ಯಕ್ತಿ ನೆರಳಿನಂತೆ ನನ್ನ ಕಡೆಗೆ ಬರುತ್ತಿರುವುದು ದೃಷ್ಟಿಗಿಂತಲೂ ಶ್ರವಣದಿಂದ ಸ್ಪಷ್ಟ ಅರಿವಾಯಿತು. ಅಪರೂಪಕ್ಕೊಮ್ಮೆ ಹೀಗೆ ಆವಿರ್ಭವಿಸುವ ಗೆಳೆಯ ಜ್ಞಾನಾನಂದನಿರಬಹುದೆಂದು 'ಹಲೋ' ಎನ್ನಲು ಬಾಯಿ ತೆರೆದಿದ್ದವನು ವ್ಯಕ್ತಿಯ ಗಾತ್ರ ನೋಡಿ, ಅವನಲ್ಲವೆನಿಸಿ, ಮಾತು ನುಂಗಿದೆ. ಬೂಟಿನ ಶಬ್ದದಿಂದ, ಮಫ್ತಿಯಲ್ಲಿರುವ ಪೋಲಿಸಿರಬಹುದೆ? ಅನಿಸಿತು. ಅಥವಾ ಕಳ್ಳನೋ? ಅನ್ನಿಸಿ ಭಯ ಮೂಡಿತು. ಅವನು ನನ್ನಿಂದ ದೋಚಬಹುದಾದ ಬೆಲೆ ಬಾಳುವ ವಸ್ತುಗಳು ನನ್ನ ಬಳಿ ಏನೇನಿವೆ ಎಂದು ತರಾತುರಿಯಾಗಿ ಮನದಲ್ಲೇ ಲೆಕ್ಕ ಹಾಕಿದೆ. ಲುಂಗಿ, ಶರ್ಟು, ಹವಾಯಿ ಚಪ್ಪಲಿ, ಶರ್ಟಿನ ಜೇಬಿನಲ್ಲಿ ಒಂದಿಷ್ಟು ಚಿಲ್ಲರೆ, ಸಿಗರೇಟ್ ಪ್ಯಾಕ್, ಬೆಂಕಿಪೆಟ್ಟಿಗೆ, ಅಷ್ಟೇ.

ಆದರೆ ಎಡಗೈಯಿನ ಮಣಿಕಟ್ಟಿನಲ್ಲಿ ಹೊಸ, ಹೊಸಾ ಗಡಿಯಾರವಿತ್ತು. ಹೋದ ತಿಂಗಳಷ್ಟೇ ಕೊಂಡಿದ್ದೆ. ಮೊಟ್ಟಮೊದಲ ಬಾರಿಗೆ ನನ್ನದೇ

ಸಂಪಾದನೆಯಿಂದ ಕೊಂಡಿದ್ದ ಅದನ್ನು ಕಳೆದುಕೊಳ್ಳಲು ನಾನು ಸುತರಾಂ ಸಿದ್ಧನಿರಲಿಲ್ಲ.

ಆದರೆ ಇದನ್ನು ಕಳ್ಳನಿರಬಹುದಾದ ಆ ವ್ಯಕ್ತಿಯಿಂದ ಹೇಗೆ ಮರೆ ಮಾಚುವುದೋ ತಿಳಿಯದೆ ಚಡಪಡಿಸಿದೆ. ಈ ಹೊತ್ತಿಗೆ ಆ ವ್ಯಕ್ತಿ ವೇದಿಕೆಯ ಇನ್ನೊಂದು ತುದಿಯಲ್ಲಿ ಕೂತುಬಿಟ್ಟಿದ್ದ, ನನ್ನ ಕಡೆಯೇ ನೋಡುತ್ತಿರಬಹುದೇನೋ ಎಂಬ ಆತಂಕ ಬೇರೆ. ಕೇವಲ ಒಂದು ಕೈಗಡಿಯಾರಕ್ಕಾಗಿ ಕೊಲೆ ಸಹ ನಡೆದ ಪ್ರಸಂಗಗಳು ನೆನಪಾಗಿ, ಸಣ್ಣಗೆ ನಡುಗಿದೆ. ಏನು ಮಾಡಲೂ ಸಹ ತೋಚದೆ ತೆಪ್ಪಗೆ ಕೂತುಬಿಟ್ಟೆ.

ಆ ವ್ಯಕ್ತಿ ಮಾತಾಡಬಹುದೇನೋ ಎಂದು ಕಾದೆ. ಮಾತಾಡಿದರೆ ವಾತಾವರಣದ ಬಿಗಿ ಸಡಿಲಗೊಳ್ಳಬಹುದೆಂದು ಆಶಿಸಿ, ಅವನು ಮಾತಾಡಲೆಂದು ಹಾರೈಸಿದೆ. ಆದರೆ ಅವನು ಮೌನವಾಗಿ, ಮೂಕಪ್ರಜ್ಞೆಯ ಹಾಗೆ ಕೂತೇ ಇದ್ದ. ಇನ್ನು ತಾಳಲಾರದೆ ನಾನು ಏಳಲು ಸನ್ನದ್ಧನಾದೆ. ಅಷ್ಟರಲ್ಲಿ ಗುಡುಗಿನಂತೆ ಅವನು 'ಟೈಂ ಎಷ್ಟು?' ಎಂದ. ನಾನು ಕಕ್ಕಾವಿಕ್ಕಿಯಾಗಿ ತಪ್ಪು ಮಾಡುತ್ತಿರುವಾಗ ಸಿಕ್ಕಿಬಿದ್ದವನಂತೆ 'ನನ್ನ ಗಡಿಯಾರ ನಿಂತಿದೆ' ಎಂದು ಬಡಬಡಿಸಿ, ಎದ್ದು ಅಲ್ಲಿಂದ ದಡದಡ ನಡೆದೆ. ಅವನು ನನ್ನನ್ನು ಹಿಂಬಾಲಿಸುತ್ತಿರಬಹುದೇನೋ ಎಂದು ಭಯವಾದರೂ ಹಿಂತಿರುಗಿ ನೋಡಲಿಲ್ಲ. ನನ್ನ ಹಿಂದೆ ಬೂಟುಗಾಲಿನ ಶಬ್ದ ಕೇಳಿದಂತಾದಾಗ, ಅದು ನನ್ನ ಭ್ರಮೆ ಇರಬಹುದೆಂದು ಸಮಾಧಾನಪಟ್ಟುಕೊಳ್ಳಲು ಪ್ರಯತ್ನಿಸಿದೆ. ಹಾಗೂ ಹೀಗೂ ಮನೆ ತಲಪುವಷ್ಟರಲ್ಲಿ ಬೆವೆತು ಮುದ್ದೆಯಾಗಿದ್ದೆ.

ಮನೆಯಲ್ಲಿ ಗಡಿಯಾರವನ್ನು ಬಿಚ್ಚಿ, ದಿಂಬಿನಡಿಗಿಟ್ಟು, ನಿದ್ರಿಸುತ್ತಿದ್ದ ಪುಟ್ಟ ಮಗನಿಗೆ ಮುತ್ತಿಟ್ಟು, ಹೆಂಡತಿಯನ್ನು ಬಿಗಿಯಾಗಿ ಅಪ್ಪಿ ಮಲಗಿ, ಮತ್ತೆ ಎಂದೂ ಗಡಿಯಾರ ಕಟ್ಟಿಕೊಂಡು ಕತ್ತಲೆಯಲ್ಲಿ ಒಂಟಿ ಕೂಡಬಾರದೆಂದು ತೀರ್ಮಾನಿಸಿದೆ. ದಿಂಬಿನಡಿಗಿದ್ದರೂ ಗಡಿಯಾರದ ಟಿಕ್ ಟಿಕ್ ಶಬ್ದ ಸ್ಪಷ್ಟವಾಗಿ ಕೇಳಿಸುತ್ತಲೇ ಇತ್ತು. ಎಚ್ಚರಿಕೆಯ ಗಂಟೆಯಂತೆ.

–1978

9

ದಾಖಲೆ

ಈಗ್ಗೆ ಒಂದು ವಾರದ ಹಿಂದೆ ನನ್ನ ಆಪ್ತಮಿತ್ರನೊಬ್ಬ ಕೊಲೆಯಾಗಿ ಸತ್ತ. ಇದು ಅವನ ಕಥೆ. ನನ್ನದೂ ಸಹ. ಇದನ್ನು ಕಥೆ ಎನ್ನುವುದಕ್ಕಿಂತ ಒಂದು ದಾಖಲೆಯೆಂದರೆ ಸರಿಯಾದೀತು. ಏಕೆಂದರೆ ಇದು ನಡೆದ ಘಟನೆಗಳ ನೇರ ವರದಿ ಮಾತ್ರ. ಇದನ್ನು ದಾಖಲಿಸಬೇಕಾದ್ದು ಬರೆಯಬಲ್ಲ ನನ್ನ ಕರ್ತವ್ಯ. ಆದ್ದರಿಂದ ಕಾಲಾನುಕ್ರಮದಲ್ಲೇ ಶುರು ಮಾಡುತ್ತೇನೆ.

ನಾನು ಪಿ.ಯು.ಸಿ. ನಮ್ಮೂರಲ್ಲಿ ಮುಗಿಸಿ, ಬೆಂಗಳೂರಲ್ಲಿ ಇಂಗ್ಲಿಷ್ ಆನರ್ಸ್ ಸೇರಿದ್ದೆ. ನಾನು ಮೆಡಿಕಲ್‌ಗೆ ಸೇರಬೇಕೆಂದು ನನ್ನ ತಂದೆಯ ಅಭಿಲಾಷೆಯಾಗಿತ್ತು. ನನಗೂ ಆಸೆಯಿತ್ತು, ಅನ್ನಿ. ಆದರೆ ಸಾಕಷ್ಟು ಅಂಕಗಳಿಲ್ಲದ್ದರಿಂದ ಮೆಡಿಕಲ್‌ಗೆ ಸೀಟು ಸಿಕ್ಕಲಿಲ್ಲ. ಸಾಹಿತ್ಯದಲ್ಲೂ ನನಗೆ ಆಸಕ್ತಿಯಿತ್ತು. ಆದ್ದರಿಂದ ಆನರ್ಸ್ ಸೇರಿಕೊಂಡಿದ್ದೆ. ಧಾರ್ಮಿಕ ಸಂಸ್ಥೆಯೊಂದು ನಡೆಸುತ್ತಿದ್ದ, ಶಿಸ್ತಿಗೆ ಹೆಸರಾಗಿದ್ದ, ಒಂದು ಹಾಸ್ಟೆಲಿನಲ್ಲಿ ಊಟ, ವಸತಿ. ಅಲ್ಲೇ ನನಗೆ ಸತ್ಯನ ಪರಿಚಯವಾದದ್ದು.

ಸತ್ಯ ಅದೇ ವರ್ಷ ಮೆಡಿಕಲ್ ಕಾಲೇಜಿಗೆ ಸೇರಿದ್ದ. ಕಟ್ಟುಮಸ್ತಾಗಿದ್ದ ಹುಡುಗ. ಮುಖದಲ್ಲಿ ಆ ವಯಸ್ಸಿಗೆ ಅಸಹಜವಾದ ಗಾಂಭೀರ್ಯವಿತ್ತು. ಆದರೆ ಅವನ ಕಣ್ಣುಗಳಲ್ಲಿ ವಿಲಕ್ಷಣ ಕಾಂತಿಯಿತ್ತು, ಲವಲವಿಕೆಯಿತ್ತು. ನನಗೆ ಅವನ ಬಗ್ಗೆ ಆಸಕ್ತಿ ಹುಟ್ಟಿದ್ದು ಅವನು ಹಾಸ್ಟೆಲಿನ ಇಂಗ್ಲಿಷ್ ಚರ್ಚಾಕೂಟವೊಂದರಲ್ಲಿ ಮಾತಾಡಿದಾಗ, ಭರ್ಜರಿಯಾಗಿ ಮಾತಾಡಿದ. ವಿವೇಕಾನಂದರಂತೆ ಕೈ ಕಟ್ಟಿ, ಸೆಟೆದು ನಿಂತು, ಕತ್ತೆತ್ತಿ, ಘಂಟಾಘೋಷವಾಗಿ, ವಾದ ಮಂಡಿಸುವ ಆ ಗತ್ತು,

ಗಾಂಭೀರ್ಯ, ಆ ಕೊಟೇಷನ್ನುಗಳು ನನ್ನನ್ನು ಮಂತ್ರಮುಗ್ಧನನ್ನಾಗಿಸಿದ್ದವು. ನನಗೆ ಭಾರೀ ಹೊಟ್ಟೆಕಿಚ್ಚಾಯಿತು. ಇಂಗ್ಲಿಷಿನಲ್ಲಿ ಹಾಗೆ ನಿರರ್ಗಳವಾಗಿ, ಪ್ರಭಾವಪೂರ್ಣವಾಗಿ ಮಾತಾಡಲು ನನಗೆ ಬರುತ್ತಿರಲಿಲ್ಲ. ಅವನ ಗೆಳೆತನ ಮಾಡಿಕೊಂಡೆ. ಅವನಿಗೂ ಸಾಹಿತ್ಯ ಜಿಜ್ಞಾಸೆಗಳಲ್ಲಿ ಆಸಕ್ತಿಯಿದ್ದುದರಿಂದ ನಮ್ಮ ಗೆಳೆತನ ಬೇರೂರಿತು. ಕ್ರಮೇಣ ನನ್ನ ಪ್ರತಿಸ್ಪರ್ಧಿಯನ್ನು ಅವನಲ್ಲಿ ಕಂಡುಕೊಂಡೆ.

ಇಂಗ್ಲಿಷಿನಲ್ಲಿ ಅವನನ್ನು ಮೀರಿಸಲಾಗದ್ದಕ್ಕೆ ಕನ್ನಡದಲ್ಲಿ ಪ್ರಯತ್ನಿಸಿದೆ. ಚರ್ಚಾಕೂಟ, ಪ್ರಬಂಧ ಸ್ಪರ್ಧೆಗಳಲ್ಲಿ ಅವನ ಪಟ್ಟು ವರಸೆಗಳನ್ನೇ ಬಳಸಿ. ಅವನನ್ನು ಸೋಲಿಸಿದೆ. ಅವನು ಎರಡನೆಯ ಸ್ಥಾನಕ್ಕೆ ಇಳಿಯಬೇಕಾಯಿತು.

ಹಾಸ್ಟೆಲಿನಲ್ಲಿ ಬೆಳಿಗ್ಗೆ, ಸಂಜೆ ದೇವರ ಭಜನೆ ಕಡ್ಡಾಯವಾಗಿತ್ತು. ಭಜನೆಯ ಸಮಯದಲ್ಲಿ ಸತ್ಯ ಮೌನವಾಗಿ ಕೂತಿರುತ್ತಿದ್ದ. 'ನನಗೆ ದೇವರು, ಧರ್ಮ, ಭಜನೆಗಳಲ್ಲಿ ನಂಬಿಕೆಯಿಲ್ಲ' ಎನ್ನುತ್ತಿದ್ದ. ಈ ಬಗ್ಗೆ ನಮ್ಮಲ್ಲಿ ಅನೇಕ ಬಾರಿ ವಿಚಾರ ವಿಮರ್ಶೆ ನಡೆದಿತ್ತು. ನನಗೂ ಅವುಗಳಲ್ಲಿ ಅಷ್ಟಾಗಿ ನಂಬಿಕೆ ಇರಲಿಲ್ಲವಾದರೂ ಸಂಗೀತವೆಂದರೆ ನನಗೆ ಪ್ರಾಣ. ಚೆನ್ನಾಗಿ ಹಾಡುತ್ತಿದ್ದೆ. ಆದ್ದರಿಂದ ಹಾರ್ಮೋನಿಯಂ ನುಡಿಸಿಕೊಂಡು ಭಜನೆ ನಡೆಸುವ ಕರ್ತವ್ಯ ನನ್ನ ಪಾಲಿಗೇ ಬಂದಿತ್ತು. ನನಗೆ ಭಜನೆಯಿಂದ ಖುಷಿ, ನೆಮ್ಮದಿ ಸಿಕ್ಕುತ್ತಿತ್ತು. ಆದರೆ ಸತ್ಯ ನನ್ನ ವಾದ ಒಪ್ಪುತ್ತಿರಲಿಲ್ಲ 'ನಿನಗೆ ಸಂಗೀತ ಇಷ್ಟವಾದ ಮಾತ್ರಕ್ಕೆ ಇಲ್ಲಸಲ್ಲದ ದೇವರುಗಳ ಬಗ್ಗೆ ಕೀರ್ತನೆಗಳನ್ನೇ ಹಾಡಿ ಸಂತೋಷ ಪಡಬೇಕೇಕೆ? ಈ ಭೂಮಿಯ ಬಗ್ಗೆ ಹಾಡು. ಇಲ್ಲಿನ ಜೀವಿಗಳ ನೋವು, ನಲಿವು, ಪ್ರೇಮ ನಿರಾಸೆಗಳ ಬಗ್ಗೆ ಹಾಡು', ಎನ್ನುತ್ತಿದ್ದ. 'ಆಧ್ಯಾತ್ಮವನ್ನು ಅಷ್ಟು ಸುಲಭವಾಗಿ ತಿರಸ್ಕರಿಸಲು ಸಾಧ್ಯವೇ?' ಅಂದರೆ 'ಅದೆಲ್ಲ ಭ್ರಮಾಧೀನರಿಗೇ ಸರಿ. ಬದುಕನ್ನು ಎದುರಿಸುವ ತಾಕತ್ತಿಲ್ಲದೆ, ಹೇಡಿಗಳಾಗಿ ತಲೆ ತಪ್ಪಿಸಿಕೊಂಡು ಓಡುವವರಿಗೇ ಸರಿ' ಎನ್ನುತ್ತಿದ್ದ.

ಹಾಸ್ಟೆಲಿನಲ್ಲಿ ವ್ಯಾಯಾಮ ಶಾಲೆ, ಆಟದ ಮೈದಾನ ಇದ್ದವು. ಸತ್ಯ ಅವುಗಳಲ್ಲಿ ಉತ್ಸಾಹದಿಂದ ಭಾಗವಹಿಸುತ್ತಿದ್ದ. ಆದರೆ ನಾನು ಆಟಗಳಲ್ಲಿ, ಕಸರತ್ತುಗಳಲ್ಲಿ ಭಾಗವಹಿಸುವಂತಿರಲಿಲ್ಲ. ಹೈಸ್ಕೂಲಿನಲ್ಲಿದ್ದಾಗ ಸೈಕಲ್ಲಿಂದ ಮೋರಿಗೆ ಬಿದ್ದು, ಕೈಕಾಲು ಮುರಕೊಂಡಿದ್ದೆ. ಅಂದಿನಿಂದ ದೈಹಿಕ ಶ್ರಮದಿಂದ ನನಗೆ ವಿನಾಯಿತಿ ಸಿಕ್ಕಿತ್ತು. ಬೆಳವಣಿಗೆ ಸಾಲದೆ ಪೀಚಾಗಿ, ಬಿಳುಚಿಕೊಂಡಿದ್ದೆ. ನನ್ನ ಮನರಂಜನೆಯೆಲ್ಲ ಪುಸ್ತಕ, ಸಿನಿಮಾಗಳಿಗೆ ಸೀಮಿತವಾಗಿತ್ತು.

ಆಗ ಸದಾ ಕಾಲ ಸಾಹಿತ್ಯ, ತತ್ವಶಾಸ್ತ್ರ ಓದುತ್ತಿರುತ್ತಿದ್ದೆ. ಸತ್ಯ ಸಹ ನಾನು ಲೈಬ್ರರಿಯಿಂದ ತಂದ ಪುಸ್ತಕಗಳನ್ನೆಲ್ಲಾ ತಾನೂ ಇಸಿದುಕೊಂಡು ಓದುತ್ತಿದ್ದ.

ಒಂದು ಪುಸ್ತಕ ಓದಿದ ಕೂಡಲೇ ಒಂದು ಕಥೆಯನ್ನೋ, ಕವಿತೆಯನ್ನೋ ಗೀಚುತ್ತಿದ್ದ. ನನಗೆ ಓದಲು ಕೊಡುತ್ತಿದ್ದ. ಅವೆಲ್ಲ ಗೊಂದಲಮಯವಾಗಿರುತ್ತಿದ್ದವು. ಅಸಂಗತ ವಿಚಾರಗಳು, ಭೀಭತ್ಸ ಘಟನೆಗಳು, ಅಸಂಬದ್ಧ ಸಂಕೇತಗಳು, ಒರಟು ಭಾಷೆ. ನಾನು 'ಇದೇಕೆ ಹೀಗೆ?' ಎಂದರೆ, 'ಜಗತ್ತು ಇರುವುದೇ ಹೀಗೆ' ಅನ್ನುತ್ತಿದ್ದ. ನಾನು ಅವನ ಸ್ನೇಹದ ಮುಲಾಜಿಗೆ, 'ಚೆನ್ನಾಗಿದೆ' ಅನ್ನುತ್ತಿದ್ದೆ. ಕಥೆ, ಕವಿತೆಗಳನ್ನು ಪ್ರಕಟಣೆಗಾಗಿ ಪತ್ರಿಕೆಗಳಿಗೆ ಕಳಿಸುತ್ತಿದ್ದ ಅವು ತಪ್ಪದೇ ಹಿಂತಿರುಗುತ್ತಿದ್ದವು. 'ವಿಷಾದಿಸುತ್ತೇವೆ' ಗಳೊಂದಿಗೆ. ಆದರೂ ಅವನು, ಹಠ ಬಿಡದ ತ್ರಿವಿಕ್ರಮನಂತೆ ಬರೆಯುತ್ತಲೇ ಇದ್ದ. ಪತ್ರಿಕೆಗಳಿಗೆ ಕಳಿಸುತ್ತಲೇ ಇದ್ದ. 'ಸತ್ಯಕ್ಕೆ ಇಂದಲ್ಲ ನಾಳೆ ಬೆಲೆ ಬಂದೇ ಬರುತ್ತೆ' ಅನ್ನುತ್ತಿದ್ದ. ಅವನ ಬರವಣಿಗೆ ನೋಡಿ, ನೋಡಿ, ಬೇಸರದಿಂದಲೋ, ಸ್ಫೂರ್ತಿಯಿಂದಲೋ, ನಾನೂ ಒಂದು ಕಥೆ ಬರೆದೆ. ನನ್ನ ಮೊದಲ ಕಥೆ. ಅದು ಪತ್ರಿಕೆಯೊಂದರಲ್ಲಿ ಪ್ರಕಟಣೆಗೆ ಸ್ವೀಕೃತವಾದದ್ದಕ್ಕೆ ಪತ್ರ ಬಂದ ದಿನ, ನಾನು ಖುಷಿಯಿಂದ ಕುಣಿದಾಡಿದೆ. ಸತ್ಯ ಅಭಿನಂದಿಸಿದ. ಕಥೆ ಪ್ರಕಟವಾದಾಗ, ಹಾಸ್ಟೆಲಿನ ಗೆಳೆಯರೆಲ್ಲ ಅದನ್ನು ಓದಿ, ಚೆನ್ನಾಗಿದೆಯೆಂದು ಬೆನ್ನು ತಟ್ಟಿದರು. ಸತ್ಯ ಮಾತ್ರ 'ಕಥೆ You have over simplified everything ಕಥೆಯ ನಾಯಕ ನರ ಸತ್ತವನು. ಸಮಾಜಕ್ಕೆ ಹೆದರಿ, ತನ್ನ ಪ್ರೇಮ, ಧ್ಯೇಯಗಳನ್ನು ಬಲಿ ಕೊಡುವವನು, ಕಥಾ ನಾಯಕನಾಗಲು ಅಯೋಗ್ಯ Your attitude to life is unhealthy' ಅಂದ. ನಾನು ಅವನೊಂದಿಗೆ ವಾದಿಸಲು ಹೋಗಲಿಲ್ಲ.

ಆದರೆ, ನನ್ನ ಸಾಹಿತ್ಯ ಸೇವೆ ಮಾತ್ರ ಮುಂದುವರಿಯಿತು. ನನ್ನ ಕಥೆ, ಕವಿತೆಗಳು ಪತ್ರಿಕೆಗಳಲ್ಲಿ ಪ್ರಕಟವಾದವು. ಅನೇಕ ಸಾಹಿತಿಗಳನ್ನು, ಪತ್ರಿಕೆಗಳ ಸಂಪಾದಕರನ್ನು ಪರಿಚಯ ಮಾಡಿಕೊಂಡೆ. ಅನೇಕ ಸಾಹಿತ್ಯ ಸಂಚಿಕೆಗಳಿಗೆ, ನಿಯತಕಾಲಿಕೆಗಳಿಗೆ ಚಂದಾದಾರನಾದೆ. ಒಟ್ಟಿನಲ್ಲಿ, ಸಮಕಾಲೀನ ಸಾಹಿತ್ಯದ ಪಟ್ಟು ವರಸೆಗಳನ್ನೆಲ್ಲ ಕಲಿತು, ನಾನೂ ಸಹ ಸಾರಸ್ವತಲೋಕದಲ್ಲಿ ಪ್ರಸಿದ್ಧನಾಗತೊಡಗಿದೆ. ಆದರೆ ಸತ್ಯನ ಸಾಹಿತ್ಯ ಮಾತ್ರ, ಪಾಪ, ಅಚ್ಚು ಕಾಣಲೇ ಇಲ್ಲ.

ನನ್ನ ಮೈನರ್ ವಿಷಯ ಸಂಸ್ಕೃತವಾಗಿತ್ತು. ಸಂಸ್ಕೃತಕ್ಕೆ ವರದೇಶಿಕಾಚಾರ್ಯ ಎಂಬ ಪ್ರಾಧ್ಯಾಪಕರಿದ್ದರು. ಖುಷಿಯಂಥ ವ್ಯಕ್ತಿ, ಸಜ್ಜನಿಕೆಯೇ ಮೂರ್ತಿವೆತ್ತಂತಿದ್ದರು. ವೇದಾಂತದಲ್ಲಿ ಪ್ರಕಾಂಡ ಪಂಡಿತರಾಗಿದ್ದರು. ನಾನು ಅವರ ಮೆಚ್ಚಿನ ವಿದ್ಯಾರ್ಥಿಯಾಗಿದ್ದೆ. ಅವರ ಮನೆ ನನ್ನ ಹಾಸ್ಟೆಲಿಗೆ ಹತ್ತಿರವಾದ್ದರಿಂದ, ಒಮ್ಮೊಮ್ಮೆ ಭಾನುವಾರದಂದು ಅವರ ಮನೆಗೆ ಹೋಗಿ, ಅವರಿಂದ ದ್ವೈತ, ಅದ್ವೈತ, ಯೋಗ ಇತ್ಯಾದಿಗಳ ಬಗ್ಗೆ ತಿಳಿದುಕೊಳ್ಳುತ್ತಿದ್ದೆ. ಸತ್ಯನಿಗೆ ಅವರ ಪರಿಚಯ ಮಾಡಿಸಬೇಕೆನ್ನಿಸಿತು. ಒಂದು

ಭಾನುವಾರ ಅವರ ಮನೆಗೆ ಅವನನ್ನು ಕರೆದೊಯ್ದೆ. ಅವನು ಅವರೊಂದಿಗೂ ವಾದಕ್ಕೆ ತೊಡಗಿದ.

'ದೇವರಿದ್ದಾನೆಂದು ನೀವು ನಂಬುತ್ತೀರಾ?' ಅಂದ.

'ನಂಬುತ್ತೇನೆ' ಅವರೆಂದರು.

'ಅದಕ್ಕೆ ಆಧಾರವೇನಿದೆ?'

'ಋಷಿಗಳ, ಸಾಧು ಸಂತರ ಅನುಭವ ಮತ್ತು ಅವರ ಮಾತುಗಳೇ ಆಧಾರ.'

'ಅದೆಲ್ಲಾ ಅವರ ಭ್ರಮೆಯಿರಬಹುದಲ್ಲ?'

'ಅವರಿಗೆ ತಮ್ಮನ್ನು ತಾವೇ ಮೋಸಗೊಳಿಸಿಕೊಳ್ಳುವ, ಅಥವಾ ಇತರರನ್ನು ಮೋಸಗೊಳಿಸುವ ಉದ್ದೇಶವಾಗಲೀ, ಅವಶ್ಯಕತೆಯಾಗಲೀ ಇರಲಿಲ್ಲ.'

'ಇಷ್ಟಕ್ಕೂ ದೇವರು ಇರುವುದಾದರೆ ಎಲ್ಲರಿಗೂ ಏಕೆ ಸುಲಭವಾಗಿ ಕಾಣಿಸಿಕೊಳ್ಳಬಾರದು?'

'ಮಾಯೆಯ ತೆರೆ ಹರಿದು ನೋಡಿದರೆ, ಎಲ್ಲರಿಗೂ ಕಾಣಿಸುತ್ತಾನೆ.'

'ಮಾಯೆಯ ತೆರೆಯ ಹಿಂದೆ ಅವನೇಕೆ ಬಚ್ಚಿಟ್ಟುಕೊಳ್ಳಬೇಕು?'

'ಜಗತ್ತಿನಲ್ಲಿ ಯಾವುದೂ ಅಷ್ಟು ಸುಲಭವಾಗಿ ಸಿಕ್ಕುವುದಿಲ್ಲ, ಮಗು.'

'ಹೋಗಲಿ, ದೇವರ ಸಾಕ್ಷಾತ್ಕಾರ ನಮಗೆ ಆಯಿತೆಂದೇ ಇಟ್ಟುಕೊಳ್ಳೋಣ. ಅಲ್ಲಿಂದ ನಂತರ ಏನು? ಅದೇ ಜೀವನದ ಪರಮಾರ್ಥವೇ?'

'ನಮ್ಮ ಜೀವಾತ್ಮ ಪರಮಾತ್ಮನೊಂದಿಗೆ ಐಕ್ಯವಾಗುವುದೇ ಜೀವನದ ಪರಮಾರ್ಥ, ಅದೇ ಮೋಕ್ಷ. ನಂತರ ಜನ್ಮ ಚಕ್ರದಿಂದ ನಮಗೆ ಬಿಡುಗಡೆ ಸಿಕ್ಕಿ, ಶಾಶ್ವತವಾದ ಸುಖ, ಶಾಂತಿ ಲಭಿಸುತ್ತವೆ.'

'ನೀವು ಹೇಳಿದ್ದು ನನಗೆ ಅರ್ಥವಾಗುತ್ತಿಲ್ಲ. ಜೀವಾತ್ಮ ಪರಮಾತ್ಮನೊಂದಿಗೆ ಐಕ್ಯವಾಗುವುದೆಂದರೆ, ತನ್ನತನ, ತನ್ನ ಅರಿವು ಕಳೆದುಕೊಳ್ಳುವುದೆಂದೇ? ಹಾಗಿದ್ದರೆ ಅದು ಸಾವಿಗೆ ಸಮನಾಯಿತಲ್ಲ! ನಂತರ ನನ್ನ ಆತ್ಮವೆಲ್ಲಿ? ನನ್ನ ಅರಿವೆಲ್ಲಿ? ನಾನು ಅನುಭವಿಸುವುದಾದರೂ ಏನನ್ನು?'

'ಮಗೂ, ಆಧ್ಯಾತ್ಮಿಕ ಅನುಭವಗಳು ಇಂದ್ರಿಯ ಗ್ರಾಹ್ಯವಾದುವಲ್ಲ. ಅವುಗಳಿಗೆ ಸಂಕಲ್ಪ ಬೇಕು, ಸಾಧನೆ ಬೇಕು. ನಂತರವೇ ಸಿದ್ಧಿ.'

'ನನಗೆ ಸಿಕ್ಕುವ ಸಿದ್ಧಿ ಎಂಥದು ಎಂಬುದು ಖಚಿತವಾದರಲ್ಲವೇ ನಾನು ಸಂಕಲ್ಪ ಸಾಧನೆಗೆ ತೊಡಗಲು ಸಾಧ್ಯ?'

'ಎಲ್ಲಕ್ಕೂ ಮುಂಚೆ ಶ್ರದ್ಧೆ, ನಂಬಿಕೆ ಬೇಕು, ಮಗು, ಗುರುವಿನ ಅನುಗ್ರಹ ಬೇಕು.'

'ಹೋಗಲಿ ನೀವು ಈ ತನಕ ಮಾಡಿದ ಸಾಧನೆಯಿಂದ ಗಳಿಸಿದ ಜೀವನ ದರ್ಶನವೇನು?'

'ನಾನು ಗಳಿಸಿದ ದರ್ಶನವೆಂದರೆ ಈ ಬ್ರಹ್ಮಾಂಡವೆಲ್ಲ ಆ ಪರಮಾತ್ಮನ ಲೀಲಾ ವಿನೋದ, ನಾಟಕ ಎಂಬುದು.'

'ಹಾಗಿದ್ದರೆ ಸರಿ ಬಿಡಿ, ಈ ಜಗತ್ತಿನ ಎಲ್ಲ ಅನ್ಯಾಯ, ಅನಾಚಾರಗಳಿಗೂ ಕಷ್ಟಕೋಟಲೆಗಳಿಗೂ, ರೋಗರುಜಿನಗಳಿಗೂ, ಶೋಷಣೆ ಪೀಡನೆಗಳಿಗೂ ಆ ದೇವರೇ ಜವಾಬ್ದಾರನೆಂದಾಯಿತು. ಅಂಥ ಪರಮಾತ್ಮ ಭಕ್ತಿಗೆ, ನಂಬಿಕೆಗೆ ಅರ್ಹನಲ್ಲ. ನಾವು ಇಷ್ಟು ಹೊತ್ತು ಮಾಡಿದ ಈ ವಾಗ್ವಾದವೂ ಆ ಪರಮಾತ್ಮನ ಲೀಲಾವಿನೋದವಿರಬಹುದೇ?'

ಆಚಾರ್ಯರ ಮುಖಭಂಗವಾದಂತಾಗಿ, ಬೇಸರವಾಯಿತು. ಅವರು ವಾದ ಮುಂದುವರೆಸದೆ ಮೌನ ತಾಳಿದರು. ನನಗೂ ಸಹ ಸತ್ಯನ ಅಸಭ್ಯ ವರ್ತನೆಯಿಂದ ಬೇಸರವಾಗಿತ್ತು. ನಂತರ ಆಚಾರ್ಯರಲ್ಲಿ ಆ ಬಗ್ಗೆ ಕ್ಷಮೆ ಬೇಡಿದ್ದೆ. 'ಅವನೊಬ್ಬ ತಲೆತಿರುಕ. ನಿಮ್ಮ ಯೋಗ್ಯತೆ ಅವನಿಗೆ ಹೇಗೆ ತಾನೇ ತಿಳಿಯಬೇಕು, ಬಿಡಿ' ಎಂದು ಸಂತೈಸಿದ.

ನಮ್ಮಿಬ್ಬರ ರೀತಿ ನೀತಿಗಳಲ್ಲಿ ಎಷ್ಟೇ ವ್ಯತ್ಯಾಸವಿದ್ದರೂ ಸತ್ಯ ಮತ್ತು ನಾನು ತುಂಬ ಆಪ್ತಮಿತ್ರರಾಗಿದ್ದೆವು. ಅವನು ನನ್ನನ್ನು ಎಷ್ಟೇ ಕಿಚಾಯಿಸಿದರೂ, ಚುಚ್ಚಿ ಚುಚ್ಚಿ ನೋಯಿಸಿದರೂ, ಅವನ ಸ್ನೇಹಕ್ಕಾಗಿ ನಾನು ಅದೆಲ್ಲ ಸಹಿಸಿದೆ. ಮನಸ್ಸಿನ ಆಳದಲ್ಲಿ ನಾನು ಅವನನ್ನು ಎಷ್ಟು ದ್ವೇಷಿಸುತ್ತಿದ್ದೆನೋ ಅಷ್ಟೇ ಪ್ರೀತಿಸುತ್ತಿದ್ದೆ. ಇದಕ್ಕೆ ಕಾರಣ, ಅವನಿಗೆ ಮನುಷ್ಯರ ಬಗ್ಗೆ, ಮಾನವೀಯ ಸಂಬಂಧಗಳ ಬಗ್ಗೆ ಇದ್ದ ಪ್ರಾಮಾಣಿಕ ಕಳಕಳಿಯೇ ಇರಬಹುದು. ಆದರೆ ಅವನ ಸೋಲುಗಳಿಂದ ನನಗೆ ವಿಲಕ್ಷಣ ಖುಷಿಯಾಗುತ್ತಿತ್ತು.

ವರ್ಷದ ಕೊನೆಯಲ್ಲಿ ಹಾಸ್ಟೆಲಿನಲ್ಲಿ ಬೀಳ್ಕೊಡುಗೆ ಸಮಾರಂಭವಿತ್ತು. ಅಂದು ರಾತ್ರಿ ಭರ್ಜರಿ ಔತಣದ ನಂತರ, ವಿದ್ಯಾರ್ಥಿಗಳೆಲ್ಲ ಭಜನೆ ಮಂದಿರದಲ್ಲಿ ಸಭೆ ಸೇರಿದ್ದೆವು. ಹಾಸ್ಟೆಲಿನ ವಾರ್ಡನ್ ಆಗಿದ್ದ ಸ್ವಾಮೀಜಿಯವರು ನಮಗೆ ಹಿತವಚನ ಹೇಳಿದರು. ನಂತರ ಸತ್ಯ, 'ನಾನು ಕೆಲವು ಮಾತುಗಳನ್ನು ಹೇಳಬಹುದೇ, ಸ್ವಾಮೀಜಿ' ಅಂದ. ಅವರ ಅನುಮತಿಯ ನಂತರ, ಶುರು ಮಾಡಿದ?–'ಪೂಜ್ಯ ಸ್ವಾಮೀಜಿಯವರೇ, ತಮ್ಮ ಧಾರ್ಮಿಕ ಸಂಸ್ಥೆಯಿಂದ ತಮಗಾಗಲೀ ಅಥವಾ ಸಮಾಜಕ್ಕಾಗಲಿ ಏನು ಪ್ರಯೋಜನವಾಗುತ್ತಿದೆಯೋ ನನಗಂತೂ ತಿಳಿಯದು. ತಾವು ಸಮಾಜದಿಂದ ಸಂಗ್ರಹಿಸುವ ಹಣದ ಹೆಚ್ಚು ಭಾಗ ಆಶ್ರಮಗಳನ್ನು, ದೇವಾಲಯ, ಭಜನೆ ಮಂದಿರಗಳನ್ನು ಕಟ್ಟಲು ಮತ್ತು ತಮ್ಮಂಥ ಪೂಜ್ಯರು ವಿದೇಶಗಳಲ್ಲಿ ಪ್ರವಾಸ ಮಾಡಿ, ಅಲ್ಲಿ ನಮ್ಮ ಸನಾತನ ಶ್ರೇಷ್ಠ ಹಿಂದೂ ಧರ್ಮದ ಪ್ರಚಾರ, ಸಂಸ್ಥಾಪನೆ ನೆರವೇರಿಸಿ, ಅಲ್ಲೂ ಸಹ ಹೊಸ ಹೊಸ ಆಶ್ರಮ, ದೇವಾಲಯಗಳನ್ನು ನಿರ್ಮಿಸಿ ನಮ್ಮ ದೇಶದ ಕೀರ್ತಿಪತಾಕೆಯನ್ನು ಪಟಪಟ ಹಾರಾಡಿಸಿ

ಹಿಂತಿರುಗಲು ಸದ್ವಿನಿಯೋಗವಾಗುವುದು ಸ್ಪಷ್ಟವಾಗಿ ಕಂಡುಬರುತ್ತಿದೆ. ಆಗಾಗ ದೀನ, ದಲಿತರಿಗಾಗಿಯೂ ತಮ್ಮ ಸಂಸ್ಥೆ ಕಿಂಚಿತ್ ಸೇವೆ ಸಲ್ಲಿಸಿರುವುದು ನಿಜವಾದರೂ, ಅದು ಸಂಗ್ರಹಿಸುವ, ಖರ್ಚು ಮಾಡುವ ಒಟ್ಟು ಮೊತ್ತದಲ್ಲಿ ಇದು ತೀರಾ ಗೌಣವಲ್ಲವೆ? ಅದ್ದರಿಂದ ನಾವು ಧರ್ಮೋದ್ಧಾರಕ್ಕಿಂತಲೂ ಸಮಾಜೋದ್ಧಾರದ ಕಡೆ ಹೆಚ್ಚು ಗಮನ ಹರಿಸಿ, ಆಶ್ರಮ ದೇಗುಲ, ವಿದೇಶ ಪ್ರವಾಸಗಳ ಬದಲು ಬಡಬಗ್ಗರಿಗಾಗಿ ಉಚಿತ ವಿದ್ಯಾಸಂಸ್ಥೆಗಳು, ಆಸ್ಪತ್ರೆಗಳು, ವಿದ್ಯಾರ್ಥಿನಿಲಯಗಳು, ಪುಸ್ತಕ ಭಂಡಾರಗಳು, ವಾಚನಾಲಯಗಳು ಇತ್ಯಾದಿ ತೆರೆಯುವುದು ಹೆಚ್ಚು ಸೂಕ್ತವೆಂದು ನನ್ನ ಅನ್ನಿಸಿಕೆ. ಈ ಹಾಸ್ಟೆಲಿನಲ್ಲಿ ಕೆಲವು ಬಡ ವಿದ್ಯಾರ್ಥಿಗಳು ಉಚಿತ ಊಟ, ವಸತಿ ಪಡೆಯುತ್ತಿದ್ದಾರೆಂಬುದೇನೋ ನಿಜ. ಆದರೆ ಅವರು ತಮ್ಮ ಮತ್ತು ಇಲ್ಲಿನ ಕಾರ್ಯದರ್ಶಿ ಮಹಾಶಯರ ತೀಟೆಗಳಿಗೆ ಹೇಗೆ ಮೂಕ ಬಲಿಪಶುಗಳಾಗಿ ಬಳಸಲ್ಪಡುತ್ತಿದ್ದಾರೆಂಬುದು ಇಲ್ಲಿ ಎಲ್ಲರಿಗೂ ರಟ್ಟಾದ ಗುಟ್ಟು, ಆದ್ದರಿಂದ ಇನ್ನಾದರೂ ತಮ್ಮ ಕಪಟ ಸನ್ಯಾಸದ ನಾಟಕ, ಅಸಹಾಯಕರ ಶೋಷಣೆ, ಸಮಾಜದ ಹಣದ ದುರ್ವಿನಿಯೋಗ ನಿಲ್ಲಲೆಂದು ನನ್ನ ವಿನಮ್ರ ಪ್ರಾರ್ಥನೆ.' ಅವನು ಮಾತು ಮುಗಿಸಿ ಕೂತಾಗ, ಸಭೆ ದಂಗಾಗಿ, ಮೌನ ಮಡು ಗಟ್ಟಿತ್ತು. ಅಂದಿಗೆ ಸತ್ಯನಿಗೂ ಆ ಹಾಸ್ಟೆಲಿಗೂ ಋಣಾನುಬಂಧ ಹರಿಯಿತು.

ಅಂದು ರಾತ್ರಿ ಸತ್ಯನಿಗೆ, 'ನೀನು ಹಾಗೆ ಮಾತಾಡಬಾರದಿತ್ತು.' ಎಂದೆ. ಅವನು ಹೇಳಿದ, 'ಈ ಹಾಸ್ಟೆಲಿನ ಸೋಗಿನ ಶಿಸ್ತು, ಉಸಿರು ಕಟ್ಟಿಸುವ ಧಾರ್ಮಿಕ ವಾತಾವರಣದಲ್ಲಿ ಇನ್ನು ಬದುಕಲು ನನಗೆ ಸಾಧ್ಯವಿಲ್ಲ. ಈ ವರ್ಷಕ್ಕೆ ಹಾಸ್ಟೆಲ್ ಸಾಕೆನಿಸಿತು. ಅದಕ್ಕೇ ಬಿಡುವ ಮೊದಲು ನಿಜವನ್ನು ಅವರ ಮುಖಕ್ಕೆ ರಾಚಿ ಹೋಗೋಣ, ಅನ್ನಿಸಿತು. ಕಂಡದ್ದನ್ನು ಕಂಡಹಾಗೆ ಹೇಳಿಬಿಟ್ಟೆ. ಅದಿರಲಿ, ಮುಂದಿನ ವರ್ಷ ನಾವಿಬ್ಬರೂ ಸೇರಿ ಒಂದು ರೂಮು ಮಾಡೋಣ. ಸ್ವತಂತ್ರವಾಗಿರಬಹುದು. ಏನಂತೀಯ?' ನಾನೆಂದೆ, 'ನಮ್ಮಪ್ಪ ಒಪ್ಪಲ್ಲ, ಕಣೋ. ಜೊತೆಗೆ ನನಗೇನೋ ಈ ಹಾಸ್ಟೆಲ್ಲೇ ಒಗ್ಗಿ ಹೋಗಿದೆ. 'ನೀನೊಬ್ಬ ಹೇಡಿ, ಆತ್ಮವಂಚಕ. ಇಲ್ಲೇ ಭಜನೆ ಮಾಡಿಕೊಂಡು, ಕೊಳೆತು, ಸಾಯಿ', ಎಂದು ಬೈದು, ಸರಸರ ಹೊರಟೇಹೋದ. ನನಗೂ ಅವನ ಬಗ್ಗೆ ಭಾರಿ ಕೋಪ ಬಂತು. ನನ್ನ ಇಷ್ಟಾನಿಷ್ಟಗಳನ್ನು ಪ್ರಶ್ನಿಸಲು ಅವನ್ಯಾರು? ಅನ್ನಿಸಿ, ಮತ್ತೆ ಅವನೊಂದಿಗೆ ಮಾತಾಡಲೇ ಇಲ್ಲ. ಅಲ್ಲಿಗೆ ನಮ್ಮಿಬ್ಬರ ಸ್ನೇಹ ತಾತ್ಕಾಲಿಕವಾಗಿ ಕೊನೆಗೊಂಡಿತು.

ಮುಂದಿನ ವರ್ಷ ನಮ್ಮ ಹಾಸ್ಟೆಲಿನಲ್ಲಿದ್ದ ಸತ್ಯನ ಸಹಪಾಠಿಗಳೊಂದಿಗೆ ಅವನ ಬಗ್ಗೆ ವಿಚಾರಿಸಿದಾಗ, ಅವನು ಕಾಲೇಜಿಗೆ ಬಂದಿಲ್ಲವೆಂದು ತಿಳಿಯಿತು. ಕೆಲವು ದಿನಗಳಲ್ಲಿ ಅವನು ಬೊಂಬಾಯಿಗೋ, ಹೃಷಿಕೇಶಕ್ಕೋ, ಯಾವ

ಸುಡುಗಾಡಿಗೋ ಓಡಿ ಹೋಗಿದ್ದಾನೆಂಬ ಫುಕಾರುಗಳು ಕೇಳಿಬಂದವು. ಕ್ರಮೇಣ ನಾನು ಅವನನ್ನು ಸಂಪೂರ್ಣ ಮರೆತುಬಿಟ್ಟೆ.

ಆನರ್ಸ್ ಪ್ರಥಮ ರ್‍ಯಾಂಕ್‌ನಲ್ಲಿ ಪಾಸಾದೆ. ಹಾಸ್ಟೆಲಿನ ಸಾಹಿತ್ಯ ಸಂಘಕ್ಕೆ ಎರಡು ವರ್ಷ ಕಾರ್ಯದರ್ಶಿಯಾಗಿದ್ದೆ. ಎಂ.ಎ. ಪರೀಕ್ಷೆಯಲ್ಲಿ ಎರಡನೆಯ ರ್‍ಯಾಂಕ್ ಬಂತು. ನ್ಯಾಯವಾಗಿ ಮೊದಲ ರ್‍ಯಾಂಕ್ ನನಗೇ ಬರಬೇಕಿತ್ತು. ಆದರೆ ನಮ್ಮ ಪ್ರೊಫೆಸರ್ ಸಾಹೇಬರ ಮಗಳೇ ನನಗೆ ಪ್ರತಿಸ್ಪರ್ಧಿಯಾಗಿದ್ದುದರಿಂದ ಮೊದಲ ರ್‍ಯಾಂಕ್ ನನಗೆ ದಕ್ಕುವ ಬಗ್ಗೆ ನನಗೆ ಭ್ರಮೆಗಳಿರಲಿಲ್ಲ. ಪ್ರೊಫೆಸರನ್ನು ಮೊದಲಿನಿಂದಲೂ ಭಕ್ತಿಭಾವದಿಂದ ಕಾಣುತ್ತಾ, ಅವರ ನೆಚ್ಚಿನ ವಿದ್ಯಾರ್ಥಿಯಾಗಿದ್ದುದರಿಂದ ಎರಡನೆಯ ರ್‍ಯಾಂಕಾದರೂ ಗಿಟ್ಟಿತ್ತು.

ನಮ್ಮೂರಿನಲ್ಲೇ ಹೊಸದಾಗಿ ಒಂದು ಕಾಲೇಜು ಪ್ರಾರಂಭವಾಗಿತ್ತು. ಇಂಗ್ಲಿಷ್ ಲೆಕ್ಚರರ್ ಕೆಲಸಕ್ಕೆ ಅರ್ಜಿಗಳನ್ನು ಆಹ್ವಾನಿಸಿದ್ದರು. ನಮ್ಮೂರಿನ ಎಮ್ಮೆಲ್ಲೆ ನಮ್ಮಪ್ಪನಿಗೆ ಬಹಳ ಬೇಕಾದವರಾಗಿದ್ದರು. ಅವರ ಪ್ರಭಾವದಿಂದ ಆ ಕೆಲಸ, ಬ್ರಾಹ್ಮಣನಾದರೂ, ನನ್ನ ಬುಟ್ಟಿಗೆ ಬಿತ್ತು.

ನಾನು ತುಂಬಾ ಜನಪ್ರಿಯ ಮೇಷ್ಟರಾದೆ. ಅದಕ್ಕೆ ಬೇಕಾದ ಎಲ್ಲ ಪ್ರತಿಭೆಗಳೂ ಸಿದ್ಧತೆಗಳೂ ನನ್ನಲ್ಲಿದ್ದವು-ಪಾಂಡಿತ್ಯ, ಗಂಭೀರ ಧ್ವನಿ, ಅಭಿನಯ, ಗಾಯನ ಸಾಮರ್ಥ್ಯ, ಭಾವ ಪರವಶತೆ ಇತ್ಯಾದಿ. ಈ ನಡುವೆ ನಾನು ನನ್ನ ವಿದ್ಯಾರ್ಥಿನಿಯೊಬ್ಬಳ ಪ್ರೇಮದಲ್ಲಿ ಬಿದ್ದೆ. ಅವಳೂ ಸಹ ನನ್ನ ಪ್ರೇಮದಲ್ಲಿ ಹುಚ್ಚಳಾಗಿದ್ದಳು. ಈ ಪ್ರಕರಣ ನಮ್ಮಿಬ್ಬರ ಹೆಸರುಗಳು ಜೋಡಿಯಾಗಿ ಕಾಲೇಜಿನ ಗೋಡೆಗಳ, ಬೋರ್ಡುಗಳ ಮೇಲೆ ಸಚಿತ್ರವಾಗಿ ರಾರಾಜಿಸುವವರೆಗೂ ಬಂತು. ಅಷ್ಟರಲ್ಲಿ ಅಪ್ಪ ನನ್ನನ್ನು ಪ್ರೇಮದ ಮತ್ತಿನಿಂದ ಬಡಿದೆಬ್ಬಿಸಿದ 'ಹುಡುಗಿ ಕೀಳುಜಾತಿಯವಳು. ಅವಳೊಂದಿಗೆ ಪ್ರೇಮ, ಮದುವೆ ಮುಂತಾದ ಹುಚ್ಚು ಮಾತುಗಳು ಬೇಡ. ಮದುವೆ ಹುಡುಗಾಟವಲ್ಲ, ನಿನ್ನ ಭವಿಷ್ಯದ ಬಗ್ಗೆ ಸಹ ಸ್ವಲ್ಪ ಮುಂದಾಲೋಚನೆ ಇರಲಿ. ಆ ಹುಡುಗಿ ಎಮ್ಮೆಲ್ಲೆಯ ಸಂಬಂಧಿಯಾದ್ದರಿಂದ, ಪರಿಸ್ಥಿತಿ ವಿಕೋಪಕ್ಕೆ ಹೋದರೆ, ನಿನ್ನ ನೌಕರಿಗೇ ಸಂಚಕಾರ ಬಂದೀತು. ಜೋಕೆ. ಜೊತೆಗೆ ನಿನಗೂ ತಂಗಿಯರಿದ್ದಾರೆ. ಅವರ ಭವಿಷ್ಯದ ಜವಾಬ್ದಾರಿ ನಿನ್ನ ಮೇಲೂ ಇದೆ.' ನಾನು ಕಂಗಾಲಾಗಿ ಹುಡುಗಿಯ ಕೈಬಿಟ್ಟೆ. ಸದ್ಯಕ್ಕೆ ನಮ್ಮ ಪ್ರಕರಣ ಯಾವ ರೀತಿಯ ಅನಾಹುತಗಳಲ್ಲೂ ಕೊನೆಗೊಳ್ಳುವ ಮಟ್ಟ ಮುಟ್ಟಿರಲಿಲ್ಲ. ಈಗ ಅವಳಿಗೂ ಮದುವೆಯಾಗಿದೆ, ಮಕ್ಕಳಾಗಿವೆ. ನಾನೂ ಸಹ ನನ್ನ ಅಕ್ಕನ ಮಗಳನ್ನೇ ಮದುವೆಯಾಗಿ, ಈಗ ಎರಡು ಮಕ್ಕಳೊಂದಿಗೆ ಹಾಯಾಗಿದ್ದೇನೆ.

ಈ ನಡುವೆ ನನ್ನ ಮೂರು ಕವನ ಸಂಗ್ರಹಗಳು, ಎರಡು ಕಥಾ ಸಂಕಲಗಳು, ಒಂದು ಕಾದಂಬರಿ ಪ್ರಕಟವಾದವು. ಕಾದಂಬರಿ ಹೊಸ ಅಲೆಯ

ಚಲನಚಿತ್ರವಾಗಿ, ಬೆಂಗಳೂರಲ್ಲೇ ಒಂದು ವಾರ ಓಡಿ, ಮುಗ್ಗರಿಸಿತು. ಆದರೆ ಕಾದಂಬರಿಯ ಚಿತ್ರೀಕರಣದ ಹಕ್ಕುಗಳಿಗಾಗಿ ನನಗೆ ನಾಲ್ಕು ಸಾವಿರ ಪಾವತಿ ಆಗುವಲ್ಲಿ ತರಲೆ ತಾಪತ್ರಯಗಳೇನೂ ಉದ್ಭವಿಸಲಿಲ್ಲ. ಸದ್ಯ!

ತುರ್ತು ಪರಿಸ್ಥಿತಿ ಬಂತು. ಉಪಾಧ್ಯಾಯರುಗಳಾದ ನಾವು ಸಲೀಸಾಗಿ ಉಸಿರಾಡುವಂತಾಯಿತು. ಯಾಕೆಂದರೆ ಕಾಲೇಜಿನಲ್ಲಿ ಅಶಿಸ್ತು, ಗಲಭೆ, ಗೊಂದಲ, ಮುಷ್ಕರ ಅತಿಯಾಗಿ ಹೋಗಿತ್ತು. ಪರೀಕ್ಷಾ ಕೊಠಡಿಗಳಲ್ಲಿ ವಿದ್ಯಾರ್ಥಿಗಳನ್ನು ಕಾವಲು ಕಾಯುವ ಕೆಲಸವಂತೂ ಸಿಂಹಸ್ವಪ್ನದಂತಾಗಿತ್ತು. ಈಗ ಎಲ್ಲಾ ಒಂದು ತಹಬಂದಿಗೆ ಬಂದು, ನಾವು ಮತ್ತೆ ವಿದ್ಯಾರ್ಥಿಗಳ ಮೇಲೆ ಜಬರದಸ್ತಿ ಮಾಡುವ ಮಟ್ಟಕ್ಕೆ ಹಿಂತಿರುಗಿದೆವು. ಸಾಹಿತ್ಯಕವಾಗಿಯೂ ನನಗೆ ಕೆಲವು ಲಾಭಗಳಾದವು. ಆಕಾಶವಾಣಿಗಾಗಿ ಇಪ್ಪತ್ತಂಶಗಳ ಪ್ರಚಾರದ ಕೆಲವು ಕವನ, ಕಿರುನಾಟಕಗಳನ್ನು ಬರೆದು, ಸ್ವಲ್ಪ ಹಣ ಗಿಟ್ಟಿಸಿದೆ. ಆದರೆ ತುರ್ತುಪರಿಸ್ಥಿತಿಯಲ್ಲಿ ನಡೆಯಿತೆನ್ನಲಾದ ಘೋರಗಳು ನನಗೆ ಗೊತ್ತಾದದ್ದು, ತುರ್ತುಪರಿಸ್ಥಿತಿ ತೆಗೆದು, ಚುನಾವಣೆಗಳು ಘೋಷಿತವಾಗಿ, ಪತ್ರಿಕೆಗಳಿಗೆ ಬಾಯಿ ಬಂದ ನಂತರವೇ. ಇಂಥ ಅಜ್ಞಾನದ ಕತ್ತಲಲ್ಲಿ ನಾನೊಬ್ಬನೇ ಅಲ್ಲದೆ ಕೋಟ್ಯಂತರ ಜನರು ಇದ್ದರೆಂಬುದು ತಿಳಿದು ಸಮಾಧಾನವಾಯಿತು.

ಆ ನಂತರದ ಐತಿಹಾಸಿಕ ಘಟನೆಗಳು ನಿಮಗೆ ತಿಳಿದೇ ಇವೆ. ಸಾಹಿತ್ಯ ಪರಿಷತ್ತಿನ ವಜ್ರಮಹೋತ್ಸವ ಸಮಾರಂಭದ ಕವಿಗೋಷ್ಠಿಗೆ ಆಹ್ವಾನಿಸಿದ್ದರು. ಅಲ್ಲಿ ತುರ್ತುಸ್ಥಿತಿಯಲ್ಲಿನ ಘೋರಗಳನ್ನು, ಸರ್ವಾಧಿಕಾರಿ ಧೋರಣೆಗಳನ್ನು, ದಮನಗಳನ್ನು ಖಂಡತುಂಡವಾಗಿ ಖಂಡಿಸಿ ನಾನು ಬರೆದಿದ್ದ ಕವಿತೆಗಳನ್ನು ಓದಿ, ಚಪ್ಪಾಳೆ ಗಿಟ್ಟಿಸಿದೆ.

ಕಾರ್ಯಕ್ರಮ ಮುಗಿದ ನಂತರ, ವೇದಿಕೆಯ ಹಿಂದೆ, ನನ್ನ ಸಾಹಿತಿಮಿತ್ರರೊಂದಿಗೆ ಸಿಗರೇಟೆಳೆಯುತ್ತಾ ಮಾತನಾಡುತ್ತಿದ್ದಾಗ ಒಬ್ಬ ಅಪರಿಚಿತ ವ್ಯಕ್ತಿ ಬಂದು 'ಹಲೋ' ಅಂದ. ನಾನೂ ಸಹ ಸಭ್ಯತೆಗೆ 'ಹಲೋ' ಅಂದು, ತಿರುಗುವುದರಲ್ಲಿದ್ದೆ. ಆ ವ್ಯಕ್ತಿ 'ಯಾಕೋ, ಗುರುತು ಹತ್ತಲಿಲ್ಲೇನೋ?' ಅಂದ. ಆ ಗಂಭೀರ ಧ್ವನಿ ಕೇಳಿದ ಕೂಡಲೇ ತಟ್ಟನೆ ಜ್ಞಾನೋದಯವಾಯಿತು 'ಏನೋ, ಸತ್ಯ, ಇನ್ನೂ ಈ ಭೂಮಿ ಮೇಲೆ ಇದ್ದೀಯೇನೋ?' ಎಂದು ಖುಷಿಯಿಂದ ಅವನ ಕೈಕುಲುಕಿ, ಭುಜದ ಮೇಲೆ ಕೈ ಹಾಕಿಕೊಂಡು, ಅವನ ಜೊತೆ ಹೊರಟೆ.

ಬಾರಿನಲ್ಲಿ ಕೂತು, ಮಾತಿಗೆ ತೊಡಗಿದೆವು. 'ಏನು ಮಾಡ್ತಿದೀಯೋ ಈಗ?' ಅಂದೆ. ಮಾಡೋದೇನು? ಇದೆಯಲ್ಲ, ನಮೋ ವೈದ್ಯರಾಜಾಯ ಯಮರಾಜ ಸಹೋದರ ವೃತ್ತಿ?' ಅಂದ. 'ಅದೆಲ್ಲೋ ಬೊಂಬಾಯಿಗೋ ಹೃಷಿಕೇಶಕ್ಕೋ ಓಡಿಹೋಗಿದ್ದೆಯಂತೆ?' ಅಂದೆ. 'ಓಡಿ ಹೋಗಿರಲಿಲ್ಲ.

ಓಡಲಿಕ್ಕೆ ನನಗೇನೂ ಯಾರ ಭಯವೂ ಇರಲಿಲ್ಲವಲ್ಲ. ಹೋಗಿದ್ದದ್ದು ನಿಜ. ಹೀಗೇ ಹುಚ್ಚು ಹುಚ್ಚು ಆದರ್ಶ, ಕಲ್ಪನೆ, ಅನ್ವೇಷಣೆಗಳಲ್ಲಿ ಸಿದ್ಧಾರ್ಥನ ಹಾಗೆ ಹೊರಟಿದ್ದೆ ಅಷ್ಟೆ' ಅಂದ. 'ಅಮೇಲೆ?' ಅಂದೆ. 'ಆಮೇಲೇನು, ಸಿದ್ದಾರ್ಥನ ಹಾಗೆ ನನಗೂ ಜ್ಞಾನೋದಯವಾಯಿತು. ಈ ಭೂಮಿಗೇ, ಈ ಮನುಷ್ಯರ ಸಹವಾಸಕ್ಕೇ ಹಿಂತಿರುಗಿದೆ. ಮತ್ತೆ ಕಾಲೇಜಿಗೆ ಸೇರಿ, ಡಿಗ್ರಿ ತಗೊಂಡು, ಡಾಕ್ಟರಾದೆ, ಒಂದೂವರೆ ವರ್ಷ ಜೈಲಿನಲ್ಲಿದ್ದೆ' ಅಂದ.

'ಜೇಲು?' ಅಂದೆ, ಕಣ್ಣು ಕಣ್ಣು ಬಿಡುತ್ತಾ. 'ಹೌದು ಕಣಯ್ಯ, ನೀನು ಈ ಸಂಜೆ ಸಭೆಯಲ್ಲಿ ತುರ್ತುಸ್ಥಿತಿಯನ್ನು ಉಗುಳಿ, ತೆಗಳಿ ಪದ್ಯ ಓದಲಿಲ್ಲವೇ? ನಾನು ಮಾಡಿದ್ದೂ ಅದನ್ನೇ. ಆದರೆ ನಾನು ಮಾಡಿದ ತಪ್ಪೆಂದರೆ, ತುರ್ತುಸ್ಥಿತಿ ಇದ್ದಾಗಲೇ ಆ ಕೆಲಸ ಮಾಡಿಬಿಟ್ಟೆ. ಆದರಿಂದ ಬಾಯಿ ಮುಚ್ಚಿಸಿ, ಒಳಗಿಟ್ಟರು. ಒಂದಷ್ಟು ಪೋಲೀಸ್ ಆತಿಥ್ಯವನ್ನೂ ಸವಿಯುವ ಭಾಗ್ಯ ಒದಗಿ ಬಂತು, ಅನ್ನು. ನಾನು ಯಾವ ರಾಜಕೀಯ ಪಕ್ಷಕ್ಕೂ ಸೇರಿರಲಿಲ್ಲವಾದ್ದರಿಂದ ಬಿಟ್ಟುಬಿಡುತ್ತಿದ್ದರೇನೋ. ಆದರೆ ಹಾಳಾದ್ದು, ಸೌಜನ್ಯ, ವಿಧೇಯತೆ ಈ ಜನ್ಮಕ್ಕೆ ಆಗಿ ಬರಲಿಲ್ಲ, ನೋಡು. ಆದ್ದರಿಂದ ತುರ್ತುಸ್ಥಿತಿ ತೆಗೆಯುವ ತನಕ ಒಳಗೇ 'od. 'I am really proud of you' eod. 'you are welcome' ಅಂದ. 'ಈಗೇನು ಮಾಡ್ತಿದ್ದೀಯ?' ಅಂದೆ. 'ಇಲ್ಲೇ ಹತ್ತಿರದಲ್ಲಿ ಮೈಲಿಗೆಹಳ್ಳಿ ಅಂತ ಒಂದೂರಿದೆ. ಅಲ್ಲಿ ನಾನು ಮತ್ತು ಒಬ್ಬ ಲೇಡಿ ಡಾಕ್ಟರ್ ಸೇರ್‍ಕೊಂಡು ಒಂದು ನರ್ಸಿಂಗ್ ಹೋಮ್ ನಡೆಸ್ತಾ ಇದೀವಿ' ಅಂದ. 'ಓಹೋ, ಸಮಾಜ ಸೇವೆ, ಅನ್ನಪ್ಪ' ಅಂದೆ. 'ಏನೋ ಕೈಲಾದ ಮಟ್ಟಿಗೆ, ಸ್ವಾಮಿ. ನಾನು ಲೇಡಿ ಡಾಕ್ಟರ್ ಅಂದೆನಲ್ಲ. ಅದು ಮತ್ಯಾರೂ ಅಲ್ಲ, ನನ್ನ ಕ್ಲಾಸ್‌ಮೇಟ್ ಆಗಿದ್ದ ಹುಡುಗಿ, ನನ್ನ ಪ್ರೇಯಸಿಯೂ ಅನ್ನು. ಶೀಲಾ ಅಂತ ಹೆಸರು. ಸಂಪಾದನೆ ಆಗಲೇಬೇಕೂಂತ ಏನೂ ಇಲ್ಲ. ಶೀಲಾಗೂ ನನ್ನ ಹಾಗೇ ಕೊಂಚ ತಿಕ್ಕಲು. ಆದ್ದರಿಂದ ಜೋಡಿ ಸರಿಹೋಗಿದೆ.' ಅಂದ 'ಮದುವೆಯಾಗಿದ್ದೀರೇನು?' ಅಂದೆ. 'ಇಲ್ಲ' ಅಂದ, 'ಯಾಕೆ ಮಾಡ್ಕೊಬಾರದು?' ಕೇಳಿದೆ. 'ಯಾಕೆ ಮಾಡ್ಕೊಬೇಕು. ನನಗೇನೂ ಮದುವೆಯ ಅವಶ್ಯಕತೆ ಇದುವರೆಗೆ ಕಂಡುಬಂದಿಲ್ಲ. ಮದುವೆ ಇಲ್ಲದೇನೇ ಗಂಡ ಹೆಂಡತಿ ಥರ ಇದ್ದೀವಿ' ಅಂದ. 'ಮಕ್ಕಳು ಮರಿ ಆದ್ರೆ?' ಕೇಳಿದೆ. 'ಭಾರತ ಮಾತೆಗೆ ಈಗಿರುವ ಸಂತಾನವೇ ಸಾಕಷ್ಟಾಗಿದೆ, ಮಾರಾಯ, ನಾವೂ ಒಂದೆರಡು ಸೇರಿಸಬೇಕೇನು? ಆ ಆಲೋಚನೆಯೇ ನಮಗಿಲ್ಲ. ಜೊತೆಗೆ ನಮಗೆ ಯಾವ ರೀತಿಯ ಬಂಧನಗಳೂ ಬೇಕಿಲ್ಲ, ನಾವು ಪ್ರೇಮಿಗಳಾದರೂ ಯಾವ ರೀತಿಯಲ್ಲೂ ಒಬ್ಬರಿಗೊಬ್ಬರು ತೊಡಕಾಗಿಲ್ಲ, We are very unconventional in our relationship even regarding sex, Loch ಸಲ ನಮ್ಮ ಹಳ್ಳಿಗೆ ಬಾ, ಶೀಲಾನ ನೋಡೋವಂತೆ, ಒಳ್ಳೆ ಮಜಬೂತಾಗಿದ್ದಾಳೆ, ಮಾರಾಯ,

She can teach you a lesson or two in sex, even in multiple sex, provided you can swallow it' ಅಂದ. 'ತಮಾಷೆ ಮಾಡಬೇಡ ಕಣೋ' ಅಂದೆ, 'ತಮಾಷೆಯೂ ಇಲ್ಲ, ಕುಶಾಲೂ ಇಲ್ಲ. I am as serious as blood cancer' ಅಂದ. ನಾನು ತಣ್ಣಗಾದದ್ದನ್ನು ಕಂಡು, 'ಹೆದರಬೇಡ, ಮರಿ. ನಿನ್ನ ಹೆಂಡತೀನ ಪಾಲು ಮಾಡಿಕೊಳ್ಳೋ idea ನನಗೇನೂ ಇಲ್ಲ. ಅಂದ ಹಾಗೆ, ನಿನ್ನ ವಿಚಾರ ಹೇಳಲೇ ಇಲ್ಲವಲ್ಲ, ಎಲ್ಲಿದ್ದೀಯ? ಏನು ಮಾಡ್ತಿದ್ದೀಯ? ಮದುವೆ? ಮಕ್ಕಳು?' ಕೇಳಿದ, ನನ್ನ ಕಂತೆ ಬಿಚ್ಚಿದೆ. ಅವನಿಂದ ಬೀಳ್ಕೊಂಡು ನನ್ನ ಲಾಡ್ಜಿಗೆ ಬಂದಾಗ ಮಧ್ಯರಾತ್ರಿ ಮೀರಿತ್ತು ಕುಡಿದದ್ದು ಹೆಚ್ಚಾಗಿ ಕಕ್ಕಿಕೊಂಡೆ. ಅಸಹ್ಯವಾಯಿತು.

ಈಗ್ಗೆ ವಾರದ ಹಿಂದೆ ಸತ್ಯನ ಕೊಲೆಯಾಯಿತು, ಅದೇ ಮೈಲಿಗೆ ಹಳ್ಳಿಯಲ್ಲಿ. ಸುದ್ದಿ ಪತ್ರಿಕೆಗಳಲ್ಲಿ ಪ್ರಕಟವಾಗಿತ್ತು. ನೀವೂ ಗಮನಿಸಿರಬಹುದು. ಸುದ್ದಿ ತಿಳಿದ ಕೂಡಲೇ ನನಗೆ ಶಾಕ್ ಆಯಿತು. ಆ ಹಳ್ಳಿಗೆ ಧಾವಿಸಿದೆ. ಅಲ್ಲಿ ಶೀಲಾಳನ್ನು ಭೇಟಿಯಾಗಿ, ಕೊಲೆಯ ಬಗ್ಗೆ ಮಾಹಿತಿ ಸಂಗ್ರಹಿಸಿದೆ. ಪಾಪ ಅವಳ ಮುಖ ನೋಡಕ್ಕಾಗ್ತಾ ಇರಲಿಲ್ಲ. ಅವಳು ಹೇಳಿದ ಪ್ರಕಾರ, ಸತ್ಯನ ಮೇಲೆ ಆ ಊರಿನ ಪಂಚಾಯಿತಿ ಚೇರನ್ ಗೌಡನಿಗೆ ತುಂಬ ಜಿದ್ದಿತ್ತಂತೆ. ಅವನ ಹೊಲಸು ರಾಜಕೀಯ, ದಬ್ಬಾಳಿಕೆ, ಶೋಷಣೆಗಳಿಗೆ ಸತ್ಯನಿಂದ ಬಹಳ ಅಡಚಣೆಯಾಗಿತ್ತಂತೆ. ಕೊಲೆಗೆ ಕೊಂಚ ಹಿಂದೆ, ಆ ಗೌಡನ ಮಗ ಒಬ್ಬ ಹರಿಜನ ಹುಡುಗಿಯ ಮೇಲೆ ಅತ್ಯಾಚಾರ ಮಾಡಿದ್ದನಂತೆ, ಅದು ಬಹಿರಂಗವಾಗದ ಹಾಗೆ ಮುಚ್ಚಿಡಲು ಸತ್ಯ ಬಿಡಲಿಲ್ಲವಂತೆ, ಸತ್ಯನನ್ನು ಕೊಂಡುಕೊಳ್ಳಲು ಗೌಡರು ಭಾರಿ ಪ್ರಯತ್ನ ಮಾಡಿದರೂ ಸಹ ಸಾಧ್ಯವಾಗದೆ, ಕೊನೆಯ ದಾರಿಯಾಗಿ, ಅವನ ಕೊಲೆ ಮಾಡಿಸಿದ್ದಾರೆ ಎಂದು ಶೀಲಾಳ ನಂಬಿಕೆ. ಹಾಗೆಂದು ಅವಳು ಪೋಲಿಸರಿಗೂ ಹೇಳಿಕೆ ಕೊಟ್ಟಿದ್ದಾಳೆ. ಆದರೆ ಕೊಲೆ ನಡೆದದ್ದು ಒಂದು ಹೊಲದಲ್ಲಿ, ಮಧ್ಯರಾತ್ರಿ. ಯಾರೋ ಬಂದು, ಒಬ್ಬನಿಗೆ ಸಖತ್ ಖಾಯಿಲೆಯಾಗಿದೆಯೆಂದೂ, ಪರಿಸ್ಥಿತಿ ಗಂಭೀರವಾಗಿದೆಯೆಂದೂ ಹೇಳಿ, ಸತ್ಯನನ್ನು ಎಬ್ಬಿಸಿ, ಕರೆದುಕೊಂಡು ಹೋದರಂತೆ. ನಿದ್ದೆ ಮಾಡುತ್ತಿದ್ದ ಶೀಲಾಳನ್ನು ಎಬ್ಬಿಸಿ ತೊಂದರೆ ಕೊಡೋದು ಯಾಕೆಂದು, ಸತ್ಯ ಅವಳಿಗೆ ತಿಳಿಸದೆ, ಮನೆಗೆ ಡೋರ್‌ಲಾಕ್ ಹಾಕಿಕೊಂಡು ಹೋದನಂತೆ, ಹೊಲದಲ್ಲಿ ಪ್ಲಾಸ್ಟಿಕ್ ಹಗ್ಗದಿಂದ ಅವನ ಕತ್ತು ಬಿಗಿದು ಕೊಂದಿದ್ದರು. ಕೊಲೆಗಾರರು ತಮ್ಮ ವೃತ್ತಿಯಲ್ಲಿ ಚೆನ್ನಾಗಿ ಪಳಗಿದವರೇ ಆಗಿದ್ದಿರಬೇಕು. ಯಾವ ಸುಳಿವನ್ನೂ ಬಿಟ್ಟು ಹೋಗಿರಲಿಲ್ಲ. ಜೊತೆಗೆ, ಆ ಹರಿಜನ ಹುಡುಗಿ, ಅವಳ ತಂದೆ ತಾಯಿ ಸಹ, ಅತ್ಯಾಚಾರ ನಡೆಯಲೇ ಇಲ್ಲ, ಅದೆಲ್ಲಾ ಕಟ್ಟು ಕಥೆ' ಎಂದು ಪೋಲಿಸರಿಗೆ ಹೇಳಿಕೆ ಕೊಟ್ಟಿದ್ದಾರಂತೆ. ಆ ಊರಿನ ಅನೇಕ ಜನರನ್ನು ಕೊಲೆಯ ಬಗ್ಗೆ

ವಿಚಾರಿಸಿದೆ. ಅವರೆಲ್ಲಾ 'ಸತ್ಯ ದೇವರಂಥ ಮನುಷ್ಯ' ಅಂತಾರೆ. ನಿಜ, ಆದರೆ ಕೊಲೆಯ ಹಿನ್ನೆಲೆಯ ಬಗ್ಗೆ ಬಾಯಿ ಬಿಡುತ್ತಿಲ್ಲ. ಆ ಊರಿನ ಸಾಹುಕಾರ ಸೆಟ್ಟರು, 'ಈ ಕೊಲೆ ಶೀಲಾನೇ ಮಾಡಿಸಿರಬೇಕು' ಅಂತಾರೆ. 'ಗೌಡನ ಮಗನ ಜೊತೆ ಅವಳಿಗೆ ಅಕ್ರಮ ಸಂಬಂಧವಿತ್ತು. ಈ ಬಗ್ಗೆ ಸತ್ಯ ಮತ್ತು ಶೀಲಾ ಈ ನಡುವೆ ಭಾರಿ ಜಗಳ ಕಾಯ್ತಿದ್ದದ್ದನ್ನು ನಾನೇ ಕಣ್ಣಾರೆ ಕಂಡಿದ್ದೀನಿ, ಕಿವಿಯಾರೆ ಕೇಳಿದ್ದೀನಿ' ಅಂತಾರೆ, ಗೌಡರು ಸತ್ಯನ ಹೆಸರಿನಲ್ಲಿ ಆ ಊರಿನಲ್ಲೊಂದು ದೊಡ್ಡ ಆಸ್ಪತ್ರೆ ಕಟ್ಟಿಸಬೇಕೆಂದು ಪಂಚಾಯಿತಿಯಲ್ಲಿ ತೀರ್ಮಾನ ಮಾಡಿ, ಅದಕ್ಕಾಗಿ ಧನ ಸಂಗ್ರಹಣೆ ಕಾರ್ಯ ಶುರು ಮಾಡಿದ್ದಾರಂತೆ. ಶೀಲಾ ತಾನು ಮದ್ರಾಸಿಗೆ ಹಿಂತಿರುಗುವುದಾಗಿ ಹೇಳಿದಳು. ಕೊಲೆಯ ಬಗ್ಗೆ ಪೋಲಿಸರ ತನಿಖೆ, ಪರಿಶೋಧನೆ ನಡೀತಾ ಇವೆ. ನಾನು ತಲೆಯ ತುಂಬ ಗೊಂದಲಗಳನ್ನು ತುಂಬಿಕೊಂಡು, ನನ್ನ ಊರಿಗೆ ವಾಪಸಾದೆ.

ಸತ್ಯ ಸತ್ತಿದ್ದರಿಂದ ನನಗೆ ತುಂಬ ದುಃಖವಾಯಿತು. ಆದರೆ ಅದಕ್ಕಿಂತ ಹೆಚ್ಚಾಗಿ, ಮನಸ್ಸಿಗೆ ತುಂಬ ನೆಮ್ಮದಿ ಸಿಕ್ಕಿತು. ಆದ್ದರಿಂದ ಅವನಿಗೆ ನನ್ನ ಕೃತಜ್ಞತೆಯಾಗಿ ಈ ಕಥೆ, ಈ ದಾಖಲೆ.

–1979

10

ನಾಗರಿಕ

ಭಾನುವಾರ ಬೆಳಗ್ಗೆ ಆರು ಗಂಟೆಗೇ ಎದ್ದ. ಹೆಂಡತಿ, ಮಕ್ಕಳು ಇನ್ನೂ ನಿದ್ರಿಸುತ್ತಿದ್ದರು. ಹೆಂಡತಿಯ ಭುಜ ಹಿಡಿದು ಅಲುಗಿಸಿ ಎಬ್ಬಿಸಿದ. ಆಕಳಿಸುತ್ತಾ, ಕಣ್ಣುಜ್ಜಿಕೊಳ್ಳುತ್ತಿದ್ದ ಹೆಂಡತಿಯ ಕೆನ್ನೆಗೆ ಮೃದುವಾಗಿ ಮುತ್ತಿಟ್ಟು, 'ಈವೊತ್ತು ಕ್ರಿಕೆಟ್ ಮ್ಯಾಚಿಗೆ ಹೋಗೋಣವೇ?' ಎಂದ, 'ಬೇಡ' ಅಂದಳು. 'ಟೆಸ್ಟ್ ಮ್ಯಾಚ್ ಬೆಂಗಳೂರಲ್ಲಿ ಸದಾ ನಡೆಯುತ್ತೆಯೇ?' ಎಂದ. 'ನಡೆಯದಿದ್ದರೆ ಪ್ರಪಂಚವೇನೂ ಮುಳುಗಿ ಹೋಗಲ್ಲ' ಅಂದಳು. 'ಕ್ರಿಕೆಟ್ ಆಟ ನೀನೆಂದೂ ನೋಡಿಲ್ಲ. ಒಮ್ಮೆ ನೋಡಿದರೆ ಅದರ ಮಜ ಗೊತ್ತಾಗುತ್ತೆ' ಅಂದ 'ಈ ಮಕ್ಕಳನ್ನೂ ಕಟ್ಟಿಕೊಂಡು ಆ ಜನ ಜಾತ್ರೆಲಿ ಏಗೋದು ಬಹಳ ಮಜಾ ಇರುತ್ತೆ. ಜನ ಮರುಳೋ ಜಾತ್ರೆ ಮರಳೋ' ಅಂದಳು. 'ನಾನು ಬರ್ತೀನೀಂತ ನನ್ನ ಗೆಳೆಯರಿಗೆ ಹೇಳಿ ಬಿಟ್ಟಿದ್ದೀನಿ' ಅಂದ 'ಆ ನಿಮ್ಮ ಕುಡುಕ ಗೆಳೆಯರಿಗೆ ಇದಕ್ಕಿಂತ ಬೇರೆ ಕೆಲಸವೇನಿದೆ?' ಅಂದಳು. ಹಿಂದಿನ ದಿನ ಸಂಜೆ ಗೆಳೆಯರೊಂದಿಗೆ ಗುಂಡು ಹಾಕಿದ್ದು ನೆನಪಾಯಿತು. ಇವನ ಸಹೋದ್ಯೋಗಿಯೊಬ್ಬನಿಗೆ ಅಂದು ಒಂದು ಫೈಲಿನ ಬಾಬು ಇನ್ನೂರು ರೂಪಾಯಿ ಭಾರ ಗಿಟ್ಟಿತ್ತು. ಗೆಳೆಯರೆಲ್ಲ ಅವನನ್ನು ಪೀಡಿಸಿ ಗುಂಡು ಪಾರ್ಟಿಗೆ ಒಪ್ಪಿಸಿದ್ದರು. ಇವನಿಗೆ ಕುಡಿತದ ಚಟ ಇರಲಿಲ್ಲವಾದರೂ ಇವನನ್ನೂ ಎಳೆದೊಯ್ದಿದ್ದರು. ಅವರ ಒತ್ತಾಯಕ್ಕೆ ಒಂದಿಷ್ಟು ಬಿಯರ್ ಕುಡಿದಿದ್ದ. ಅನುಭವವಿಲ್ಲದ್ದರಿಂದಲೋ ಅಥವಾ ಹೆದರಿಕೆಯಿಂದಲೋ ಅಷ್ಟಕ್ಕೇ ಕೊಂಚ ಅಮಲೇರಿದಂತಾಗಿ, ಕಣ್ಣು ಕೆಂಪಾಗಿ, ತೇಲು ಮೇಲಾಗಿತ್ತು.

ರಾತ್ರಿ ಒಂಭತ್ತಕ್ಕೆ ಮನೆಗೆ ಬಂದಾಗ ಹೆಂಡತಿಯ ಉರಿಮುಖ ಕಂಡು ಎದೆ ಧಸಕ್ಕೆಂದಿತ್ತು. ಇವನು ಎಷ್ಟೇ ಮರೆಮಾಚಲು ಪ್ರಯತ್ನಿಸಿದರೂ ಅವಳ ಪತ್ತೇದಾರಿ ಕಣ್ಣುಗಳಿಂದ ಸತ್ಯವನ್ನು ಮುಚ್ಚಿಡಲಾಗಲಿಲ್ಲ. ರಂಪ ರಾದ್ಧಾಂತ ಮಾಡಿ, ಇವನ ಜನ್ಮ ಜಾಲಾಡಿ ಬಿಟ್ಟಳು. ಕುಡಿದದ್ದು ಕೇವಲ ಬಿಯರ್, ಅದೂ ಬೇರೆಯವರ ಖರ್ಚಿನಲ್ಲಿ, ಅಂದ ಮೇಲೆ ಕೊಂಚ ತಣ್ಣಗಾದಳು. ಆದರೂ ಇನ್ನೊಮ್ಮೆ ಏನಾದರೂ ಕುಡಿದು ಮನೆಗೆ ಬಂದರೆ ನೇಣು ಹಾಕಿಕೊಂಡು ನೆಗೆದುಬಿಡ್ತೀನಿ, ಎಂದು ಬೆದರಿಸಿ, ದೇವರ ಮುಂದೆ ಪ್ರಮಾಣ ಮಾಡಿಸಿದಳು. ಇವನಿಗೆ ತುಂಬ ಹೇಸಿಗೆಯಾಯಿತು. ಇವನು ಕಾಸುಕಾಸಿಗೂ ಹೆಂಡತಿಗೆ ಲೆಕ್ಕ ಕೊಡಬೇಕಾಗಿತ್ತು. ಅಂದಂದಿನ ದೈನಿಕ ಸಂಪಾದನೆಯನ್ನು ಮನೆಗೆ ಬಂದ ಕೂಡಲೇ ಹೆಂಡತಿಯ ಕೈಗೆ ಹಾಕಿ, ಕೈ ಮುಗಿಯಬೇಕಿತ್ತು. ವ್ಯವಹಾರ ಚತುರಳಾದ ಅವಳೇ ಹಣದ ವಹಿವಾಟೆಲ್ಲ ನೋಡಿಕೊಳ್ಳುತ್ತಿದ್ದಳು. ಬ್ಯಾಂಕಿನಲ್ಲಿ ತನ್ನ ಖಾತೆಯಲ್ಲೇ ಹಣ ಉಳಿಸುತ್ತಿದ್ದಳು, ಭವಿಷ್ಯದ ಇಡುಗಂಟಾಗಿ. ಇವಳನ್ನು ತನಗೆ ಗಂಟು ಹಾಕಿದ ತನ್ನ ವಿಧಿಯನ್ನು ಅಂದರೆ, ತನ್ನ ಅಪ್ಪನನ್ನು ಮನಸಾರೆ ಶಪಿಸಿದ.

'ಹೋಗಲಿ, ನಿನಗಿಷ್ಟವಿಲ್ಲದಿದ್ದರೆ ನಾನಾದರೂ ಮ್ಯಾಚಿಗೆ ಹೋಗಿ ಬರ್ತೀನಿ' ಎಂದು, ಕೊಂಚ ಗಂಡನ ಅಧಿಕಾರವಾಣಿಯಲ್ಲಿ ಗುಡುಗಿದ. 'ನಾನೇನು ಮನೇಲಿ ಜಪ ಮಾಡ್ತಾ ಕೂತಿರ್ಲಾ? ವಾರಕ್ಕೊಂದು ಭಾನುವಾರದ ದಿನವೂ ಹೆಂಡತಿ ಮಕ್ಕಳ ಜೊತೆ ಆರಾಮಾಗಿ ತಿರುಗಾಡೋಣ ಅನ್ನೋದಿಲ್ಲ ನಿಮಗೆ. ಎಷ್ಟು ಜನ್ಮದ ಪುಣ್ಯವೋ ನಿಮ್ಮಂಥ ಗಂಡ ಸಿಕ್ಕ ಬೇಕಾದರೆ' ಎಂದು, ಇವನ ಭವಾವಳಿ ಶುರು ಮಾಡುವುದರಲ್ಲಿದ್ದಳು. 'ಹೋಗಲಿ ಬಿಡೇ, ಬೆಳಗ್ಗೆ ಎದ್ದು ಜಗಳ ಕಾಯೋದೇನು? ಮ್ಯಾಚು ಕ್ಯಾನ್ಸಲ್, ಕಾಫಿ ಮಾಡು' ಎಂದ. 'ಈವೊತ್ತು ಮೆಜೆಸ್ಟಿಕ್‌ನಲ್ಲಿ ಒಂದು ಒಳ್ಳೇ ಸಿನಿಮಾ ಇದೆ, ಮ್ಯಾಟ್ನಿಗೆ ಹೋಗೋಣ. ಸಂಜೆ ಹಾಗೇ ಅಡ್ಡಾಡಿಕೊಂಡು ಬರೋದ್ರಲ್ಲಿ ಟೈಮು ಕಳೆದು ಹೋಗುತ್ತೆ.' ಅಂದಳು. 'ಆಯ್ತು, ಮಾರಾಯ್ತಿ, ಕಾಫಿ ಮಾಡಿ ಎಬ್ಬಿಸು' ಎಂದು ಮುಸುಕೆಳೆದುಕೊಂಡ. ಇಷ್ಟಕ್ಕೂ ಟೆಸ್ಟ್ ಮ್ಯಾಚಿಗೆ ಭಾನುವಾರ ಟಿಕೆಟ್ ಸಿಕ್ಕುವುದು ಯಾವ ಖಾತ್ರಿ? ಗೆಳೆಯರೂ ಸಹ ಪೆಚ್ಚು ಮೋರೆ ಹಾಕ್ಕೊಂಡು ಮನೆಗಳಿಗೆ ಹಿಂತಿರುಗಬಹುದು, ಎಂದುಕೊಂಡು ಸಮಾಧಾನಪಟ್ಟ.

ಕಾಫಿ ಹೀರುತ್ತಾ ಪತ್ರಿಕೆಯ ಮೇಲೆ ಕಣ್ಣಾಡಿಸುತ್ತಿದ್ದ. ವಾರದ ವಿಭಾಗದಲ್ಲಿ ತನ್ನ ಬಾಲ್ಯ ಸ್ನೇಹಿತನೊಬ್ಬನ ಪದ್ಯ ಅಚ್ಚಾಗಿದ್ದುದನ್ನು ಕಂಡು, ಕುತೂಹಲದಿಂದ ಓದಿದ. ಅರ್ಥವಾಗಲಿಲ್ಲ. ನವ್ಯ ಕವಿತೆ ಎಂದುಕೊಂಡು ವ್ಯಂಗ್ಯವಾಗಿ ನಕ್ಕ. ಆದರೂ ತಾನು ಕವಿಯಾಗಿದ್ದಿದ್ದರೆ ತನ್ನ ಹೆಸರೂ ಹೀಗೆ ಪತ್ರಿಕೆಗಳಲ್ಲಿ ಅಚ್ಚಾಗುತ್ತಿತ್ತಲ್ಲ! ಅನ್ನಿಸಿ, ತನ್ನ ಈಗಿನ ಸ್ಥಿತಿಗೆ ಬೇಸರವಾಯಿತು.

ಹಾಗೆಯೇ ತನ್ನನ್ನು ಈ ಸ್ಥಿತಿಗೆ ತಂದ ತನ್ನ ಗತ ಜೀವನದ ಕೆಲವು ಘಟನೆಗಳು ನೆನಪಾದವು:

ಪಿ.ಯು.ಸಿ. ಪಾಸಾದ ನಂತರ ಇವನು ಕನ್ನಡ ಆನರ್ಸ್ ಸೇರಬೇಕೆಂದಿದ್ದ. ಇದಕ್ಕೆ ಇವನ ಕನ್ನಡಾಭಿಮಾನವಾಗಲೀ, ಸಾಹಿತ್ಯಾಭಿರುಚಿಯಾಗಲೀ ಕಾರಣಗಳಾಗಿರಲಿಲ್ಲ. ಇವನಿಗೆ ವಿಜ್ಞಾನ, ಗಣಿತಗಳಲ್ಲಿ ತಲೆ ಓಡದೆ, ಕಡಿಮೆ ಅಂಕಗಳು ಬಂದಿದ್ದವು. ಎಸ್ಸೆಲ್ಸಿ ತನಕ ಕನ್ನಡ ಮಾಧ್ಯಮದಲ್ಲಿ ಓದಿದ್ದರಿಂದ ಇಂಗ್ಲಿಷ್ ಭಾಷೆಯೂ ಒಂದು ತೊಡಕಾಗಿತ್ತು. ಇಷ್ಟಾದರೂ ಇವನ ಅಪ್ಪ ಹಠ ಹಿಡಿದು ಇವನನ್ನು ಬಿಯಸ್ಸಿಗೇ ಸೇರಿಸಿದ್ದರು. ಅಪ್ಪನ ಮೇಲಿನ ರೊಚ್ಚಿಗೋ ಏನೋ, ಇವನು ಬಿಯೆಸ್ಸಿ ಪರೀಕ್ಷೆಯಲ್ಲಿ ಐದು ಬಾರಿ ಲಗಾಟೆ ಹೊಡೆದು, ಕೊನೆಗೆ ಜೀವದಾನದ ಅಂಕಗಳನ್ನು ಗಳಿಸಿ, ಮೂರನೇ ದರ್ಜೆಯಲ್ಲಿ ಅಂತೂ ಇಂತೂ ಪಾಸಾದ. ಅಪ್ಪ ತನ್ನ ಹಣ, ಪ್ರಭಾವಗಳನ್ನೆಲ್ಲ ಉಪಯೋಗಿಸಿ, ಇವನಿಗೆ ಮಾರಾಟ ತೆರಿಗೆ ಇಲಾಖೆಯಲ್ಲಿ ಗುಮಾಸ್ತೆಯ ಕೆಲಸ ದಕ್ಕಿಸಿಕೊಟ್ಟ. ಸಂಬಳಕ್ಕಿಂತ ಗಿಂಬಳವೇ ಹೆಚ್ಚಾಗಿದ್ದ ಈ ಇಲಾಖೆಯಲ್ಲಿ ಇವನು ಮೊದಲಲ್ಲಿ ಸ್ವಲ್ಪ ಅಂಜುಬುರುಕನಾಗಿದ್ದರೂ ಬಹಳ ಬೇಗ ತನ್ನ ವೃತ್ತಿಯ ಒಳ ಮರ್ಮಗಳನ್ನೆಲ್ಲ ಅರಿತುಕೊಂಡು, ಅಲ್ಲಿನ ಪಟ್ಟು ವರಸೆಗಳನ್ನೆಲ್ಲ ಕರಗತ ಮಾಡಿಕೊಂಡ. ನೌಕರಿ ಸಿಕ್ಕಿದ ಒಂದು ವರ್ಷದಲ್ಲೇ ಅಪ್ಪ ಒಂದು ಹೆಣ್ಣನ್ನು ಆಯ್ಕೆ ಮಾಡಿ, ಮದುವೆ ಮಾಡಿಕೊ ಅಂದ. ಹತ್ತು ಸಾವಿರ ರೂಪಾಯಿ ವರದಕ್ಷಿಣೆ ಬರುವುದಿದ್ದುದರಿಂದ ಅಪ್ಪ ಇವನ ಓದಿಗಾಗಿ, ನೌಕರಿಗಾಗಿ ಖರ್ಚು ಮಾಡಿದ್ದ ಹಣವೆಲ್ಲ ವಾಪಸ್ಸಾದಂತಾಗಿತ್ತು. ಅಪ್ಪನನ್ನು ಪ್ರತಿಭಟಿಸಿ ಎಂದೂ ರೂಢಿಯಿರದಿದ್ದ ಇವನು ತೆಪ್ಪಗೆ ಆ ಹೆಣ್ಣನ್ನು ಮದುವೆಯಾಗಿ, ಬೆಂಗಳೂರಿನಲ್ಲಿ ಬಿಲದಂಥ ಒಂದು ಮನೆಯಲ್ಲಿ ಸಂಸಾರ ಹೂಡಿದ. ಹೊಸ ದಂಪತಿಗಳಿಗೆ ಸಂಸಾರ ನಡೆಸುವಲ್ಲಿ ನೆರವಾಗಲೆಂದು ಇವನ ಅಮ್ಮ ಮೊದಲಲ್ಲಿ ಇವರೊಂದಿಗೇ ಬೆಂಗಳೂರಲ್ಲಿದ್ದಳು. ಆದರೆ ಅತ್ತೆ ಸೊಸೆಯರಲ್ಲಿ ಹೊಂದಾಣಿಕೆಯಾಗದೆ, ಆಕೆ ಬೇಗ ಗಾಡಿ ಬಿಡಬೇಕಾಯಿತು. ಕೀರ್ತಿಗೊಬ್ಬ ಮಗ ಆರತಿಗೊಬ್ಬ ಮಗಳು ಹುಟ್ಟಿದ ನಂತರ, ಇವನು ಭಾರತದ ಸತ್ಪ್ರಜೆಯಾಗಿ, ತನ್ನ ಹೆಂಡತಿಯ ಆದೇಶದಂತೆ ತಾನೇ ಶಸ್ತ್ರ ಚಿಕಿತ್ಸೆ ಮಾಡಿಸಿಕೊಂಡ. ಮಾನಸಿಕ ಕಾರಣಗಳಿಗಾಗಿಯೋ ಏನೋ ಅಂದಿನಿಂದ ಇವನ ಪೌರುಷದ ಪ್ರತಾಪವೂ ಇಳಿಮುಖವಾಗುತ್ತಿತ್ತು. ಕೆಲವೊಮ್ಮೆ ಹೆಂಡತಿಯೊಂದಿಗೆ ಮಲಗಿ, ಉದ್ರೇಕವೇ ಆಗದೆ, ಅವಳು ತಾತ್ಸಾರದ ನೋಟ ಬೀರಿ ಪಕ್ಕಕ್ಕೆ ಹೊರಳಿ ಮಲಗಿದಾಗ, ತಾನು ನಪುಂಸಕನಾಗಿಬಿಟ್ಟೆನೇನೋ ಎಂಬ ದಿಗಿಲಿಗೆ ಇವನಿಗೆ ರಾತ್ರಿಯೆಲ್ಲ ನಿದ್ರೆಯೇ ಹತ್ತುತ್ತಿರಲಿಲ್ಲ. ಆದರೆ, ಸದ್ಯ! ಆಗಾಗ ಈ ಸಂಶಯ ಕೊಂಚ ಮಟ್ಟಿಗಾದರೂ ನಿವಾರಣೆಯಾಗುತ್ತಿತ್ತು.

ಐದು ವರ್ಷದ ಮಗರಾಯ ಎದ್ದವನೇ 'ಗುಡ್ ಮಾರ್ನಿಂಗ್ ಡ್ಯಾಡಿ' ಎಂದು ಇವನ ಹೆಗಲಿಗೆ ಜೋತು ಬಿದ್ದ. 'ಗುಡ್ ಮಾರ್ನಿಂಗ್ ಮೈ ಸನ್' ಎಂದು ಅವನ ಕೆನ್ನೆಗೆ ಮುತ್ತು ಕೊಟ್ಟ. ಅವನು ಮಂಚ ಇಳಿದು ಬಚ್ಚಲು ಮನೆಗೆ ಹೋಗುತ್ತಿದ್ದುದನ್ನೇ ನೋಡುತ್ತಾ, ತನ್ನ ಕಾನ್ವೆಂಟ್ ಮಗ ಈಗಿನಿಂದಲೇ ಇಂಗ್ಲಿಷ್‌ನಲ್ಲಿ ಪ್ರವೀಣನಾಗುತ್ತಿದ್ದುದನ್ನು ನೆನೆದು ಖುಷಿಗೊಂಡ. ಎಷ್ಟಾದರೂ ಕಷ್ಟವಾಗಲಿ, ಖರ್ಚಾಗಲಿ, ಮಗನನ್ನು ಡಾಕ್ಟರನ್ನಾಗಿ ಮಾಡಬೇಕು, ಎಂದುಕೊಂಡ. ಆದರೆ ಅವನ ಡಾಕ್ಟರಾಗಿ ಮತ್ತೆ ಇಂಥ ಧೂಳು, ಗಬ್ಬು, ಗೊಂದಲ, ಗಲಾಟೆಯ ನಗರದಲ್ಲಿ ಹಣ ಗಳಿಸುವ ಯಂತ್ರವಾಗಿ, ತನ್ನ ಹೆಂಡತಿಗೆ ಗುಲಾಮನಾಗಿ ಬದುಕುವ ಚಿತ್ರ ಮನಸ್ಸಿನಲ್ಲಿ ಮೂಡಿ, ಅವನು ಸಾಹಿತಿಯಾಗಲಿ, ಅಂದುಕೊಂಡ. ಹೊಟ್ಟೆಗಿಲ್ಲದೆ ಸಾಯುತ್ತಾನೇನೋ ಅನ್ನಿಸಿ, ಒಂದಷ್ಟು ಜಮೀನು ಕೊಂಡು, ಅವನನ್ನು ಆರೋಗ್ಯವಂತನಾದ ಮಣ್ಣಿನ ಮಗನನ್ನಾಗಿ ಮಾಡುತ್ತೇನೆ, ಅಂದುಕೊಂಡ. ಕೊನೆಗೆ, ಅವನ ವಿಧಿಯಲ್ಲಿ ಹೇಗಿದ್ದರೆ ಹಾಗಾಗುತ್ತಾನೆ ಅನ್ನಿಸಿ, 'ವಿಧಿ' ಎಂದೊಡನೆ ತನ್ನ ಅಪ್ಪನ ನೆನಪಾಯಿತು. 'ನಾನು ನನ್ನ ಅಪ್ಪನ ಹಾಗಲ್ಲ', ಎಂದುಕೊಂಡು ಬೀಗಿದ.

ಮೂರು ಗಂಟೆಗೆ ಶುರುವಾಗಲಿದ್ದ ಮ್ಯಾಟಿನಿ ಷೋಗೆ ಮೆಜೆಸ್ಟಿಕ್‌ಗೆ ಹೋಗಲು, ತರಾತುರಿಯಲ್ಲಿ ಊಟ ಮುಗಿಸಿ, ಹನ್ನೆರಡು ಗಂಟೆಗೆಲ್ಲ ಬಸ್ ನಿಲ್ದಾಣಕ್ಕೆ ಬಂದರು. ಎರಡು ವರ್ಷದ ಮಗಳನ್ನು ಹೊತ್ತು, ಎರಡು ಫರ್ಲಾಂಗ್ ದೂರದಲ್ಲಿದ್ದ ಬಸ್‌ಸ್ಟಾಪಿಗೆ ನಡೆಯುವಷ್ಟರಲ್ಲಿ ಇವನು ಚಳಿಗಾಲದಲ್ಲೂ ಬೆವೆತು ಮುದ್ದೆಯಾಗಿದ್ದ. ಆದರೆ ಆಟೋರಿಕ್ಷಾಗೆ ಹಣ ಅಪವ್ಯಯ ಮಾಡುವುದು ಹೆಂಡತಿಗೆ ಸಮ್ಮತವಿರಲಿಲ್ಲ. ಬಸ್ಸಿಗಾಗಿ ಕಾದು ನಿಂತಿದ್ದ ಹ್ಯಾಪು ಮೋರೆಯ ಜನರ ಸಾಲಿನ ಕೊನೆ ಹುಡುಕಿ ನಿಂತರು. ಒಂದು ಗಂಟೆಗೆ ಮೆಜೆಸ್ಟಿಕ್‌ನಲ್ಲಿ ಇಳಿದು, ಹೆಂಡತಿಯ ಹಿಂದೆ ಮಗು ಹೊತ್ತು ನಡೆದ. ಮಗರಾಯ ತನ್ನ ಅಮ್ಮನ ಕೈ ಹಿಡಿದು ಅವಳ ಬಿರಬಿರ ಹೆಜ್ಜೆಗೆ ಸಮನಾಗಿ ತಾನೂ ದಾಪುಗಾಲು ಹಾಕಿ ನಡೆಯುತ್ತಿದ್ದ. ಯಾವುದೋ ಚಿತ್ರ ಮಂದಿರದ ಎದುರು ಹೆಂಡತಿ ನಿಂತಳು, ಇವನೂ ನಿಂತ. ಮತ್ತೆ ಹ್ಯಾಪ ಮೋರೆಯ ಜನರ ಸಾಲಿನ ಕೊನೆ ಹುಡುಕಿ ನಿಂತರು. ತಾವು ನಿಂತಿದ್ದ ಸಾಲಿನ ಉದ್ದವನ್ನು ಗಮನಿಸಿ, 'ನಮಗೆ ಟಿಕೆಟ್ ಸಿಕ್ಕಲಾರದು' ಅನ್ನಿಸಿ, ಇವನಿಗೆ ಕೊಂಚ ಖುಷಿಯಾಯಿತು. ಮಗುವನ್ನು ಕೆಳಕ್ಕಿಳಿಸಿ, ಕರವಸ್ತ್ರದಿಂದ ಮುಖ, ಕತ್ತು, ಬೆನ್ನಿನ ಬೆವರೊರೆಸಿಕೊಂಡ. ಸಿಗರೇಟ್ ಸೇದಬೇಕೆನ್ನಿಸಿತು. ಹೆಂಡತಿಯ ನೆನಪಾಗಿ ಸುಮ್ಮನಾದ. ರಸ್ತೆಯಲ್ಲಿ ಧೂಳು, ವಾಹನಗಳ ಕಿವಿಗಡಚಿಕ್ಕುವ ಶಬ್ದ, ಜನ ಪ್ರವಾಹ ಕಂಡು 'ಇವರೆಲ್ಲ ಏಕೆ ಹೀಗೆ ಪರದಾಡುತ್ತಿದ್ದಾರೆ?' ಎಂದು ತಾತ್ವಿಕವಾಗಿ ಆಲೋಚಿಸಲು ತೊಡಗಿ, ತಲೆ ಭಾರವಾದಂತಾಗಿ,

ತಲೆ ಕೊಡ' ನಿಂತ. ಟಿಕೆಟ್ ಕೊಂಡು, ಚಿತ್ರಮಂದಿರದ ಒಳ ಹೊಕ್ಕಾಗ, ಎರಡೂವರೆ ಗಂಟೆಯಾಗಿತ್ತು. ಹೆಂಡತಿಯ ಮುಖದಲ್ಲಿ ವಿಜಯೋತ್ಸಾಹದ ನಗೆಯಿತ್ತು. ಇವನು ಮಗುವನ್ನು ತೊಡೆಯ ಮೇಲೆ ಕೂಡಿಸಿಕೊಂಡು ಕೂತ. ಹೆಂಡತಿ ಹೊರಗೆ ಹೋಗಿ, ಪಾಪ್‌ಕಾರ್ನ್ ಮತ್ತು ಬಿಸ್ಕತ್ತಿನ ಪೊಟ್ಟಣಗಳನ್ನು ತಂದಳು. ಮಕ್ಕಳಿಗೆ ಬಿಸ್ಕತ್ತು ಕೊಟ್ಟು, ಇವರು ಜೋಳದ ಅರಳು ಮೆಲ್ಲುತ್ತಾ ಕುಳಿತರು. ಮಾತಾಡಲು ಅವರ ನಡುವೆ ವಿಚಾರಗಳೇ ಇಲ್ಲದ್ದರಿಂದ, ಎದುರಿನ ಖಾಲಿ: ರಜತ ಪರದೆಯನ್ನೇ ನೋಡುತ್ತ, ಗೋಡೆಗಳಿಂದ ಹೊರ ಹೊಮ್ಮುತ್ತಿದ್ದ ಹಿಂದಿ ವಜ್ರಕಗಳವವನ್ನು ಸವಿಯುತ್ತಾ ಕೂತರು. ಕೊನೆಗೊಮ್ಮೆ ದೀಪಗಳು ಆರಿ, ಚಿತ್ರ ಶುರುವಾಯಿತು. ತೊಡೆಯ ಮೇಲೆ ಪಾಪು ನಿದ್ದೆ ಹೋಯಿತು.

ಹಿಂದಿ ಭಾಷೆ ಅಷ್ಟು ಚೆನ್ನಾಗಿ ಬರದಿದ್ದರೂ, ಇವನು ಚಿತ್ರದ ಕಥೆಯನ್ನು ಅರ್ಥಮಾಡಿಕೊಳ್ಳಲು ಪ್ರಯತ್ನಿಸಿದ. ನಾಗರಿಕ ಜೀವನದ ಸಮಸ್ಯೆಗಳ ಕಥೆ ಇದ್ದಂತಿತ್ತು. ಬೊಂಬಾಯಿ ನಗರ ಇರಬೇಕು, ಇವನಿಗೆ ತೀರ ಪರಿಚಿತವಾದ ಜನಜಂಗುಳಿಯ, ವಾಹನಗಳ ಅಬ್ಬರದ, ಧೂಳು, ಕೊಳಚೆಯ ಪರಿಸರ, ಯಾಂತ್ರಿಕ ಜೀವನ, ಗಂಡ ಬೆಳಗ್ಗೆಯೇ ಎದ್ದು ಯಾವುದೋ ಆಫೀಸಿಗೆ ನೌಕರಿಗೆ ಹೋಗುತ್ತಾನೆ. ಅವನು ಮನೆಗೆ ವಾಪಸ್ಸಾಗುವುದು ರಾತ್ರಿಗೆ ಈ ನಡುವೆ ಹೆಂಡತಿಯ ಒಬ್ಬಂಟಿತನ, ಬೇಸರ, ಒಂದು ಹಾಡು, ಪಕ್ಕದ ಮನೆಯ ಕಾಲೇಜು ವಿದ್ಯಾರ್ಥಿ. ಸರಿ, ಇವರಿಬ್ಬರ ನಡುವೆ ಕ್ರಮೇಣ ಸಲುಗೆ. ಪ್ರೇಮ, ಅಕ್ರಮ ಲೈಂಗಿಕ ವ್ಯವಹಾರ, ಹಾಡು, ಮಧ್ಯಂತರ, ನಂತರ ಒಂದು ದಿನ ಗಂಡ ಅನಾರೋಗ್ಯದ ನಿಮಿತ್ತ ಆಫೀಸಿನಿಂದ ಅನಿರೀಕ್ಷಿತವಾಗಿ ಬೇಗ ಹಿಂತಿರುಗುತ್ತಾನೆ. ವ್ಯಭಿಚಾರಿಗಳು ಸಿಕ್ಕಿಬೀಳುತ್ತಾರೆ. ನಂತರ ಹೆಂಡತಿಯ ಭೀಕರ ಸಾವು. ಅದು ಕೊಲೆಯೋ? ಆತ್ಮಹತ್ಯೆಯೋ? ಪ್ರಶ್ನೆ. ಹಿನ್ನೆಲೆ ಹಾಡು. ಬೊಂಬಾಯಿಯ ಭೀಕರ ಯಾಂತ್ರಿಕ ಜೀವನದ, ಮಾನವೀಯ ಸಂಬಂಧಗಳ ವಿಕಾರದ ಚಿತ್ರಮಾಲೆಗಳು... ಇವನಿಗೆ, 'ಇದು ನನ್ನದೇ ಕಥೆ ಇರಬಹುದೇ?' ಅನ್ನಿಸಿತು. 'ಛೇ, ನನ್ನ ಹೆಂಡತಿ ಅಂಥವಳಲ್ಲ' ಎಂದು ಸಮಾಧಾನ ತಂದುಕೊಂಡ. ಕಥಾನಾಯಕಿಯ ಹೆಣದ ವಿಕಾರ ರೂಪ ಕಂಡಾಗ, ಎದೆ ಝಲ್ಲೆನಿಸಿತು. ಪ್ಯಾಂಟು ಒದ್ದೆಯಾಯಿತು. 'ಅಯ್ಯೋ, ನಾನೇಕೆ ಇಷ್ಟು ದುರ್ಬಲ ಮನಸ್ಸಿನವನಾದೆ?' ಎಂದುಕೊಂಡು ತಡವಿಕೊಂಡ. ಪಾಪು ಉಚ್ಚೆ ಹೊಯ್ದಿದೆ ಎಂದು ಗೊತ್ತಾದಾಗ ಹೆಂಡತಿಯ ಬಗ್ಗೆ ಉಗ್ರ ಕೋಪ ಬಂತು. ರೇಗಲು ಪಕ್ಕಕ್ಕೆ ತಿರುಗಿದ. ಹೆಂಡತಿ ಕಥಾನಾಯಕಿಯ ಸಾವಿಗಾಗಿ ಮೌನವಾಗಿ ಕಣ್ಣೀರು ಸುರಿಸುತ್ತಿದ್ದಳು, ತೆಪ್ಪಗಾದ. ನಂತರ ಪಿಸು ಮಾತಿನಲ್ಲಿ ವಿಷಯ ಅವಳಿಗೆ ತಿಳಿಸಿದ. ಪಾಪುವನ್ನು ಅವಳ ತೊಡೆಗೆ ರವಾನಿಸಿದ. 'ಚಿತ್ರ

ಮುಗಿಯುವಷ್ಟರಲ್ಲಿ ಪ್ಯಾಂಟು ಒಣಗಲಿ, ದೇವರೇ' ಎಂದು ಮನಸ್ಸಿನಲ್ಲೇ ಆ ಸರ್ವಶಕ್ತನನ್ನು ಪ್ರಾರ್ಥಿಸುತ್ತಾ ಕೂತ.

ಚಿತ್ರ ಮುಗಿದು ಹೊರಬರುವಷ್ಟರಲ್ಲಿ ಪ್ಯಾಂಟು ಸಾಕಷ್ಟು ಒಣಗಿತ್ತು. ಒಣಗಿಲ್ಲದಿದ್ದರೂ ಆ ಜನಜಂಗುಳಿಯ ನೂಕುನುಗ್ಗಲಲ್ಲಿ ಇವನ ಪ್ಯಾಂಟಿನ ಬಗ್ಗೆ ಗಮನ ಹರಿಸಲು ಯಾರಿಗೂ ಸಾಧ್ಯವಿರಲಿಲ್ಲ, ವ್ಯವಧಾನವೂ ಇರಲಿಲ್ಲ. ಇದಕ್ಕಾಗಿಯಾದರೂ ಇವನು ನಾಗರಿಕ ಜೀವನಕ್ಕೆ ಕೃತಜ್ಞತೆ ಸಲ್ಲಿಸಬೇಕಾಗಿತ್ತು.

ಒಂದು ಹೋಟೆಲ್ ಹೊಕ್ಕು, ಕೂಡಲು ಜಾಗಕ್ಕಾಗಿ ಅರ್ಧ ಗಂಟೆ ಕಾದು, ನಂತರ ತಿಂಡಿಗಾಗಿ ಇನ್ನರ್ಧ ಗಂಟೆ ಕಾದು, ಅರೆಹೊಟ್ಟೆ ತುಂಬಿಸಿಕೊಂಡು, ಕಾಫಿ ಕುಡಿದು, ನಾಲಗೆ ಕೆಡಿಸಿಕೊಂಡು, ಹೊರಬರುವಷ್ಟರಲ್ಲಿ ರಾತ್ರಿಯಾಗಿ, ಮೆಜೆಸ್ಟಿಕ್ ವಿದ್ಯುದ್ದೀಪಗಳಿಂದ ಜ್ವಲಿಸುತ್ತಿತ್ತು.

ಮತ್ತೆ ಮಗುವನ್ನು ಹೊತ್ತು ಇವನು ಹೆಂಡತಿಯ ಹಿಂದೆ ನಡೆದ. ಬಸ್ ನಿಲ್ದಾಣದ ಕಡೆಗೆ ಕಾಲು ಹಾಕಿದರು. ದಾರಿಯಲ್ಲಿ ಒಂದು ಬಟ್ಟೆ ಅಂಗಡಿಯ ಮುಂದೆ ಹೆಂಡತಿ ನಿಂತಳು. ಗಾಜಿನ ಪಂಜರದಲ್ಲಿ ನಿಸ್ಸಹಾಯಕ ನಿತ್ಯಬಂಧಿಯಾಗಿದ್ದ ಪ್ರತಿಮೆಗೆ ಉಡಿಸಿದ್ದ ಸೀರೆ ಸೂಜಿಗಲ್ಲಿನಂತೆ ಇವಳನ್ನು ಸೆಳೆದಿತ್ತು. 'ಸಂಕ್ರಾಂತಿಯ ಹಬ್ಬಕ್ಕೆ ಈ ಅಮೆರಿಕನ್ ಜಾರ್ಜೆಟ್ ಸೀರೆ ಕೊಂಡು ಕೊಡ್ತೀರ?' ಎಂದಳು. 'ಕೊಂಡುಕೊಡ್ತೀನಿ' ಎನ್ನುವ ಬದಲು 'ಕೊಂಡು ಕೊಡ್ತೀರ?' ಎಂದು ಕೇಳಿ, ಗಂಡನಾದ ತನಗೆ ಅಷ್ಟಾದರೂ ಗೌರವ ತೋರಿಸಿದ್ದಕ್ಕಾಗಿ ಕೃತಜ್ಞತೆಯಿಂದ ಇವನು, 'ಆಯ್ತು' ಎಂದ. ಬೆಲೆ ನೋಡಿದ. ಪಟ್ಟಿಯ ಮೇಲೆ 'ನೂರ ಎಂಬತ್ತು ರೂಪಾಯಿಗಳು' ಎಂದಿತ್ತು.

ಅಂದು ರಾತ್ರಿ ಇವನಿಗೆ ಕನಸು: ಯಾವುದೋ ಹಳ್ಳಿಗಾಡಿನ ಪ್ರಕೃತಿಯ ರಮ್ಯ ಸುಂದರ ದೃಶ್ಯ, ಪ್ರಶಾಂತ ವಾತಾವರಣ, ಹಿತವಾದ ಪರಿಶುದ್ಧ ತಂಗಾಳಿ, ಹಕ್ಕಿಗಳ ಚಿಲಿಪಿಲಿಯ ಮಧುರ ಗಾನ, ತುಂಬಿ ನಿಂತ ಕೆರೆ ಒಂದು ಕಡೆ, ಇನ್ನೊಂದು ಕಡೆ ಗಾಳಿಗೆ ಅಲೆ ಅಲೆಯಾಗಿ ಬಳುಕುವ ಹಸಿರು ಬತ್ತದ ಗದ್ದೆ, ಮತ್ತೊಂದೆಡೆಗೆ ಕಬ್ಬಿನ ತೋಟ, ಗದ್ದೆಯ ಬದುವಿನ ಮೇಲೆ ತೂರಾಡುತ್ತಾ ನಡೆಯತೊಡಗಿದ. ಎದುರಿಗೆ ಒಬ್ಬ ಸುಂದರ ಯುವತಿ ಬಳುಕುತ್ತಾ ಬಂದಳು. ಯಾರಿರಬಹುದು ಎಂದು ನೆನಪಿನ ಆಳಗಳನ್ನೆಲ್ಲ ಕೆದಕಿದ. ನೆನಪಾಗಲಿಲ್ಲ. ಕೈಹಿಡಿದು ದೂರದ ಮಾವಿನ ತೋಪಿಗೆ ಕರೆದೊಯ್ದಳು. ಅಲ್ಲಿ ಒಂದು ಮರದ ತಣ್ಣೆಳಲ್ಲಿ ಮಲಗಿದರು. ಇವನು ಅವಳ ಸುಂದರ ಮುಖವನ್ನು ಎರಡೂ ಕೈಗಳಿಂದ ಹಿಡಿದು ತುಟಿಗೆ ತುಟಿ ಹತ್ತಿರ ತಂದ. ಅವಳು ನಕ್ಕಳು. ಇವನು ಕಿಟಾರನೆ ಕಿರುಚಿದ. ಅದು ಅವನ ಹೆಂಡತಿಯ ಮುಖವಾಗಿತ್ತು... ಅಲ್ಲ ಅಲ್ಲ... ಆ ಹಿಂದಿ ಸಿನಿಮಾದಲ್ಲಿ ಸತ್ತ ಆ ಕಥಾನಾಯಕಿಯ ಹೆಣದ ವಿಕಾರ ಮುಖ ಆದಾಗಿತ್ತು. ಹೆಂಡತಿ ಇವನ ಭುಜ ಹಿಡಿದು ಅಲುಗಿಸಿ ಎಬ್ಬಿಸಿದಳು. ಇವನು

ಬೆವೆತು ಮುದ್ದೆಯಾಗಿದ್ದ. 'ಯಾಕೆ ಹಾಗೆ ಕಿರುಚಿ ಕೊಂಡ್ರಿ?' ಕೇಳಿದಳು. 'ಕೆಟ್ಟ ಕನಸು ಬಿತ್ತು' ಎಂದು, ಅವಳ ಎದೆಯಲ್ಲಿ ಮುಖ ಹುದುಗಿಸಿ ಮಲಗಿದ.

ಬೆಳಗ್ಗೆ ಸ್ನಾನ ಮುಗಿಸಿ, ಬಚ್ಚಲು ಮನೆಯ ಬಾಗಿಲನ್ನು ಧಡ್ಡೆಂದು ಎಳೆದು ತೆಗೆದಾಗ, ತಲೆಯ ಮೇಲೆ ಏನೋ ಬಿದ್ದಂತಾಗಿ, ಎಡ ಭುಜಕ್ಕೆ ತಣ್ಣಗೆ ತರಿತರಿಯಾಗಿ ತಾಗಿ, ನೆಲಕ್ಕೆ ಪಚ್ಚೆಂದು ಬಿತ್ತು. ಬಗ್ಗಿ ನೋಡಿದ. ಒಂದು ಹಲ್ಲಿ ಸರಸರ ಹರಿದು, ಬಾಗಿಲ ಸಂದಿಯ ಸಣ್ಣ ಪೊಟರೆಯೊಳಕ್ಕೆ ಹೊಕ್ಕು ಮಾಯವಾಯಿತು. ಇವನು ಸಣ್ಣಗೆ ನಡುಗಿದ. 'ಹಲ್ಲಿ ತಲೆಯ ಮೇಲೆ ಬಿದ್ದರೆ ಶಕುನ ಏನಿರಬಹುದು?' ಯೋಚಿಸಿದ. ಹೆಂಡತಿಯನ್ನು ಕೇಳಿದ, ತಿಂಡಿಯ ಸಿದ್ಧತೆಯಲ್ಲಿದ್ದ ಅವಳು ಬೇಸರದಿಂದ, 'ನಂಗೊತ್ತಿಲ್ಲ, ಪುರೋಹಿತರನ್ನು ಕೇಳಿ ಅಂದಳು. ಆಫೀಸಿನಲ್ಲಿ ಯಾರಾದರೂ ಗೆಳೆಯರನ್ನು ಕೇಳಿದರಾಯಿತು, ಅಂದುಕೊಂಡ, 'ಛೇ, ಇಂಥ ವೈಜ್ಞಾನಿಕ ಯುಗದಲ್ಲೂ ಈ ಮೂಢನಂಬಿಕೆಗಳಿಗೆ ಸೊಪ್ಪು ಹಾಕುತ್ತೇವಲ್ಲ!' ಅನ್ನಿಸಿ, ಅದನ್ನು ಮರೆಯಲು ಪ್ರಯತ್ನಿಸಿದ.

ಉಪ್ಪಿಟ್ಟು ಉಪ್ಪುಮಯವಾಗಿತ್ತು. ಆದರೂ ಗೊಣಗದೆ ಗಪಗಪ ತಿಂದು ಮುಗಿಸಿದ. ಮಗುವಿಗೆ ಮುತ್ತಿಟ್ಟು, ಮಗ, ಹೆಂಡತಿಗೆ ಟಾಟಾ ಹೇಳಿ, ತನ್ನ ಚರ್ಮದ ಚೀಲದೊಂದಿಗೆ ಆಫೀಸಿಗೆ ಹೊರಟ. ಬಸ್ಸು ಮಾರ್ಗದ ಮಧ್ಯದಲ್ಲೆಲ್ಲೋ ತಟ್ಟನೆ ನಿಂತಿತು. ಎಲ್ಲರೂ ಕಿಟಕಿಗಳಿಂದ ಬಗ್ಗಿ ಆಚೆ ನೋಡಿದರು. ರಸ್ತೆಯಲ್ಲಿ ಜನ ಗುಂಪುಗೂಡಿದರು. ಒಂದು ಕಾರು, ಒಂದು ಪೋಲೀಸ್ ವ್ಯಾನು ಸಹ ಇದ್ದವು. 'ಸರಿ, ಅಪಘಾತ, ಯಾವನೋ ಕಾರಿಗೆ ಸಿಕ್ಕಿ ನೆಗೆದು ಬಿದ್ದಿದ್ದಾನೆ' ಎಂದುಕೊಂಡು ತಲೆ ಒಳಕ್ಕೆಳೆದುಕೊಂಡ. ಬಸ್ಸು ಹೊರಟಿತು. ಜನ ಅಪಘಾತದ ಬಗ್ಗೆ ಗುಜು ಗುಜು ಮಾತಾಡಿ ಸುಮ್ಮನಾದರು.

ಆಫೀಸಿನ ಕೆಲಸ ಯಥಾ ಮಾಮೂಲು ಶುರುವಾಯಿತು. ಇವನು ತನ್ನ ಬೀರು ತೆಗೆದು, ಕೆಲವು ಫೈಲುಗಳನ್ನು ಎದುರಿಗೆ ಚೆಲ್ಲಿಕೊಂಡು, ತನ್ನ ಟೇಬಲ್ ಮುಂದೆ ಕೂತ. ಗೆಳೆಯರು ಕ್ರಿಕೆಟ್ ಮ್ಯಾಚಿನ ಬಗ್ಗೆ ಮಾತಾಡುತ್ತಿದ್ದರು. ಇವನನ್ನು ಮ್ಯಾಚಿಗೆ ಬರದೆ ಚಕ್ಕರ್ ಹಾಕಿದ್ದಕ್ಕಾಗಿ ಬೈದರು. ಇವನು ಏನೋ ಕುಂಟು ನೆಪ ಹೇಳಿ ತಪ್ಪಿಸಿಕೊಳ್ಳಲು ಪ್ರಯತ್ನಿಸಿದ. ಅವರೆಲ್ಲ ಇವನನ್ನು ಅಮ್ಮಾವ್ರ ಗಂಡ ಎಂದು ಚುಡಾಯಿಸಿದರು. ಅಷ್ಟರಲ್ಲಿ ಒಬ್ಬ ಗಿರಾಕಿ ಬಂದ. ಭಾರಿ ಕುಳ. ಅವನ ಫೈಲು ಇವನ ಕೈಗೆ ಬಂದಿತ್ತು. ಆ ಕುಳಕ್ಕಾಗಿಯೇ ಗಾಳ ಹಾಕಿಕೊಂಡು ಇವನು ಒಂದು ವಾರದಿಂದ ಕಾದಿದ್ದ. ಅವನು ಇವನನ್ನು ಪಕ್ಕದ ಕ್ಯಾಂಟೀನಿಗೆ . ಕರೆದೊಯ್ದ. ಕಾಫಿ ಕುಡಿಯುತ್ತಾ ಟೇಬಲ್ ಕೆಳಗಿಂದ ಎರಡು ಹಸಿರು ನೋಟು ಇವನಿಗೆ ರವಾನಿಸಿದ. ಇವನು 'ನಿಮ್ಮ ಕೆಲಸ ಆಯಿತೆಂದೇ ತಿಳಿದುಕೊಳ್ಳಿ' ಎಂದ. ಅವನು ಸಿಗರೇಟ್ ಪ್ಯಾಕ್ ಚಾಚಿದ. ಇವನು ಹೆಂಡತಿಯ ಭಯವಿಲ್ಲದ್ದರಿಂದ ಧೈರ್ಯವಾಗಿ ಸಿಗರೇಟ್

ಹಚ್ಚಿ, ದಮ್ಮೆಳೆಯುತ್ತಾ ಎದ್ದ. ಆಫೀಸಿನ ಒಳಹೊಕ್ಕ ಕೂಡಲೇ ಗೆಳೆಯರು ಮುತ್ತಿಕೊಂಡರು. 'ಗುಂಡು ಪಾರ್ಟಿ' ಎಂದರು. 'ಅದು ಮುಂದಿನ ಸಲ, ಸದ್ಯಕ್ಕೆ ತಿಂಡಿ ಕೊಡಸ್ತೀನಿ, ಬನ್ನಿ' ಎಂದ. ಮತ್ತೆ ಕ್ಯಾಂಟೀನಿಗೆ ಹೊರಟರು. ಸಿಹಿ, ಖಾರ, ಕಾಫಿ ಆಗುತ್ತಿದ್ದ ಹಾಗೆಯೇ ಮಾತು ರಾಜಕೀಯಕ್ಕೆ ಹೊರಳಿತು. 'ಈ ಸರಕಾರ ಹೀಗೇ ಒಳಜಗಳ ಪಿತೂರಿಗಳಲ್ಲಿ ಸಮಯ ಕಳೆಯುತ್ತಿದ್ದರೆ ಇನ್ನು ಹೆಚ್ಚು ದಿನ ಉಳಿಯಲಾರದು' ಒಬ್ಬನೆಂದ. 'ಮುಂದಿನ ಚುನಾವಣೆಯಲ್ಲಿ ಈ ಪಕ್ಷ ಅಧಿಕಾರಕ್ಕೆ ಬರುವುದು ಸಾಧ್ಯವೇ ಇಲ್ಲ". ಇನ್ನೊಬ್ಬನೆಂದ.

'ಭಾರತದ ಎಲ್ಲ ರಾಜಕೀಯ ಪಕ್ಷಗಳಲ್ಲೂ ಅದೇ ಭ್ರಷ್ಟಾಚಾರ, ಅದೇ ಹೊಲಸು", ಮತ್ತೊಬ್ಬನೆಂದ. ಆಗ ಇವನು ಹೇಳಿದ. 'ಯಾವ ಪಕ್ಷ ಅಧಿಕಾರಕ್ಕೆ ಬಂದರೇನು? ನಮ್ಮ ದಂಧೆಗೇನೂ ಬಾಧಕವಿಲ್ಲವಲ್ಲ!' ಇವನ ಮಾತಿಗೆ ಎಲ್ಲಿಂದಲ್ಲೋ ಹಲ್ಲಿಯೊಂದು ಲೊಚಗುಟ್ಟಿತು. 'ನಿನ್ನ ಮಾತು ನಿಜವಂತೆ ನೋಡು, ಗೋಡೆಯ ಮೇಲಿನದು ಹೇಳುತ್ತಿದೆ' ಎಂದ ಮಗದೊಬ್ಬ. ತಕ್ಷಣ, ಬೆಳಿಗ್ಗೆ ಹಲ್ಲಿ ತಲೆಯ ಮೇಲೆ ಬಿದ್ದದ್ದು ನೆನಪಾಗಿ, ಆ ಬಗ್ಗೆ ಗೆಳೆಯರನ್ನು ಕೇಳಬೇಕೆಂದುಕೊಂಡ, ಕೇಳಿದರೆ ಮತ್ತೆ ಚುಡಾಯಿಸಬಹುದೆಂದು ಸುಮ್ಮನಾದ.

ಆಫೀಸು ಮುಗಿದ ಕೂಡಲೇ ಆಟೋಲಿ ಮೆಜೆಸ್ಟಿಕ್‌ಗೆ ಹೋದ. ಆ ಬಟ್ಟೆ ಅಂಗಡಿಗೆ ಹೋಗಿ ತನ್ನ ಹೆಂಡತಿ ಮೆಚ್ಚಿದ್ದ ಅಮೆರಿಕನ್ ಜಾರ್ಜೆಟ್ ಸೀರೆಯನ್ನು ಬೊಂಬೆಯಿಂದ ತೆಗೆಯಿಸಿ, ಪ್ಯಾಕ್ ಮಾಡಿಸಿದ. ಅದನ್ನು ಕೊಂಡು, ಪಕ್ಕದಲ್ಲೇ ಇದ್ದ ಸಿಹಿತಿಂಡಿಗಳ ಅಂಗಡಿಯಲ್ಲಿ ಅರ್ಧ ಕೆ.ಜಿ. ಮೈಸೂರುಪಾಕ್ ಮತ್ತು ಸ್ವಲ್ಪ ಖಾರ ಕಟ್ಟಿಸಿಕೊಂಡ. ಮತ್ತೆ ಆಟೋಲಿ ಮನೆ ಕಡೆ ಹೊರಟ. ತನ್ನ ಹೆಂಡತಿಗೆ ಎಷ್ಟು ಆಶ್ಚರ್ಯ, ಖುಷಿ ಆಗಬಹುದೆಂದು ಕಲ್ಪಿಸಿಕೊಂಡು ಸುಖಪಟ್ಟ.

ರಸ್ತೆಯ ತಿರುವಿನಲ್ಲಿ ಆಟೋ ತಿರುಗಿ, ಇವನ ಮನೆಯ ಕಡೆ ಧಾವಿಸುತ್ತಿದ್ದಾಗ ದೂರದಲ್ಲಿ ಜನರ ಗುಂಪು ಇವನ ಗಮನ ಸೆಳೆಯಿತು. 'ಯಾಕಿರಬಹುದು?' ಯೋಚಿಸಿದ. ತಟ್ಟನೆ, ತನ್ನ ಮನೆಯ ಮುಂದೆಯೇ ಜನರ ಗುಂಪು ಅನ್ನಿಸಿ ಗಾಬರಿಯಾಯಿತು. ಸ್ವಲ್ಪ ಹತ್ತಿರ ಹೋದಂತೆ ಅದೂ ಖಚಿತವಾಯಿತು. ಜನ ದಟ್ಟವಾಗಿ ಗುಂಪುಗೂಡಿದ್ದರಿಂದ ಆಟೋ ಅಲ್ಲೇ ನಿಲ್ಲಿಸಿ, ದುಡ್ಡು ಕೊಟ್ಟು ಕಳಿಸಿದ. ಮೈ ಬೆವರತೊಡಗಿತು. ಕಾಲುಗಳು ನಡುಗತೊಡಗಿ ಮುಂದೆ ನಡೆಯಲಾಗದಷ್ಟು ನಿತ್ರಾಣವಾದವು. ಮನೆಯ ಮುಂದೆ ಬೆರಣಿಗಳು ಸುಡುತ್ತಾ ಹೊಗೆಯೇಳುತ್ತಿತ್ತು. 'ಯಾರಿರಬಹುದು? ಸತ್ತವರು ಯಾರಿರಬಹುದು. ಅಪ್ಪನೆ? ಅಮ್ಮ? ಹೆಂಡತಿ? ಮಗ? ಪಾಪು' ಯಾಕಿರಬಹುದು? ಅಪಘಾತವೇ? ಹೃದಯಾಘಾತವೇ? ಕೊಲೆಯೇ? ಆತ್ಮಹತ್ಯೆಯೇ? ಮುಂದೆ ನಡೆಯಲು ಸಾಧ್ಯವೇ ಆಗದಂತಾಗಿ ಅಲ್ಲೇ ಕೂತುಬಿಡಬೇಕೆನ್ನಿಸಿತು. ಕಣ್ಣಿಗೆ ಕತ್ತಲೆ ಕವಿಯುತ್ತಿರುವಂತೆ ತೋರಿತು.

ಸ್ವಲ್ಪ ಸಾವರಿಸಿಕೊಂಡು ಜನರ ಗುಂಪಿನಲ್ಲಿ ನುಗ್ಗಿದ. ಎಲ್ಲ ಅಪರಿಚಿತರು. ಯಾರೋ ಒಬ್ಬ ವೃದ್ಧರನ್ನು ಕೇಳಿದ, 'ಏನಾಗಿದೆ? ಯಾರು ಸತ್ತಿದ್ದಾರೆ?' ಆ ವೃದ್ಧರು ಉತ್ತರಿಸಲಿಲ್ಲ. ಅವರು ಇವನನ್ನು ಗಮನಿಸಿದಂತೆಯೇ ಕಾಣಲಿಲ್ಲ. ಯಾರೂ ಇವನನ್ನು ಗಮನಿಸದಿರುವುದು ಇವನಿಗೆ ಅವಮಾನವಾದಂತಾಗಿ ರೇಗತೊಡಗಿತ್ತು. ಮುನ್ನುಗ್ಗಿ ಹೋದ. ತನ್ನ ಮನೆಯ ಮುಂದೆ ರಚ್ಚೆಯ ಮೇಲೆ ಒಂದು ಹೆಣ ಮಲಗಿಸಲಾಗಿತ್ತು. ಮುಖ ಬಿಟ್ಟು ಮಿಕ್ಕೆಲ್ಲ ದೇಹ ಬಿಳಿ ಬಟ್ಟೆಯಿಂದ ಮುಚ್ಚಲಾಗಿತ್ತು. ಹೊಟ್ಟೆ ಕೊಂಚ ಊದಿತ್ತು. ಹೆಣದ ಮುಂದೆ ಇವನ ಹೆಂಡತಿ ಹಣೆ ಹಣೆ ಬಡಿದುಕೊಂಡು ಅಳುತ್ತಿದ್ದಳು. ಪಕ್ಕದಲ್ಲೇ ಇವನ ಮಗನೂ ಅಳುತ್ತಾ ಕೂತಿದ್ದ. ಹಿಂದೆಯೇ ಯಾರೋ ಹೆಂಗಸು ಪಾಪುವನ್ನು ಎತ್ತಿಕೊಂಡಿದ್ದಳು. ಸದ್ಯ! ಹೆಂಡತಿ, ಮಗ, ಮಗಳು ಕ್ಷೇಮವಾಗಿರುವುದನ್ನು ಕಂಡು ನೆಮ್ಮದಿಯಾಯಿತು. ಸತ್ತವರು ಇನ್ನು ಯಾರಾದರೂ ಪರವಾಗಿಲ್ಲ ಎಂದುಕೊಂಡು ಮುಂದೆ ಹೋದ. ಹೆಂಡತಿಗೆ ಸಮಾಧಾನ ಮಾಡಬೇಕೆನ್ನಿಸಿ ಇನ್ನೂ ಮುಂದೆ ಹೋದ. ಅವಳ ಎದುರಿಗೇ ನಿಂತ. ಆದರೂ ಅವಳು ಇವನನ್ನು ಗಮನಿಸದೆ, ಗೊಳೋ ಎಂದು ಅಳುತ್ತಲೇ ಇದ್ದಳು. ಇವನಿಗೆ ರೇಗಿತು. ಯಾರಿಗಾಗಿ ಇವಳು ಹೀಗೆ ಗೋಳುಗರೆಯುತ್ತಿದ್ದಾಳೆ, ಅನ್ನಿಸಿ ಹೆಣದ ಮುಖ ನೋಡಿದ. ಕಿಟಾರನೆ ಚೀರಿದ. ಇವನದೇ ಹೆಣ! 'ಇಲ್ಲ ಇಲ್ಲ ನಾ ಸತ್ತಿಲ್ಲ ಇದು ಮೋಸ ನಾನಿಲ್ಲೇ ಇದ್ದೇನೆ... ಬದುಕಿಯೇ ಇದ್ದೇನೆ, ನೋಡಿ ಎಲ್ಲರೂ ನೋಡಿ... ನಾ ಬದುಕಿಯೇ ಇದ್ದೇನೆ..."ಚೀರಿದ, ಸುತ್ತಲೂ ತಿರುಗಿ ಚೀರಿದ, ಚೀರಿಯೇ ಚೀರಿದ. ಆದರೆ ಯಾರೂ ಇವನನ್ನು ಗಮನಿಸಲಿಲ್ಲ. ಯಾರಿಗೂ ಇವನ ಚೀರಾಟ, ಆರ್ತನಾದ ಕೇಳಿಸಲೇ ಇಲ್ಲ

–1979

11

ಮೊಲೆ ಬೆಂಕಿ ಮುದುಕ ಇತ್ಯಾದಿ

ನಾನು ಸಾಹಿತ್ಯ ವಿಮರ್ಶಕನಾದ್ದರಿಂದ ಒಂದು ವಿಷಯ ನನಗೆ ನಿಚ್ಚಳವಾಗಿ ಮನದಟ್ಟಾಗಿದೆ. ಒಂದು ಕಥೆಯಾಗಲೀ, ಕವಿತೆಯಾಗಲೀ, ಕಾದಂಬರಿಯಾಗಲೀ ನನಗೆ ಇಷ್ಟವಾಗದೇ ಹೋದಾಗ ಅದು ಚೆನ್ನಾಗಿಲ್ಲವೆನ್ನಲು ಹತ್ತಾರು ಕಾರಣಗಳು ಥಟ್ಟನೆ ಅನಾಯಾಸವಾಗಿ ನನಗೆ ಹೊಳೆಯುತ್ತವೆ. ಅದೇ ಒಂದು ಕೃತಿ ನನಗೆ ಮೊದಲ ಓದಿಗೆ ಪ್ರಿಯವಾಗಿಬಿಟ್ಟಾಗ, ಅದು ಚೆನ್ನಾಗಿದೆಯೆಂದು ನಿರೂಪಿಸಲು, ಸಮರ್ಥಿಸಲು ಕಾರಣಗಳು, ನಿದರ್ಶನಗಳು ಅಷ್ಟು ಸುಲಭವಾಗಿ ತೋಚುವುದಿಲ್ಲ. ಹೇಗೋ ನನ್ನ ನಿಲುವನ್ನು ನಾನು ಸಮರ್ಥಿಸಿಕೊಂಡೇನು, ಆದರೂ ನಾನು ಆ ಕೃತಿಯನ್ನು ಪ್ರೀತಿಸಲು ನಿಜವಾದ ಕಾರಣ ನಿಗೂಢವಾಗಿಯೇ ಉಳಿದುಬಿಡುತ್ತದೆ. ಇಂಥ ಸಂದರ್ಭಗಳಲ್ಲಿ ಯಾವುದೋ ಒಂದು ಅನಿರ್ವಚನೀಯ ಗುಣ ಆ ಕೃತಿಯಲ್ಲಿದ್ದು ನನ್ನನ್ನು ಸೆಳೆದಿದೆ ಎಂದು ಸುಮ್ಮನಾಗಿಬಿಟ್ಟಿದ್ದೇನೆ.

ಈಗ ನನ್ನ ಖಾಸಗಿ ಜೀವನದಿಂದಲೇ ಉದಾಹರಣೆ ತೆಗೆದುಕೊಳ್ಳಿ: 'ನಾನು ನನ್ನ ಹೆಂಡತಿಯನ್ನು ದ್ವೇಷಿಸುತ್ತೇನೆ; ಅವಳು ನನ್ನಲ್ಲಿ ಅಸಹ್ಯ, ಜಿಗುಪ್ಸೆ ಮೂಡಿಸುತ್ತಾಳೆ; ಅವಳಲ್ಲಿ ನಾನು ತೃಪ್ತನಾಗಿಲ್ಲ' ಎಂದು ನಿರೂಪಿಸಲು ಹತ್ತಾರಲ್ಲ, ನೂರಾರು ಉದಾಹರಣೆಗಳನ್ನು, ಸಮರ್ಥನೆಗಳನ್ನು ನಾನು ಚಿಟಿಕೆ ಹೊಡೆಯುವಷ್ಟರಲ್ಲಿ ನೀಡಬಲ್ಲೆ. ನಾನು ಅವಳನ್ನು ದ್ವೇಷಿಸಲು ಮುಖ್ಯ ಕಾರಣ ಅವಳೂ ನನ್ನನ್ನು ದ್ವೇಷಿಸುತ್ತಾಳೆ. ನಾವು ಒಳಗೊಳಗೇ ಪರಸ್ಪರ ಅಸಹ್ಯಪಡುತ್ತೇವೆ. ಆದರೆ ನಾವು ಎಂಥ ಸಭ್ಯ, ಸಂಭಾವಿತ, ನಾಗರಿಕ ದಂಪತಿಗಳೆಂದರೆ, ನಮ್ಮ ಭಾವನೆಗಳನ್ನು ನಾವು ಮುಕ್ತವಾಗಿ ಮೃಗೀಯವಾಗಿ,

ಬಹಿರಂಗವಾಗಿ ಪ್ರಕಟಿಸುವುದಿಲ್ಲ, ಹತ್ತಿಕ್ಕುತ್ತೇವೆ. ತುಂಬ ನಯವಾಗಿ ಸೂಕ್ಷ್ಮವಾಗಿ ಕಲಾತ್ಮಕವಾಗಿ ಆ ಭಾವನೆಗಳನ್ನು ನಮ್ಮ ಹಾವಭಾವಗಳಲ್ಲೇ ವ್ಯಂಜಿಸುತ್ತೇವೆ, ಧ್ವನಿಸುತ್ತೇವೆ. ಆದ್ದರಿಂದ ನಮ್ಮ ದಾಂಪತ್ಯ ಒಂದು ಅತ್ಯುತ್ತಮ ನವ್ಯ ಕವಿತೆ ಎಂದರೆ ತಪ್ಪಾಗಲಾರದು.

ನನ್ನ ಹೆಂಡತಿಯಲ್ಲಿ ನಾನು ತೃಪ್ತನಾಗಿಲ್ಲ, ಎಂದೆನಲ್ಲ. ಇದು ಬಹುಶಃ ಎಲ್ಲ ಗಂಡಂದಿರಿಗೂ ಅನ್ವಯಿಸಬಹುದು. ನಾನು ಈ ವರೆಗೆ ಕಂಡಿರುವ ಯಾವ ಗಂಡನೂ 'ನಾನು ನನ್ನ ಹೆಂಡತಿಯಲ್ಲಿ ತೃಪ್ತನಾಗಿದ್ದೇನೆ' ಎಂದು ಪ್ರಾಮಾಣಿಕವಾಗಿ ಹೇಳಿಕೊಂಡಿಲ್ಲ. ಹೆಂಗಸರನ್ನು ಕೇಳಿದರೆ ತಮ್ಮ ಗಂಡಂದಿರ ಬಗ್ಗೆ ಇದೇ ಮಾತನ್ನು ಹೇಳಿಯಾರು (ಆದರ್ಶ ಭಾರತೀಯ ನಾರಿಯರನ್ನು ಬಿಟ್ಟು). ಆದರೆ ಆ ಮಾತು ಬೇರೆ.

ಸಾಮಾನ್ಯವಾಗಿ, ಮದುವೆಯಾದ ನಂತರ ಗಂಡಿಗೆ ಹೆಣ್ಣಿನ ಬಗ್ಗೆ ಕುತೂಹಲ, ಆಸಕ್ತಿ, ಕ್ರಮೇಣ ಕಡಿಮೆಯಾಗುತ್ತದೆ, ಎಂದು ನಂಬಿಕೆ. ಆದರೆ ನನಗೆ ತಿಳಿದ ಮಟ್ಟಿಗೆ ಗಂಡಿನ ಆಸಕ್ತಿ, ಕುತೂಹಲ ಕಡಿಮೆಯಾಗುವುದೇನಿದ್ದರೂ ತನ್ನ ಹೆಂಡತಿಯ ಬಗ್ಗೆ ಮಾತ್ರ. ಉಳಿದ ಹೆಣ್ಣುಗಳ ಬಗ್ಗೆ ಅದು ಹೆಚ್ಚುತ್ತಾ ಹೋಗುತ್ತೆ. ಯಾಕೆಂದರೆ ತನ್ನ ಹೆಂಡತಿಯಲ್ಲಿ ಇಲ್ಲದ ಎಲ್ಲ ಅಪೇಕ್ಷಣೀಯ ಹೆಣ್ಣಂಶಗಳನ್ನೂ ಅವನು ಇತರೆ ಹೆಣ್ಣುಗಳಲ್ಲಿ ಹುಡುಕ ತೊಡಗುತ್ತಾನೆ; ಕಂಡಾಗ ಅತೃಪ್ತಿಯಿಂದ ನವೆಯತೊಡಗುತ್ತಾನೆ.

ಈಗ ನನ್ನ ವಿಷಯವನ್ನೇ ತೆಗೆದುಕೊಳ್ಳಿ. ನನಗೆ ಮೊದಲಿಂದಲೂ (ಬಾಲ್ಯದಿಂದಲೂ ಇದ್ದೀತು) ಮೊಲೆಗಳೆಂದರೆ, ಅದೂ ಸುಪುಷ್ಟವಾಗಿ ಉಬ್ಬಿನಿಂತ ಗುಂಡು ಗುಂಡು ಮೊಲೆಗಳೆಂದರೆ ಪ್ರಾಣ. ಮನಶ್ಶಾಸ್ತ್ರದಲ್ಲಿ Fixation ಅಂತಾರಲ್ಲ ಅದು. ನಾನು ಯಾವುದೇ ಹೆಣ್ಣನ್ನು ನೋಡಿದರೂ ನನ್ನ ಕಣ್ಣು ಮೊಟ್ಟ ಮೊದಲು ಹರಿದಾಡುವುದು ಅವಳ ಎದೆಯ ಮೇಲೆಯೇ. ಮದುವೆಗೆ ಮುಂಚೆ ಹೀಗೆ ನೋಡಲು ಯಾವ ಅಡ್ಡಿ ಆತಂಕವೂ ಇರಲಿಲ್ಲ. ಆದರೆ ಈಗ ಅದಕ್ಕೊಂದು ಉಪಾಯವನ್ನು ಕಂಡುಕೊಂಡಿದ್ದೇನೆ. ಬೇರೆ ಹೆಂಗಸರನ್ನು ಕಂಡಾಗ ನನ್ನ ಹೆಂಡತಿಯ ದೃಷ್ಟಿ, ಸಹ ಮೊಟ್ಟ ಮೊದಲು ಅವರ ಎದೆಯ ಮೇಲೆಯೇ ಇರುತ್ತೆ. ಅಲ್ಲಿ ಯಾವ ಆಕಾರದ ಯಾವ ಗಾತ್ರದ ಬಂಗಾರದ ಸರ ಪವಡಿಸಿದೆ ಎಂಬುದರ ಬಗ್ಗೆ ಅವಳ ಕಾಳಜಿ. ನಾನೂ ಸಹ ಈ 'ಸುವರ್ಣಾವಕಾಶ'ವನ್ನು ಸದುಪಯೋಗಪಡಿಸಿ ಕೊಂಡು, ಕಂಠಾಭರಣಗಳ ವಿಮರ್ಶೆ ನಡೆಸಿ ಪಾರಾಗಿದ್ದೇನೆ. ಹಾಗೆಂದು ನನ್ನ ಈ ಕರಾಮತ್ತು ನನ್ನ ಹೆಂಡತಿಗೆ ತಿಳಿದೇ ಇಲ್ಲ ಎಂದು ಭಾವಿಸುವಷ್ಟು ಹುಂಬ ನಾನಲ್ಲ, ಇಂಥ ವಿಷಯಗಳಲ್ಲಿ ಹೆಂಗಸರು ಎಷ್ಟು ಚಾಣಾಕ್ಷರಾಗಿರುತ್ತಾರೆಂದು ನನಗೂ ಗೊತ್ತಿದೆ. ಆದರೆ ನನಗೆ ಬೇರೆ ವಿಧಿಯಿಲ್ಲ. ಯಾಕೆಂದರೆ ದುರ್ದೈವದಿಂದ ನನ್ನ ಹೆಂಡತಿಗೆ ನಾನು ಮೆಚ್ಚುವಂಥ ಮೊಲೆಗಳಿಲ್ಲ...

ನನ್ನ ಹೆಂಡತಿಯ ಬಗ್ಗೆ ನನ್ನ ದ್ವೇಷ, ಅಸಹ್ಯದ ಬಗ್ಗೆ ಹೇಳಿದೆನಲ್ಲ, ಅದನ್ನು ನಂತರ ನೋಡೋಣ. ಈಗ ನಾನು ಗಾಢವಾಗಿ ಪ್ರೀತಿಸುತ್ತಿದ್ದ ಹುಡುಗಿಯ ವಿಷಯಕ್ಕೆ ಬರುತ್ತೇನೆ. ಮದುವೆಗೆ ಮುಂಚೆ (ಬಹುಶಃ ಈಗಲೂ ಸಹ) ನಾನು ಒಂದು ಹುಡುಗಿಯ ಪ್ರೇಮದಲ್ಲಿ ಹುಚ್ಚನಾಗಿದ್ದೆ. ಆ ಹುಡುಗಿ ಎಂಥ ಚೆನ್ನಾಗಿದ್ದಳೆಂದರೆ ನನಗೊಬ್ಬನಿಗೇ ಅಷ್ಟು ಚೆನ್ನಾಗಿ ಕಾಣುತ್ತಿದ್ದಳು. ಅವಳಿಗೆ ಜೋಡಿ ಶಿಖರಗಳಂಥ ಮಜಬೂತಾದ ಒಂದು ಜೊತೆ ಮೊಲೆಗಳಿದ್ದಿರಬಹುದೆಂದು ನೀವು ಊಹಿಸುತ್ತಿರಬಹುದು. ಅದು ಸುಳ್ಳು, ಅವಳಿಗೆ ಸಹ ನಾನು ಅಸೆಪಡುವಂಥ ಕುಚ್ಚದ್ವಯಗಳಿರಲಿಲ್ಲ. ಆದರೂ ನಾನು ಅವಳನ್ನು ಪ್ರೀತಿಸುತ್ತಿದ್ದೆ. ಆದ್ದರಿಂದಲೇ ನನ್ನ ಪ್ರೇಮ ಪ್ರಾಮಾಣಿಕವಾದದ್ದು ಎಂಬ ನಂಬಿಕೆ ನನಗೆ ಬಂದದ್ದು ಇದೆ, ಈ ವಿಷಯ ಯಾಕೆ ಹೇಳಿದೆನೆಂದರೆ, ಆ ಹುಡುಗಿಯನ್ನು ನಾನು ಅಷ್ಟು ಇಷ್ಟರು, ಅಷ್ಟಾಗಿ ಪ್ರೇಮಿಸಲು ನಿಜವಾದ ಕಾರಣ ಏನಿದ್ದಿರಬಹುದೆಂದು ಇಂದಿಗೂ ನನಗೆ ಬಗೆಹರಿದಿಲ್ಲ.

ಮೊಲೆಗಳ ಬಗ್ಗೆ ನನಗಿದ್ದ ವಿಲಕ್ಷಣ ವ್ಯಾಮೋಹಕ್ಕೆ ಮತ್ತೊಂದು ನಿದರ್ಶನ ಕೊಡುತ್ತೇನೆ. ಇದು ಕೇವಲ ಇತ್ತೀಚೆಗೆ ನಡೆದ ಒಂದು ದಾರುಣ ಘಟನೆ. ನನ್ನ ಹೆಂಡತಿ ಚೊಚ್ಚಲು ಹೆರಿಗೆಗೆಂದು ತವರೂರಿಗೆ ಹೋಗಿದ್ದಾಳೆ. ಮನೆಯಲ್ಲಿ ನಾನು ಒಬ್ಬಂಟಿ. ಪ್ರತಿ ಸಂಜೆ ಕಾಲೇಜಿನಲ್ಲಿ ಮಾಸ್ತರಿಕೆ ಮುಗಿಸಿ ಬಂದ ನಂತರ, ಹೋಟೆಲಲ್ಲಿ ತಿಂಡಿ ಕಾಫಿ ಮುಗಿಸಿ, ಒಬ್ಬಂಟಿ. ಪ್ರತಿ ಸಂಜೆ ಕಾಲೇಜಿನಲ್ಲಿ ಮಾಸ್ತರಿಕೆ ಮುಗಿಸಿ ಬಂದ ನಂತರ, ಹೋಟೇಲಲ್ಲಿ ತಿಂಡಿ, ಕಾಫಿ ಮುಗಿಸಿ, ಒಬ್ಬಂಟಿಯಾಗಿ ವಾಯು ವಿಹಾರ ಹೋಗುವುದು ನನ್ನ ವಾಡಿಕೆ. ನನ್ನ ಬಾಡಿಗೆ ಮನೆಗೆ ಪ್ರಾಕಾರವಿಲ್ಲ. ಮುಂಬಾಗಿಲು ತೆರೆದರೆ ಬೀದಿ. ಇಳಿಜಾರಾದ ಇಕ್ಕಟ್ಟು ರಸ್ತೆ, ಮನೆಗೆ ಕೊಂಚ ಮುಂದೆಯೇ ರಸ್ತೆಗೆ ಸಮಕೋನದ ತಿರುವು, ಆ ತಿರುವಿನಲ್ಲೇ ನೇರ ಒಂದರ್ಧ ಫರ್ಲಾಂಗ್ ಹೋದರೆ ಸರ್ಕಾರಿ ಬಸ್ ನಿಲ್ದಾಣ.

ಒಂದು ದಿನ ನಾನು ವಾಯುವಿಹಾರಕ್ಕೆಂದು ಹೊರಟಿದ್ದವನು ಮನೆಯ ಮುಂಬಾಗಿಲು ತೆಗೆದು ಬೀದಿಗೆ ಮೆಟ್ಟಿಲಿಳಿಯುತ್ತಿದ್ದೆ. ರಸ್ತೆಯ ಇಳಿಜಾರಿನಲ್ಲಿ ಒಬ್ಬ ಯುವತಿ ಓಡಿ ಬರುತ್ತಿದ್ದಳು. ಹಳ್ಳಿ ಹೆಣ್ಣು. ವಯಸ್ಸು ಸುಮಾರು ಹದಿನೆಂಟಿದ್ದೀತು. ಕಪ್ಪು ಮೈ ಬಣ್ಣವಾದರೂ ಉಕ್ಕುವ ಪ್ರಾಯ ಮತ್ತು ದೈಹಿಕ ದುಡಿಮೆಯಿಂದ ಗಳಿಸಿಕೊಂಡಿದ್ದ ಆರೋಗ್ಯ ಅವಳಿಗೆ. ಕೊಂಚ ಹಿಂದೆ ಸೈಕಲ್ಲಿನ ಮೇಲೆ ಇಬ್ಬರು ಯುವಕರು ವೇಗವಾಗಿ ಡಬ್ಬಲ್ ರೈಡಿಂಗ್‌ನಲ್ಲಿ ಬರುತ್ತಿದ್ದರು. ಸೈಕಲ್ ತುಳಿಯುತ್ತಿದ್ದ ಯುವಕ ಜೋರಾಗಿ ಗಂಟೆಯನ್ನೂ ಬಾರಿಸುತ್ತಿದ್ದ. ಆ ಹುಡುಗಿ ಓಡುತ್ತಿದ್ದವಳು ಥಟ್ಟನೆ ನಿಂತು, ಹಿಂದಕ್ಕೆ ತಿರುಗಿದಳು. ಆ ಸೈಕಲ್ಲಿನ ಹ್ಯಾಂಡಲ್ ಭಾರಿ ವೇಗದಲ್ಲಿ ಅವಳ ಎಡಭುಜಕ್ಕೆ ಬಡಿದು, ಅವಳು ಧಡಾರನೆ ಹಿಂದಕ್ಕೆ ಅಂಗಾಂತ ಬಿದ್ದಳು. ಅವಳ ತಲೆಯ ಹಿಂಭಾಗ ಎಷ್ಟು ಗಟ್ಟಿಯಾಗಿ

ಟಾರ್ ರಸ್ತೆಗೆ ಬಡಿಯಿತೆಂದರೆ, ತೆಂಗಿನಕಾಯಿ ಒಡೆದಾಗ ಉಂಟಾದಂತೆ 'ಟಪ್' ಎಂಬ ಜೋರು ಜೋರು ಸದ್ದಾಗಿ, ಆ ದುರ್ಘಟನೆಗೆ ಮೂಕಸಾಕ್ಷಿಯಂತೆ ನಿಂತಿದ್ದ ನನ್ನ ಹೃದಯ ಧಡಕ್ಕೆಂದಿತು. ನನಗೇ ಅರಿವಿಲ್ಲದೆ ನಾನು 'ಅಯ್ಯೋ' ಎಂದು ಕೂಗಿ, ಆ ಹುಡುಗಿಯ ಕಡೆ ಧಾವಿಸಿದೆ. ಸೈಕಲ್ ಸಹ ಒಂದು ಪಕ್ಕಕ್ಕೆ ಜಾರಿ ಬಿದ್ದು, ಇಬ್ಬರು ಯುವಕರೂ ಮಣ್ಣ ಮುಕ್ಕಿದ್ದರು. ಆ ಹುಡುಗಿ 'ಅಮ್ಮಾ' ಎಂದು ಚೀರಿ ಎದ್ದು ಕುಳಿತವಳು ನನ್ನನ್ನೇ ದಿಟ್ಟಿಸಿದಳು. ಎಂಥದೋ ವಿಲಕ್ಷಣ ಭಯಾನಕ ದೃಷ್ಟಿ! ಅವಳಿಗೆ ಬಹುಶಃ ನಾನು ಕಂಡಿರಲಾರೆ. ಏನು ಕಂಡಿತ್ತೋ ಅವಳಿಗೇ ಗೊತ್ತು. ಆದರೆ ಆ ದೃಷ್ಟಿ, ನೆನೆಸಿಕೊಂಡರೆ ಈಗಲೂ ಭಯದಿಂದ ಮೈ ಜುಂ ಅನ್ನುತ್ತೆ. ಮರುಕ್ಷಣವೇ ಅವಳು ನೆಲಕ್ಕೊರಗಿದಳು. ಅವಳ ಮೂಗು, ಕಿವಿಯಿಂದ ರಕ್ತ ಜಿನುಗತೊಡಗಿತು. ನಾನು ದಿಗ್ಭ್ರಾಂತನಾದಂತೆ ಅವಳನ್ನೇ ನೋಡುತ್ತಾ ನಿಂತಿದ್ದೆ. ಅವಳ ಹತ್ತಿರ ಹೋಗಲು, ಅವಳನ್ನು ಮುಟ್ಟಲು, ಎತ್ತಿ ನಡುರಸ್ತೆಯಿಂದ ಪಕ್ಕಕ್ಕೆ ಸಾಗಿಸಲೂ ಸಹ ಸಾಧ್ಯವಾಗಿಸದ ಯಾವುದೋ ಭಯ. ಸಂಕೋಚ ನನ್ನನ್ನು ಆವರಿಸಿದ್ದವು.

ಅಷ್ಟರಲ್ಲಿ ಜನ ಘೇರಾಯಿಸಿದರು. ಯಾರೋ ಒಬ್ಬ ವ್ಯಕ್ತಿ ಸುಮ್ಮನೆ ನೋಡುತ್ತಾ ನಿಂತವರ ಮೇಲೆಲ್ಲ ರೇಗಿ, ಅವರನ್ನು ಹಿಂದಕ್ಕೆ ಸರಿಸಿ, ಹುಡುಗಿಯ ಕತ್ತು ಮತ್ತು ಮೊಣಕಾಲಿನ ಕೆಳಕ್ಕೆ ಕೈ ಹಾಕಿ ಮೇಲೆತ್ತಿಕೊಂಡ. ಎದುರಿನಲ್ಲೇ ಇದ್ದ ತರಕಾರಿ ಅಂಗಡಿಯ ಚಪ್ಪರದ ಕೆಳಗೆ ಮಲಗಿಸಿದ. ಆ ಹುಡುಗಿ ತೊಟ್ಟಿದ್ದ ನುಣುಪು ನೈಲಾನ್ ಸೀರೆ ಅವಳ ಎದೆಯಿಂದ ಪಕ್ಕಕ್ಕೆ ಜಾರಿತು. ಅವಳ ರವಿಕೆಯ ಗುಂಡಿಗಳೆಲ್ಲ ಸಿಡಿದು ಹೋಗಿ, ತುಂಬಿದೆದೆ ಸಂಪೂರ್ಣ ತೆರೆದಿತ್ತು. ನನ್ನ ದೃಷ್ಟಿ ಅಲ್ಲೇ ನೆಟ್ಟುಹೋಯಿತು. ಉಬ್ಬಿ ನಿಂತ, ಕೊಬ್ಬಿ ನಿಂತ, ಗುಂಡು ಗುಂಡಾದ ಮುದ್ದಾದ ನಸುಕಂದು ಬಣ್ಣದ ಮೊಲೆಗಳು. ನಿಗುರಿ ನಿಂತ ಕಪ್ಪು ಚೂಪು ತೊಟ್ಟುಗಳು. ಆ ಹೆಣ್ಣು ಸಣ್ಣಗೆ ನರಳುತ್ತಾ ಹೊರಳಿದಾಗ ಅವು ತುಸುವೇ ಅಲುಗಾಡಿದವು. ನನ್ನ ಮೈ ನವಿರೆದ್ದಿತು.

ಇದೆಲ್ಲ ಕೆಲವು ಕ್ಷಣಗಳಷ್ಟು ಮಾತ್ರ. ಅಷ್ಟರಲ್ಲಿ ಆ ತರಕಾರಿ ಅಂಗಡಿಯ ಮುದುಕಿ ಮುಂದೆ ಬಂದು, ಸೆರಗನ್ನು ಆ ಹೆಣ್ಣಿನ ಎದೆಯ ಮೇಲೆಳೆದು ಮುಚ್ಚಿದಳು. ಅವಳ ತಲೆಗೆ ನೀರು ತಟ್ಟಿ, ಒಂದು ರಟ್ಟಿನಿಂದ ಗಾಳಿ ಹಾಕತೊಡಗಿದಳು. ಸೈಕಲ್ ಯುವಕರಿಬ್ಬರೂ ಏನಾಗಬಹುದೋ ಎಂಬ ಭಯ, ಆತಂಕದಿಂದ ಬಗ್ಗಿ ನೋಡುತ್ತಿದ್ದರು. ಆ ಹೆಣ್ಣನ್ನು ಹೊತ್ತು ತಂದಿದ್ದ ವ್ಯಕ್ತಿ, ಅವರಿಬ್ಬರ ಮೇಲೂ ರೇಗಿ, ಒಂದು ಆಟೋನೋ, ಜಟಕಾನೋ ತರಲು ಹೇಳಿದ. ಅವರ ಸೈಕಲ್ಲನ್ನು ಅಲ್ಲೇ ಇರಿಸಿಕೊಂಡು ಅವರಿಬ್ಬರನ್ನೂ ಬಸ್ ನಿಲ್ದಾಣದ ಬಳಿಗೆ ಓಡಿಸಿದ.

ಅಷ್ಟರಲ್ಲಿ ಒಬ್ಬ ಹಳ್ಳಿಯ ಯುವಕ ಅಲ್ಲಿಗೆ ಓಡಿ ಬಂದ. ವಯಸ್ಸು ಇಪ್ಪತ್ತಿದ್ದೀತು. ಬಿಳಿ ಅಂಗಿ, ಬಿಳಿ ಪಂಚೆ ತೊಟ್ಟಿದ್ದ. ಕಪ್ಪಗೆ ಮಿರುಗುತ್ತಿದ್ದ ಮೈ

ಬಣ್ಣ, ಹರಳೆಣ್ಣೆ ಹಾಕಿ ತೀಡಿ ಬಾಚಿದ್ದ ಕ್ರಾಪು, ಚಿಗುರು ಮೀಸೆ, ಬಲಗಿವಿಯ ಮೇಲೆ ಒಂದು ದೊಡ್ಡ ಕಣಗಿಲೆ ಹೂವು ಸಿಕ್ಕಿಸಿಕೊಂಡಿದ್ದ. ಅವನ ಕೈಯಲ್ಲೊ ಒಂದು ಭಾರವಾದ ಕೈಚೀಲವಿತ್ತು.

ಘೇರಾಯಿಸಿದ್ದ ಜನಸಂದಣಿಯಲ್ಲಿ ಹೇಗೋ ನುಗ್ಗಿ ನುಸುಳಿ ಮುಂದೆ ಬಂದು, ನೆಲದ ಮೇಲೆ ಮಲಗಿಸಿದ್ದ ಹುಡುಗಿಯನ್ನು ನೋಡಿದ. ನೋಡುತ್ತಾ ಅವಾಕ್ಕಾಗಿ ನಿಂತೇ ಇಬ್ಬದ ಯಾರೋ ಅವನನ್ನು ಹಿಂದೆ ತಳ್ಳಲು ಪ್ರಯತ್ನಿಸಿದಾಗ ಆತನಿಂದ ಕೊಸರಿಕೊಂಡು, ಗಂಭೀರವಾಗಿ, 'ಅವಳು ನನ್ನೆಂಡ್ತಿ' ಅಂದ. ತಕ್ಷಣ ಎಲ್ಲರ ಅನುಕಂಪ ಮತ್ತು ಗಮನಕ್ಕೆ ಪಾತ್ರನಾಗಿಬಿಟ್ಟ.

ಅವರ ಮದುವೆಯಾಗಿ ಹದಿನೈದು ದಿನ ಮಾತ್ರ ಆಗಿತ್ತಂತೆ. ಮ್ಯಾಟಿನೀ ಷೋ ನೋಡಿಕೊಂಡು ತಮ್ಮ ಹಳ್ಳಿಗೆ ಹಿಂತಿರುಗುತ್ತಿದ್ದರಂತೆ. ಚಿತ್ರ ಮಂದಿರದಿಂದ ಬಸ್ ನಿಲ್ದಾಣದ ಕಡೆ ಓಡಿ ಬರುತ್ತಿದ್ದರು. ಅವರ ಹಳ್ಳಿಗೆ ಸಂಜೆ ಆರಕ್ಕೆ ಕೊನೆಯ ಬಸ್ಸು, ಹೆಂಡತಿಗೆ, 'ನೀನು ಓಡಿ ಹೋಗಿ ಬಸ್ಸಿನಾಗ ಸೀಟು ಮಡಿಕ್ಕಾ. ನಾನು ಎಲಡಿಕೆ ಬೀಡಿ ತಗೊಂಡು ಹಿಂದೇನೇ ಓಡಿ ಬತ್ತೀನಿ' ಎಂದು ಕಳಿಸಿದ್ದನಂತೆ, ಪಾಪ! ಹುಡುಗಿ ಅಪಘಾತಕ್ಕೀಡಾಗಿತ್ತು!

ಆ ಹಳ್ಳಿಹೈದ ಮುಗ್ಧನೋ, ಪೆದ್ದನೋ ಅಥವಾ ಅವನಿಗೆ ಶಾಕ್ ಆಗಿತ್ತೋ ತಿಳಿಯಲಿಲ್ಲ ಯಾಕೆಂದರೆ ಅವನ ಮುಖದಲ್ಲಿ ಆ ಗಂಭೀರ, ವಿಷಾದದ ಸಂದರ್ಭಕ್ಕೆ ಹೊಂದದ ಒಂದು ರೀತಿಯ ವಿಚಿತ್ರ ನಿರ್ಭಾವವಿತ್ತು. ನಾನು ಅವನಿಗೆ, 'ಏನೂ ಗಾಬರಿಯಾಗಬೇಡ. ಅಂಥ ಭಾರಿ ಪೆಟ್ಟೇನೂ ಆಗಿಲ್ಲ. ಮೂಗೇಟುಗಳು ಬಿದ್ದಿವೆ, ಅಷ್ಟೇ. ಆಸ್ಪತ್ರೆಗೆ ಕರೆದೊಯ್ಯೋಣ' ಎಂದೆ. ಸಾಮಾನ್ಯವಾಗಿ ಗುಂಪು, ಗಲಭೆಗಳಿಂದ ದೂರವಿರುವ ನಾನು ಅದೇಕೊ ಅಂದು ಅಲ್ಲಿಂದ ಕಾಲು ಕೀಳಲಾರದವನಾಗಿದ್ದೆ. ಜೊತೆಗೆ ಆ ಸನ್ನಿವೇಶದಲ್ಲಿ ಕೇವಲ ನಿಷ್ಕ್ರಿಯ ಪ್ರೇಕ್ಷಕನಾಗಿ ಮಾತ್ರ ನಿಲ್ಲದೆ, ನನ್ನನ್ನೂ ಅದರಲ್ಲಿ ಸಂಪೂರ್ಣ ತೊಡಗಿಸಿಕೊಂಡಿದ್ದೆ. ಒಂದು ರೀತಿಯಲ್ಲಿ ಆ ಗುಂಪಿನ ಮುಂದಾಳುಗಳಲ್ಲಿ ಒಬ್ಬನಾಗಿದ್ದ.

ಅಷ್ಟರಲ್ಲಿ ಸೈಕಲ್ ಯುವಕರು ಒಂದು ಜಟಕಾ ತಂದರು. ಆ ಹೆಣ್ಣನ್ನು ಅದೇ ಮೊದಲಿನ ವ್ಯಕ್ತಿ ಎತ್ತಿ ಬಂಡಿಯ ಒಳಗೆ ಮಲಗಿಸಿದ. ಮತ್ತೊಮ್ಮೆ ಅವಳ ಸೆರಗು ಜಾರಿ ಆ ಪೊಗದಸ್ತು ಮೊಲೆಗಳು ಅನಾವರಣಗೊಂಡವು. ನಾನು ಕಣ್ಣಗಲಿಸಿ ನೋಡಿ, ಅವುಗಳ ನಿರ್ಲಜ್ಜ ಚೆಲುವನ್ನು ಕಣ್ಣು ತುಂಬ ತುಂಬಿಕೊಂಡು, ಉಗುಳು ನುಂಗಿದೆ. ವ್ಯಕ್ತಿ ತಾನೇ ಸೆರಗೆಳೆದು ಅವನ್ನು ಮುಚ್ಚಿದ. ಆ ಹೆಣ್ಣು ಈಗ ನರಳುತ್ತಲೂ ಇರಲಿಲ್ಲ. ಸಂಪೂರ್ಣ ಪ್ರಜ್ಞಾಶೂನ್ಯಳಾಗಿದ್ದಳು. ಮೂಗು ಕಿವಿಯಿಂದ ಜಿನುಗುತ್ತಿದ್ದ ರಕ್ತದಿಂದ ಅವಳ ಮುಖ ವಿಕಾರವಾಗಿತ್ತು. ಅವಳ ಗಂಡ ಬಂಡಿ ಹತ್ತಿ ತನ್ನ ಹೆಂಡತಿಯ ತಲೆಯನ್ನು ತೊಡೆಯ ಮೇಲಿಟ್ಟುಕೊಂಡು ಕೂತ. ವ್ಯಕ್ತಿ ಬಂಡಿಯ ಮುಂದುಗಡೆ ಹತ್ತಿ ಕೂತ.

ನನ್ನನ್ನೂ ಬರುವಂತೆ ಒತ್ತಾಯಿಸಿದ. ನಾನು ಬಂಡಿಯ ಹಿಂದೆ ಹತ್ತಿ, ಆ ಹುಡುಗಿಯ ಗಂಡನಿಗೆ ಒತ್ತಿಕೊಂಡು ಕೂತೆ. ಸೈಕಲ್ ಯುವಕರನ್ನು ನಮ್ಮ ಹಿಂದೆಯೇ ಆಸ್ಪತ್ರೆಗೆ ಬರಲು ವ್ಯಕ್ತಿ ಹೇಳಿದ. ಬಂಡಿ ಹೊರಟಿತು. ನಾನು ತುಂಬ ಸಂಕೋಚದಿಂದ ಹುಡುಗಿಯ ಕೈ ಮುಟ್ಟಿ ನೋಡಿದೆ. ತಣ್ಣಗಿತ್ತು. ಅವಳು ಸತ್ತೇಹೋಗಿರಬಹುದೇ, ಎಂದು ಭಯವಾಯಿತು. ಇಂಥ ಸಣ್ಣ ಪೆಟ್ಟಿಗೆಲ್ಲ ಯಾರಾದರೂ ಸಾಯುತ್ತಾರೆಯೇ, ಎಂದುಕೊಂಡೆ. ತೆಳುವಾದ ನುಣುಪು ನೈಲಾನಿನ ಅರೆಮರೆಯಲ್ಲಿ ಆ ದುಷ್ಟ ಮೊಲೆಗಳು ಮತ್ತೆ ನನ್ನ ಗಮನವನ್ನು ಕೆಣಕತೊಡಗಿದವು. ನಾನು ಮುಖ ಹೊರಳಿಸಿ ಕೂತು, ಹಿಂದೆ ಹಿಂದೆ ಓಡುತ್ತಿದ್ದ ರಸ್ತೆಯನ್ನು, ಬೀದಿಯನ್ನು ನೋಡತೊಡಗಿದೆ.

ಆಸ್ಪತ್ರೆಯಲ್ಲಿ ಪರೀಕ್ಷಿಸಿದ ವೈದ್ಯರು, 'ಹುಡುಗಿಯ ಮಿದುಳಿಗೆ ಪೆಟ್ಟಾಗಿದೆ. ತಲೆಯ ಒಳಗೆ ರಕ್ತಸ್ರಾವವಾಗ್ತಾ ಇದೆ. ಈ ಕೂಡಲೇ ಬೆಂಗಳೂರಿನ ಮೆಂಟಲ್ ಆಸ್ಪತ್ರೆಗೆ ಕರೆದೊಯ್ಯದಿದ್ದರೆ ಇವಳು ಬದುಕುವುದಿಲ್ಲ' ಎಂದರು. ಆಗ ವ್ಯಕ್ತಿ ಸೈಕಲ್ ಯುವಕರನ್ನು ಹಿಡಿದುಕೊಂಡ. ಅವರಲ್ಲಿ ಒಬ್ಬ ಬ್ರಾಹ್ಮಣ, ಒಬ್ಬ ವೈಶ್ಯ, ಸೈಕಲ್ ವೈಶ್ಯ ಹುಡುಗನದಾದರೂ, ತುಳಿಯುತ್ತಿದ್ದವನು ಬ್ರಾಹ್ಮಣ. ಆ ಯುವಕರೊಂದಿಗೆ ವ್ಯಕ್ತಿ ಮತ್ತು ನಾನು ದೊಡ್ಡ ಸೆಟ್ಟರ ಬಳಿ ಹೋದೆವು ವಿಷಯ ತಿಳಿಸಿದೆವು ಹುಡುಗಿ ಸತ್ತರೆ ದೊಡ್ಡ ಕೇಸಾಗಬಹುದೆಂದು ಹೇಳಿದೆವು. ಆತ ತನ್ನ ಮಗನನ್ನು ಮತ್ತು ಅವನ ಗೆಳೆಯನನ್ನು ಹೀನಾಮಾನ ಬೈದು, ಟ್ಯಾಕ್ಸಿಯೊಂದನ್ನು ಮಾತಾಡಿಕೊಂಡು ತಂದ. ನಾವು ಆಸ್ಪತ್ರೆಯ ಬಳಿ ಬರುವಷ್ಟರಲ್ಲಿ ಹುಡುಗಿಯ ಗಂಡ ಓಡಿ ಹೋಗಿ, ಇದೇ ಊರಿನಲ್ಲಿದ್ದ ತನ್ನ ಚಿಕ್ಕಪ್ಪನೊಬ್ಬನನ್ನು ಕರೆತಂದಿದ್ದ. ಅವನು ಕಂಡಾಬಟ್ಟೆ ಕುಡಿದಿದ್ದ. ಯದ್ವಾತದ್ವಾ ಕೂಗಾಡುತ್ತಿದ್ದ. ಆಗಲೇ ನನಗೆ ತಿಳಿದದ್ದು ಆ ಹುಡುಗಿ ಹರಿಜನ ಜಾತಿಯವಳೆಂದು. ಅಷ್ಟರಲ್ಲಿ ಕೆಲವು ಕ್ರಾಂತಿಕಾರಿ ಮಂದಿಯೂ ಅಲ್ಲಿ ಸೇರಿದ್ದರು. 'ಶೋಷಣೆ', 'ಧಿಕ್ಕಾರ', 'ಬಂಡಾಯ' ಎಂದು ಹುಯಿಲೆಬ್ಬಿಸುತ್ತಿದ್ದರು. ಸೆಟ್ಟರು ಟ್ಯಾಕ್ಸಿಯಲ್ಲಿ ಹುಡುಗಿ, ಅವಳ ಗಂಡ ಮತ್ತು ವ್ಯಕ್ತಿಯನ್ನು ಹತ್ತಿಸಿಕೊಂಡು ಬೆಂಗಳೂರಿಗೆ ಹೊರಟರು. ನನ್ನನ್ನೂ ಬರಲು ಒತ್ತಾಯಿಸಿದರು. ನಾನು ನುಣುಚಿಕೊಂಡೆ. ಟ್ಯಾಕ್ಸಿ ಹೋದ ನಂತರ, ಕ್ರಾಂತಿಕಾರರು ನಾನು ಈ ಪ್ರಸಂಗದಲ್ಲಿ ಶೋಷಿತ ವರ್ಗದ ಪರವಾಗಿ ವಹಿಸಿದ ಮುತುವರ್ಜಿಗಾಗಿ ಹೊಗಳಿ ಅಭಿನಂದಿಸಿದರು. ನಾನು ಮೌನವಾಗಿ ಸಹಿಸಿಕೊಂಡೆ. ವೈದ್ಯರ ಬಳಿ ಹೋಗಿ, ಹುಡುಗಿಯ' ಸ್ಥಿತಿಯ ಬಗ್ಗೆ ಅವರ ಪ್ರಾಮಾಣಿಕ ಅಭಿಪ್ರಾಯ ಕೇಳಿದೆ. 'ಅವಳು ಉಳಿಯುವ ಸಾಧ್ಯತೆ ಅತ್ಯಂತ ಕಡಿಮೆ' ಎಂದರು. ಯಾಕೋ ಮನಸ್ಸು ತುಂಬ ಪೆಚ್ಚಾಯಿತು. ಆ ಹುಡುಗಿಯೊಂದಿಗೆ ಯಾವುದೋ ಅವ್ಯಕ್ತ ಆತ್ಮೀಯತೆ ಬೆಳೆದಂತಾಗಿತ್ತು. 'ಅವಳು ಬದುಕಲಿ, ದೇವರೇ!' ಎಂದು ಮನಸ್ಸಿನಲ್ಲೇ ಪ್ರಾರ್ಥಿಸುತ್ತಾ, ಊಟಕ್ಕೆ ಮೆಸ್ಸಿನ ಕಡೆ ನಡೆದೆ. ಊಟ ಅಸಹ್ಯವಾಯಿತು.

ಅಂದು ರಾತ್ರಿ ನನ್ನ ಮನಸಿನ ತುಂಬ, ಕನಸಿನ ತುಂಬ ಆ ಹುಡುಗಿಯ ವಿಕಾರಗೊಂಡ ರಕ್ತಸಿಕ್ತ ಮುಖ, ಅವಳ ಕ್ಷೀಣ ನರಳಾಟ, ಮತ್ತು ಅವಳ ಪೊಗದಸ್ತಾದ ಮೊಲೆಗಳು ಮತ್ತೆ ಮತ್ತೆ ಮೂಡಿ ಕಾಡಿದವು. ಭಾವನೆಗಳು ತಾಕಲಾಡಿ ಮನಶ್ಶಾಂತಿ ರಾಡಿಯಾಯಿತು. ಮತ್ತೆ ಕೆಳೆಗೆ ಅವಳು ಸತ್ತಿರಬಹುದೇ, ಅನ್ನಿಸಿ ರಸ್ತೆಯಲ್ಲಿ ಥಟ್ಟನೆ ಎದ್ದು ಕೂತು ನನ್ನ ಕಡೆ ನೋಡಿದಾಗಿನ ಅವಳ ವಿಲಕ್ಷಣ ಭಯಾನಕ ದೃಷ್ಟಿ ನೆನಪಾಗಿ ಮೈ ಜುಂ ಎಂದಿತು. ಆಗ ಅವಳಿಗೆ ಕಂಡದ್ದು ಅವಳ ಸಾವಿರಬಹುದೇ, ಎಂದುಕೊಂಡೆ. ಅವಳ ಮೊಲೆಗಳ ನೆನಪಾದಾಗಲೆಲ್ಲ ಅದನ್ನು ನಿವಾರಿಸಲು ನನ್ನ ಸಂಕಲ್ಪಶಕ್ತಿಯನ್ನೆಲ್ಲ ಒಗ್ಗೂಡಿಸಿ ಪ್ರಯತ್ನಿಸಿದೆ. ಅಂಥ ಕರುಣಾಜನಕ ಸ್ಥಿತಿಯಲ್ಲಿದ್ದ ಒಬ್ಬ ಬಡಪಾಯಿ ಹೆಣ್ಣು ಮಗಳ ಮೊಲೆಗಳಲ್ಲಿ, ಅವು ಎಂಥ ಚೆಲುವಾದ ಮೊಲೆಗಳೇ ಆಗಿರಲಿ, ಆಸಕ್ತನಾಗುವುದು ಅನೈತಿಕ, ಅನಾಗರಿಕ ಅನ್ನಿಸಿತು. ಆದರೂ ಆ ಪಾಪಿ ಮೊಲೆಗಳು ಮತ್ತೆ ಮತ್ತೆ ನನ್ನ ಒಳಗಣ್ಣಿ ತೆರೆಯ ಮೇಲೆ ಮೂಡಿ ನನ್ನ ಕೆಣಕುತ್ತಲೇ ಇದ್ದವು. ಅವಳ ಬಗ್ಗೆ ಕಾಳಜಿ ವಹಿಸಿದ ಆ ಇನ್ನೊಬ್ಬ ಅಪರಿಚಿತ ವ್ಯಕ್ತಿಯೂ ಅವಳ ಮೊಲೆಗಳಿಂದ ಆಕರ್ಷಿತನಾಗಿದ್ದಿರಬಹುದೇ? ಅವು ತೆರೆದುಕೊಂಡಾಗ ನನ್ನಂತೆ ಅವನೂ ಅವುಗಳನ್ನು ಬಿಟ್ಟ ಕಣ್ಣಿಂದ ನೋಡಿದ್ದ. ತಾನೇ ಅವನ್ನು ಸೆರಗಿನಿಂದ ಮುಚ್ಚಿದ್ದ. ಆಗ ಅವನ ಕೈ ಅವುಗಳನ್ನು ತಾಕಿರಬಹುದೇ? ಛೇ, ನನ್ನ ರೋಗಿಷ್ಟ ದೃಷ್ಟಿಯಿಂದ ಅವನನ್ನು ಅಳೆಯುತ್ತಿದ್ದೇನಲ್ಲ! ಅವನು ಪ್ರಾಮಾಣಿಕ ಅನುಕಂಪದಿಂದಲೇ ಅವಳ ನೆರವಿಗೆ ಬಂದಿರಬಹುದು, ಎಂದುಕೊಂಡೆ.

ನಂತರ ಆ ಹುಡುಗಿಯ ಬಗ್ಗೆ ವಿಚಾರಿಸುವ ಗೋಜಿಗೆ ನಾನು ಹೋಗಲೇ ಇಲ್ಲ. ಬಹುಶಃ ಇದಕ್ಕೆ ನನ್ನ ಭಯ ಮತ್ತು ಅಪರಾಧೀ ಮನೋಭಾವ ಕಾರಣವಿರಬಹುದು. ಅವಳು ಸಾಯುವುದು ನನಗಿಷ್ಟವಿರಲಿಲ್ಲ. ಅವಳು ಬದುಕಿ ಪಾರಾಗಿದ್ದಾಳೆಂದೇ ನನ್ನನ್ನು ನಾನು ಈವರೆಗೆ ನಂಬಿಸಿಕೊಂಡಿದ್ದೇನೆ.

ನಾನು ನನ್ನ ಹೆಂಡತಿಯನ್ನು ದ್ವೇಷಿಸುತ್ತೇನೆಂದೆನಲ್ಲ, ಅದಕ್ಕೆ ನಿಜವಾದ ಕಾರಣ ನಮ್ಮಿಬ್ಬರ ಆಸೆ ಆಸಕ್ತಿಗಳಲ್ಲಿರುವ ಧ್ರುವಗಳಷ್ಟು ಅಂತರ. ನನಗೆ ಸಾಹಿತ್ಯ ಸಂಗೀತ ಕಲೆ ಹೃತ್ಪೂರ್ವಕ ಪ್ರೀತಿ ಅನುಕಂಪಬೇಕು. ಅವಳಿಕೆ ಬಾಹ್ಯಾಡಂಬರ ಬೂಟಾಟಿಕೆ ಬೇಕು. ನವನವೀನ ಶೈಲಿಯ ಸುಸಜ್ಜಿತ ಮನೆ, ವಾರ್ಡ್‌ರೋಬಿನ ತುಂಬ ದುಬಾರಿ ಬೆಲೆಯ ಸೀರೆಗಳು, ಮೈಮುಚ್ಚುವಷ್ಟು ಚಿನ್ನದ ವಜ್ರದ ಒಡವೆಗಳು, ಓಡಾಡಲು ಕಾರು, ಕಾರುಬಾರಿಗೆ ಆಳುಕಾಳು, ಘನತೆ, ಗೌರವ ಇತ್ಯಾದಿ. ಇರಲಿ, ಇವು ಎಲ್ಲ ಹೆಂಗಸರ ಸಾಮಾನ್ಯ

ಅಪೇಕ್ಷೆಗಳೆಂದೇ ಇಟ್ಟುಕೊಂಡರೂ, ನನ್ನ ಪಾಡಿಗೆ ನನ್ನ ಬಿಟ್ಟು ತನ್ನ ಪಾಡಿಗೆ ಅವಳಿದ್ದಿದ್ದರೆ ಹೇಗೋ ಹೊಂದಿಕೊಂಡು ನಿಭಾಯಿಸಬಹುದಿತ್ತು. ಆದರೆ ನನ್ನ ಆಸಕ್ತಿಗಳ ಬಗ್ಗೆ ತನಗಿರುವ ತಾತ್ಸಾರ, ಜಿಗುಪ್ಸೆಗಳನ್ನು ತನ್ನ

ನಾಗರಿಕ ನಯ, ಸೂಕ್ಷ್ಮಗಳ ಪರಿಣಾಮಕಾರಿಯಾಗಿ ಅಭಿವ್ಯಕ್ತಿಸುತ್ತಾಳೆಂದರೆ, ನನಗೆ ಒಳಗೆಲ್ಲ ಅವಳ ಬಗ್ಗೆ ದ್ವೇಷ ಅಸಹ್ಯ ಲಾವಾದಂತೆ ನನ್ನೊಳಗೆ ಕೊತಕೊತ ಕುದಿಯುತ್ತೆ,

ನಾನು ಅವಳನ್ನು ದ್ವೇಷಿಸಲು ಅವಳು ತಿಳಿದಿರುವ ಕಾರಣವೇ ಬೇರೆ. ನನಗೆ ಒಬ್ಬ ಮುದ್ದಿನ ತಂಗಿಯಿದ್ದಳು. ಸುಮ ಅವಳ ಹೆಸರು. ಹೆಸರಿಗೆ ತಕ್ಕ ಕೋಮಲ, ಪರಿಶುದ್ಧ ಮನಸ್ಸು, ತುಂಬ ಚೆಲುವೆ, ಬುದ್ಧಿವಂತೆ. ಆದರೆ ದುರದೃಷ್ಟಕ್ಕೆ ಚಿಕ್ಕಂದಿನಲ್ಲೇ ಪೋಲಿಯೋಗೆ ತುತ್ತಾಗಿ ಅವಳ ಎಡಗಾಲು ವಕ್ರವಾಗಿ ಕುಂಟಾದಳು. ನಾವು ಪರಸ್ಪರ ತುಂಬ ಪ್ರೀತಿಸುತ್ತಿದ್ದೆವು ಅವಳು ಬಿ.ಎ. ಪ್ರಥಮ ದರ್ಜೆಯಲ್ಲಿ ಪಾಸಾದಳು. ಮುಂದೆ ಓದುವ ಅಥವಾ ನೌಕರಿಗೆ ಸೇರಿ ಸ್ವಾವಲಂಬಿಯಾಗುವ ಆಸೆ ಅವಳಿಗಿತ್ತು. ಆದರೆ ಅಮ್ಮ, ಅವಳಿಗೊಂದು ಗಂಡು ನೋಡಿ, ಮದುವೆ ಮಾಡಿ, ನಮ್ಮ ಕರ್ತವ್ಯ ಪೂರೈಸಿಕೊಳ್ಳೋಣ, ಎಂದು ಹಠ ಹಿಡಿದಳು. ಅಪ್ಪ ನನ್ನ ಚಿಕ್ಕಂದಿನಲ್ಲೇ ತೀರಿಕೊಂಡಿದ್ದ. ಆದ್ದರಿಂದ ತಂಗಿಯ ಜವಾಬ್ದಾರಿ ನನ್ನ ಮೇಲೇ ಇತ್ತು. ನಾನೂ ಸಹ ಇಷ್ಟರಲ್ಲಿ ಈ ಊರಿನ ಖಾಸಗಿ ಕಾಲೇಜಿನಲ್ಲಿ ಕೆಲಸ ಗಿಟ್ಟಿಸಿಕೊಂಡಿದ್ದೆ. ಒಂದು ಹುಡುಗಿಯ ಪ್ರೇಮದಲ್ಲಿ ಹುಚ್ಚನೂ ಆಗಿದ್ದೆನೆಂದು ಈ ಮೊದಲೇ ಹೇಳಿದ್ದೆನಲ್ಲ. ಆದ್ದರಿಂದ ಆದಷ್ಟು ಬೇಗ ತಂಗಿಯ ಮದುವೆ ಮಾಡಿಮುಗಿಸಿ, ನನ್ನ ಪ್ರೇಯಸಿಯ ಕೈಹಿಡಿಯಬೇಕೆಂದು ತಹತಹಿಸುತ್ತಿದ್ದೆ. ವರಾನ್ವೇಷಣೆ ಶುರುವಾಯಿತು. 'ಹುಡುಗಿ ಎಲ್ಲ ಸರಿ, ಆದರೆ ಕುಂಟಿಯಲ್ಲ!' ಎಂದು ಗಂಡುಗಳು ತಪ್ಪತೊಡಗಿದವು. ನನ್ನ ತಂಗಿಯ ಮತ್ತು ನನ್ನ ಆದರ್ಶಕ್ಕೆ ವಿರುದ್ಧವಾಗಿ ವರದಕ್ಷಿಣೆಯ ಆಮಿಷವನ್ನೂ ಒಡ್ಡಿ ನೋಡಿದೆ. ಪ್ರಯೋಜನವಾಗಲಿಲ್ಲ. ಕೊನೆಗೆ ಬೆಂಗಳೂರಿನ ಒಬ್ಬ ಗಂಡು ಸುಮಳನ್ನು ಒಪ್ಪಿಕೊಂಡ. ನೋಡಲು ಲಕ್ಷಣವಾಗಿದ್ದ. ಪದವೀಧರ. ವರಮಾನ ತೆರಿಗೆ ಇಲಾಖೆಯಲ್ಲಿ ಗುಮಾಸ್ತೆನಾಗಿದ್ದ. ಅಂದ ಮೇಲೆ ವರಮಾನದ ಬಗ್ಗೆ ಹೇಳಬೇಕಿಲ್ಲ. ಆದರೆ ಅವನ ಒಪ್ಪಿಗೆಗೆ ಎರಡು ನಿಬಂಧನೆಗಳಿದ್ದವು. ಒಂದು, ಹತ್ತು ಸಾವಿರ ವರದಕ್ಷಿಣೆ, ಎರಡು, ಅವನ ಸ್ಥೂಲಕಾಯದ ಸುಮಾರು ನನ್ನಷ್ಟೇ ವಯಸ್ಸಾಗಿದ್ದ ತಂಗಿಯನ್ನು ನಾನು ಮದುವೆಯಾಗಬೇಕು, ವರದಕ್ಷಿಣೆ ಇಲ್ಲದೆ.

ಸರಿ ಮುಂದಿನ ಕಥೆ ನೀವೇ ಊಹಿಸಬಹುದು. ನನ್ನ ತಂಗಿ ಎಷ್ಟೇ ವಿರೋಧಿಸಿದರೂ ಕೇಳದೆ, ನಾನು ಅವಳ ಸುಖಕ್ಕಾಗಿ ನನ್ನ ಪ್ರೇಮವನ್ನು ಬಲಿಕೊಟ್ಟು, ತ್ಯಾಗಮೂರ್ತಿಯಾದೆ. ಇಷ್ಟವಿಲ್ಲದವಳನ್ನು ಕಟ್ಟಿಕೊಂಡೆ. ತಂಗಿಯ ಸುಖದಲ್ಲಿ ನನ್ನ ನಿರಾಸೆ ನುಂಗಿಕೊಂಡೆ. ಹೆಂಡತಿಯೊಂದಿಗೆ ಹೊಂದಿಕೊಳ್ಳಲು, ಅವಳನ್ನು ಪ್ರೀತಿಸಲು ಸುಖವಾಗಿಡಲು ಪ್ರಾಮಾಣಿಕವಾಗಿಯೇ ಪ್ರಯತ್ನಿಸಿದೆ. ಅಮ್ಮ ಸಹ ಅವಳನ್ನು ಸೊಸೆಯೆಂದು ತಿಳಿಯದೆ, ಸ್ವಂತ ಮಗಳಂತೆಯೇ

ಆದರಿಸಲು ನೋಡಿದಳು. ಆದರೆ ಅವಳಿಗೆ ಅಮ್ಮ ನಮ್ಮೊಂದಿಗಿದ್ದದ್ದು ಸಹಿಸುತ್ತಿರಲಿಲ್ಲ. ಅಮ್ಮನಿಗೆ ಇಲ್ಲಲ್ಲದೆ ಬೇರೆ ವಿಧಿಯಿರಲಿಲ್ಲ. ಕಿರಿಕಿರಿ ಶುರುವಾಯಿತು.

ಸುಮ ಆಗಾಗ ಇಲ್ಲಿಗೆ ಬರುತ್ತಿದ್ದಳು. ನಾನೂ ಸಹ ಬೆಂಗಳೂರಿಗೆ ಹೋದಾಗಲೆಲ್ಲ ಅವಳನ್ನು ಕಂಡುಬರುತ್ತಿದ್ದೆ. ಸಂತೋಷವಾಗಿಯೇ ಇದ್ದಳು. ಪ್ರೇಮದಿಂದ ತೊಯ್ದ ಪತ್ರಗಳನ್ನು ಆಗಾಗ ಬರೆಯುತ್ತಿದ್ದಳು. ಆದರೆ ಇದೆಲ್ಲ ಒಂದೇ ವರ್ಷ. ಒಂದು ದಿನ ಬಚ್ಚಲು ಮನೆಯಲ್ಲಿ ಮೈಗೆ ಸೀಮೆ ಎಣ್ಣೆ ಸುರಿದುಕೊಂಡು, ಬೆಂಕಿಯಲ್ಲಿ ಜೀವಂತ ಧಗಧಗ ಉರಿದು ಸತ್ತು ಹೋದಳು. ತಂಗಿಗೆ ಸೀರಿಯಸ್ ಎಂದು ತಂತಿ ಬಂದಾಗ, ಯಾಕಿರಬಹುದೆಂದು ಊಹಿಸಲಾಗದೆ, ಅಮ್ಮ ಮತ್ತು ಹೆಂಡತಿಯೊಂದಿಗೆ ನಾನು ಬೆಂಗಳೂರಿಗೆ ಧಾವಿಸಿದ್ದೆ. ಕೊನೆಯ ಬಾರಿ ಸುಮಳನ್ನು ನೋಡುವ ಭಾಗ್ಯ ಅಥವಾ ದೌರ್ಭಾಗ್ಯ ನಮಗಿರಲಿಲ್ಲ. ಇತರರ ವರ್ಣನೆ, ವಿವರಣೆ, ವಿಶ್ಲೇಷಣೆಗಳಿಂದಲೇ ಆದ್ದದ್ದನ್ನೆಲ್ಲ ಕಲ್ಪಿಸಿಕೊಳ್ಳಬೇಕಾಗಿತ್ತು. ಸುಮ ಒಂದು ಪತ್ರ ಬಿಟ್ಟು ಹೋಗಿದ್ದಳು. ತನಗೆ ಜೀವನದಲ್ಲಿ ಆಗಿರುವ ಜಿಗುಪ್ಸೆಯೇ ತನ್ನ ಆತ್ಮಹತ್ಯೆಗೆ ಕಾರಣ. ತನ್ನ ಸಾವಿಗೆ ತಾನೇ ಸಂಪೂರ್ಣ ಜವಾಬ್ದಾರಳು. ಬೇರೆ ಯಾರೂ ಇದಕ್ಕೆ ಕಾರಣರಲ್ಲ, ಎಂದು ಸ್ಪಷ್ಟವಾಗಿ ಬರೆದಿಟ್ಟಿದ್ದಳು. ಅಕ್ಷರಗಳನ್ನು ಪರೀಕ್ಷಿಸಿದೆ. ಅವಳದೇ ಮುದ್ದಾದ ಗುಂಡು ಗುಂಡು ಅಕ್ಷರಗಳು. ನನಗೆ ತಂಗಿಯ ದುರ್ಮರಣದಿಂದಾದ ಆಘಾತ ಒಂದು ಕಡೆಯಾದರೆ, ಅದರ ನಿಗೂಢತೆ ಮತ್ತೊಂದು ಕಡೆ ಕಾಡಿದವು. ಇದು ಆತ್ಮಹತ್ಯೆಯೇ ಅಥವಾ ಕೊಲೆಯೇ? ಗಂಡನೇ ಅವಳನ್ನು ಹಿಂಸಿಸಿ, ಅವಳಿಂದ ಬಲಾತ್ಕಾರವಾಗಿ ಪತ್ರ ಬರೆಯಿಸಿ, ನಂತರ ಬೆಂಕಿ ಹಚ್ಚಿ ಕೊಂದಿರಬಹುದೇ? ಆದರೆ ಅವನು ಅಂಥ ನೀಚ ಮತ್ತು ಕ್ರೂರಿಯೆಂದು ಶಂಕಿಸಲು ಯಾವ ಆಧಾರವೂ ಇರಲಿಲ್ಲ. ಸುಮಳ ಸಾವಿನಿಂದ ಅವನಿಗೂ ತುಂಬ ದುಃಖವಾದಂತಿತ್ತು. ಹಾಗಾದರೆ ನನ್ನ ತಂಗಿಗೆ ನನ್ನಿಂದ ಮತ್ತು ಅಮ್ಮನಿಂದ ಮುಚ್ಚಿಡುವಂಥ ನೋವುಗಳು, ಜಿಗುಪ್ಸೆ ಯಾವುದಿದ್ದಿರಬಹುದು? ಗಂಡ ಹೆಂಡಿರ ನಡುವೆ ಲೈಂಗಿಕ ಸಮಸ್ಯೆಗಳೇನಾದರೂ ಇದ್ದಿರಬಹುದೇ? ಬಗೆಹರಿಯಲಿಲ್ಲ. ಆದರೆ ಅವಳು ಜೀವಂತವಾಗಿ ಬೆಂಕಿಯಲ್ಲಿ ಉರಿಯುತ್ತಿರುವಾಗ ಪಟ್ಟಿರಬಹುದಾದ ಬಾಧೆಯನ್ನು ಕಲ್ಪಿಸಿಕೊಂಡಾಗಲೆಲ್ಲ ಈಗಲೂ ನನಗೆ ಭಯಂಕರ ಹಿಂಸೆಯಾಗುತ್ತೆ. ಅಮ್ಮ ಪಟ್ಟ ಯಾತನೆಯಂತೂ ಮಾತಿಗೆ ಮೀರಿದ್ದು, ಆದರೆ ನನ್ನ ಹೆಂಡತಿ ಮಾತ್ರ ಚಿನ್ನದಂಥ ಅವಳ ಅಣ್ಣನ ಮುಖಕ್ಕೆ ನನ್ನ ತಂಗಿ ಮಸಿ ಬಳಿದು ಹೋದಳೆಂದೂ, ಅವರ ಕುಟುಂಬಕ್ಕೆ ಕಳಂಕ ತಂದಿಟ್ಟಳೆಂದೂ ಗೋಳಿಟ್ಟಳು. ಇದಾದ ಆರು ತಿಂಗಳಿಗೆ ಅಮ್ಮ ಸಹ ಹೋದಳು. ಈಗ ನಾವಿಬ್ಬರೇ ಇದ್ದೇವೆ ಈ ಮನೆಯಲ್ಲಿ ಪ್ರೇತಗಳ ಹಾಗೆ.

ನನ್ನ ತಂಗಿಯ ದುರ್ಮರಣಕ್ಕೆ ನಾನು ಇವಳ ಮೇಲೆ ಹಗೆ ಸಾಧಿಸುತ್ತಿದ್ದೇನೆಂದು ನನ್ನ ಹೆಂಡತಿ ತಿಳಿದಿದ್ದಾಳೆ. ಹಾಗೆಂದು ಎಷ್ಟೋ ಸಲ ಬಾಯಿ ಬಿಟ್ಟು ನನಗೆ ಹೇಳಿಯೂ ಇದ್ದಾಳೆ. ಆದರೆ ಅಂಥ ಹೀನ ವ್ಯಕ್ತಿ ನಾನಲ್ಲ, ಸುಮಳ ಸಾವಿಗೆ ಅವಳ ಗಂಡ ಕಾರಣನಿದ್ದರೂ ಇದ್ದೀತು, ಆದರೆ ಇವಳಿಗೂ ಆ ಸಾವಿಗೂ ಸಂಬಂಧ ಹಚ್ಚಿ, ಇವಳನ್ನು ಕಾಡುವಂಥ ಅನಾಗರಿಕ ಪಶು ಖಂಡಿತ ನಾನಲ್ಲ. ಆದರೆ ಇನ್ನು ಮಾತ್ರ ಒಪ್ಪಿಕೊಳ್ಳುತ್ತೇನೆ. ಸುಮಾ ಸಾವಿಗೆ ಮುಂಚೆ, ನನ್ನ ಹೆಂಡತಿಯನ್ನು ಅಪ್ಪಿ ಮಲಗಿದಾಗೆಲ್ಲ, ಕಣ್ಣು ಮುಚ್ಚಿಕೊಂಡು, ನನ್ನ ಪ್ರೇಯಸಿಯನ್ನು ನೆನೆಸಿಕೊಳ್ಳುತ್ತಿದ್ದೆ. ಅವಳೊಂದಿಗೇ ಕೂಡುತ್ತಿದ್ದೇನೆಂದು ಭ್ರಮಿ ನನ್ನನ್ನು ಸಂತೈಸಿಕೊಳ್ಳಲು ಪ್ರಯತ್ನಿಸುತ್ತಿದ್ದೆ. ಆದರೆ ಸುಮ ಸತ್ತಂದಿನಿಂದ, ಹೆಂಡತಿಯನ್ನು ಅಪ್ಪಿದರೆ ಧಗಧಗ ಉರಿಯುತ್ತಿರುವ ನನ್ನ ಮುದ್ದಿನ ತಂಗಿಯ ಚಿತ್ರ ಒಳಗಣ್ಣಿನ ತೆರೆಯ ಮೇಲೆ ಮೂಡಿ, ನನ್ನ ಕಾಮವೆಲ್ಲ ಜರ್‍ರನೆ ಇಳಿದು ಹೋಗುತ್ತೆ. ಹೆಂಡತಿಯ ಉರಿಗಣ್ಣಿನ ರೊಚ್ಚು, ನಿರಾಸೆ, ತಾತ್ಸಾರ ಎದುರಿಸಲಾಗದೆ, ಪಕ್ಕಕ್ಕೆ ಹೊರಳಿ, ಮುದುರಿ ಮಲಗಿಬಿಡುತ್ತೇನೆ. ನನ್ನ ಬಗ್ಗೆ ನನಗೇ ಅಸಹ್ಯ ಜಿಗುಪ್ಸೆಯಾಗುತ್ತೆ. ಈಗೀಗ ನಿದ್ದೆಯ ಮಬ್ಬಿನಲ್ಲಿ, ಅರೆಪ್ರಜ್ಞೆಯಲ್ಲಿ ಮಾತ್ರ ನಮಗೆ ರತಿ ಸಾಧ್ಯವಾಗಿದೆ, ಅಷ್ಟೇ.

ನಾನು ಪ್ರತಿ ಸಂಜೆ ಒಬ್ಬಂಟಿಯಾಗಿ ವಾಯುವಿಹಾರ ಹೋಗುವುದು ಈಗೀಗ ಪರಿಪಾಠ ಎಂದೆನಲ್ಲ. ನಾನು ಸಾಮಾನ್ಯವಾಗಿ ಹೋಗುವುದು ಊರಿನ ಪಶ್ಚಿಮಕ್ಕಿರುವ ಕೆರೆಯ ಏರಿಯ ತನಕ. ಆ ಏರಿಯ ಮೇಲೆ ಕೂತು, ಸೂರ್ಯ ಮುಳುಗಿದಾಗ ಕೆರೆಯಲ್ಲಿನ ನೀರು ಕರಗಿದ ಚಿನ್ನವಾಗುವುದನ್ನು, ಹರಿಯುವ ರಕ್ತವಾಗುವುದನ್ನು ಕಂಡು ಒಂದೆರಡು ಸಿಗರೇಟು ಸೇದಿ, ಮಬ್ಬಿನಲ್ಲಿ ಮನೆಯ ಕಡೆ ಹೆಜ್ಜೆ ಹಾಕುತ್ತೇನೆ.

ಪ್ರತಿ ದಿನ ನಾನು ಕೂಡುವ ಜಾಗಕ್ಕೆ ಸುಮಾರು ನೂರು ಗಜ ದೂರದಲ್ಲಿ ಒಬ್ಬ ವೃದ್ಧ ವ್ಯಕ್ತಿ ಕೂಡುತ್ತಾರೆ. ಕಚ್ಚೆ ಪಂಚೆ ಉಟ್ಟು, ಮಾಸಲು ನೀಲಿ ಬಣ್ಣದ ಹತ್ತಿ ಬಟ್ಟೆಯ ಹಳೇ ಕೋಟು ತೊಟ್ಟಿರುತ್ತಾರೆ. ತಲೆಗೆ ಮಫ್ಲರ್ ಸುತ್ತಿರುತ್ತಾರೆ ಅಥವಾ ತಲೆಯೂ ಮುಚ್ಚುವಂತೆ ಶಾಲು ಹೊದ್ದಿರುತ್ತಾರೆ. ಮೌನವಾಗಿ ಒಬ್ಬಂಟಿ ಕೂತಿರುತ್ತಾರೆ, ನನ್ನಂತೆಯೇ. ನಾನು ಅಲ್ಲಿಂದ ಎದ್ದ ಒಂದೆರಡು ನಿಮಿಷಕ್ಕೆ ತಾವೂ ಎದ್ದು ದೂರದಲ್ಲಿ ನನ್ನ ಹಿಂದೆಯೇ ಬರುತ್ತಿರುತ್ತಾರೆ. ಊರೊಳಗೆ ಬಂದ ನಂತರ ಅವರು ಮತ್ತ್ಯಾವುದೋ ದಾರಿ ಹಿಡಿದು ಮರೆಯಾಗುತ್ತಾರೆ.

ಆತ ಯಾರಿರಬಹುದೆಂಬ ಕುತೂಹಲ ನನ್ನನ್ನು ತುಂಬ ದಿನ ಕಾಡಿತ್ತು. ಕೊನೆಗೆ ಅವರಿವರಿಂದ ಪತ್ತೆ ಹಚ್ಚಿದೆ. ಆತ ಒಬ್ಬ ನಿವೃತ್ತ ಪ್ರೌಢಶಾಲಾ ಮುಖ್ಯೋಪಾಧ್ಯಾಯರು, ಶಿಸ್ತಿಗೆ, ದಕ್ಷತೆಗೆ, ಪ್ರಾಮಾಣಿಕತೆಗೆ, ಸತ್ಯಸಂಧತೆಗೆ,

ಸಭ್ಯತೆಗೆ–ಹೀಗೆ ಸಮಾಜ ಆಶಿಸುವ ಎಲ್ಲ ಉತ್ತಮ ಗುಣಗಳು, ಮೌಲ್ಯಗಳಿಗೆ ಹೆಸರಾಗಿದ್ದವರು. ಇದೇ ಊರಲ್ಲಿ ಬಹಳ ಕಾಲ ವೃತ್ತಿಯಲ್ಲಿದ್ದದ್ದರಿಂದ ಈ ಊರಿನೊಂದಿಗೆ ಆತ್ಮೀಯತೆ ಬೆಳೆದು, ನಿವೃತ್ತಿಯ ನಂತರ ಇಲ್ಲೇ ಉಳಿದಿದ್ದಾರೆ. ಅವರ ಹೆಣ್ಣು ಮಕ್ಕಳು ಮದುವೆಯಾಗಿ, ಗಂಡು ಮಕ್ಕಳು ಉದ್ಯೋಗಿಗಳಾಗಿ ಎಲ್ಲೆಲ್ಲೋ ಹರಿದು ಹಂಚಿ ಹೋಗಿದ್ದಾರೆ. ಇವರು ಮಾತ್ರ ಇಲ್ಲೇ ತಮ್ಮ ಮುದಿ ಹೆಂಡತಿಯೊಂದಿಗೆ ತಮ್ಮ ಕೊನೆಯ ದಿನಗಳನ್ನು ಕಳೆಯುತ್ತಿದ್ದಾರೆ. ಗಂಡು ಮಕ್ಕಳು ಹಣವನ್ನೇನೂ ಕಳಿಸುವುದಿಲ್ಲವಂತೆ. ತಮ್ಮ ನಿವೃತ್ತಿವೇತನದಲ್ಲೇ ಹಾಗೂ ಹೀಗೂ ತಮ್ಮ ಸರಳ ಜೀವನ ನಿಭಾಯಿಸುತ್ತಿದ್ದಾರೆ. ಅವರ ಹೆಚ್ಚು ಸಮಯ ಕಳೆಯುವುದು ವಾಚನಾಲಯದಲ್ಲಿ, ದೇವಾಲಯದಲ್ಲಿ, ಅಲ್ಲಿ, ಇಲ್ಲಿ. ಅವರಿಗೆ ಊರಿನಲ್ಲಿ ತುಂಬಾ ಗೌರವವಿದೆ. ಹಾಗೆಯೇ ಉಪೇಕ್ಷೆಯೂ ಇದೆ. ಕಂಡಾಗ ಬಿಟ್ಟರೆ, ಮತ್ತೆ ಯಾರಿಗೂ ಯಾವಾಗಲೂ ನೆನಪಾಗದ ನಿರ್ಲಕ್ಷಿತ ವ್ಯಕ್ತಿ.

ಆ ಮುದುಕರ ಬಗ್ಗೆ ಇಷ್ಟೆಲ್ಲ ವಿವರವಾಗಿ ಯಾಕೆ ಹೇಳುತ್ತಿದ್ದೇನೆಂದರೆ ಇತ್ತೀಚೆಗೆ ಆತ ನನ್ನ ಕನಸುಗಳಲ್ಲಿ ಕಾಣಿಸಿಕೊಳ್ಳುತ್ತಿದ್ದಾರೆ. ಒಮ್ಮೊಮ್ಮೆ ಆ ವೃದ್ಧರ ಮುಖದಲ್ಲಿ ನಾನೇ ಕಂಡಂತಾಗಿ ಕನಸಿನಲ್ಲೂ ಗಾಬರಿಗೊಂಡಿದ್ದೇನೆ. ನನ್ನ ಹಣೆಬರಹವೂ ಇಷ್ಟೇ ಇರಬಹುದೇ? ನಾನೂ ಸಹ ಒಬ್ಬ ಸುಸಂಸ್ಕೃತ, ಸಂಭಾವಿತ ಮಾಸ್ತರನಾಗಿ, ಕೊನೆಗೆ ನಿವೃತ್ತನಾದಾಗ ಹೀಗೆಯೇ ಉಪೇಕ್ಷಿತನಾಗಿ, ಒಬ್ಬಂಟಿಯಾಗಿ, ನನ್ನ ಕೊನೆಯ ದಿನಗಳನ್ನು ಕಳೆಯಬೇಕಾಗಬಹುದೇ? ಯಾಕೆಂದರೆ ನನ್ನಲ್ಲಿನ್ನೂ ಯೌವನವಿದೆ. ನಾನು ಈಗಲೂ ರೂಪವಂತನೆಂದು ಕನ್ನಡಿ ಹೇಳುತ್ತದೆ; ನನ್ನ ವಿದ್ಯಾರ್ಥಿನಿಯರು ಹೇಳುತ್ತಾರೆ. ನಾನು ನನ್ನ ಹೆಂಡತಿಯಲ್ಲಿ ತೃಪ್ತನಾಗಿಲ್ಲ. ಆರೆ ಮಂಪರಿನಲ್ಲಿ ಅವಳನ್ನು ತಬ್ಬಿ, ಮನಸ್ಸಿನಲ್ಲಿ ಮತ್ತ್ಯಾವುದೋ ಹೆಣ್ಣನ್ನು ಕಲ್ಪಿಸಿಕೊಂಡು, ಅವಳನ್ನು ಕೂಡುವುದು ಮಾನಸಿಕ ವ್ಯಭಿಚಾರವಲ್ಲವೇ? ಇದಕ್ಕೆ ಬದಲು, ಗುಟ್ಟಾಗಿಯಾದರೂ ನನಗೆ ಇಷ್ಟವಾದ, ನನ್ನನ್ನು ಇಷ್ಟಪಡುವ ಬೇರೆ ಹೆಣ್ಣಿನೊಂದಿಗೆ ನಾನೇಕೆ ಮಲಗಬಾರದು? ಮನಸ್ಸಿನಲ್ಲೇ ಹೀಗೆ ಕೊರಗುವುದಕ್ಕಿಂತ ಅದು ಹೆಚ್ಚು ಆರೋಗ್ಯಕರವಾದ ಮಾರ್ಗವಲ್ಲವೇ?

ಇಂಥ ಆಲೋಚನೆಗಳು ಬರಲಿಕ್ಕೂ ಒಂದು ಸನ್ನಿವೇಶ ಕಾರಣವಾಗಿದೆ. ಅಮ್ಮ ಹೋದಾಗಿನಿಂದ ನನ್ನ ಹೆಂಡತಿ ಕಸ, ಮುಸುರೆ, ಬಟ್ಟೆಗಳಿಗಾಗಿ ಒಬ್ಬ ಕೆಲಸದಾಕೆಯನ್ನು ನೇಮಿಸಿಕೊಂಡಳು. ನಂಜಿ ಅಂತ ಅವಳ ಹೆಸರು, ವಯಸ್ಸು ಇಪ್ಪತ್ತಿದ್ದೀತು. ಮದುವೆಯಾಗಿ ಎರಡು ಮಕ್ಕಳಿವೆಯಂತೆ. ಗಂಡ ಗಾರೆ ಕೆಲಸ ಮಾಡ್ತಾನಂತೆ. ಕುಡಿದು ಹಣ ಪೋಲು ಮಾಡ್ತಾನಂತೆ, ಆಗಾಗ ನನ್ನ ಹೆಂಡತಿಯ ಬಳಿ, ನನ್ನ ಬಳಿಯೂ ಹೇಳಿಕೊಂಡು ಅತ್ತಿದ್ದಾಳೆ. ಕಂದು

ಬಣ್ಣವಾದರೂ ಚೆಂದದ ಮಿರುಗುವ ಮುಖವಿದೆ. ಸೆಳೆಯುವ ಆರೋಗ್ಯವಂತ ಮೈಮಾಟವಿದೆ. ಎಲ್ಲಕ್ಕಿಂತ ಮಿಗಿಲಾಗಿ, ನನಗೆ ಅಚ್ಚುಮೆಚ್ಚಾದ ತುಂಬು ಮೊಲೆಗಳಿವೆ.

ಕಣ್ಣು ತಿವಿಯುವ ದೃಢವಾದ ಮೊಲೆಗಳು. ಅವಳಿಗೆ ನನ್ನ ಬಗ್ಗೆ ವಿಶೇಷ ಆಸಕ್ತಿಯಿದೆಯೆಂದು ನನಗೆ ಮೊದಲಿಂದಲೂ ಗೊತ್ತಿತ್ತು. ಅವಳ ಹಾವಭಾವ ವಿಲಾಸಗಳಿಂದಲೇ ಅಲ್ಲದೆ ಕೆಲವು ಸಂದರ್ಭ ಸನ್ನಿವೇಶಗಳಿಂದಲೂ ಇದು ನನಗೆ ಸಂದೇಹಾತೀತವಾಗಿ ರುಜುವಾತಾಗಿತ್ತು, ನಾನು 'ಹ್ಞೂ' ಎಂದರೆ ನನ್ನ ತೆಕ್ಕೆಗೆ ಬರಲು ತುದಿಗಾಲಲ್ಲಿ ನಿಂತಿದ್ದಳು. ನಾನೇ ಮೀನಾಮೇಷ ಎಣಿಸುತ್ತಾ ಹಿಂದೇಟು ಹಾಕುತ್ತಿದ್ದೆ.

ಈಗ ಹೆಂಡತಿ ಹೆರಿಗೆಗೆಂದು ತವರಿಗೆ ಹೋಗಿರುವುದರಿಂದ ಮನೆಯಲ್ಲಿ ನಾನೊಬ್ಬನೇ. ಕಸ ಗುಡಿಸಲು ಮಾತ್ರ ಬೆಳಗ್ಗೆ ಸಂಜೆ ಬಂದು ಹೋಗುತ್ತಿದ್ದಳು. ನನ್ನ ಕಾಫಿ ತಿಂಡಿ ಹೋಟೆಲಲ್ಲಿ ಊಟ ಮೆಸ್ಸಲ್ಲಿ, ಬಟ್ಟೆಗಳು ಧೋಬಿಗೆ, ಆದ್ದರಿಂದ ಅವಳಿಗೆ ನನ್ನ ಮನೆಯಲ್ಲಿ ಸದ್ಯಕ್ಕೆ ಬೇರೆ ಕೆಲಸವಿರಲಿಲ್ಲ. ಆದರೂ ಬೆಳಗ್ಗೆ, ಸಂಜೆ ನನ್ನ ಮನೆಯಲ್ಲಿ ಒಂದೊಂದು ಗಂಟೆ ಕಳೆಯುತ್ತಿದ್ದಳು. ನನ್ನೊಂದಿಗೆ ಏನೇನೋ ಹರಟುತ್ತಾ, ಕಣ್ಣಿಂದ, ತುಟಿಯಿಂದ ಅಂಗಭಂಗಿಗಳಿಂದ ಉತ್ತೇಜಿಸಿ ಕೆಣಕುತ್ತಿದ್ದಳು. ಸುತ್ತಮುತ್ತಲಿನವರು ಏನಾದರೂ ಅಪಾರ್ಥ ಮಾಡಿಕೊಂಡಾರೆಂದು ನಾನೇ ಅವಳನ್ನು ಆದಷ್ಟು ಬೇಗ ಸಾಗಹಾಕುತ್ತಿದ್ದೆ.

ನಿನ್ನೆ ಭಾನುವಾರ, ಯಾವುದೋ ಕೆಟ್ಟ, 'ಬೆಳಗಿನ ಆಟ' ನೋಡಿ, ಮೆಸ್ಸಲ್ಲಿ ಅಷ್ಟೇ ಕೆಟ್ಟ, ಊಟ ಮಾಡಿ, ಮನೆಗೆ ಬಂದು ಮಲಗಿದ್ದೆ. ಸಂಜೆ ನಾಲ್ಕಕ್ಕೆಲ್ಲ ನಂಜಿ ಬಾಗಿಲು ಬಡಿದು ಕೂಗಿದಳು. ಎದ್ದು ಹೋಗಿ ಬಾಗಿಲು ತೆಗೆದೆ. ಒಳಗೆ ಬಂದು ಅವಳೇ ಬಾಗಿಲಿಗೆ ಆಗುಳಿ ಹಾಕಿ ಒಳಕ್ಕೆ ನಡೆದಳು. ನಾನು ನನ್ನ ಕೊಠಡಿಗೆ ಹಿಂತಿರುಗಿ ಹಾಸಿಗೆಯ ಮೇಲೆ ಅಡ್ಡಾದೆ. ನಿದ್ದೆಯ ಗುಂಗು ಹಾಗೇ ಇದ್ದದ್ದರಿಂದ ಮತ್ತೆ ಮಂಪರು ಹತ್ತಿತು. ಕೆನ್ನೆಯ ಮೇಲೆ ಏನೋ ತಂಪಾಗಿ ಸರಿದಾಡಿದಂತಾಗಿ ಕಣ್ಣು ಬಿಟ್ಟೆ, ಎದುರಿಗೆ ನಂಜಿ ನಗುತ್ತಾ ನಿಂತಿದ್ದಾಳೆ. ನನ್ನ ಕೆನ್ನೆಯ ಮೇಲೆ ಕೈ ಆಡಿಸುತ್ತಾ ಮಾದಕವಾಗಿ ಆಸೆಗಣ್ಣಿಂದ ನೋಡುತ್ತಿದ್ದಾಳೆ. ನಾನು ಧಿಗ್ಗನೆ ಎದ್ದು ಕೂತೆ, ಮೈಯೆಲ್ಲ ಬೆವರಿದಂತಾಯಿತು. ಅವಳು ನನ್ನ ಮಂಚದ ಮೇಲೆ ಕೂತಳು, ನಾನು ದಿಗಿಲಿನಿಂದ ನನ್ನ ಕೊಠಡಿಯ ಎರಡೂ ಕಿಟಕಿಗಳ ಕಡೆ ನೋಡಿದೆ, ತೊದಲುತ್ತಾ ಅವಳಿಗೆ ಹೇಳಿದೆ. 'ನೋಡು ನಂಜಿ, ಇದೆಲ್ಲ ನನಗೆ ಇಷ್ಟವಿಲ್ಲ. ನನ್ನ ಮರ್ಯಾದೆ ಕಳೀಬೇಡ ನಿನ್ನ ಕೆಲಸ ನೀನು ನೋಡಿಕೊಂಡು ಹೋಗು. ಬೇಡ, ಬೇಡ, ನಾಳೆಯಿಂದ ನಾನೇ ಮನೆ ಗುಡಿಸಿಕೊಳ್ಳುತ್ತೇನೆ. ನನ್ನ ಹೆಂಡತಿ ಬಂದ ಮೇಲಿಂದ ಕೆಲಸಕ್ಕೆ ಬರುವೆಯಂತೆ. ತಪ್ಪು ತಿಳ್ಕೊಬೇಡ. ಕೆಟ್ಟ ಹೆಸರು ಬಂದರೆ ನನಗೂ ತೊಂದರೆ, ನಿನಗೂ

ತೊಂದರೆ, ನಿನಗೂ ಮದುವೆಯಾಗಿದೆ, ಗಂಡನಿದ್ದಾನೆ. ಮಕ್ಕಳಿದ್ದಾರೆ. ಅವಳ ಮುಖ ಸಪ್ಪಗಾಯಿತು. ಮಾತಿಲ್ಲದೆ ಎದ್ದು ಹೋದಳು.

ಅವಳು ಹೊರಟುಹೋದ ಮೇಲೆ ನನಗೂ ನಿರಾಸೆಯಾಯಿತು. ಬೇಸರವೂ ಆಯಿತು. ಇದರಲ್ಲಿ ತಪ್ಪೆಲ್ಲ ನನ್ನದೇ ಇರಬಹುದು. ಅವಳಿಗಾಗಿ ಆಳದಲ್ಲಿ ನಾನೂ ಆಸೆಪಡುತ್ತಿದ್ದೆ. ನನ್ನ ನಡೆನುಡಿಗಳಲ್ಲಿ ಇದರ ಸೂಚನೆ ಅವಳಿಗೆ ಸಿಕ್ಕಿರಬಹುದು. ಅವಳ ಆಸೆ ನಂದಿರಬಹುದು. ಇಂದು ಅವಳಾಗಿ ಬಯಸಿ ನನ್ನ ಬಳಿ ಬಂದಾಗ ಅವಳನ್ನು ಒಪ್ಪಿಕೊಳ್ಳುವ, ಅಪ್ಪಿಕೊಳ್ಳುವ, ಮುಕ್ತವಾಗಿ ಸುಖಿಸಿ, ಸುಖ ಕೊಡುವ ತಾಕತ್ತು ನನ್ನಲ್ಲಿಲ್ಲದೆ ಹೋಯಿತು.

ಹೀಗೇಕಾಯಿತು ಎಂದು ಗಾಢವಾಗಿ ಆಲೋಚಿಸಿದ್ದೇನೆ. ನನ್ನನ್ನು ನಾನೇ ವಿಶ್ಲೇಷಿಸಿಕೊಂಡಿದ್ದೇನೆ. ನನಗೆ ಸಮಾಜದ ಭಯವೇ? ಗೌರವ ಮರ್ಯಾದೆಯ ಪ್ರಶ್ನೆಯೇ? ನನ್ನ ಸುಪ್ತಪ್ರಜ್ಞೆಯಲ್ಲಿರುವ ಮಡಿವಂತಿಕೆಯೇ? ಕೀಳುಜಾತಿಯವಳೊಂದಿಗೆ ಕೂಡಲಾಗದ ಜಾತಿಪ್ರಜ್ಞೆಯೇ? ಅವಳು ಬ್ಲಾಕ್‌ಮೇಯ್ಲ್ ಮಾಡಬಹುದೆಂಬ ಹೆದರಿಕೆಯೇ? ಊರಲ್ಲಿದು ಗುಲ್ಲಾಗಿ ಗೊಂದಲವಾಗಿ, ಕಾಲೇಜಿನ ನನ್ನ ನೌಕರಿಗೇ ಸಂಚಕಾರ ಬರಬಹುದೆಂಬ ಮುನ್ನೆಚ್ಚರಿಕೆಯೇ? ಏನಿರಬಹುದು? ನನ್ನ ವರ್ತನೆಗೆ ಇವೆಲ್ಲವೂ ಕಾರಣಗಳಿರಬಹುದು. ಆದರೆ ಇವೆಲ್ಲಕ್ಕೂ ಮೀರಿದ ಒಂದು ಕಾರಣವೂ ಇದ್ದೀತೆಂದು ನನ್ನ ಗುಮಾನಿ. ನಾನು ನನ್ನ ಹೆಂಡತಿಯನ್ನು ಎಷ್ಟೇ ದ್ವೇಷಿಸಬಹುದಾದರೂ ಅವಳು ಬೇರೊಬ್ಬನೊಂದಿಗೆ ವ್ಯಭಿಚಾರಕ್ಕೆ ತೊಡಗಿದರೆ ಸಹಿಸಬಲ್ಲಂಥ ಮನಸ್ಥಿತಿಗೆ ಬಂದು ತಲುಪಿದ್ದೇನೆಂದು ನನಗನ್ನಿಸುವುದಿಲ್ಲ. ಈ ಸ್ವಾತಂತ್ರ್ಯವನ್ನು ನನ್ನ ಹೆಂಡತಿಗೆ ಕೊಡದೆ, ನಾನು ನಂಜಿಯೊಂದಿಗೆ ಸುಖಿಸುವುದು ನೈತಿಕವಾಗಿ ಸಮರ್ಥನೀಯವಲ್ಲ ಎಂಬ ನಿಲುವು ನನ್ನ ಸುಪ್ತಪ್ರಜ್ಞೆಯಲ್ಲಿದ್ದಿರ ಬಹುದು. ಆದ್ದರಿಂದಲೇ ನಾನು ನಂಜಿಯನ್ನು ನಿರಾಕರಿಸಿರಬಹುದು.

ಒಟ್ಟಿನಲ್ಲಿ ಈ ಆಸೆ ಆಮಿಷಗಳಿಂದ, ತುಮುಲ ಸಂದಿಗ್ಧಗಳಿಂದ, ದಮನ ಹಿಂಜರಿಕೆಗಳಿಂದ ನನಗೆ ವಿಮುಕ್ತಿ ಇದ್ದಂತಿಲ್ಲ. ಆ ನಿವೃತ್ತ ವೃದ್ಧ ವ್ಯಕ್ತಿ ಕನಸುಗಳಲ್ಲಿ ನನ್ನನ್ನು ಕಾಡುವುದು ತಪ್ಪುವುದಿಲ್ಲ. ಮುಖವಾಡಗಳು ನನಗೆ ಅನಿವಾರ್ಯ.

ನಾನು ಈ ಮೊದಲೇ ನನ್ನ ಮತ್ತು ನನ್ನ ಹೆಂಡತಿಯ ದಾಂಪತ್ಯವನ್ನು ಒಂದು ಅತ್ಯುತ್ತಮ ನವ್ಯ ಕವಿತೆಗೆ ಹೋಲಿಸಿದ್ದೆ. ನಮ್ಮ ಕಾವ್ಯದಲ್ಲಿ ನೈತಿಕತೆಯೂ ಇದೆಯೆಂಬುದಕ್ಕೆ ಈಗ ನಿಮಗೆ ಪುರಾವೆ ಸಿಕ್ಕಿರಬೇಕಲ್ಲವೇ? ನಗಬೇಡಿ. ನಿಮ್ಮ ಕನ್ನಡಿಯಲ್ಲಿ ನನ್ನ ಪ್ರತಿಬಿಂಬ ಕಂಡರೆ ಎಳ್ಳಷ್ಟೂ ಆಶ್ಚರ್ಯಪಡಬೇಕಿಲ್ಲ.

–1980

12

ನಿರಂತರ

'ನ್ಯಾಯಾಲಯದ ಕಟಕಟ್ಟೆಯಲ್ಲಿ ತಳಮಳಿಸುತ್ತ ಕೂತ ನಾನು, ಎದುರಿಗೆ ಕೋಪ ವ್ಯಂಗ್ಯಗಳ ಮೊನಚು ನೋಟಗಳ ಈಟಿಗಳೆಸೆಯುತ್ತಾ ಕೂತ ಅಪ್ಪ, ಅಮ್ಮ, ತಮ್ಮ ಹೆಂಡತಿ ಆಗಬಾರದ್ದೊಂದು ಆಗಿ ಹೋದುದಕ್ಕೆ ನಾನೇ ಸಂಪೂರ್ಣ ಹೊಣೆಗಾರ ಎಂಬಂತೆ,

ಗೋಡೆಯ ಗಡಿಯಾರ ಡಕ್ಕ್ ಡಣ್ಣೆಂದು ಹನ್ನೆರಡು ಬಡಿಯತೊಡಗಿತು. ಬೆಚ್ಚಿದವರಂತೆ ಎಲ್ಲರೂ ಗಡಿಯಾರ ನೋಡತೊಡಗಿದೆವು. ಮತ್ತೆ ನಿಶ್ಯಬ್ದ, ಅಸಹ್ಯ ಮೌನ ಸರದಿ ನಿಟ್ಟುಸಿರು. ನಾನು ಬಾಗಿಲಿಗೇ ಕಣ್ಣು ನೆಟ್ಟು ಕಾತರದಿಂದ ಆತಂಕದಿಂದ ಕಾದೆ.

ಅಪ್ಪ ನಿಧಾನವಾಗಿ ತನ್ನ ಆರಾಮಕುರ್ಚಿಯಿಂದ ಏಳುತ್ತಾ ಹೇಳಿದ, 'ಇನ್ನು ಕಾಯುತ್ತಾ ಕೂರೋದರಲ್ಲಿ ಅರ್ಥವಿಲ್ಲ, ಏನಾದರೂ ಮಾಡಬೇಕು.'

ತಮ್ಮ ರಘು ಗುಡುಗಿದ, 'ಮಾಡೋದೇನು, ಪೊಲೀಸ್‌ಗೆ ದೂರು ಕೊಡಬೇಕು, ಅಷ್ಟೇ.'

'ಪೊಲೀಸ್‌ಗೆ ದೂರು ಕೊಟ್ಟು ಮನೆತನದ ಮಾನ ಬೀದೀಲಿ ಹರಾಜು ಹಾಕ್ತಿಯೇನು?' ಅಪ್ಪ ರೇಗಿದ.

'ಹರಾಜು ಹಾಕಕ್ಕೆ ಉಳಿದಿರೋದಾದರೂ ಏನು? ಈಗಾಗಲೇ ಈ ವಿಷಯ ಬೀದಿ ಜನಕ್ಕೆಲ್ಲ ಗೊತ್ತಾಗಿದೆ.'

'ನಾಳೆ ಬೆಳಗ್ಗೆ ತನಕ ಕಾದು ನೋಡೋಣ' ನಾನು ಕ್ಷೀಣವಾಗಿ ನುಡಿದೆ. ನನ್ನ ಮಾತಲ್ಲಿ ನನಗೇ ಪೂರ್ಣ ಭರವಸೆಯಿರಲಿಲ್ಲ.

'ಈ ಎಲ್ಲ ಅನಿಷ್ಟ ನಿಮ್ಮಿಂದಲೇ' ಹೆಂಡತಿ ನೂರೊಂದನೇ ಬಾರಿಗೆ ಕುಟುಕಿದಳು, ಹದ್ದು ಬಸ್ತಿನಲ್ಲಿ ಇಟ್ಟಿದ್ದಿದ್ದರೆ ಹೀಗೇಕಾಗ್ತಿತ್ತು? ತಲೇ ಮೇಲಿಟ್ಟುಕೊಂಡು ಮೆರೆಸಿದಿರಿ. ಕೊಡಬಾರದ ಸ್ವಾತಂತ್ರ್ಯ ಕೊಟ್ರೆ–ಅದಕ್ಕೆ ತಕ್ಕದನ್ನೇ ಮಾಡಿ ಹೋದಳು. ಈಗ ಅವಳ ಜೊತೆಗೆ ನಾವೂ ಅನುಭವಿಸಬೇಕು'.

ನಾನು ಏನೂ ಮಾತಾಡಲಿಲ್ಲ, ಮಾತಾಡಿ ಪ್ರಯೋಜನವಿರಲಿಲ್ಲ.

'ಇದ್ದ ಒಬ್ಬ ಮಗಳು ಹೀಗೆ ಮನೆತನಕ್ಕೆ ಮಸಿ ಬಳಿದು ಹೋದಳಲ್ಲ. ಅಯ್ಯೋ ದೇವರೇ, ಇವಳಿಗೇನು ಬಂದಿತ್ತು ಕೇಡು?' ಅಮ್ಮ ಮುಸುಮುಸು ಅಳತೊಡಗಿದಳು.

ರೇಜಿಗೆ ತಾಳಲಾರದೆ ಎದ್ದು ಬಚ್ಚಲು ಮನೆಗೆ ಹೊರಟೆ. ಹಿಂತಿರುಗಿದಾಗ ಹಜಾರ ಖಾಲಿಯಾಗಿತ್ತು. ಎಲ್ಲ ತಮ್ಮ ತಮ್ಮ ಕೋಣೆ ಸೇರಿದ್ದರು. ಅಮ್ಮ ದೇವರ ಮನೆಯಲ್ಲಿ ತುಪ್ಪದ ದೀಪ ಹಚ್ಚಿಟ್ಟು, ಕೈ ಮುಗಿದು ಕಣ್ಣು ಮುಚ್ಚಿ ಮೊಣಕಾಲೂರಿ ಕೂತಿದ್ದಳು.

ಮಲಗುವ ಕೊಠಡಿ ಹೊಕ್ಕು ಬಾಗಿಲು ಹಾಕಿದೆ. ಬೆಡ್‌ಲೈಟಿನ ಮಂಕು ಬೆಳಕು. ಮಂಚದ ಮೇಲೆ ಇಳಿಬಿಟ್ಟ, ಸೊಳ್ಳೆ ಪರದೆಯ ಒಳಗೆ ಮಗನೊಂದಿಗೆ ಹೆಂಡತಿ ಗೋಡೆ ಕಡೆ ಮಗ್ಗುಲು ಹೊರಳಿ ಮಲಗಿದ್ದಳು. ಅಂಗಿ ತೆಗೆದು ಕೊಕ್ಕೆಗೆ ಸಿಕ್ಕಿಸಿ, ಪರದೆಯ ಒಳಹೊಕ್ಕು ಮಲಗಿದೆ. ಹೆಂಡತಿ ನನ್ನ ಕಡೆ ಹೊರಳಲಿಲ್ಲ. ಅಧೈರ್ಯದಿಂದ ಮೆತ್ತಗೆ ಅವಳ ಭುಜ ಮುಟ್ಟಿದೆ. ಸರಕ್ಕನೆ ಕೊಸರಿಕೊಂಡಳು. ಪ್ರಯೋಜನವಿಲ್ಲವೆಂದು ಅಂಗಾತ ಮಲಗಿ ಕಣ್ಣು ಮುಚ್ಚಿ ಆಕಳಿಸಿದೆ. ಅಸಾಧ್ಯ ದಣಿವಾಗಿತ್ತು. ಕಣ್ಣು ಉರಿಯುತ್ತಿದ್ದವು. ಆದರೆ ನಿದ್ದೆ ಸುಳಿಯುವ ಸೂಚನೆ ಕಾಣಲಿಲ್ಲ. ಬಿರಟೆ ತೆಗೆದ ಬಾಟಲಿಯಿಂದ ಹೊರಬಿದ್ದ ನೆನಪಿನ ಪೆಡಂಭೂತ ಒಳಗಣ್ಣಿ ತೆರೆಯ ಮೇಲೆ ಬಿರಬಿರ ಭಯಾನಕವಾಗಿ ಬೆಳೆದು ಧಿಮಿಧಿಮಿ ಕುಣಿಯತೊಡಗಿತು.

***

ಸಾಯಂಕಾಲ ಸುಮಾರು ಐದೂವರೆ ಸಮಯ. ಇನ್ನೇನು ಬ್ಯಾಂಕಿನ ಕೆಲಸ ಮುಗಿಯುವುದರಲ್ಲಿತ್ತು. ದಿಢೀರನೆ ನನ್ನ ಟೇಬಲ್ ಮುಂದೆ ತಮ್ಮ ರಘು ಕಾಣಿಸಿಕೊಂಡ. ತುಂಬ ಉದ್ವಿಗ್ನನಾಗಿದ್ದ. ಮುಖ, ಕತ್ತು ಬೆವೆತು ಮಿರುಗುತ್ತಿತ್ತು. ನಾನು ಗಾಬರಿಯಿಂದ ಎದ್ದು, 'ಏನು ಸಮಾಚಾರ?' ಎಂದು ಕೇಳಿದೆ. 'ಕೂಡಲೇ ಮನೆಗೆ ಬಾ. ಹೇಳ್ತೀನಿ' ಅಂದ.

ಉಳಿದ ಕೆಲಸ ಸಹೋದ್ಯೋಗಿ ಗೆಳೆಯನಿಗೆ ಒಪ್ಪಿಸಿ, ಮ್ಯಾನೇಜರ್ ಅನುಮತಿ ಪಡೆದು ಹೊರಬಂದೆ. ತಮ್ಮ ಆಚೆ ಕಾಯುತ್ತಿದ್ದ. ಬ್ಯಾಂಕ್ ಪಕ್ಕದ

ಓಣಿಯಲ್ಲಿ ನಿಲ್ಲಿಸಿದ್ದ ಸ್ಕೂಟರನ್ನು ದಬ್ಬಿಕೊಂಡು ರಸ್ತೆಗೆ ತಂದು ಸ್ಟಾರ್ಟ್ ಮಾಡಿದೆ. ಮನೆಯ ಕಡೆ ಹೊರಟೆವು.

ನನ್ನ ಮನಸ್ಸು ಆತಂಕದಿಂದ ಕುದಿಯುತ್ತಿತ್ತು. ಯಾರಿಗೇನಾಗಿರಬಹುದು? ಅಪ್ಪನಿಗೆ ಸಿಹಿಮೂತ್ರ, ರಕ್ತದ ಒತ್ತಡ, ಅಮ್ಮನಿಗೆ ವಾಯು, ಹೊಟ್ಟೆಯಲ್ಲಿ ಹುಣ್ಣು, ಮಗ ಊರಾಚೆಯ ಕಾನ್ವೆಂಟಿಗೆ ಕಿಕ್ಕಿರಿದ ಆಟೋಲಿ ಹೋಗಿ ಬರುವವನು, ತಂಗಿ ಕಾಲೇಜಿನ ಚೆಂದದ ಹುಡುಗಿಯರಲ್ಲಿ ಒಬ್ಬಳು, bold and dashing type ಹುಡುಗಿ, ಹೆಂಡತಿ ಅಂಗಡಿ ಮಾರ್ಕೆಟ್ಟು ಅಂತ ಒಬ್ಬಳೇ ಓಡಾಡ್ತಾ ಇದ್ದಾಳೆ. ಯಾರಿಗೇನಾಗಿರಬಹುದು?

ಮನೆ ಮುಂದೆ ಸ್ಕೂಟರ್ ನಿಲ್ಲಿಸಿದ ಕೂಡಲೇ ಹೆಂಡತಿ ಮಗ ಧಾವಿಸಿ ಹೊರಬಂದರು. ಸ್ವಲ್ಪ ಸಮಾಧಾನವಾಯಿತು. ಮಗ ಸ್ಕೂಟರ್ ಸೀಟಿನ ಮೇಲೆ ಕೂತು, 'ಅಪ್ಪ, ಒಂದು ರೌಂಡ್...' ಎಂದು ಮಾಮೂಲಿ ರಾಗ ತೆಗೆದ. 'ಈಗ ಬೇಡ ಮರಿ, ಇಳೀ' ಎಂದು ಕೊಂಚ ಗಡುಸು ಧ್ವನಿಯಲ್ಲಿ ಗದರಿಸಿ ಒಳ ನಡೆದೆ. ಅಪ್ಪ ಆರಾಮ ಕುರ್ಚಿಯಲ್ಲಿ ಬೆನ್ನೊರಗಿ ಗಂಟುಮೋರೆ ಮಾಡಿ ಕೂತಿದ್ದ. ಅಮ್ಮ ಪಕ್ಕದಲ್ಲೇ ಪೆಚ್ಚು ಮೋರೆಯಲ್ಲಿ ನಿಂತಿದ್ದಳು. ತಂಗಿ ಸುಮಳ ಪತ್ತೆಯಿರಲಿಲ್ಲ. ಹಾಗಿದ್ದರೆ ಅವಳದೇ ಅವಾಂತರವೋ?

ಹೆಂಡತಿ ಬಡಬಡಿಸಿದಳು, 'ಸುಮಿ ಬೆಳಗ್ಗೆ ಕಾಲೇಜಿಗೆಂದು ಹೋದವಳು ಈವರೆಗೆ ಪತ್ತೆಯಿಲ್ಲ, ಮಧ್ಯಾಹ್ನ ಊಟಕ್ಕೂ ಬರಲಿಲ್ಲ. ಹತ್ತಿರದ ಅವಳ ಗೆಳತಿಯರ ಮನೆಗಳಿಗೆಲ್ಲ ನಾನೇ ಹೋಗಿ ಬಂದೆ. ಅವಳು ಬೆಳಗಿನಿಂದ ಕಾಲೇಜಿಗೆ ಬಂದೇ ಇಲ್ಲ ಎಂದರು. ಗಾಬರಿಯಾಯ್ತು. ರಘು ಕೆಲಸದಿಂದ ವಾಪಸ್‌ಬಂದ ಕೂಡಲೇ ನಿಮಗೆ ಹೇಳಿ ಕಳಿಸಿದೆ.'

ಪ್ರೇಮಿಯೊಂದಿಗೆ ಪಲಾಯನ, ತರುಣಿಯ ಅಪಹರಣ, ಅತ್ಯಾಚಾರ, ಸೂಳೆಗೇರಿಗೆ ಮಾರಾಟ, ಕೊಲೆ, ಏನೆಲ್ಲ ದುರ್ಘಟನೆಗಳ ಕಲ್ಪನೆ ಕ್ಷಣ ಮಾತ್ರದಲ್ಲಿ ಮನಸ್ಸಿನ ತೆರೆಯ ಮೇಲೆ ಹರಿಹಾಯ್ದು ಅಧೀರನಾದೆ. ಕಾಲುಗಳು ಸೋತಂತಾಗಿ ಸೋಫಾ ಮೇಲೆ ಕುಕ್ಕರಿಸಿದೆ.

'ಮ್ಯಾಟನಿಗೇನಾದರೂ ಹೋಗಿರಬಹುದೇ?' ನನ್ನನ್ನು ನಾನೇ ಸಮಾಧಾನ ಮಾಡಿಕೊಳ್ಳುವವನ ಹಾಗೆ ಕೇಳಿದೆ.

'ಬೆಳಗಿನಿಂದ ಕಾಲೇಜಿಗೇ ಹೋಗಿರಲಿಲ್ವಂತೇಂತೀನಿ. ಜೊತೆಗೆ ಮ್ಯಾಟನಿಗೆ ಹೋಗಿದ್ದರೂ ಈ ವೇಳೆಗೆ ವಾಪಸ್ ಬರಬೇಕಿತ್ತು' ಹೆಂಡತಿ ವಾದಿಸಿದಳು.

'ಆ ಲಫಂಗ ರೆಡ್ಡಿ ಜೊತೆ ಬೆಂಗಳೂರು ಬೊಂಬಾಯಿ ಅಂತೇನಾದರೂ ಓಡಿಗೀಡಿ ಹೋಗಿಬಿಟ್ಟಳೋ?' ರಘು ನಮ್ಮೆಲ್ಲರ ಒಳಮನಸ್ಸಿನಲ್ಲಿದ್ದ ಅಳುಕಿಗೆ ಮಾತು ಕೊಟ್ಟ.

ತನ್ನ ಸಹಪಾಠಿ ರಾಜಾರೆಡ್ಡಿಯೊಂದಿಗೆ ಸುಮಳ ಪ್ರೇಮ ಪ್ರಕರಣ ಒಂದು ವರ್ಷದಿಂದ ಗುಟ್ಟಾಗಿ ನಡೆದಿತ್ತು. ಇತ್ತೀಚೆಗೆ ಅವರ ಒಡನಾಟ ಹೆಚ್ಚಾಗಿ, ಗುಟ್ಟು ರಟ್ಟಾಗಿ, ಕಾಲೇಜಿನ ತುಂಬ ಗುಲ್ಲಾಗಿ ಗೋಡೆಗಳ ಮೇಲೆಲ್ಲ ಇವರಿಬ್ಬರ ಹೆಸರುಗಳು ಒಟ್ಟಾಗಿ ರಾರಾಜಿಸಿ, ಮನೆಯಲ್ಲಿ ಭಾರಿ ರಾದ್ಧಾಂತವಾಗಿತ್ತು. ನಾನು ತುಂಬಾ ಪ್ರಯಾಸ ಮತ್ತು ಸಹನೆಯಿಂದ ಪ್ರಸಂಗವನ್ನು ತಹಬಂದಿಗೆ ತಂದು ನಿಲ್ಲಿಸಿದ್ದೆ.

ಹೆಂಡತಿ ಅಂದಳು. 'ನಾನು ಸುಮಿಯ ಬೀರು ತೆಗೆದು ನೋಡಿದೆ. ಅವಳ ಬಟ್ಟೆ ಬರೆ ಒಡವೆ ಎಲ್ಲಾ ಇದ್ದಲ್ಲೇ ಇವೆ. ನನ್ನ ಬೀರೂಲಿದ್ದ ಒಡವೆ ಬಟ್ಟೆ ದುಡ್ಡು ಕೂಡ ಅವಳು ಮುಟ್ಟಿಲ್ಲ.'

ನನಗೆ ಕೊಂಚ ಸಮಾಧಾನವಾಯಿತು. ಆದರೂ ರಘು ಕಡೆ ತಿರುಗಿ ಹೇಳಿದೆ. 'ನಾವಿಬ್ಬರೂ ಆ ರಾಜಾರೆಡ್ಡಿಯ ಹಾಸ್ಟೆಲಿಗೆ ಹೋಗಿ ವಿಚಾರಿಸಿಕೊಂಡು ಬರೋಣ, ಬಾ.'

ಹಾಸ್ಟೆಲಿನ ವಾರ್ಡನ್ ಮತ್ತು ರಾಜಾರೆಡ್ಡಿಯ ರೂಂಮೇಟುಗಳು ಕೊಟ್ಟ ಮಾಹಿತಿ ಇಷ್ಟು. ರಾಜಾರೆಡ್ಡಿಯ ಆರೋಗ್ಯ ಸರಿಯಿರಲಿಲ್ಲ. ಚಳಿಜ್ವರ ಬರ್ತಿತ್ತು. ಡಾಕ್ಟರು ಟೈಫಾಯ್ಡ್ ಎಂದರು. ಅವನು ತನ್ನ ಊರಿಗೆ ಹೋಗಿ ವಾರವಾಯಿತು.

ಈಗ ಏನೆಂದು ಊಹಿಸುವುದು? ಪ್ರೇಮಿಗಳು ಗುಟ್ಟಾಗಿ ಹಂಚಿಕೆ ಹೂಡಿ, ಇಷ್ಟೆಲ್ಲ ನಾಟಕವಾಡಿ ಓಡಿ ಹೋಗಿರಬಹುದೆ? ರಾಜಾರೆಡ್ಡಿಯ ಊರಿಗೇ ಹೋಗಿ ವಿಚಾರಿಸೋಣ ವೆಂದರೆ ಅದು ಹತ್ತಿರದ್ದಾಗಿರಲಿಲ್ಲ. ಜೊತೆಗೆ ಇಷ್ಟು ಆತುರವಾಗಿ ಅವನ ಮೇಲೆ ಅನುಮಾನ ಪಡುವುದು ಸರಿಯೇ? ಅವನು ಊರಲ್ಲೇ ಇದ್ದರೆ? ಸುಮ ಅಲ್ಲಿಲ್ಲದಿದ್ದರೆ? ಅವನ ಮನೆಯವರೆಲ್ಲ ನಮಗೆ ಛೀಮಾರಿ ಹಾಕಿದರೆ?

ಏನೊಂದೂ ನಿರ್ಧರಿಸಲಾಗದೆ ಮನೆಗೆ ವಾಪಸಾದೆವು 'ಸುಮ ಈ ವೇಳೆಗೆ ಮನೆಗೆ ಹಿಂತಿರುಗಿರಲಿ, ದೇವರೇ' ಎಂದು ಆಶಿಸಿದೆ. ನನ್ನ ಹಾರೈಕೆ ಸುಳ್ಳಾಗಿತ್ತು.

ಮನೆಯಲ್ಲಿ ಎಲ್ಲರಿಗೂ ಸುಮ ರೆಡ್ಡಿಯ ಜೊತೆ ಓಡಿಹೋಗಿ ತಮ್ಮ ಪರಿಶುದ್ಧ ಪರಮಶ್ರೇಷ್ಠ ಬ್ರಾಹ್ಮಣ ಜಾತಿಗೆ ಕಳಂಕ ತಂದಳೆಂದೇ ದೃಢ ನಂಬಿಕೆಯಾಗಿತ್ತು. ಈ ಹೀನ ಅವಮಾನದ ದುರ್ಘಟನೆಗೆ ನಾನೇ ಸಂಪೂರ್ಣ ಹೊಣೆಗಾರನೆಂದು ಎಲ್ಲರೂ ನನ್ನನ್ನು ತಮ್ಮ ಶಕ್ತ್ಯಾನುಸಾರ ಜರಿದರು. ಆದರೆ ನನ್ನ ಮನಸ್ಸು ಮಾತ್ರ ಸುಮಳಿಗೆ ಇನ್ನೇನಾದರೂ ಅನಿಷ್ಟ ಸಂಭವಿಸಿರಬಹುದೇ, ಎಂದು ತಲ್ಲಣಗೊಂಡಿತ್ತು.

ಸುಮಳ ಪ್ರೇಮ ಪ್ರಸಂಗದ ಬಗ್ಗೆ ನಮ್ಮ ಮನೆಯಲ್ಲಿ ಕೊಂಚ ಸಹನೆ, ಸಹಾನುಭೂತಿ ತೋರಿದ್ದವನು ನಾನು ಒಬ್ಬ ಮಾತ್ರ. ಹಿಂದೊಮ್ಮೆ ನಾನೂ ಸಹ ಇಂಥ ಒಂದು ಪ್ರಸಂಗದಲ್ಲಿ ಸಿಕ್ಕಿಕೊಂಡಿದ್ದೆ.

ಕನ್ನಡ ಸಾಹಿತ್ಯದಲ್ಲಿ ಎಂ.ಎ. ಪದವಿ ಪಡೆದ ಕೆಲವೇ ತಿಂಗಳುಗಳಲ್ಲಿ ನನಗೆ ಒಂದು ಚಿಕ್ಕ ಊರಿನ ಖಾಸಗಿ ಜ್ಯೂನಿಯರ್ ಕಾಲೇಜಿನಲ್ಲಿ ಅಧ್ಯಾಪಕನ ಕೆಲಸ ಸಿಕ್ಕಿತ್ತು. ಆಗಿನ್ನೂ ಅಪ್ಪ ನೌಕರಿಯಿಂದ ನಿವೃತ್ತನಾಗಿರಲಿಲ್ಲ. ಅಮ್ಮ ತಮ್ಮ ತಂಗಿ ಅಪ್ಪನ ಜೊತೆಯಲ್ಲೇ ಇದ್ದರು. ನಾನು ಒಂದು ಪುಟ್ಟ ಮನೆ ಬಾಡಿಗೆಗೆ ಹಿಡಿದು, ಮೆತ್ತೊಂದರಲ್ಲಿ ಊಟ ತಿಂಡಿ

ವ್ಯವಸ್ಥೆ ಮಾಡಿಕೊಂಡಿದ್ದೆ. ಊರು ಪುಟ್ಟದಾದರೂ ವ್ಯಾಪಾರ ಕೇಂದ್ರವಾದದ್ದರಿಂದ ಸದಾ ಗಿಜಿಗಿಜಿಗುಟ್ಟುತ್ತಿತ್ತು. ಸೆಟ್ಟರದ್ದೇ ಬಹುಸಂಖ್ಯೆ. ಕಾಲೇಜಿನ ಆಡಳಿತ ಮಂಡಳಿಯಲ್ಲೂ ಅವರದ್ದೇ ಬಿಗಿ ಹಿಡಿತ.

ಇಷ್ಟಾಗಿ ಒಬ್ಬ ಶೆಟ್ಟರ ಹುಡುಗಿಯ ಪ್ರೇಮಪಾಶದಲ್ಲಿ ನಾನು ಸಿಕ್ಕಿ ಬಿದ್ದೆ. ಮೊದಲ ವರ್ಷದ ಪಿ. ಯೂ. ಸಿ. ಯಲ್ಲಿದ್ದ ಆ ಹದಿನಾರಿಯ ಹೆಸರು ಭಾಗ್ಯಲಕ್ಷ್ಮಿ. ಒಡವೆ ಅಂಗಡಿ ಶ್ರೀಮಂತನ ಮಗಳು. ತುಸು ಕಂದು ಬಣ್ಣವಾದರೂ ಕಣ್ಣೆಳೆಯುವ ರೂಪ. ಕೇವಲ ಆ ಜೋಡಿ ಮಾದಕ ಕಣ್ಣುಗಳೇ ನನ್ನನ್ನು ಮರುಳು ಮಾಡಿದ್ದವು. ಆದರೆ ಮನಸ್ಸಿನಲ್ಲೇ ಆರಾಧಿಸುತ್ತಾ ನಿರಪಾಯದ ದೂರದಲ್ಲೇ ಉಳಿದಿದ್ದೆ. ನನ್ನನ್ನು ಸೆಳೆದದ್ದು ಕೇವಲ ಅವಳ ರೂಪಯೌವನ ಆಗಿದ್ದಿದ್ದರೆ ಹೇಗೋ ತಪ್ಪಿಸಿಕೊಂಡು ಬಚಾವಾಗುತ್ತಿದ್ದೆ. ಆದರೆ ಅವಳು ಬುದ್ಧಿವಂತೆಯೂ ಆಗಿದ್ದಳು. ಚೆನ್ನಾಗಿ ಹಾಡುತ್ತಿದ್ದಳು. ಆ ಅತಿಭಾವುಕ ಹದಿವಯಸ್ಸಿಗೆ ಅವಳ ವ್ಯಕ್ತಿತ್ವ ಯಾವ ಪಕ್ವತೆ ಗಳಿಸಿದ್ದೀತು? ಆದರೂ ಸ್ವಂತ ವಿಚಾರಗಳ ಭಾವನೆಗಳ ಸೂಕ್ಷ್ಮ ದಿಟ್ಟ ಮನಸ್ಸು ಅವಳಿಗಿತ್ತು. ಎಲ್ಲಕ್ಕಿಂತ ಮಿಗಿಲಾಗಿ ಅವಳಿಗೂ ನನ್ನ ಬಗ್ಗೆ ವಿಶೇಷ ಆಸ್ಥೆ ಅಕ್ಕರೆ ಇದ್ದವು. ಅವಳ ಹಾವಭಾವಗಳಲ್ಲೇ ಇದನ್ನು ಗುರುತಿಸಿ ನಾನು ಪುಳಕಗೊಳ್ಳುತ್ತಿದ್ದೆ. ಸುಂದರ ಕಲ್ಪನೆಗಳ ವರ್ಣಜಾಲ ನೇಯುತ್ತಾ ಎಷ್ಟೋ ರಾತ್ರಿಗಳ ನೆಮ್ಮದಿಯ ನಿದ್ದೆಯಿಂದ ವಂಚಿತನಾಗಿದ್ದೆ. ಅವಳನ್ನು ಮೆಚ್ಚಿಸಲು ತರಗತಿಯ ಒಳಗೆ ಹೊರಗೆ ನನ್ನಲ್ಲಿದ್ದ ಎಲ್ಲ ಜಾಣ ಅಸ್ತ್ರಗಳನ್ನೂ ದಣಿವಿಲ್ಲದೆ ಪ್ರಯೋಗಿಸುತ್ತಿದ್ದೆ.

ಒಂದು ಸಂಜೆ ಆ ಊರಿನ ಯಾವುದೋ ಬೀದಿಯ ಇಕ್ಕೆಲಗಳನ್ನೂ ಅಪರಿಚಿತನ ಸಹಜ ಕುತೂಹಲದೊಂದಿಗೆ ವೀಕ್ಷಿಸುತ್ತಾ ನಡೆದಿದ್ದೆ. ಬಹುಶಃ ನನ್ನ ಸುಪ್ತಪ್ರಜ್ಞೆ ಭಾಗ್ಯಳ ಮನೆಯ ಶೋಧನೆಯಲ್ಲಿದ್ದಿರಬಹುದು. ತಟ್ಟನೆ ಅವಳ ಧ್ವನಿ ನನ್ನನ್ನು ಕರೆದು ಜಗ್ಗಿದಂತಾಗಿ ಹಿಂತಿರುಗಿ ನೋಡಿದೆ. ಒಂದು ಭವ್ಯ ಬಂಗಲೆಯ ಗೇಟಿನೊಳಗೆ ನಿಂತ ಭಾಗ್ಯ ಕೈಬೀಸಿ ಕರೆಯುತ್ತಿದ್ದಳು. 'ಬನ್ನಿ ಸಾರ್. ಇದೇ ನಮ್ಮ ಮನೆ, ಒಳಕ್ಕೆ ಬನ್ನಿ.'

ನಾನು ಹಿಂತಿರುಗಿ ಅವಳ ಮನೆ ಗೇಟಿನ ಬಳಿ ನಿಂತು, 'ಇಲ್ಲ, ಭಾಗ್ಯ, ಅರ್ಜೆಂಟಾಗಿ ಎಲ್ಲೋ, ಹೊರಟಿದ್ದೀನಿ, ಇನ್ನೊಮ್ಮೆ ಯಾವಾಗಲಾದರೂ ಬಿಡುವಾಗಿ ಬರ್ತೀನಿ' ಎಂದು ಸಂಭಾವಿತನ ಸೋಗು ಹಾಕಿದೆ.

'ಪರವಾಗಿಲ್ಲ ಬನ್ನಿ ಸಾರ್, ಐದು ನಿಮಿಷ ಬಂದು ಹೋಗಿ' ಎಂದು ನಿರೀಕ್ಷೆಯಂತೆ ಒತ್ತಾಯಿಸಿದಳು. ನಾನು ಸಂಕೋಚ ಮತ್ತು ಅದುಮಿಟ್ಟ ಸಂತೋಷಗಳೊಂದಿಗೆ ಅವಳ ಬಂಗಲೆ ಹೊಕ್ಕೆ.

ಸುಸಜ್ಜಿತ ಮನೆ, ವಿಶಾಲವಾದ ಹಜಾರದಲ್ಲಿ ಉಯ್ಯಾಲೆಯಿತ್ತು, ಅದರ ಮಣೆಗೆ ಥಳಥಳ ಬೆಳ್ಳಿಯ ಉಬ್ಬು, ಚಿತ್ತಾರದ ಚೌಕಟ್ಟಿತ್ತು. ಬಳೆಗಳಿದ್ದವು. ಸದ್ಯ, ಭಾಗ್ಯ ಆ ಉಯ್ಯಾಲೆಯಲ್ಲಿ ಕೂರಲು ನನಗೆ ಹೇಳಲಿಲ್ಲ. ಮೆತ್ತನೆ ಸೋಫಾ ಮೇಲೆ ಕೂರಿಸಿ, ತನ್ನ ತಾಯಿಯನ್ನು ತೆಲುಗಿನಲ್ಲಿ ಕರೆದಳು.

ಮನೆಯಲ್ಲೂ ದುಬಾರಿ ರೇಷ್ಮೆಸೀರೆ, ವಜ್ರಖಚಿತ ಬಂಗಾರದೊಡವೆಗಳಿಂದ ಸಾಲಂಕೃತರಾಗಿ ಕಣ್ಣು ಕುಕ್ಕುವಂತಿದ್ದ ನಡು ವಯಸ್ಸಿನ ಒಬ್ಬ ಸ್ಥೂಲದೇಹಿ ಮಹಿಳೆ ನಿಧಾನ ನಡೆದುಬಂದು ನನ್ನೆದುರು ನಿಂತರು. ನಾನು ಎದ್ದು ನಿಂತು ಕೈ ಮುಗಿದೆ. ಆಕೆಯೂ ಕೈಜೋಡಿಸಿದರು. ಭಾಗ್ಯ ಆಕೆಗೆ ನನ್ನನ್ನು ಪರಿಚಯಿಸಿದಳು. ಆಕೆ ನನಗೆ ಕೂರಲು ಹೇಳಿ ಒಳಕ್ಕೆ ಹೋದವರು ಮತ್ತೆ ಹೊರಬರಲಿಲ್ಲ. 'ಅಪ್ಪ, ಅಣ್ಣ ಅಂಗಡಿಯಲ್ಲಿದ್ದಾರೆ. ತಂಗಿ ಟ್ಯೂಷನ್ನಿಗೆ ಹೋಗಿದ್ದಾಳೆ'ಎಂದ ಭಾಗ್ಯ ಒಳಕ್ಕೆ ಹೋಗಿ ಒಂದು ಬೆಳ್ಳಿತಟ್ಟೆಯಲ್ಲಿ ತುಪ್ಪದಲ್ಲಿ ಕರೆದಿದ್ದ ಚಕ್ಕುಲಿ ನಿಪ್ಪಟ್ಟು, ಒಂದು ಬೆಳ್ಳಿ ಲೋಟದಲ್ಲಿ ಹಾಲು ತಂದು, ನನ್ನೆದುರು ತೇಗದ ಮರದ ಟೀಪಾಯಿಯ ಮೇಲಿಟ್ಟು, 'ತಗೊಳ್ಳಿ ಸಾರ್' ಎಂದಳು. 'ಇಷ್ಟೇ ಸಾಕಾ?' ಎಂದು ನಕ್ಕು, 'ನಿನಗೆ?' ಎಂದೆ. 'ನಂಗೆ ಬೇಡ. ನೀವು ತೊಗೊಳ್ಳಿ' ಎಂದು ಎದುರಿಗೆ ಸೋಫಾಲಿ ಕೂತಳು. ನಾನು ಚಕ್ಕುಲಿ ಕುರುಕುತ್ತಾ ಏನು ಮಾತಾಡಲೂ ತೋಚದೆ ಏನೇನೋ ಹರಟಿದೆ. 'ಚೆನ್ನಾಗಿ ಓದು, ಫಸ್ಟ್ ಕ್ಲಾಸ್ ತಗೋಬೇಕು, ಡಾಕ್ಟರಾಗೋ ಆಸೆ ಇದೆಯಾ?' ಹೀಗೇ ಏನೇನೋ, ಅವಳು ಮೌನವಾಗಿ ಆಲಿಸುತ್ತಿದ್ದವಳು ತಟ್ಟನೆ ತಟ್ಟೆಗೆ ಕೈಹಾಕಿ, ನಾನು ಕಡಿದು ಎಂಜಲು ಮಾಡಿಟ್ಟಿದ್ದ ಚಕ್ಕುಲಿ ತೆಗೆದುಕೊಂಡು ಕುರುಕತೊಡಗಿದಳು. ನಾನು ಅವಾಕ್ಕಾಗಿ ಅವಳ ಕಡೆ ನೋಡಿದೆ. ಅವಳು ತನ್ನ ಮಾದಕ ಕಣ್ಣನ್ನು ಚಕ್ಕನೆ ಮಿಂಚಿಸಿ, ಸಿಹಿನಕ್ಕು, ತಲೆ ತಗ್ಗಿಸಿ, ತನ್ನ ಹೃದಯದೊಳಗೆ ಬಚ್ಚಿಟ್ಟಿದ್ದ ಪ್ರೇಮವನ್ನು ಒಂದಿಷ್ಟೇ ಬಿಚ್ಚಿ ತೋರಿ, ಸಂಕೇತ ದಾಟಿಸಿದಳು. ನನ್ನ ಹೃದಯ ಕಳಕ್ಕೆಂದು ಉಳುಕಿದಂತಾಯ್ತು. ಮನಸ್ಸೆಲ್ಲ ಸಿಹಿ ಸಿಹಿಯಾಯ್ತು. ಹಾಲಿನ ಬಟ್ಟಲು ತುಟಿಗಿಟ್ಟು ಕುಡಿಯತೊಡಗಿದೆ. ಕೈ ಚಾಚಿದಳು, ಬಟ್ಟಲು ಕೊಟ್ಟೆ, ಎಂಜಲು ಹಾಲನ್ನು ನಿಧಾನ ಸವಿಯತೊಡಗಿದಳು. ಕೈಚಾಚಿ ಬಟ್ಟಲನ್ನು ಹಿಂತೆಗೆದುಕೊಂಡು ಉಳಿದ ಹಾಲನ್ನು ಒಂದೇ ಗುಟುಕಿಗೆ ಕುಡಿದು ಮುಗಿಸಿದೆ. ಆ ಸುಮುಹೂರ್ತದಲ್ಲಿ ನಾವು ಗಾಢ ಪ್ರೇಮಿಗಳಾದವು.

ಪ್ರೇಮಿಸುವುದು ಪ್ರೇಮಿಸಲ್ಪಡುವುದು ಎಂಥ ಸುಖದ ಸಾರ್ಥಕ ದಿವ್ಯ ಅನುಭವ ಎಂಬ ಸಾರ್ವಕಾಲಿಕ ಸತ್ಯದ ವೈಯಕ್ತಿಕ ಅರಿವು ಭಾಗ್ಯವಶಾತ್

ನನಗೆ ಒದಗಿ ಬಂದಿತ್ತು. ಪ್ರೇಮ ನಿಜಕ್ಕೂ ಕುರುಡು. ನಾನು ಎಲ್ಲಕ್ಕೂ ಕುರುಡನಾದೆ. ಜಾತಿ ಮತ ಸಮಾಜ ಪ್ರತಿಷ್ಠೆ ಮಾನ ಮರ್ಯಾದೆ ಕೊನೆಗೆ ನನ್ನ ಉದ್ಯೋಗ, ಭವಿಷ್ಯದ ಸುಭದ್ರತೆ ಯಾವುದೂ ನನ್ನನ್ನು ತಡೆಯಲು ಸಮರ್ಥವಾಗಲಿಲ್ಲ. ನನ್ನ ವಿದ್ಯೆ ಬುದ್ಧಿ ವಿವೇಕ ವ್ಯವಹಾರ ಚಾತುರ ಎಲ್ಲ ಪ್ರೇಮದೆದುರು ಆ ಅಲೌಕಿಕ ಅನುಭವದ ತೀವ್ರ ಸೆಳೆತದೆದುರು ಶರಣು ಹೊಡೆದವು.

ಕೇವಲ ಐದಾರು ತಿಂಗಳುಗಳ, ಆ ಬಣ್ಣನೆಗೆ ಮೀರಿದ ನೋವು ನಲಿವುಗಳ ಪ್ರೇಮಾನುಭೂತಿಗೆ ನಾನು ನಿರೀಕ್ಷಿತ ಬೆಲೆಯನ್ನೇ ತೆರಬೇಕಾಯ್ತು. ಅವಮಾನಕ್ಕೆ, ನಗೆಪಾಟಲಿಗೆ ಈಡಾಗಿ, ಕೆಲಸ ಕಳೆದುಕೊಂಡು, ಆ ಊರಿಂದ ಗಂಟುಮೂಟೆ ಕಟ್ಟಿಕೊಂಡು ಹೊರಡಬೇಕಾಯ್ತು. ನಂತರ ನನಗೆ ಪ್ರಿಯವಾಗಿದ್ದ ಅಧ್ಯಾಪಕ ವೃತ್ತಿ ಎಲ್ಲೂ ನನಗೆ ಸಿಕ್ಕದೆ ಬ್ಯಾಂಕಿಗೆ ಸೇರಿಕೊಂಡೆ. ಮದುವೆಯಾಯ್ತು, ಒಬ್ಬ ಮಗನೂ ಆದ.

ಭಾಗ್ಯಳಿಗೂ ಈ ವೇಳೆಗೆ ಮದುವೆಯಾಗಿ ಎಲ್ಲೋ ತನ್ನ ಶ್ರೀಮಂತ ಗಂಡನೊಂದಿಗೆ, ಮಕ್ಕಳೊಂದಿಗೆ ಹೀಗೇ ನನ್ನಂತೆ ತಕ್ಕಮಟ್ಟಿಗೆ ಸುಖವಾಗಿರಬಹುದು. ತನ್ನ ತಾಯಿಯಂತೆ ತಾನೂ ಸ್ಥೂಲದೇಹಿಯಾಗಿ, ರೇಷ್ಮೆ ಚಿನ್ನ ವಜ್ರ ವೈಡೂರ್ಯಗಳ ಹೊರೆ ಹೊತ್ತು ಸಾಗುವ ಹೇಸರಗತ್ತೆಯಾಗಿರಬಹುದು.

ನನ್ನ ತಲೆಯಲ್ಲೂ ಬಿಳಿಗೂದಲು ಹೆಚ್ಚುತ್ತಿವೆ. ಕಣ್ಣು ತನ್ನ ಹೊಳಪನ್ನು ಕಳೆದುಕೊಂಡು ಮಂಕಾಗುತ್ತಿದೆ. ಮುಖದಲ್ಲಿ ನಿರಿಗೆಗಳು ಮೂಡುತ್ತಿವೆ.

ಆದರೂ ಇದು ನಿಜ: ಇಂದಿಗೂ ನಾನು ಅಂತರಂಗದಲ್ಲಿ ಭಾಗ್ಯಳನ್ನು ಅಂದಿನಷ್ಟೇ ಪ್ರೀತಿಸುತ್ತೇನೆ. ಅವಳೂ ಸಹ ನನ್ನನ್ನು ಈಗಲೂ ಒಮ್ಮೊಮ್ಮೆಯಾದರೂ ಪ್ರೀತಿಯಿಂದ ನೆನಪಿಸಿಕೊಳ್ಳುತ್ತಿರಬಹುದು. ಸದ್ಯ, ನಮ್ಮ ಅಂತರಂಗದಾಳದಲ್ಲಿ ನಿರಾಳ ಅಡಗಿ ಕೂತ ನಮ್ಮ ಖಾಸಗಿ ಒಲವು ನಿಲುವುಗಳನ್ನು ಬಡಿದು ಬಗ್ಗಿಸಿ ತಿರುಚಿ ಬದಲಿಸಬಲ್ಲ ಭ್ರಷ್ಟಶಕ್ತಿ ಸಮಾಜಕ್ಕಿನ್ನೂ ದಕ್ಕಿಲ್ಲವಲ್ಲ!

ಅಂದು ಪ್ರೇಮದ ಉನ್ಮಾದದಲ್ಲಿ ನಾನಾಗಲೀ ಭಾಗ್ಯಳಾಗಲೀ ವರ್ತಿಸಿದ ರೀತಿ ಈಗ ನೆನೆಸಿಕೊಂಡರೆ ನನಗೇ ಒಮ್ಮೊಮ್ಮೆ ನಾಚಿಕೆ ಎನಿಸುತ್ತದೆ. 'ಛೇ, ನಾನು ಹಾಗೆ ಅಷ್ಟು ಹಾಸ್ಯಾಸ್ಪದವಾಗಿ ನಡೆದುಕೊಂಡದ್ದುಂಟೇ?' ಎಂದು ನನಗೇ ಆಶ್ಚರ್ಯವಾಗುತ್ತೆ. ಅಂದ ಮಾತ್ರಕ್ಕೆ ಆ ಕ್ಷಣಗಳು ಆ ದಿನಗಳು ಸುಳ್ಳೇ? ನನ್ನ ಜೀವವನ್ನೇ ಸಮೂಲ ಹಿಡಿದು ಅಲ್ಲಾಡಿಸಿ ವಿಲಿವಿಲಿ ನರಳಿಸಿದ್ದ, ದಳದಳ ಅರಳಿಸಿದ್ದ, ಕಿಲಕಿಲ ನಗಿಸಿದ್ದ ಆ ಅತ್ಯಂತ ಖಾಸಗಿ, ಅತ್ಯಂತ ಪವಿತ್ರ ಅತ್ಯಂತ ಅರ್ಥಪೂರ್ಣ ಅನುಭವವನ್ನು ಹೇಗೆ ತಾನೇ ಸುಳ್ಳೆಂದು ನಿರಾಕರಿಸಲಿ?

ಅಂಥ ಅನುಭವವೊಂದನ್ನು ಕರುಣಿಸಿದ್ದಕ್ಕಾಗಿ ಅನುಭವಿಸಬೇಕಾಗಿ ಬಂದ ಏನೆಲ್ಲ ನೋವು ನಷ್ಟ ಅವಮಾನಗಳಿಗಾಗಿ ನನ್ನಲ್ಲಿ ಇಂದಿಗೂ ಕಿಂಚಿತ್ತೂ ಪಶ್ಚಾತ್ತಾಪವಿಲ್ಲ,

ಜಾತಿ ಅಂತಸ್ತುಗಳ ಸನಾತನ ಸುಭದ್ರ ಗೋಡೆ ನಮ್ಮಿಬ್ಬರ ನಡುವೆ ತಳವೂರಿ ನಿಂತಿದೆಯೆಂಬ ಅರಿವು, ವಿವೇಕ ನಮ್ಮಿಬ್ಬರಿಗೆ ಮೊದಲಿನಿಂದಲೂ ಇರಲಿಲ್ಲವೇ? ಆದರೂ ನಾವೇಕೆ ಆ ಗೋಡೆಗೆ ತಲೆ ಗಟ್ಟಿಸಿಕೊಂಡು ಜರ್ಜರಿತರಾದೆವು? ಹಾಗೇಕೆ ಪರಸ್ಪರ ಬಯಸಿ, ಪ್ರೇಮಿಸಿ, ಮದುವೆಯಾಗಬೇಕೆಂದು ಹಂಬಲಿಸಿ ಒದ್ದಾಡಿದೆವು? ಹಾಗೇಕೆ ಕುರುಡಾದೆವು ವಾಸ್ತವಕ್ಕೆ ವ್ಯವಹಾರಕ್ಕೆ? ವಿವೇಕದ ಬುದ್ಧಿ ಮಾತಿಗೇಕೆ ಹಾಗೆ ಕಿವುಡಾದೆವು? ಇದೆಂಥ ಚಿರಂತನ ಸಾರ್ವಕಾಲಿಕ ಸೆಳೆತ ಮೂರ್ಖ ಭಾವುಕ ಮುಗ್ಧ ಪ್ರೇಮಿಗಳಿಗೆ? ಇದೆಂಥ ಕ್ರೂರ ಮನೋಹರ ಒಗಟು?

ಈಗ ನನ್ನ ತಂಗಿ ಇಂಥದೇ ಒಂದು ಸುಳಿಯಲ್ಲಿ ಸಿಕ್ಕಿಬಿದ್ದು ಗಿರಿಗಿರ ಸುತ್ತುತ್ತಿದ್ದಾಳೆ. ಆಳಕ್ಕೆ ಜಗ್ಗುತ್ತಿದೆ ಕ್ರೂರ ಸುಳಿ. ಹೇಗೆ ಪಾರು ಮಾಡಲಿ ಅವಳನ್ನು?

ಒಂದು ಸಂಜೆ ಸುಮಳನ್ನು ನನ್ನ ಕೋಣೆಯಲ್ಲಿ ಒಬ್ಬಂಟಿ ಕೂಡಿಸಿಕೊಂಡು ಬುದ್ಧಿವಾದ ಹೇಳಿದೆ, 'ನೋಡಮ್ಮ ಸುಮಿ, ಈ ಪ್ರೇಮಗೀಮ ಹುಡುಗಾಟವಲ್ಲ. ನೀನು ಒಬ್ಬ ರೆಡ್ಡಿಯನ್ನು ಪ್ರೀತಿಸುತ್ತಿದ್ದೀಯೆಂದು ನನಗೇನೂ ಕೋಪವಿಲ್ಲ. ಬೇಸರವಿಲ್ಲ. ಆದರೆ ನಿನಗೀಗ ಎಷ್ಟು ವಯಸ್ಸು? ಹದಿನೆಂಟು. ಅವನಿಗೂ ಹದಿನೆಂಟೋ ಹತ್ತೊಂಬತ್ತೋ ಇದ್ದೀತು. ಈಗ ನೀವು ಬಯಸಿದರೂ ಪ್ರಯತ್ನಿಸಿದರೂ ರಿಜಿಸ್ಟ್ರಾರ್ ಆಫೀಸಿನಲ್ಲಿ ಸಹ ಮದುವೆಯಾಗಲು ಸಾಧ್ಯವಿಲ್ಲ. ನಾನೇ ಮುಂದೆ ನಿಂತು ನಿಮ್ಮಿಬ್ಬರಿಗೂ ಮದುವೆ ಮಾಡಿಸಿದೆ ಅಂತಲೇ ಇಟ್ಟುಕೊಳ್ಳೋಣ. ಆಮೇಲೆ ಏನ್ಮಾಡ್ತೀರಿ? ಒಂದು ಮನೇಂತ ಮಾಡಿ ಸಂಸಾರಾಂತ ಹೂಡಬೇಕಲ್ಲ? ಆದರ್ಶ ಪ್ರೇಮಿಗಳು ಅಂತ ಸಮಾಜವೇನಾದರೂ ನಿಮ್ಮನ್ನು ಕೊಂಡಾಡಿ ಸನ್ಮಾನಿಸಿ ಸಾಕುತ್ತಾ? ಮದುವೆ ಆದ ಮೇಲೆ ನೀವು ಮಾಮೂಲಿ ಗಂಡ ಹೆಂಡತಿ ತಾನೆ? ಈ ಪ್ರೇಮದ ತೀವ್ರತೆ ಎಷ್ಟು ಕಾಲಾಂತ ಬಾಳಿಕೆ ಬರಬಲ್ಲದು?'

'ಇನ್ನೂ ನಿಮ್ಮಿಬ್ಬರ ಓದೂ ಮುಗಿದಿಲ್ಲ. ನಿನಗಾಗಲೀ ಅವನಿಗಾಗಲೀ ಜೀವನೋಪಾಯಕ್ಕೊಂದು ಉದ್ಯೋಗವಿಲ್ಲ. ಬೇಕೆಂದ ಕೂಡಲೇ ಸಿಕ್ಕಿಬಿಡುವಷ್ಟು ಸಲೀಸಾಗಿದೆಯೇ ಈಗ ಉದ್ಯೋಗ? ಹೋಗಲಿ, ಅವನ ಹಳ್ಳಿಗಾದರೂ ನಿನ್ನನ್ನು ಕರೆದೊಯ್ದು ಸಾಕಿಕೊಳ್ಳುವಷ್ಟು ತಾಕತ್ತು ಅವನಿಗಿದೆಯೇ? ಅವನ ಅಪ್ಪ ಅಮ್ಮ ಒಪ್ಪುತ್ತಾರೆಯೇ? ಅವನು ನಡುನೀರಿನಲ್ಲಿ ನಿನ್ನ ಕೈಬಿಟ್ಟರೆ ನೀನು ಏನು ತಾನೆ ಮಾಡಬಲ್ಲೆ? ಅವನೋ ಗಂಡಸು, ನಮ್ಮ ದರಿದ್ರ ಸಮಾಜದಲ್ಲಿ

ಹೇಗೋ ಬಚಾವಾಗಿಬಿಡ್ತಾನೆ. ನೀನೇನು ಮಾಡ್ತೀಯ? ನಿನ್ನ ಭವಿಷ್ಯದ ಭದ್ರತೆ ಬಗ್ಗೆ ಯೋಚಿಸಬೇಕಾದ್ದು, ನಿನ್ನನ್ನು ಅಪಾಯ ಅನಾಹುತಗಳಿಂದ ಕಾಪಾಡಬೇಕಾದ್ದು ನಮ್ಮ ಕರ್ತವ್ಯವಲ್ಲವೇ? ಆದ್ದರಿಂದ ಸರಿಯಾಗಿ ಯೋಚಿಸಿ, ಸರಿಯಾದ ನಿರ್ಧಾರ ಮಾಡು, ಮುಂದೆ ನೀನಾಗಲೀ ನಾವಾಗಲೀ ಪಶ್ಚಾತ್ತಾಪ ಪಡುವಂತಾಗಬಾರದು'.

'ಮೊದಲು ನಿನ್ನ ಓದು ಮುಗಿಸು. ಅವನೂ ತನ್ನ ಓದು ಮುಗಿಸಲಿ. ಅವನಿಗೆ ನಿನಗೋ ಒಂದು ಸುಭದ್ರ ಉದ್ಯೋಗ ಸಿಕ್ಕಲಿ. ನಂತರ ನಾನೇ ಮುಂದೆ ನಿಂತು ನಿಮ್ಮಿಬ್ಬರ I promise you'.

'ಆದರೆ ಸದ್ಯಕ್ಕೆ ನೀವು ಸಂಯಮದಿಂದ ವರ್ತಿಸಬೇಕು. ಮರ್ಯಾದೆಯ ಮಿತಿಮೀರಿ ಹೋಗಬಾರದು. ಪ್ರೇಮ ಅನ್ನೋದು ನೀನು ಸಿನಿಮಾಗಳಲ್ಲಿ ನೋಡುವಷ್ಟು ಸರಳ ಸುಂದರ ವಿಷಯವಲ್ಲ. It is a noble sentiment, I know. ಆದರೆ ಅದು ಸ್ವೈರಾಚಾರವಾಗಬಾರದು. ಅವಿವೇಕದ ಭಾವಾವೇಶವಾಗಬಾರದು. ನಾಳೆ ನಿನ್ನ ಭವಿಷ್ಯ ಕರಾಳವಾಗಿ ನೀನು ನಮ್ಮೆಲ್ಲರನ್ನೂ ಶಪಿಸುವಂತಾಗಬಾರದು'.

'ಇಂದೇನೋ ನೀನು ಬೇಕಾಬಿಟ್ಟಿ ಆ ಹುಡುಗನೊಟ್ಟಿಗೆ ಎಲ್ಲೆಂದರಲ್ಲಿ ಓಡಾಡಿಬಿಡಬಹುದು. ನಾಳೆ ಪರಿಸ್ಥಿತಿಗಳ ಒತ್ತಡಕ್ಕೆ ಮಣಿದು ಅವನೇನಾದರೂ ನಿನ್ನನ್ನು ಮದುವೆಯಾಗಲು ನಿರಾಕರಿಸಿದರೆ, ಆಗ ನಿನ್ನ ಪೂರ್ವೇತಿಹಾಸ ಬಲ್ಲ ಯಾವ ಯುವಕ ತಾನೇ ನಿನ್ನನ್ನು ಮದುವೆಯಾಗಲು ಮುಂದೆ ಬಂದಾನು? ಈ ವ್ಯವಸ್ಥೆ ತುಂಬಾ ಕ್ರೂರಿ, ಹೃದಯಹೀನ. ಆಗ ನೀನು ಹತಾಶಳಾಗಿ, ಭಗ್ನ ಪ್ರೇಮಿಯಾಗಿ, ನಿಸ್ಸಹಾಯಳಾಗಿ ಆತ್ಮಹತ್ಯೆಗೋ ಮತ್ಯಾವುದೋ ದುರಂತಕ್ಕೋ ಶರಣಾಗುವುದರಲ್ಲಿ ಯಾವ ಪುರುಷಾರ್ಥವಿದೆ? ನೀನೇ ಯೋಚಿಸು, ನಿನಗೂ ಸಾಕಷ್ಟು ವಯಸ್ಸಾಗಿದೆ, ಆಲೋಚನಾ ಶಕ್ತಿಯಿದೆ...

ಹೀಗೇ ಓತಪ್ರೋತವಾಗಿ ಹರಿಯಲಿದ್ದ ನನ್ನ ಉಪದೇಶಾಮೃತವನ್ನು ಹಠಾತ್ತನೆ ತುಂಡರಿಸಿ ಸುಮ ಚೀರಿದಳು, 'ಅಣ್ಣಾ, ದಯವಿಟ್ಟು ಕ್ಷಮಿಸು. ನನಗೆ ಇದ್ಯಾವುದೂ ಯೋಚಿಸಲಿಕ್ಕೆ ಸಾಧ್ಯವಾಗ್ತಾ ಇಲ್ಲ. ನಾನು ಹುಚ್ಚಿಯಾಗಿ ಬಿಟ್ಟಿದ್ದೀನಿ. ಅವನಿಲ್ಲದೆ ನನ್ನ ಬದುಕು ಶೂನ್ಯ ಅನ್ನಿಸುತ್ತೆ. ಅವನಿಗಾಗಿ ಸಾಯುವುದರಲ್ಲೂ ಸುಖವಿದೆ ಅನ್ನಿಸ್ತಿದೆ. ಅವನಿಲ್ಲದೆ ನಾನು ಬದುಕಲಾರೆ, ಅಣ್ಣಾ, I love him so much' ಎಂದು ಬಿಕ್ಕಿ ಬಿಕ್ಕಿ ಅಳತೊಡಗಿದಳು.

ನಾನು ಅಪ್ರತಿಭನಾದೆ, ಅವಾಕ್ಕಾದೆ, ನನ್ನ ಮಾತುಗಳು ಅವಳ ಪಾಲಿಗೆಷ್ಟು ಕೃತಕ ಅನ್ನಿಸಿತು. ಹೊರಗಿನವನಾಗಿ ನಿಂತು ಮಾತಾಡುವುದು ಎಷ್ಟು ಸುಲಭ, ಆದರೆ ಎಷ್ಟು ಅರ್ಥಹೀನ, ಅನ್ನಿಸಿ ನಾಚಿಕೆಯಾದಂತಾಯಿತು. ಅವಳನ್ನು ಎದೆಗವಚಿಕೊಂಡು,

ಕಣ್ಣೀರೊರೆಸಿ, ಸಂತೈಸಿದೆ. 'ನಾನು ನಿನ್ನನ್ನು ಅರ್ಥಮಾಡಿಕೊಳ್ಳಬಲ್ಲೆ. ಸುಮಿ. ನೀನೂ ಸಾಧ್ಯವಾದರೆ ನನ್ನ ಮಾತುಗಳನ್ನು ಅರ್ಥಮಾಡಿಕೊಳ್ಳಲು ಪ್ರಯತ್ನಿಸು. ಇಷ್ಟರ ಮೇಲೆ ನಿನ್ನಿಷ್ಟ ಎಂದೆ. ಪೆಚ್ಚಾಗಿ ಎದ್ದು ಹೋದಳು.

ಅಂದಿನಿಂದ ಸುಮ ತುಂಬ ಸಂಯಮದಿಂದಲೇ ವರ್ತಿಸಿದ್ದಳು. ಕಾಲೇಜಲ್ಲಿ ಸಿಕ್ಕಾಗೊಮ್ಮೆ ರಾಜಾರೆಡ್ಡಿಯೊಂದಿಗೆ ಲೋಕಾಭಿರಾಮವಾಗಿ ಮಾತಾಡುತ್ತಿದ್ದುದೆಷ್ಟೋ ಅಷ್ಟೇ. ಹೊರಗೆ ಅವರಿಬ್ಬರೂ ಒಟ್ಟಿಗೆ ಓಡಾಡಿದ ವರದಿ ಅಲ್ಲಿಂದಾಚೆಗೆ ನನ್ನ ಕಿವಿ ಮುಟ್ಟಿರಲಿಲ್ಲ. ನನ್ನ ಬುದ್ಧಿ ಮಾತು ಅವಳ ಮನಸ್ಸಿಗೆ ನಾಟಿರಬಹುದೆಂದೇ ಭಾವಿಸಿ ಸಮಾಧಾನದಲ್ಲಿದ್ದೆ; ಈಗ ಇದ್ದಕ್ಕಿದ್ದಂತೆ ಹೀಗೇಕೆ ಮಾಡಿದಳು? ಅವಳ ನಡವಳಿಕೆ ಕೇವಲ 'ಬಿರುಗಾಳಿಗೆ ಮುಂಚಿನ ಪ್ರಶಾಂತತೆಯಾಗಿತ್ತೆ? ಅಥವಾ ಇನ್ನೇನಾದರೂ ದುರ್ಘಟನೆಗೆ ಅವಳು ಈಡಾಗಿರಬಹುದೆ?'

***

ನಿದ್ದೆ ಯಾವಾಗ ಆವರಿಸಿತ್ತೋ, ಬೆಳಗ್ಗೆ ಎದ್ದಾಗ ಸುಮಾರು ಎಂಟರ ಸಮಯ. ಸುಮ ಇನ್ನೂ ಹಿಂತಿರುಗಿರಲಿಲ್ಲ. ಗಡಬಡಿಸಿ ಶೇವ್, ಸ್ನಾನ ಮುಗಿಸಿ, ತಿಂಡಿಗೆಂದು ಡೈನಿಂಗ್ ಟೇಬಲ್ ಮುಂದೆ ಕೂತಿದ್ದೆ. ಒಂಬತ್ತರ ತನಕ ನೋಡಿ, ನಂತರ ಪೊಲೀಸ್ ಸ್ಟೇಷನ್ನಿಗಾದರೂ ಹೋಗಿ ಬರೋಣವೆಂದು ತೀರ್ಮಾನಿಸಿದ್ದೆ.

ಅಷ್ಟರಲ್ಲಿ ಹಜಾರದಿಂದ ಅಪ್ಪನ ಗರ್ಜನೆ ಕೇಳಿಸಿತು. 'ನಿನ್ನೆಯೆಲ್ಲ ಎಲ್ಲಿ ಹಾಳಾಗಿ ಹೋಗಿದ್ದೆಯೇ ಮನೆಹಾಳಿ?'

ಸುಮ ಹಿಂತಿರುಗಿರಬಹುದೆಂದು ಫಕ್ಕನೆ ಹೊಳೆದು ಖುಷಿಯಾಯಿತು. ಸಮಾಧಾನವೆನಿಸಿತು. ಆದರೆ ಅಪ್ಪ ಕೋಪದಲ್ಲಿ ಏನಾದರೂ ಅನಾಹುತ ಮಾಡಿಯಾನೆಂದು ದಿಗಿಲಾಗಿ ಗಕ್ಕನೆ ಎದ್ದು ಎಂಜಲು ಕೈಯಲ್ಲಿ ಹಜಾರಕ್ಕೆ ಧಾವಿಸಿದೆ. ನನ್ನ ಹಿಂದೆಯೇ ಅಡಿಗೆ ಮನೆಲ್ಲಿದ್ದ ಅಮ್ಮ, ಹೆಂಡತಿ ನುಗ್ಗಿ ಬಂದರು. ಸುಮ ತಲೆ ತಗ್ಗಿಸಿ ನಿಂತಿದ್ದಳು. ಅಪ್ಪ ಉಗ್ರನರಸಿಂಹಾವತಾರಿಯಾಗಿ ಕಂಪಿಸುತ್ತಾ ನಿಂತಿದ್ದ. ಸದ್ಯ, ರಘು ಮನೆಯಲ್ಲಿರಲಿಲ್ಲ. ಮಾರ್ಕೆಟ್ಟಿಗೆ ಹೋಗಿದ್ದ.

'ಅಪ್ಪಾ, ತಾಳ್ಮೆ ಕಳಕೋಬೇಡ. ಸ್ವಲ್ಪ ಸಮಾಧಾನ ತಂದುಕೊ' ಎಂದು ನಾನು ಸುಮಳ ಕೈಹಿಡಿದು ಒಳಮನೆಗೆ ಎಳೆದೊಯ್ದು, ಡೈನಿಂಗ್ ಟೇಬಲ್ ಮುಂದೆ ಒಂದು ಕುರ್ಚಿಯಲ್ಲಿ ಕೂರಿಸಿದೆ. ಹೆಂಡತಿ ಕಾಫಿ ತಂದಿತ್ತಳು.

ನಾನು ಮೃದುವಾಗಿ, ಅನುನಯದ ಧ್ವನಿಯಲ್ಲಿ ಕೇಳಿದೆ, 'ಹೀಗೇಕೆ ಮಾಡಿದೆ ಸುಮಿ?

ನಿನ್ನೆಯೆಲ್ಲ ಎಲ್ಲಿ ಹೋಗಿಬಿಟ್ಟಿದ್ದಿ? ನಮಗೊಂದು ಮಾತೂ ಹೇಳದೆ ಹೋಗಿ ಬಿಟ್ಟಿದ್ದೆಯಲ್ಲ, ನಮಗೆಲ್ಲ ಎಷ್ಟು ಗಾಬರಿಯಾಗಿಬಿಟ್ಟಿತ್ತು ಗೊತ್ತ? ಇಷ್ಟಕ್ಕೂ ನೀನು ಹೋಗಿದ್ದುದಾದರೂ ಎಲ್ಲಿಗೆ?'

ಸುಮ ಅಂಜಂಜುತ್ತಾ ಮೆಲ್ಲಗೆ ಉಸಿರಿದಳು, 'ರೆಡ್ಡಿಗೆ ಕಾಯಿಲೆ ಅಂತ ಗೊತ್ತಾಯ್ತು. ನೋಡಿ ಬರೋಣಾಂತ ಅವನ ಹಳ್ಳಿಗೆ ಹೋಗಿದ್ದೆ.'

'ನೋಡಿದೆಯೇನೋ ಎಷ್ಟು ಧಿಮಾಕಿದೆ ಇವಳಿಗೆ? ಎಷ್ಟು ಧೈರವಾಗಿ ಹೇಳ್ತಿದಾಳೆ, ಚಂಡಾಲಿ! ಇವಳನ್ನು ಸಿಗಿದು ಹಾಕಿಬಿಡ್ತೀನಿ' ಎಂದು ಅಪ್ಪ ಬುಸುಗುಟ್ಟುತ್ತಾ ಎದ್ದ. ಅವನನ್ನು ತಡೆದು ಸಮಾಧಾನ ಮಾಡುವಷ್ಟರಲ್ಲಿ ಸಾಕುಬೇಕಾಯಿತು. ಅವನು ಇನ್ನಿಲ್ಲಿದ್ದರೆ ಸರಿಯಲ್ಲವೆನ್ನಿಸಿ, ಬಲವಂತವಾಗಿ ಅವನ ಕೊಠಡಿಯಲ್ಲಿ ಕೂರಿಸಿ ಬಂದೆ

ಸುಮಳನ್ನು ನನ್ನ ಕೊಠಡಿಗೆ ಕರೆದೊಯ್ದು ಕೂರಿಸಿ ಹೇಳಿದೆ, 'ನಿನ್ನೆ ಸಂಜೇನೇ ವಾಪಸ್ ಬರಬಾರದಿತ್ತ? ಇಷ್ಟೆಲ್ಲ ರಾದ್ಧಾಂತ ತಪ್ಪಿತ್ತು.'

ನಾನು ಅವನ ಹಳ್ಳಿ ತಲುಪುವಷ್ಟರಲ್ಲೇ ಮಧ್ಯಾಹ್ನವಾಗಿತ್ತು. ಊಟ ಮುಗಿದ ಮೇಲೆ ಮನೆಯವರೆಲ್ಲರ ಜೊತೆ ಹೊಲಗದ್ದೇಂತ ಸುತ್ತಾಡಿಸಿದ. ಹತ್ತಿರದ ಹನುಮನ ಗುಡ್ಡಕ್ಕೂ ಹೋಗಿ ಬಂದೆವು. ಅಷ್ಟರಲ್ಲಿ ಹೊತ್ತಾಗಿ ಬಿಟ್ಟಿತ್ತು. ವಾಪಸ್ ಬರಲಿಕ್ಕೆ ಬಸ್ಸಿರಲಿಲ್ಲ. ರಾತ್ರಿ ಅಲ್ಲೇ ಕಳೀಬೇಕಾಯ್ತು' ಎಂದಳು.

'ರೆಡ್ಡಿ ಈಗ ಹೇಗಿದ್ದಾನೆ?' ಕೇಳಿದೆ.

'ಈಗ ಹುಷಾರಾಗಿದ್ದಾನೆ. ನನ್ನನ್ನು ನಿರೀಕ್ಷಿಸಿರಲಿಲ್ಲಾಂತ ಕಾಣುತ್ತೆ. ತುಂಬಾ ಖುಷಿ ಪಟ್ಟ. ಆದರೆ ಆಳದಲ್ಲೆಲ್ಲೋ ಏನೋ ದಿಗಿಲು ಮುಜುಗರ ಕೂಡ ಇದ್ದಂತಿತ್ತು.'

'ಅವನ ಮನೆಯವರು ನಿನ್ನ ಹೇಗೆ ನೋಡಿಕೊಂಡರು?'

'ನಾನು ರೆಡ್ಡಿಯ ಕ್ಲಾಸ್‌ಮೇಟ್ ಅನ್ನೋದು ಬಿಟ್ಟು ಇನ್ನೇನೂ ಅವರಿಗೆ ಗೊತ್ತಿದ್ದಂತೆ ತೋರಲಿಲ್ಲ. ತುಂಬಾ ಪ್ರೀತಿ ಸಂಭ್ರಮದಿಂದ ನೋಡಿಕೊಂಡರು.'

ಇನ್ನೇನು ವಿಚಾರಿಸುವುದೆಂದು ತಡಕಾಡತೊಡಗಿದೆ. ಸುಮಳೇ ಮುಂದುವರಿಸಿದಳು, 'ರೆಡ್ಡಿಯ ಅಪ್ಪ ಅಂಥ ಸಾಹುಕಾರರೇನಲ್ಲ. ಒಂದಷ್ಟು ಸ್ವಂತ ಹೊಲಗದ್ದೆ ಇದೆ. ಆದರೆ ಮೂರು ಜನ ಗಂಡುಮಕ್ಕಳು. ರೆಡ್ಡಿ ಕೊನೆಯವನು. ಇಬ್ಬರು ಅಣ್ಣಂದಿರೂ ಅಲ್ಲೇ ಸಂಸಾರ ಹೂಡಿ ಬೇಸಾಯ ಮಾಡ್ಕೊಂಡಿದಾರೆ. ಜೊತೆಗೆ ಮದುವೆಯಾಗಬೇಕಾದ ಇಬ್ಬರು ಹೆಣ್ಣು ಮಕ್ಕಳಿದಾರೆ. ಅಲ್ಲೇ ಮಿಡಲ್‌ಸ್ಕೂಲ್ ತನಕ ಓದಿಕೊಂಡಿದಾರೆ.'

'ರೆಡ್ಡಿಯ ಓದು ಮುಗಿದ ಕೂಡಲೇ ಅವನಿಗೆ ಅವನ ಸೋದರಮಾವನ ಮಗಳನ್ನೇ ತಂದುಕೊಳ್ಳುವುದೆಂದು ನಿಷ್ಕರ್ಷೆಯಾಗಿದೆಯಂತೆ. ಹಾಗೆಂದು ಅವನ ತಾಯಿಯೇ ನಿನ್ನೆ ರಾತ್ರಿ ನನಗೆ ಹೇಳಿದರು. ಆಕೆಯ ಅಣ್ಣ ತುಂಬಾ

ಶ್ರೀಮಂತನಂತೆ, ಆತನಿಗೆ ರಾಜಾರೆಡ್ಡಿನ ಕಂಡರೆ ತುಂಬಾ ಪ್ರೀತಿಯಂತೆ. ಬೇಕಾದ ವರೋಪಚಾರ ಮಾಡ್ತೀನಿ, ಒಳ್ಳೇ ನೌಕರಿ ಕೊಡಸ್ತೀನಿ ಅಂತ ಮಾತು ಕೊಟ್ಟಿದ್ದಾನಂತೆ. ಹುಡುಗಿಯೂ ಲಕ್ಷಣವಾಗಿದಾಳಂತೆ. ಎಲ್.ಎಸ್. ಪಾಸ್ ಮಾಡಿದಾಳಂತೆ. ಬಹುಶಃ ನನ್ನ ಬಗ್ಗೆ ಅನುಮಾನ ಬಂದು ಆಕೆ ಇಷ್ಟೆಲ್ಲ ಹೇಳಿರಬಹುದು. ರೆಡ್ಡಿ ಮಾತ್ರ 'ನಾನು ನಿನ್ನನ್ನೇ ಮದುವೆಯಾಗೋದು. ಯಾವ ಅನುಮಾನಾನೂ ಇಟ್ಕ ಬೇಡ' ಅಂತ ಮತ್ತೆ ಮತ್ತೆ ಗುಟ್ಟಾಗಿ ಪ್ರಮಾಣ ಮಾಡಿ ಹೇಳಿದ.'

'ಸರಿ, ನೀನೇನು ನಿರ್ಧಾರ ಮಾಡಿದೆ?' ನಾನು ಆತಂಕದಿಂದ ಕೇಳಿದೆ.

ತಟ್ಟನೆ ನಿರುತ್ತರಳಾದಳು. ನಾನು ಕಾತರಿಸಿ ಚಡಪಡಿಸಿದೆ. ತುಟಿ ಬಿಗಿಹಿಡಿದು, ಏನೋ ನಿರ್ಧರಿಸಿದವಳಂತೆ ತಲೆ ಎತ್ತಿದಳು. ಅವಳ ಕಣ್ಣಂಚುಗಳಲ್ಲಿ ನೀರಾಡುತ್ತಿತ್ತು. ತುಂಬ ಶ್ರಮಪಟ್ಟು ತಡೆ ತಡೆದು ಹೇಳಿದಳು, 'ನೀನು ಹೇಳಿದ ಹಾಗೇ ನಡೆದುಕೊಳ್ಳಲು ಪ್ರಯತ್ನಿಸುತ್ತೇನೆ' ಹೀಗೆನ್ನುವಷ್ಟರಲ್ಲಿ, ಎಷ್ಟು ಹೊತ್ತಿನಿಂದ ಬಿಗಿಹಿಡಿದಿದ್ದದ್ದೋ, ಅಳು ಒತ್ತರಿಸಿಕೊಂಡು ಬಂದು ಕಟ್ಟೆಯೊಡೆಯಿತು. ನನ್ನ ಭುಜದ ಮೇಲೆ ತಲೆಯಿಟ್ಟು ಗಳಗಳ ಅತ್ತುಬಿಟ್ಟಳು. ನನಗೂ ಕಣ್ಣೀರು ತಡೆಯಲಾಗಲಿಲ್ಲ. ಅವಳ ತಲೆ ನೇವರಿಸುತ್ತಾ ಹೇಳಿದೆ, 'That's a good girl' ಸಮಾಧಾನ ಮಾಡಿಕೊ, ಕಾದು ನೋಡೋಣ. ಎಲ್ಲಾ ಒಳ್ಳೇದಾಗುತ್ತೆ.

ತಂಗಿಗೆ ಶುಭ ಹಾರೈಸುತ್ತಾ ನಾನೂ ಅವಳೊಂದಿಗೆ ಆಸೆಯಿಂದ ಅನುಮಾನದಿಂದ ಆತಂಕದಿಂದ ಸಂಯಮದಿಂದ ಕಾಯತೊಡಗಿದೆ.

–1983

13

ನಾನು ಕೊಂದ ಯುವಕ

ಯಾರಿಗೆ ಯಾರು ಹೊಣೆ? ಅದೆಲ್ಲ ಸುಳ್ಳು. ಪ್ರತಿಯೊಬ್ಬನ ಜೀವನಕ್ಕೂ, ಅವನ ಆಯ್ಕೆ ನಿರ್ಧಾರಗಳಿಗೂ, ಅವುಗಳ ಪರಿಣಾಮಗಳಿಗೂ ಬಹುಮಟ್ಟಿಗೆ ಅವನೇ ಹೊಣೆಗಾರ, ಆದರೂ ಈ ಯುವಕ ಚಂದ್ರನ ಸಾವಿಗೆ ನಾನೂ ಕೊಂಚಮಟ್ಟಿಗೆ ಹೊಣೆಗಾರನಾದೆನೇನೋ ಎಂಬ ಭಾವನೆ ನನ್ನಲ್ಲಿ ಉಳಿದುಬಿಟ್ಟಿದೆ. ಈ ಕಥೆ ಓದಿದ ನಂತರ ನಿಮಗೂ ಹಾಗೇ ಅನ್ನಿಸಿದರೆ, ದಯವಿಟ್ಟು ನನ್ನನ್ನು ಕ್ಷಮಿಸಿ.

***

ಅಂದು ಸಂಜೆ ಸ್ಟೇಟ್ ಬ್ಯಾಂಕಿನ ಪ್ರಧಾನಕಛೇರಿಯ ಸಭಾಂಗಣದಲ್ಲಿ ಬ್ಯಾಂಕಿನ ಸಿಬ್ಬಂದಿವರ್ಗದವರಿಗಾಗಿ, ಅಲ್ಲಿನ 'ಕನ್ನಡ ಸಂಘ'ದಿಂದ ಒಂದು 'ಕವನ ಸ್ಪರ್ಧೆ' ಏರ್ಪಾಟಾಗಿತ್ತು ನನ್ನನ್ನು ಕಾರ್ಯಕ್ರಮದ ಅಧ್ಯಕ್ಷ ಮತ್ತು ತೀರ್ಪುಗಾರನನ್ನಾಗಿ ಆಹ್ವಾನಿಸಿದ್ದರು. ಹೋಗಿದ್ದೆ.

ನಗರದ ವಿವಿಧ ಬ್ಯಾಂಕುಗಳಿಂದ ಸುಮಾರು ಇಪ್ಪತ್ತು ಯುವಕರು, ಮೂವರು ಯುವತಿಯರು ಸ್ಪರ್ಧೆಯಲ್ಲಿ ಭಾಗವಹಿಸಿ ತಮ್ಮ ಕವಿತೆಗಳನ್ನು ವಾಚಿಸಿದರು. ಕವನಗಳು ತಕ್ಕ ಮಟ್ಟಿಗಿದ್ದವು. ಬಹುಪಾಲು ಪ್ರೇಮ ಪ್ರಕೃತಿ ಖಾಸಗಿ ತೀಟೆತುರಿಕೆ ಇತ್ಯಾದಿಗಳ ಬಗ್ಗೆ ಅಪ್ರಬುದ್ಧ ಹೇಳಿಕೆಗಳ ಸಡಿಲ ಸಾಲುಗಳ ಪದ್ಯಗಳಾಗಿದ್ದವು. ಕೆಲವು 'ಬಂಡಾಯ' ಕವನಗಳೂ ಇದ್ದವು. ಅವುಗಳಲ್ಲಿ ಕೇವಲ ಭಾವಾವೇಶ, ಘೋಷಣೆ, ದೂಷಣೆ, ಖಂಡನೆಗಳೇ

ತುಂಬಿದ್ದವು. ಒಂದು ಕವಿತೆ ಮಾತ್ರ ನನ್ನನ್ನು ಆಳವಾಗಿ ಕಲಕಿ ಹೃದಯ ತಟ್ಟಿತು. ಅದೂ ಸಹ 'ಬಂಡಾಯ' ಧೋರಣೆಯದೇ. ಅಲ್ಲೂ ಕೊಂಚ ಭಾವತೀವ್ರತೆ ಇತ್ತು. ಆದರೂ ಅದರಲ್ಲಿ ನಿಜವಾದ ಕಾವ್ಯಸ್ಪರ್ಶವಿತ್ತು. ಹೊಚ್ಚಹೊಸ ರೂಪಕ, ಪ್ರತಿಮೆಗಳಿದ್ದವು. ವಸ್ತುವಿಗೆ ತಕ್ಕ ಲಯ, ಮಾತಿನಲ್ಲಿ ಸಂಕ್ಷಿಪ್ತತೆ, ಧ್ವನಿಸೂಕ್ಷ್ಮತೆಗಳಿದ್ದವು. ಆದ್ದರಿಂದ ಕವಿಯ ಕಳಕಳಿ ನಿಜವೆನ್ನಿಸಿ, ಕವನ ಹೃದಯಸ್ಪರ್ಶಿಯಾಗಿತ್ತು. ಆ ಕವನಕ್ಕೆ ಪ್ರಥಮ ಬಹುಮಾನ ಕೊಟ್ಟೆ, ನನ್ನ 'ಅಧ್ಯಕ್ಷ ಭಾಷಣ'ದಲ್ಲೂ ಆ ಕವನವನ್ನು ಮೆಚ್ಚಿ, ಮಾತಾಡಿದೆ.

ಆ ಯುವಕ ನನ್ನಿಂದ ಬಹುಮಾನ ಸ್ವೀಕರಿಸಲು ವೇದಿಕೆಗೆ ಬಂದಾಗ, ಮತ್ತೊಮ್ಮೆ ಅವನನ್ನು ಸೂಕ್ಷ್ಮವಾಗಿ ಗಮನಿಸಿದೆ. ವಯಸ್ಸು ಸುಮಾರು ಇಪ್ಪತ್ತೈದಿದ್ದೀತು. ನಸುಗಪ್ಪು ಬಣ್ಣವಾದರೂ ಆಕರ್ಷಕ ಗಡುಸು ಮುಖ, ಅಲೆಗೂದಲು, ಪ್ರಖರ ಚೂಪುಗಣ್ಣು, ಸಾಧಾರಣ ಎತ್ತರ, ಬಲಿಷ್ಠ ಮೈಕಟ್ಟು, ಉಕ್ಕುವ ಯೌವನ ಉತ್ಸಾಹ, ಯಾರ ಗಮನವನ್ನಾದರೂ ತಟ್ಟನೆ ಸೆಳೆದು ನಿಲ್ಲಿಸಬಲ್ಲ ವಿಶಿಷ್ಟ, ವ್ಯಕ್ತಿತ್ವ, ಆ ಯುವಕನಲ್ಲಿತ್ತು.

ಅವನನ್ನು ಸಭೆಗೆ ಪರಿಚಯಿಸುತ್ತಾ ಸಂಘದ ಕಾರ್ಯದರ್ಶಿ ಹೇಳಿದ, 'ನಮ್ಮ ಬ್ಯಾಂಕಿನ ಸಿಬ್ಬಂದಿ ವರ್ಗದವರೇ ಆದ ಶ್ರೀ ಚಂದ್ರಕಾಂತರೆಡ್ಡಿಯವರು ಇಂದಿನ 'ಕವನಸ್ಪರ್ಧೆ'ಯಲ್ಲಿ ಪ್ರಥಮ ಬಹುಮಾನ ಗಳಿಸಿರುವುದು ನಮಗೆಲ್ಲ ಸಂತೋಷದ ಹೆಮ್ಮೆಯ ವಿಷಯ. ಇವರನ್ನು ನಾವೆಲ್ಲ ಪ್ರೀತಿಯಿಂದ 'ಚಂದ್ರ' ಎಂದು ಕರೆಯುತ್ತೇವೆ. ಆದರೆ ಇವರು ಸ್ವಯಂಪ್ರಭೆಯಿಂದ ಬೆಳಗುವ ಸೂರ್ಯನಂತಹ ಪ್ರಖರ ವ್ಯಕ್ತಿತ್ವ ಉಳ್ಳವರು. ಇಲ್ಲಿ ಆಶ್ಚರ್ಯದ ಗಮನಾರ್ಹ ಸಂಗತಿ ಎಂದರೆ ಶ್ರೀಚಂದ್ರ ಮೂಲತಃ ಆಂಧ್ರದವರು. ಇವರ ಮನೆಮಾತು ತೆಲುಗು, ಇವರು ತೆಲುಗು ಮತ್ತು ಇಂಗ್ಲಿಷ್ ಸಾಹಿತ್ಯದಲ್ಲಿ ಪದವೀಧರರು. ಇವರು ಬೆಂಗಳೂರಿಗೆ ಬಂದು ಕೇವಲ ನಾಲ್ಕು ವರ್ಷಗಳಾಗಿವೆ. ಇಷ್ಟರಲ್ಲೇ ಕನ್ನಡ ಎಷ್ಟು ಚೆನ್ನಾಗಿ ಕಲಿತಿದ್ದಾರೆಂಬುದಕ್ಕೆ ಇಂದು ಇವರು ಗಳಿಸಿರುವ ಬಹುಮಾನವೇ ಸ್ಪಷ್ಟ ಸಾಕ್ಷಿ.'

'ಶ್ರೀ ಚಂದ್ರ ಶ್ರೀಮಂತ ಜಮೀನ್ದಾರ ಕುಟುಂಬದವರು. ಕೂತು ಉಂಡರೂ ಕರಗದಷ್ಟು ಸಂಪತ್ತು ಇವರಿಗಿದೆ. ಆದರೂ ಇವರು ನಮ್ಮೊಂದಿಗೆ ಒಬ್ಬ ಸಾಮಾನ್ಯ ಗುಮಾಸ್ತರಾಗಿ ದುಡಿದು ಜೀವನೋಪಾಯ ಸಂಪಾದಿಸಿಕೊಳ್ಳುತ್ತಿದ್ದಾರೆ. ಇವರಿಗೆ ದೀನದಲಿತರ ಬಗ್ಗೆ, ಶೋಷಿತರ ಬಗ್ಗೆ ಅಪಾರ ಕಳಕಳಿ ಇದೆ. ಅಂಥವರ ಏಳಿಗೆಗಾಗಿ ಹೋರಾಡುವ ಹುಮ್ಮಸ್ಸಿದೆ. ಇವರು ನಮ್ಮ ಬ್ಯಾಂಕಿನ 'ನೌಕರರ ಸಂಘ'ದ ಕಾರ್ಯದರ್ಶಿಯೂ ಆಗಿದ್ದಾರೆ. ಇವರಿಗೆ ನಮ್ಮ 'ಕನ್ನಡ ಸಂಘ'ದ ಪರವಾಗಿ ಹಾರ್ದಿಕ ಅಭಿನಂದನೆಗಳು'. ಕಿವಿ ಗಡಚಿಕ್ಕುವ ಚಪ್ಪಾಳೆಯ ನಡುವೆ ಚಂದ್ರ ನನ್ನಿಂದ ಬಹುಮಾನ ಸ್ವೀಕರಿಸಿ ಹೋದ.

ಕಾರ್ಯಕ್ರಮ ಮುಗಿದ ನಂತರ, ಚಂದ್ರ ನನ್ನ ಬಳಿ ಬಂದು ಹೇಳಿದ, 'ನಾನು ನಿಮ್ಮ ಕವನ, ಕಾದಂಬರಿಗಳನ್ನೆಲ್ಲ ಓದಿಕೊಂಡಿದ್ದೇನೆ, ಸಾರ್. ನನ್ನ ಮೆಚ್ಚಿನ ಲೇಖಕರಲ್ಲಿ ನೀವೂ ಒಬ್ಬರು. 'ನಾನು ಸಂತೋಷ, ಹೆಮ್ಮೆ ಒತ್ತಿಟ್ಟು, ಬಿಗುಮಾನದಿಂದ 'ಥ್ಯಾಂಕ್ಸ್' ಎಂದೆ. 'ನಿಮ್ಮ ಕೆಲವು ಕೃತಿಗಳನ್ನು ನಾನು ತೆಲುಗಿಗೆ ಅನುವಾದ ಮಾಡಬೇಕೆಂದಿದ್ದೇನೆ. ದಯವಿಟ್ಟು ಅನುಮತಿ ಕೊಡುತ್ತೀರ?' ಕೇಳಿದ. 'ಆಗಲಿ, ಅದಕ್ಕೇನಂತೆ' ಎಂದೆ. 'ನಿಮ್ಮ ವಿಳಾಸ ಬೇಕಿತ್ತು' ಎಂದ. ಬಸವನಗುಡಿಯ ನನ್ನ ಮನೆ ವಿಳಾಸ ಹೇಳಿದೆ. 'ನನ್ನ ಮನೆಯೂ ಅಜಿ ಏರಿಯಾದಲ್ಲಿದೆ, ಸಾರ್. ನಾಳೆ ಸಂಜೆ ನಿಮ್ಮ ಮನೆಯಲ್ಲಿ ನಿಮ್ಮನ್ನು ಕಾಣಬಹುದ? ಕೇಳಿದ. 'ಅಗತ್ಯವಾಗಿ' ಎಂದು ಕೈಕುಲುಕಿದೆ.

***

ಅಂದಿನಿಂದ ಚಂದ್ರನೊಂದಿಗೆ ನನ್ನ ಪರಿಚಯ, ಸ್ನೇಹ ಕುದುರತೊಡಗಿತು. ಅವನು ಕೆಲವೊಮ್ಮೆ ತನ್ನ ಗೆಳೆಯ ಸುರೇಶನೊಂದಿಗೆ, ಬಹುಪಾಲು ಒಬ್ಬಂಟಿಯಾಗಿ ನನ್ನ ಮನೆಗೆ ಬಂದು ನನ್ನನ್ನು ಕಾಣತೊಡಗಿದ. ತಾನು ಅನುವಾದಿಸಿ, ತೆಲುಗು ಪತ್ರಿಕೆಗಳಲ್ಲಿ ಪ್ರಕಟವಾಗಿದ್ದ ನನ್ನ ಕಥೆ ಕವನಗಳ ಪ್ರತಿಗಳನ್ನು ತಂದುಕೊಡುತ್ತಿದ್ದ. ಓದಿ ತೋರಿಸುತ್ತಿದ್ದ. 'ಕೆಲವೊಮ್ಮೆ' ವಿಶೇಷ ಊಟ, ಪಾನಕೂಟ'ಕ್ಕೆಂದು ತನ್ನ ಮನೆಗೂ ನನ್ನನ್ನು ಕರೆದೊಯ್ಯುತ್ತಿದ್ದ. ಅವಿವಾಹಿತನಾಗಿದ್ದ ಅವನು ಮತ್ತು ಅವನ ಗೆಳೆಯ ಸುರೇಶ ಒಂದು ಮನೆ ಬಾಡಿಗೆಗೆ ಹಿಡಿದು, ಅಡಿಗೆ ಮನೆಗೆಲಸಕ್ಕೆ ಒಬ್ಬನನ್ನು ನೇಮಿಸಿಕೊಂಡಿದ್ದರು. ನಾವು ಸಾಮಾನ್ಯವಾಗಿ ಸಾಹಿತ್ಯ, ಸಮಾಜ, ರಾಜಕೀಯ ಇತ್ಯಾದಿ ಚರ್ಚಿಸುತ್ತಿದ್ದೆವು. 'ಸೂಕ್ಷ್ಮಗ್ರಾಹಿ, ಚೆನ್ನಾಗಿ ಓದಿಕೊಂಡಿದ್ದಾನೆ, ಆದರೆ ತುಂಬಾ ಭಾವುಕ' ಅನ್ನಿಸಿತ್ತು.

ಅವನ ಸ್ವಂತದ ಬಗ್ಗೆ ತಿಳಿಯುತ್ತಾ ಹೋದೆ. ಅವನ ಹುಟ್ಟೂರು ಹೈದರಾಬಾದಿನ ಹತ್ತಿರ ಒಂದು ಹಳ್ಳಿ, ಹೆಸರು 'ನಲ್ಲರಾಳ್ಳಕೊಂಡ'. ಅವನ ತಂದೆ ಜಗ್ಗಯ್ಯರೆಡ್ಡಿ ಅಲ್ಲಿಗೆ ಜಮೀನ್ದಾರ. ಸಾಕಷ್ಟು ಹಣ, ಜಮೀನು, ಅಧಿಕಾರ, ಜಬರದಸ್ತು. ಆತನಿಗೆ ಇಬ್ಬರು ಮಕ್ಕಳು. ಮೊದಲನೆಯವಳು ಅನ್ನಪೂರ್ಣೇಶ್ವರಿ. ಎರಡನೆಯವನು ಈ ಚಂದ್ರಕಾಂತ. ಇವನಿಗೂ ಇವನ ಅಕ್ಕನಿಗೂ ನಡುವೆ ಸುಮಾರು ಹನ್ನೆರಡು ವರ್ಷಗಳ ಅಂತರ.

ಚಂದ್ರನಿಗೆ ಐದು ವರ್ಷ ಆಗಿದ್ದಾಗ ಅವನ ತಾಯಿ ತೀರಿಕೊಂಡಳು. ನಂತರ ಅವನ ತಂದೆ ಮತ್ತೆ ಮದುವೆಯಾಗಲಿಲ್ಲ. ಚಂದ್ರನ ಅಕ್ಕ ಮದುವೆಯಾಗಿ ಹೈದರಾಬಾದಿನಲ್ಲಿದ್ದಳು. ಚಂದ್ರನನ್ನು ಅವಳ ಮನೆಯಲ್ಲೇ ಬಿಟ್ಟು, ಓದಿಸಿ, ಬೆಳೆಸಿದ. ಹಳ್ಳಿಯ ಮನೆಯಲ್ಲಿ ತಾನು ಒಬ್ಬಂಟಿ ಉಳಿದ. ಅಡಿಗೆ, ಮನೆಗೆಲಸ,

ದನ ಕುರಿ ಕೋಳಿ ಇತ್ಯಾದಿ ನೋಡಿಕೊಳ್ಳಲು ಮನೆ ತುಂಬ ಹಲವು ಹೆಣ್ಣಾಳು ಗಂಡಾಳು ಇದ್ದರು. ತಿಂಗಳಿಗೊಮ್ಮೆ ಹೈದರಾಬಾದಿಗೆ ಬಂದು, ಒಂದೆರಡು ದಿನ ಮಗಳು ಮಗನೊಂದಿಗೆ ಹೋಗುತ್ತಿದ್ದ. ರಜೆಯ ದಿನಗಳಲ್ಲಿ ಚಂದ್ರ ತನ್ನ ಹುಟ್ಟೂರಿಗೆ ಹೋಗಿ, ಕೆಲವು ದಿನ ಇದ್ದು ಬರುತ್ತಿದ್ದುದೆಷ್ಟೋ ಅಷ್ಟೇ. ಯಾಕೋ ಜಗ್ಗಯ್ಯರೆಡ್ಡಿಗೆ ತನ್ನ ಮಗ ತನ್ನ ಹಳ್ಳಿಗೆ ಬಂದು ಇರುವುದು ಅಷ್ಟಾಗಿ ಸೇರುತ್ತಿರಲಿಲ್ಲ.

'ಈ ಹಳ್ಳಿಯಲ್ಲಿದ್ದರೆ ಹಾಳಾಗಿಬಿಡ್ತೀಯ' ಅನ್ನುತ್ತಿದ್ದ. ಚಂದ್ರನಿಗೆ ಮಾತ್ರ ತನ್ನ ಹಳ್ಳಿಯ ಬಗ್ಗೆ ಸಹಜ ಪ್ರೀತಿ ಉಳಿದುಕೊಂಡಿತ್ತು. ಚಂದ್ರ ಎಂ.ಎ. ಓದುತ್ತಿದ್ದ ಕಾಲಕ್ಕಾಗಲೇ ಸಹವಾಸ ದೋಷದಿಂದ ಬಂಡಾಯಗಾರನಾಗಿದ್ದ. ಜಾತಿ, ಮತ, ದೇವರು, ಶ್ರೀಮಂತಿಕೆ ಧಿಕ್ಕರಿಸಿ 'ವಾಮಪಂಥ' ಹಿಡಿದಿದ್ದ. ಹೈದರಾಬಾದಿನ ಒಂದು ಕಾರ್ಖಾನೆಯ ಕಾರ್ಮಿಕರು ಮುಷ್ಕರ ಹೂಡಿದ್ದರು. ಚಂದ್ರ ತನ್ನ ಕೆಲವು ಗೆಳೆಯರೊಂದಿಗೆ ಕಾರ್ಮಿಕರನ್ನು ಬೆಂಬಲಿಸಿ, ಅವರ ಪ್ರದರ್ಶನ ಮೆರವಣಿಗೆಗಳ ಮುಂಚೂಣಿಯಲ್ಲಿದ್ದು ಭಾಗವಹಿಸಿದ. ದೊಂಬಿ, ಕಾರ್ಖಾನೆಯ ಒಂದು ಭಾಗಕ್ಕೆ ಬೆಂಕಿ, ಲಾಠಿಚಾರ್ಜ್, ಗೋಳಿಬಾರ್, ಕೆಲವು ಹೆಣ ಬಿದ್ದವು. ಪೊಲೀಸರು ಚಂದ್ರನನ್ನೂ ಬಂಧಿಸಿ ಜೈಲಲ್ಲಿಟ್ಟರು. ಜಗ್ಗಯ್ಯ ಮತ್ತು ಆತನ ಅಳಿಯ ತಮ್ಮ ಹಣ ಮತ್ತು ಪ್ರಭಾವವನ್ನೆಲ್ಲ ಉಪಯೋಗಿಸಿ, ಚಂದ್ರನನ್ನು ಬಿಡುಗಡೆ ಮಾಡಿಸಿ, ಅವನ ಬಗ್ಗೆ ಪೊಲೀಸ್‌ಫೈಲುಗಳಲ್ಲಿದ್ದ ಮಾಹಿತಿ, ದಾಖಲೆಗಳನ್ನೆಲ್ಲ ಅಳಿಸಿ ಹಾಕಿಸಿದರು. ಓದು ಬಿಡಿಸಿ, ಸ್ಟೇಟ್ ಬ್ಯಾಂಕಿನಲ್ಲೊಂದು ನೌಕರಿ ಕೊಡಿಸಿ, ದೂರದ ಬೆಂಗಳೂರಿಗೆ ರವಾನಿಸಿದರು.

ಚಂದ್ರ ಬೆಂಗಳೂರಿಗೆ ಬಂದು ಈಗ್ಗೆ ನಾಲ್ಕು ವರ್ಷಗಳಾಗಿತ್ತು. ತಾನು ಬಾಡಿಗೆಗೆ ಹಿಡಿದಿದ್ದ ಮನೆಯಲ್ಲಿ ಸಹವಾಸಿಗಳಾಗಿ ಕನ್ನಡದ ಹುಡುಗರನ್ನೇ ಇಟ್ಟುಕೊಳ್ಳುತ್ತಿದ್ದ. ಹೆಚ್ಚಾಗಿ ಕನ್ನಡದವರೊಂದಿಗೇ ಬೆರೆತು, ಕನ್ನಡದಲ್ಲೇ ವ್ಯವಹರಿಸಿ, ಕನ್ನಡದ ಪುಸ್ತಕಗಳನ್ನೇ ಓದಿ, ಈಗ ಕನ್ನಡದವರಷ್ಟೇ ಚೆನ್ನಾಗಿ ಕನ್ನಡ ಮಾತಾಡಲು, ಓದಲು, ಬರೆಯಲು ಕಲಿತಿದ್ದ.

ಚಂದ್ರನ 'ಕನ್ನಡ ಪ್ರೇಮ'ಕ್ಕೆ ಮತ್ತೊಂದು ಪ್ರಬಲ ಕಾರಣವೂ ಇತ್ತು-ಅದು ಪಕ್ಕದ ಮನೆ ತರುಣಿಯೊಂದಿಗೆ ಅವನ ಪ್ರೇಮ ಪ್ರಕರಣ. ಬ್ರಾಹ್ಮಣ ಹುಡುಗಿ, ಹೆಸರು ಜಾನಕಿ. ನಾನೂ ಕೆಲವು ಸಲ ನೋಡಿದ್ದೇನೆ, ಲಕ್ಷಣವಾಗಿದ್ದಾಳೆ, ಮಿತಭಾಷಿ, ಗಂಭೀರೆ, ವಿದ್ಯಾವಂತೆ, ಮಿಗಿಲಾಗಿ ಧೈರ್ಯವಂತೆ. ರಾಜ್ಯ ವಿದ್ಯುತ್ ಇಲಾಖೆಯಲ್ಲಿ ಕೆಲಸ. ಚಂದ್ರ ಅವಳನ್ನು ತುಂಬಾ ಪ್ರೀತಿಸುತ್ತಿದ್ದ. ಅವಳೂ ತನ್ನನ್ನು ಗಾಢವಾಗಿ ಪ್ರೀತಿಸುತ್ತಾಳೆ ಎಂದು ಹಲವಾರು ಸಾಕ್ಷಿ ಪುರಾವೆಗಳೊಂದಿಗೆ ನನ್ನನ್ನು ನಂಬಿಸಿದ್ದ.

***

ಒಮ್ಮೆ ನನ್ನ ಕೃತಿಗಳ ಬಗ್ಗೆ ಚರ್ಚಿಸುತ್ತಾ ಚಂದ್ರ ಕೇಳಿದ, 'ನಿಮ್ಮ ಕವನ ಕಥೆ ಕಾದಂಬರಿಗಳಲ್ಲಿ ಹೆಚ್ಚಾಗಿ ಮಧ್ಯಮವರ್ಗದ ಬಗ್ಗೆ ಮಾತ್ರ ಬರೀತೀರಲ್ಲ, ದಲಿತರ ಬಗ್ಗೆ, ರೈತ ಕಾರ್ಮಿಕರ ಬಗ್ಗೆ ನೀವೇಕೆ ಬರೆಯೋಲ್ಲ?' ನಾ ಹೇಳಿದೆ, 'ನನಗೆ ಸ್ಪಷ್ಟವಾಗಿ ಖಚಿತವಾಗಿ ಗೊತ್ತಿರುವುದರ ಬಗ್ಗೆ ಮಾತ್ರ ನಾ ಬರೆಯಬಲ್ಲೆ. ನನ್ನ ಸ್ವಂತ ಅನುಭವಕ್ಕೆ ದಕ್ಕದ್ದನ್ನು ಕುರಿತು ನಾ ಹೇಗೆ ಬರೆಯಲಿ? ಹಾಗೆ ಕೇವಲ ಕಲ್ಪನೆಯಿಂದ ಬರೆದರೆ, ಅದು ದಲಿತರ, ರೈತಕಾರ್ಮಿಕರ ನಿಜವಾದ ನೋವು ನಲಿವು ಸಮಸ್ಯೆಗಳನ್ನು ಹೇಳದೆ, ಕೇವಲ ಬೂಟಾಟಿಕೆಯ ಸಹಾನುಭೂತಿ ಆಗಬಹುದು; ಪೂರ್ವಾಗ್ರಹದ ಪಕ್ಷಪಾತವಾಗಬಹುದು' ಚಂದ್ರ ಕೇಳಿದ, 'ನೀವೇಕೆ ಇಂಥ ಕೆಳವರ್ಗದವರೊಂದಿಗೆ ಬೆರೆತು ಅವರ ಸಮಸ್ಯೆಗಳನ್ನು ಅರ್ಥಮಾಡಿಕೊಳ್ಳಲು ಪ್ರಯತ್ನಿಸಬಾರದು?' ನಾನೆಂದೆ, 'ಹಾಗೆ ಪ್ರಯತ್ನಿಸಿದರೂ ನಾನು ಅವರಲ್ಲಿ ಒಬ್ಬ ಹೇಗಾಗಬಲ್ಲೆ? ಹೊರಗಿನವನಾಗಿಯೆ ಉಳಿದು ಅವರನ್ನು ನೋಡಬೇಕಾಗುತ್ತೆ. ಜೊತೆಗೆ ಕೇವಲ ಸಾಹಿತ್ಯದಿಂದ ಯಾವುದೇ ಸಾಮಾಜಿಕ ಕ್ರಾಂತಿ ಸಾಧ್ಯವಾಗಬಹುದೆಂಬ ನಂಬಿಕೆ ನನಗಿಲ್ಲ. ಅದು ಸಾಹಿತ್ಯದ ನಿಜವಾದ ಉದ್ದೇಶವೂ ಅಲ್ಲ. ಕೆಳವರ್ಗದ ಜನಕ್ಕೆ ಈಗ ಬೇಕಿರುವುದು ವಿದ್ಯೆ, ತಿಳಿವಳಿಕೆ, ಅವರಲ್ಲಿ ಸ್ವಾಭಿಮಾನ, ಧೈರ್ಯ, ಆತ್ಮವಿಶ್ವಾಸ ಬೆಳೆದಂತೆ, ಸಮಾಜದಲ್ಲಿ ಸಮಾನ ಸ್ಥಾನಮಾನಗಳಿಗಾಗಿ ಅವರೇ ನಿಂತು ಹೋರಾಡುತ್ತಾರೆ. ಇಂಥ ಬದಲಾವಣೆ ಬಯಸುವವರು ಸಾಹಿತಿಗಳೋ, ಭಾಷಣವೀರರೋ ಆದರೆ ಪ್ರಯೋಜನವಿಲ್ಲ. ಶೋಷಿತರೊಡನೆ ಸೇರಿ, ಅವರಿಗೆ ವಿದ್ಯೆ ತಿಳಿವಳಿಕೆಕೊಟ್ಟು, ಅವರನ್ನು ಹೋರಾಟಕ್ಕೆ ಸಂಘಟಿಸಬೇಕು. ಇದು ಮಾತಾಡುವಷ್ಟು ಸುಲಭದ, ಒಂದೊಪ್ಪತ್ತಿನಲ್ಲಿ ಸಾಧ್ಯವಾಗಿಬಿಡುವ ಕೆಲಸವಲ್ಲ'. ಚಂದ್ರ ಹೇಳಿದ, 'ನಿಮ್ಮ ಮಾತು ನಿಜ, ಸಾರ್. ನಾನು ಕರ್ನಾಟಕದ ದಲಿತರನ್ನು ನೋಡಿದ್ದೇನೆ. ಆದರೆ ನನ್ನ ಹುಟ್ಟೂರಿನಲ್ಲಿರುವ ದಲಿತರು ಇನ್ನೂ ಹೀನಸ್ಥಿತಿಯಲ್ಲಿದ್ದಾರೆ. ಅವರ ಬಗ್ಗೆ ಹೇಳಿದರೆ ನೀವು ನಂಬುತ್ತೀರೋ ಇಲ್ಲವೋ, ಹಂದಿನಾಯಿಗಳಿಗಿಂತ ಕಡೆಯಾಗಿದ್ದಾರೆ.

ಊರಾಚೆಗೆ ಅವರ ಕೇರಿ ಇದೆ. ಕೇರಿ ಎಂದರೆ ಒಂದಷ್ಟು ಕೆಮ್ಮಣ್ಣು ಗೋಡೆಯ, ಹುಲ್ಲು ಛಾವಣಿಯ, ಮೊಣಕಾಲೂರಿ ತಲೆ ನೆಲಕ್ಕೆ ಮುಟ್ಟಿಸಿ ನಮಸ್ಕರಿಸುತ್ತಿರುವಂತೆ ತೋರುವ ದೀನದರಿದ್ರ ಗುಡಿಸಿಲುಗಳು. ಗಂಡಸರಿಗೆ ಒಂದು ಕೌಪೀನ, ಚಡ್ಡಿ ಅಥವಾ ತುಂಡು ಪಂಚೆ, ಹೆಂಗಸರಿಗೆ ತುಂಡುಸೀರೆ, ಸೊಂಟದ ಮೇಲೆ ಯಾರೂ ಏನೂ ತೊಡುವಂತಿಲ್ಲ. ತಲೆಗೆ ಏನಾದರೊಂದು ಕೊಳೆಬಟ್ಟೆ ಸುತ್ತಿರುತ್ತಾರೆ. ಮಕ್ಕಳು ಬರಿಬೆತ್ತಲೆ.

ಈ ಹೊಲೆಯರು ಬೆಳಗಿನ ವೇಳೆ ಊರೊಳಕ್ಕೆ ಬರುವಂತಿಲ್ಲ. ಊರೊಳಗಿನ ಅಂಗಡಿಗಳಲ್ಲಿ ಏನಾದರೂ ದಿನಸಿ ವಸ್ತುಗಳನ್ನು ಕೊಳ್ಳಬೇಕಿದ್ದರೆ, ಸಂಜೆ

ಕತ್ತಲು ಕವಿದ ನಂತರ ಬರಬೇಕು. ಬರುವಾಗ 'ಹೋ' ಎಂದು ಕೂಗಿಕೊಂಡು ಬರಬೇಕು. ಆಗ ಊರೊಳಗಿನ ಮಂದಿ ತಮ್ಮ ಮನೆಗಳೊಳಗೆ ಹೋಗುತ್ತಾರೆ. ಇವರು ಮುಖ ಮರೆಸಿಕೊಂಡು, ಅಂಗಡಿಗಳಲ್ಲಿ ಬೇಕಾದ್ದು ಕೊಳ್ಳಬೇಕು.

ಹಗಲ ಹೊತ್ತು ಗಂಡಸರು ಹೆಂಗಸರು ಊರಾಚೆಯ ಇತರರ ಹೊಲಗದ್ದೆ ತೋಟಗಳಲ್ಲಿ ಗೇಯುತ್ತಾರೆ. ಆಗ ಕೇರಿಯ ಗುಡಿಸಿಲುಗಳಲ್ಲಿ ಮುದುಕ ಮುದುಕಿಯರು ಹಸುಗೂಸುಗಳನ್ನು, ಕೋಳಿ ಹಂದಿಗಳನ್ನು ನೋಡಿಕೊಳ್ಳುತ್ತಾರೆ. ಸಂಜೆಗೆ ಕೂಲಿಕಾಸಲ್ಲಿ ಎಲ್ಲರಿಗೂ ಊಟ, ಹೆಂಡ, ಕಾಯಿಲೆ ಕಸಾಲೆಯಾದರೆ ಅವರಿಗೆ ಯಾವ ಔಷಧೋಪಚಾರವೂ ಇಲ್ಲ. ಅವರಲ್ಲೊಬ್ಬ ಮಂತ್ರವಾದಿ ಇದ್ದಾನೆ. ಅವನು ಮಾಡಿದ್ದೇ ಮಾಟ, ಕೊಟ್ಟಿದ್ದೇ ಮದ್ದು. ರೋಗಿ ಉಳಿದರೆ ಅವನ ಪುಣ್ಯ. ಎಲ್ಲ ಭಾರವನ್ನೂ ತಮ್ಮ ದೇವರಾದ 'ಏಡುಕೊಂಡಲವಾಡು' ಮತ್ತು 'ಮಾರಮ್ಮ ತಲ್ಲಿ'ಯ ಮೇಲೆ ಹಾಕಿ, ಕೈಚೆಲ್ಲಿ ಕೂಡುತ್ತಾರೆ.

ಈ ಅಸ್ಪೃಶ್ಯರಲ್ಲೂ ಕೆಲವು ಸುಂದರ ಹೆಣ್ಣುಗಳಿರುತ್ತವಲ್ಲ! ಅವರನ್ನು ಕದ್ದು ಭೋಗಿಸುವುದಕ್ಕೆ ಮಾತ್ರ ಊರಿನ ಜಾತಿವಂತ, ಸ್ಥಿತಿವಂತ ಗಂಡುಗಳಿಗೆ ಯಾವ ಮೈಲಿಗೆಯೂ ಇಲ್ಲ. ಅದು ಒಂದು ರೀತಿ ಅವರ ಜನ್ಮಸಿದ್ಧ ಹಕ್ಕು. ಅವರಿಗೆ ಮೈ ಒಪ್ಪಿಸಬೇಕಾದ್ದು ಆ ಹೊಲೆ ಹೆಣ್ಣುಗಳ ಜನ್ಮಸಿದ್ಧ ಕರ್ಮ, ಕರ್ತವ್ಯ. ಈ ಭೀಕರ ಶೋಷಣೆಗೆ ಆ ಹೊಲೆಯರು ಎಷ್ಟು ಹೊಂದಿಕೊಂಡು ಬಿಟ್ಟಿದ್ದಾರೆಂದರೆ, ಇದಕ್ಕಿಂತ ಬೇರೆ ಸ್ಥಿತಿ ಬಹುಶಃ ಅವರ ಕನಸು ಕಲ್ಪನೆಗಳಲ್ಲೂ ಇಲ್ಲಾಂತ ಕಾಣುತ್ತೆ. ಇದ್ದದ್ದರಲ್ಲೇ ತಕ್ಕಮಟ್ಟಿಗೆ ಖುಷಿಯಾಗಿರಲು, ಸಮಾಧಾನದಿಂದಿರಲು ಅವರು ಕಲಿತಿದ್ದಾರೆ. ಈ ಸ್ಥಿತಿಯಿಂದ ಅವರನ್ನು ಮೇಲೆತ್ತಲು ಪ್ರಯತ್ನಿಸಿದರೆ, ಬದಲಾಯಿಸಲು ಪ್ರಯತ್ನಿಸಿದರೆ, ಅಂಥವರ ವಿರುದ್ಧ ಪ್ರತಿಭಟಿಸುವವರಲ್ಲಿ ಮೊದಲಿಗರು ಬಹುಶಃ ಆ ಹೊಲೆಯರೇ.

ನಾನು ಹಳ್ಳಿಗೆ ಹೋದಾಗೆಲ್ಲ ಅವರನ್ನು ಅವರ ದುಃಸ್ಥಿತಿಯಲ್ಲಿ ಸೂಕ್ಷ್ಮವಾಗಿ ಗಮನಿಸುತ್ತಿದ್ದೆ. ಆದರೆ ನಾನು ಹೊಲಗೇರಿ ಕಡೆ ಹೋದದ್ದೋ, ಅವರೊಂದಿಗೆ ಮಾತಾಡಿದ್ದೂ ತಿಳಿದರೆ ಅಪ್ಪ ಸಿಡಿದೇಳುತ್ತಿದ್ದ, ಕೆಂಡ ಕಾರುತ್ತಿದ್ದ. ಆ ಹೊಲೆಯರು ಯಥಾಸ್ಥಿತಿಯಲ್ಲೇ ಸದಾ ಕಾಲ ಉಳಿದಿರುವುದು ನಮ್ಮಪ್ಪನಿಗೆ ಲಾಭದಾಯಕ ತಾನೆ?'

'ಸಮಾಜವಾದ, ಬಂಡಾಯ ಅಂತ ಇಷ್ಟು ಕಳಕಳಿಯಿಂದ ಮಾತಾಡುವ ನೀನಾದರೂ ಯಾಕೆ ನಿನ್ನ ಹಳ್ಳಿಗೆ ಹಿಂತಿರುಗಿ, ಆ ದಲಿತರ ಉದ್ಧಾರಕ್ಕಾಗಿ ಕೆಲಸ ಮಾಡಬಾರದು?' ನಾನು ಕೊಂಚ ವ್ಯಂಗ್ಯ, ಹಾಸ್ಯದಿಂದ ಕೇಳಿದೆ. ಚಂದ್ರ ಗಂಭೀರವಾಗಿಯೇ ಉತ್ತರಿಸಿದ. 'ನನಗೇನೋ ನಿಜವಾಗಿ ಆಸೆ ಇದೆ, ಸಾರ್. ಆದರೆ ನನ್ನ ಅಪ್ಪ ಬಿಡಬೇಕಲ್ಲ! ನಾನು ಆ ಹಳ್ಳಿಯಲ್ಲಿರುವುದೇ ಅವರಿಗೆ

ಇಷ್ಟವಿಲ್ಲವಲ್ಲ.' 'ನಿನ್ನ ತಂದೆ ವಿರುದ್ಧ ಹೋರಾಡೊ ತಾಕತ್ತು ನಿನಗಿಲ್ವ?' 'ಇಲ್ಲ, ಸಾರ್. ಅವರು ಅಲ್ಲಿ ಎಷ್ಟು ಪ್ರಬಲರಾಗಿದ್ದಾರೆಂದರೆ, ಯಾರಿಗೂ ಅವರ ವಿರುದ್ಧ ಹೋಗೋ ಧೈರ್ಯವಿಲ್ಲ. ಅವರು ಬದುಕಿರೋ ತನಕ ಅಲ್ಲಿ ನಾನು ಒಬ್ಬಂಟಿಯಾಗಿ ಏನೂ ಬದಲಾವಣೆ ತರಲು ಸಾಧ್ಯವಿಲ್ಲ' ಇನ್ನೂ ಹೆಚ್ಚಿಗೆ ಅವನನ್ನು ಚುಚ್ಚುವುದು ಸರಿಯಲ್ಲವೆಂದು ನಾನು ಸುಮ್ಮನಾದೆ.

***

ಕೆಲವು ದಿನಗಳಿಂದ ಚಂದ್ರ ಪತ್ತೆ ಇರಲಿಲ್ಲ. ಅವನ ಗೆಳೆಯ ಸುರೇಶ ಕಂಡಾಗ ಕೇಳಿದೆ, 'ಅವನ ತಂದೆಗೆ ಸೀರಿಯಸ್ ಅಂತ ಟೆಲಿಗ್ರಾಂ ಬಂದಿತ್ತು. ಊರಿಗೆ ಹೋಗಿದ್ದಾನೆ' ಎಂದ.

ಎರಡು ವಾರಗಳ ನಂತರ ಒಂದು ಸಂಜೆ ಚಂದ್ರ ನನ್ನ ಮನೆಗೆ ಬಂದ. ತಲೆ, ಮೀಜಿ ಬೋಳಿಸಿದ್ದ. ಹಿಂದಿನ ಕಾಂತಿ, ಲವಲವಿಕೆ, ಉತ್ಸಾಹ ಇರಲಿಲ್ಲ. ಮಂಕುಬಡಿದವನಂತೆ ಕಾಣುತ್ತಿದ್ದ. 'ನನ್ನ ತಂದೆ ಹೋಗಿಬಿಟ್ಟರು' ಎಂದ. 'ಐ ಆಮ್ ಸಾರಿ' ಏನಾಗಿತ್ತು?' ಗಂಭೀರವಾಗಿ ಕೇಳಿದೆ. 'ರಕ್ತದ ಒತ್ತಡ ಇತ್ತು. ಭಾರೀ ಹೃದಯಾಘಾತವಾಯ್ತಂತೆ. ನಾನು ಊರಿಗೆ ಹೋಗೋಷ್ಟರಲ್ಲಿ ಸತ್ತು ಹೋಗಿದ್ದರು. ವಿಧಿಗಳೆಲ್ಲ ಮುಗಿಸಿ, ಬಂದೆ' ಎಂದ. 'ಮುಂದೆ ಏನು ಮಾಡೋಕೂಂತ ಇದ್ದೀಯ? ಊರಲ್ಲಿ ಹೊಲಗದ್ದೆ ಆಸ್ತಿಪಾಸ್ತಿ ಯಾರು ನೋಡ್ಕೊತಾರೆ?' ಕೇಳಿದೆ. 'ಸಾರ್, ಇದು ನನ್ನ ಜೀವನದ ಪರ್ವಕಾಲ. ಈಗ ನಾನು ಸರಿಯಾದ ನಿರ್ಧಾರ ಕೈಗೊಳ್ಳಬೇಕಾಗಿದೆ. ನೀವು ನನಗೆ ಸಹಾಯ ಮಾಡಬೇಕು, ದಾರಿ ತೋರಿಸಬೇಕು' ಎಂದ. 'ನೋಡಪ್ಪ, ನೀನೇನೂ ಅರಿಯದ ಹುಡುಗನಲ್ಲ, ಸ್ವಂತ ಬುದ್ಧಿ ಇದೆ, ವಿವೇಚನೆ ಇದೆ. ನಿನ್ನ ಭವಿಷ್ಯ ನೀನೇ ರೂಪಿಸಿಕೊಳ್ಳಬೇಕು, ಸ್ವಂತ ನಿರ್ಧಾರ ಮಾಡಬೇಕು. ಅದಕ್ಕೆ ನೀನೇ ಸಂಪೂರ್ಣ ಹೊಣೆಗಾರನಾಗಿರಬೇಕು' ನಾನು ನುಣುಚಿಕೊಳ್ಳುತ್ತಾ ಹೇಳಿದೆ. 'ಅದಲ್ಲ, ಸಾರ್, ನಾನೀಗ ನಿಮಗೊಂದು ಗುಟ್ಟು ಹೇಳ್ತೀನಿ. ನಿಮ್ಮಲ್ಲಿ ಸಂಪೂರ್ಣ ನಂಬಿಕೆ ಇರೋದ್ರಿಂದ ಹೇಳಿದೀನಿ. ಈ ವಿಷಯ ಬೇರೆ ಯಾರಿಗೂ ಗೊತ್ತಿಲ್ಲ. ದಯವಿಟ್ಟು ಯಾರಿಗೂ ಹೇಳ್ಬೇಡಿ' ಎಂದ. 'ಸರಿ, ಹೇಳು' ಎಂದೆ.

'ಊರಲ್ಲಿ ಅಪ್ಪನ ಉತ್ತರ ಕ್ರಿಯೆಗಳೆಲ್ಲ ಮುಗಿಸಿ ಆಗಿತ್ತು. ಅಕ್ಕಭಾವ ಇನ್ನೂ ಊರಲ್ಲೇ ಇದ್ದದ್ದರಿಂದ ಮನೆಯಲ್ಲಿ ಸಿಗರೇಟು ಸೇದಲು ಸಾಧ್ಯವಿಲ್ಲದೆ ಒಂದು ಸಂಜೆ ಮಬ್ಬುಗತ್ತಲಲ್ಲಿ ಊರಾಚೆ ನಮ್ಮ ತೋಟದಲ್ಲಿ ಕೂತು, ಸಿಗರೇಟು ಸೇಪ್ತಾ ಇದ್ದೆ. ಆಗ ಕೊಂಚ ವಯಸ್ಸಾದ ಒಬ್ಬ ಹೊಲೆಯ, ಹೊಲತಿ ನನ್ನ ಬಳಿ ಬಂದು ಬಗ್ಗಿ ನಮಸ್ಕಾರ ಮಾಡಿ, ಕೈಜೋಡಿಸಿ, ದೂರದಲ್ಲೇ ನಿಂತರು. ನಾನು 'ಏನು ಬೇಕಿತ್ತು' ಎಂದು ಕೇಳಿದೆ. ಆ ಮುದುಕ ಅನುಮಾನಿಸುತ್ತಾ ಚಡಪಡಿಸುತ್ತಾ

ಕೈಕೈ ಹೊಸೆಯುತ್ತಾ ನಿಂತ. ನಾನು ಧೈರ್ಯ ಹೇಳಿದೆ. ಅವನೆಂದ, 'ನಿಮ್ಮಪ್ಪ ದೊಡ್ಡ ರೆಡ್ಡಿ ದೇವರಂಥಾ ಮನುಷ್ಯರು. ತಾವಿರೋ ತನಕ ನಮ್ಮನ್ನು ಚೆನ್ನಾಗಿ ನೋಡಿಕೊಂಡ್ರು. ತಟಾರಂತ ಯಾವ ಸುಳಿವು ಸೂಚನೇನೂ ಕೊಡದೆ ಹೋಗೇಬಿಟ್ರು. ನಮಗೆ ನೀವಲ್ಲದೆ ಯಾರು ದಿಕ್ಕು? ನಿಮ್ಮಪ್ಪ ನೋಡ್ಕಂಡಂಗೇ ನಮ್ಮನ್ನು ನೋಡ್ಕೊಬೇಕು, ದೇವರು'. ನಾನು ಹೇಳಿದೆ, 'ನಾನು ಈ ಊರಲ್ಲಿ ವಾಸ ಇದ್ದೀನೋ ಇಲ್ಲೋ ಇನ್ನೂ ನಿರ್ಧಾರ ಮಾಡಿಲ್ಲ. ಆದರೂ ನಿಮಗೆಲ್ಲ ಏನೂ ತೊಂದರೆ ಬರದ ಹಾಗೆ ಏರ್ಪಾಟು ಮಾಡ್ತೀನಿ'. 'ಹಾಗಲ್ಲ, ಮಾರಾಜ, ದೊಡ್ಡರೆಡ್ಡಿ ನಮಗೆ ತಿಂಗಳು ತಿಂಗಳೂ ಗುಟ್ಟಾಗಿ ದುಡ್ಡು ಕೊಡ್ತಿದ್ರು' ಎಂದ. ನನಗೆ ಖುಷಿಯಾಯಿತು. ನಮ್ಮಪ್ಪನಿಗೆ ಈ ದಲಿತರ ಬಗ್ಗೆ ಅಂತರಂಗದಲ್ಲಿದ್ದ ಪ್ರೀತಿ ತಿಳಿದು, ಅವನ ಬಗ್ಗೆ ಹೆಮ್ಮೆ ಅಭಿಮಾನ ಉಕ್ಕಿತು. ನಿಮ್ಮೆಲ್ಲರಿಗೂ ಕೊಡ್ತಿದ್ರ?ತಿಂಗಳಿಗೆ ಎಷ್ಟು ಕೊಡ್ತಿದ್ರು?' ನಾನು ಉದ್ವೇಗದಿಂದ ಕೇಳಿದೆ. 'ಎಲ್ಲರಿಗೂ ಕೊಡ್ತಿಲ್ಲ, ದೇವರು, ನಮ್ಮಿಬ್ಬರಿಗೆ ಮಾತ್ರ ಗುಟ್ಟಾಗಿ ತಿಂಗಳಿಗೆ ಐವತ್ತು ರೂಪಾಯಿ ಕೊಡ್ತಿದ್ರು' ಎಂದ. ನಾನು ನಿರಾಸೆ, ಅನುಮಾನದಿಂದ ಕೇಳಿದೆ, 'ನಿಮಗೆ ಮಾತ್ರ ಯಾಕೆ ಕೊಡ್ತಿದ್ರು? ಅವನು ಮತ್ತೆ ಕೈ ಕೈ ಹೊಸೆಯುತ್ತಾ ತಡವರಿಸಿದ, 'ಅದು ಯಾರಿಗೂ ಹೇಳುವಂಥದಲ್ಲ. ಹೇಳೋದಿಲ್ಲಾಂತ ದೊಡ್ಡ ರೆಡ್ಡಿಗೆ ಮಾತು ಕೊಟ್ಟಿದ್ದೇವೆ' ನಾನು ಅಸಹನೆಯಿಂದ ಹೇಳಿದೆ, 'ಸರಿ ಹಾಗಿದ್ರೆ, ಇನ್ನು ಮುಂದೆ ನಿಮಗೆ ಹಣ ಸಿಕ್ಕೋಲ್ಲ'. ಅವರಿಬ್ಬರೂ ಮತ್ತೆ ನನಗೆ ಅಡ್ಡ ಬಿದ್ದು, ಅಂಗಲಾಚಿದರು. 'ದಯವಿಟ್ಟು ನಮ್ಮ ಕೈಬಿಡಬೇಡಿ. ನೀವಲ್ಲದೆ ನಮಗೆ ಈ ಮುದಿ ವಯಸ್ಸಲ್ಲಿ ಯಾರು ದಿಕ್ಕು? ಇದ್ದ ಒಬ್ಬ ಮಗ ಕಾಯಿಲೆ ಬಂದು ತೀರೊಂಡ. ಮಗಳು ಮದುವೆಯಾಗಿ ಪಕ್ಕದ ಊರಿಗೆ ಹೋಗಿಬಿಟ್ಟಳು. 'ಹಾಗಿದ್ದರೆ ಆ ಗುಟ್ಟೇನು ಹೇಳಿ' ನಾನು ಒತ್ತಾಯ ಮಾಡಿದೆ. ಆ ಮುದುಕ ಬೆವರೊರೆಸಿಕೊಳ್ಳುತ್ತಾ ತೊದಲಿದ. 'ಕೇಳಿದರೆ ನಿಮಗೆ ಕೋಪ ಬರಬೌದು. ನಮ್ಮನ್ನು ಗುಂಡಿಟ್ಟು ಕೊಲ್ಲಬೌದು. ಯಾರಿಗಾದರೂ ಹೇಳಿದರೆ ಗುಂಡಿಟ್ಟು ಕೊಂದು ಬಿಡ್ತೀನೀಂತ ದೊಡ್ಡ ರೆಡ್ಡಿ ಹೆದರಿಸಿದ್ರು. ನಾವು ಈವರೆಗೆ ಯಾರಿಗೂ ಹೇಳಿಲ್ಲ, ನಿಮಗೂ ಹೇಳೊಲ್ಲ. ನೀವು ದುಡ್ಡು ಕೊಡದಿದ್ದರೂ ಪರವಾಗಿಲ್ಲ, ನೀವು ಚೆನ್ನಾಗಿದ್ರೆ ನಮಗಷ್ಟೇ ಸಾಕು, ಬಾರೇ ಹೋಗೋಣ' ಎಂದು ಆ ಮುದುಕಿಯನ್ನು ಎಬ್ಬಿಸಿಕೊಂಡು ಹೊರಡಲು ಅನುವಾದ, ಆ ಮುದುಕಿ ಬಿಕ್ಕಿ ಬಿಕ್ಕಿ ಅಳತೊಡಗಿದಳು. ನಾನು ಅವರನ್ನು ತಡೆದು, ಸಮಾಧಾನ ಮಾಡಿ, ಅವರಿಗೆ ಯಾವ ಅಪಾಯವೂ ಇಲ್ಲವೆಂದು ಮಾತುಕೊಟ್ಟೆ. ಆದರೂ ಅವರು ಬಾಯಿ ಬಿಡಲಿಲ್ಲ. 'ಈ ಗುಟ್ಟು ನೀವು ತಿಳ್ಕೊಬಾರದು, ಒಡೆಯ. ನಿಮ್ಮ ಮನಸ್ಸಿಗೆ ತುಂಬಾ ಬೇಜಾರಾಗಬೌದು' ಎಂದು ಮುದುಕ ಗೋಗರೆದ. 'ನನಗೆಷ್ಟು ಬೇಜಾರಾದ್ರೂ ಪರವಾಗಿಲ್ಲ, ತಡಕೊಳ್ತೀನಿ 'ಧೈರ್ಯವಾಗಿ ಹೇಳಿ' ಎಂದೆ.

ಮುದುಕ ಅಂಜುತ್ತಂಜುತ್ತ ಪಿಸುಗುಟ್ಟಿದ, 'ದೊಡ್ಡ ರೆಡ್ಡಿ ನನ್ನ ಹೆಂಡ್ತೀನ ಇಟ್ಟುಕೊಂಡಿದ್ರು' ಗಂಡ ಅನ್ನಿಸಿಕೊಂಡ ಬಡಪಾಯಿ ಪ್ರಾಣಿ ಇಂಥವಿಷಯಾನ ಹೀಗೆ ಅಸಹಾಯಕತೆಯಿಂದ ನಾಚಿಕೆ ಇಲ್ಲದೆ ಹೇಳಿಕೊಳ್ಳಬೇಕಾಗಿ ಬಂದಂಥ ದುಃಸ್ಥಿತಿಯ ಬಗ್ಗೆ ನನಗೆ ಹೇಸಿಗೆ ಅನ್ನಿಸಿತು, ಕನಿಕರ ಮೂಡಿತು. ಆದರೆ ಇದು ಆ ಹೊಲೆಯರಿಗೆ ಸರ್ವೆಸಾಮಾನ್ಯ ವಿಷಯವಾಗಿದ್ದುದರಿಂದ ಅವನು ನಿರ್ಭಾವದಿಂದ ಹೇಳಿದ್ದ. ಏನೋ ಮಹಾ ದೊಡ್ಡ ಗುಟ್ಟನ್ನು ನಿರೀಕ್ಷಿಸಿದ್ದ ನನಗೆ ನಿಜಕ್ಕೂ ನಿರಾಸೆಯಾಯಿತು. 'ಅಷ್ಟೇನಾ?' ಅಂದೆ. 'ಅಷ್ಟೇ ಅಲ್ಲ, ದೇವರು, ಮುಂದೆ ಕೇಳಿ' ಎಂದು ಹೀಗೆ ಹೇಳಿದ.

ನನ್ನ ತಾಯಿಗೆ ಮೊದಲ ಹೆಣ್ಣು ಮಗು ಆದಮೇಲೆ ಸರಿಯಾಗಿ ಗರ್ಭಾನೇ ನಿಲ್ತಿರಲಿಲ್ಲವಂತೆ. ಒಂದೆರಡು ಮಕ್ಕಳು ಹುಟ್ಟಿದ ಸ್ವಲ್ಪ ಹೊತ್ತಿಗೆಲ್ಲ ತೀರಿಕೊಂಡವಂತೆ, ಹೀಗೆ ಹನ್ನೆರಡು ವರ್ಷ ಕಳೆದು ಅಮ್ಮ ಗರ್ಭಿಣಿಯಾದಳು. 'ಈ ಬಾರಿ ಗಂಡು ಮಗು ಆಗದೇ ಇದ್ರೆ, ಅದು ಬದುಕಿ ಉಳೀದೇ ಇದ್ರೆ, ನಾನೂ ಖಂಡಿತ ಬದುಕಲ್ಲ' ಎಂದು ಅವಳು ಊರಲ್ಲೆಲ್ಲ ಸಾರಿಕೊಂಡು ಬಂದಿದ್ದಳಂತೆ. ಅಷ್ಟು ಬೇಜಾರಾಗಿತ್ತು ಅವಳಿಗೆ.

ಹೆರಿಗೆ ಮಾಡಿಸಲಿಕ್ಕೆ ಹತ್ತಿರದ ಪಟ್ಟಣದಿಂದ ಒಬ್ಬ ಸೂಲಗಿತ್ತಿ ಬಂದಳು. ರಾತ್ರಿ ಹೆರಿಗೆಯಾಯಿತು. ನಮ್ಮಮ್ಮ ದಣಿವಿಗೆ ಪ್ರಜ್ಞೆ ತಪ್ಪಿದ್ದಳು. ಗಂಡು ಮಗು ಹುಟ್ಟಿದ ಹತ್ತು ನಿಮಿಷಕ್ಕೆ ಉಸಿರೆಳೆದು ಸತ್ತು ಹೋಯಿತು. ಸೂಲಗಿತ್ತಿ ಈ ವಿಷಯ ನಮ್ಮಪ್ಪನಿಗೆ ತಿಳಿಸಿದಳು. ಅವನಿಗೆ ದಿಕ್ಕೇ ತೋಚಲಿಲ್ಲ. ತಕ್ಷಣಕ್ಕೆ ಅವನು ತನ್ನ ಹೆಂಡತಿಯನ್ನಾದರೂ ಉಳಿಸಿಕೊಳ್ಳಬೇಕಿತ್ತು. ಯೋಚಿಸಿದ. ಅವನಿಗಿದ್ದದ್ದು ಒಂದೇ ದಾರಿ. ಮಗು ಸತ್ತ ವಿಷಯ ಯಾರಿಗೂ ತಿಳಿಸಬೇಡವೆಂದು ಸೂಲಗಿತ್ತಿಗೆ ಹೇಳಿ, ಸತ್ತ ಮಗುವನ್ನು ಗುಟ್ಟಾಗಿ ಹೊಲಗೇರಿಗೆ ಒಯ್ದ. ಅಲ್ಲಿ ಇವನ ನಲ್ಲೆ ಹೊಲತಿಗೆ ಹಿಂದಿನ ದಿನ ಒಂದು ಗಂಡುಮಗುವಾಗಿತ್ತು. ಎಷ್ಟಾದರೂ ಅದೂ ಸಹ ಇವನ ಮಗುವೇ ತಾನೆ? ಜೊತೆಗೆ ಅವಳಿಗೆ ಈಗಾಗಲೇ ಎರಡು ಮಕ್ಕಳಿದ್ದವು. ಸತ್ತ ಮಗೂನ ಅವಳಿಗೆ ಕೊಟ್ಟು, ಅವಳ ಮಗೂನ ತಂದು ತನ್ನ ಹೆಂಡತಿಯ ಪಕ್ಕ ಮಲಗಿಸಿಬಿಟ್ಟ. ಮಗು ಯಾರದೆಂದು ಸೂಲಗಿತ್ತಿಗೂ ಗೊತ್ತಾಗಲಿಲ್ಲ. ದೊಡ್ಡ ರೆಡ್ಡಿಯ ಭಯ, ಅವಳೂ ಸಹ ಈ ಗುಟ್ಟನ್ನು ಯಾರಿಗೂ ಬಿಟ್ಟುಕೊಡಲಿಲ್ಲ. ಹೇಗಿದೆ ನೋಡಿ, ಸಾರ್, ನನ್ನ 'ಜನ್ಮ ರಹಸ್ಯ' ಎಂದು ಚಂದ್ರ ಒಂದು ರೀತಿಯ ವಿಷಾದದಿಂದ ನಸುನಕ್ಕು ಸಿಗರೇಟ್ ಹಚ್ಚಿದ.

ನಾನೆಂದೆ, 'ಒಳ್ಳೇ ಸಿನಿಮಾ ಕತೆ ಇದ್ದ ಹಾಗಿದೆ. ನನಗಂತೂ ನಂಬಲಿಕ್ಕಾಗ್ತಿಲ್ಲ', ಚಂದ್ರ ಅಂದ. 'ನನಗೂ ಹಾಗೇ ಅನ್ನಿಸ್ತು, ಸಾರ್, ಆದರೆ ಇಂಥ ವಿಷಯದಲ್ಲಿ ಸುಳ್ಳು ಹೇಳುವ ಧೈರ್ಯವಾಗಲೀ, ಅವಶ್ಯಕತೆಯಾಗಲೀ

ಆ ಹೊಲೆಯರಿಗಿಲ್ಲ. ಅಂದು ಕತ್ತಲಿದ್ದುದರಿಂದ ಆ ಮುದುಕೀನ ನಾನು ಸರಿಯಾಗಿ ನೋಡಕ್ಕಾಗಲಿಲ್ಲ. ಮಾರನೇ ದಿನ ನಮ್ಮ ಹೊಲದಲ್ಲಿ ನೋಡಿದೆ. ನೋಡಿದ ಕೂಡಲೇ ಅವಳು ನಿಜವಾಗಿಯೂ ನನ್ನ ಹೆತ್ತವಳೇ ಎಂಬ ನಂಬಿಕೆ ನನಗೆ ಬಂದು ಬಿಡ್ತು. ಅವಳ ಮುಖದಲ್ಲಿ ನನ್ನ ಹೋಲಿಕೆ ಇದ್ದದ್ದು ಮಾತ್ರ ಕಾರಣವಲ್ಲ, ಅವಳ ನೋಟದಲ್ಲಿ ಅಡಗಿದ್ದ ವಾತ್ಸಲ್ಯ, ಅಂತಃಕರಣ ನನ್ನಲ್ಲಿ ನಂಬಿಕೆ ಹುಟ್ಟಿಸಿದವು. ಆದರೆ ಒಂದು ವಿಷಯ ಮಾತ್ರ ನನಗಿನ್ನೂ ನಿಗೂಢವಾಗಿಯೇ ಉಳಿದುಬಿಟ್ಟಿದೆ. ನನ್ನ ತಂದೆ ಹಾಗೆ ಮಾಡಿದ್ದಕ್ಕೆ ಕಾರಣ ಆ ಕ್ಷಣದ ಹಠಾತ್ ನಿರ್ಧಾರ ಮಾತ್ರವೋ ಅಥವಾ ಆ ಹೊಲತಿಯನ್ನು ಅವನು ತನ್ನ ಹೆಂಡತಿಯಂತೆಯೆ ಪ್ರೀತಿಸುತ್ತಿದ್ದನೋ? ಯಾಕೆಂದರೆ ತಾನು ಬದುಕಿರುವವರೆಗೂ ಅವನು ನನ್ನನ್ನು ತನ್ನ ಸ್ವಂತ ಮಗನಂತೆಯೇ ಪ್ರೀತಿಸಿ ಬೆಳೆಸಿದ. ಎಂದೂ ಸಹ ನನ್ನ ಬಗ್ಗೆ ಅಸಹ್ಯ ಜಿಗುಪ್ಸೆ ತೋರಲಿಲ್ಲ.

ನನ್ನ ಹುಟ್ಟಿನ ಗುಟ್ಟು, ತಿಳಿದ ಆ ರಾತ್ರಿಯಿಂದ ನನ್ನಲ್ಲಿ ಎಂಥ ತಲ್ಲಣ. ತಳಮಳ ಶುರುವಾಗಿದೆ ಅನ್ನೋದು ನೀವು ಅರ್ಥ ಮಾಡಿಕೊಳ್ಳಬಲ್ಲಿರಿ. ನನ್ನ ಹುಟ್ಟು, ಜಾತಿ, ಅಂತಸ್ತು ಐಶ್ವರ್ಯ ಇವೆಲ್ಲ ಎಂಥ ಸುಳ್ಳಿನ ಮೇಲೆ ನಿಂತಿವೆ, ಅನ್ನೋದು ಗೊತ್ತಾಗಿ, ಒಂದು ರೀತಿಯ ಖಾಲಿತನ, ವಿಷಾದ ನನ್ನನ್ನು ಆವರಿಸಿಬಿಟ್ಟಿದೆ. ಈಗ ನನ್ನನ್ನು ನಾನು ಮತ್ತೆ ರೂಪಿಸಿ ಕೊಳ್ಳಬೇಕಾಗಿದೆ, ಸ್ಥಾಪಿಸಿಕೊಳ್ಳಬೇಕಾಗಿದೆ. ನನ್ನ ಭವಿಷ್ಯದ ದಾರಿ ನಿರ್ಧರಿಸಿಕೊಳ್ಳಬೇಕಾಗಿದೆ. ಈಗ ನಿಮ್ಮ ಸಲಹೆ, ಮಾರ್ಗದರ್ಶನ ನೈತಿಕ ಬೆಂಬಲ ನನಗೆ ಬೇಕೇ ಬೇಕು' ಎಂದ.

ನಾನೆಂದೆ, 'ಈಗ ನಿನ್ನ ಮುಂದೆ ಎರಡು ಆಯ್ಕೆಗಳಿವೆ: ಒಂದು. ನಿಜವನ್ನು ಧೈರ್ಯವಾಗಿ ಒಪ್ಪಿಕೊಂಡು, ಅದರ ಏನೆಲ್ಲ ಪರಿಣಾಮಗಳಿಗೆ ನಿನ್ನನ್ನು ಒಡ್ಡಿಕೊಳ್ಳುವುದು. ಎರಡು, ನಿಜವನ್ನು ಮುಚ್ಚಿಟ್ಟು ಆದಷ್ಟು ಜಾಣತನದಿಂದ, ತಾಳ್ಮೆಯಿಂದ ನೆಮ್ಮದಿಯ ಸುಭದ್ರ ಜೀವನ ನಡೆಸುವುದು. ಆಯ್ಕೆ ನಿನಗೇ ಬಿಟ್ಟಿದ್ದು. ಪೂರ್ವಾಪರ ವಿವೇಚನೆಯಿಂದ ಆಲೋಚಿಸಿ ನಿರ್ಧರಿಸು'. ರಾತ್ರಿ ತುಂಬಾ ಹೊತ್ತಿನ ತನಕ ಚರ್ಚಿಸಿದೆವು.

***

ಮುಂದಿನ ಕಥೆ ಸಂಕ್ಷಿಪ್ತವಾಗಿ ಹೇಳುತ್ತೇನೆ. ಮಾರನೆಯ ದಿನವೇ ಚಂದ್ರ ತನ್ನ ಪ್ರೇಯಸಿ ಜಾನಕಿಗೆ ತನ್ನ ಹುಟ್ಟಿನ ಗುಟ್ಟನ್ನು ತಿಳಿಸಿದ. ಅವಳು ಆಘಾತಗೊಂಡು ಕೊಂಚ ಕಾಲ ಕಂಗೆಟ್ಟಳು. ನಂತರ ಸಮಾಧಾನಗೊಂಡು, 'ಆಯ್ತು ಪರವಾಗಿಲ್ಲ. ಇದರಿಂದ ನಮ್ಮ ಪ್ರೇಮಕ್ಕಾಗಲೀ, ಮದುವೆಗಾಗಲೀ ಏನೂ ಬಾಧಕವಿಲ್ಲ' ಎಂದಳು. 'ನಾನು ಬ್ಯಾಂಕಿನ ಕೆಲಸಕ್ಕೆ ರಾಜೀನಾಮೆ

ಕೊಟ್ಟು, ನನ್ನ ಹಳ್ಳಿಗೆ ಹಿಂತಿರುಗುವ ನಿರ್ಧಾರ ಮಾಡಿದ್ದೇನೆ. ಅಲ್ಲಿ ಈಗ ನನ್ನವರೇ ಆದ ದಲಿತರ ಸ್ಥಿತಿಗತಿಗಳನ್ನು ಉತ್ತಮ ಪಡಿಸಲು ನನ್ನ ಕೈಲಾದ ಪ್ರಯತ್ನ ಹೋರಾಟ ಮಾಡಬೇಕೆಂದಿದ್ದೇನೆ. ಆದರೆ ನಿನ್ನ ಪ್ರೀತಿ, ನಿನ್ನ ಒಡನಾಟ ಇಲ್ಲದೆ ನಾನು ಬದುಕಲಾರೆ. ದಯವಿಟ್ಟು ನೀನೂ ಕೆಲಸಕ್ಕೆ ರಾಜೀನಾಮೆ ಕೊಟ್ಟು ಬಂದು ಬಿಡು. ಇಬ್ಬರೂ ಒಟ್ಟಿಗೆ ಹಳ್ಳಿಗೆ ಹೋಗಿ ಅರ್ಥವತ್ತಾದ ಹೊಸ ಜೀವನ ಪ್ರಾರಂಭಿಸೋಣ' ಎಂದ. ಈಗ ಜಾನಕಿ ಹಿಮ್ಮೆಟ್ಟಿದಳು. 'ಕ್ರಾಂತಿಗೀಂತಿ, ಹೋರಾಟ ಗೀರಾಟ ನನ್ನ ಕೈಲಿ ಸಾಧ್ಯವಿಲ್ಲ ಎಂದಳು. ಪ್ರೇಮ ಮತ್ತು ಧ್ಯೇಯದ ನಡುವೆ ಈಗ ಆಯ್ಕೆ ಬಂತು. ಚಂದ್ರ ದ್ಯೇಯವಾದಿಯಾಗಿ, ಭಗ್ನಪ್ರೇಮಿಯಾಗಿ, ನೌಕರಿಗೆ ರಾಜೀನಾಮೆ ಕೊಟ್ಟು, ತನ್ನ ಹಳ್ಳಿಗೆ ಹಿಂತಿರುಗಿದ. ಅಲ್ಲಿ ತನ್ನ ಆಸ್ತಿಪಾಸ್ತಿ, ವ್ಯವಹಾರ ವಹಿವಾಟು ಸರಿಯಾಗಿ ಅರ್ಥಮಾಡಿಕೊಂಡು, ತನ್ನ ಅಂಕೆಗೆ ತೆಗೆದುಕೊಂಡ. ತನ್ನ ತಂದೆಗಿದ್ದ ಗತ್ತು ಜಬರದಸ್ತನ್ನು ಕ್ರಮೇಣ ರೂಢಿಸಿಕೊಂಡ, ನಿಯತ್ತಿನ ಅಂಗರಕ್ಷಕರನ್ನು ಸಾಕಿಕೊಂಡ. ನಂತರ ತನ್ನ ಧ್ಯೇಯದ ಕಡೆ ಮುನ್ನಡೆದ.

ಮೊದಲು ಹೊಲೆಯರಲ್ಲಿ ತನ್ನ ಬಗ್ಗೆ ವಿಶ್ವಾಸ ಮೂಡಿಸಿದೆ. ಅವರಲ್ಲಿ ತಿಳಿವಳಿಕೆ ಆತ್ಮ ವಿಶ್ವಾಸ, ತುಂಬಿದ. ಬದಲಾವಣೆಗೆ ಹುರಿದುಂಬಿಸಿದ. ಜಮೀನ್ದಾರ ರೆಡ್ಡಿಯೇ ತಮ್ಮ ಬೆಂಬಲಕ್ಕೆ ನಿಂತಿದ್ದರಿಂದ ಹೊಲೆಯರು ಹುಮ್ಮಸ್ಸಿನಿಂದ ಮೇಲೆದ್ದರು. ಹೊಲೆಯರಿಗೆ ಕುಡಿಯುವ ನೀರಿನ ಪ್ರತ್ಯೇಕ ವ್ಯವಸ್ಥೆ ಇರಲಿಲ್ಲ. ಊರಾಚೆಯ ಕೆರೆಯ ಒಂದು ಪ್ರತ್ಯೇಕ ಹೊಂಡದಿಂದ, ಕೆಸರು ನೀರು ತಂದು ಕುಡಿಯುತ್ತಿದ್ದರು. ಆದ್ದರಿಂದ ಶುದ್ಧ ನೀರಿಗಾಗಿ ಹೊಲೆಗೇರಿಯ ಹತ್ತಿರ ಒಂದು ಬಾವಿ ತೋಡಿಸಿದ. ಊರು ಸುಮ್ಮನಿತ್ತು. ಹೊಲೆಯರಿಗೆ ಮೈತುಂಬ ತೊಡಲು ಬಟ್ಟೆ ಕೊಟ್ಟ, ವಾರಕ್ಕೊಮ್ಮೆಯಾದರೂ ಸ್ನಾನ ಮಾಡಲು ಕಲಿಸಿದ. ಊರು ಸುಮ್ಮನಿತ್ತು. ಗುಡಿಸಲುಗಳನ್ನು ಕಿತ್ತಿಸಿ ಜನತಾ ಮನೆಗಳನ್ನು ಕಟ್ಟಿಸಿಕೊಟ್ಟ. ಊರು ಸುಮ್ಮನಿತ್ತು. ತನ್ನ ಫಲವತ್ತಾದ ಹೊಲಗದ್ದೆಗಳ ಕೆಲವು ಭಾಗಗಳನ್ನು ಅವರಿಗೆ ಬರೆಸಿಕೊಟ್ಟ, ಇತರರ ಜಮೀನಿನಲ್ಲಿ ಗೇಯುವುದನ್ನು ತಪ್ಪಿಸಿ, ಹೊಲೆಯರನ್ನೂ ಭೂಸ್ವಾಮಿಗಳನ್ನಾಗಿ ಮಾಡಿದ. ಊರು ಕುದಿಯತೊಡಗಿತು. 'ಹೊಲೆಯರೂ ನಮ್ಮಂತೆ ಮನುಷ್ಯರಲ್ಲವೇ? ಅವರೇಕೆ ರಾತ್ರಿ ಹೊತ್ತು ಮಾತ್ರ 'ಹೋ' ಎಂದು ಕೂಗಿಕೊಂಡು ಊರೊಳಕ್ಕೆ ಬರಬೇಕು? ಬೆಳಗಿನ ವೇಳೆಯೂ ಬಂದರೆ ತಪ್ಪೇನು? ಬರಲಿ' ಎಂದ. ಈಗ ಊರು ಸೆಟೆದೆದ್ದಿತು.

ಪಂಚಾಯತಿಯಾಯಿತು. ಊರ ಹಿರಿಯರು ಹೇಳಿದರು. 'ನೀನು ತಲೆತಲಾಂತರದಿಂದ ಅನೂಚಾನವಾಗಿ ನಡೆದುಬರುತ್ತಿದ್ದ ಸತ್ಸಂಪ್ರದಾಯಗಳನ್ನು ಧಿಕ್ಕರಿಸಿ ನಡೆಯುತ್ತಿದ್ದೀಯ. ನಾವೂ ಈವರೆಗೆ ಸಾಕಷ್ಟು ತಾಳ್ಮೆಯಿಂದ ಸಹಿಸುತ್ತಾ ಬಂದೆವು. ನಿನ್ನ ಹಣದಿಂದ ಹೊಲೆಯರಿಗೆ ಬಾವಿ ತೋಡಿಸಿಕೊಟ್ಟೆ, ಬಟ್ಟೆ ಬರೆ

ಕೊಟ್ಟೆ, ಸಾಗುವಳಿಗೆ ಜಮೀನು ಕೊಟ್ಟೆ. ಎಲ್ಲಾದರೂ ಹಾಳಾಗಲಿ. ನಿನ್ನ ಪಾಪದ ಕರ್ಮ ನಿನಗೆ, ಎಂದು ಸುಮ್ಮನಿದ್ದೆವು. ಈಗ ಈ ಅಸ್ಪೃಶ್ಯ ಹೊಲೆಯರನ್ನು ಊರೊಳಕ್ಕೂ ತರುವ ಪ್ರಯತ್ನ ಮಾಡ್ತಿದೀಯ. ಇದು ನಿನ್ನೊಬ್ಬನ ನಿರ್ಧಾರದ ವಿಷಯವಲ್ಲ. ಊರಿಗೆಲ್ಲ ಸೇರಿದ್ದು. ಇಂದು ಈ ಹೊಲೆಯರು ಊರೊಳಕ್ಕೆ ಬರ್ತಾರೆ, ನಾಳೆ ನಮ್ಮ ಮನೆ ಮಂದಿರಗಳ ಒಳಕ್ಕೂ ಬರ್ತೀವಿ ಅಂತಾರೆ. ನಮ್ಮೊಂದಿಗೆ ಕೂತು ಉಣ್ತೀ' ಅಂತಾರೆ. ನಮ್ಮ ಹುಡುಗಿಯರನ್ನು ಮದುವೆ ಆಗ್ತೀವಿ, ಅಂತಾರೆ. ನಮಗೇನು ಜಾತಿ ಮತ, ಧರ್ಮಕರ್ಮ, ರೀತಿ ರಿವಾಜು ಇಲ್ಲವಾ? ಸನಾತನ ಧರ್ಮ ಮೀರಿ ಹೋದರೆ, ಊರಿಗೇ ಅನಿಷ್ಟ ಬಡಿಯುತ್ತೆ. ನಾವೆಲ್ಲ ಸರ್ವನಾಶವಾಗಿ ಹೋಗ್ತೆವೆ. ಹೀಗಾಗಲು ನಾವು ಎಂದಿಗೂ ಅವಕಾಶ ಕೊಡೋರಲ್ಲ.'

ಚಂದ್ರ ಹೇಳಿದ, 'ನಿಮ್ಮ ಮಾತಿಗೆ ಅರ್ಥ ಇಲ್ಲ. ಹೊಲೆಯರು ಊರೊಳಕ್ಕೆ ಬಂದರೆ ಊರೇಕೆ ನಾಶವಾಗುತ್ತೆ? ಅದೆಲ್ಲ ನಿಮ್ಮ ಮೂಢನಂಬಿಕೆ. ನಾನು ಹುಟ್ಟಿದಾಗಿಂದ ಈ ಊರಲ್ಲೇ, ನಿಮ್ಮೆಲ್ಲರೊಂದಿಗೇ ಬೆಳೆಯುತ್ತಾ ಬಂದಿದ್ದೀನಲ್ಲ, ಊರಿಗೇನು ಅನಿಷ್ಟ ಬಡಿದಿದೆ?' ಪಂಚಾಯತಿ ಹೇಳಿತು. 'ನೀನು ನಮ್ಮವನು.' ಈಗ ಚಂದ್ರ ಭಂಡಧೈರ್ಯದಿಂದ ಬಯಲಾದ. 'ನಾನು ಸಹ ಒಂದರ್ಥದಲ್ಲಿ ಹೊಲೆಯನೇ, ನನ್ನ ತಂದೆ ಜಮೀನ್ದಾರ ಜಗ್ಗಯ ರಡ್ಡಿಯೇ ನಿಜ. ಆದರೆ ನನ್ನ ತಾಯಿ ಒಬ್ಬ ಹೊಲತಿ, ಈ ಊರಾಚೆಯ ಹೊಲಗೇರಿಯಲ್ಲಿರುವ ಬಡಪಾಯಿ ಮುದುಕಿ ಎಂಕ್ಷಿ.'

ಜನ ದಂಗಾದರು. ಯಾರೂ ಚಂದ್ರನ ಮಾತನ್ನು ನಂಬಲಿಲ್ಲ. ಚಂದ್ರ ತನ್ನ ಹುಟ್ಟಿನ ಗುಟ್ಟನ್ನು ಅವರೆಲ್ಲರೆದುರು ಬಿಚ್ಚಿದ್ದ. ಬೇಕಿದ್ರೆ ರುಜುವಾತು ಮಾಡಿ ತೋರಿಸುತ್ತೇನೆಂದ. ಜನ ಅವಾಕ್ಕಾದರು. 'ಈಗ ಏನು ಹೇಳೀರಿ?' ಚಂದ್ರ ಗೆದ್ದವನ ಗತ್ತಿನಲ್ಲಿ ವ್ಯಂಗ್ಯ ನಗೆ ಬೀರುತ್ತಾ ಸವಾಲೆಸೆದ.

ಪಂಚಾಯತಿಯ ಹಿರಿಯರು ಗುಸು ಗುಸು ತಮ್ಮಲ್ಲೇ ಮಾತಾಡಿಕೊಂಡರು. ನಂತರ ವಯೋವೃದ್ಧ ಶ್ರೀನಿವಾಸ ಶಾಸ್ತ್ರಿ ಹೇಳಿದರು, 'ನಿನ್ನ ಮಾತು ನಮಗೆ ನಂಬಲಿಕ್ಕಾಗ್ತಿಲ್ಲ, ಒಂದು ವೇಳೆ ನೀನು ಹೇಳುತ್ತಿರುವ ಅಸಹ್ಯ ವಿಷಯ ನಿಜವೇ ಆಗಿದ್ದಲ್ಲಿ, ನೀನು ಈ ಊರಲ್ಲಿರಕೂಡದು. ಅದು ನಿನಗೂ ಒಳ್ಳೆಯದಲ್ಲ. ನಮಗೂ ಒಳ್ಳೆಯದಲ್ಲ. ಆದ್ದರಿಂದ ಊರಿನ ಒಳಿತಿಗಾಗಿ ನೀನು ಊರು ಬಿಟ್ಟು ಹೋಗು ಅಥವಾ ಊರಹೊರಗಿನ ಹೊಲಗೇರಿಗೇ ಹೋಗಿ, ನಿನ್ನವರೊಂದಿಗೆ ಬದುಕು.' ಚಂದ್ರ ಸಿಡಿಮಿಡಿಕೊಂಡು ಕೇಳಿದ, 'ನನ್ನನ್ನು ಊರಿಂದ ಹೊರಹಾಕುವ ಅಧಿಕಾರ ನಿಮಗೇನಿದೆ? ನಾನು ಹೋಗೋದಿಲ್ಲ ಅಂದ್ರೆ ನೀವೇನು ಮಾಡ್ತೀರಿ?' ಜಗ್ಗಯ್ಯರೆಡ್ಡಿಗೆ ಪ್ರಚ್ಛನ್ನಶತ್ರುವಾಗಿದ್ದ ವೃದ್ಧ ರಂಗಾರೆಡ್ಡಿ ಗರ್ಜಿಸಿದರು, 'ಬಲಾತ್ಕಾರದಿಂದ ಊರ ಹೊರಕ್ಕೆ ತಳ್ಳಿಸಬೇಕಾಗುತ್ತೆ'. ಚಂದ್ರ

ಕೊಂಚ ಅಧೀರನಾಗಿ, ಮನವೊಲಿಸುವ, ಅಂಗಲಾಚುವ ದನಿಯಲ್ಲಿ ಹೇಳಿದ, 'ನೀವು ಕೊಂಚ ಉದಾರವಾಗಿ ಮಾನವೀಯವಾಗಿ ಯೋಚಿಸಿ ನೋಡಿ. ನನ್ನ ವಾದದಲ್ಲಿ ತಪ್ಪೇನಿದೆ? ಹೊಲೆಯರೂ ನಿಮ್ಮಂತೆ ಮನುಷ್ಯರಲ್ಲವೇ? ನಗರ ಪಟ್ಟಣಗಳಲ್ಲಿ ಅಸ್ಪೃಶ್ಯತಾ ನಿವಾರಣೆಯ ಕಾನೂನುಗಳು ಜಾರಿಗೆ ಬಂದಿವೆ. ಪ್ರಪಂಚ ಬದಲಾಯಿಸ್ತಾ ಇದೆ. ನಾವೂ ಬದಲಾಗಬೇಕು' ಕೃಷ್ಣಯ್ಯ ಶೆಟ್ಟಿ ಹೇಳಿದರು. 'ನಗರ ಪಟ್ಟಣಗಳು ಎಷ್ಟು ಗಬ್ಬೆದ್ದು ಹೋಗಿವೆ ಅಂತ ನಮಗೂ ಗೊತ್ತು. ಎಲ್ಲಾ ದರಿದ್ರ ಇಂಗ್ಲಿಷ್ ವಿದ್ಯಾಭ್ಯಾಸದ ಪ್ರಭಾವ.' ರಂಗಾರೆಡ್ಡಿ ಮತ್ತೆ ಗುಡುಗಿದರು. 'ನಾಳೆ ಬೆಳಗ್ಗೆಯೇ ನೀನು ಊರಿಂದಾಚೆ ಹೋಗಬೇಕು. ಇಲ್ಲದಿದ್ರೆ ಮುಂದೆ ಆಗಬಹುದಾದ ಅನಾಹುತಗಳಿಗೆ ಪಂಚಾಯತಿ ಜವಾಬ್ದಾರವಲ್ಲ'. ಚಂದ್ರ ಧಿಗ್ಗನೆದ್ದು ಮನೆ ಕಡೆ ನಡೆದ.

ಚಂದ್ರ ಊರು ಬಿಡಲಿಲ್ಲ. ವ್ಯವಸ್ಥೆಗೂ ಬಂಡಾಯಕ್ಕೂ ನಡುವೆ ಸಮರ ಘೋಷಿತವಾಯಿತು. ಚಂದ್ರನ ಆಳುಕಾಳುಗಳು, ನಿಯತ್ತಿನ ಬಾಡಿಗೆ ಬಂಟರು ಅವನನ್ನು ಮನೆಯಲ್ಲಿ ಒಬ್ಬಂಟಿಯಾಗಿಸಿ, ಪಕ್ಷಾಂತರ ಮಾಡಿದರು. ಚಂದ್ರನಿಗೆ ತಾನು ದುಡುಕಿಬಿಟ್ಟೆನೇನೋ ಅನ್ನಿಸಿತು. ತನ್ನ 'ಜನ್ಮ ರಹಸ್ಯ'ವನ್ನು ಮುಚ್ಚಿಟ್ಟುಕೊಂಡ ಬದಲಾವಣೆಗೆ ಪ್ರಯತ್ನಿಸಬೇಕಿತ್ತು ಅನ್ನಿಸಿತು. ಆ ಸುಳ್ಳಿನ ನೆಲಗಟ್ಟಿನ ಮೇಲೆ ಕ್ರಾಂತಿಯ ಸೌಧ ಕಟ್ಟಲು ಅವನಿಗೆ ಇಷ್ಟವಿರಲಿಲ್ಲ. ತಾನೂ ಸಹ ಹೊಲೆಯರಲ್ಲಿ ಒಬ್ಬನಾಗಿ, ಅವರಿಗಾಗಿ ಹೋರಾಡುವುದೇ ಸರಿ, ಅನ್ನಿಸಿತು. ಇಷ್ಟಕ್ಕೂ ಈಗ ಪರಿಸ್ಥಿತಿ ಅವನ ಕೈಮೀರಿ ಹೋಗಿತ್ತು. ಯಾಕೆಂದರೆ ಪಂಚಾಯತಿಯ ಪ್ರಮುಖರು ಈಗಾಗಲೇ ಹೊಲಗೇರಿಯಿಂದ ಎಂಕ್ಷಿ ಮತ್ತು ಅವಳ ಗಂಡ 'ನಲ್ಲಗಾ'ನನ್ನು ಊರಾಚೆಯ ಪಾಳುಗುಡಿಗೆ ಎಳೆಸಿ ತಂದು, ವಯಸ್ಸಾದ ಆ ನಿಸ್ಸಹಾಯಕರಿಗೆ ದನಕ್ಕೆ ಬಡಿದಂತೆ ಬಡಿಸಿ, 'ಚಂದ್ರ ಹೇಳಿದ್ದು ನಿಜ' ಎಂದು ಅವನ ಬಾಯಿಂದಲೇ ಬಿಡಿಸಿ, ಖಾತ್ರಿ ಮಾಡಿಕೊಂಡಿದ್ದರು. ನಂತರ ಊರೆಲ್ಲ ಒಂದಾಗಿ, ದೊಣ್ಣೆ, ಗಡಾರಿ ಮಚ್ಚುಗಳೊಂದಿಗೆ ಗುಂಪಾಗಿ ಚಂದ್ರನ ಮನೆ ಕಡೆ ಬಂದರು. ಚಂದ್ರ ಬಂದೂಕು ಹಿಡಿದು ನಿಂತ ಕೆಲವರು ಸಲಹೆ ಮಾಡಿದರು. 'ಮನೆಗೆ ಬೆಂಕಿ ಹಚ್ಚಿ ಆ ಪಾಪಿಯನ್ನು ಜೀವಂತ ಸುಟ್ಟು ಬಿಡೋಣ', ಆದರೆ ಹಿರಿಯರು ಇದಕ್ಕೆ ಒಪ್ಪಲಿಲ್ಲ. 'ಬೆಂಕಿ ಊರಿಗೆಲ್ಲ ಹರಡಬಹುದು. ಇದಕ್ಕಿಂತ ಮಿಗಿಲಾಗಿ, ರೆಡ್ಡಿಯ ದೊಡ್ಡ ಮನೆ ನಮ್ಮ ಊರಿಗೇ ತಿಲಕವಿದ್ದ ಹಾಗೆ, ಅದು ಪರಂಪರಾಗತ ಶುಭ ಸಂಕೇತ, ಅದನ್ನೇಕೆ ಹಾಳುಗೆಡವಬೇಕು? ನಮ್ಮ ಕೋಪ ಏನಿದ್ರೂ ಆ ಧರ್ಮಭ್ರಷ್ಟನ ಮೇಲೆ. ನಾವೀಗ ದುಡುಕಿದರೆ ಅವನ ಗುಂಡೇಟಿಗೆ ಅಮಾಯಕರು ಬಲಿಯಾಗಬಹುದು. ಇಲ್ಲದ ಅನಾಹುತವಾಗಬಹುದು. ಅದ್ದರಿಂದ ನಾವು ಸದ್ಯಕ್ಕೆ ಅವನ ತಂಟೆಗೆ ಹೋಗೋದುಬೇಡ. ಅವನ ಅಕ್ಕ ಭಾವನಿಗೆ

ಸುದ್ದಿ ತಿಳಿಸೋಣ. ಅವರೇ ಮರ್ಯಾದೆಯಾಗಿ ಅವನನ್ನು ಮನೆಯಿಂದ ಹೊರಹಾಕುತ್ತಾರೆ. ಆಮೇಲೆ ಶಾಸ್ತ್ರೋಕ್ತವಾಗಿ ಊರನ್ನು ಶುದ್ಧಿಗೊಳಿಸೋಣ. ಈಗ ನಾವು ತಾಳ್ಮೆಗೆಡಬಾರದು' ಗುಂಪು ನಿರಾಸೆಯಿಂದ ಹಿಂತಿರುಗಿತು.

ಈ ನಡುವೆ ಊರ ಜನರ ಕೋಪ ಬಡಪಾಯಿ ಹೊಲೆಯರ ಮೇಲೆ ತಿರುಗಿತು. ತಮ್ಮ ಸ್ವಂತ ಹೊಲಗದ್ದೆಗಳಲ್ಲಿ ಗೇಯುತ್ತಿದ್ದ ಹೊಲೆಯರನ್ನು ಊರ ಜನ ಹೊರಕ್ಕಟ್ಟಿದರು. ಎದುರು ಬಿದ್ದವರನ್ನು ಸದೆಬಡಿದರು. ಹೊಲೆಯರು ತತ್ತರಿಸಿ, ತಮ್ಮ ಕೇರಿಯ ಮನೆಗಳಲ್ಲಿ ಅಡಗಿ ಕೂತರು. ಹೊಲೆಯರ ಬಾವಿಗೆ ಗೊಬ್ಬರ ಬಿತ್ತು. ಒಂದೆರಡು ಮನೆಗಳಿಗೆ ರಾತ್ರಿಯ ಕಗ್ಗತ್ತಲಲ್ಲಿ ಬೆಂಕಿಬಿತ್ತು. ಒಳಗೆ ನಿದ್ರಿಸುತ್ತಿದ್ದ ಪಾಪದ ಮಂದಿ ಮಕ್ಕಳು ಮರಿಗಳೊಂದಿಗೆ ಸಜೀವ ಬೆಂದು ಬೂದಿಯಾದರು. ಚಂದ್ರ ಹತ್ತಿರದ ಪಟ್ಟಣಕ್ಕೆ ಹೋಗಿ ಪೊಲೀಸರಿಗೆ ದೂರು ಕೊಟ್ಟ, ಅವರು ಬಂದು, ಒಂದಷ್ಟು ಜನರನ್ನು ಬಂಧಿಸಿ ಕರೆದೊಯ್ದರು, ಕೋರ್ಟು ಜಾಮೀನಿನ ಮೇಲೆ ಅವರನ್ನು ಬಿಡುಗಡೆ ಮಾಡಿತು. ಪತ್ರಿಕಾ ವರದಿಗಾರರು ಬಂದು, ಮಾಹಿತಿ ಸಂಗ್ರಹಿಸಿ, ಫೋಟೋ ಸಮೇತ ಸುದ್ದಿ ಪ್ರಕಟಿಸಿದರು. ಸರ್ಕಾರ ಈ ಪ್ರಕರಣದ ಬಗ್ಗೆ ನ್ಯಾಯಾಂಗ ತನಿಖೆ ನಡೆಸುವುದಾಗಿ ಘೋಷಿಸಿ, ಕೈ ತೊಳೆದುಕೊಂಡಿತು. ಕೊನೆಗೆ ಹೊಲೆಯರು ಊರ ಜನಕ್ಕೆ ಶರಣು ಬಂದರು. ತಮ್ಮ ಮನೆಗಳನ್ನು ತಾವೇ ಕೈಯಾರ ಕೆಡವಿ, ಮತ್ತೆ ಗುಡಿಸಲುಗಳನ್ನು ಕಟ್ಟಿಕೊಂಡರು. ಸೊಂಟದ ಮೇಲಿನ ಬಟ್ಟೆಗಳನ್ನು ತೆಗೆದು, ಊರ ಜನರ ಮುಂದೆ ಯಜ್ಞಕುಂಡದಂತಿದ್ದ ಬೆಂಕಿಯಲ್ಲಿ ಸುಟ್ಟರು, ಚಂದ್ರನಿಗೆ 'ಧಿಕ್ಕಾರ,' 'ಬಹಿಷ್ಕಾರ' ಮಂತ್ರಗಳನ್ನು ಘೋಷಿಸಿದರು. ಮತ್ತೆ ತಮ್ಮ ಯಥಾಸ್ಥಿತಿಗೆ ಹಿಂತಿರುಗಿ ಸಮಾಧಾನದ ನಿಟ್ಟುಸಿರುಬಿಟ್ಟರು.

'ಒಂದು ಸಂಜೆ ಹೈದರಾಬಾದಿನಿಂದ ಚಂದ್ರನ ಅಕ್ಕ ಭಾವ ಬಂದರು. ಅವನನ್ನು ಮರ್ಯಾದೆಯಾಗಿ ಊರು ಬಿಟ್ಟು ಹೋಗಲು ಹೇಳಿದರು. ನೀವಿಬ್ಬರೂ ಚಿಕ್ಕಂದಿನಿಂದ ಸಾಕಿ ಸಲಹಿದ ಹುಡುಗ ನಾನಲ್ಲವೇ? ನನ್ನ ಬಗ್ಗೆ ಕೊಂಚವಾದರೂ ಪ್ರೀತಿ ಮಮಕಾರ ನಿಮಗಿಲ್ಲವೇ?' ಚಂದ್ರ ಕಣ್ಣೀರಿಟ್ಟು ಕೇಳಿದ. 'ಅರಿಯದೇ ಮಾಡಿದ್ದು ಪಾಪವಲ್ಲ. ಅರಿತ ಮೇಲೂ ಅದೇ ಪಾಪವನ್ನು ಮಾಡುವಷ್ಟು ಮೂರ್ಖರು, ಧರ್ಮಭ್ರಷ್ಟರು ನಾವಲ್ಲ' ಎಂದ ಚಂದ್ರನ ಭಾವ. ಚಂದ್ರನ ಅಕ್ಕ ಹೇಳಿದಳು, 'ನಿನ್ನನ್ನು ಕಂಡರೆ ನನಗೆ ಜಿಗುಪ್ಸೆಯಾಗುತ್ತಿದೆ. ಇಷ್ಟು ವರ್ಷ ನಮ್ಮೊಡನಿದ್ದು ನಮ್ಮ ವಂಶಕ್ಕೆ ಮೈಲಿಗೆ ಬಳಿದದ್ದು ಸಾಕು. ನನ್ನ ಅಪ್ಪ ಅನ್ನಿಸಿಕೊಂಡವನು ಇಂಥ ಹೀನ ಕೆಲಸ ಮಾಡಿರಬಹುದೆಂದು ನಾವು ಕನಸಲ್ಲೂ ಕಲ್ಪಿಸಿಕೊಂಡಿರಲಿಲ್ಲ. ಆದದ್ದಾಯಿತು. ಆದರೆ ನನ್ನ ತಂದೆಯ ಯಾವಳೋ ಒಬ್ಬ ಸೂಳೆಗೆ ಹುಟಿದ ನಿನಗೆ ಈ ಪಿತ್ರಾರ್ಜಿತ ಆಸ್ತಿಯ ಮೇಲೆ ಯಾವ ಅಧಿಕಾರವೂ ಇರಲು ಸಾಧ್ಯವಿಲ್ಲ. ಮರ್ಯಾದೆಯಾಗಿ ನೀನಾಗಿ ಮನೆಯಿಂದ

ಹೊರಗೆ ಹೋಗದಿದ್ದರೆ, ನಾವು ಕೋರ್ಟಿಗೆ ಹೋಗಿ, ಪೋಲೀಸರಿಂದ ನಿನ್ನನ್ನು ಊರಾಚೆಗೆ ದಬ್ಬಿಸಬೇಕಾಗುತ್ತೆ' ಚಂದ್ರನಿಗೆ ವಾಕರಿಕೆ ಬಂತು. ಜೊತೆಗೆ ರೋಷವೂ ಉಕ್ಕಿ ಬಂತು. ಹೇಳಿದ, 'ಈ ಆಸ್ತಿಯನ್ನು ನನ್ನಿಂದ ಕಿತ್ತುಕೊಳ್ಳಲು ನಿಮಗ್ಯಾರಿಗೂ ಸಾಧ್ಯವಿಲ್ಲ. ನಾನು ಜಗ್ಗಯ್ಯ ರೆಡ್ಡಿಯ ನ್ಯಾಯಬದ್ಧ ಮಗನೇ ಎಂದು ಸಾಧಿಸಿದರೆ, ಅದನ್ನು ಅಲ್ಲಗಳೆಯಲು ಯಾವ ಸಾಕ್ಷಾಧಾರಗಳೂ ನಿಮ್ಮಲ್ಲಿಲ್ಲ. ಅಪ್ಪನ ವಿಲ್ಲು ನನ್ನ ಬಳಿ ಇದೆ. ನಾನೇ ಕೋರ್ಟಿಗೆ ಹೋಗ್ತೇನೆ. ಯಾರು ಗೆಲ್ಲುವೆವೋ ನೋಡೇಬಿಡೋಣ' ತನ್ನ ಸೂಟ್‌ಕೇಸಿನಲ್ಲಿ ತನ್ನ ಬಟ್ಟೆ, ಬರೆ ದಾಖಲೆ ಪತ್ರಗಳು, ಒಂದಷ್ಟು ಹಣ ತುಂಬಿಕೊಂಡು, ಚಂದ್ರ ಮನೆಬಿಟ್ಟು ಬಿರಬಿರ ನಡೆದ.

ಕವಿದ ಕಗ್ಗತ್ತಲು ಊರಲ್ಲಾಗಲೀ ಹೊಲಗೇರಿಯಲ್ಲಾಗಲೀ ಚಂದ್ರನಿಗೆ ಆಶ್ರಯವಿರಲಿಲ್ಲ. ರಾತ್ರಿ ಕಳೆಯಲು ಊರಾಚೆಯ ಪಾಳುಗುಡಿ ಹೊಕ್ಕ. ಗೋಡೆಗೆ ಬೆನ್ನೊರಗಿಸಿ ಕೂತು, ಕಾಲು ಚಾಚಿ, ಸಿಗರೇಟ್ ಹಚ್ಚಿದ. ಅವನೀಗ ಯಾರಿಗೂ ಬೇಕಿಲ್ಲದ ಪರಕೀಯನಾಗಿದ್ದ, ಹತಾಶನಾಗಿದ್ದ, ಅವನಲ್ಲಿದ್ದ ಮಾನವಪ್ರೇಮ, ಜೀವನೋತ್ಸಾಹ, ಬಂಡುಗಾರಿಕೆ ಬತ್ತಿ ಹೋಗಿದ್ದವು.

ಬೆಳಿಗ್ಗೆ ಪಾಳುಗುಡಿಯ ಪಕ್ಕದಲ್ಲಿದ್ದ ದೈತ್ಯಾಕಾರದ ಅರಳಿಮರದ ಕೊಂಬೆಗೆ ಚಂದ್ರನ ಹೆಣ ನೇತಾಡುತ್ತಿತ್ತು. ತನ್ನ ಎರಡು ಲುಂಗಿಗಳನ್ನು ಉಪಯೋಗಿಸಿ ಅವನು ನೇಣು ಹಾಕಿಕೊಂಡಂತಿತ್ತು. ಅದೇನು ನಿಜಕ್ಕೂ ಆತ್ಮ ಹತ್ಯೆಯೋ ಅಥವಾ ಕೊಲೆಯೋ ಕೊನೆಗೂ ಸರಿಯಾಗಿ ಪತ್ತೆಯಾಗಲಿಲ್ಲ.

***

'ಎಂಥ ಭೀಕರ ದಾರುಣ ದುರಂತ! ಆದರೆ ಎಷ್ಟು ಅವಾಸ್ತವ!' ಅನ್ನಿಸುತ್ತಿರಬೇಕಲ್ಲವೇ ನಿಮಗೆ? ಹೌದು, ನನಗೂ ಹಾಗೇ ಅನ್ನಿಸುತ್ತೆ. ಆದರೆ ಈ ಕಥೆಗೆ ಇದೇ ಮುಕ್ತಾಯ ಇರಬೇಕು ಎನ್ನುವ ಹಠ ನನಗೇನೂ ಇಲ್ಲ. ಹೀಗೂ ಇರಬಹುದು:

***

ಅಂದು ರಾತ್ರಿ ಚಂದ್ರ ತನ್ನ 'ಜನ್ಮ ರಹಸ್ಯ' ನನಗೆ ತಿಳಿಸಿ ತನ್ನ ಭವಿಷ್ಯದ ದಾರಿಯ ಬಗ್ಗೆ ನಿರ್ಧರಿಸಲು ನನ್ನ ಸಲಹೆ, ಮಾರ್ಗದರ್ಶನ ಕೋರಿದನಲ್ಲ, ನಾವು ರಾತ್ರಿ ತುಂಬಾ ಹೊತ್ತು ಚರ್ಚಿಸಿದೆವು.

ನಿಜವನ್ನು ಧೈರ್ಯವಾಗಿ ಒಪ್ಪಿಕೊಂಡು, ಬಂಡಾಯದ ದಾರಿಯಲ್ಲಿ ನಡೆದರೆ, ಚಂದ್ರ ಏನೆಲ್ಲ ಪರಿಣಾಮಗಳನ್ನು ಎದುರಿಸಬೇಕಾಗಬಹುದು ಎಂಬ ಬಗ್ಗೆ ನಾನು ಅವನಿಗೆ ಪ್ರಸ್ತುತದ ಕಣ್ಣೆದುರಿನ ಉದಾಹರಣೆಗಳೊಂದಿಗೆ

ತಿಳಿಹೇಳಿದೆ. 'ಇದನ್ನೆಲ್ಲ ಎದುರಿಸಿ ಒಬ್ಬಂಟಿಯಾಗಿ ಹೋರಾಡುವ ಸಂಕಲ್ಪ, ತಾಕತ್ತು ನಿನಗಿದೆಯ?' ಎಂದು ಕೇಳಿದೆ. 'ಸಹನೆ, ಜಾಣತನ, ವಿವೇಚನೆಯಿಂದ ವರ್ತಿಸು' ಎಂದೆ. ಅವನು ಪೆಚ್ಚಾಗಿ, ಭ್ರಮನಿರಸಿತನಾಗಿ, ಒಂದು ರೀತಿಯ ನಾಚಿಕೆಯನ್ನೂ ಮುಖದ ಮೇಲೆ ಹೊತ್ತು ಹಿಂತಿರುಗಿದ. ತನ್ನ ಹುಟ್ಟಿನ ಗುಟ್ಟನ್ನು ಅವನು ಇನ್ಯಾರಿಗೂ–ಕೊನೆಗೆ ತನ್ನ ಪ್ರೇಯಸಿ ಜಾನಕಿಗೂ–ಬಿಟ್ಟುಕೊಡಲಿಲ್ಲ. ಬ್ಯಾಂಕಿನ ತನ್ನ ನೌಕರಿಗೆ ರಾಜೀನಾಮೆಯನ್ನೂ ಕೊಡಲಿಲ್ಲ.

ಈಗ ಚಂದ್ರ ಜಾನಕಿ ಮದುವೆಯಾಗಿ ಹಲವು ವರ್ಷಗಳೇ ಕಳೆದಿವೆ. ಬೆಂಗಳೂರಿನ ಜಯನಗರದಲ್ಲಿ ಸ್ವಂತ ಸುಸಜ್ಜಿತ ಬಂಗಲೆಯಿದೆ. ಆಳುಕಾಳು ಕಾರು ಮೋಟರು ಎಲ್ಲಾ ಇವೆ. ಒಬ್ಬ ಮಗನಿದ್ದಾನೆ. ಹೆಸರು ಸತ್ಯನಾರಾಯಣ, ಚಂದ್ರನ ಅಜ್ಜನ ಅಂದರೆ ಜಮೀನ್ದಾರ್ ಜಗ್ಗಯ್ಯರೆಡ್ಡಿಯ ಅಪ್ಪನ ಹೆಸರಂತೆ ಅದು. ಮನೆಯಲ್ಲಿ ಎಲ್ಲರೂ ಅವನನ್ನು 'ಸತ್ಯ' 'ಸತ್ಯ' ಅಂತ ಕರೀತಾರೆ. ಈ ವರ್ಷ ಅವನನ್ನು ಒಂದು ಶ್ರೀಮಂತ ಇಂಗ್ಲಿಷ್ ಕಾನ್ವೆಂಟ್‌ಗೆ ಸೇರಿಸಿದ್ದಾರೆ.

ಹಳ್ಳಿಯಲ್ಲಿನ ಚಂದ್ರನ ಜಮೀನು ಆಸ್ತಿಪಾಸ್ತಿ ಅವನ ಅಕ್ಕನ ಮಗನೊಬ್ಬ ನೋಡಿಕೊಳ್ಳುತ್ತಿದ್ದಾನೆ. ಚಂದ್ರ ಸಹ ಆಗಾಗ ಅಲ್ಲಿಗೆ ಹೋಗಿಬರ್ತಾನೆ ಹೋದಾಗೊಮ್ಮೆ ತನ್ನ ಹೆತ್ತ ತಾಯಿಗೆ ಗುಟ್ಟಾಗಿ ಒಂದಷ್ಟು ಹಣ ತಲುಪಿಸುತ್ತಾನೆ. ಹೊಲೆಯರ ಉದ್ಧಾರಕ್ಕಾಗಿ ತನ್ನ ಕೈಲಾದ ಪ್ರಯತ್ನ ಮಾಡುತ್ತಿದ್ದಾನೆ. ಅವರಿಗಾಗಿ ಒಂದು ಬಾವಿ ತೋಡಿಸಿದ್ದಾನೆ ತನೆಗಳನ್ನು ಕಟ್ಟಿಕೊಳ್ಳಲು ಹಣ ಕೊಟ್ಟಿದ್ದಾನೆ, ಬಟ್ಟೆ, ಬರೆ ಕೊಟ್ಟಿದ್ದಾನೆ. ಇತ್ತೀಚೆಗೆ, ನಾರಿ ಹೊರವಲಯದಲ್ಲಿರುವ ಶಾಲೆಯಲ್ಲಿನ ಹೊರ ಅಂಗಳದಲ್ಲಿ ಕೂತು ವಿದ್ಯೆ ಕಲಿಯುವ ಭಾಗ್ಯ ಹೊಲೆಯರ ಮಕ್ಕಳಿಗೆ ಲಭಿಸಿದೆಯಂತೆ, ಸದ್ಯಕ್ಕೆ ಇನ್ನೇನು ಸಾಧ್ಯ?

ಚಂದ್ರ ಬ್ಯಾಂಕಿನಲ್ಲಿ ಈಗ ಆಫೀಸರ್ ಆಗಿದ್ದಾನೆ. ಅವನ ನೋಟದಲ್ಲಿ ಒಂದು ರೀತಿ ಖಾಲಿತನ ಕಂಡರೂ, ಮುಖ ಮೈ ಗುಂಡು ಗುಂಡಾಗಿ ಮಿರಿ ಮಿರಿ ಉಬ್ಬಿದೆ. ಒಂದಷ್ಟು ತುಳುಕು ಬೊಜ್ಜೂ ಬಂದಿದೆ. ಈಗೀಗ ಸಾಹಿತ್ಯ, ಸಮಾಜ, ಬಂಡಾಯ ಅಂತ ನನ್ನೊಂದಿಗೆ ಚರ್ಚಿಸಲು ಚಂದ್ರ ಬರುವುದು ತೀರಾ ಅಪರೂಪವಾಗಿದೆ. ಬಹುಶಃ ಬ್ಯಾಂಕು, ಯೂನಿಯನ್ನು, ಸಂಸಾರ ಇತ್ಯಾದಿ ನೂರೆಂಟು ತಾಪತ್ರಯಗಳಿರಬೇಕು.

ಹೀಗೆ ಆತ್ಮಹತ್ಯೆಯೋ, ಕೊಲೆಯೋ, ಒಟ್ಟಾರೆ ಚಂದ್ರ ಸತ್ತ. ಅವನ ಸಾವಿಗೆ, ಮಿಕ್ಕೆಲ್ಲ ಕಾರಣಗಳೊಂದಿಗೆ, ನಾನೂ ಕೊಂಚ ಮಟ್ಟಿಗೆ ಹೊಣೆಗಾರನಾದೆ. ಈಗ ಹೇಳಿ, ನಿಮಗೂ ಹಾಗನ್ನಿಸುತ್ತಾ? ಹಾಗೆಂದು ನಾನು ನಿಜವಾಗಿ ಬದುಕಿದ್ದೇನೆಂಬ ಭ್ರಮೆ ನನಗೆ ಖಂಡಿತ ಇಲ್ಲ. ನಿಮಗೆ ಇದೆಯಾ?

–1985

14

ಹೀಗೂ ಆಗುವುದುಂಟು

ಶಂಕರನ ಮುಖಕ್ಕೆ ಮಂಕು ಬಡಿದಿತ್ತು. ಬಾಳು ನೀರಸವಾಗಿತ್ತು. ಜಗತ್ತು ಕಾಂತಿಹೀನವಾಗಿತ್ತು. ಮೂರು ದಿನದಿಂದ ಅವನ ಹೃದಯದರಸಿ ರಾಧೆ ಕಾಲೇಜಿಗೆ ಬಂದಿರಲಿಲ್ಲ. ಅವಳಿದ್ದ ಎರಡನೆಯ ಬಿ.ಎ. ತರಗತಿಗೆ ಹೋಗುವುದೆಂದರೆ, ಅಲ್ಲಿ ತನ್ನ ಪಾಂಡಿತ್ಯವನ್ನೆಲ್ಲ ಮೆರೆದು ಇಂಗ್ಲೀಷ್ ಸಾಹಿತ್ಯ ಕಲಿಸುವುದೆಂದರೆ, ಶಂಕರನ ಮನಸ್ಸು ಬಣ್ಣ ಬಣ್ಣದ ಪಟ್ಟೆಗಳ ರೆಕ್ಕೆ ಬಿಚ್ಚಿಪಟಪಟ ಹಾರುವ ಚಿಟ್ಟೆಯಾಗಿತ್ತು. ಗರಿ ಬಿಚ್ಚಿ ಕುಣಿಯುವ ನವಿಲಾಗುತಿತ್ತು. ಆದರೆ ಮೂರು ದಿನದಿಂದ ಅವಳಿಲ್ಲದ ತರಗತಿ ಸ್ಮಶಾನ ಸದೃಶವಾಗಿ ಅಲ್ಲಿ ಶಂಕರ ನರಿಯಂತೆ ಊಳಿಟ್ಟು ಬಂದಿದ್ದ.

ಮೂರು ದಿನದಿಂದ ನಿರೀಕ್ಷೆ, ಭರವಸೆ ನಿರಾಸೆಗಳಿಂದ ಅವನ ಹೃದಯ ಬೆಂದು ಹೋಗಿತ್ತು. ಒಂದು ದಿನಕ್ಕೂ ಕಾಲೇಜಿಗೆ, ಅದರಲ್ಲೂ ಅವನ ತರಗತಿಗೆ ತಪ್ಪಿಸಿಕೊಂಡವಳಲ್ಲ. ಹೀಗೇಕೆ ಮೂರು ದಿನದಿಂದ ನಾಪತ್ತೆಯಾಗಿದ್ದಾಳೆ? ದಿನವೊಂದು ಯುಗವಾಗಿ. ಎಂಬ ಮಾತು ಉತ್ಪ್ರೇಕ್ಷೆಯಂತೆ ಕಂಡರೂ ವಿರಹಿಯ ಮಟ್ಟಿಗೆ ಅದೆಂಥ ದುರ್ಭರ ಸತ್ಯ ಎಂಬ ಅರಿವು ಅವನಿಗಾಗಿತ್ತು.

ರಾದೆಯ ಗೈರು ಹಾಜರಿಗೆ ಕಾರಣ ಯಾರನ್ನು ಕೇಳುವುದು? ಅವಳ ಗೆಳತಿಯರನ್ನು ಕೇಳಲು ಸಾಧ್ಯವೇ? ಅವಳ ಮನೆಗೆ ಹೋಗಿ ವಿಚಾರಿಸಲು ಸಾಧ್ಯವೇ? ಅವಳ ತಂದೆ 'ಗಜೇಂದ್ರವಿಲಾಸ ಉಡುಪಿ ಬ್ರಾಹ್ಮಣರ ಉಪಹಾರ ಮಂದಿರದ ಮಾಲೀಕರಾದ ಶ್ರೀನಿವಾಸ ಹೆಬ್ಬಾರರನ್ನು ಕೇಳಲು ಸಾಧ್ಯವೇ? ಶಂಕರ ಅವಿವಾಹಿತ ತರುಣನಾದರೂ ಪಡ್ಡೆ ಹುಡುಗನಲ್ಲವಲ್ಲ? ಅವನು

ಖಾಸಗಿ ಕಾಲೇಜೊಂದರ ಸಂಭಾವಿತ ಇಂಗ್ಲೀಷ್ ಉಪನ್ಯಾಸಕ. ಸದಾ ಸದ್ವರ್ತನೆಯ ತಂತಿಯ ಮೇಲೆ ದೊಂಬರಾಟದವನಂತೆ ಜೋಲಿ ತಪ್ಪದ ಜಾಗರೂಕನಾಗಿ ನಡೆಯಬೇಕಾದ್ದು ಅವನಿಗೆ ತನ್ನ ನೌಕರಿಯ ಭದ್ರತೆಯನ್ನು ಮತ್ತು ಸಮಾಜದಲ್ಲಿ ತನ್ನ ಸ್ಥಾನಮಾನಗಳ ದೃಷ್ಟಿಯಿಂದ ಅನಿವಾರ್ಯವಲ್ಲವೆ? ಪಾಪ! ಶಂಕರ ವಿಹ್ವಲನಾಗಿದ್ದ! ದಡಕ್ಕೆಸೆದು ಬಿದ್ದ ಮೀನಿನಂತೆ ವಿಲಿವಿಲಿ ಒದ್ದಾಡುತ್ತಿದ್ದ.

ಮೂರು ದಿನದಿಂದ 'ಗಜೇಂದ್ರ ವಿಲಾಸ'ದ ಮುಂದೆ ಹಲವಾರು ಬಾರಿ ಠಳಾಯಿಸಿದ್ದ–ಹೆಬ್ಬಾರರ ದರ್ಶನವೇನಾದರೂ ಆದೀತೋ ಎಂದು. ಆದರೆ ಆ ಮಹಾನುಭಾವ ಸಹ ನಾಪತ್ತೆಯಾಗಿದ್ದು ಗಲ್ಲಾಪೆಟ್ಟಿಗೆಯ ಹಿಂದೆ ಯಾರೋ ಅಪರಿಚಿತ ವಿರಾಜಮಾನನಾಗಿದ್ದ. ಕಾಫಿ ಕುಡಿಯುತ್ತ 'ಯಜಮಾನರು ಊರಲ್ಲಿಲ್ಲವೇ?' ಎಂದು ವಿಚಾರಿಸಿದ್ದಕ್ಕೆ, ಆ ವ್ಯಕ್ತಿ ಶಂಕರನನ್ನು ಸಾಲ ವಸೂಲಿಗೆ ಬಂದವನೇನೋ ಎಂಬಂತೆ ಸಂದೇಹದಿಂದ ನೋಡಿ, 'ಬೆಂಗಳೂರಿಗೆ ಹೋಗಿದ್ದಾರೆ. ಯಾವಾಗ ಬರ್ತಾರೋ ಗೊತ್ತಿಲ್ಲ' ಎಂದು ಕಡ್ಡಿ ಮುರಿದಿದ್ದ. 'ಯಜಮಾನರೊಂದಿಗೆ ಅವರ ಮಗಳೂ ಹೋಗಿದ್ದಾಳೆಯೆ?' ಎಂದು ಕೇಳಲು ಸಾಧ್ಯವೆ? ಶಂಕರ ತೆಪ್ಪಗೆ ಹಿಂತಿರುಗಿದ್ದ.

ಮೂರು ಸಂಜೆ ಸಂಗೀತ ವಿದ್ವಾನ್ ಹಯಗ್ರೀವಾಚಾರರ ಬಳಿ ಸಂಗೀತ ಪಾಠಕ್ಕೂ ಚಕ್ಕರ್ ಹಾಕಿ, ತನ್ನ ಕೊಠಡಿಯ ಏಕಾಂತದಲ್ಲಿ ಕೂತು, ಉದ್ವಿಗ್ನ ಮನಸ್ಕನಾಗಿ, ಹಲವು ವಿಷಾದ ಪ್ರೇಮಕವನಗಳನ್ನು ಗೀಚಿದ್ದ.

ಭಾನುವಾರ ಬೆಳಗ್ಗೆ ಮನೆಯಲ್ಲಿ ತಿಂಡಿ ತಿಂದು, ಕಾಫಿಗೆಂದು ಶಂಕರ ಮತ್ತೊಮ್ಮೆ 'ಗಜೇಂದ್ರ ವಿಲಾಸ'ಕ್ಕೆ ಹೊರಟ. ಅವನ ಭಾಗ್ಯದೇವತೆಯೇ ಮೈವೆತ್ತು ಕೂತಂತೆ ಹೆಬ್ಬಾರರು ಗಲ್ಲಾಪೆಟ್ಟಿಗೆಯ ಹಿಂದೆ ಆಸೀನರಾಗಿದ್ದರು. ಶಂಕರ ಆನಂದ ತುಂದಿಲನಾಗಿ ಹೋಟೆಲ್ ಹೊಕ್ಕು 'ನಮಸ್ಕಾರ ಹೆಬ್ಬಾರರಿಗೆ' ಎಂದ. 'ಓ ಬನ್ನಿ ಮೇಷ್ಟ್ರೇ ನಮಸ್ಕಾರ, ಸೌಖ್ಯವಾ? ಲೋ ಮಂಜಾ, ಮೇಷ್ಟ್ರಿಗೆ ಒಂದು ಸ್ಟ್ರಾಂಗ್ ಕಾಫಿ ತಾರೋ' ಎಂದು ಕೂಗಿ ಹೇಳಿ, ಹೆಬ್ಬಾರರು ಮಂದಸ್ಮಿತರಾಗಿ, 'ಕೂರಿ, ಮೇಷ್ಟ್ರೇ' ಎಂದು, ಹತ್ತಿರದಲ್ಲೇ ಇದ್ದ ಖಾಲಿ ಕುರ್ಚಿ ತೋರಿದರು. ಶಂಕರ ಕೂತ, ಕಾಫಿ ಬಂತು, ಗುಟುಕರಿಸುತ್ತಾ ಕೇಳಿದ, 'ಏನು ಹೆಬ್ಬಾರರು ಮೂರು ದಿನದಿಂದ ಕಾಣಲಿಲ್ಲವಲ್ಲ?'

ತಮ್ಮ ಕವಳ ತುಂಬಿದ ಕೆಳದವಡೆಯನ್ನು ಮುಂದೆ ಚಾಚಿ ಹೆಬ್ಬಾರರು ಹೇಳಿದರು. 'ಇರುತ್ತದಲ್ಲ, ಮೇಷ್ಟ್ರೇ ಹೆಣ್ಣು ಹೆತ್ತವರ ಕಷ್ಟ! ಬೆಂಗಳೂರಲ್ಲಿ ನಮ್ಮ ಬಂಧುಗಳ ಪೈಕಿ ಒಂದು ವರ ಇತ್ತು. ಐಟಿಐಯಲ್ಲಿ ನೌಕರಿ. ನಮ್ಮ ರಾಧೆಯ ಜಾತಕ ಕೊಟ್ಟಿದ್ದೆ. ಕೂಡಿ ಬರುತ್ತೆ, ಹುಡುಗೀನ ನೋಡೋಣ ಕರ್ಕೊಂಡು ಬನ್ನಿ, ಅಂತ ಬರೆದಿದ್ದರು. ಅದಕ್ಕೆ ನಾನು, ನನ್ನಾಕೆ ರಾಧೇನ ಬೆಂಗಳೂರಿಗೆ

ಕರಕೊಂಡು ಹೋಗಿದ್ದು, ಗುರುವಾರ ಹೋದೋರು ನಿನ್ನೆ ರಾತ್ರಿ ವಾಪಸ್ ಬಂದೆವು.'

ಕುಡಿಯುತ್ತಿದ್ದ ಕಾಫಿ ಕಾರ್ಕೋಟಕ ವಿಷವಾದಂತಾಯಿತು ಶಂಕರನಿಗೆ, ಎದೆ, ಡವಡವಗುಟ್ಟ ಮುಖ ಬೆವರಿತು, ಕರವಸ್ತ್ರ ತೆಗೆದು ಒರೆಸಿಕೊಂಡ, ಗಂಟಲು ಒಣಗಿತ್ತು, ಒಂದು ಗುಟುಕು ನೀರು ಕುಡಿದ. ಇದ್ದ ಬದ್ದ ಧೈರ್ಯವನ್ನೆಲ್ಲ ಒಗ್ಗೂಡಿಸಿಕೊಂಡು ಕೇಳಿದೆ. 'ಏನು ಇಷ್ಟು ಆತುರವಾಗಿ ಮದುವೆ ತಯಾರಿ ನಡೆಸಿದೀರಲ್ಲ? ಇನ್ನೊಂದು ವರ್ಷ ತಡೆದಿದ್ದರೆ ಹುಡುಗಿಯ ಗ್ರಾಜುಯೇಷನ್ ಆದರೂ ಮುಗೀತಿತ್ತಲ್ಲ?'

'ಅಯ್ಯೋಬಿಡಿ, ಮೇಷ್ಟ್ರೇ ಇವಳು ಗ್ರಾಜುಯೇಟ್ ಆಗಿ ಮಾಡಬೇಕಾದ್ದಾದರೂ ಏನುಂಟು? ನೌಕರಿಗೆ ಹೋಗಬೇಕಾ? ದುಡಿದು ತಂದುಹಾಕಬೇಕಾ? ಜೊತೆಗೆ ಇವಳು ಗ್ರಾಜುಯೇಟ್ ಆದರೆ ಇವಳಿಗೆ ಇಂಜಿನಿಯರನ್ನೋ ಡಾಕ್ಟರನ್ನೋ ನೋಡಬೇಕಾಗುತ್ತೆ, ಈ ಕಾಲದ ಗಂಡುಗಳ ಧಿಮಾಕು, ಅವರ ಡಿಮ್ಯಾಂಡುಗಳು ನಿಮಗೇ ಗೊತ್ತುಂಟು. ಈ ಐ. ಟಿ. ಐ. ಹುಡುಗನ ಮನೆಯೋರೇ ಹುಡುಗಿಗೆ ಹತ್ತು ತೊಲ ಬಂಗಾರ, ಐದು ಕೇಜಿ ಬೆಳ್ಳಿ ಹಾಕಬೇಕು ಅಂತಿದಾರಂತೆ. ಹೇಗೆ ಹೊಂದಿಸೋದು ಕೇಶವಾ ಅಂತ ಕಣ್ಣು ಕಣ್ಣು ಬಿಡ್ತಾ ಇದೇನೆ. ನಾನೇನು ಅಂಥಾ ಸ್ಥಿತಿವಂತನಲ್ಲ ಜೊತೆಗೆ ಇವಳಲ್ಲದೆ ಇನ್ನೂ ಇಬ್ಬರು ಹೆಣ್ಣುಮಕ್ಕಳಿದಾರಲ್ಲ! ಹೇಗೋ ಸದ್ಯಕ್ಕೆ ಇವಳ ಮದುವೆ ಮುಗಿಸಿದರೆ ಸಾಕಾಗಿದೆ' ಎಂದು ವ್ಯಾಕುಲಚಿತ್ತರಾದರು ಹೆಬ್ಬಾರರು.

'ಯಾಕೆ ಚಿಂತಿಸುತ್ತೀರಿ, ಹೆಬ್ಬಾರರೇ? ಬೆಳ್ಳಿ ಬೇಡ, ಬಂಗಾರ ಬೇಡ, ನಾನು ನಿಮ್ಮ ಮಗಳನ್ನು ಮದುವೆಯಾಗ್ತಿನಿ' ಎಂದು ಹೇಳಿಬಿಡಬೇಕೆನ್ನಿಸಿತು ಶಂಕರನಿಗೆ. ಆದರೆ ಧೈರ್ಯ ಸಾಲಲಿಲ್ಲ. ಮುಖ್ಯ ಕಾರಣ–ಶಂಕರ ಸ್ಮಾರ್ತ, ಹೆಬ್ಬಾರರು ಮಾಧ್ವರು. ಜೊತೆಗೆ ಇಂಥ ವಿಚಾರವನ್ನು ಇವನೇ ನೇರವಾಗಿ ಅವರೊಂದಿಗೆ ಪ್ರಸ್ತಾಪಿಸುವುದು ಸಾಧುವೆ? ಸದಾಚಾರವೆ? ಇವನಿಗೆ ಹೆಣ್ಣು ಕೊಡಲು ಅವರು ನಿರ್ದಾಕ್ಷಿಣ್ಯವಾಗಿ ನಿರಾಕರಿಸಿಬಿಟ್ಟರೆ ಎಂಥ ನಾಚಿಕೆಗೇಡು! ಇವನ ಮರ್ಯಾದೆಯ ಗತಿಯೇನು?

'ಹಾಗಾದರೆ ಮದುವೆ ಮಾತುಕತೆಯೆಲ್ಲ ಮುಗೀತು ಅನ್ನಿ' ಗೊಗ್ಗರಾದ ದನಿಯಲ್ಲಿ ಕೇಳಿದ. 'ಎಲ್ಲಿ ಬಂತು ಮೇಷ್ಟ್ರೇ? ಹುಡುಗ, ಅವನ ತಂದೆ ತಾಯಿ ಹುಡುಗೀನ ನೋಡಿದ್ದಾಯಿತು. ಅವರ ಅಭಿಪ್ರಾಯ ಕೂಡಲೇ ತಿಳಿಸಿಬಿಡ್ತಾರಾ? ಎಷ್ಟಾದರೂ ಗಂಡಿನವರ ಗತ್ತು ಬಿಂಕ ಇರಲ್ವೇ? ಬರೆದು ತಿಳಿಸ್ತೀ' ಅಂದಿದಾರೆ. ಈ ವಾರದಲ್ಲಿ ಅವರ ಅಭಿಪ್ರಾಯ ತಿಳೀಬಹುದು.'

'ಸರಿ, ನಾ ಬರ್ತೀನಿ. ಹೆಬ್ಬಾರರೇ, ಕೊಂಚ ಪೇಟೆ ಕಡೆ ಹೋಗೋದಿದೆ' ಎಂದು ಎದ್ದ ಶಂಕರ.

***

ಇನ್ನು ಹೀಗೆ ಕೂತರೆ ಪ್ರಯೋಜನವಿಲ್ಲ, ಕೂಡಲೇ, ಈ ಕೂಡಲೇ ಏನಾದರೂ ಮಾಡಬೇಕು. ಇಲ್ಲದಿದ್ದರೆ ರಾಧೆಯನ್ನು ಕಳೆದುಕೊಂಡು ಜೀವನವಿಡೀ ಕೊರಗುವುದೊಂದೇ ನನ್ನ ಹಣೆಬರಹವಾಗುತ್ತೆ' ಶಂಕರ ತನ್ನ ಕೊಠಡಿಯಲ್ಲಿ ಕೂತು ತಳಮಳಿಸುತ್ತಾ ಯೋಚಿಸತೊಡಗಿದ.

ಎರಡು ವರ್ಷಗಳಿಂದ ಶಂಕರ ರಾಧೆಯನ್ನು ತನ್ನ ಮನದಲ್ಲೇ ಆರಾಧಿಸುತ್ತಿದ್ದ. ಅವಳ ಮುಗ್ಧ ಸರಳ ಚೆಲುವು ಇಂಪಾದ ಹಾಡುಗಾರಿಕೆ, ಕಲಿಕೆಯಲ್ಲಿ ಅವಳಿಗಿದ್ದ ಚುರುಕುತನ, ಬುದ್ಧಿವಂತಿಕೆ ಹೀಗೆ ವಿವರಣೆಗೆ ಸಿಕ್ಕುವ ಕೆಲವು, ಹಾಗೆಯೇ ವ್ಯಾಖ್ಯಾನಕ್ಕೆ ದಕ್ಕದ ಹಲವು ಕಾರಣಗಳಿಗಾಗಿ ಶಂಕರ ರಾಧೆಯನ್ನು ಗಾಢವಾಗಿ, ಆದರೆ ಗೂಢವಾಗಿ ಪ್ರೀತಿಸುತ್ತಿದ್ದ. ರಾಧೆ ಸಹ ತನ್ನನ್ನು ಇಷ್ಟೇ ತೀವ್ರವಾಗಿ ಪ್ರೀತಿಸುತ್ತಿದ್ದಾಳೆಂಬ ಬಗ್ಗೆ ಶಂಕರನಿಗೆ ಬಲವಾದ ನಂಬಿಕೆಯಿತ್ತು. ಇದಕ್ಕೆ ಆಧಾರವಾಗಿ ಹಲವಾರು ಸ್ಪಷ್ಟ ನಿದರ್ಶನಗಳು ಅವನೆದುರಿಗಿದ್ದವು. ಅವಳು ತರಗತಿಯಲ್ಲಿ ಇವನೆಡೆಗೆ ಹಾಯಿಸುತ್ತಿದ್ದ ಮಾದಕ ನೋಟ, ಸಿಹಿ ಸಿಹಿ ನಗೆ, ಇವನೊಂದಿಗೆ ಮಾತಾಡುವಾಗ ನಾಚಿ ನೀರಾಗುವ ಬಗೆ–ಈ ಪ್ರತಿನಿತ್ಯದ ಸೂಕ್ಷ್ಮ ಸಂಕೇತಗಳಿಗೆ ಬೇರೆ ಅರ್ಥವೇನಿದ್ದೀತು? ಜೊತೆಗೆ ಈ ಒಂದೆರಡು ಪ್ರಸಂಗಗಳೂ ಇದ್ದವಲ್ಲ?

ಒಂದು ಭಾನುವಾರ ಉಪಾಧ್ಯಾಯ ವರ್ಗ ಮತ್ತು ವಿದ್ಯಾರ್ಥಿಗಳ ನಡುವೆ ಒಂದು ಕ್ರಿಕೆಟ್ ಪಂದ್ಯ ಏರ್ಪಾಟಾಗಿತ್ತು. ಉಪಾಧ್ಯಾಯ ವರ್ಗಕ್ಕೆ ಶಂಕರನೇ ನಾಯಕ. ಬ್ಯಾಟು ಮಾಡಲು ಹೋದಾಗ ತನ್ನ ಕೌಶಲ್ಯವನ್ನು ಮೆರೆಯಲು ಶಂಕರ ರಾಧೆ ಕುಳಿತಿದ್ದ ಹುಡುಗಿಯರ ಗುಂಪಿನ ಕಡಗೆ ಸಿಕ್ಸರ್ ಬಾರಿಸಲು ಚೆಂಡನ್ನು ಹುಕ್ ಮಾಡಲು ಹೋಗಿ, ಟೈಮಿಂಗ್ ತಪ್ಪಿ, ಚೆಂಡು ಅವನ ಬಲದವಡೆಗೆ ಫಿರಂಗಿ ಗುಂಡಿನಂತೆ ಬಡಿಯಿತು. ಕುಸಿದು ಬಿದ್ದ. ಕೆನ್ನೆ ಪೂರಿಯಂತೆ ಊದಿ, ಬಾಯಿಂದ ದಳದಳನೆ ರಕ್ತ ಹರಿದಿತ್ತು. ಪುಣ್ಯವಶಾತ್ ಹಲ್ಲುಗಳು ಉದುರಲಿಲ್ಲ. ಕೂಡಲೇ ವಿದ್ಯಾರ್ಥಿಗಳು ಆಟೋ ತಂದು ಅವನನ್ನು ಆಸ್ಪತ್ರೆಗೆ ಸಾಗಿಸಿದರು. ಕಾಲೇಜಿಗೆ ಒಂದು ವಾರ ರಜಾ ಹಾಕಿ ಮನೆಯಲ್ಲಿ ಸುಧಾರಿಸಿಕೊಳ್ಳಬೇಕಾಯಿತು. ಕೆಲವು ವಿದ್ಯಾರ್ಥಿ ವಿದ್ಯಾರ್ಥಿನಿಯರು ಆಗಾಗ ಬಂದು ಅವನ ಆರೋಗ್ಯ ವಿಚಾರಿಸಿ ಹೋದರು. ಆದರೆ ರಾಧೆ ಬರಲಿಲ್ಲ. ಶಂಕರನಿಗೆ ಭಾರಿ ನಿರಾಸೆಯಾಗಿತ್ತು. ನಾಲ್ಕು ದಿನಗಳ ನಂತರ, ಕೊನೆಗೂ ಒಂದು ಸಂಜೆ ರಾಧೆ ತನ್ನ ಚಿಕ್ಕ ತಂಗಿಯೊಂದಿಗೆ ಅವನ ಮನೆಗೆ ಬಂದಳು. ಸಂತೋಷದ ಬುಗ್ಗೆಯಂತೆ ಪುಟಿದೆದ್ದು ಕೂತು ಶಂಕರ ಅವಳನ್ನು ಸ್ವಾಗತಿಸಿದ. ಅವಳು ಮೌನವಾಗಿ ಅವನೆದುರು ನಿಂತು, ಅವನ ಊತ ಇಳಿಯುತ್ತಿದ್ದ ಕೆನ್ನೆಯ ಕಡೆ ಒಮ್ಮೆ ನೋಡಿ,

ಅವನ ಕಣ್ಣಲ್ಲಿ ಕಣ್ಣು ನೆಟ್ಟಳು. ಅವಳ ಕಂಗಳಿಂದ ಎಳೆ ಎಳೆ ನೀರಿಳಿಯಿತು. ತಟ್ಟನೆ ಹಿಂತಿರುಗಿ ಸರಸರನೆ ಹೋಗಿಯೇಬಿಟ್ಟಳು. ಅವನು

ಎಷ್ಟು ಕರೆದರೂ ಹಿಂತಿರುಗಿ ಸಹ ನೋಡಲಿಲ್ಲ, ಆ ಹುಡುಗಿ ಶಂಕರನನ್ನು ಎಷ್ಟು ಹಚ್ಚಿಕೊಂಡಿದ್ದಾಳೆನ್ನಲು ಇದಕ್ಕಿಂತ ಸಾಕ್ಷಿ ಬೇಕೆ?

ಒಮ್ಮೆ ತರಗತಿಯಲ್ಲಿ ಯಾವುದೋ ಸಂದರ್ಭದಲ್ಲಿ ಶಂಕರ ಹೇಳಿದ್ದ: 'ನನ್ನ ಜನ್ಮ ದಿನವನ್ನು ಇಡೀ ರಾಷ್ಟ್ರವೇ ಆಚರಿಸುತ್ತೆ. ಯಾಕೆಂದರೆ ನಾನು ಹುಟ್ಟಿದ್ದು ಆಗಸ್ಟ್ ಹದಿನೈದರಂದು, ನಂತರ ಈ ವಿಷಯ ಅವನಿಗೇ ಮರೆತುಹೋಗಿತ್ತು. ಆದರೆ ಈ ವರ್ಷದ ಸ್ವಾತಂತ್ರ್ಯ ದಿನಾಚರಣೆಯ ಸಂಜೆ ರಾಧೆ ಅದೇ ತನ್ನ ಚಿಕ್ಕ ತಂಗಿಯೊಂದಿಗೆ ಶಂಕರನ ಮನೆಗೆ ಬಂದು, ಅವನಿಗೆ ಸ್ವೀಟ್ಸ್ ಪ್ಯಾಕೆಟ್ ಕೊಟ್ಟು, ಜನ್ಮ ದಿನದ ಶುಭಾಶಯ ಹೇಳಿ, ಜೇನ್ನಗೆ ನಕ್ಕು ಹೋದಾಗ ಶಂಕರ ಕಕ್ಕಾವಿಕ್ಕಿಯಾಗಿದ್ದ, ಆ ರಾತ್ರಿಯೆಲ್ಲ ಖುಷಿಗೆ ಅವನಿಗೆ ನಿದ್ದೆ ಹತ್ತಿರಲಿಲ್ಲ.

ಇಷ್ಟಾಗಿ ಒಮ್ಮೆಯಾದರೂ ರಾಧೆಗೆ ತನ್ನ ಮನದ ಇಂಗಿತವನ್ನು ನೇರ ಬಿಚ್ಚು ಮಾತಲ್ಲಿ ಕಾದಂಬರಿಯ ಅಥವಾ ಸಿನಿಮಾದ ನಾಯಕನಂತೆ (ಎಷ್ಟೊಂದು ಸಲೀಸಾಗಿ!) 'ಐ ಲವ್ ಯು' ಎಂದು ಹೇಳಿಬಿಡಲು ಶಂಕರನಿಗೆ ಸಾಧ್ಯವಾಗಿರಲಿಲ್ಲ. ಅದು ಎಂಥ ಕಷ್ಟದ ಕೆಲಸವೆಂದು ನಿಜವಾದ ಪ್ರೇಮಿಗಳಿಗೆ ಮಾತ್ರ ಗೊತ್ತು. ಇನ್ನು ಪ್ರೇಮಪತ್ರ ಬರೆಯುವ ಸಾಹಸದ ಮಾತು ದೂರವೇ ಉಳಿಯಿತು. ಅದು ಒಬ್ಬ ಸಂಭಾವಿತ ಉಪಾಧ್ಯಾಯ ಮಾಡಬಹುದಾದ ಕೆಲಸವೆ? ಆ ಪತ್ರ ಅಕಸ್ಮಾತ್ ಬೇರೆ ಯಾರ ಕೈಗಾದರೂ ಸಿಕ್ಕರೆ ಏನೆಲ್ಲ ಅವಾಂತರಗಳಾಗಬಹುದು! ಹೀಗಾಗಿ ಶಂಕರ ಈವರೆಗೆ ಕೇವಲ ಪ್ರಚ್ಛನ್ನ ಪ್ರೇಮಿಯಾಗಿಯೇ ಉಳಿಯಬೇಕಾಗಿ ಬಂದಿತ್ತು. ಆದರೆ ಇನ್ನಾದರೂ ಅವನು ತನ್ನ ದಿಗಿಲು ಸಂಕೋಚಗಳ ಚಿಪ್ಪಿನಿಂದ ಹೊರಬಂದು ಲೋಕವನ್ನು ಎದುರಿಸದೆ ಗತ್ಯಂತರವಿರಲಿಲ್ಲ.

'ಈಗ ಮೊದಲ ಹೆಜ್ಜೆಯಾಗಿ ರಾಧೆಗೆ ನನ್ನ ಪ್ರೇಮ ಸಂದೇಶ ಮುಟ್ಟಿಸಬೇಕು. ಅವಳು ನನ್ನನ್ನು ಮದುವೆಯಾಗಲು ಮತ್ತು ಅದಕ್ಕಾಗಿ ಅಗತ್ಯಬಿದ್ದರೆ ತನ್ನ ತಂದೆ ತಾಯಿಯರನ್ನು ಎದುರಿಸಲು ಸಿದ್ಧಳಿದ್ದಾಳೆಯ ಎಂದು ತಿಳಿದುಕೊಳ್ಳಬೇಕು. ಇದನ್ನು ಸಾಧಿಸುವ ಬಗೆ ಹೇಗೆ?'

ನವರಾತ್ರಿ ಮುಂದಿನ ವಾರದಿಂದ ಶುರುವಾಗಲಿತ್ತು–ಮಾಮೂಲಿನಂತೆ ದಸರಾ ರಜೆಗೆ ಅಕ್ಕ ತನ್ನ ಇಬ್ಬರು ಗಂಡು ಮಕ್ಕಳೊಂದಿಗೆ ಬೆಂಗಳೂರಿಂದ ಬರಲಿರುವುದಾಗಿ ಬರೆದಿದ್ದಳು. ಶಂಕರ ಹೀಗೆ ನಿರ್ಧರಿಸಿದ. 'ಅಕ್ಕ ಇಲ್ಲಿಗೆ ಬಂದ ಮೇಲೆ ಅವಳಿಗೆ ಈ ಎಲ್ಲ ವಿಷಯ ತಿಳಿಸಿ ಒಂದು ಪತ್ರ ಬರೆದು ಕೊಡುವುದು. ನೀನೇ ಈ ವಿಷಯ ರಾಧೆಗೆ ತಿಳಿಸಿ ಅವಳ ಅಭಿಪ್ರಾಯ ತಿಳಿದು ಹೇಳು ಎಂದು ಶಂಕರ ಕೇಳಿಕೊಳ್ಳುವುದು. ಹೌದು, ಇದೇ ಸರಿಯಾದ ಮಾರ್ಗ ಎಂದು ಶಂಕರ ನಿರಾಳನಾದ.

***

ಅಕ್ಕ ಬಂದದ್ದಾಯಿತು. ಶಂಕರನಿಗೆ ದಸರಾ ರಜೆ ಇರಲಿಲ್ಲ. ಅವನ ಕಾಲೇಜಿಗೆ ನವೆಂಬರ್ ಒಂದರಿಂದ ರಜೆ ಶುರುವಾಗಲಿತ್ತು. ಒಂದು ಸಂಜೆ ಕೂತು ಅಕ್ಕನಿಗೆ ವಿಶದವಾಗಿ ಪತ್ರ ಬರೆದು ಮಡಿಚಿ ಇಟ್ಟುಕೊಂಡ. ಮಾರನೆ ದಿನ ಬೆಳಗ್ಗೆ ಕಾಲೇಜಿಗೆ ಹೊರಡುವ ಮುನ್ನ ಅದನ್ನು ಅಕ್ಕನ ಕೈಗೆ ಕೊಟ್ಟು, ಬಿರ ಬಿರ ಹೋಗಿಬಿಟ್ಟ.

ಸಂಜೆ ಅಕ್ಕ ಇವನ ಕೊಠಡಿಗೆ ಬಂದು, 'ನಾಳೆ ಸಂಜೆ ಆ ಹುಡುಗೀನ ನಮ್ಮನೆಗೆ ಕರಿ. ನಾ ಮಾತಾಡ್ತೇನೆ' ಎಂದಳು ಪಿಸುಮಾತಿನಲ್ಲಿ. 'ಥ್ಯಾಂಕ್ಯೂ' ಎಂದ ಶಂಕರ.

ಮಾರನೇ ದಿನ ಕಾಲೇಜಲ್ಲಿ ತನ್ನ ಪಾಠ ಮುಗಿದ ಮೇಲೆ ಶಂಕರ ಭಂಡ ಧೈರ್ಯ ಮಾಡಿ, 'ಮಿಸ್ ರಾಧಾ, ಒಂದು ನಿಮಿಷ' ಎಂದು ಕರೆದ. ಹುಡುಗಿಯರ ಗುಂಪಿನಲ್ಲಿ ಹೊರ ಹೋಗುತ್ತಿದ್ದ ರಾಧೆ ಸಂಕೋಚ ನಾಚಿಕೆಯ ಮುದ್ದೆಯಾಗಿ ಮುದುಡಿ ನಿಂತಳು. 'ಊರಿಂದ ನನ್ನ ಅಕ್ಕ ಬಂದಿದಾಳೆ. ನಿಮ್ಮನ್ನು ನೋಡಬೇಕಂತೆ. ಇವೊತ್ತು ಸಂಜೆ ನಮ್ಮ ಮನೆಗೆ ಬರ್ತಿರಾ?' ಮೆಲು ಮಾತಲ್ಲಿ ಕೇಳಿದ. 'ಆಯ್ತು ಸಾರ್' ಎಂದು ಸರಸರ ಹೋಗಿ ಹುಡುಗಿಯರ ಗುಂಪು ಸೇರಿಕೊಂಡಳು. ಶಂಕರ ಕರವಸ್ತ್ರದಿಂದ ಬೆವರೊರೆಸಿಕೊಳ್ಳುತ್ತ ಸ್ಟಾಫ್‌ರೂಮಿಗೆ ನಡೆದ.

ಸಂಜೆ ಮತ್ತೆ ನಿರೀಕ್ಷೆ! ಆತಂಕ! ಬರ್ತಾಳೊ, ಇಲ್ಲವೊ? ಎದೆಯ ಡವಡವ! ಒಸರುವ ಬೆವರು! ಸದ್ಯ, ಹೆಚ್ಚು ಹೊತ್ತು ಕಾಯಿಸಲಿಲ್ಲ! ಐದೂವರೆಗೆಲ್ಲ ತನ್ನ ಅದೇ ಬಾಲಂಗೋಚಿ ತಂಗಿಯೊಂದಿಗೆ ಬಂದಳು. ಅಮ್ಮ ಶಂಕರಮಠದಲ್ಲಿ ಪುರಾಣ ಪ್ರವಚನಕ್ಕೆ ಹೋಗಿದ್ದಳು; ಮಕ್ಕಳು ಆಟಕ್ಕೆ; ಅಕ್ಕ ರಾಧೆಯನ್ನು ಸ್ವಾಗತಿಸಿ ಒಳಮನೆಗೆ ಕರೆದೊಯ್ದಳು. ಬಿಸ್ಕತ್ತು ಕಾಫಿ ಆಯಿತು. ಶಂಕರ 'ನಾನು ಹೊರಗೆ ಹೋಗಿ ಬರ್ತಿನಿ' ಎಂದು ಹೇಳಿ ಊರಾಚೆ ಬಯಲಿಗೆ ವಾಕಿಂಗ್ ಹೊರಟ. ಕಾದಬಾಣಲೆಯಂತಿದ್ದ ಎದೆಯಲ್ಲಿ ಹೃದಯ ತಕ ಪಕ ಬೇಯುತ್ತಿತ್ತು. ಉದ್ವೇಗ ತಾಳಲಾರದೆ ಏಳುಗಂಟೆಗೆಲ್ಲ ಮನೆಗೆ ಹಿಂತಿರುಗಿದ.

ರಾಧೆ ತನ್ನ ತಂಗಿಯೊಂದಿಗೆ ಹೊರಟುಹೋಗಿದ್ದಳು. ಅಕ್ಕ ಯಾಕೋ ಸಪ್ಪಗಿದ್ದಳು. ಶಂಕರನ ಹೃದಯ ಕುಸಿಯತೊಡಗಿತು. ಅವನ ಕೊಠಡಿಗೆ ಬಂದು ಕೂತು ಅಕ್ಕ ಹೇಳಿದಳು. 'ಶಂಕರ, ನೀನಿನ್ನೂ ಮುಗ್ಧ. ಹುಡುಗಿಯರ ಮನಸ್ಸು ನಿನಗೆ ಅರ್ಥವಾಗುವುದಿಲ್ಲ. ನೀನು ಅವಳನ್ನು ತುಂಬಾ ಪ್ರೀತಿಸ್ತಿದೀಯ. ಮದುವೆ ಮಾಡಿಕೋಬೇಕೂಂತಿದ್ದೀಯ, ಅಂದರೆ ಅವಳು ಏನು ಹೇಳಿದಳು ಗೊತ್ತ? ನಾನು ಮೇಷ್ಟ್ರನ್ನ ಎಂದೂ ಆ ದೃಷ್ಟಿಯಿಂದ ನೋಡೇ ಇರಲಿಲ್ಲ. ನನಗೆ ಅಣ್ಣತಮ್ಮಂದಿರಿಲ್ಲ. ಮೇಷ್ಟ್ರನ್ನ ನನ್ನ ಅಣ್ಣಾಂತ ತಿಳ್ಕೊಂಡಿದ್ದೆ. ಅವರು

ನನ್ನನ್ನು ತಪ್ಪು ತಿಳ್ಕೊಂಡಿದಾರೆ. ದಯವಿಟ್ಟು ಕ್ಷಮಿಸಲಿಕ್ಕೆ ಹೇಳಿ, ಎಂದು ಬಿಕ್ಕಿ ಬಿಕ್ಕಿ ಅತ್ತು ಬಿಟ್ಟಳು. ಸಮಾಧಾನ ಮಾಡಿ, ಈ ವಿಷಯ ಯಾರಿಗೂ ಹೇಳಬೇಡ ಅಂತ ಪ್ರಮಾಣ ಮಾಡಿಸಿ, ಅವಳ ಮನೇ ತನಕ ಬಿಟ್ಟು ಬಂದೆ, ಹೋಗಲಿ ಬಿಡು. ಆದದ್ದಾಯಿತು. ಮನಸ್ಸಿಗೆ ಹಚ್ಚಿಕೊಂಡು ಕೊರಗಬೇಡ, ಅವಳನ್ನು ಮರೆತುಬಿಡು. ಅವಳಿಗಿಂತ ಒಳ್ಳೆ ಹುಡುಗೀನ ನಾನು ಹುಡುಕಿ ತಂದು ನಿನಗೆ ಮದುವೆ ಮಾಡಿಸ್ತೀನಿ.'

ಆ ರಾತ್ರಿ ಶಂಕರನಿಗೆ ನಿದ್ದೆ ಸಾಧ್ಯವೆ? ಹಾಸಿಗೆಯಲ್ಲಿ ಹೊರಳಾಡುತ್ತ ಯೋಚಿಸಿದ್ದ, 'ಇದು ನಿಜವಿರಬಹುದೆ? ರಾಧಾ ನನ್ನನ್ನು ಕೇವಲ ಅಣ್ಣನ ಹಾಗೆ ಕಂಡಿರಬಹುದೆ? ಇಲ್ಲ, ಇದು ಸುಳ್ಳು! ಇದರಲ್ಲೇನೋ ಮೋಸವಿದೆ!'

ಆವರೆಗಿನ ಎಷ್ಟೋ ಘಟನೆಗಳನ್ನು ತನ್ನ ನೆನಪಿನ ಉಗ್ರಾಣದಿಂದ ಹೊರ ತೆಗೆದು ಸೂಕ್ಷ್ಮವಾಗಿ ವಿಶ್ಲೇಷಿಸಿ ನೋಡಿದ. ರಾಧೆಯ ಹೇಳಿಕೆಗೆ ಸಮರ್ಥನೆಯಾಗುವಂಥ ಯಾವ ಪುರಾವೆಯೂ ಅವನಿಗೆ ಸಿಕ್ಕಲಿಲ್ಲ.

'ಹಾಗಾದರೆ ಇದ್ದಕ್ಕಿದ್ದಂತೆ ಅಕ್ಕನಿಗೆ ಹೀಗೇಕೆ ಹೇಳಿದಳು? ಅಥವಾ ಅವಳನ್ನು ಅರ್ಥಮಾಡಿಕೊಳ್ಳುವಲ್ಲಿ ನಾನೇ ತಪ್ಪಿರಬಹುದೆ? ಹೆಣ್ಣಿನ ಮನಸ್ಸು ಇಷ್ಟು, ಗೂಢವೆ? ಸಂಕೀರ್ಣವೆ? ಹಾಳಾಗಲಿ, ಇಂದಿನಿಂದ ಅವಳನ್ನು ಮರೆತು ಬಿಡಲು ಪ್ರಯತ್ನಿಸುತ್ತೇನೆ. ಮನಸ್ಸನ್ನು ಗಟ್ಟಿ ಮಾಡಿಕೊಳ್ಳುತ್ತೇನೆ.'

ಆದರೆ ಯಾಕೋ ಮನಸ್ಸು ಖಾಲಿ ಖೋಲಿಯಾದಂತಾಗಿ ಭಣಭಣಗುಟ್ಟಿತು. ಹೃದಯ ಹಿಂಡಿದಂತಾಯಿತು. ಹೊದಿಕೆಯನ್ನು ಬಾಯಿಗೆ ಒತ್ತಿಕೊಂಡು ನಿಶ್ಯಬ್ದವಾಗಿ ಬಿಕ್ಕಿ ಬಿಕ್ಕಿ ಅಳತೊಡಗಿದ.

***

ಮಾರನೆಯ ದಿನದಿಂದ ಶಂಕರ ರಾಧೆಯನ್ನು ಕಣ್ಣೆತ್ತಿ ಸಹ ನೋಡಲಿಲ್ಲ. ತರಗತಿಯಲ್ಲಿ ಬೇಕೆಂದೇ ಅವಳ ಕಡೆ ನೋಡದೆ ಗಂಭೀರವಾಗಿ ಪಾಠ ಮಾಡತೊಡಗಿದ. ನಗುಮುಖ, ಹಾಸ್ಯಚಟಾಕಿಗಳು ಮಾಯವಾಗಿ ಅವನ ಉಪನ್ಯಾಸಗಳು ನೀರಸವಾಗಿ ಅವನಿಗೇ ಅಸಹ್ಯವಾಗತೊಡಗಿದವು. ಆಕಸ್ಮಾತ್ ರಾಧೆಯ ಕಡೆ ದೃಷ್ಟಿ ಹರಿದಾಗ ಅದೇ ಮಾದಕ ನೋಟ! ಅದೇ ಜೇನ್ನಗೆ! 'ಇದು ಅಣ್ಣನನ್ನು ನೋಡುವ ರೀತಿಯೆ? ಇವಳು ನನ್ನ ಹೃದಯದೊಂದಿಗೆ ಚೆಲ್ಲಾಟ ಆಡುತ್ತಿರಬಹುದೆ? ವಂಚಕಿ, ನಾನಿನ್ನು ನಿನಗೆ ಮರುಳಾಗಲಾರೆ!' ಎಂದು ಮನಸ್ಸನ್ನು ಇನ್ನಷ್ಟು ಕಹಿ ಮಾಡಿಕೊಂಡ.

***

ಅಂತರ ಕಾಲೇಜು ಭಾವಗೀತೆ ಗಾಯನ ಸ್ಪರ್ಧೆಗೆ ತನ್ನ ಕಾಲೇಜಿನ ಪ್ರತಿನಿಧಿಗಳನ್ನು ಆಯ್ಕೆ ಮಾಡುವ ಕೆಲಸ ಮಾಮೂಲಿನಂತೆ ಶಂಕರನ ಪಾಲಿಗೆ ಬಂತು. ರಾಧೆ ತನ್ನ ಇಂಪಾದ ದನಿಯಲ್ಲಿ ವಿಷಾದ ತುಂಬಿ ಹಾಡಿದಳು.

ಹರಿಸಬೇಡ ಕಣ್ಣ ನೀರು ನನ್ನ ನೆನೆದು ಚೆನ್ನ ।
ಮರೆತು ಬಿಡು ನನ್ನ, ದಹಿಸಬೇಡ ಪ್ರಾಣ ।

'ಅಲ್ಲಿ 'ಚೆನ್ನ' ಎಂಬ ಪದಕ್ಕೆ ಬದಲು 'ಅಣ್ಣಾ' ಎಂದು ತಿದ್ದಿಕೊ' ಎಂದು ವ್ಯಂಗ್ಯವಾಡಬೇಕೆನ್ನಿಸಿತು ಶಂಕರನಿಗೆ. ತುಟಿಕಚ್ಚಿ ಸುಮ್ಮನಾದ. ರಾಧೆಯ ಬಗ್ಗೆ ಮನಸ್ಸಿನಲ್ಲಿ ಎಷ್ಟೇ ಕಹಿಯಿದ್ದರೂ ಅವಳನ್ನು ಮತ್ತು ಇನ್ನೊಬ್ಬ ಹುಡುಗನ್ನು ಆಯ್ಕೆ ಮಾಡಿ, ಮೌನವಾಗಿ ಎದ್ದು ಬಂದ.

ಅಂದು ಸಂಜೆ ಇದ್ದಕ್ಕಿದ್ದಂತೆ ಚಳಿಜ್ವರ ಶುರುವಾಯಿತು. ಮಲಗಿಬಿಟ್ಟ, ಮೂರು ದಿನಕ್ಕೆ ಜ್ವರ ಬಿಟ್ಟಿತು. ಆದರೆ ತುಂಬ ನಿತ್ರಾಣನಾಗಿದ್ದ. ರಜೆ ಮುಂದುವರೆಸಿ ಮನೆಯಲ್ಲೇ ಉಳಿದ. ಏನು ಮಾಡಲೂ ಸಹ ಉತ್ಸಾಹವಿಲ್ಲದೆ ಹಾಸಿಗೆಯಲ್ಲಿ ಕೊರಡಿನಂತೆ ಬಿದ್ದುಕೊಂಡು ಮನಸ್ಸಿನ ಮರಳುಗಾಡಿನಲ್ಲಿ ಅಲೆದಲೆದು ದಣಿದ. ಹೀಗೇ ಇನ್ನೆರಡು ದಿನ ಕಳೆದು ಆರೋಗ್ಯ ತಕ್ಕ ಮಟ್ಟಿಗೆ ಸುಧಾರಿಸಿತು.

ಅಂದು ಸಂಜೆ ಅಕ್ಕ ತನ್ನ ಮಕ್ಕಳೊಂದಿಗೆ ಸಿನಿಮಾಗೆ ಹೋಗಿದ್ದಳು. ಅಮ್ಮ ಯಥಾಪ್ರಕಾರ ಪುರಾಣ ಪ್ರವಚನಕ್ಕೆ. ಶಂಕರ ತನ್ನ ಮಂಚದ ಮೇಲೆ ಮಲಗಿ ಯಾವುದೋ ಪುಸ್ತಕವನ್ನು ಓದುವ ವ್ಯರ್ಥ ಪ್ರಯತ್ನದಲ್ಲಿ ತೊಡಗಿದ್ದ.

ಬಾಗಿಲು ತಟ್ಟಿದ ಶಬ್ದವಾಯಿತು. 'ಯಾರಿರಬಹುದು? ರಾಧೆಯೆ?' ಮೈ ನವಿರೆದ್ದಿತು. 'ಛೇ, ನನ್ನ ದರಿದ್ರ ಮನಸ್ಸು ಇನ್ನೂ ಅವಳ ಆಸೆ ಬಿಡುತ್ತಿಲ್ಲವಲ್ಲ! ಅವಳೇಕೆ ಬಂದಾಳು? ಯಾರೋ ಗೆಳೆಯರಿರಬಹುದು' ಎಂದು ಮನಸ್ಸನ್ನು ಸ್ತಿಮಿತಕ್ಕೆ ತಂದುಕೊಂಡು, ಮೇಲೆದ್ದು, ಲುಂಗಿಯನ್ನು ಸೊಂಟಕ್ಕೆ ಸರಿಯಾಗಿ ಬಿಗಿದುಕೊಂಡು, ನಿಧಾನವಾಗಿ ಹೋಗಿ ಮುಂಬಾಗಿಲು ತೆರೆದ.

ರಾಧೆ! ಅದೇ ಬಾಲಂಗೋಚಿ ತಂಗಿಯೊಂದಿಗೆ ರಾಧೆ! ಬಾಗಿಲ ಹೊರಗೆ ನಿಂತಿದ್ದಾಳೆ! ಕ್ಷಣಕಾಲ ಶಂಕರ ದಿಗ್ಭ್ರಾಂತನಾದ. ಅವನಿಗೆ ಅರಿವಿಲ್ಲದೆ ಅವನ ಮುಖ ಅರಳಿಬಿಟ್ಟಿತ್ತು. ಸಾವರಿಸಿಕೊಂಡು ಹೇಳಿದ: 'ಯಾರೂ ಮನೇಲಿಲ್ಲ' 'ಸರಿ, ಸಾರ್, ಬರ್ತೀನಿ' ಎಂದು ಹೇಳಿ ಹಿಂತಿರುಗುವುದರಲ್ಲಿದ್ದಳು. 'ಒಳಕ್ಕೆ ಬನ್ನಿ, ಪರವಾಗಿಲ್ಲ' ಎಂದ. ಬಂದೇಬಿಟ್ಟಳು. ತಾನೇ ಮುಂಬಾಗಿಲು ಮುಚ್ಚಿ, ತಂಗಿಯನ್ನು ಹಾಲಲ್ಲಿ ಕೂತಿರಲು ಹೇಳಿ, ಶಂಕರನ ಕೊಠಡಿಗೆ ಹೋಗಿ ಕುರ್ಚಿಯೊಂದನ್ನು ಬಿಚ್ಚಿಕೊಂಡು ಕೂತುಬಿಟ್ಟಳು. ಶಂಕರ ಅವಾಕ್ಕಾಗಿ ಅವಳನ್ನು ಹಿಂಬಾಲಿಸಿ ತನ್ನ ಮಂಚದ ಮೇಲೆ ಕೂತ.

ಅದೆಷ್ಟೋ ಕ್ಷಣಗಳು ಇಬ್ಬರೂ ಮೌನವಾಗಿ ತಲೆತಗ್ಗಿಸಿ ಕೂತಿದ್ದರು. ನಿಧಾನವಾಗಿ ರಾಧೆ ತಲೆ ಎತ್ತಿ ನಿಟ್ಟುಸಿರಿಟ್ಟಳು. ಶಂಕರ ತಲೆ ಎತ್ತಿದ. ಅವಳ ಕಂಗಳಿಂದ ಸಳಸಳ ನೀರಿಳಿಯುತ್ತಿತ್ತು, ತಟ್ಟನೆ ಎದ್ದವನೇ ಅವಳ ಬಳಿ ಹೋಗಿ, 'ಛೇ, ಛೇ, ಹೀಗೇಕೆ ಅಳ್ತಿದೀರ ರಾಧಾ?' ಎಂದು, ತನ್ನ ಕೈಯಿಂದ ಅವಳ ಕೆನ್ನೆಯನ್ನು ಮೃದುವಾಗಿ ಒರೆಸಿದ. ತಕ್ಷನ ಅವಳು ತನ್ನ ಕೈಯಿಂದ ಅವನ ಕೈಯನ್ನು ಬಿಗಿಯಾಗಿ ಹಿಡಿದು ತನ್ನ ತುಟಿಗೊತ್ತಿಕೊಂಡಳು ಶಂಕರನ ಮೈತುಂಬ ಮಿಂಚು ಹರಿಯಿತು. ಸಂಕೋಚ ಬಿಗುಮಾನಗಳ ತೆರೆ ಹರಿದುಹೋಯಿತು. ಎರಡೂ ಕೈಗಳಿಂದ ಅವಳ ತೋಳುಗಳನ್ನು ಹಿಡಿದು ಮೇಲೆತ್ತಿ ಅವಳನ್ನು ಎದೆಗವಚಿಕೊಂಡ. ಅನಂತವೆನಿಸಿದ ಅದೆಷ್ಟೋ ಕ್ಷಣಗಳು ಹಾಗೆಯೇ ಮೈಮರೆತು ನಿಂತಿದ್ದರು.

ಮೃದುವಾಗಿ ತೆಕ್ಕೆ ಸಡಿಲಿಸಿಕೊಂಡು ರಾಧೆ ಕುರ್ಚಿಯಲ್ಲಿ ಮತ್ತೆ ತಲೆ ತಗ್ಗಿಸಿ ಕೂತಳು. ಶಂಕರ ಮಂಚದ ಮೇಲೆ ಕೂತ. ರಾಧೆ ಗದ್ಗದ ದನಿಯಲ್ಲಿ ಹೇಳಿದಳು: 'ನನ್ನನ್ನು ಕ್ಷಮಿಸಿ ಸಾರ್. ನಾನು ನಿಮ್ಮ ಅಕ್ಕನವರಿಗೆ ಸುಳ್ಳು ಹೇಳಿಬಿಟ್ಟೆ. ನಿಜವಾಗಿ ನಾನು... ನಾನೂ ಸಹ... ನಿಮ್ಮನ್ನು ತುಂಬಾ... ಪ್ರೀತಿಸುತ್ತೇನೆ. ಆದರೆ ಏನು ಪ್ರಯೋಜನ? ನನಗೆ ಚೆನ್ನಾಗಿ ಗೊತ್ತು, ನಾವು ಮದುವೆಯಾಗೋದು ಖಂಡಿತಾ ಸಾಧ್ಯವಿಲ್ಲ. ನನ್ನ ಅಪ್ಪ ಅಮ್ಮ ಸಂಪ್ರದಾಯಸ್ಥರು, ಮಾಧ್ವರಲ್ಲದೆ ಬೇರೆಯವರಿಗೆ ನನ್ನನ್ನು ಮದುವೆ ಮಾಡಿಕೊಡಲು ಅವರು ಒಪ್ಪುವುದಿಲ್ಲ. ನಿಮಗೆ ನಿರಾಸೆ ಅವಮಾನ ಆದೀತು ಅಂತ ನಾನು ನಿಮ್ಮ ಅಕ್ಕನವರಿಗೆ ಹಾಗೆ ಸುಳ್ಳು ಹೇಳಬೇಕಾಯಿತು. ನೀವು ಸುಲಭವಾಗಿ ನನ್ನ ಮರೆತುಬಿಡ್ತೀರಿ ಅಂದುಕೊಂಡಿದ್ದ. ಆದರೆ ಈಚೆಗೆ ನೀವು ತುಂಬ ಪೆಚ್ಚಾಗಿರೋದು ನೋಡಿ ನನಗೆ ತುಂಬ ನೋವಾಯಿತು. ನನ್ನ ಬಗ್ಗೆ ನನಗೇ ನಾಚಿಕೆ, ಅಸಹ್ಯವಾಯಿತು. ನಿನ್ನೆ ಸಂಜೆ ರಾಘವೇಂದ್ರ ಮಠದಲ್ಲಿ ನಿಮ್ಮ ಅಕ್ಕ ಸಿಕ್ಕಿದ್ದರು. ನಿಮ್ಮ ಆರೋಗ್ಯ ಸರಿಯಿಲ್ಲವೆಂದು ಹೇಳಿದರು. ಆದ್ದರಿಂದ ಈವೊತ್ತು ಧೈರ್ಯಮಾಡಿ ಬಂದುಬಿಟ್ಟೆ. ನಿಮ್ಮ ಅಕ್ಕನವರನ್ನು ಕಂಡು ಅವರಿಗೆ ನಿಜ ತಿಳಿಸಿಬಿಡಬೇಕೆಂದು ನಿರ್ಧರಿಸಿಕೊಂಡು ಬಂದಿದ್ದೆ, ದಯವಿಟ್ಟು ನನ್ನನ್ನು ಕ್ಷಮಿಸಿಬಿಡಿ, ಸಾರ್.'

ಶಂಕರ ಆನಂದದ ಆತ್ಮವಿಶ್ವಾಸದ ಗೌರಿಶಂಕರದ ತುದಿಯಲ್ಲಿದ್ದ. ಹೇಳಿದ, 'ನೀನೇನೂ ಹೆದರಬೇಡ, ರಾಧಾ' (ಇದ್ದಕ್ಕಿದ್ದಂತೆ ಅವಳಿಗೆ ಏಕವಚನ ಪ್ರಯೋಗಿಸಿದ್ದರ ಬಗ್ಗೆ ಅವನಿಗೆ ಮುಜುಗರವಾಗಲಿಲ್ಲ) ಇಡೀ ಜಗತ್ತೇ ಎದುರಾದರೂ ನಾನು ನಿನ್ನ ಕೈ ಬಿಡುವುದಿಲ್ಲ. ನೀನು ಧೈರ್ಯ ಮಾಡಿದರೆ ಸಾಕು, ನಾವು ಮದುವೆಯಾಗುವುದನ್ನು ಯಾರೂ ತಡೆಯಲಾರರು.'

'ಕ್ಷಮಿಸಿ, ಸಾರ್, ನನ್ನ ತಂದೆ ತಾಯಿಯರನ್ನು ವಿರೋಧಿಸಿ ನಾನು ನಿಮ್ಮನ್ನು ಮದುವೆಯಾಗಲಾರೆ. ಅವರು ನನ್ನನ್ನು ತುಂಬಾ ಪ್ರೀತಿಯಿಂದ ಸಾಕಿದ್ದಾರೆ. ನಾನೂ ಸಹ ಅವರನ್ನು ತುಂಬಾ ಪ್ರೀತಿಸ್ತೀನಿ. ಅವರಿಗೆ ನಿರಾಸೆ ಅವಮಾನ ಆಗುವಂಥ ಯಾವ ಕೆಲಸವನ್ನೂ ನಾ ಮಾಡಲಾರೆ. ಜೊತೆಗೆ ಇದರಿಂದ ನನ್ನ ತಂಗಿಯರ ಭವಿಷ್ಯ ಹಾಳಾಗಬಹುದು. ಅಷ್ಟೊಂದು ಸ್ವಾರ್ಥಿಯಾಗಲು ನನಗೆ ಸಾಧ್ಯವಿಲ್ಲ. ನಾಳೆ ಇವರನ್ನೆಲ್ಲ ವಿರೋಧಿಸಿ ನಾನು ನಿಮ್ಮನ್ನು ಮದುವೆಯಾದರೂ ನಾನು ಸುಖಿಯಾಗಲಾರೆ, ನಿಮಗೂ ಸುಖ ನೀಡಲಾರೆ. ಆದ್ದರಿಂದಲೇ ನಿಮ್ಮನ್ನು ಕೇಳಿಕೊಳ್ತೇನೆ. ದಯವಿಟ್ಟು ನನ್ನನ್ನು ಮರೆತುಬಿಡಿ. ಮುಂದಿನ ಜನ್ಮದಲ್ಲಾದರೂ ನಮ್ಮನ್ನು ಒಂದುಗೂಡಿಸಲು ಆ ದೇವರನ್ನು ದಿನಾ ಪ್ರಾರ್ಥಿಸುತ್ತೇನೆ.'

'ನೋಡು ರಾಧಾ, ಜನ್ಮ ಜನ್ಮಾಂತರಗಳಲ್ಲಿ ದೇವರು ದಿಂಡರಲ್ಲಿ ನನಗೆ ನಂಬಿಕೆಯಿಲ್ಲ. ಅಷ್ಟು ಸುಲಭವಾಗಿ ಸೋಲೊಪ್ಪಲು ನಾನು ಸಿದ್ಧನಿಲ್ಲ. ಹೇಗಾದರೂ ಮಾಡಿ ನಿನ್ನ ತಂದೆ ತಾಯಿಯರನ್ನು ಒಪ್ಪಿಸುತ್ತೇನೆ. ಆಗಲಾದರೂ ನನ್ನ ಮದುವೆಯಾಗಲು ಒಪ್ಪುತ್ತಿಯೊ? ಅಷ್ಟು ಹೇಳು.'

'ಅವರು ಒಪ್ಪೋದಿಲ್ಲ ಸಾರ್. ನನಗೆ ಗೊತ್ತು ಆಮೇಲಾದರೂ ನಿಮಗೆ ನಿರಾಸೆ ಆಗೇ ಆಗುತ್ತೇ ಅದಕ್ಕೇ ಹೇಳಿದೀನಿ...'

'ನಿನ್ನ ಮರೆತುಬಿಡಬೇಕು, ಅಷ್ಟೇ ತಾನೆ? ಅದು ಈ ಜನ್ಮದಲ್ಲಿ ಸಾಧ್ಯವಿಲ್ಲ. ದಯವಿಟ್ಟು ಇಷ್ಟಾದರೂ ಮಾಡು, ಗಟ್ಟಿ ಮನಸ್ಸು ಮಾಡಿಕೊಂಡು ಧೈರ್ಯವಾಗಿರು. ಉಳಿದ ವಿಷಯ ನನಗೆ ಬಿಟ್ಟುಬಿಡು. ಅಷ್ಟಾದರೂ ಸಾಧ್ಯವಿಲ್ಲವಾ?'

'ಮತ್ತೆ ಅದೇ ರಾಗ ತೆಗೆದೆಯಲ್ಲ, ಏಳು, ಹೊತ್ತಾಯಿತು, ಮನೆ ತನಕ ನಿನ್ನ ಜೊತೆ ಬರಲಾ?

'ಬೇಡ, ಸಾರ್, ನನ್ನ ಫ್ರೆಂಡ್ ಮನೆಗೆ ಹೋಗಿಬರ್ತಿನೀಂತ ಹೇಳಿ ಬಂದಿದೀನಿ, ತಂಗಿ ಜೊತೇಗಿದಾಳಲ್ಲ, ನಾನು ಹೋಗಿ ಬರ್ತೀನಿ.')

ರಾಧೆ ಎದ್ದಳು. ಶಂಕರ ಅವಳ ತೋಳು ಹಿಡಿದು ತಡೆದ. ನಾಚಿ ನಿಂತಳು. ಅವಳ ಕೆನ್ನೆಗೆ ಮದುವಾಗಿ ತುಟಿ ಒತ್ತಿ ತನ್ನ ಕೆನ್ನೆ ಒಡ್ಡಿದ. ತಲೆಯಾಡಿಸಿದಳು. 'ನನ್ನ ವಿಷಯದಲ್ಲಿ ಮಾತ್ರ ಸ್ವಾರ್ಥಿಯಾಗಬಹುದ?' ಪಿಸುಮಾತಿನಲ್ಲಿ ಕೇಳಿದ. ನಸುನಕ್ಕು, ಅವನ ಕೆನ್ನೆಗೆ ತನ್ನ ತುಟಿಗಳನ್ನು ಒತ್ತಿ, ಕೆಂಪಾಗಿ, ಅವನ ಕೊಠಡಿಯಿಂದ ಹೊರಬಂದಳು. ಕೊಂಚ ಕಾಲ ಶಂಕರ ಈ ಭೂಮಿಯ ಮೇಲಿರಲಿಲ್ಲ.

***

ರಾಧೆ ಅತ್ತ ಹೋದ ಕೂಡಲೇ ಇತ್ತ ಶಂಕರ ಮನೆ ಬಾಗಿಲಿಗೆ ಬೀಗ ಹಾಕಿ ಬೀಗದ ಕೈ ಪಕ್ಕದ ಮನೆಯಲ್ಲಿ ಕೊಟ್ಟು ಸಂಗೀತ ವಿದ್ವಾನ್ ಹಯಗ್ರೀವಾಚಾರ್ಯರ ಮನೆಗೆ ಧಾವಿಸಿದ. ಆಚಾರ್ಯರು ಪಾಠಗಳನ್ನೆಲ್ಲ ಮುಗಿಸಿ, ಊಟವನ್ನೂ ಮುಗಿಸಿ, ತಾಂಬೂಲ ಸೇವಿಸುತ್ತಿದ್ದರು.

ಓಹೋ ಬನ್ನಿ, ಮೇಷ್ಟ್ರೇ, ಏನು ಎರಡು ವಾರದಿಂದ ತಮ್ಮ ದರ್ಶನವೇ ಇಲ್ಲವಲ್ಲ? ಎಂದು ಸ್ವಾಗತಿಸಿದರು.

'ಆರೋಗ್ಯ ಸರಿಯಿರಲಿಲ್ಲ ಆಚಾರ್ಯರೇ, ಹಾಸಿಗೆ ಹಿಡಿದುಬಿಟ್ಟಿದ್ದೆ' ಎಂದ.

ಈಗ ಆರೋಗ್ಯವೋ? ಪಾಠ ಶುರುಮಾಡೋಣವೋ?' ಎಂದರು.

'ನಿಮ್ಮೊಂದಿಗೆ ಕೊಂಚ ಮಾತನಾಡುವುದಿತ್ತು. ಬಿಡುವಾಗಿದ್ದರೆ ಹಾಗೇ ಸ್ವಲ್ಪ ಹೊರಗೆ ಹೋಗಿ ಬರೋಣವೆ?' ಎಂದ.

'ಅಗತ್ಯವಾಗಿ' ಎಂದು ಆಚಾರ್ಯರು ಎದ್ದರು.

ಆಚಾರ್ಯರೂ ಮಾಧ್ವರೇ, ಆದರೆ ಕಂದಾಚಾರಿಗಳಲ್ಲ, ಶಂಕರನಿಗೆ ಅವರಲ್ಲಿ ಗೌರವದ ಜೊತೆಗೆ ಸಲುಗೆಯೂ ಇತ್ತು. ಅವರಿಗೆ ತನ್ನ ಪ್ರೇಮಪ್ರಕರಣವನ್ನು ಸಂಕ್ಷಿಪ್ತವಾಗಿ ವಿವರಿಸಿ, ಅವರ ನೆರವು ಬೇಡಿದ. ಅವರು ಮಾರನೆಯ ದಿನವೇ ಹೆಬ್ಬಾರರನ್ನು ಕಂಡು ಮಾತಾಡುವುದಾಗಿ, ಹೇಗಾದರೂ ಅವರನ್ನು ಒಪ್ಪಿಸುವುದಾಗಿ ಧೈರ್ಯ ಹೇಳಿದರು.

ಮಾರನೆಯ ದಿನ ಸಂಜೆ ಶಂಕರ ಕಾತರ ಆತಂಕಗಳೊಡನೆ ಆಚಾರ್ಯರ ಮನೆಗೆ ಹೋದ. ಆಚಾರ್ಯರ ಮುಖ ಕಳಾಹೀನವಾಗಿತ್ತು. ಶಂಕರನ ಎದೆಯಲ್ಲಿ ಮದ್ದಳೆ ಬಡಿಯತೊಡಗಿತು.

'ಬನ್ನಿ ಮೇಷ್ಟ್ರೇ, ಕೂತುಕೊಳ್ಳಿ' ಎಂದರು. ಬರಸಿಡಿಲು ಎರಗುವುದನ್ನೇ ಭಯದಿಂದ ಕಾಯುತ್ತಾ ಶಂಕರ ಕೂತ.

'ಈ ಗುರುರಾಜ ಇದಾನಲ್ಲ ನನ್ನ ಕೊನೇ ಮಗ, ಇವನಿಂದ ನನ್ನ ಮಾನ ಮೂರುಕಾಸಾಗಿ ಹೋಯಿತು, ಮೇಷ್ಟ್ರೇ, ಈವೊತ್ತು ಎಸ್ಸೆಲ್ಸಿ ಸಪ್ಲಿಮೆಂಟರಿ ಪರೀಕ್ಷೇಲಿ ಕಾಪಿ ಹೊಡೆಯೋಕ್ಕೆ ಹೋಗಿ ಸಿಕ್ಕಿಹಾಕ್ಕೊಂಡಿದಾನೆ. ನನ್ನ ಮಗಾಂತ ಡಿಬಾರ್ ಮಾಡದೆ, ಪೇಪರ್ ಕಿತ್ಕೊಂಡು ಕಳಿಸಿದ್ದಾರೆ. ಇಂಥಾ ಮಕ್ಕಳು ಯಾಕೆ ಹುಟ್ಟಬೇಕು, ಹೇಳಿ?' ಆಚಾರ್ಯರು ಮಾನವದನ ರಾದರು. ಶಂಕರ ಏನು ಹೇಳಲೂ ತೋಚದೇ ಕೂತ.

'ಅಂದ ಹಾಗೆ, ನನ್ನ ತಾಪತ್ರಯ ತೋಡಿಕೊಳ್ಳೋದರಲ್ಲಿ ನಿಮ್ಮ ವಿಷಯ ತಿಳಿಸೋದು ಮರೆತೆ, ಕ್ಷಮಿಸಿ. ಬೆಳಿಗ್ಗೇನೇ ಹೆಬ್ಬಾರರ ಹೋಟಲಿಗೆ ಹೋಗಿ, ಅವರನ್ನು ನನ್ನ ಮನೆಗೆ ಕರೆತಂದು, ನಿಮ್ಮ ವಿಷಯವನ್ನೆಲ್ಲ ತಿಳಿಸಿದೆ. ಹೇಗಾದೀತು ಆಚಾರ್ಯರೇ, ಜಾತಿ ಪಂಗಡ ಸಂಪ್ರದಾಯ ಸಮಾಜ ಅಂತೆಲ್ಲ ಗೊಣಗಾಡಿದರು. ಕಾಲ ಬದಲಾಯಿಸಿದೆ. ಈಗೇನೂ ಭಯವಿಲ್ಲ. ಇಂಥ

ಮದುವೆಗಳು ಈಗ ಬೇಕಾದಷ್ಟು ಆಗ್ತಾ ಇವೆ. ಉಡುಪಿಮಠದ ಸ್ವಾಮಿಗಳೇ ಇಂಥ ಒಳಪಂಗಡಗಳ ಮದುವೆಗಳಿಗೆ ತಮ್ಮ ಒಪ್ಪಿಗೆ ನೀಡಿದ್ದಾರೆ. ಇಂಥ ಧರ್ಮಗ್ಲಾನಿಯ ಕಾಲದಲ್ಲಿ ಕನಿಷ್ಠಪಕ್ಷ ಬ್ರಾಹ್ಮಣರಲ್ಲಿ ಒಗ್ಗಟ್ಟಾದರೂ ಉಳಿದ ಬ್ರಾಹ್ಮಣ್ಯದ ರಕ್ಷಣೆಯಾದರೆ ಸಾಕು ಅಂತ ಸ್ವಾಮಿಗಳು ಹೇಳಿಲ್ಲವೆ? ಅಂದೆ. ಜೊತೆಗೆ ಯಾವ ಖರ್ಚೂ ಇಲ್ಲದೆ, ಇಷ್ಟು ಸಲೀಸಾಗಿ ಒಳ್ಳೇ ಅಳಿಯ ಸಿಕ್ತಾ ಇರೋ ಸುವರ್ಣಾವಣೆಗೆ ಕಳಕೋಬೇಡಿ, ಅಂತ ಹೇಳಿದೆ. ಒಪ್ಕೊಂಡಿದಾರೆ. ಒಪ್ಪದೆ ಏನು ಮಾಡ್ತಾರೆ ಮೇಷ್ಟ್ರೇ? ಚಿನ್ನದಂಥ ವರ ತನ್ನ ಮಗಳಿಗೆ ತಾನಾಗಿ ಒಲಿದು ಬಂದಾಗ ಬೇಡ ಅನ್ನೋ ಅಷ್ಟು ಮೂರ್ಖರೇ ಆ ಹೆಬ್ಬಾರರು? ನಾಳೆ ಸಂಜೇನೇ ಗಂಡ ಹೆಂಡತಿ ನಿಮ್ಮನೆಗೆ ಬಂದು ನಿಮ್ಮ ಅಮ್ಮ ಮತ್ತು ಅಕ್ಕನವರನ್ನು ಕಾಡ್ತಾರೆ' ಎಂದರು.

ಹರ್ಷೋತ್ಕರ್ಷದಲ್ಲಿ ಶಂಕರ ಆಚಾರ್ಯರಿಗೆ ಸಾಷ್ಟಾಂಗ ಅಡ್ಡಬಿದ್ದ.

***

ಮೊದಲ ರಾತ್ರಿ, ಪರಿಚಿತ ದೃಶ್ಯ, ರಾಧೆ ಹಾಲಿನ ಬಟ್ಟಲೊಂದಿಗೆ ನಾಚುತ್ತಾ ಶಯ್ಯಾಗೃಹ ಪ್ರವೇಶಿಸಿದಳು. ಶಂಕರ ಬಾಗಿಲ ಅಗಳಿ ಹಾಕಿ ಬಂದು, ಹುಬ್ಬು ಗಂಟು ಹಾಕಿಕೊಂಡು, ಮಂಚದ ಮೇಲೆ ಕೂತು, ಗೋಡೆ ನೋಡತೊಡಗಿದ.

ಹಾಲಿನ ಬಟ್ಟಲನ್ನು ಟೀಪಾಯ್ ಮೇಲಿಟ್ಟು, ರಾಧೆ ಪೆಚ್ಚಾಗಿ ಅವನ ಹತ್ತಿರ ಕೂತಳು. ಅವನು ಮಿಸುಕಲಿಲ್ಲ. ಅವನ ಭುಜದ ಮೇಲೆ ಮೃದುವಾಗಿ ಕೈಯಿಟ್ಟಳು. ಕೊಸರಿಕೊಂಡು ಧಿಗ್ಗನೆ ಎದ್ದು ನಿಂತ.

'ಕ್ಷಮಿಸು, ರಾಧಾ, ನಾನು ಎಂದೂ ನಿನ್ನನ್ನು ಈ ದೃಷ್ಟಿಯಿಂದ ನೋಡಿರಲಿಲ್ಲ. ನನಗೆ ತಂಗಿಯರಿಲ್ಲ. ನಿನ್ನನ್ನೇ ನನ್ನ ತಂಗಿಯೆಂದು ತಿಳಿದು ಪ್ರೀತಿಸುತ್ತಿದ್ದೆ. ಹೀಗೆ ತಪ್ಪು ತಿಳೀತೀಯಾಂತ ಖಂಡಿತಾ ಭಾವಿಸಿರಲಿಲ್ಲ' ಎಂದ.

ರಾಧೆ ಕಿಲಕಿಲ ನಕ್ಕು ಮೇಲೆದ್ದು ಮತ್ತೊಮ್ಮೆ ಅವನ ಭುಜದ ಮೇಲೆ ಕೈಯಿಟ್ಟಳು. ಮತ್ತೆ ಕೊಸರಿಕೊಳ್ಳುತ್ತಾ ಶಂಕರ ಬಡಬಡಿಸಿದ, 'ನಾವು ಒಂದಾಗೋದು ಈ ಜನ್ಮದಲ್ಲಿ ಸಾಧ್ಯವಿಲ್ಲ, ರಾಧಾ. ಮುಂದಿನ ಜನ್ಮದಲ್ಲಾದರೂ ನಾವು ಗಂಡ ಹೆಂಡಿರಾಗುವಂತೆ ಮಾಡು, ದೇವರೇ, ಎಂದು ದಿನಾ ಪ್ರಾರ್ಥಿಸುತ್ತೇನೆ.'

ರಾಧೆ ಮಂಚದ ಮೇಲೆ ದೊಪ್ಪೆಂದು ಕೂತು ಹುಸಿ ಮುನಿಸು ನಟಿಸುತ್ತಾ, 'ಅದೆಷ್ಟು ಅಣಕಿಸ್ತೀರೋ ಅಣಕಿಸಿ ಬಿಡಿ, ಸಾರ್' ಎಂದು 'ಸಾರ್' ಅಂದದ್ದಕ್ಕೆ ನಾಲಗೆ ಕಚ್ಚಿಕೊಂಡಳು. ಶಂಕರ ಗಹಗಹಿಸಿ ನಕ್ಕು ರಾಧೆಯನ್ನು ಬರಸೆಳೆದು ಅಪ್ಪಿಕೊಂಡು ಮುತ್ತಿನ ಮಳೆಗರೆದ.

–1985

15

ಕವಿತಾ

ಭಾನುವಾರ, ಎದ್ದಾಗ ಬೆಳಿಗ್ಗೆ ಸುಮಾರು ಎಂಟು ಗಂಟೆ. ಜಡವಾಗತೊಡಗಿದ್ದ ನನ್ನ ಕಾವ್ಯಕ್ಕೆ ಕಾಯಕಲ್ಪ ಮಾಡುವ ಬಗೆ ಕುರಿತು, ರಾತ್ರಿ ತುಂಬಾ ಹೊತ್ತು ಕಾವ್ಯ ಮೀಮಾಂಸೆಯಲ್ಲಿ ತೊಡಗಿದ್ದೆ. ಮನಸ್ಸು ಇನ್ನೂ ಅದೇ ಗುಂಗಿನಲ್ಲಿತ್ತು. ಮನೆಯ ಅಂಗಳದಲ್ಲಿ ನನ್ನ ಹತ್ತು ವರ್ಷ ವಯಸ್ಸಿನ ಮಗರಾಯ ಆಗಲೇ ತನ್ನ ಗೆಳೆಯರೊಂದಿಗೆ ಕ್ರಿಕೆಟ್ ದಾಂಧಲೆ ನಡೆಸಿದ್ದ.

ಮುಖ ತೊಳೆದು ಬಂದು ಮತ್ತೆ ಮಂಚದ ಮೇಲೆ ಕೂತೆ. ನನ್ನಾಕೆ ಕಾಫಿ, ದಿನಪತ್ರಿಕೆ ಕೊಟ್ಟು ಹೋದಳು. ಕನ್ನಡಕ ಏರಿಸಿ, ಕಾಫಿ ಹೀರುತ್ತಾ ಪತ್ರಿಕೆಯ ಮೇಲೆ ಕಣ್ಣಾಡಿಸಿದೆ.

ದಿನ ನಿತ್ಯದ ಮಾಮೂಲಿ ಸುದ್ದಿಗಳು, ಪಂಜಾಬಿನಲ್ಲಿ ಹತ್ಯಾಕಾಂಡ, ಡಾರ್ಜಲಿಂಗಿನಲ್ಲಿ ಬಾಂಬ್ ಸ್ಫೋಟ, ಜಾಫ್ನಾಲಿ ನರಮೇಧ, ಇರಾಕ್ ಇರಾನ್ ಯುದ್ಧ, ದೆಹಲಿಯ ರಾಜಕೀಯ, ಕರ್ನಾಟಕದಲ್ಲಿ ಬೆಲೆಏರಿಕೆ, ಭ್ರಷ್ಟಾಚಾರಗಳ ವಿರುದ್ಧ ಚಳವಳಿ, ಬಂದ್, ಕೊಲೆ, ಅತ್ಯಾಚಾರ, ದರೋಡೆ ಇತ್ಯಾದಿ ಇತ್ಯಾದಿ.

ಮನಸ್ಸು ಮರಗಟ್ಟಿ ಹೋಗಿತ್ತು.

ಎದ್ದು ಹಿತ್ತಲಿಗೆ ಬಂದೆ–ನನ್ನ ಪ್ರೀತಿಯ ಗುಲಾಬಿ, ಮಲ್ಲಿಗೆ, ಕನಕಾಂಬರ, ಪಾರಿಜಾತಗಳಿಂದ ಮನಸ್ಸಿಗೆ ಕೊಂಚ ಪ್ರಸನ್ನತೆ ದೊರೆತೀತೆಂದು.

ಒಗೆಯುವ ಕಲ್ಲಿನ ಬಳಿ ಮನೆಕೆಲಸದಾಕೆ ನಂಜಮ್ಮನ ಜೊತೆ ಒಬ್ಬ ಹೊಸ ಹುಡುಗಿಯಿದ್ದಳು. ಮಾಸಿದ ಸೀರೆಯುಟ್ಟ ಪುಟ್ಟ ಹುಡುಗಿ. ವಯಸ್ಸು ಸುಮಾರು ಹದಿನಾಲ್ಕಿದ್ದೀತು. ಬಾದಾಮಿ ಬಣ್ಣ. ತಾರುಣ್ಯದ ಹೊಸಿಲಲ್ಲಿ

ಕಳೆಯೇರಿ, ತಿದ್ದಿದಂತಿದ್ದ ಸಹಜ ಚೆಲುವಿನ ಮುಖ ಮೈಮಾಟ. ತನ್ಮಯವಾಗಿ ಅವಳನ್ನೇ ನೋಡುತ್ತಾ ನಿಂತುಬಿಟ್ಟೆ.

'ನನ್ನ ನಾದಿನಿ, ಕಣ್ರಣ್ಣ, ಪುಟ್ಟಗೌರೀಂತ ಎಸರು' ಎಂದಳು ನಂಜಮ್ಮ, ಆಹಾ! ಅನ್ವರ್ಥವಾದ ಹೆಸರು ಎಂದುಕೊಂಡೆ.

'ಇಲ್ಲೇ ಪಕ್ಕದ ಅಳ್ಳೀಲವಳೆ. ನಂಗೆ ನೆರವಿಗೇಂತ ಕರೆಸಿಕೊಂಡಿವ್ನಿ' ಎಂದಳು.

ಪುಟ್ಟಗೌರಿ ನಾಚಿಕೆಯಿಂದ ಕೆಂಪಾಗಿ ತಲೆ ತಗ್ಗಿಸಿ ನಿಂತಿದ್ದಳು. ಅವಳಿಂದ ಹೊಮ್ಮುತ್ತಿದ್ದ ಚೈತನ್ಯದ ತರಂಗಗಳು ನನ್ನ ಎದೆಯಲ್ಲೂ ಹರಿದಾಡಿದಂತಾಗಿ, ನನ್ನಲ್ಲಿ ಹೊಸ ಹುರುಪು ತುಂಬಿತು.

***

'ಕಾವ್ಯ ಗ್ರಾಹ್ಯವಾಗುವುದು ಅಲಂಕಾರದಿಂದ, ಸೌಂದರ್ಯವೇ ಅಲಂಕಾರ' ಎಂದ ವಾಮನ.

ನಂಜಮ್ಮ ಬಾಣಂತಿಯಾದ್ದರಿಂದ ತನ್ನ ಸಹಾಯಕ್ಕೆಂದು ಪುಟ್ಟಗೌರಿಯನ್ನು ಕರೆಸಿಕೊಂಡಿದ್ದಳು. ನಂಜಮ್ಮನ ಗಂಡ ಕಾರ್‌ಡ್ರೈವರ್ ಆಗಿದ್ದ. ಬಡ ಕುಟುಂಬ, ಆದ್ದರಿಂದ ನಂಜಮ್ಮ ಕೆಲವು ಮನೆಗಳಲ್ಲಿ ದಿನವಿಡೀ ದುಡಿದು ಒಂದಷ್ಟು ಹಣ ಗಳಿಸುತ್ತಿದ್ದಳು. ತುಂಬಾ ನಂಬಿಕಸ್ಥೆ, ಕೈ ಬಾಯಿ ಶುದ್ಧ.

ಪುಟ್ಟ ಗೌರಿ ಹತ್ತಿರದ ಹಳ್ಳಿಯೊಂದರಲ್ಲಿ ತನ್ನ ದೊಡ್ಡಣ್ಣನ ಮನೆಯಲ್ಲಿ ಬೆಳೆದವಳು, ತಂದೆ ತಾಯಿ ಇರಲಿಲ್ಲ. ಅವಳ ದೊಡ್ಡಣ್ಣ ಅತ್ತಿಗೆ ಹಳ್ಳಿಯ ಹೊಲಗದ್ದೆಗಳಲ್ಲಿ ಕೂಲಿನಾಲಿ ಮಾಡಿ ಹೊಟ್ಟೆ ಹೊರೆಯುತ್ತಿದ್ದರು. ಅಡಿಗೆ, ಮನೆಗೆಲಸ, ಮಕ್ಕಳ ಆರೈಕೆ ಪುಟ್ಟಗೌರಿಯ ಪಾಲಿನ ಕೆಲಸವಾಗಿತ್ತು. ಜೊತೆಗೆ ಸಂಜೆಗೆ ಉರುವಲಿಗಾಗಿ ಸಗಣಿ, ಕಡ್ಡಿ ಪುರುಳೆ ಹುಡುಕಿ ತರಬೇಕಾಗಿತ್ತು ಸಹ. ಹೀಗಾಗಿ ಅವಳು ಶಾಲೆಗೆ ಹೋದವಳಲ್ಲ, ಓದುಬರಹ ಕಲಿತವಳಲ್ಲ.

ಪುಟ್ಟಗೌರಿ ಕ್ರಮೇಣ ನಮ್ಮ ಮನೆಗೆ ಚೆನ್ನಾಗಿ ಹೊಂದಿಕೊಂಡಳು. ಮಧ್ಯಾಹ್ನ ನನ್ನ ಮಗನಿಗೆಂದು ಶಾಲೆಗೆ ಊಟ ಕೊಂಡೊಯ್ಯುತ್ತಿದ್ದಳು. ಆಗಾಗ ಅಂಗಡಿಯಿಂದ ಸಾಮಾನು ಸರಂಜಾಮು ತರಕಾರಿ ತರುತ್ತಿದ್ದಳು. ಮನೆ ತುಂಬ ಜೀವಂತಿಕೆಯ ಬುಗ್ಗೆಯಂತೆ ದುಡು ದುಡು ಓಡಾಡುತ್ತಿದ್ದಳು. ನನ್ನಾಕೆಯೊಂದಿಗೆ, ನನ್ನೊಂದಿಗೆ ತುಂಬಾ ಸಲುಗೆ ಪಡೆದಳು. ನನಗಂತೂ ಅವಳೊಂದಿಗೆ ಏನೋ ಆತ್ಮೀಯತೆ ಬೆಳೆಯುತ್ತಾ ಹೋಯಿತು.

ನಾಗರಿಕತೆಯ ಪರಿಣಾಮ ನಿಧಾನವಾಗಿ ಪುಟ್ಟ ಗೌರಿಯಲ್ಲಿ ಗೋಚರಿಸತೊಡಗಿತು. ಈಗವಳು ಶುಭ್ರವಾದ ಸೀರೆ ರವಿಕೆ ತೊಡುತ್ತಿದ್ದಳು.

ಕೂದಲಿಗೆ ಎಣ್ಣೆ, ನೀಟಾಗಿ ಬಾಚಿ ಹೆಣೆದ ಜಡೆ, ಮುಡಿಗೆ ಹೂದಂಡೆ, ಮುಖಕ್ಕೆ ಪೌಡರು, ಹಣೆಗೆ ಕುಂಕುಮದ ಬೊಟ್ಟು ಕಿವಿಗೆ ಗಿಲೀಟು ಚಿನ್ನದ ಜುಮುಕಿ, ಕೊರಳಲ್ಲಿ ಬಣ್ಣದ ಮಣಿಗಳ ಸರ–ಪ್ರತಿ ಬೆಳಿಗ್ಗೆ ಏಳು ಗಂಟೆಗೆಲ್ಲ ಸಾಲಂಕೃತವಾಗಿ, ಹಿತ್ತಿಲಿನ ಚೆಂಗುಲಾಬಿಯಂತೆ ತಾಜಾತನವೇ ಮೈವೆತ್ತು ಹಾಜರಾಗುತ್ತಿದ್ದಳು.

***

ಪುಟ್ಟಗೌರಿಗೆ ಸಿನೆಮಾ ಹುಚ್ಚು. ಪ್ರತಿ ಶನಿವಾರ ಭಾನುವಾರ ಸಂಜೆ ನಮ್ಮ ಮನೆಯ ಟಿ. ವಿ. ಮುಂದೆ ಚಕ್ಕಳಮಕ್ಕಳ ಕೂತು, ಬೆರಗುಗಣ್ಣಿಂದ ಸಿನೆಮಾ ನೋಡುತ್ತಿದ್ದಳು. ಅದು ತೆರೆಯುವ ಕನಸಿನ ಲೋಕಗಳಲ್ಲಿ ವಿಹರಿಸುತ್ತಿದ್ದಳು. ನಾನು ನನ್ನಾಕೆ, ನಮ್ಮ ಮಗನೊಂದಿಗೆ ಅವಳನ್ನು ಸಿನೆಮಾ ನೋಡಲು ಮನೆಯಲ್ಲಿ ಬಿಟ್ಟು ವಾಕಿಂಗ್ ಹೋಗುತ್ತಿದ್ದೆವು. ಇದರ ಜೊತೆಗೆ, ಚಿತ್ರಮಂದಿರಗಳಲ್ಲೂ ಆಗಾಗ್ಗೆ ಅವಳು ಮ್ಯಾಟಿನಿ ಷೋಗೆ ಹೋಗುತ್ತಿದ್ದಳಂತೆ.

***

ಪುಟ್ಟಗೌರಿಯ ಚಲನವಲನಗಳಲ್ಲಿ ಒಂದು ತೆರನಾದ ಆಲಸ್ಯ, ಅನ್ಯಮನಸ್ಕತೆ ತೋರತೊಡಗಿದವು. ತನ್ನ ಕೆಲಸ ಕಾರ್ಯಗಳಲ್ಲಿ ಅವಳಿಗೆ ಮೊದಲಿನ ಲವಲವಿಕೆ, ತಲ್ಲೀನತೆ ಇರಲಿಲ್ಲ. ನಿಂತಲ್ಲಿ ನಿಂತ ಹಾಗೆ, ಕೂತಲ್ಲಿ ಕೂತ ಹಾಗೆ, ಎಲ್ಲೋ ಕಳೆದುಹೋಗಿಬಿಡುತ್ತಿದ್ದಳು. ಅರಮುಚ್ಚಿದ ಕಣ್ಣು, ಕಿರುನಗೆ ಲೇಪಿಸಿದ ತುಟಿ, ಯಾವುದೋ ಮಾಟಕ್ಕೆ ಒಳಗಾದವಳ ಹಾಗೆ ಕಾಣುತ್ತಿದ್ದಳು.

ನನ್ನಾಕೆ ಗೊಣಗತೊಡಗಿದಳು: 'ಈ ಹುಡುಗಿಯ ಗುಣ ಒಳ್ಳೇದಲ್ಲ, ರೀತಿ ಸರಿಯಿಲ್ಲ. ಹಣ ಕದೀಲಿಕ್ಕೆ ಶುರು ಮಾಡಿದ್ದಾಳೆ. ನನ್ನ ಕರ್ಚಿಫುಗಳು ಮಾಯವಾಗ್ತಾ ಇವೆ. ನನ್ನ ಬ್ರಾ ಕದ್ದು, ತೊಟ್ಟುಕೊಂಡು, ನನ್ನೆದುರಿಗೇ ಓಡಾಡ್ತಾಳೆ. ಎಂಥ ಭಂಡ ಧೈರ್ಯ! ಕೇಳಿದ್ರೆ ನಾನು ಕೊಡ್ತಿರಲಿಲ್ಲವೆ?

***

ಒಂದು ಬೆಳಗ್ಗೆ ಪುಟ್ಟಗೌರಿ ನಮ್ಮ ಮನೆಗೆ ಕೆಲಸಕ್ಕೆ ಬರಲಿಲ್ಲ. ನಂಜಮ್ಮ ಮಾತ್ರ ಬಂದಳು. ಕಣ್ಣೀರಿಡುತ್ತಾ ನಮಗೆ ಹೇಳಿದಳು.

'ಈ ಪುಟ್ಟ ಗೌರಿಯಿಂದ ನಮ್ಮ ಮನೆತನದ ಮರ್ಯಾದೆ ಮಣ್ಣುಪಾಲಾಗೋಯ್ತು. ನಮ್ಮನೆ ಎದುರೆ ಒಬ್ಬ ಕದೀಮ ಕಾಲೇಜು ಹುಡುಗ ರೂಮು ಮಾಡ್ಕೊಂಡಿದ್ದು, ಅವನ ಕುಟ್ಟೆ ಇವಳ ಸರಸವಂತೆ, ನಮಗೆ

ಗೊತ್ತೇ ಇರನಿಲ್ಲ, ನಾನೋ ವೊತ್ತೀನೇ ಮನೇ ಬುಟ್ರೆ ಮತ್ತೆ ಮನೆ ಸೇರಾದು ಸಂಜೇಕೇವ. ನನ್ನ ಗಂಡನೋ ಕಾರು ಬಾಡಿಕೆಕೆ ವೋದ್ಯೋ ಅಂದರೆ ಯಾವಾಗ ವಾಪ್ಸು ಬರ್ತಾನೋ ಅವನಕೇ ಗೊತ್ತಿರಾಕಿಲ್ಲ'.

'ಆ ಹುಡುಗನ ಕುಟ್ಟೆ ಅವಳು ಆಗಾಗ ಮ್ಯಾಟಿನಿ ಸಿನೆಮಾಕ್ಕೂ ವೋಗ್ತಾ ಇದ್ದಳಂತೆ, ಅಕ್ಕ ಪಕ್ಕದೋರೆಲ್ಲಾ ಆಡ್ಕಂಡು ನಗಾಕೆ ಸುರು ಮಾಡಿದ್ರು. ನನಗೇನು ಗೊತ್ತು? ಕೇಳುದ್ರೆ ನಿಮ್ಮ ಮನೆಯಾಗಿದ್ದೆ ಅಂತಿದ್ದು.'

'ನಿನ್ನೆ ನನ್ನ ಗಂಡ ಡೂಟಿಗೋಗ್ದೆ ಮರೇಲಿಟ್ಕಂಡು ವೊಂಚು ಆಕಿದ್ದು, ಇಬ್ರೂ ತೇಟಾಗ ಸಿಕ್ ಬಿದ್ರು. ಮನೇಕ ಎಳಕಂಡು ಬಂದು, ಇಬ್ರಿಗೂ ಚೆನ್ನಾಗಿ ತದಕಿದ್ದು, ಹುಡುಗನ್ನ ಅವನ ರೂಮಿನ ಯಜಮಾನು ಒದ್ದು ಆಚೆ ಆಕಿದ್ರು. ಪುಟ್ಟಗೌರೀನ ಮತ್ತ ಅಳ್ಳಿಲೇ ಬಿಟ್ಟು ಬರಾಕೆ ನನ್ನ ಗಂಡ ಇವೊತ್ತು ಮುಂಚಾವಕ್ಕೆ ಕಕ್ಕೊಂಡು ವೋಗವ್ನೆ.'

ನನಗೆ ಪಿಚ್ಚೆನಿಸಿತು. ಏನೋ ನಿರಾಶೆ, ವ್ಯಾಕುಲತೆಯಿಂದ ಮನಸ್ಸು ಭಣಗುಟ್ಟಿತು.

***

'ಗುಣ ವಿಶಿಷ್ಟವಾದ ರೀತಿಯೇ ಕಾವ್ಯದ ಆತ್ಮ' ಎಂದ ವಾಮನ.

***

ಪುಟ್ಟಗೌರಿ ಹೋದಂದಿನಿಂದ ನನಗೆ ಮಂಕು ಬಡಿಯಿತು. ನನ್ನಲ್ಲಿ ಜೀವಂತಿಕೆ ಹೊಮ್ಮಿಸುತ್ತಿದ್ದ ಬುಗ್ಗೆಯೊಂದು ಇಂಗಿ ಹೋದಂತಾಯಿತು.

'ಆ ಹುಡುಗಿ ಹೀಗೆ ಮಾಡಬಹುದೂಂತ ನನಗನ್ನಿಸಿರಲಿಲ್ಲ' ಎಂದೆ ನನ್ನಾಕೆಗೆ.

'ಅಯ್ಯೋ ಬಿಡಿ, ಅವಳ ಯೋಗ್ಯತೆ ಇಷ್ಟೇಂತ ನನಗೆ ಎಂದೋ ಅರ್ಥವಾಗಿತ್ತು. ಅದೇನೋ ಹೇಳ್ತಾರಲ್ಲ, ಹಿಟ್ಟು ಹಳಸಿತ್ತು, ನಾಯಿ ಹಸಿದಿತ್ತು, ಅಂತ' ಎಂದಳು ನನ್ನಾಕೆ.

***

'ವಕ್ರೋಕ್ತಿಯೇ ಕಾವ್ಯದ ಜೀವಾಳ' ಎಂದ ಕುಂತಕ.

***

ಕ್ರಮೇಣ ನನ್ನ ಮನಸ್ಥಿತಿ ಸ್ತಿಮಿತಕ್ಕೆ ಬಂತು, ಯಾವ ಭಾವೋದ್ವೇಗವೂ ಇಲ್ಲದೆ ಪುಟ್ಟಗೌರಿಯ ಬಗ್ಗೆ ಸಹಾನುಭೂತಿಯಿಂದ ಯೋಚಿಸಲು

ಸಾಧ್ಯವಾಯಿತು. ಅವಳು ನಡಕೊಂಡ ರೀತಿಯಲ್ಲಿ ಅಸಹಜವಾದ್ದೇನೂ ಇಲ್ಲ, ಅನ್ನಿಸಿತು. ಉಕ್ಕೇರತೊಡಗಿದ್ದ ಹರೆಯ. ಅದಕ್ಕೆ ಸಹಜವಾದ ಅದಮ್ಯ ಬಯಕೆಗಳು, ಲಕ್ಷಣವಾಗಿದ್ದ ಹುಡುಗಿ, ಹುಡುಗನೂ ರೂಪವಂತನೇ ಇರಬೇಕು. ಪರಸ್ಪರ ಮನಸೋತು, ಹೃದಯಪೂರ್ವಕವಾಗಿಯೇ ಪ್ರೀತಿಸಿರಬಹುದು. ಹದಿಹರೆಯದ ಪ್ರೀತಿಗೆ ವಾಸ್ತವಗಳ ಅರಿವಿರುವುದಿಲ್ಲ, ಅದು ಕಲ್ಪನಾ ವಿಹಾರಿ, ಎಂಬುದು ನನಗೆ ಸ್ವಾನುಭವದಿಂದಲೇ ತಿಳಿದಿತ್ತು. ಸದ್ಯ! ಅವರಿಬ್ಬರೂ ಎಲ್ಲೋ ದೂರ ಓಡಿಹೋಗಿ, ಅವನು ಅವಳನ್ನು ಕೆಡಿಸಿ, ನಂತರ ಕೈ ಸಾಗದೆ ಕೈ ಬಿಟ್ಟು ಅವಳು ಕೊಳೆಗೇರಿಗೋ, ಕೆರೆ ಬಾವಿಗೋ ಈಡಾಗಲಿಲ್ಲವಲ್ಲ! ಅವಳ ಭವಿಷ್ಯ ಹಸನಾಗಲಿ, ಎಂದು ಹಾರೈಸಿದೆ.

'ಕಲೆಯ ಸೃಷ್ಟಿ ಹಾಗೂ ಆಸ್ವಾದನೆಗೆ ತಕ್ಕ ಮಾನಸಿಕ ದೂರ ಅತ್ಯಗತ್ಯ' ಎಂದ ಎಡ್ವರ್ಡ್ ಬುಲ್ಲೋ.

***

ಪುಟ್ಟಗೌರಿಗೆ ತರಾತುರಿಯಲ್ಲಿ ಒಂದು ಮದುವೆಂತ ಮಾಡಿ, ಗಂಡನ ಮನೆಗೆ ಸಾಗಹಾಕುವ ಪ್ರಯತ್ನಗಳು ನಡೆದಿದ್ದವು. ಒಂದು ದಿನ ನಂಜಮ್ಮ ನಮಗೆ ಹೇಳಿದಳು.

'ಒಂದು ಸಂಬಂಧ ಕುದುರೈತೆ. ಗಂಡಿಗೆ ಒಸಿ ವಯಸ್ಸಾಗೈತೆ, ಮೊದಲನೇ ಎಂಡ್ರು 50 ಕಂಡವಳೆ. ಎರಡು ಮಕ್ಕಳವೆ, ಆದರೇನು? ಆಸ್ತಿಪಾಸ್ತಿ ಚೆಂದಾಗದೆ, ಪುಟ್ಟ ಗೌರೀನ ನೋಡಿ ಒಪ್ಕಂಡವರೆ, ಮದುವೆ ಮಾತುಕತೆಗೆ ವೋಗೋದೊಂದೇ ಬಾಕಿ.'

ನನ್ನಾಕೆ ಸಮ್ಮತಿ ಸೂಚಕವಾಗಿ ತಲೆ ತೂಗುತ್ತಿದ್ದಳು. ನಾನು ಕೊಂಚ ಸಿಡುಕಿನಿಂದಲೇ ಹೇಳಿದೆ: 'ನೋಡು, ನಂಜಮ್ಮ, ಇದು ಸರಿಯಲ್ಲ. ಪಾಪ, ಆ ಪುಟ್ಟ ಹುಡುಗೀನ ಯಾವುದೋ ಒಂದು ವಯಸ್ಸಾದ ಗಂಡಿಗೆ ಕಟ್ಟಿ, ಅವಳ ಭವಿಷ್ಯ ಹಾಳುಮಾಡಬೇಡಿ.'

ಅವಳೆಂದಳು, 'ಅದು ಸರಿ, ಕಣ್ರಣ್ಣ, ಆದ್ರೆ ಇವಳ ಯವಾರ ತಿಳಿದೋರು ಯಾರು ತಾನೇ ಇವಳನ್ನು ಕಟ್ಕೋತಾರೆ, ಯೋಳಿ?'

ನಾನೆಂದೆ, 'ಕೊಂಚ ತಾಳ್ಮೆ ವಹಿಸಿ, ಏನೂ ಅನಾಹುತ ಆಗಿಬಿಡಲ್ಲ.'

ನನ್ನಾಕೆ ಅಡ್ಡ ದನಿ ತೆಗೆದಳು, 'ಯಾವುದೋ ಒಂದು ಗಂಡು, ವಯಸ್ಸು ರೂಪ ನೋಡ್ತಾ ಕೂತ್ರೆ ಆಗುತ್ತ? ಸದ್ಯ, ಒಪ್ಕೊಂಡಿದಾನಲ್ಲ, ಮದುವೆ ಮಾಡಲಿ ಬಿಡಿ. ಆ ಮೇಲೆ ಅವಳೇ ದಾರಿಗೆ ಬರ್ತಾಳೆ

'ಏನು ದಾರಿಗೆ ಬರೋದು ಮಣ್ಣು?' ನಾನು ವ್ಯಗ್ರವಾಗಿ ಹೇಳಿದೆ. 'ಇನ್ನಾವನ ಜೊತೇಲೋ ಹಾದರ ಮಾಡಿ ಹಾಳಾಗ್ತಾಳೆ, ಅಷ್ಟೇ.'

ನನ್ನಾಕೆಯ ಮುಖ ಮುನಿಸಿನಿಂದ ಕೆಂಪೇರಿತು. ಪರಿಸ್ಥಿತಿ ವಿಕೋಪಕ್ಕೇರುತ್ತಿರುವುದು ಕಂಡು ನಂಜಮ್ಮ ಆತಂಕಗೊಂಡು ಹೇಳಿದಳು: ನನ್ನ ಗಂಡಂಗಂತೂ ಈ ಸಂಬಂಧ ಸುತಾರಾಂ ಮನಸ್ಸಿಲ್ರಣ್ಣಾ, ಇರೋಳೊಬ್ಬ ತಂಗಿ ಒಳ್ಳೇ ಸಂಬಂಧ ನೋಡೋವ ಅಂತವ್ನೆ. ಅವಳ ದೊಡ್ಡಣ್ಣಂದೇ ಆತ್ರ. ನೋಡೋವ, ದೇವರು ಮಾಡಿದಂಗಾಗ್ತೈತೆ.'

ಅದೃಷ್ಟಕ್ಕೆ ಆ ಸಂಬಂಧ ಕೂಡಿ ಬರಲಿಲ್ಲ.

ಕೊಂಚ ಕಾಲದಲ್ಲೇ ದೂರದ ಊರೊಂದರಲ್ಲಿ ಪುಟ್ಟ ಗೌರಿಗೆ ಗಂಡು ಗೊತ್ತಾಯ್ತು. 'ಉಡುಗ ಚಂದಾಕವ್ನೆ. ಇನ್ನೂ ಸಣ್ಣ ವಯಸ್ಸು. ದೊಡ್ಡ ಕುಟುಂಬ. ಅತ್ತೆ, ಮಾವ, ನಾಲ್ಕಾಳು ಅಣ್ಣತಮ್ಮಂದಿರು ಒಟ್ಟಿಗವ್ರೆ. ಸ್ವಂತ, ಮನೆ, ಜಮೀನು ಬೇಸಾಯ ಅದೆ, ಮೈಮುರಿದು ದುಡೀಬೇಕಷ್ಟೇ' ಎಂದಳು ನಂಜಮ್ಮ.

ಧರ್ಮಸ್ಥಳದಲ್ಲಿ ಮದುವೆ ನಡೀತು. 'ಮದುವೆ ಖರ್ಚಿಕೆ ಒಸಿ ದುಡ್ಡು ಬೇಕಿತ್ತು, ಸಾಲ ಕೊಟ್ಟಿರಿ' ಎಂದು ನಂಜಮ್ಮ ನನ್ನ ಬೇಡಿದಳು. ನಾನು ಅದಕ್ಕೆ ಒಪ್ಪದೆ, ಉಡೊಗೊರೆಯೆಂದು ಕೊಟ್ಟೆ. ಮದುವೆಗೆ ನಾವು ಬಂದೇ ತೀರಬೇಕೆಂದು ನಂಜಮ್ಮ ಒತ್ತಾಯಿಸಿದಳು. ಮುಜುಗರದಿಂದ ನಾವು ಹೋಗಲಿಲ್ಲ.

ಮದುವೆ ಮುಗಿಸಿಕೊಂಡು ಹಿಂತಿರುಗಿದ ಸಂಜೆಯೇ ನಂಜಮ್ಮ ಹೊಸ ದಂಪತಿಗಳನ್ನು ನಮ್ಮ ಮನೆಗೆ ಕರೆತಂದಳು. ಹುಡುಗ ಕಪ್ಪಾದರೂ ಲಕ್ಷಣವಾಗಿದ್ದ. ಪುಟ್ಟಗೌರಿ ಸಂತೋಷವಾಗಿದ್ದಳು. ನನ್ನ ಮನಸ್ಸಿಗೆ ಸಮಾಧಾನವಾಯಿತು.

'ಹುಡುಗನನ್ನು ಪಕ್ಕಕ್ಕೆ ಕರೆದು ಹೇಳಿದೆ: ಪುಟ್ಟಗೌರಿ ತುಂಬಾ ಒಳ್ಳೇ ಹುಡುಗಿ. ಇನ್ನೂ ಏನೂ ಅರಿಯದೋಳು, ಚೆನ್ನಾಗಿ ನೋಡಿಕೊ. ಇಲ್ಲಸಲ್ಲದ್ದು ಕಿವೀಲೂದಿ ನಿಮ್ಮ ಸಂಸಾರ ಹಾಳುಗೆಡುವೋ ಮಂದಿ ಬಹಳ ಇರ್ತಾರೆ. ಅದಕ್ಕೆಲ್ಲ ಕಿವಿಕೊಡಬೇಡಿ. ಒಬ್ಬರಿಗೊಬ್ಬರು ಹೊಂದಿಕೊಂಡು ಚೆನ್ನಾಗಿ ಬಾಳುವೆ ಮಾಡಿ, ಸುಖವಾಗಿರಿ'.

ನನ್ನಾಕೆಗೂ ಈ ವೇಳೆಗೆ ಪುಟ್ಟಗೌರಿ ಬಗ್ಗೆ ಉಂಟಾಗಿದ್ದ ಅಸಮಧಾನವೆಲ್ಲ ಕಳೆದು, ಮತ್ತೆ ಮೊದಲಿನ ಅಕ್ಕರೆ ಮರಳಿತ್ತು. ಅವಳಿಗೊಂದು ಹೊಸ ಸೀರೆ, ಕುಬಸದ ಕಣ ತಂದಿದ್ದಳು. ಹೂಕಾಯಿ ತಾಂಬೂಲದೊಂದಿಗೆ ಅವನ್ನು ಪುಟ್ಟಗೌರಿಗೆ ಉಡುಗೊರೆ ಕೊಟ್ಟಳು.

ದಂಪತಿಗಳು ನಮಗೆ ಅಡ್ಡ ಬಿದ್ದರು. ಎದ್ದಾಗ, ಪುಟ್ಟಗೌರಿಯ ಕಣ್ಣುಗಳಲ್ಲಿ ನೀರಾಡುತ್ತಿತ್ತು. ನನಗೆ ಕರುಳು ಕಿವುಚಿದಂತಾಯಿತು. ಕೊರಳ ಸೆರೆಯುಬ್ಬಿ ಬಂತು. ಮೌನವಾಗಿ, ಅವಳ ಮೈದಡವಿ, ಮನಸ್ಸಿನಲ್ಲೇ ಅವಳಿಗೆ ಶುಭ

ಹಾರೈಸಿ ಕಳಿಸಿಕೊಟ್ಟೆ. ನನ್ನೆದೆ ಖಾಲಿ ಖೋಲಿಯಂತಾಯಿತು. ಆದರೂ ಒಂದು ರೀತಿಯ ಸಂತೃಪ್ತಿ ನೆಮ್ಮದಿ ಇತ್ತು ಜೀವಕ್ಕೆ.

***

'ಕಾವ್ಯ ಉದ್ರಿಕ್ತ ಭಾವಗಳ ಹುಚ್ಚು ಹೊಳೆಯಲ್ಲ, ಭಾವ ವಿಮೋಚನೆ, ಅದು ವ್ಯಕ್ತಿತ್ವದ ಪ್ರದರ್ಶನವಲ್ಲ, ವ್ಯಕ್ತಿತ್ವ ನಿರಸನ' ಎಂದ ಟಿ.ಎಸ್. ಎಲಿಯಟ್.

***

ಪುಟ್ಟಗೌರಿಯ ಸಮಾಚಾರ ನಂಜಮ್ಮನಿಂದ ಆಗಿಂದಾಗ್ಗೆ ತಿಳಿಯುತ್ತಿತ್ತು. ಗಂಡನ ಮನೆ ಅವಳಿಗೆ ನೆಮ್ಮದಿ ತರಲಿಲ್ಲ. ಅಲ್ಲಿ ಅವಳ ಗಂಡನಿಗೆ ಒಂದು ಸ್ವಂತ ಅಸ್ತಿತ್ವ ಇರಲಿಲ್ಲ. ಅತ್ತೆಯದೇ ಎಲ್ಲ ಕಾರುಭಾರು. ಮುಂಜಾವಿನಿಂದ ಸಂಜೇವರೆಗೆ ಹೊಲ ಹಾಗೂ ಮನೆಯಲ್ಲಿ ದನದಂತೆ ದುಡಿದರೂ ಕೊಂಕುಮಾತಿನ ಬಾರುಕೋಲೇಟುಗಳು ತಪ್ಪುತ್ತಿರಲಿಲ್ಲ. ಜೊತೆಗೆ, ಮೊದಲೇ ನಿರೀಕ್ಷಿಸಿದ್ದಂತೆ, ಅವಳ ವಿವಾಹಪೂರ್ವ ಪ್ರಣಯ ಪ್ರಸಂಗ ಅಲ್ಲಿ ಎಲ್ಲರ ಕಿವಿಗೂ ಬಿದ್ದು, ದೊಡ್ಡ ರಾದ್ಧಾಂತವಾಯಿತಂತೆ, ಗಂಡನೂ ಅವಳಿಗೆ ಛೀಮಾರಿ ಹಾಕಿ, ಬೇರೆ ಮಲಗತೊಡಗಿದನಂತೆ, ಪುಟ್ಟಗೌರಿಯನ್ನು ತೌರಿಗೆ ಅಟ್ಟಿ, ಮಗನಿಗೆ ಮತ್ತೊಂದು ಒಳ್ಳೆಯ ಹೆಣ್ಣು ತರುತ್ತೇನೆಂದು ಅತ್ತೆ ಹಾರಾಡಿದಳಂತೆ. ನಂಜಮ್ಮ ಮತ್ತು ಅವಳ ಗಂಡ ಅಲ್ಲಿಗೆ ಹೋಗಿ, ಅತ್ತೆಯ ಕಾಲಿಗೆ ಬಿದ್ದು, ಸಮಜಾಯಿಷಿ ಮಾಡಿ ಬರಬೇಕಾದರೆ ಸಾಕು ಸಾಕಾಯಿತಂತೆ.

ಇಷ್ಟರಲ್ಲಿ ಆಷಾಢಕ್ಕೆಂದು ಪುಟ್ಟಗೌರಿ ಇಲ್ಲಿಗೆ ಹಿಂತಿರುಗಿದಳು. ಒಂದು ಬೆಳಿಗ್ಗೆ ಅವಳು ನಮ್ಮ ಮನೆಗೆ ಬಂದಾಗ, ಅವಳನ್ನು ಕಂಡು ನನಗೆ ಆಘಾತವಾಯಿತು. ಗುರುತು ಹಿಡಿಯುವುದೇ ಕಷ್ಟವಾಯಿತು. ಚೆಲುವಾಗಿ ಮೈಕೈ ತುಂಬಿಕೊಂಡಿದ್ದ ಹುಡುಗಿ ಸೊರಗಿ ಬಡಕಲಾಗಿಬಿಟ್ಟಿದ್ದಳು. ಮುಖ ಬಿಳುಚಿಕೊಂಡಿತ್ತು. ಕಣ್ಣುಗಳು ನಿಸ್ತೇಜವಾಗಿದ್ದವು. ನನಗೆ ತುಂಬಾ ಸಂಕಟವಾಯಿತು. ಗದ್ಗದ ಗಂಟಲಿಂದ, 'ಹ್ಯಾಗಿದ್ದೀ ಪುಟ್ಟಗೌರಿ?' ಎಂದೆ. 'ಇಂಗಿವ್ನಿ ಕಣ್ರಣ್ಣ!' ಎಂದಳು

***

'ಧ್ವನಿಯೇ ಕಾವ್ಯದ ಆತ್ಮ' ಎಂದ ಆನಂದವರ್ಧನ

***

ಆಷಾಢ ಕಳೆದ ಮೇಲೆ ಪುಟ್ಟಗೌರಿಯನ್ನು ವಾಪಸ್ ಕರೆದೊಯ್ಯಲು ಅವಳ ಗಂಡ ಬಂದಾಗ, ಅವನನ್ನು ಮನೆಗೆ ಕರೆಸಿ ಮಾತಾಡಿದೆ.

ಏನೋ ಅರಿಯದ ವಯಸ್ಸಿನಲ್ಲಿ ಆಗಬಾರದ್ದಾಯಿತು. ಆದರೆ ಅದೃಷ್ಟವಶಾತ್ ಅನಾಹುತವೇನೂ ಸಂಭವಿಸಲಿಲ್ಲ. 'ಹುಡುಗಿ ಪರಿಶುದ್ಧ' ಎಂದು ಅವನಿಗೆ ನಂಬಿಸಲು ಪ್ರಯತ್ನಿಸಿದೆ.

ಈ ವೇಳೆಗೆ ಪುಟ್ಟಗೌರಿಯೂ ತನ್ನ ನಿರ್ಮಲ ಪ್ರೀತಿಯಿಂದ ಅವನ: ನಿವಾರಿಸಿ ಅವನ ಹೃದಯ ಗೆದ್ದಿದ್ದಳು.

ಅವನು ಹೇಳಿದ: 'ನಿಮ್ಮ ಮಾತಿನಾಗೆ ನನಗೆ ನಂಬಿಕೆ ಐತೆ, ಬುದ್ದಿ, ಇನ್‌ಮ್ಯಾಲೆ ನಾನು ಪುಟ್ಟಗೌರೀನ ಚೆಂದಾಗಿ ನೋಡ್ಕತೀನಿ. ನಮ್ಮ ತಾಯಿ ಮನೆಯಾಗೆ ನಮಕೆ ಸುಕಾ ಇಲ್ಲ. ನಾನು ಬ್ಯಾರೆ ಮನೆ ಮಾಡ್ತೀನಿ. ನಮ್ಮಷ್ಟಕ್ ನಾವು ಬ್ಯಾರೆ ದುಡ್ಕಂಡು ಸಂಸಾರ ಮಾಡ್ಕತೀವಿ.'

ಹುಡುಗ ಅಂದಂತೆ ಮಾಡಿದ. ಈಗ ಪುಟ್ಟಗೌರಿಯ ಸಂಸಾರ ಒಂದು ಸುಸೂತ್ರ ನೆಲೆಗೆ ಬಂದಿದೆಯೆಂಬ ಸುದ್ದಿ ನಂಜಮ್ಮನಿಂದ ತಿಳಿದು, ನನ್ನ ಮನಸ್ಸು ನಿರಾಳವಾಯಿತು.

***

ಮಾಗಿ ಕಳೆದು ಚೈತ್ರ ಮೂಡಿದಾಗ, ಈ ಊರಿನ ನಾಗರಿಕ ಪರಿಸರದಲ್ಲಿ ವಸಂತೋದಯದ ಕುರುಹುಗಳು ಅವಕಾಶವಿದ್ದಲ್ಲೆಲ್ಲ ಎದ್ದು ತೋರತೊಡಗಿದವು. ನನ್ನ ಮನೆಯ ಅಂಗಳದಲ್ಲಿದ್ದ ಗಿಳಿಮೂತಿ ಮಾವಿನಮರ ಕೆಂದಳಿರಿನಿಂದ ರಾರಾಜಿಸಿತು. ನೋಡ ನೋಡುತ್ತಿದ್ದಂತೆಯೇ ಕೆಂಪು ಹಸಿರಾಗಿ, ಗೊಂಚಲು ಗೊಂಚಲು ಹೂ ತೂಗಿ, ದಳದಳ ಉದುರಿ, ಮಿಡಿ ಇಣುಕಿ ಹಿಗ್ಗತೊಡಗಿದ್ದವು. ತನ್ನ ಬಸುರಲ್ಲೊಂದು ಮಿಡಿ ಜೀವ ಹೊತ್ತು ಪುಟ್ಟಗೌರಿ ಊರಿಗೆ ಬಂದಳು. ಮತ್ತೆ ಮೈಕೈ ತುಂಬಿಕೊಂಡು ಮಿರುಗುತ್ತಿದ್ದವಳು ಮೊದಲಿಗಿಂತ ಹತ್ತುಪಟ್ಟು ಹೆಚ್ಚು ಚೆಲುವೆಯಾಗಿ ಕಂಡಳು. ನನ್ನೆದೆಗೆ ಆಹ್ಲಾದ ತಂದಳು.

ಪುಟ್ಟಗೌರಿಯನ್ನು ತನ್ನ ಮನೆಯಲ್ಲಿ ಉಳಿಸಿಕೊಳ್ಳಲು ನಂಜಮ್ಮನಿಗೆ ಅನುಕೂಲವಿರಲಿಲ್ಲ. ಮನೆ ಚಿಕ್ಕದು. ಬಸುರಿಯ ಆರೈಕೆಗೆ ಮಂದಿಯಿಲ್ಲ. ಹೀಗಾಗಿ ಅವಳನ್ನು ಹಳ್ಳಿಯಲ್ಲಿ ಬಿಟ್ಟು ಬರುವುದೆಂದು ತೀರ್ಮಾನಿಸಿದ್ದಳು.

'ಹೆರಿಗೆ ಎಲ್ಲಿ?' ನಾನು ಕೇಳಿದೆ.

'ಅಳ್ಳೀಲೆ ಆಗ್ತೈತೆ ಕಣ್ರಣ್ಣ, ಪರವಾಯಿಲ್ಲ, ಅವಳ ದೊಡ್ಡತ್ತಿಗೆ ಒಳ್ಳೇ ಅನುಭವಸ್ಥೆ, ಜೊತೆಕೆ ಬ್ಯಾರೆ ಹೆಂಗಸರು ಇರ್ತಪ್ರೆ' ಎಂದಳು.

'ಚೊಚ್ಚಲು ಹೆರಿಗೆ, ನಂಜಮ್ಮ, ಹುಷಾರಾಗಿರಬೇಕು' ಎಂದೆ.

'ಏನಾದ್ರೂ ತೊಂದ್ರೆ ಆದ್ರೆ ಇಲ್ಲೀಕೆ ಕರ್ಕಂಡ್ಬಂದು, ಆಸ್ಪತ್ರೇಕೆ ಸೇರಿಸ್ತೀ' ಎಂದಳು.

***

ಅಂದುಕೊಂಡ ಹಾಗೇ ಆಯಿತು. ಒಂದು ಸಂಜೆ ನಂಜಮ್ಮ ಒಬ್ಬ ಗಂಡಾಳಿನಂದಿಗೆ ನಮ್ಮ ಮನೆಗೆ ಬಂದಳು. ಗಾಬರಿಯಿಂದ ಕಣ್ಣರಳಿಸಿ, ಎದುಸಿರು ಬಿಡುತ್ತಿದ್ದಳು. ನಮಗೂ ಗಾಬರಿಯಾಯಿತು. ಗಂಡಾಳಿನ ಕಡೆ ತೋರಿಸಿ ಹೇಳಿದಳು: 'ಅಳ್ಳಿಯಿಂದ ನಮ್ಮೆಜಮಾನರ ಅಣ್ಣ ಬಂದದ್ರೆ, ಪುಟ್ಟಗೌರಿ ನಿನ್ನೆ ಸಂಜೇನಿಂದ ಬ್ಯಾನೆ ತಿನ್ತಾ ಅವಳಂತೆ. ಯರಿಗೆ ಆಗಿಲ್ಲ. ಅಲ್ಲಿ ಎಲ್ರೂ ಗಾಬರಿಯಾಗಿ, ನನ್ನಜಮಾನ್ರೂ ಈ ವ್ಯಾಳೇಕೇ ಊರಾಗಿಲ್ಲ. ಏನು ಮಾಡೋದೋ ತೋಚ್ತಾನಿಲ್ಲ' ಎಂದು ಕೈ ಕೈ ಹಿಸುಕಿಕೊಂಡಳು.

ಕೂಡಲೇ ನಾನು ನನ್ನಾಕೆ ಮನೆಗೆ ಬೀಗ ಹಾಕಿ, ಮಗನನ್ನು ಪಕ್ಕದ ಮನೇಲಿ ಬಿಟ್ಟು, ನಂಜಮ್ಮ ಮತ್ತು ಗಂಡಾಳಿನೊಂದಿಗೆ ಟ್ಯಾಕ್ಸಿ ಸ್ಟ್ಯಾಂಡಿಗೆ ಹೋದೆವು. ಟ್ಯಾಕ್ಸಿ ಮಾಡಿಕೊಂಡು ಹಳ್ಳಿಗೆ ಹೋದೆವು. ಅರ್ಧಗಂಟೆ ಪ್ರಯಾಣ, ಅಷ್ಟೇ. ನನ್ನ ಎದೆ ಡವಡವಗುಟ್ಟುತ್ತಿತ್ತು. 'ನಾವು ಅಲ್ಲಿಗೆ ಹೋಗುವಷ್ಟರಲ್ಲಿ ಪುಟ್ಟಗೌರಿಗೆ ಏನಾದರೂ ಪ್ರಮಾದ ಆಗಿಬಿಟ್ಟಿದ್ರೆ! ಹಾಗೇನೂ ಆಗಿಲ್ಲದಿರಲಿ, ದೇವರೇ! ಎಂದು ಹಾರೈಸಿದೆ.

ಅದೊಂದು ಕುಗ್ರಾಮ. ಅಲ್ಲಲ್ಲಿ ಬೀದಿ ದೀಪಗಳು. ಕವಿದಿದ್ದ ನಿಶ್ಶಬ್ದವನ್ನು ಭೇದಿಸಿ ನಾಯಿಗಳು ಬೊಗಳುತ್ತಾ ಬಂದು ನಮ್ಮನ್ನು ಸ್ವಾಗತಿಸಿದವು. ಗಂಡಾಳು ಅವುಗಳನ್ನು 'ಹಚ... ಹಚಾ...' ಎಂದು ಓಡಿಸುತ್ತಾ ನಮ್ಮನ್ನು ಒಂದು ಇಕ್ಕಟ್ಟು ಗಲ್ಲಿಗೆ ಕರೆದೊಯ್ದ. ಅಲ್ಲೊಂದು ಮುರುಕಲು ಜೋಪಡಿ. ನಾಲ್ಕಾರು ಹೆಂಗಸರು ಆತಂಕದಿಂದ ಹೊರಬಂದು, ನಮ್ಮನ್ನು ಎದುರುಗೊಂಡರು. ನನ್ನ ಎದೆಬಡಿತ ಮತ್ತಷ್ಟು ಜೋರಾಯಿತು. ಒಳಹೊಕ್ಕೆವು. ಲಾಂದ್ರದ ಮಂಕು ಬೆಳಕಲ್ಲಿ ನೆಲದ ಮೇಲೆ ಚಿಂದಿ ಹಾಸಿಗೆಯಲ್ಲಿ ಪುಟ್ಟಗೌರಿ ಕಣ್ಣು ಮುಚ್ಚಿ, ಹಲ್ಲು ಕಚ್ಚಿ ಕ್ಷೀಣವಾಗಿ ನರಳುತ್ತಿದ್ದಳು. ಮುಖದಿಂದ ಸೋರುತ್ತಿದ್ದ ಬೆವರು ಆ ಮಂಕು ಬೆಳಕನ್ನು ಪ್ರತಿಬಿಂಬಿಸುತ್ತಿತ್ತು. 'ಸದ್ಯ! ಬದುಕಿದ್ದಾಳಲ್ಲ!' ಎಂದು ಎಷ್ಟೋ ಸಮಾಧಾನವಾಯಿತು.

'ಪುಟ್ಟ ಗೌರೀ, ಯಾರು ಬಂದಾರೆ ನೋಡು' ಎಂದು ಅವಳ ದೊಡ್ಡತ್ತಿಗೆ ಕೂಗಿ ಹೇಳಿದಳು. ಪುಟ್ಟಗೌರಿ ನಿಧಾನವಾಗಿ ಕಣ್ಣೆರೆದು ನಮ್ಮನ್ನೆಲ್ಲ ಒಮ್ಮೆ ಭಾವಶೂನ್ಯ ನೋಟದಲ್ಲಿ ನೋಡಿದಳು. ಮತ್ತೆ ನನ್ನಲ್ಲಿ ದೃಷ್ಟಿನೆಟ್ಟು ಸಣ್ಣಗೆ ನಕ್ಕಳು. ಮೈಯಿಡೀ ವಿದ್ಯುತ್ ಹರಿದಂತಾಗಿ ಕಂಪಿಸಿದೆ.

ಟ್ಯಾಕ್ಸಿಯಲ್ಲಿ ಪುಟ್ಟಗೌರಿಯನ್ನು ಊರಿಗೆ ತಂದೆವು. ನನ್ನ ಪರಿಚಯದ ಒಬ್ಬ ಲೇಡಿ ಡಾಕ್ಟರ್ ನಡೆಸುತ್ತಿದ್ದ ಮೆಟರ್ನಿಟಿ ಹೋಮ್‌ಗೆ ಅವಳನ್ನು ಅಡ್ಮಿಟ್ ಮಾಡಿದೆವು. ಅವಳನ್ನು ಪರೀಕ್ಷಿಸಿ ಬಂದ ಡಾಕ್ಟರ್ ನನಗೆ ಹೇಳಿದರು: 'ನಾರ್ಮಲ್ ಡೆಲಿವರಿ ಸಾಧ್ಯವಿಲ್ಲ. ಮಗು ಸರಿಯಾದ ಪೊಜಿಶನ್ನಿನಲ್ಲಿಲ್ಲ. ಸಿಸೇರಿಯನ್ ಮಾಡಬೇಕು. ಹುಡುಗಿಗೆ ಚಿಕ್ಕ ವಯಸ್ಸು, ತುಂಬಾ ಸುಸ್ತಾಗಿದಾಳೆ.

ಎಮರ್ಜನ್ಸಿ ಬಿದ್ದರೆ ರಕ್ತ ಬೇಕಾಗಬಹುದು. ನಮ್ಮ ಸ್ಟೋರಲ್ಲಿ ತುರ್ತಿಗೆ ರಕ್ತ ಇಲ್ಲವಲ್ಲ!'

'ನಮ್ಮಲ್ಲಿ ಯಾರದ್ದಾದರೂ ರಕ್ತ ಅವಳಿಗೆ ಹೊಂದಬಹುದೆ? ದಯವಿಟ್ಟು ನೋಡಿ, ಡಾಕ್ಟರ್' ನಾನೆಂದೆ ಅಂಗಲಾಚುವ ದನಿಯಲ್ಲಿ.

ಪುಟ್ಟಗೌರಿಯ ದೊಡ್ಡಣ್ಣ, ದೊಡ್ಡತ್ತಿಗೆ, ನಂಜಮ್ಮ ಯಾರ ರಕ್ತವೂ ಅವಳಿಗೆ ಹೊಂದಲಿಲ್ಲ. ನನ್ನಾಕೆಗೆ 'ರಕ್ತ' ಎಂಬ ಪದ ಕೇಳಿದರೇ ಸಾಕು, ಬವಳಿ ಬರುತ್ತಿತ್ತು. 'ಸದ್ಯ ನನ್ನ ರಕ್ತವಾದರೂ ಹೊಂದಲಿ, ದೇವರೇ!' ಎಂದು ಮನಸ್ಸಲ್ಲೇ ಪ್ರಾರ್ಥಿಸಿದೆ.

ನನ್ನ ರಕ್ತ ಪರೀಕ್ಷಿಸಿದ ಡಾಕ್ಟರ್ ಹೇಳಿದರು: 'ನಿಮ್ಮದು 'ಓ' ಗ್ರೂಪ್ ಬ್ಲಡ್, ನೀವು ಯಾರಿಗೆ ಬೇಕಾದರೂ ರಕ್ತ ಕೊಡಬಹುದು.'

ನನ್ನಲ್ಲಿ ಭರವಸೆ ಕುದುರಿತು. ರಕ್ತ ಕೊಟ್ಟೆ. ರಾತ್ರಿ ಸುಮಾರು ಎರಡು ಗಂಟೆ ವೇಳೆಗೆ ಪುಟ್ಟಗೌರಿಗೆ ಹೆರಿಗೆಯಾಯಿತು. ಮುದ್ದಾದ ಹೆಣ್ಣು ಕೂಸು. ಅಲ್ಲೇ ಆ ಕೂಸಿಗೆ 'ಕವಿತಾ' ಎಂದು ಹೆಸರಿಟ್ಟೆ.

ಪುಟ್ಟಗೌರಿ ಬದುಕಿ ಉಳಿದಳು. ನನ್ನ ಜೀವರಕ್ತ ಈಗ ಅವಳಲ್ಲೂ ಹರಿಯುತ್ತಿದೆಯೆಂಬ ಸಂಗತಿ ನನ್ನಲ್ಲಿ ಧನ್ಯತೆ ಮೂಡಿಸಿತು.

***

ಹೊಸ ಬೆಳಕಲ್ಲಿ ಮತ್ತೆ ಕಾವ್ಯಕ್ಕೆ ತೊಡಗಿದೆ.

–1987

16

ಯಾರಿಗೂ ಹೇಳೋಣು ಬ್ಯಾಡಾ

ಜಾನಕಿ ಒಟ್ಟಾರೆ ಚೆಲುವೆಯೇ ಆದರೂ ನನ್ನನ್ನು ಮೊದಲಿಗೆ ಸೆಳೆದದ್ದು ಅವಳ ಆ ಜೋಡಿ ಕಣ್ಣುಗಳು-ಅವಳ ಅಂತರಂಗದ ಹಗೇವಿನಾಳಕ್ಕಿಳಿಯಲು ಕಿಂಡಿಗಳಂತಿದ್ದ ಬಟ್ಟಲು ಕಣ್ಣುಗಳು; ವಿಷಾದ ತುಂಬಿಯೂ ಚುಂಬಕಗಳಂತಿದ್ದ ಕಣ್ಣುಗಳು.

ಅವಳ ಕಣ್ಣುಗಳನ್ನು ನಾನು ಸಮುದ್ರಕ್ಕೆ ಹೋಲಿಸಿದ್ದೆ. ಕಷ್ಟ ನಿಷ್ಠೂರಗಳ, ನೋವು ನಿಟ್ಟುಸಿರುಗಳ ನೂರು ನದಿ ನೀರೆರೆದ ಅಪಾರ ಸಮುದ್ರ, ಜಗ್ಗಿ ಸೆಳೆಯುವ ರುದ್ರ ಮನೋಹರ ಸಮುದ್ರ, ಭೋರ್ಗರೆವ ಸಾಲು ತೆರೆ, ಹೊಮ್ಮಿದ ಹತಾಶೆ ನೊರೆ, ಕುದಿಯುವ ಸಮುದ್ರ.

ಆಳವಳೆಯಲು ನಾನು ಕಣ್ಣೊಳಗೆ ಧುಮುಕಿದೆ. ಮುಳುಗಿದೆ, ಮುಳುಗಿದಷ್ಟೂ ಆಳ, ಎಂಥ ಒಲವಿನ ಜಾಲ! ತಳಮುಟ್ಟಿ ಮಲಗಿಬಿಟ್ಟೆ. ತೇಲಿ ಮೇಲೇರಿ ಹಿಂತಿರುಗಲೇ ಇಲ್ಲ. ಹಿಂತಿರುಗುವ ಶಕ್ತಿಯಾಗಲೀ ಆಸೆಯಾಗಲೀ ಉಳಿದಿರಲೇ ಇಲ್ಲ.

ಆಗ...

ಮಾಮೂಲಿನಂತೆ ಆ ವರ್ಷವೂ ಬಿ.ಎಡ್. ತರಗತಿಗಳು ಪ್ರಾರಂಭವಾದವು. ನಾನು ಇಂಗ್ಲಿಷ್ ಬೋಧನೆಯ ವಿಧಾನವನ್ನು ಕಲಿಸುತ್ತಿದ್ದೆ. ಅಧ್ಯಾಪಕ ಮಾತ್ರವಲ್ಲದೆ ನಾನು ಸಾಕಷ್ಟು ಹೆಸರಾಂತ ಕವಿಯೂ ಆಗಿದ್ದುದರಿಂದ ಕನ್ನಡ ಸಾರಸ್ವತ ಲೋಕದ ನಿಕಟ ಸಂಪರ್ಕ ನನಗಿತ್ತು. ಸಾಹಿತ್ಯದ ಜೊತೆಗೆ ಸಂಗೀತದಲ್ಲೂ ನನಗೆ ಮೊದಲಿಂದ ಅಭಿರುಚಿ, ಕೊಂಚ ಪರಿಶ್ರಮ

ಇದ್ದುದರಿಂದ ಕವನ ಸಂಕಲನಗಳ ಜೊತೆಗೆ ಗೇಯ ಗೀನ್ನು ನಾನು ಪ್ರಕಟಿಸಿದ್ದೆ. ನನ್ನ ಹಾಡುಗಳು ಆಕಾಶವಾಣಿ, ದೂರದರ್ಶನಗಳಲ್ಲಿ ಪ್ರಸಾರವಾಗುತ್ತಿದ್ದವು; ಧ್ವನಿ ಸುರುಳಿಗಳಲ್ಲೂ ಹೊರಬಂದಿದ್ದವು. ಹೀಗಾಗಿ ಸಾಹಿತಿಗಳೇ ಅಲ್ಲದೆ ಸಂಗೀತ ನಿರ್ದೇಶಕ, ಗಾಯಕ, ಗಾಯಕಿಯರ ಆಪ್ತ ಪರಿಚಯವೂ ನನಗಿತ್ತು.

ವಿದ್ಯಾರ್ಥಿಗಳ ಪರಿಚಯವಾಗತೊಡಗಿದಂತೆ ಜಾನಕಿ ನನ್ನ ಗಮನ ಸೆಳೆದಳು. ಕೋಲಾರದ ಖಾಸಗಿ ಪ್ರೌಢಶಾಲೆಯೊಂದರಿಂದ ಬಿ.ಎಡ್. ಮಾಡಲು ಒಂದು ವರ್ಷದ ರಜೆ ಪಡೆದು ಬಂದಿದ್ದಳು. ವಯಸ್ಸು ಇಪ್ಪತ್ತಾರರ ಹತ್ತಿರವಿದ್ದೀತು. ಸಾಧಾರಣ ಎತ್ತರ, ಗೌರವರ್ಣ, ಆಕರ್ಷಕ ಮೈಕಟ್ಟು, ಅಲೆ ಅಲೆ ಕಪ್ಪು ಕೂದಲು. ಅಗಲ ಹಣೆ, ನಡುವೆ ಕೆಂಪು ಬೊಟ್ಟು, ಮಾಟವಾದ ಎಸಳು ಮೂಗು, ತುಂಬು ತುಟಿಗಳು, ಎಲ್ಲಕ್ಕಿಂತ ಮಿಗಿಲಾಗಿ ಆ ಬಟ್ಟಲು ಕಣ್ಣುಗಳು –ಯಾವುದೋ ವಿಷಾದದ ದಟ್ಟ ಛಾಯೆ ಕವಿದಿದ್ದರೂ ಅನೂಹ್ಯ ಸೆಳೆತ, ಮಾಂತ್ರಿಕ ಶಕ್ತಿಯ ಚಲುವಾದ ಕಣ್ಣುಗಳು.

ಅವಳ ಕೊರಳಿನಿಂದ ತುಂಬಿದೆದೆಯ ಮೇಲೆ ತೂಗಿ ಜೋತಾಡುವ ಕರಿಮಣಿ ಸರದ ಮಾಂಗಲ್ಯ ಅವಳು ವಿವಾಹಿತೆಯೆಂಬುದನ್ನು ಸಾರಿ ಹೇಳುತ್ತಿತ್ತು.

ನಾನು ಬೆಂಗಳೂರಿನ ಈ ಖಾಸಗಿ ಬಿ.ಎಡ್. ಕಾಲೇಜಿನಲ್ಲಿ ಉದ್ಯೋಗಕ್ಕೆ ಸೇರಿ ಆಗ ಹತ್ತು ವರ್ಷಗಳೇ ಕಳೆದಿದ್ದವು. ಪ್ರತಿವರ್ಷ ಹಲವು ಚಲುವೆಯರು ನನ್ನ ವಿದ್ಯಾರ್ಥಿನಿಯರಾಗಿ ಬಂದು ಹೋಗಿದ್ದರು. ಮದುವೆಗೆ ಮುಂಚೆ ಕೆಲವರಿಗೆ ಮನಸೋತು ತಲೆಕೆಡಿಸಿಕೊಂಡದ್ದೂ ಉಂಟು. ಆದರೆ ವೃತ್ತಿ ಗೌರವ, ಸಭ್ಯತೆ, ಉದ್ಯೋಗದ ಅಭದ್ರತೆ, ಮಧ್ಯಮ ವರ್ಗದ ಭೀತಿ ಹಿಂಜರಿಕೆಗಳು ನನ್ನನ್ನು ಸಾಮಾಜಿಕ ಕಟ್ಟುಕಟ್ಟಳೆಗಳ ಲಕ್ಷ್ಮಣ ರೇಖೆಯ ಒಳಗೇ ತಡೆಹಿಡಿದಿದ್ದವು. ನಂತರ ನನ್ನ ಸಂಬಂಧಿಕರಲ್ಲೇ ಒಂದು ಹೆಣ್ಣನ್ನು ಮೆಚ್ಚಿ ಮದುವೆಯಾದೆ. ಕಾಡುತ್ತಿದ್ದ ಲೈಂಗಿಕ ಗುಟ್ಟುಗಳೆಲ್ಲಾ ರಟ್ಟಾಗಿ, ಬಿಸಿ ರಕ್ತದ ಭೋರ್ಗರೆಯುವ ಕಾಮನೆಗಳೆಲ್ಲ ತೃಪ್ತವಾಗಿ ಕಾವಡಗಿ ಮನಸ್ಸು ಶಾಂತವಾಯಿತು. ಎರಡು ಮಕ್ಕಳಾದವು. ನನ್ನ ಹೆಂಡತಿಯಲ್ಲಿ ರೂಪ, ವಿದ್ಯೆ, ಸದಭಿರುಚಿಗಳ ಜೊತೆಗೆ ನನ್ನೊಂದಿಗೆ ಸಾಮರಸ್ಯವೂ ಬೆಳೆದು ಬಂದಿದ್ದರಿಂದ, ಗೃಹಸ್ಥ ಧರ್ಮದ ಕಕ್ಷೆಯಲ್ಲಿ ನನ್ನ ಕೌಟುಂಬಿಕ ಜೀವನದ ಗಾಲಿಗಳು ಸರಾಗವಾಗಿ ಉರುಳ ತೊಡಗಿದ್ದವು. ಚಂದದ ಇತರೆ ಹೆಣ್ಣುಗಳ ಬಗ್ಗೆ ನನ್ನ ವ್ಯಾಮೋಹ ಕುಂದಲಿಲ್ಲವಾದರೂ ಅದು ನನ್ನ ಕನಸು, ಕಲ್ಪನೆಗಳಲ್ಲಿ, ಕಥೆ ಕವಿತೆಗಳಲ್ಲಿ ನಿರುಪದ್ರವ ಹೊರದಾರಿ ಕಂಡುಕೊಳ್ಳುತ್ತಿರಲಿಲ್ಲ.

ಜಾನಕಿಯ ಬಗ್ಗೆ ಸಹ ಮೊದಲಿಗೆ ನನ್ನ ಭಾವನೆಗಳು ಈ ಸ್ತರದಲ್ಲೇ ಮುಂದುವರೆದಿದ್ದವು.

ಆಕೆ ಬಹುಮಟ್ಟಿಗೆ ಮೌನಿ. ಸಂಕೋಚ ಸ್ವಭಾವದವಳು. ತಾನಾಯಿತು, ತನ್ನ ಕಲಿಕೆಯಾಯಿತು. ಕಲಿಕೆಯಲ್ಲಿ ಸಾಕಷ್ಟು ಜಾಣೆಯೂ ಆಗಿದ್ದಳು. ಆಪ್ತ ಗೆಳೆಯ ಗೆಳತಿಯರು ಯಾರೂ ಆಕೆಗಿದ್ದಂತಿರಲಿಲ್ಲ. ಕ್ರಮೇಣ ಪರಿಚಯ ಬೆಳೆದಂತೆ, ಆಕೆಯ ಗಂಡ ಕೋಲಾರದ ಬ್ಯಾಂಕೊಂದರಲ್ಲಿ ಅಧಿಕಾರಿಯಾಗಿರುವ ವಿಷಯ ತಿಳಿಯಿತು. ಆಕೆ ಜಯನಗರದ ವೃತ್ತಿನಿರತ ಮಹಿಳೆಯರ ಹಾಸ್ಟೆಲೊಂದರಲ್ಲಿ ವಾಸಿಸುತ್ತಿದ್ದಾಳೆಂದು ಗೊತ್ತಾಯಿತು.

***

ಒಂದು ಭಾನುವಾರ 'ಪ್ರಜಾವಾಣಿ'ಯ ಸಾಪ್ತಾಹಿಕ ಪುರವಣಿಯಲ್ಲಿ ನನ್ನದೊಂದು ಕವಿತೆ ಅಚ್ಚಾಯಿತು. ಮಾರನೇ ದಿನ ನಾನು ಕ್ಲಾಸ್ ಮುಗಿಸಿ ಹೊರಬಂದಾಗ ಜಾನಕಿ ನನ್ನ ಬಳಿ ಬಂದು ಹೇಳಿದಳು:

'ಸರ್, ನಿನ್ನೆ ಪ್ರಜಾವಾಣೀಲಿ ನಿಮ್ಮ ಪದ್ಯ ಓದಿದೆ. ತುಂಬ ಇಷ್ಟವಾಯಿತು.'

'ಓ ಹೌದ? Thank you ಸಾಹಿತ್ಯದಲ್ಲಿ ನಿಮಗೆ ಆಸಕ್ತಿ ಇದೇಂತಾಯ್ತು' ಎಂದೆ.

'ಅಲ್ಪ ಸ್ವಲ್ಪ ಅಷ್ಟೇ, ಸರ್. ನಿಮ್ಮ ಭಾವಗೀತೆಗಳು ನನಗೆ ತುಂಬ ಇಷ್ಟ' ಎಂದಳು.

'ಹೌದ? ಬರೀ ಇಷ್ಟಾ ಮಾತ್ರಾನೋ ಅಥವಾ ನೀವೇ ಹಾಡ್ತೀರೋ?' ಕೇಳಿದೆ.

'ಕೊಂಚ ಸಂಗೀತ ಕಲ್ತಿದೀನಿ. ದೇವರನಾಮ, ಭಾವಗೀತೆ ಮನೇಲಿ ಹಾಡ್ಕೊತೀನಿ ಅಷ್ಟೇ' ಎಂದಳು.

'ಅದ್ಯಾಕ್ರೀ? ಹಾಗೆಲ್ಲ ನಿಮ್ಮಲ್ಲಿರೋ ಪ್ರತಿಭೇನ ಒಳಗೇ ಹೊಸಕಿ ಹಾಕಬಾರದು. ನಾಳೆ ಕ್ಲಾಸಲ್ಲಿ ಹಾಡಿ, ಕೇಳೋಣ' ಎಂದೆ.

ಅವಳ ಮುಖ ನಾಚಿಕೆಯಿಂದ ರಂಗೇರಿತು.

'ಅಯ್ಯೋ ಖಂಡಿತ ಬೇಡ, ಸರ್. ಆಗಲ್ಲ ನಾಲ್ಕು ಜನರೆದುರು ಹಾಡಿ ನನಗೆ ರೂಢೀನೆ. I will only make a fool of myself' ಎಂದಳು.

'ಆದ್ಯಾಕೆ ಹಾಗೆ ಹೆದರ್ತೀರಿ? ಒಂದು ಸಲ ಹಾಡಿ. ಮೈ ಚಳಿ ತಾನಾಗಿ ಬಿಟ್ಟು ಹೋಗುತ್ತೆ' ಹುರಿದುಂಬಿಸಲು ಯತ್ನಿಸಿದೆ.

'ಖಂಡಿತ ಬೇಡ, ಸರ್. ನಾನಿನ್ನು ಬರ್ತೀನಿ' ಎಂದು ಹೊರಟುಬಿಟ್ಟಳು. ಹೆಚ್ಚಿಗೆ ಒತ್ತಾಯಿಸುವುದು ತರವಲ್ಲವೆಂದು ಸುಮ್ಮನಾದೆ.

***

'ವಿದ್ಯಾರ್ಥಿ ಸಂಘ'ದ ಆರಂಭೋತ್ಸವ ಏರ್ಪಾಟಾಯಿತು. ಅಂದಾದರೂ ಹಾಡಲೇಬೇಕೆಂದು ಜಾನಕಿಯನ್ನು ಒಪ್ಪಿಸಿದೆ. ಕಾರ್ಯಕ್ರಮಕ್ಕೆ ನನ್ನ ಹೆಂಡತಿ ರಾಧೆ ಸಹ ಬಂದಿದ್ದಳು. ವಿವಿಧ ಸಾಂಸ್ಕೃತಿಕ ಕಾರ್ಯಕ್ರಮಗಳ ನಡುವೆ ಜಾನಕಿಯ ಐಟಂ ಬಂತು. ಏಕೋ ಅವಳಿಗಿಂತ ನನಗೇ ಅಳುಕು ಆತಂಕ ಹೆಚ್ಚಾಗಿದ್ದಂತಿತ್ತು.

ಮೈಕ್ ಮುಂದೆ ಸಂಕೋಚದಿಂದ ಮುದುರಿ ನಿಂತ ಜಾನಕಿ ಕ್ಷೀಣ ಸ್ವರದಲ್ಲಿ ಹೇಳಿದಳು. 'ನಾನು ನಮ್ಮ ಪ್ರಿಯ ಅಧ್ಯಾಪಕರೂ ಪ್ರಸಿದ್ಧ ಕವಿಗಳೂ ಆದ ಶ್ರೀ ಭಾಸ್ಕರ್ ಅವರ ಒಂದು ಗಜಲ್ ಹಾಡ್ತೇನೆ.'

ವಿದ್ಯಾರ್ಥಿ ಸಮೂಹದಿಂದ ಭಾರಿ ಚಪ್ಪಾಳೆ ಬಿತ್ತು. ನನಗೆ ತುಂಬ ಮುಜುಗರ, ಒಳಗೊಳಗೇ ಸಂತೋಷವೂ ಆಯಿತು. ಆದರೆ, 'ಹೇಗೆ ಹಾಡ್ತಾಳೋ ಮಹಾರಾಯಿತಿ' ಎಂಬ ಆತಂಕ ಉಳಿದೇ ಇತ್ತು.

ಬಾಳ ದಾರಿ ಸಹನೆಯಲ್ಲಿ ನಾನು ಕಂಡೆನು.

ದುಃಖಿಯು ಒಬ್ಬಂಟಿಯೆಂದು ಅರಿತುಕೊಂಡನು.

ಜಾನಕಿ ಹಾಡತೊಡಗಿದಂತೆ ನಾನು ಮೂಕವಿಸ್ಮಿತನಾದೆ. ಜೇನಿನಲ್ಲಿ ಅದ್ದಿ ತೆಗೆದಂಥ ಮಧುರ ಭಾವಾರ್ದ್ರ ಧ್ವನಿ, ಆ ನಾದ ಮಾಧುರ್ಯದಲ್ಲಿ ಮುಳುಗಿಹೋದೆ.'

ಯಾರೋ ಏಕೆ ನನ್ನ ದುಃಖ ತೋಡಿಕೊಳ್ಳಲು?

ಹಾಡಿನಲ್ಲಿ ನನಗೆ ನಾನೇ ತೋಡಿಕೊಂಡೆನು

ಈ ಸಾಲುಗಳನ್ನು ಹಾಡುವಾಗ ಅವಳ ಧ್ವನಿಯಲ್ಲಿ ವಿಷಾದ ಮಡುಗಟ್ಟಿದಂತಿತ್ತು. ಕೇಳುತ್ತಿದ್ದ ನನಗೇ ಕೊರಳ ಸೆರೆಯುಬ್ಬಿ ಬಂತು.

ದೀರ್ಘ ಕರತಾಡನ ನನ್ನನ್ನು ಭಾವಲೋಕದಿಂದ ವಾಸ್ತವಕ್ಕೆ ಜಗ್ಗಿ ಎಚ್ಚರಿಸಿತ್ತು. ನಾನೂ ಚಪ್ಪಾಳೆಯಿಟ್ಟೆ.

'ಸೊಗಸಾಗಿ ಹಾಡ್ತಾಳೆ ಅಲ್ಲವೇನ್ರಿ?' ರಾಧೆ ಕೇಳಿದಳು.

'Really marvelous! ಇಷ್ಟು ಚೆನ್ನಾಗಿ ಹಾಡಬಹುದೂಂತ ನಾನು expect ಮಾಡಿರಲಿಲ್ಲ' ಎಂದೆ.

ಕಾರ್ಯಕ್ರಮ ಮುಗಿದ ಮೇಲೆ ಜಾನಕಿಗೆ ರಾಧೆಯನ್ನು ಪರಿಚಯಿಸಿದೆ. ಇಬ್ಬರೂ ಅವಳ ಸೊಗಸಾದ ಹಾಡುಗಾರಿಕೆಯನ್ನು ಬಾಯ್ತುಂಬ ಹೊಗಳಿದೆವು. ಅವಳು ನಾಚಿ ಕೆಂಪಾಗಿ ನೆಲನೋಡುತ್ತ ನಿಂತಳು.

'ಅಲ್ರಿ, ಇಷ್ಟು ಚೆನ್ನಾಗಿ ಹಾಡ್ತೀರಿ, ಅದೇಕೆ ಅಷ್ಟೊಂದು ಅಂಜಿಕೆ, ಸಂಕೋಚ? ಇನ್ನೇಲೆ ನೀವು ಈ ಬಿಗುಮಾನ ಎಲ್ಲಾ ಬಿಟ್ಟು ಧೈರ್ಯವಾಗಿ ಹಾಡಬೇಕು. ನೀವೇಕೆ ರೇಡಿಯೋಲಿ ಹಾಡಬಾರದು?' ಎಂದೆ.

ಮಾಮೂಲಿನಂತೆ, 'ಅಯ್ಯೋ ಅದೆಲ್ಲ ಬೇಡ, ಸರ್' ಎಂದಳು. 'ಇನ್ನೇಲೆ ಅದೆಲ್ಲ ಕಟ್ಟಿಟ್ಟು ಬಿಡಿ. ನಾನೇ ಅಡಿಷನ್‌ಗೆ ಅಪ್ಲಿಕೇಷನ್‌ಫಾರ್ಮ್ ತಂದುಕೊಡ್ತೇನೆ. ಅಪ್ಲೈ ಮಾಡಿ, ಎಂದೆ.

'ಹೌದು ಕಣ್ರಿ, ಖಂಡಿತ ಸೆಲೆಕ್ಟ್ ಆಗೀರಿ. ಅಪ್ಲೆ ಮಾಡಿ' ಎಂದು ರಾಧೆ ಸಹ ದನಿಗೂಡಿಸಿದಳು.

***

ಜಾನಕಿಯ ಬಗ್ಗೆ ಆಸಕ್ತಿ ಗರಿಗೆದರ ತೊಡಗಿದಂತೆ ನನ್ನಲ್ಲಿ ದೈನಂದಿನ ಯಾಂತ್ರಿಕತೆ, ಏಕತಾನತೆ, ನಿರುತ್ಸಾಹ ಕಳೆದು, ಹುರುಪು, ಲವಲವಿಕೆ ಹರಿದಾಡತೊಡಗಿ, ಮತ್ತೆ ಹರೆಯ ಹಿಂತಿರುಗಿದಂತಾಯಿತು. ಆದರೆ ನನ್ನ ಹೆಂಡತಿಗೆ ಇದರ ಸುಳಿವು ಸಿಗದಂತೆ ಜಾಗರೂಕನಾಗಿದ್ದೆ.

ಸುದೈವದಿಂದ ನನ್ನ ಹೆಂಡತಿಗೆ ಜಾನಕಿ ತುಂಬ ಹಿಡಿಸಿದ್ದಳು. ಮುಖ್ಯ ಕಾರಣ, ಸಂಗೀತ, ರಾಧೆಗೂ ಸಂಗೀತವೆಂದರೆ ಪಂಚಪ್ರಾಣ. ಅವಳೂ ಚೆನ್ನಾಗಿ ಹಾಡುತ್ತಿದ್ದಳು. ಜೊತೆಗೆ ಜಾನಕಿಯ ಗಾಂಭೀರ್ಯ, ವಿನಯ ರಾಧೆಗೂ ತುಂಬ ಇಷ್ಟವಾಗಿದ್ದವು.

***

ಒಂದು ಸಂಜೆ ರಾಧೆ ಮತ್ತು ನಾನು ಒಂದಷ್ಟು ಸಾಮಾನು ಸರಂಜಾಮು ಕೊಳ್ಳಲು ಜಯನಗರ ಕಾಂಪ್ಲೆಕ್ಸ್‌ಗೆ ಹೋಗಿದ್ದೆವು. ಅಕಸ್ಮಾತ್ ಜಾನಕಿಯೂ ಅಲ್ಲಿಗೆ ಬಂದಿದ್ದಳು. ತಾನಾಗಿ ಬಂದು ನಮ್ಮನ್ನು ಮಾತಾಡಿಸಿದಳು. ಮಾತುಕತೆ ಮುಗಿದಾಗ ರಾಧೆ:

'ಹೇಗೂ ನಿಮ್ಮ ಹಾಸ್ಟೆಲ್ ನಮ್ಮ ಮನೆಗೆ ಹತ್ತಿರ. ಒಂದು ದಿನ ದಯವಿಟ್ಟು ನಮ್ಮ ಮನೆಗೆ ಬನ್ನಿ. ಇನ್ನೊಂದಿಷ್ಟು ನಿಮ್ಮ ಹಾಡು ಕೇಳಬೇಕು. ಈ ಭಾನುವಾರವೇ ಯಾಕಾಗಬಾರದು? ಊಟಕ್ಕೇ ಬಂದು ಬಿಡಿ' ಎಂದು ಸ್ನೇಹದಿಂದ ಒತ್ತಾಯಿಸಿ ಒಪ್ಪಿಸಿಯೇ ಬಿಟ್ಟಳು. ನನಗೋ ಒಳಗೊಳಗೇ ಹಿಗ್ಗು. ಶನಿವಾರವೇ ಸ್ಕೂಟರಲ್ಲಿ ಆಕಾಶವಾಣಿಗೆ ಹೋಗಿ, ಸುಗಮ ಸಂಗೀತ ಗಾಯನದ ಧ್ವನಿ ಪರೀಕ್ಷೆಗೆ ಅರ್ಜಿಯೊಂದನ್ನು ತಂದು ಮನೆಯಲ್ಲೇ ಇಟ್ಟುಕೊಂಡೆ.

ಭಾನುವಾರ ಬೆಳಿಗ್ಗೆ ಎದ್ದಾಗಿನಿಂದಲೇ ಎಂಥದೋ ಸಡಗರ, ಸಂಭ್ರಮ! ಅದನ್ನು ಹೊರಗೆ ತೋರಗೊಡದೆ ಯಥಾ ಸಾವಧಾನ ನನ್ನ ದಿನಚರಿಗಳನ್ನು ಮುಗಿಸಿ, ಆರಾಮಕುರ್ಚಿಯಲ್ಲೊರಗಿ, ದಿನಪತ್ರಿಕೆಗಳ ಮೇಲೆ ಕಣ್ಣಾಡಿಸುತ್ತಿದ್ದೆ. ಮನಸ್ಸು ಮಾತ್ರ ಜಾನಕಿಯ ಬರವಿಗಾಗಿ ಕಾತರಿಸುತ್ತಿತ್ತು. ಅವಳಿಗಾಗಿ ಒಂದು ಸಣ್ಣ ಔತಣದ ಸಿದ್ಧತೆಯಲ್ಲಿ ರಾಧೆ ನಿರತಳಾಗಿದ್ದಳು.

ಸುಮಾರು ಹನ್ನೆರಡರ ವೇಳೆಗೆ ಆಟೋಲಿ ಜಾನಕಿ ಬಂದಳು. ರಾಧೆ ಗೇಟಿನ ತನಕ ಹೋಗಿ, ಅವಳನ್ನು ಎದುರುಗೊಂಡು ಮನೆಯೊಳಕ್ಕೆ ಕರೆತಂದಳು. ಒಂದು ಪ್ಲಾಸ್ಟಿಕ್ ಚೀಲದಲ್ಲಿ ಜಾನಕಿ ಹಣ್ಣು ಹೂವು, ಮಕ್ಕಳಿಗಾಗಿ ಚಾಕೊಲೆಟ್ ಬಾರ್‌ಗಳನ್ನು ತಂದಿದ್ದಳು. ನನ್ನ ಪುಟ್ಟ ಮಕ್ಕಳಾದ ಅರುಣ್ ಮತ್ತು ಕಿರಣ್‌ರಿಗೆ ಚಾಕೊಲೇಟ್ ಕೊಟ್ಟು, ಪರಿಚಯ ಮಾಡಿಕೊಂಡಳು.

'ನಿಮಗೆ ಮಕ್ಕಳು?' ರಾಧೆ ಲೋಕಾಭಿರಾಮವಾಗಿ ಕೇಳಿದಳು. ಜಾನಕಿಯ ಮುಖ ಯಾಕೋ ನಿಸ್ತೇಜವಾಯಿತು.

'ಇನ್ನೂ ಇಲ್ಲ' ಎಂದಳು ಕ್ಷೀಣವಾಗಿ, ಮರುಕ್ಷಣ ಚೇತರಿಸಿಕೊಂಡು ಮಕ್ಕಳೊಂದಿಗೆ ಆತ್ಮೀಯ ಮಾತುಕತೆಗೆ ತೊಡಗಿದಳು.

ಅಡಿಗೆ ಮನೆಯಲ್ಲಿ ರಾಧೆ; ಬೆಡ್ ರೂಮಿನಲ್ಲಿ ಟಿ. ವಿ. ಎದುರು ಮಕ್ಕಳು; ಹಜಾರದಲ್ಲಿ ಜಾನಕಿ ಮತ್ತು ನಾನು ಕೂತು ಅರ್ಜಿ ತುಂಬಿದೆವು. ಅವಳು ಕಲಿತಿದ್ದ ಇಪ್ಪತ್ತು ಭಾವಗೀತೆಗಳ ಪಟ್ಟಿ ತಯಾರಿಸಿದೆವು. ಅದರಲ್ಲಿ ನನ್ನದೇ ನಾಲ್ಕು ಹಾಡುಗಳಿದ್ದವು.

'ಆಡಿಷನ್ ಫೀಸನ್ನು ಎಂ. ಓ. ಮಾಡಿ, ಅದರ ರಸೀದೀನ ಅಪ್ಲಿಕೇಷನ್‌ಫಾರ್ಮ್‌ಗೆ ಅಂಟಿಸಿ ನಾಳೆಯೇ ಪೋಸ್ಟ್ ಮಾಡಿಬಿಡಿ, ತಡಮಾಡಬೇಡಿ' ಎಂದೆ.

ಊಟವಾದ ಮೇಲೆ ಮಕ್ಕಳು ಆಡಿಕೊಳ್ಳಲು ನೆರೆಮನೆಗೆ ಹೋದವು. ನಾವು ಮೂವರು ಹಜಾರದಲ್ಲಿ ಕೂತೆವು. ರಾಧೆ ತಂಬೂರಿ ತಂದಳು. ಒತ್ತಾಯಕ್ಕೆ ಮಣಿದು ಜಾನಕಿ ಒಂದೆರಡು ದೇವರನಾಮ, ಕೆಲವು ಭಾವಗೀತೆಯನ್ನು ಹಾಡಿದಳು. ಅವಳ ಗಾನಮಾಧುರ್ಯಕ್ಕೆ ನಾನು ಸಂಪೂರ್ಣ ಮಾರುಹೋದೆ. ಹೆಂಡತಿಯನ್ನು ರಮಿಸಲು ಹೇಳಿದೆ:

'ರಾಧಾ ಕೂಡಾ ಚೆನ್ನಾಗಿ ಹಾಡ್ತಾಳೆ ಕಣ್ರೀ '

'ಹಾಡಿ, ರಾಧಕ್ಕ' ಜಾನಕಿ ಪ್ರೀತಿಯಿಂದ ಒತ್ತಾಯಿಸಿದಳು.

'ನಿಮ್ಮಷ್ಟು ಚೆನ್ನಾಗಿ ಹಾಡಲು ಬರೋಲ್ಲಮ್ಮ, ನಾನು ಹಾಡೊಲ್ಲ' ಎಂದು ರಾಧೆ ಬಿಗುಮಾನ ತೋರಿದರೂ ಕೊನೆಗೆ ತಾನೂ ಒಂದೆರಡು ಹಾಡು ಹೇಳಿ ಜಾನಕಿಯಿಂದ ಹೊಗಳಿಸಿಕೊಂಡಳು.

ಸಂಜೆ ನಾಲ್ಕರ ವೇಳೆಗೆ ಆಟೋ ಸ್ಟ್ಯಾಂಡಿನ ತನಕ ಹೋಗಿ, ಜಾನಕಿಯನ್ನು ಆಟೋ ಹತ್ತಿಸಿ ಬೀಳ್ಕೊಟ್ಟು, ಬಂದೆವು.

***

ಅಲ್ಲಿಂದಾಚೆಗೆ ಜಾನಕಿಗೆ ನನ್ನಲ್ಲಿ, ನನಗಿಂತ ಹೆಚ್ಚಾಗಿ ರಾಧೆಯಲ್ಲಿ, ಆತ್ಮೀಯ ಸಲಿಗೆ ಬೆಳೆಯಿತು. ಆಗಾಗ ಪಾಠದ ವಿಷಯಕ್ಕೆ, ಹಬ್ಬ ಹರಿದಿನಗಳಿಗೆ

ಜಾನಕಿ ನಮ್ಮ ಮನೆಗೆ ಬಂದು ಹೋಗುತ್ತಿದ್ದಳು. ನಮ್ಮ ಮಕ್ಕಳೂ ಸಹ 'ಆಂಟೀ' ಎಂದು ಅವಳನ್ನು ತುಂಬ ಹಚ್ಚಿಕೊಂಡಿದ್ದವು. ಮನೆಗೆ ಬಂದಾಗಲೆಲ್ಲ ಮಕ್ಕಳಿಗೆಂದು ಏನಾದರೊಂದು ಆಟಿಕೆ ಅಥವಾ ಸಿಹಿ ತರುತ್ತಿದ್ದಳು. ಮಕ್ಕಳ ಬಗ್ಗೆ ಅವಳು ತೋರುತ್ತಿದ್ದ ಅಕ್ಕರೆಗೆ, ಅವಳಿಗೆ ಮಕ್ಕಳಿಲ್ಲದ ಕೊರತೆ ಕಾರಣವಿರಬಹುದೇ, ಎಂದು ರಾಧೆ ಮತ್ತು ನಾನು ಮರುಕ ಪಡುತ್ತಿದ್ದೆವು, ರಾಧೆ ಕೊಂಚ ಕೆದಕಿ ಕೇಳಿದರೂ ಸಹ ಜಾನಕಿ ತನ್ನ ಸ್ವಂತ ಜೀವನದ ಗುಟ್ಟುಗಳನ್ನು ಬಿಟ್ಟುಕೊಟ್ಟಿರಲಿಲ್ಲ.

***

ಜಾನಕಿಯ ಸೆಳೆತ ಬೆಳೆಯುತ್ತಾ ಹೋಯಿತು. ಅದೇನು ಪ್ರೇಮವೋ ಕಾಮವೋ ಹೇಗೆ ಹೇಳಲಿ? ಈ ರೀತಿಯ ಸಂಬಂಧಗಳಲ್ಲಿ ಕಾಮದ ಸೋಂಕಿಲ್ಲದ ಪರಿಶುದ್ಧ ಪ್ರೇಮ ಇದ್ದೀತೆ? ಇಷ್ಟಕ್ಕೂ ಜಾನಕಿಗೆ ನನ್ನಲ್ಲಿ ಯಾವ ಭಾವನೆಗಳಿರಬಹುದೆಂದು ನನಗೆ ಸುಳಿವು ಸಿಕ್ಕಿರಲಿಲ್ಲ. ಆದ್ದರಿಂದ ಅವಳೊಂದಿಗೆ ವ್ಯವಹರಿಸುವಾಗ ಸಭ್ಯತೆಯ ಮುಖವಾಡ, ಔಚಿತ್ಯದ ಕಡಿವಾಣ ನನಗೆ ಅನಿವಾರ್ಯವಾಗಿದ್ದವು. ಕಾಲೇಜಿನಲ್ಲಂತೂ ಯಾವುದೇ ಗುಮಾನಿಗೆ ಆಸ್ಪದವಾಗದಂತೆ ವಿಶೇಷ ಜಾಗರೂಕತೆಯಿಂದ ಅವಳೊಂದಿಗೆ ವ್ಯವಹರಿಸುತ್ತಿದ್ದೆ. ಸಲಿಗೆಯ ಮಾತುಕತೆಯೇನಿದ್ದರೂ ಅವಳು ನನ್ನ ಮನೆಗೆ ಬಂದಾಗ ಮಾತ್ರ.

***

ಒಂದು ಬೆಳಗ್ಗೆ ಜಾನಕಿ ಬಂದು ಆಕಾಶವಾಣಿಯಿಂದ ಧ್ವನಿ ಪರೀಕ್ಷೆಗೆ ಕರೆ ಬಂದಿರುವ ವಿಷಯ ತಿಳಿಸಿ, ಪತ್ರ ತೋರಿಸಿದಳು. ಪರೀಕ್ಷೆ ಇದ್ದದ್ದು ಎರಡು ವಾರಗಳ ನಂತರ, ಒಂದು ಬುಧವಾರದಂದು. ಅದು ನನಗೆ ರಜೆಯ ದಿನವಲ್ಲವಾದ್ದರಿಂದ ಅಂದು ಜಾನಕಿಯೊಂದಿಗೆ ಆಕಾಶವಾಣಿಗೆ ಹೋಗಲು ರಾಧೆಯೇ ಮುಂದಾದಳು.

'ಹಾಡುಗಳನ್ನು ಚೆನ್ನಾಗಿ ಅಭ್ಯಾಸ ಮಾಡಿಕೊಳ್ಳಿ, ಶ್ರುತಿ, ತಾಳ ತುಂಬ ಮುಖ್ಯ' ಎಂದೆ.

'ಹಾಸ್ಟೆಲಿನ ದೊಂಬಿಯಲ್ಲಿ ಸಂಗೀತಾಭ್ಯಾಸ ಎಲ್ಲಿ ಸಾಧ್ಯ, ಸರ್? ಆದರೂ ಪ್ರಯತ್ನಿಸುತ್ತೀನಿ' ಅಂದಳು.

'ಹೇಗೂ ಎರಡು ಭಾನುವಾರ ಸಿಕ್ಕುತ್ತಲ್ಲೇ. ಮನೆಗೆ ಬಂದು ಬಿಡು, ಹೇಗೂ ತಂಬೂರಿ ಇದೆ. ಇಲ್ಲೇ ಅಭ್ಯಾಸ ಮಾಡಿದರಾಯ್ತು' ಎಂದಳು ರಾಧೆ.

ಈಗ ರಾಧೆ, ಜಾನಕಿ ಏಕವಚನದ ಗೆಳತಿಯರಾಗಿದ್ದರು.

'ನಿನಗೇಕೆ ತೊಂದರೆ, ರಾಧಕ್ಕ?' ರಾಗ ಎಳೆದಳು ಜಾನಕಿ.

'ತೊಂದರೆ ಏನು ಬಂತು? ನಿನ್ನ ಜೊತೆ ನಾನೂ ಹಾಡಿಕೊಂಡಂತಾಗುತ್ತೆ, ಪರವಾಗಿಲ್ಲ ಬಾ' ಒಪ್ಪಿಸಿದಳು ರಾಧೆ.

ಅಂತೂ ಎರಡು ಭಾನುವಾರ ನಮ್ಮನೇಲೇ ಜಾನಕಿಯ ತಾಲೀಮು ನಡೀತು. ಆ ಎರಡೂ ದಿನ ಮುಂಜಾಗರೂಕತೆ ವಹಿಸಿ ನಾನು ಮನೆಯಿಂದ ಹೊರಗೆ ಸಾಹಿತಿ ಮಿತ್ರರೊಡನೆ ಕಾಲ ಕಳೆದೆ.

ಬುಧವಾರ ಸಂಜೆ ನಾನು ಕಾಲೇಜಿನಿಂದ ಹಿಂತಿರುಗುವ ವೇಳೆಗೆ ಜಾನಕಿ, ರಾಧ ಆಕಾಶವಾಣಿಯಿಂದ ಹಿಂತಿರುಗಿದ್ದರು. ಅವರ ಅರಳಿದ ಮುಖಾರವಿಂದಗಳನ್ನು ಕಂಡಾಗಲೇ ಪರೀಕ್ಷೆಯ ಫಲಿತಾಂಶ ಸ್ಪಷ್ಟವಾಗಿತ್ತು. ಜಾನಕಿ ನನಗೆ ಸಿಹಿಕೊಟ್ಟಳು.

'Congrats. I am really delighted' ಎಂದೆ

'ರಾಧಕ್ಕ ಮತ್ತು ನಿಮ್ಮ ಆಶೀರ್ವಾದ, ಸರ್. ನಿಮ್ಮಿಬ್ಬರ ಪರಿಚಯದಿಂದ ನನ್ನ ಬದುಕಿಗೊಂದು ಹೊಸ ಉತ್ಸಾಹ, ಉದ್ದೇಶ ಸಿಕ್ಕಿದೆ. ನಿಮಗೆ ನಾನು ಎಷ್ಟು ಋಣಿಯಾಗಿದ್ದರೂ ಸಾಲದು' ಎಂದಳು.

ಅವಳ ವಿಷಾದದ ಕಂಗಳಲ್ಲಿ ಹೊಸ ಹೊಳಪು ಹೊಮ್ಮತೊಡಗಿದ್ದು ಕಂಡು ಏನೋ ದೊಡ್ಡದೊಂದನ್ನು ಸಾಧಿಸಿದಂಥ ಧನ್ಯತೆ ನನ್ನೆದೆ ತುಂಬಿತು.

***

ಹೀಗೆಯೇ ದಿನಗಳುರುಳಿದವು. 'ಗೀತ ಲಹರಿ' ಕಾರ್ಯಕ್ರಮದಲ್ಲಿ ಎರಡು ಭಾವಗೀತೆಗಳನ್ನು ಹಾಡಲು 'ಆಕಾಶವಾಣಿ'ಯಿಂದ ಜಾನಕಿಗೆ contract ಬಂತು. ರಾಧೆಯೇ ಜಾನಕಿಯ ಜೊತೆ ರಿಕಾರ್ಡಿಂಗ್‌ಗೆ ಹೋಗಿ ಬಂದಳು. ಬೇಂದ್ರೆ ಮತ್ತು ಕುವೆಂಪುರವರ ಕವಿತೆಗಳನ್ನು ಹಾಡಲು ನಾನು ಸೂಚಿಸಿದೆ. 'ಮೊದಲಿಗೆ ನಿಮ್ಮದೊಂದು ಕವಿತೆ ಹಾಡಲೇಬೇಕು'ಎಂದು ಜಾನಕಿ ಪಟ್ಟು ಹಿಡಿದಳು.

'ಗುರು ದಕ್ಷಿಣೆಯೆ?' ಎಂದು ಛೇಡಿಸಿದೆ.

ಕಾರ್ಯಕ್ರಮದ ಪ್ರಸಾರ ಒಂದು ಭಾನುವಾರ ಮಧ್ಯಾಹ್ನ ಇದ್ದದ್ದರಿಂದ ನಾವೆಲ್ಲ ಒಟ್ಟಿಗೆ ಮನೆಯಲ್ಲೇ ಕೂತು ಕೇಳಿದೆವು. ನಿರೀಕ್ಷೆಯಂತೆ ಜಾನಕಿ ಸೊಗಸಾಗಿ ಹಾಡಿದ್ದಳು.

'You will certainly go places in light music' ಎಂದು ಹೊಗಳಿ ಹಾರೈಸಿದೆ. ಜಾನಕಿ ಮೇ ತಿಂಗಳ ಗುಲ್‌ಮೊಹರ್ ನಂತಾದಳು. ಸಂತೋಷದ ಆಚರಣೆಯೆಂದು ಮನೆಮಂದಿಗೆಲ್ಲ ಅಂದು ಹೋಟೆಲಿನಲ್ಲಿ ಗಡದ್ ಊಟ ಹಾಕಿಸಿದಳು.

***

ಪ್ರತಿ ವರ್ಷದಂತೆ ಕಾಲೇಜಿನ ವಿದ್ಯಾರ್ಥಿಗಳಿಗೆ ಎರಡು ವಾರಗಳ ಪ್ರವಾಸ ಏರ್ಪಾಟಾಯಿತು. ಈ ಬಾರಿ ವಿದ್ಯಾರ್ಥಿಗಳೊಂದಿಗೆ ಹೋಗಲು ಪ್ರಿನ್ಸಿಪಾಲರು ನನ್ನನ್ನು ಕೇಳಿದರು. ಜಾನಕಿಯ ಕಾರಣವಾಗಿ ಪ್ರವಾಸದಲ್ಲಿ ಸೇರಿಕೊಳ್ಳಲು ನನಗೂ ತುಂಬ ಆಸೆಯಿತ್ತು. ಆದರೆ ಇದೇ ವೇಳೆಗೆ ರಾಜ್ಯ ಸಾಹಿತ್ಯ ಅಕಾಡೆಮಿ ಧಾರವಾಡದಲ್ಲಿ ಒಂದು ವಾರದ 'ಕಾವ್ಯ ಕಮ್ಮಟ' ಏರ್ಪಡಿಸಿ, ಅದರ ನಿರ್ದೇಶನದ ಹೊಣೆ ನನಗೆ ವಹಿಸಿತ್ತು. ಮೊದಲೇ ಇದಕ್ಕೆ ನನ್ನ ಒಪ್ಪಿಗೆ ಕೊಟ್ಟುಬಿಟ್ಟಿದ್ದೆ. ಒಲ್ಲದ ಮನಸ್ಸಿನಿಂದ ಪ್ರವಾಸ ನಿರಾಕರಿಸಬೇಕಾಯಿತು. ಕೊನೇ ಗಳಿಗೆಯಲ್ಲಿ ಅನಾರೋಗ್ಯದ ಕಾರಣ ಒಡ್ಡಿ ಜಾನಕಿಯೂ ಸಹ ಪ್ರವಾಸದಿಂದ ಹಿಂತೆಗೆದು, ಕೋಲಾರಕ್ಕೆ ಹೋಗಿಬಂದಳು.

***

ಶೈಕ್ಷಣಿಕ ವರ್ಷ ಮುಗಿಯುತ್ತ ಬಂದು, ಬಿ.ಎಡ್. ಪರೀಕ್ಷೆಗಳು ಹತ್ತಿರವಾಗುತ್ತಿದ್ದಂತೆ ನನ್ನಲ್ಲಿ ಒಂದು ರೀತಿಯ ಕ್ಷೋಭೆ, ಖಾಲಿತನ ತುಂಬಿಕೊಳ್ಳತೊಡಗಿದುವು. ಕೇವಲ ತನ್ನ ಸಾಮೀಪ್ಯದಿಂದಲೇ ನನ್ನ ಬಾಳಿಗೊಂದು ಹೊಸ ಹೊಳಪು ತಂದಿದ್ದ ಜೀವವೊಂದು ಸದ್ಯದಲ್ಲೇ ನನ್ನಿಂದ ದೂರವಾಗಲಿರುವ ಕಟು ವಾಸ್ತವಕ್ಕೆ ಅನಿವಾರ್ಯವಾಗಿ ಒಗ್ಗಿಕೊಳ್ಳಬೇಕಾಗಿತ್ತು. ಜಾನಕಿಯೊಂದಿಗಿನ ಸಂಬಂಧದಿಂದ ನಾನು ಹೆಚ್ಚಿನದೇನನ್ನೂ ನಿರೀಕ್ಷಿಸಿರಲಿಲ್ಲ. ಅಂಥ ನಿರೀಕ್ಷೆಗೆ ಇಂಬು ಕೊಡುವ ಯಾವುದೇ ಪರೋಕ್ಷ ಸೂಚನೆಯೂ ಅವಳ ನಡವಳಿಕೆಯಲ್ಲಿ ನನಗೆ ಕಂಡುಬಂದಿರಲಿಲ್ಲ. ಜೊತೆಗೆ ರಾಧೆಗೆ ಖಾಸಾ ತಂಗಿಯಷ್ಟು ಆತ್ಮೀಯಳಾಗಿ ಬಿಟ್ಟಿದ್ದ ಜಾನಕಿಯನ್ನು ಕೆಟ್ಟ ನೋಟದಿಂದ ನೋಡಿ, ನಮ್ಮಿಬ್ಬರಲ್ಲಿ ರಾಧೆಗಿದ್ದ ಮುಗ್ಧ ನಂಬಿಕೆಗೆ ಧಕ್ಕೆ ಕೊಡಲು ನನ್ನಾಳದ ನೈತಿಕತೆ ಅಡ್ಡಿ ಬರುತ್ತಿತ್ತು. 'ಮತ್ತೇನೂ ಬೇಡ, ಅವಳು ಸದಾ ನನ್ನೆದುರು ಸುಳಿದಾಡುತ್ತಿದ್ದರೆ, ಅವಳ ಇನಿದನಿ ನನ್ನ ಕಿವಿಗಳಲ್ಲಿ ಅನುರಣಿಸುತ್ತಿದ್ದರೆ, ಆ ಚುಂಬಕ ಕಣ್ಣುಗಳು ನನ್ನನ್ನು ಬಿಂಬಿಸುತ್ತಿದ್ದರೆ ಸಾಕು ಎಂದು ಹೃದಯ ಹಂಬಲಿಸುತ್ತಿತ್ತು.

***

ಅಂತಿಮ ಪರೀಕ್ಷೆಗಳು ಮುಗಿದವು. ಜಾನಕಿ ಉತ್ತಮ ದರ್ಜೆಯಲ್ಲಿ ತೇರ್ಗಡೆಯಾಗುವ ಬಗ್ಗೆ ಸಂದೇಹವಿರಲಿಲ್ಲ. ಊರಿಗೆ ಹಿಂತಿರುಗುವ ಮುನ್ನಾ ದಿನ ಬೆಳಗ್ಗೆಯಿಂದ ಸಂಜೆಯವರೆಗೆ ಅವಳು ನಮ್ಮ ಮನೆಯಲ್ಲೇ ಕಳೆದಳು. ಊಟ ತಿಂಡಿ ಹಾಡು ಹರಟೆ ಮುಗಿದು ಬೀಳ್ಕೊಡುವ ಸಮಯ ಸನ್ನಿಹಿತವಾಯಿತು.

'ಆಗಾಗ ಬರ್ತಾ ಇರ್ತಿ ತಾನೆ? ಅಥವಾ ಮರ್ತೇ ಬಿಡ್ತೀಯೋ?' ರಾಧೆ ಕೇಳಿದಳು.

'ಇದು ನನ್ನ ಅಕ್ಕನ ಮನೆ, ಮರೀಲಿಕ್ಕೆ ಸಾಧ್ಯವೆ?' ಎಂದಳು. ಜಾನಕಿ.'

Out of sight, out of mind' ನಾನೆಂದೆ ಸೂಚ್ಯವಾಗಿ.

'ಅದು ಗಂಡಸರ ವಿಷಯದಲ್ಲಿ ನಿಜವಿರಬಹುದು. ಹೆಂಗಸರ ವಿಷಯದಲ್ಲಲ್ಲ. ಎಂದಳು ಜಾನಕಿ.

'ಆಂಟೀ, ನಿಮ್ಮೂರಿಗೆ ಯಾವಾಗ ನಮ್ಮನ್ನ ಕರ್‍ಕೊಂಡು ಹೋಗೋದು?' ಅರುಣ್ ಮುಗ್ಧವಾಗಿ ಕೇಳಿದ.

'ಖಂಡಿತ ಕರ್‍ಕೊಂಡು ಹೋಗ್ತಿನಿ, ಪುಟ್ಟ' ಎಂದು ಗದ್ಗದಿತಳಾಗಿ ಜಾನಕಿ ಅವನಿಗೆ ಮತ್ತು ಕಿರಣ್‌ಗೆ ಮುತ್ತು ಕೊಟ್ಟು ನಮ್ಮಿಂದ ಬೀಳ್ಕೊಂಡು ಹೊರಟುಹೋದಳು. ನನ್ನ ಮನಸ್ಸು ಭಣಗುಟ್ಟುತ್ತಿತ್ತು.

***

ನನ್ನ ಬಾಳಲ್ಲಿ ಜಾನಕಿಯ ಸಂಕ್ಷಿಪ್ತ ಅಧ್ಯಾಯ ಇಲ್ಲಿಗೆ ಮುಗಿದಂತೆಯೇ ಅಂದುಕೊಂಡಿದ್ದೆ. ಆದರೆ ಹೊಸ ತಿರುವಿನೊಂದಿಗೆ ಅದು ಮುಂದುವರಿಯಿತು.

ಬೇಸಿಗೆ ರಜೆಯಾದ್ದರಿಂದ ರಾಧೆ ಮಕ್ಕಳೊಂದಿಗೆ ತನ್ನ ತೌರೂರಾದ ನಂಜನಗೂಡಿಗೆ ಹೋಗಿದ್ದಳು. ಉತ್ತರ ಪತ್ರಿಕೆಗಳ ಮೌಲ್ಯಮಾಪನ, ದೀಪಾವಳಿ ವಿಶೇಷಾಂಕಗಳಿಗೆಂದು ಒಂದರೆಡು ಲೇಖನ, ಕವನ ಬರೆಯಬೇಕಾದ ಕೆಲಸ, ಜೊತೆಗೆ, ನನ್ನ ಭಾವಗೀತೆಗಳ ಹೊಸ ಕೆಸೆಟ್ಟೊಂದು ರಿಕಾರ್ಡ್ ಆಗುವುದರಲ್ಲಿತ್ತು. ಆದ್ದರಿಂದ ನಾನು ಬೆಂಗಳೂರಲ್ಲೇ ಉಳಿದಿದ್ದೆ.

ಜಾನಕಿಯಿಂದ ರಾಧೆಯ ಹೆಸರಿಗೆ ಒಂದು ಪೋಸ್ಟ್ ಕಾರ್ಡ್ ಬಂತು. 'ಮುಂದಿನ ಮಂಗಳವಾರ 'ಆಕಾಶವಾಣಿ'ಯಲ್ಲಿ ರಿಕಾರ್ಡಿಂಗ್ ಇದೆ. ನೇರ ಮನೆಗೇ ಬರ್ತೀನಿ. ಇಬ್ಬರೂ ಒಟ್ಟಿಗೆ ಹೋಗೋಣ' ಎಂದು ಬರೆದಿದ್ದಳು.

ಮತ್ತೆ ಜಾನಕಿ ನನ್ನಲ್ಲಿ ಇನ್ನಷ್ಟು ತೀವ್ರವಾಗಿ ವ್ಯಾಪಿಸಿಕೊಂಡಳು. ಅವಳನ್ನು ಮತ್ತೆ 'ಮತ್ತೆ ಸಂಧಿಸುವ ಅವಕಾಶ ಕಲ್ಪಿಸಿಕೊಳ್ಳಲು, ಅವಳಿಗೆ ಇನ್ನಷ್ಟು ಹತ್ತಿರದವನಾಗಲು ಒಂದು ಹೊಸ ಯೋಜನೆ ಮನದಲ್ಲಿ ರೂಪುಗೊಳ್ಳತೊಡಗಿತು.

ಮಂಗಳವಾರ ಬೆಳಗ್ಗೆ. ರಾಧೆ ಮತ್ತು ಮಕ್ಕಳು ಊರಲ್ಲಿಲ್ಲದ್ದು ತಿಳಿದು ಜಾನಕಿ ಪೆಚ್ಚಾದಳು.

If you don't mind ಸ್ಕೂಟರಲ್ಲಿ ನಾನೇ ನಿಮ್ಮನ್ನು AIRಗೆ ಕರ್ಕೊಂಡು ಹೋಗ್ತಿನಿ' ಎಂದೆ

ಜಾನಕಿಯ ಕೆನ್ನೆಗಳು ಹೌದೋ, ಅಲ್ಲವೋ ಎಂಬಂತೆ ಕೆಂಪೇರಿದವು. 'ಆಗಲಿ' ಎಂಬಂತೆ ತಲೆಯಾಡಿಸಿದಳು.

'ಆಕಾಶವಾಣಿ'ಯ ಸಂಗೀತ ವಿಭಾಗದ ಮುಖ್ಯಸ್ಥರಾದ ಕೇಶವಮೂರ್ತಿ ನನ್ನ ಆಪ್ತ ಗೆಳೆಯರು. ಅವರ ಸಂಗೀತ ಸಂಯೋಜನೆಯಲ್ಲೇ ನನ್ನ ಹೊಸ ಭಾವಗೀತೆಗಳ ಕೆಸೆಟ್ ರೂಪುಗೊಳ್ಳುತ್ತಿದ್ದದ್ದು. ಜಾನಕಿಯನ್ನು ಅವರಿಗೆ ಪರಿಚಯಿಸಿದೆ. ರಿಕಾರ್ಡಿಂಗ್‌ಗೆ ಅವರೂ ಬಂದರು. ನಂತರ ಅವರನ್ನು ಪ್ರತ್ಯೇಕವಾಗಿ ಕರೆದೊಯ್ದು ಜಾನಕಿಯ ಹಾಡುಗಾರಿಕೆ ಬಗ್ಗೆ ಅಭಿಪ್ರಾಯ ಕೇಳಿದೆ.

'ಸೊಗಸಾಗಿ ಹಾಡ್ತಾರೆ. ಶ್ರುತಿ ಶುದ್ಧತೆಯಿದೆ, ತಾಳಜ್ಞಾನ ಚೆನ್ನಾಗಿದೆ. ಶಾರೀರದಲ್ಲಿ ಒಳ್ಳೆ ಮಾಧುರ್ಯ, ಭಾವಾಭಿವ್ಯಕ್ತಿ, range ಇವೆ. ಅವರಿಗೆ ಒಳ್ಳೇ ಭವಿಷ್ಯವಿದೆ' ಎಂದರು.

'ನಮ್ಮ ಕೆಸೆಟ್ಟಿನಲ್ಲಿ ಈ ಸಲ ಅವರಿಂದ ಒಂದೆರಡು ಹಾಡು ಹಾಡಿಸಬಹುದಲ್ಲವೆ? ಹೊಸ ಪ್ರತಿಭೆಗೆ ಅವಕಾಶ ಕೊಟ್ಟಂತಾಗುತ್ತೆ' ಸೂಚಿಸಿದೆ.

Why not? ಪ್ರಯತ್ನಿಸೋಣ. Voice mixing ದಿನ ಅವರನ್ನು ಕರೆಸಿ ಎಂದರು.

ಚೆಕ್ ತಗೊಂಡು ಜಾನಕಿ ಬಂದಾಗ ಸ್ಕೂಟರ್ ಸ್ಟಾರ್ಟ್ ಮಾಡಿ ಹೇಳಿದೆ. 'ಒಂದು ವಿಷಯ ಮಾತಾಡೋದಿದೆ. ಎಲ್ಲಾದರೂ ಕೂರೋಣವೆ?'

'ಆಯ್ತು' ಎಂದಳು.

ಕಬ್ಬನ್‌ಪಾರ್ಕಿನ ಒಂದು ಏಕಾಂತ ಸ್ಥಳದಲ್ಲಿ ಹುಲ್ಲು ಹಾಸಿನ ಮೇಲೆ ಕೂತೆವು. ನಾನು ಸಿಗರೇಟ್ ಹಚ್ಚಿ ಕೆಸೆಟ್ ವಿಷಯ ತಿಳಿಸಿದೆ. ಕೆಲವು ಕ್ಷಣ ಅವಳು ಅವಾಕ್ಕಾದಳು. ಈ ಬಾರಿ ಅವಳ ಕೆನ್ನೆಗಳು ಯಾವ ಮುಚ್ಚುಮರೆಯೂ ಇಲ್ಲದೆ ಸಂಪೂರ್ಣ ರಂಗೇರಿದವು. ಸಾವರಿಸಿಕೊಂಡು ಹೇಳಿದಳು.

I can't believe it ಇದು ನಿಜಕ್ಕೂ ನನಗೆ ಸಾಧ್ಯವ?'

'ಸಾಧ್ಯ ಅನ್ನೋ ವಿಶ್ವಾಸ ಇರೋದ್ರಿಂದಲೇ ಕೇಳ್ತಾ ಇರೋದು'ಎಂದೆ.

ಇದ್ದಕ್ಕಿದ್ದಂತೆ ಜಾನಕಿ ಸೆರಗಲ್ಲಿ ಮುಖ ಮುಚ್ಚಿಕೊಂಡು ಬಿಕ್ಕಿ ಬಿಕ್ಕಿ ಅಳತೊಡಗಿದಳು. ನಾನು ಕಕ್ಕಾವಿಕ್ಕಿಯಾದೆ. ಸಿಗರೇಟೆಸೆದು ಕೇಳಿದೆ: 'ಯಾಕೆ ಜಾನಕಿ, ಏನಾಯ್ತು? What's the matter? ನಾನು ಕೇಳಿದ್ದರಲ್ಲಿ ಏನಾದರೂ ತಪ್ಪಾಯ್ತಾ?'

ಅವಳು ಗಕ್ಕನೆ ತನ್ನ ಕೈಗಳಿಂದ ನನ್ನ ಎರಡೂ ಕೈಹಿಡಿದು ಕೇಳಿದಳು: ಯಾಕೆ, ಸರ್? ಯಾಕೆ ನನ್ನಲ್ಲಿ ಇಷ್ಟೊಂದು ಪ್ರೀತಿ ಅಕ್ಕರೆ ತೋರಿಸ್ತಿದೀರಿ? ನೋವು ನಿರಾಸೆ ಅಷ್ಟೇ ನನ್ನ ಬಾಳಿಗೆ ಇನ್ನು ಉಳಿದಿರೋದು ಅಂದೊಂಡಿದ್ದೆ. ದುರದೃಷ್ಟದ ಏಟುಗಳನ್ನು ತಿಂದೂ ತಿಂದೂ ಜಡ್ಡು ಬಿದ್ದೋಗಿದ್ದೆ. ಯಾಕೆ

ನನ್ನಲ್ಲಿ ಮತ್ತೆ ಹೊಸ ಆಸೆಗಳನ್ನ ಚಿಗುರಿಸ್ತಾ ಇದ್ದೀರಿ? ಹೊಸ ಭರವಸೆ ತುಂಬ್ತಾ ಇದ್ದೀರಿ? ನನಗೆ ಭಯವಾಗ್ತಾ ಇದೆ, ಮತ್ತೊಂದು ದುರಂತಕ್ಕೆ ಇದು ನಾಂದಿಯೇನೋ ಅನ್ನಿಸ್ತಾ ಇದೆ?'

ನಾನು ಮೃದುವಾಗಿ ಅವಳ ಕೈಗಳನ್ನು ಹಿಸುಕಿ ಹೇಳಿದೆ:

'Calm down, ಜಾನಕಿ, calm down ನಿಮ್ಮ ಸ್ವಂತ ಬದುಕಿನ ಗುಟ್ಟುಗಳನ್ನು ಹೀಗೇ ಎಷ್ಟು ದಿನ ಬಚ್ಚಿಟ್ಟುಕೊಳ್ಳಿರಿ? ನನ್ನೊಂದಿಗಾದರೂ ಹೇಳ್ಕೋಬಾರದ?'

'ಅಯ್ಯೋ ಖಂಡಿತ ಬೇಡ, ಸರ್. ಅದೊಂದು ದುಃಸ್ವಪ್ನಗಳ ಸರಮಾಲೆ, ನೆನೆಸಿಕೊಳ್ಳೋದಕ್ಕೂ ನನಗೆ ಭಯವಾಗುತ್ತೆ.'

'ನಿಮಗಿಷ್ಟವಿಲ್ಲದಿದ್ದರೆ ಬೇಡ' ಎಂದೆ ಹುಸಿಮುನಿಸಿನಿಂದ.

'ಇಲ್ಲ, ಸರ್, ಹೇಳ್ತೀನಿ. ನಿಮಗಲ್ಲದೆ ಇನ್ಯಾರೊಂದಿಗೆ ಹೇಳಿಕೊಳ್ಳಲಿ? ಯಾವ ಜನ್ಮದ ಪುಣ್ಯವೋ, ರಾಧಕ್ಕ ಮತ್ತು ನೀವು ನನ್ನ ಬಾಳಿಗೆ ಒದಗಿ ಬಂದಿದ್ದೀರಿ. ನನ್ನಲ್ಲಿ ಅದೇನು ವಿಶೇಷ ಕಂಡಿರೋ, ಇಷ್ಟೊಂದು ಪ್ರೀತಿ, ಕಾಳಜಿ ತೋರಿಸ್ತಿದೀರಿ. ಆತ್ಮೀಯ ಬಂಧುಗಳಾಗಿ ಬಿಟ್ಟಿದ್ದೀರಿ. ನಿಮ್ಮಲ್ಲಿ ಸಂಕೋಚವೇಕೆ? ಹೇಳ್ತೀನಿ:

'ನನ್ನ ಸ್ವಂತ ಊರು ಶ್ರೀನಿವಾಸಪುರದ ಹತ್ತಿರ ಒಂದು ಹಳ್ಳಿ, ನಮ್ಮದು ರೈತ ಕುಟುಂಬ. ನನ್ನ ಚಿಕ್ಕಂದಿನಲ್ಲೇ ಅಪ್ಪ ಹೋಗಿಬಿಟ್ಟರು. ದೊಡ್ಡಣ್ಣ ಊರಲ್ಲೇ ಬೇಸಾಯ ಮಾಡ್ಕೊಂಡಿದ್ದಾನೆ. ಚಿಕ್ಕಣ್ಣ ರಮೇಶ ಕೆ.ಜಿ.ಎಫ್. ಹತ್ತಿರ ಬೆಮೆಲ್‌ನಲ್ಲಿ ಕೆಲಸದಲ್ಲಿದ್ದಾನೆ. ಅಕ್ಕ ಮದುವೆಯಾಗಿ ಚಿಕ್ಕಬಳ್ಳಾಪುರದಲ್ಲಿದ್ದಾಳೆ. ಅವರವರ ಮಟ್ಟಿಗೆ ಅವರು ಸಾಕಷ್ಟು ನೆಮ್ಮದಿಯಿಂದಲೇ ಇದ್ದಾರೆ. ನಾನೊಬ್ಬಳೇ ದುರ್ದೈವಿ.

ಶ್ರೀನಿವಾಸಪುರದಲ್ಲಿ ನಾನು. ಪಿ. ಯೂ. ಸಿ. ಮುಗಿಸಿದೆ. ಆಗ್ಗೆ ನನಗೆ ಹದಿನೆಂಟು ವರ್ಷ. ಒಂದು ಒಳ್ಳೆ ಮದುವೆ ಸಂಬಂಧ ಕೂಡಿ ಬಂತು. ರಾಜಾರೆಡ್ಡಿ ಅಂತ ನನ್ನ ಚಿಕ್ಕಣ್ಣ ರಮೇಶನ ಸಹೋದ್ಯೋಗಿ, ಅವನ ಹತ್ತಿರ ಒಂದು ಬುಲೆಟ್ ಮೋಟರ್ ಬೈಕಿತ್ತು. ಆಗಾಗ ರಮೇಶ, ರಾಜಾರೆಡ್ಡಿ ಬೈಕಲ್ಲಿ ನಮ್ಮ ಹಳ್ಳಿಗೆ ಬರ್ತಾ ಇದ್ದರು. ರಾಜಾರೆಡ್ಡಿಗೆ ರಮೇಶನಷ್ಟೇ ವಯಸ್ಸು. ಸುಮಾರು ಇಪ್ಪತ್ನಾಲ್ಕು, ಲಕ್ಷಣವಾಗಿದ್ದ, ನನ್ನ ಜೊತೆ ತುಂಬ ಸ್ನೇಹ ಸಲಿಗೆಯಿಂದಿದ್ದ. ಕ್ರಮೇಣ ಅದು ಪ್ರೇಮಕ್ಕೆ ತಿರುಗಿತು. ರಾಜಾರೆಡ್ಡಿಗೂ ಮದುವೆಗೆ ಬಂದ ತಂಗಿ ಒಬ್ಬಳಿದ್ದಳು. ರಮೇಶ ಅವಳನ್ನು ಇಷ್ಟಪಟ್ಟಿದ್ದ. ಹೀಗಾಗಿ ಕೊಟ್ಟು ತೆಗೆದುಕೊಳ್ಳುವ ಒಪ್ಪಂದವಾಗಿ ಎರಡೂ ಮದುವೆ ಒಟ್ಟಿಗೆ ನಡೆದವು. ರಮೇಶ ಕೋಲಾರದಲ್ಲಿ ಸಂಸಾರ ಹೂಡಿದ. ರಾಜಾರೆಡ್ಡಿ ಈಗಾಗಲೇ ಬಂಗಾರಪೇಟೆಯಲ್ಲಿ ಮನೆ ಮಾಡಿದ್ದ. ಅವನ ತಂದೆ ತಾಯಿ

ಅವನೊಟ್ಟಿಗೇ ಇದ್ದರು. ನನ್ನ ವೈವಾಹಿಕ ಜೀವನ ಪ್ರಾರಂಭವಾಯಿತು. ರಾಜಾರೆಡ್ಡಿ, ನನ್ನನ್ನು ತುಂಬ ಪ್ರೀತಿಯಿಂದ ನೋಡಿಕೊಂಡ. ಅತ್ತೆ ಮಾವ ಸಹ ತುಂಬ ಅಕ್ಕರೆ ತೋರಿಸ್ತಿದ್ದರು. ಒಂದೆರಡು ವರ್ಷ ಮಕ್ಕಳು ಮರಿ ಜಂಜಾಟ ಬೇಡ, ಆರಾಮಾಗಿ ಇರೋಣವೆಂದು ಮೊದಲೇ ತೀರ್ಮಾನಿಸಿ ಎಚ್ಚರಿಕೆ ವಹಿಸಿದ್ದೆವು. ನಾಲ್ಕು ತಿಂಗಳು ಸುಖವಾಗಿ ಕಳೀತು. ಆಷಾಢ ಬಂತು. ಒಂದು ತಿಂಗಳ ಮಟ್ಟಿಗೆಂದು ನಾನು ತೌರಿಗೆ ಹೋದೆ. ಒಂದು ಭಾನುವಾರ ಬೆಳಗ್ಗೆ ರಾಜಾರೆಡ್ಡಿ ನನ್ನನ್ನು ಕಾಣುವ ತವಕದಿಂದ ಮೋಟರ್‌ಬೈಕಿನಲ್ಲಿ ನಮ್ಮೂರಿಗೆ ಬರ್ತಿದ್ದ. ದಾರಿಯಲ್ಲಿ ಆಕ್ಸಿಡೆಂಟ್ ಆಯ್ತು. ಲಾರಿಗೆ ಸಿಕ್ಕಿ ಸ್ಥಳದಲ್ಲೇ ಸತ್ತು ಹೋದ. ಆ ಆಘಾತಕ್ಕೆ ನಾನು ಹುಚ್ಚಿಯಂತಾದೆ. ವಿಧವೆಯಾಗಿ ತೌರಲ್ಲೇ ಉಳಿದೆ. ಭವಿಷ್ಯದ ನನ್ನ ಆಸೆಗಳೆಲ್ಲ ನುಚ್ಚುನೂರಾಗಿದ್ದವು.

ಇದರಿಂದ ಚೇತರಿಸಿಕೊಳ್ಳಲು ನನಗೆ ಒಂದು ವರ್ಷವೇ ಹಿಡಿಯಿತು. ಈ ನಡುವೆ ನನಗೆ ಮತ್ತೆ ಮದುವೆ ಮಾಡಲು ಪ್ರಯತ್ನಗಳು ನಡೆದವು. ಆದರೆ ರಾಜಾರೆಡ್ಡಿಯನ್ನು ಮರೆಯುವುದು ನನಗೆ ಸುಲಭವಾಗಿರಲಿಲ್ಲ. ಮದುವೆಗೆ ನಾನು ಒಪ್ಪಲಿಲ್ಲ.

ಅಣ್ಣ ರಮೇಶ ನನ್ನ ಬದುಕಿಗೆ ಮತ್ತೆ ಜೀವ ತುಂಬಲು ಕೋಲಾರದ ತನ್ನ ಮನೆಗೆ ನನ್ನ ಕರೆದೊಯ್ದ. ಕಾಲೇಜಿಗೆ ಸೇರಿಸಿದ. 'ಡಿಗ್ರಿ ಮುಗಿಸು. ಯಾವುದಾದರೂ ಕೆಲಸ ಸಿಕ್ಕರೆ ನಿನ್ನ ಪಾಡಿಗೆ ನೀನು ಸ್ವತಂತ್ರಳಾಗಿರಬಹುದು. ಒಬ್ಬರ ಹಂಗಿರೋದಿಲ್ಲ' ಎಂದ. ನನಗೆ ಸಂಗೀತದಲ್ಲಿ ತುಂಬ ಆಸಕ್ತಿ ಇತ್ತು. ಕೋಲಾರದ ಒಬ್ಬ ವಿದ್ವಾಂಸರಲ್ಲಿ ಸಂಗೀತವನ್ನೂ ಕಲಿಯತೊಡಗಿದೆ. ಡಿಗ್ರಿ ಮುಗಿಯುವ ವೇಳೆಗೆ ಸಂಗೀತದಲ್ಲೂ ಸೀನಿಯರ್ ಪರೀಕ್ಷೆ ಪಾಸಾದೆ. ಕೋಲಾರದಲ್ಲೇ ಒಂದು ಪ್ರೈವೇಟ್ ಹೈಸ್ಕೂಲಲ್ಲಿ ಟೀಚರ್ ಕೆಲಸ ಸಿಕ್ತು. ನನ್ನ ಬದುಕು ಒಂದು ನೆಲೆಗೆ ಬಂತು.

ಈ ನಡುವೆ ಕೋಲಾರದ ನಮ್ಮ ಪಕ್ಕದ ಮನೆಗೆ ಒಂದು ಹೊಸ ಕುಟುಂಬ ಬಾಡಿಗೆಗೆ ಬಂತು. ಗಂಡ ಹೆಂಡತಿ ಮಾತ್ರ ಇದ್ದರು. ಆತನ ಹೆಸರು ಸದಾಶಿವರೆಡ್ಡಿ, ಮಾಲೂರು ಕಡೆಯವನು. ನಮಗೆ ದೂರದ ಸಂಬಂಧಿ ಸಹ. ಕೋಲಾರದ ಕೆನರಾ ಬ್ಯಾಂಕಿನಲ್ಲಿ ಆಫೀಸರ್ ಆಗಿದ್ದ. ಸುಮಾರು ಮುವ್ವತ್ತೆರಡು ವರ್ಷ ವಯಸ್ಸು. ಕೊಂಚ ಕಪ್ಪಾದರೂ ಎತ್ತರಕ್ಕೆ ಗಟ್ಟಿಮುಟ್ಟಾಗಿ ಗಡುಸಾಗಿದ್ದ. ಒಳ್ಳೇ ಗಂಡು ಕಳೆ, ಆಕರ್ಷಣೆ ಇತ್ತು.

ಆತನ ಹೆಂಡತಿ ಗೌರಮ್ಮ, ಹಳ್ಳಿ, ಹೆಂಗಸು, ಮದನಪಲ್ಲಿ ಕಡೆಯವಳು. ಅಷ್ಟೇನೂ ವಿದ್ಯಾವಂತೆಯಲ್ಲ, ಬಾಯಿ ಜೋರಾದರೆ ಮುಗ್ಧ ಮದುವೆಯಾಗಿ ಎಂಟು ವಿದ್ಯಾವಂತೆಯಲ್ಲ, ಹಾಯಿಗಳಿಗೆ ಮಕ್ಕಲಾಗಿರಲಿಲ್ಲ. ಗೌರಮ್ಮ ನನ್ನೊಂದಿಗೆ, ನನ್ನ ಅತ್ತಿಗೆಯೊಂದಿಗೆ ತುಂಬ ಸ್ನೇಹದಿಂದಿದ್ದಳು.

ಕ್ರಮೇಣ ಸದಾಶಿವರೆಡ್ಡಿ ನನ್ನ ಕಡೆ ಆಸೆಗಣ್ಣು ಹಾಯಿಸತೊಡಗಿದ. ನನ್ನಲ್ಲೂ ಮತ್ತೆ ಹೆಣ್ತನದ ಆಸೆಗಳು ಚಿಗುರತೊಡಗಿದ್ದವು. ರಾಜಾರೆಡ್ಡಿಯ ನೆನಪು ಮಾಸಿ ಹೋಗಿತ್ತು, ಆದರೆ ಸದಾಶಿವರೆಡ್ಡಿ ವಿವಾಹಿತನಾಗಿದ್ದುದರಿಂದ ನಾನು ಅವನಲ್ಲಿ ನಿರಾಸಕ್ತಿ ತಾಳಿದ್ದೆ.

ಒಂದು ದಿನ ರಮೇಶ ನನ್ನನ್ನು ಏಕಾಂತದಲ್ಲಿ ಕೂರಿಸಿಕೊಂಡು ಹೇಳಿದ: 'ನೀನು ಒಪ್ಪೋದಾದರೆ ನಿನ್ನ ಮದುವೆಯಾಗಲು ಸದಾಶಿವರೆಡ್ಡಿ ಮುಂದೆ ಬಂದಿದ್ದಾನೆ. ಅವನ ಹೆಂಡತಿಯೂ ಇದಕ್ಕೆ ಒಪ್ಪಿದ್ದಾಳಂತೆ. ನಿನ್ನ ಅತ್ತಿಗೆಯೇ ಆಕೆಯೊಂದಿಗೆ ಮಾತಾಡಿದ್ದಾಳೆ. ನನಗಂತೂ ಮಕ್ಕಳಾಗಲಿಲ್ಲ. ಜಾನಕಿಯಿಂದಲಾದರೂ ನನ್ನ ಗಂಡನ ವಂಶ ಬೆಳೀಲಿ' ಅಂದಳಂತೆ, 'ನೀನೇನಂತೀಯ?'

ನಾನು ಗೊಂದಲದಲ್ಲಿದ್ದೆ.

'ನನಗೇನೋ ಇದು ಒಳ್ಳೇ ಅವಕಾಶ ಅನ್ನಿಸುತ್ತೆ. ಎಷ್ಟು ದಿನಾಂತ ನೀನು ಹೀಗೇ ಒಬ್ಬಂಟಿಯಾಗಿದ್ದೀಯ? ಎಷ್ಟಾದರೂ ಹೆಣ್ಣಿಗೆ ಒಂದು ಗಂಡಿನ ಆಸರೆ ಬೇಕೇ ಬೇಕು. ಇಲ್ಲದಿದ್ದರೆ ಈ ಸಮಾಜದಲ್ಲಿ ಬದುಕೋದು ಕಷ್ಟ, ಯೋಚಿಸಿ ನೋಡು' ಅಂದ.

ಮುಂದೆ ಏನೇನು ಕಾದಿದೆಯೋ ಎಂಬ ಅಂಜಿಕೆ ಆತಂಕಗಳೊಂದಿಗೆ ಮದುವೆಗೆ ಒಪ್ಪಿಕೊಂಡೆ. ಆದರೆ ಟೀಚರ್ ಕೆಲಸ ಮಾತ್ರ ಬಿಡೋದಿಲ್ಲವೆಂದು ಮೊದಲೇ ಖಡಾಖಂಡಿತವಾಗಿ ಹೇಳಿಬಿಟ್ಟೆ.

ಒಂದಷ್ಟು ಹತ್ತಿರದ ಸಂಬಂಧಿಕರು ಮಾತ್ರ ಹೋಗಿ ತಿರುಪತಿಯಲ್ಲಿ ಮದುವೆ ಮುಗಿಸಿಕೊಂಡು ಬಂದೆವು. ನಾನು ಅಣ್ಣನ ಮನೆಯಿಂದ ಪಕ್ಕದ ಮನೆಗಷ್ಟೇ ಸ್ಥಳಾಂತರಗೊಂಡು ಹೊಸ ಜೀವನಕ್ಕೆ ಕಾಲಿಟ್ಟೆ. ಕೆಲವೇ ದಿನಗಳಲ್ಲಿ ರಮೇಶನಿಗೆ ಮೈಸೂರಿಗೆ ವರ್ಗವಾಯಿತು. ಸಂಸಾರ ಸಮೇತ ಹೊರಟು ಹೋದ.

ತಾಪತ್ರಯಗಳು ಒಂದೊಂದಾಗಿ ಶುರುವಾದವು. ನನ್ನ ಗಂಡ ಸಹಜವಾಗಿಯೇ ನನ್ನಲ್ಲಿ ಹೆಚ್ಚು ಪ್ರೀತಿ ತೋರುತ್ತಿದ್ದ. ನನ್ನ ಸವತಿ ವಿನಾಕಾರಣ ಮಾತುಮಾತಿಗೆ ನನ್ನ ಮೇಲೆ ಕೆಂಡ-ಕಾರತೊಡಗಿದಳು. 'ನೀವು ಒಪ್ಪದೆ ಇದ್ದಿದ್ರೆ ನಾನೀ ಮದುವೆ ಮಾಡ್ಕೊಳ್ತಾನೇ ಇರ್ಲಿಲ್ಲ' ಎಂದರೆ 'ನಾನೇನೂ ಮನಃಪೂರ್ತಿಯಾಗಿ ಇದಕ್ಕೆ ಒಪ್ಪಿರಲಿಲ್ಲ. ಡೈವೋರ್ಸ್ ಮಾಡ್ತೀನಿ. ಮನೆಯಿಂದ ಹೊರಗಾಕ್ತೀನಿ ಎಂದೆಲ್ಲ ನನ್ನ ಗಂಡ ಹೆದರಿಸಿದ್ದಕ್ಕೆ ವಿಧಿಯಿಲ್ಲದೆ ಒಪ್ಪಬೇಕಾಯ್ತು ಅಷ್ಟೇ' ಎಂದಳು.

ಒಂದಷ್ಟು ದಿನ ಆರಾಮಾಗಿ ಇರೋಣವೆಂದು ನಾವು ಹನಿಮೂನ್ ಹೋಗಲು ನಿರ್ಧರಿಸಿದೆವು. ಗೌರಮ್ಮ ತೌರಿಗೆ ಹೋದಳು. ಮೈಸೂರು,

ಊಟಿ, ಕೊಡೈಕೆನಾಲ್ ಎಂದು ಸುತ್ತಿದೆವು. ಸದಾಶಿವರೆಡ್ಡಿ ನನಗೆ ಸಾಕಷ್ಟು ಸುಖವನ್ನೇನೋ ಕೊಟ್ಟ, ಆದರೆ ಆತನ ವ್ಯಕ್ತಿತ್ವ ನನಗೆ ತೀರಾ ನಿರಾಸೆ ಉಂಟು ಮಾಡಿತು. ಆತನಿಗೆ ಯಾವುದೇ ಉತ್ತಮ ಅಭಿರುಚಿಗಳಿರಲಿಲ್ಲ. ಸಾಹಿತ್ಯ, ಸಂಗೀತದ ಗಂಧವೂ ಇರಲಿಲ್ಲ. ಮಹಾ ದುಂದುಗಾರ. ಬಂಗಲೆ, ಕಾರು, ವೈಭವದ ಜೀವನ–ಇವಿಷ್ಟೇ ಆತನ ಮಹತ್ವಾಕಾಂಕ್ಷೆಗಳಾಗಿದ್ದವು. ಪುರುಷಾರ್ಥಗಳಾಗಿದ್ದವು. ಇಸ್ಪೀಟು, ಕುಡಿತದ ಚಟವೂ ಇದೆಯೆಂದು ಗೊತ್ತಾದಾಗ ಹೌಹಾರಿದೆ. ಆದರೂ, ಗಂಡನ ಪ್ರೀತಿ ದಕ್ಕಿ, ಮಕ್ಕಳಾದರೆ ಪರಿಸ್ಥಿತಿ ಕ್ರಮೇಣ ಸುಧಾರಿಸಬಹುದೆಂದು ಆಶಿಸಿದೆ. ಆತನ ಸಂತೋಷಕ್ಕಾಗಿ ಕುಡಿತ, ಇಸ್ಪೀಟುಗಳಲ್ಲೂ ನಾನು ಕಂಪೆನಿ ಕೊಡಬೇಕಾಯಿತು. ಒಟ್ಟಾರೆ ಹನಿಮೂನ್ ಸಂತೋಷದಲ್ಲೇ ಕಳೆಯಿತು.

ಗೌರಮ್ಮ ತೌರಿಂದ ಹಿಂತಿರುಗಿದಳು. ಯಾಕೋ ತುಂಬ ಗೆಲುವಾಗಿ ಕಂಡಳು. ಅದಕ್ಕೆ ಕಾರಣ ಒಂದೆರಡು ತಿಂಗಳಲ್ಲಿ ಸ್ಪಷ್ಟವಾದಾಗ ನನಗೆ ಸಿಡಿಲೆರಗಿದಂತಾಯ್ತು. ಇಷ್ಟು ವರ್ಷ ಇಲ್ಲದ್ದು ಈಗ ಅದ್ಯಾವ ಮಾಯೆಯಲ್ಲೋ ಆಕೆ ಗರ್ಭಿಣಿಯಾಗಿದ್ದಳು. ನನ್ನ ಹೊಟ್ಟೆಯಲ್ಲಿ ಬೆಂಕಿ ಬಿದ್ದ ಹಾಗಾಯ್ತು. ಕೇವಲ ಸವತಿ ಮಾತ್ಸರ್ಯದಿಂದಲ್ಲ. ನನ್ನಲ್ಲೂ ತಾಯ್ತನದ ಬಯಕೆ ಇದ್ದದ್ದರಿಂದ. ನನ್ನ ಹೆಣ್ಣನದ ಪೂರ್ಣತೆಗಾಗಿ, ನನ್ನಲ್ಲಿದ್ದ ಮಾತೃವಾತ್ಸಲ್ಯವನ್ನು ಧಾರೆಯೆರೆಯಲಿಕ್ಕಾಗಿ. ಆದರೆ ತಿಂಗಳುಗಳು ಕಳೆದಂತೆ ಗೌರಮ್ಮನ ಗರ್ಭ ಬೆಳೆಯತೊಡಗಿತೇ ವಿನಹ ನನ್ನ ಗರ್ಭ ನಿಲ್ಲಲಿಲ್ಲ. ಸಹಜವಾಗಿಯೇ ಗಂಡನ ಪ್ರೀತಿ ಆಕೆಯ ಕಡೆಗೆ ಮತ್ತೆ ವಾಲತೊಡಗಿತು. ಆಕೆಯ ಕೊಂಕು ನಗೆ, ತಾತ್ಸಾರ ನನ್ನನ್ನು ಇರಿಯತೊಡಗಿದವು. ಒಬ್ಬ ಲೇಡಿ ಡಾಕ್ಟರಲ್ಲಿ ಹೋಗಿ ಪರೀಕ್ಷೆ ಮಾಡಿಸಿಕೊಂಡೆ. ನಾನು ಎಲ್ಲ ರೀತಿಯಲ್ಲೂ ನಾರ್ಮಲ್ ಆಗಿದ್ದೇನೆಂದು ತಿಳಿಯಿತು. ಹಾಗಾದರೆ ಹೀಗೇಕೆ? ಸಂಶಯಗಳ ಸುಳಿಗೆ ಸಿಕ್ಕಿ ಬಳಲಿದ್ದಷ್ಟೇ ಆಯಿತು. ಗಂಡನ ಪುರುಷತ್ವವನ್ನು ಪ್ರಶ್ನಿಸಲಿಕ್ಕಾಗಲೀ, ಗೌರಮ್ಮನ ಗರ್ಭದ ಮೇಲೆ ಅಪವಾದ ಹೊರಿಸಲಿಕ್ಕಾಗಲಿ ಮನಸ್ಸು ಬರಲಿಲ್ಲ, ಧೈರ್ಯವೂ ಸಾಲಲಿಲ್ಲ. ನುಂಗಿಕೊಂಡು ಸುಮ್ಮನಾದೆ. ಗೌರಮ್ಮ ಒಂದು ಗಂಡು ಮಗುವಿನ ತಾಯಾದಳು. ಮತ್ತೆ ಮನೆಗೆ ರಾಣಿಯಾದಳು. ನಾನು ತೊತ್ತಿನಂತೆ ದಿನ ದೂಡಬೇಕಾಯಿತು.

ಇಷ್ಟರಲ್ಲಿ ಮತ್ತೊಂದು ಆಘಾತ ಕಾದಿತ್ತು. ನನ್ನ ಗಂಡ ಬ್ಯಾಂಕಿನ ಹಣದಲ್ಲಿ ಏನೋ ದುರ್ವ್ಯವಹಾರ ಮಾಡಿ, ಸಿಕ್ಕಿಹಾಕಿಕೊಂಡು, ಸಸ್ಪೆಂಡ್ ಆದ. ತನಿಖೆಗೆ ಆಜ್ಞೆಯಾಯಿತು. ಅವಮಾನದಿಂದ ಆತ ಊರು ಬಿಡಲು ನಿರ್ಧರಿಸಿದ. ಸ್ವಂತ ಊರಿಗೆ ಹಿಂತಿರುಗಿ, ತನಿಖೆ ಮುಗಿಯುವ ತನಕ ಏನಾದರೂ ಬೇರೆ ಉದ್ಯೋಗ ಮಾಡುವುದೆಂದು ತೀರ್ಮಾನಿಸಿದ. 'ನೀನೂ ನನ್ನ ಜೊತೆ

ಬಂದುಬಿಡು' ಎಂದ. ನಾನು ಒಪ್ಪಲಿಲ್ಲ. ಕೋಲಾರದಲ್ಲೇ ಉಳಿಯಲು ನಿರ್ಧರಿಸಿದೆ.

ಹೀಗೆ ಮತ್ತೆ ನಾನು ಒಬ್ಬಂಟಿಯಾದೆ. ವೈವಾಹಿಕ ಜೀವನದ, ತಾಯ್ತನದ, ನೆಮ್ಮದಿ ಸಂತೃಪ್ತಿಯ ನನ್ನ ಆಸೆಗಳೆಲ್ಲ ಭಗ್ನವಾದವು. ಶಾಲೆಯ ಮಕ್ಕಳೊಂದಿಗೆ ಒಡನಾಟ, ಸಂಗೀತಾಭ್ಯಾಸ ಇವಿಷ್ಟೇ ನನ್ನ ಬಾಳಿಗೆ ಆಧಾರಗಳಾದವು. ಆತ್ಮಹತ್ಯೆಗೆ ಧೈರ್ಯ ಸಾಲದೆ ಬೆಂತರದಂತೆ ಬದುಕು ನೂಕತೊಡಗಿದೆ.

ನನ್ನ ಗಂಡ ಪಕ್ಷಕ್ಕೋ ತಿಂಗಳಿಗೋ ಒಮ್ಮೆ ಬಂದುಹೋಗುತ್ತಿದ್ದ. ಬಂದಾಗಲೆಲ್ಲ ಹಣಕ್ಕಾಗಿ ಪೀಡಿಸುತ್ತಿದ್ದ. ವಿಧಿಯಿಲ್ಲದೆ ಕೊಡುತ್ತಿದ್ದೆ. ದಿನವೆಲ್ಲ ಅಲ್ಲಿ ಇಲ್ಲಿ ಇಸ್ಪೀಟಾಡಿ, ರಾತ್ರಿಗೆ ಕಂಠಪೂರ್ತಿ ಕುಡಿದು ಬರುತ್ತಿದ್ದ. ರಾಕ್ಷಸನಂತೆ ಆಕ್ರಮಣ ಮಾಡುತ್ತಿದ್ದ. ಆ ಗಬ್ಬು ವಾಸನೆಗೆ, ಅಮಾನುಷ ವರ್ತನೆಗೆ ನನಗೆ ವಾಕರಿಕೆ ಬರುತ್ತಿತ್ತು. ವಿರೋಧಿಸಿದರೆ ಅವಾಚ್ಯವಾಗಿ ಬೈಯುತ್ತಿದ್ದ. 'ಯಾರೊಂದಿಗೆ ಹಾದರ ನಡೆಸ್ತಾ ಇದೀಯ?' ಅನ್ನಿದ್ದ. 'ನೀನೊಬ್ಬಳೇನಾ ಸುರಸುಂದರಾಂಗಿ ಇರೋದು?ದುಡ್ಡು ಬಿಸಾಕಿದರೆ ಯಾವಳಾದರೂ ಸೂಳೆ ಸಿಕ್ತಾಳೆ ತೀಟೆ ತೀರಿಸ್ಕೊಳ್ಳೋಕೆ' ಎಂದು ಹೊಡೆದು ಬಡಿದು ಹೋಗಿಬಿಡ್ತಿದ್ದ. ಮತ್ತೆ ಬೆಳಿಗ್ಗೆ ವಾಪಸ್ ಬಂದು, ಕಾಲಿಗೆ ಬಿದ್ದು, ಗೋಳೋ ಅಂತ ಅಳ್ತಾ 'ನೀನಿಲ್ಲದೆ ನಾನು ಬದುಕೋಲ್ಲ. ನನ್ನ ಕ್ಷಮಿಸು. ಕೈಬಿಡಬೇಡ. ದೇವರಾಣೆ ನಾನಿನ್ನ ತುಂಬ ಪ್ರೀತಿಸ್ತೀನಿ. ನನ್ನ ಜೊತೆ ಊರಿಗೆ ಬಂದುಬಿಡು. ಒಟ್ಟಿಗೆ ಹೇಗೋ ಬಾಳುವೆ ಮಾಡೋಣ' ಅಂತ ಗೋಗರೀತಿದ್ದ.

ಈ ದರಿದ್ರ ಜೀವನ ನನಗೆ ರೋಸಿ ಹೋಗಿತ್ತು. ನನ್ನ ಗಂಡನಿಂದ ಹೇಗಾದರೂ ಕೊಂಚ ಕಾಲ ಪಾರಾಗಬೇಕಿತ್ತು. ಅದಕ್ಕೆ ಕೋಲಾರ ಬಿಡೋದು ಅನಿವಾರ್ಯವಾಗಿತ್ತು. ಜೊತೆಗೆ, ನನ್ನ ಉದ್ಯೋಗದ ದೃಷ್ಟಿಯಿಂದ ಬಿ.ಎಡ್. ಮಾಡಿಕೊಳ್ಳೋದು ಅಗತ್ಯವಾಗಿತ್ತು. ನನ್ನ ಸ್ವಂತ ಸಂಪಾದನೇಲಿ ಉಳಿಸಿದ ಹಣ ಬ್ಯಾಂಕಲ್ಲಿ ಸಾಕಷ್ಟಿತ್ತು. ಆದ್ದರಿಂದ ಶಾಲೆಯ Managing Committeeಯಿಂದ ಒಂದು ವರ್ಷ ರಜೆ ಪಡೆದು ಬೆಂಗಳೂರಿಗೆ ಬಂದು ನಿಮ್ಮ ಕಾಲೇಜು ಸೇರಿದೆ. ಇದಿಷ್ಟು ನನ್ನಕಥೆ' ಎಂದು ಮುಗಿಸಿದಳು.

ನಾನು ಸಿಗರೇಟೆಳೆಯುತ್ತ ಮೌನವಾಗಿ ಕೂತುಬಿಟ್ಟೆ. 'ಬಾಳಲ್ಲಿ ಎಷ್ಟೊಂದು ನೊಂದಿದ್ದಾಳೆ ಈ ಬಡಪಾಯಿ ಹೆಣ್ಣು! ಉಪಕಾರದ ನೆಪದಲ್ಲಿ ನಾನೂ ಇವಳನ್ನು ದುರುಪಯೋಗಪಡಿಸಿಕೊಳ್ಳಲು ಸೂಕ್ಷ್ಮವಾಗಿ ಪ್ರಯತ್ನಿಸುತ್ತಿದ್ದೇನೆಯೆ?' ಅನ್ನಿಸಿ ನಾಚಿಕೆಯಾಯಿತು

'ಯಾಕೆ, ಸರ್, ಸುಮ್ಮನೆ ಕೂತುಬಿಟ್ರಿ? ಒಂದು ಕೆಟ್ಟ, Melodramatic ಸಿನಿಮಾ ಕಥೆ ಕೇಳಿದ ಹಾಗಾಯ್ತು? ನನ್ನ ಬಗ್ಗೆ ನಿಮ್ಮ ನಿರೀಕ್ಷೆಗಳೆಲ್ಲ Upset ಆದವ?' ಜಾನಕಿ ಕೇಳಿದಳು.

'No no! Certainly not ಇಷ್ಟೊಂದು ನೋವು ನಿರಾಸೆ ಅನುಭವಿಸಿಯೂ ನೀವು ಸೋಲೊಪ್ಪದೆ ಧೈರ್ಯವಾಗಿ ನಿಂತು ಹೋರಾಡ್ತಾ ಇದ್ದೀರಲ್ಲ. ನಿಮ್ಮ ಬಗ್ಗೆ ನನ್ನ ಗೌರವ ಇನ್ನಷ್ಟು ಹೆಚ್ಚಾಯ್ತು, ಅಷ್ಟೇ' ಎಂದೆ.

'ಮತ್ತೆ ನನ್ನ ಈ ಬರಡು ಬಾಳಲ್ಲಿ ಒಂದಿಷ್ಟು ಆಸೆ, ಭರವಸೆ ಮೂಡಿರೋದಕ್ಕೆ ನೀವು ಮತ್ತು ರಾಧಕ್ಕಾನೇ ಕಾರಣ, ಸರ್. ನಿಮಗೆ ನಾನು ಎಷ್ಟು ಕೃತಜ್ಞಳಾಗಿದ್ದರೂ ಸಾಲದು'ಎಂದಳು.

ನನ್ನೊಳಗೆ ಅಪರಾಧೀಭಾವ ಕುಟುಕತೊಡಗಿತು.

'ಸುಮ್ಮನೆ ಅಷ್ಟೆಲ್ಲ ನನ್ನ ಹೊಗಳಬೇಡಿ, ಜಾನಕಿ, I don't really derserve it' ಎಂದೆ.

ಅವಳು ಕೆಲವು ಕ್ಷಣ ಮೌನವಾಗಿ ತಲೆ ತಗ್ಗಿಸಿ ಕೂತಳು. ನಂತರ ನಿಧಾನವಾಗಿ ಮುಖವೆತ್ತಿ ನನ್ನ ಕಣ್ಣಲ್ಲಿ ಕಣ್ಣಿಟ್ಟು ಹೇಳಿದಳು:

'ನನಗೂ ಅರ್ಥವಾಗತ್ತೆ, ಸರ್. ನಾನೇನೂ ಮುಗ್ಧೆಯಲ್ಲ, ಅಮಾಯಕಳಲ್ಲ, ಪರಿಶುದ್ಧಳೂ ಅಲ್ಲ. ಇಷ್ಟೆಲ್ಲ ಹೇಳಿಕೊಂಡು ಬಿಟ್ಟಿದ್ದೀನಿ. ಇದೊಂದನ್ನು ಯಾಕೆ ಬಚ್ಚಿಡಲಿ? ನೀವು ನನ್ನ ಎಷ್ಟು ಪ್ರೀತಿಸ್ತೀರಿ, ಎಷ್ಟೊಂದು ಹಚ್ಚಿಕೊಂಡಿದ್ದೀರಿ ಅನ್ನೋದು ನನಗೆ ಗೊತ್ತು, ಮೊದಲಿನಿಂದಲೂ ಗೊತ್ತು. ನಾನೂ ಅಷ್ಟೇ ತೀವ್ರವಾಗಿ ನಿಮ್ಮನ್ನ ಪ್ರೀತಿಸ್ತೀನಿ. ಆದರೆ ಎಷ್ಟಾದರೂ ನಾನು ಮದುವೆಯಾದ ಹೆಣ್ಣು, ಈ ಸಮಾಜ, ರಾಧಕ್ಕ, ನಿಮ್ಮ ಮರ್ಯಾದೆ, ಗೌರವ...

'ಜಾನಕಿ!' ಧುಮ್ಮಿಕ್ಕಿ ನುಗ್ಗಿದ ಆಶ್ಚರ್ಯ ಆನಂದಗಳ ಭಾವೋದ್ವೇಗದಲ್ಲಿ ನಾನವಳ ಕೈಗಳನ್ನು ಬಿಗಿಯಾಗಿ ಹಿಡಿದೆ. ಗಕ್ಕನೆ ನನ್ನ ಕೈಗಳನ್ನೆತ್ತಿ ಅವಳು ತನ್ನ ತುಟಿಗೊತ್ತಿಕೊಂಡಳು.

ಆ ನಂತರ ನಡೆದದ್ದನ್ನು ಈಗ ನೆನಪಿಸಿಕೊಳ್ಳುವಾಗ 'ಅದೆಲ್ಲ ನಿಜವೆ?' ಎಂದು ಆಶ್ಚರ್ಯವಾಗುತ್ತೆ, ಅದು ಈ ಲೋಕಕ್ಕೆ ಸಂಬಂಧಿಸಿದ ಅನುಭವವೇ ಅಲ್ಲ' ಅನ್ನಿಸುತ್ತೆ. ಅಷ್ಟು ಕಾಲ ತಡೆದಿಟ್ಟಿದ್ದ ಪರಸ್ಪರ ಸೆಳೆತ, ಅದುಮಿಟ್ಟಿದ್ದ ಅದಮ್ಯ ಬಯಕೆಗಳು ಒಮ್ಮೆಗೇ ಅಸ್ಫೋಟಗೊಂಡವೆ? ಈ ಸಮಾಜದ ಎಲ್ಲ ಕಟ್ಟುಪಾಡುಗಳನ್ನು, ನೀತಿ ನಿಯಮಗಳನ್ನು ಭೀತಿ ಆತಂಕಗಳನ್ನು ಒಮ್ಮೆಲೇ ಮೀರಿ ನಾವು ಗಂಧರ್ವರಾದೆವೆ? ಯಾವ ಪಾಪಭೀತಿಯೂ ಅಪರಾಧಿ ಭಾವವೂ ನಮ್ಮನ್ನು ತೃಣಮಾತ್ರ ಕಾಡದೇ ಹೋದದ್ದು ಹೇಗೆ? ನಮ್ಮ ಇಡೀ ಬಾಳನ್ನು, ಭವಿಷ್ಯದ ನೆಮ್ಮದಿ ಭದ್ರತೆಗಳನ್ನು, ಗೌರವ ಮರ್ಯಾದೆಗಳನ್ನು ಚಿಕ್ಕಾಸಿನಂತೆ ಪಣವೊಡ್ಡಿ ಎಲ್ಲೆ ಮೀರುವ ಹುಂಬ ಧೈರ್ಯ ನಮಗೆ ಒದಗಿ ಬಂದದ್ದಾದರೂ ಹೇಗೆ?ಎಲ್ಲಿಂದ?

ಇಂದಿಗೂ ಕಣ್ಣಿಗೆ ಕಟ್ಟಿದಂತಿದೆ: ಅಂದು ಸಂಜೆಯೇ ನಾವು ಮೈಸೂರಿಗೆ ಹೋದದ್ದು ಗಂಡ ಹೆಂಡಿರೆಂದು ಒಂದು ಭವ್ಯ ವಸತಿಗೃಹದಲ್ಲಿ ಉಳಿದುಕೊಂಡದ್ದು, ನಮ್ಮ ಆಯುಷ್ಯದಲ್ಲಿ ಉಳಿದಿರುವುದು ಇದೊಂದೇ ರಾತ್ರಿ

ಎಂಬಂತೆ ರಾತ್ರಿಯಿಡೀ ಬಿಗಿದಪ್ಪಿ ಮುದ್ದಾಡಿದ್ದು, ಪರಸ್ಪರ ಕೊಂಡಾಡಿದ್ದು; ಒಳಗನ್ನೆಲ್ಲ ತೆರೆದು ಬೆತ್ತಲೆ ಹೊರಗಿಟ್ಟದ್ದು ಬಗೆದುತೋಡಿ, ಹಿಂಡಿ, ಹೀರಿ, ಒಬ್ಬರನ್ನೊಬ್ಬರು ಇಡಿಯಾಗಿ ಒಳಗೊಂಡುಬಿಟ್ಟದ್ದು. ಮರುದಿನ ಸಂತೃಪ್ತಿಯಿಂದ, ಧನ್ಯತೆಯಿಂದ, ಗರಿಹಗುರಾಗಿ ಬೆಂಗಳೂರಿಗೆ ಹಿಂತಿರುಗಿದ್ದು,

ಬೆಂಗಳೂರು ಬಸ್‌ನಿಲ್ದಾಣದಿಂದ ಅವಳು ನೇರವಾಗಿ ಕೋಲಾರಕ್ಕೆ ಬಸ್ ಹಿಡಿದಳು. ಬೀಳ್ಕೊಡುವ ಮೊದಲು ಹೇಳಿದೆ:

'ನಾಳೆಯೇ ಕಾಗದ ಬರೀತಿ ತಾನೆ?'

ಈಗ ಏಕಾಂತದಲ್ಲಿ ಅವಳೊಂದಿಗೆ ಏಕವಚನದ ಅಧಿಕಾರ ಗಳಿಸಿದ್ದೆ.

'ನೀವೂ ಅಷ್ಟೇ' ಎಂದಳು. 'ಸರ್' ಎನ್ನುವುದನ್ನಷ್ಟೇ ಅವಳು ಬಿಟ್ಟುಕೊಟ್ಟಿದ್ದಳು. ಒಲ್ಲದ ಮನಸ್ಸುಗಳೊಂದಿಗೆ ಬೇರಾದೆವು.

ಮನೆಗೆ ಹಿಂತಿರುಗಿದೆ. ಯಾವುದೋ ಅನಿರ್ವಚನೀಯ ಆನಂದ ಎದೆ ತುಂಬಿತ್ತು; ಹಾಗೆಯೇ ವಿರಹದ ವೇದನೆ ಸಹ. ಈಗ ನನ್ನಿಡೀ ಜಗತ್ತಿನಲ್ಲಿ ಉಳಿದಿದ್ದದ್ದು ನಾವಿಬ್ಬರೇ. ರಾತ್ರಿ ಕೂತು ಅವಳಿಗೊಂದು ಸುದೀರ್ಘ ಪ್ರೇಮಪತ್ರ ಬರೆದೆ. ಆಗಲೇ ಅವಳ ಕಣ್ಣುಗಳನ್ನು ನಾನು ಸಮುದ್ರಕ್ಕೆ ಹೋಲಿಸಿದ್ದು. ಆ ಸಮುದ್ರದ ಆಳವಳೆಯಲು ಧುಮುಕಿ ಅದರ ಅಗಾಧ ತಳಮುಟ್ಟಿ, ಅಲ್ಲೇ ಮಲಗಿಬಿಟ್ಟಿದ್ದೆ. ಮೇಲೇರಿ ಹಿಂತಿರುಗುವ ಮನಸ್ಸಾಗಲೀ ಶಕ್ತಿಯಾಗಲೀ ಉಳಿದಿರಲಿಲ್ಲ.

ಎರಡೇ ದಿನಗಳಲ್ಲಿ ಅವಳಿಂದ ನಾನು ಕಾತರಿಸಿ ಕಾಯುತ್ತಿದ್ದ ಪತ್ರ ಬಂತು. ಪತ್ರವಲ್ಲ, ಒಂದು ಕವಿತೆ. ಕವಿತೆಯೂ ಅಲ್ಲ, ಒಂದು ಭಾವಗೀತೆ.

ನೋಡಿದ, ಅವನು ಹೀಗೆ ನೋಡಿದ:

ಒಣ ಬೇರಿಗೆ ನೀರೂಡುವ ಹಾಗೆ ನೋಡಿದ.

ಕೂಡಿದ, ನನ್ನ ಹೀಗೆ ಕೂಡಿದ:

ಹೊಸ ಚೇತನ ನನ್ನಲಿ ಹರಿವಂತೆ ಕೂಡಿದ.

ನರಳಿದೆ, ಆಹಾ! ಹೇಗೆ ನರಳಿದೆ?

ಮೈಯ ತುಂಬ ಚಿಗುರು ನಿಮಿರಿದಂತೆ ನರಳಿದೆ.

ಅರಳಿದೆ, ಹಿಗ್ಗಿ ಹೇಗೆ ಅರಳಿದೆ? ಹೂವಿನೋಕುಳಿಯಲಿ ಮಿಂದ ಹಾಗೆ ಅರಳಿದೆ.

ಸುರಿಸಿದ, ಒಲವ ಹೇಗೆ ಸುರಿಸಿದ?

ಆಗುಂಬೆಯ ಹುಚ್ಚು ಮಳೆಯ ಹಾಗೆ ಸುರಿಸಿದ. ಫಲಿಸಿತು, ನನ್ನೊಳೇನು ಫಲಿಸಿತು?

ಜೊಂಪೆ ಜೊಂಪೆ ಹಣ್ಣು ತೂಗಿ ಜೀವ ಫಲಿಸಿತು.

ಪತ್ರವನ್ನು ಮತ್ತೆ ಮತ್ತೆ ಮುದ್ದಿಸಿ, ಎದೆಗೊತ್ತಿಕೊಂಡು, ಕಣ್ಮುಚ್ಚಿ ಮಲಗಿದೆ. ಒಳಗಣ್ಣ ತುಂಬ ಜಾನಕಿಯದೇ ನೂರು ಬಿಂಬ, ಮತ್ತೆ ಅವಳನ್ನು ಕಾಣಬೇಕು.

ಅಪ್ಪಿ ಮುದ್ದಾಡಬೇಕು, ಎಂಬ ಹುಚ್ಚು ಆವೇಶ, ಉದ್ವೇಗ ಹೃದಯವನ್ನು ಹಿಂಡತೊಡಗಿತು. ಸದ್ಯಕ್ಕೆ ಅದು ಸಾಧ್ಯವಿಲ್ಲದ್ದರಿಂದ ನನ್ನ ಒಳಗುದಿಯಿಂದ ಪಾರಾಗಲು ಹತ್ತಾರು ಪ್ರೇಮಗೀತೆಗಳನ್ನು ಬರೆದು, ವ್ಯಾಖ್ಯಾನ ಸಹಿತ ಅವಳಿಗೆ ರವಾನಿಸಿದೆ.

***

ನನ್ನ ಭಾವಗೀತೆಗಳ ಕೆಸೆಟ್ಟಿಗೆ ಹಿನ್ನೆಲೆ ಸಂಗೀತದ track recording ಮುಗಿಯಿತು. Voice mixingಗೆ ದಿನಾಂಕವೂ ನಿರ್ಧಾರವಾಯಿತು. ಜಾನಕಿಯಿಂದ ಹಾಡಿಸಬೇಕೆಂದು ನಿಶ್ಚಯವಾಗಿದ್ದ ಎರಡು ಹಾಡುಗಳನ್ನು ಒಂದು ಕೆಸೆಟ್ಟಿಗೆ ಪ್ರತಿ ಮಾಡಿಸಿದೆ. ಅವಳು ಹಾಡುಗಳನ್ನು ಮುಂಚಿತವಾಗಿಯೇ ಕಲಿಯುವುದು ಅಗತ್ಯವಾಗಿತ್ತು. ಹೆಚ್ಚು ಕಾಲಾವಕಾಶವಿರಲಿಲ್ಲ. ಅವಳನ್ನು ಮತ್ತೆ ಭೇಟಿಯಾಗಲು ಇದೊಂದು ತಕ್ಕ ನೆಪ ಸಿಕ್ಕಂತಾಯಿತು. ನಾನೇ ಖುದ್ದಾಗಿ ಕೋಲಾರಕ್ಕೆ ಹೋಗಿ ಕೆಸೆಟ್ಟನ್ನು ಅವಳಿಗೆ ತಲುಪಿಸುವುದೆಂದು ನಿರ್ಧರಿಸಿದೆ.

ಕೋಲಾರ ತಲುಪಿದಾಗ ಬೆಳಗ್ಗೆ ಸುಮಾರು ಹನ್ನೊಂದು ಗಂಟೆ. ಮನಸ್ಸು ಹಲವಾರು ಸುಂದರ ಕಲ್ಪನೆ, ನಿರೀಕ್ಷೆಗಳಿಂದ ಸಂಭ್ರಮಿಸುತ್ತಿತ್ತು. ಜೊತೆಗೆ, 'ಜಾನಕಿ ಮನೆಯಲ್ಲಿಲ್ಲದಿದ್ದರೆ? ಊರಲ್ಲೇ ಇಲ್ಲದಿದ್ದರೆ?' ಎಂಬ ಅನುಮಾನವೂ ಕಾಡುತ್ತಿತ್ತು. ಆಟೋ ಹಿಡಿದು, ವಿಳಾಸದ ನೆರವಿನಿಂದ, ಅವಳ ಮನೆ ತಲುಪಿದೆ. ರಸ್ತೆ ಬದಿಯ ಮನೆ, ಪುಟ್ಟ ಕಾಂಪೌಂಡ್, ಜಾಲರಿಯ ವೆರಾಂಡ, ಮುಂಬಾಗಿಲಿಗೆ ಬೀಗ ಹಾಕದಿದ್ದುದ್ದು ಕಂಡು ಸಮಾಧಾನವಾಯಿತು.

ಡೋರ್ ಬೆಲ್ಲಿನ ಗುಂಡಿಯೊತ್ತಿ ಕಾತರದಿಂದ ಕಾದೆ.

'ಯಾರು?' ಒಳಗಿಂದ ಜಾನಕಿಯ ಧ್ವನಿ, ಹಿಂದೆಯೇ ಹಜಾರದ ಬಾಗಿಲು ತೆರೆದು, ಹೌಸ್‌ಗೌನಲ್ಲಿದ್ದ ಜಾನಕಿ ಹೊರಗಿಣುಕಿದಳು. ವರಾಂಡದ ಜಾಲರಿಯ ಮೂಲಕ ನನ್ನ ಕಂಡು, 'ಓ ನೀವಾ!' ಎಂದವಳ ಮುಖ ಹಿಗ್ಗಿನಿಂದ ಅರಳಿತು. ಮರುಕ್ಷಣವೇ ಯಾಕೋ ಸಪ್ಪಗಾಯಿತು. ಮುಂಬಾಗಿಲು ತೆರೆದು,

'ಬನ್ನಿ, ಬನ್ನಿ, ಇದೇನಾಶ್ಚರ್ಯ?' ಎಂದಳು.

ನಾನು ಒಳಹೊಕ್ಕೆ, ವರಾಂಡಾದಲ್ಲಿದ್ದ ಒಂದು ಕುರ್ಚಿ ತೋರಿಸಿ, 'ಕೂತ್ಕಳ್ಳಿ' ಎಂದಳು. ಮನಸ್ಸಿಗೆ ಪಿಚ್ಚೆನಿಸಿತು. ಕೂತೆ. ಹತ್ತಿರದಲ್ಲೇ ಮತ್ತೊಂದು ಕುರ್ಚಿಯಲ್ಲಿ ಕೂತಳು.

ತುರ್ತಾಗಿ ಬಂದ ಕಾರಣ ತಿಳಿಸಿದೆ.

'ಇಷ್ಟೇಕೆ ತೊಂದರೆ ತಗೊಂಡ್ರಿ? ಒಂದು ಟೆಲಿಗ್ರಾಮ್ ಕೊಟ್ಟಿದ್ದರೆ ನಾನೇ ಬರ್ತಿದ್ದೆ' ಎಂದಳು. 'ಯಾಕೆ? ನಾನು ಬರಬಾರದಿತ್ತ?' ಎಂದೆ ಕೊಂಕಿನಿಂದ.

ತಲೆ ತಗ್ಗಿಸಿ, 'ಹಾಗಲ್ಲ' ಎಂದವಳೇ, 'ಒಂದು ನಿಮಿಷ ಕೂತ್ಕೊಳ್ಳಿ ಬಟ್ಟೆ ಬದಲಾಯಿಸಿ ಬಂದುಬಿಡ್ತೀನಿ. ಹೊರಗಡೆ ಹೋಗಿ ಮಾತಾಡೋಣ' ಎಂದು ಮನೆಯೊಳಕ್ಕೆ ಹೋಗಿಬಿಟ್ಟಳು.

ನನ್ನ ಉತ್ಸಾಹ, ಸಂಭ್ರಮಗಳೆಲ್ಲ ಜರ್‍ರನೆ ಇಳಿದುಹೋದವು. ಹಠಾತ್ತನೆ ಕಲ್ಪನಾ ಸಾಮ್ರಾಜ್ಯದಿಂದ ವಾಸ್ತವಕ್ಕೆ ಕುಸಿದು ಬಿದ್ದಂತಾಯಿತು. 'ನಾನಿಲ್ಲಿಗೆ ಬರಬಾರದಿತ್ತು. ಪಡ್ಡೆ ಹುಡುಗನ ಹಾಗೆ ಹೀಗೇಕೆ ದುಡುಕಿ ಬಿಟ್ಟೆ' ಅನ್ನಿಸಿ, ನನ್ನ ಬಗ್ಗೆಯೇ ನನಗೆ ಹೇಸಿಗೆಯಾಯಿತು. 'ಈಗ ಜಾನಕಿಗೆ ನನ್ನ ಬಗ್ಗೆ ಎಂಥ ತಾತ್ಸಾರದ, ಜುಗುಪ್ಸೆಯ ಭಾವನೆ ಮೂಡಿರಬಹುದು' ಅನ್ನಿಸಿ ಪೇಚಾಡತೊಡಗಿದೆ. ಸಿಗರೇಟು ಹಚ್ಚಬೇಕೆನ್ನಿಸಿತು, ತಡೆದುಕೊಂಡೆ. ಟೀಪಾಯ್ ಮೇಲಿದ್ದ ಮ್ಯಾಗಜಿನ್‌ಗಳ ಪುಟ ತಿರುವುತ್ತ ಮುಜುಗರದಿಂದ ಚಡಪಡಿಸುತ್ತ, ಬೆವರುತ್ತ ಕಾದೆ. ಕಾಲ ಸ್ತಬ್ಧವಾದಂತೆ ತೋರಿತು.

ಕೊನೆಗೊಮ್ಮೆ ಜಾನಕಿ ಸೀರೆಯುಟ್ಟು ಸಜ್ಜಾಗಿ ಹೊರಬಂದಳು. ಟ್ರೇನಲ್ಲಿ ಎರಡು ರಸ್ನಾ ತಂದಳು. ನಾನು ತಲೆತಗ್ಗಿಸಿ ಪನೀಯ ಗುಟುಕರಿಸತೊಡಗಿದೆ. ಅವಳ ದೃಷ್ಟಿಯನ್ನೆದುರಿಸಲು ಅಳುಕುತಿತ್ತು.

ಬನ್ನಿ. ಮನೆ ನೋಡುವಿರಂತೆ' ಎಂದು ಒಳಹೊಕ್ಕಳು.

ಈ ಅನಿರೀಕ್ಷಿತ ತಿರುವಿನಿಂದ ಅಚ್ಚರಿಗೊಂಡು ಅವಳನ್ನು ಹಿಂಬಾಲಿಸಿದೆ. 'ಇದು ಹಾಲ್, ಅದು ಕಿಚನ್, ಅದು ಬೆಡ್ ರೂಮ್, ಒಳಕ್ಕೆ ಬನ್ನಿ, ಏಕೆ ಅಲ್ಲೇ ನಿಂತು ಬಿಟ್ರಿ?'

ಹಿಂಜರಿಕೆಯಿಂದಲೇ ನಾನು ಒಳಹೊಕ್ಕೆ. ಬಿಗಿದಪ್ಪಿದ್ದೇ ನನ್ನ ಕೆನ್ನೆಗೆ ಒಂದು ಹೂಮುತ್ತು ಕೊಟ್ಟಳು. ನನ್ನ ಸಂದೇಹ, ಸಂಕೋಚಗಳ ಗೋಡೆ ಕುಸಿದು ಬಿತ್ತು, ನಾನೂ ಅವಳನ್ನು ಬಿಗಿದಪ್ಪಿ ಮುದ್ದಿಸಿದೆ.

ನಿಧಾನವಾಗಿ ನನ್ನ ತೆಕ್ಕೆಯಿಂದ ತನ್ನನ್ನು ನಿವಾರಿಸಿಕೊಂಡು, ಸೆರಗು ಸರಿಪಡಿಸಿಕೊಳ್ಳುತ್ತ

'ಸದ್ಯಕ್ಕೆ ಇಷ್ಟಕ್ಕೇ Full stop.'

'ಅಲ್ಲ–Comma' ಎಂದೆ.

ನಸುನಕ್ಕು 'ನಮ್ಮೇಲೆ ಕೋಪ ಬಂತ?' ಕೇಳಿದಳು.

'ಬನ್ನಿ, ಹೊರಗೆ ಹೋಗಿ ಮಾತಾಡೋಣ, ಇದು ಕೋಲಾರ, ಮೈಸೂರಲ್ಲ' ಎಂದು ಕಣ್ಣು ಮಿಟುಕಿಸಿ ನಕ್ಕಳು.

ನಾನೂ ಸಮಾಧಾನದ ನಿಟ್ಟುಸಿರಿಟ್ಟು ಅವಳ ಹಿಂದೆ ಹೆಜ್ಜೆ ಹಾಕಿದೆ.

***

ಕೋಲಾರದಿಂದ ಸಂಜೆ ಬೆಂಗಳೂರಿಗೆ ಹಿಂತಿರುಗುವಾಗ ನಾನು ಮತ್ತೆ ಮೊದಲಿನ ಸಂಭಾವಿತ ವ್ಯಕ್ತಿಯಾಗಿದ್ದೆ. ಪ್ರೇಮಾವೇಶದ ಅಮಲು ಸಂಪೂರ್ಣ

ಇಳಿದಿತ್ತು. ಮುಗ್ಗರಿಸಿ ಬಿದ್ದು ನಗೆಪಾಟಲಿಗೀಡಾಗುವುದರಲ್ಲಿದ್ದ ನನ್ನನ್ನು ಜಾನಕಿ ತಡೆದು ನಿಲ್ಲಿಸಿದ್ದಳು. ಅವಳಿಗೆ ಕೃತಜ್ಞನಾಗಿದ್ದೆ. ಅವಳ ಮಾತುಗಳನ್ನು ಮನಸ್ಸು ಮೆಲುಕು ಹಾಕುತ್ತಿತ್ತು.

'ದಯವಿಟ್ಟು, ತಪ್ಪಾಗಿ ಭಾವಿಸಬೇಡಿ. ಈ ರೀತಿಯ ನಮ್ಮ ಭೇಟಿ, ಪತ್ರ ವ್ಯವಹಾರ ಇಂದಿಗೆ ನಿಲ್ಲಿಸಿಬಿಡೋಣ. ಕಾರಣಗಳನ್ನು ನಾನು ನಿಮಗೆ ಬಿಡಿಸಿ ಹೇಳಬೇಕಾಗಿಲ್ಲ. ನನಗಿಂತ ಹೆಚ್ಚಿಗೆ ತಿಳಿದೋರು ನೀವು. ಮೊದಲೇ ನಾನು ದುರದೃಷ್ಟವಂತೆ. ನನ್ನ ಬಾಳಿನ ದುರಂತಗಳ ಸರಮಾಲೆಯಲ್ಲಿ ಈ ನಮ್ಮ ಪ್ರೇಮವೂ ಒಂದು ಹೊಸ ಸೇರ್ಪಡೆಯಾಗೋದು. ನಿಮ್ಮ ಭವಿಷ್ಯ ಅಲ್ಲೋಲ ಕಲ್ಲೋಲವಾಗೋದು ನನಗಿಷ್ಟವಿಲ್ಲ.

ಏನೋ ನಮ್ಮ ಅದೃಷ್ಟ, ಒಂದು ರಾತ್ರಿಯ ಮಟ್ಟಿಗಾದರೂ ನಾವು ಒಂದುಗೂಡಿದ್ದೇವೆ. ಸುಖ ಪಟ್ಟಿದ್ದೇವೆ. ನನ್ನಲ್ಲಿ ನೀವು, ನಿಮ್ಮಲ್ಲಿ ನಾನು ಸದಾ ಉಳಿದೇ ಇದ್ದೇವೆ. ಇನ್ನೂ ಹೆಚ್ಚಿಗೆ ಆಸೆ ಪಟ್ಟರೆ ಅದು ಬರೀ ದುರಾಸೆಯಾಗುತ್ತೆ. ಅದರಿಂದ ಖಂಡಿತ ನಮಗೆ ಸುಖ, ನೆಮ್ಮದಿ ಸಿಕ್ಕೋಲ್ಲ. ಅವಮಾನ, ದ್ವೇಷ ಮೂಡಬಹುದು. ನಿಮ್ಮ ಪ್ರೀತಿಯನ್ನು ಕಳಕೊಳ್ಳೋದು ನನಗೆ ಬೇಕಿಲ್ಲ.

ಜೊತೆಗೆ ಇನ್ನೊಂದು ವಿಷಯ, ನಿನ್ನೆ ನನ್ನ ಗಂಡ ಮತ್ತೆ ಇಲ್ಲಿಗೆ ಬಂದಿದ್ದ. ಯಥಾಪ್ರಕಾರ ಹಣಕ್ಕಾಗಿ ಪೀಡಿಸಿದ. ಕೊಟ್ಟೆ. ರಾತ್ರಿ ಮಾಮೂಲಿನಂತೆ ಕುಡಿದು ಬಂದು ಬಲಾತ್ಕಾರ ಮಾಡಿದ. ಈ ಬಾರಿ ನಾನೂ ವಿರೋಧಿಸಲಿಲ್ಲ. ಮನಸ್ಸಿಲ್ಲದಿದ್ದರೂ ಅವನಿಗೆ ನನ್ನನ್ನು ಒಪ್ಪಿಸಿಕೊಂಡೆ. ಯಾಕೆ ಗೊತ್ತ? ನಾನು ನೀವು ಕೂಡಿದ್ದರಿಂದಲಾದರೂ ಈ ಬಾರಿ ನನ್ನ ಬಂಜೆತನ ನೀಗಬಹುದೇನೋ ಎಂಬ ಆಸೆ ನನಗೆ. ನನ್ನ ಸ್ವಾರ್ಥಕ್ಕಾಗಿ ನಿಮ್ಮನ್ನು ಉಪಯೋಗಿಸಿಕೊಂಡೆನೆಂದು ದಯವಿಟ್ಟು ತಿಳೀಬೇಡಿ. ಅಂದು ರಾತ್ರಿ ನಿಮ್ಮಲ್ಲಿ ನನಗಿದ್ದ ಅದಮ್ಯ ಪ್ರೀತಿಯಿಂದ ಮಾತ್ರವೇ ನನ್ನನ್ನು ಇಡಿಯಾಗಿ ನಿಮಗೆ ಒಪ್ಪಿಸಿಕೊಂಡಿದ್ದೆ. ಅಥವಾ, ನನ್ನಂತರಾಳದಲ್ಲಿ ತಾಯ್ತನದ ಹಂಬಲವೂ ಇತ್ತೇನೊ, ಹೇಳಲಾರೆ. ಇದ್ದರೂ ಅದು ತಪ್ಪಂತ ನಿಮಗನ್ನಿಸುತ್ತ? ದಯವಿಟ್ಟು ಈ ಗುಟ್ಟು ನಮ್ಮಿಬ್ಬರಲ್ಲೇ ಇರಲಿ.

ನಮ್ಮ ಪ್ರೀತಿ, ಆತ್ಮೀಯತೆ ಸದಾ ಕಾಪಾಡಿಕೊಳ್ಳೋಣ. ಅದಕ್ಕಾಗಿ ಈ ಅನಿವಾರ್ಯ ಅಂತರ, ಇತಿಮಿತಿ ಒಪ್ಪಿಕೊಳ್ಳೋಣ, ಏನಂತೀರಿ?'

***

ಈ ಪ್ರೇಮಪ್ರಸಂಗದ ಕುರುಹಾಗಿ ಜಾನಕಿಯ ಮಧುರ ಧ್ವನಿಯನ್ನೊಳಗೊಂಡ 'ಮಿಲನ' ಕೆಸೆಟ್ ಇಂದು ನನ್ನೊಂದಿಗಿದೆ. ಅವಳ ಮಡಿಲಲ್ಲಿ 'ಭಾವನಾ' ಮುದ್ದಾಗಿ ಬೆಳೆಯುತ್ತಿದ್ದಾಳೆ.

–1989

17

ವಿಹಾರ

ಶಿವಮೊಗ್ಗೆಯಿಂದ ಬೆಳಗ್ಗೆ ಹೊರಟ ಬಸ್ಸು ಕೆಮ್ಮಣ್ಣುಗುಂಡಿಯ ಬೆಟ್ಟವನ್ನು ಉಬ್ಬಸಪಡುತ್ತ ಏರುತ್ತಿತ್ತು. ಜೂನ್ ತಿಂಗಳ ಮೂರನೇ ವಾರ, ರಜೆಯ ದಿನವೂ ಅಲ್ಲ. ಹೀಗಾಗಿ ಬಸ್ಸಲ್ಲಿ ಅಷ್ಟಾಗಿ ಪ್ರವಾಸಿಗಳಿರಲಿಲ್ಲ. ಇದ್ದವರು ನಡುವಯಸ್ಕ ದಂಪತಿಗಳು–ಮೂರ್ತಿ ಮತ್ತು ಲಲಿತ, ಒಂದು ಯುವ ಜೋಡಿ ಹಾಗೂ ಒಂದಷ್ಟು ಹಳ್ಳಿಯ ಮಂದಿ.

ಬೇಸಿಗೆಯ ತಾಪ ಕಳೆದು ಮುಂಗಾರು ಕಾಲಿಟ್ಟಿತ್ತು. ನಸುಗಪ್ಪು ಮೋಡಗಳು ಹಿಂಡು ಹಿಂಡಾಗಿ ಆಕಾಶದಲ್ಲಿ ನೈರುತ್ಯದಿಂದ ಈಶಾನ್ಯಕ್ಕೆ ದಿಬ್ಬಣ ಹೊರಟಿದ್ದವು. ಅವುಗಳ ನಡುವಿನಿಂದ ಸೂರ್ಯ, ಮದುವೆ ಇಷ್ಟವಿಲ್ಲದ ವರನಂತೆ, ಆಗಾಗ ಹೊರಕ್ಕೆ ಮಂಕಾಗಿ ತಲೆ ಹಾಕಿ ಮರೆಯಾಗುತ್ತಿದ್ದ.

ಕಿಟಕಿ ಬದಿಗೆ ಕುಳಿತಿದ್ದ ಲಲಿತ ಹೊರಗಿನ ರಮಣೀಯ ದೃಶ್ಯಗಳಲ್ಲಿ ಕಣ್ಣು ನೆಟ್ಟು ಬೆರಗು, ಆನಂದಗಳಲ್ಲಿ ಮೈಮರೆತ್ತಿದ್ದಳು. ಮೂರ್ತಿ ತನ್ನ ಎಡಗಡೆಯ ಸೀಟಿನಲ್ಲಿ ಕುಳಿತಿದ್ದ ಯುವ ಜೋಡಿಯನ್ನು ಕದ್ದು ಮುಚ್ಚಿ ಗಮನಿಸುತ್ತಿದ್ದ.

ಯುವಕ ದೊಗಲೆ ಅಂಗಿ, ಜೀನ್ಸ್ ಪ್ಯಾಂಟಿನಲ್ಲಿದ್ದ; ಯುವತಿ ಚೂಡಿದಾರ ತೊಟ್ಟಿದ್ದಳು. ಇಬ್ಬರೂ ತಂಪು ಕನ್ನಡಕ ಧರಿಸಿದ್ದರು. 'ಹೊಸದಾಗಿ ಮದುವೆಯಾದ ಸಿಟಿ ದಂಪತಿಗಳಿರಬೇಕು, ಅಥವಾ ಗುಪ್ತ ಪ್ರೇಮಿಗಳೊ? ಮೂರ್ತಿ ಯೋಚಿಸಿದ. 'ಏನೇ ಆದರೂ ಚೆಲುವಾದ ಜೋಡಿ' ಅಂದುಕೊಂಡ.

'ಹಾಗೆ ನೋಡಿದರೆ ನಾನು ಮತ್ತು ಲಲಿತೆ ಸಹ ಪ್ರೀತಿಸಿ ಮದುವೆಯಾದವರೇ ತಾನೆ?' ಮೂರ್ತಿ ಲಲಿತೆಯ ಕಡೆ ನೋಡಿದ.

'ನನಗೀಗ ನಲವತ್ತನಾಲ್ಕು. ಅಂದರೆ ಲಲಿತೆಗೆ ಮೂವ್ವತ್ತೆಂಟಾಯಿತು. ಆದರೂ ಎಷ್ಟು ಲಕ್ಷಣವಾಗಿದ್ದಾಳೆ! ಮೈಕೈ ತುಂಬಿಕೊಂಡಿದ್ರೂ ಧಡೂತಿಯಲ್ಲ, ಮುಖದಲ್ಲಿ ಒಂದು ಸುಕ್ಕಿಲ್ಲ. ತಲೆಯಲ್ಲಿ ಒಂದು ನರೆಗೂದಲಿಲ್ಲ. ಇವಳ ಅಲೆಅಲೆ ದಟ್ಟ ಉದ್ದನೆ ಕೂದಲು ಕಂಡು ನೆರೆಹೊರೆಯ ಎಷ್ಟೊಂದು ಹೆಂಗಸರು ಈಗಲೂ ಕರುಬುತ್ತಾರೆ. ನನಗೋ ನೆತ್ತಿಯಲ್ಲಿ ಕೂದಲು ತೆಳ್ಳಗಾಗ್ತಾ ಇದೆ. ಗಡ್ಡ ಮೀಸೆ ತಲೆಗೂದಲಲ್ಲಿ ಬಿಳಿ ಕಪ್ಪಿನೊಂದಿಗೆ ಪೈಪೋಟಿಗಿಳಿದಿದೆ. ಚಾಳೀಸು ಬಂದಿದೆ. ಮುಖದಲ್ಲಿ ತೆಳ್ಳಗೆ ನಿರಿಗೆಗಳು ಮೂಡ್ತಾ ಇವೆ. ಮದುವೆಯಾಗಿ ಇಪ್ಪತ್ತೆರಡು ವರ್ಷಗಳೇ ಆಗಿ ಹೋದವು. ಒಮ್ಮೆಯಾದರೂ ಆ ಯುವ ಜೋಡಿಯಂತೆ ಸ್ವಚ್ಛಂದವಾಗಿ ಅಲ್ಲಿ ಇಲ್ಲಿ ಅಲೆದಾಡಿದ್ದುಂಟೆ? ನಿಸ್ಸಂಕೋಚವಾಗಿ ಕಲೆತದ್ದುಂಟೆ? ಬರೀ ಔಷಧದ ಅಂಗಡಿ ವ್ಯಾಪಾರ, ಸಂಪಾದನೆ, ತಂಗಿಯರ ಮದುವೆ, ಮಕ್ಕಳ ಓದು, ಜಂಜಾಟ, ತಾಪತ್ರಯಗಳಲ್ಲೇ ಯೌವನವೆಲ್ಲ ಸೋರಿ ಹೋಯ್ತು. ಇಕ್ಕಟ್ಟಿನ ಮನೆಯಲ್ಲಿ ಮುಜುಗರ, ಸಂಕೋಚಗಳಲ್ಲೆ ಗೃಹಸ್ಥಧರ್ಮದ ಗಂಧ ತೇಯ್ದಿದ್ದಾಯ್ತು. ನನ್ನ ಕೈ ಹಿಡಿದು ಇವಳು ಪಡೆದ ಸುಖವಾದರೂ ಏನು?' ಮೂರ್ತಿ ಖಿನ್ನನಾದ.

'ಶೇಖರ ಹೇಳಿದ ಹಾಗೆ ಇನ್ನು ಮುಂದಾದರೂ ಈ ಜವಾಬ್ದಾರಿ, ಜಂಜಾಟಗಳನ್ನು ಬದಿಗಿಟ್ಟು ಮೈಚಳಿ ಬಿಟ್ಟು, ಜೀವನದಲ್ಲಿ ಕೊಂಚವಾದರೂ ಆರಾಮ, ಸುಖ ಅನುಭವಿಸಬೇಕು' ಅಂದುಕೊಂಡ.

'ಇಷ್ಟಕ್ಕೂ ಸುಖ ಎಂದರೇನು?' ಜಿಜ್ಞಾಸೆ ಶುರುವಾಯಿತು. 'ರುಚಿ-ರುಚಿಯಾಗಿ ತಿನ್ನೋದರಲ್ಲಿ ಸುತ್ತೋದರಲ್ಲಿ ಸುಖ ಇರಬಹುದೆ? ಅದಿರೋದು ನಮ್ಮ ಮನಸ್ಸಿನಲ್ಲಲ್ಲವೆ? ಇಬ್ಬರು ತಂಗಿಯರ ಮದುವೆ ಮಾಡಿದ್ದೇನೆ. ಗಂಡು ಮಕ್ಕಳಿಬ್ಬರನ್ನೂ ಚೆನ್ನಾಗಿ ಓದಿಸಿದ್ದೇನೆ. ಸ್ವಂತ ಮನೆ ಕಟ್ಟಿಸಿದ್ದೇನೆ. ವೃದ್ಧಾಪ್ಯದಲ್ಲಿ ತಾಯಿಗೆ, ಅತ್ತೆಗೆ ಆಶ್ರಯವಾಗಿದ್ದೇನೆ. ಅಪ್ಪ ಅಮ್ಮಂಗೆ ಒಬ್ಬನೇ ಮಗನಾಗಿ ನನ್ನ ಎಲ್ಲ ಕರ್ತವ್ಯಗಳನ್ನೂ ಸಮರ್ಪಕವಾಗಿ ನಿರ್ವಹಿಸಿದ ಈ ಧನ್ಯತೆ, ಸಂತೃಪ್ತಿ ಯಾವ ಸ್ವಾರ್ಥ ಸುಖಕ್ಕಿಂತಲೂ ಮಿಗಿಲಾದ್ದಲ್ಲವೆ? ಅಥವಾ ನನ್ನದು ಕೇವಲ ಅಭಾವ ವೈರಾಗ್ಯವೊ?'

'ಹಾಗಿಲ್ಲದಿದ್ದರೆ ಈ ಬಾರಿ ಶೇಖರನನ್ನು ಭೇಟಿಯಾದಾಗಿನಿಂದ ಒಳಗೇ-ನನ್ನದು ಬರಡು ಬಾಳು-ಎಂದೇಕೆ ವ್ಯಥೆಯಾಗಬೇಕು? ಇಷ್ಟಕ್ಕೂ ಈ ಬಾಳಿನ ಪರಮಾರ್ಥವಾದರೂ ಏನು? ಶೇಖರ ಹೇಳೋ ಹಾಗೆ, ನಮ್ಮ ಬಾಳಿಗೆ ತಾನಾಗಿ ಯಾವ ಉದ್ದೇಶವೂ ಇಲ್ಲವೆ? ನಾವು ಕೊಟ್ಟುಕೊಂಡಷ್ಟೇ ಅರ್ಥವೆ?' ಮೂರ್ತಿ ಗೊಂದಲಗೊಂಡು ತಲೆಕೊಡವಿದ. ಹಾಗೇ ಹಿಂದಕ್ಕೊರಗಿ ಕಣ್ಣು ಮುಚ್ಚಿದ.

ಒಳಗಣ್ಣಿ ತೆರೆಯ ಮೇಲೆ ಬೇಡ ಬೇಡವೆಂದರೂ ಮತ್ತೆ ಮತ್ತೆ ಒತ್ತಾಯದಿಂದ ಮೂಡುವ ಚೆಲುವಾದ ಅವೇ ಹಲವು ಬೆತ್ತಲೆ ಗಂಡು ಹೆಣ್ಣು ಜೋಡಿಗಳು! ವಿವಿಧ ಭಂಗಿಗಳಲ್ಲಿ ಕಾಮಕೇಳಿ!...ಹಾ ...ಹೋ...ಚೀತ್ಕಾರ!

ಮೈ ಬೆಚ್ಚಗಾದಂತಾಗಿ ಧಿಗ್ಗನೆದ್ದು ಕೂತ.

***

ಆದದ್ದಿಷ್ಟು: ಮೂರ್ತಿಯ ಮೊದಲ ತಂಗಿ ಶಾರದೆ ದಾವಣಗೆರೆಯಲ್ಲಿದ್ದಾಳೆ. ಆಕೆಯ ಗಂಡ ಶ್ರೀನಾಥ ಅಲ್ಲಿನ ಹತ್ತಿಗಿರಣಿಯ ಲೆಕ್ಕಪತ್ರ ವಿಭಾಗದಲ್ಲಿ ಒಳ್ಳೆಯ ಹುದ್ದೆಯಲ್ಲಿದ್ದಾನೆ. ಸ್ವಂತ ಮನೆಗಿನೆ ಮಾಡಿಕೊಂಡು ದಂಪತಿಗಳು ಅನುಕೂಲವಾಗಿದ್ದಾರೆ. ಮೂರ್ತಿಯ ಎರಡನೇ ಮಗ ಸುನಿಲ್ ಅವರ ಮನೆಯಲ್ಲೇ ಇದ್ದು ಕೊಂಡು ಇಂಜಿನಿಯರಿಂಗ್ ಮೂರನೇ ವರ್ಷದಲ್ಲಿ ಕಲೀತಿದ್ದಾನೆ.

ಶಾರದೆಗೆ ಒಬ್ಬ ಮಗಳು, ಒಬ್ಬ ಮಗ. ಅವರೂ ಕಾಲೇಜುಗಳಲ್ಲಿ ಓದುತ್ತಿದ್ದಾರೆ. ಈಗ್ಗೆ ವಾರದ ಹಿಂದೆ ಶಾರದೆಯ ಮಗನ ಉಪನಯನವಿತ್ತು. ಇದಕ್ಕಾಗಿ ಮೂರ್ತಿ ಲಲಿತೆಯೊಂದಿಗೆ ಕೆ.ಜಿ.ಎಫ್.ನಿಂದ ದಾವಣಗೆರೆಗೆ ಬಂದಿದ್ದ.

ಮೂರ್ತಿಯ ಬಾಲ್ಯ ಸ್ನೇಹಿತ ಶೇಖರ ಶಿವಮೊಗ್ಗೆಯ ಖಾಸಗಿ ಕಾಲೇಜೊಂದರಲ್ಲಿ ಇಂಗ್ಲಿಷ್ ವಿಭಾಗದಲ್ಲಿ ರೀಡರ್ ಆಗಿದ್ದಾನೆ. ಮೂರ್ತಿ ಮತ್ತು ಶೇಖರ ಬಿ.ಎ. ತನಕ ಕೆ.ಜಿ.ಎಫ್.ನಲ್ಲಿ ಒಟ್ಟಿಗೆ ಓದಿದವರು. ನಂತರ ಶೇಖರ ಮೈಸೂರಲ್ಲಿ ಎಂ.ಎ. ಮುಗಿಸಿ, ಶಿವಮೊಗ್ಗೆಯಲ್ಲಿ ಉದ್ಯೋಗ ಹಿಡಿದು, ಅಲ್ಲೇ ನೆಲೆಸಿಬಿಟ್ಟಿದ್ದ.

ಮೂರ್ತಿಯ ಓದು ಬಿ.ಎ.ಗೆ ಕೊನೆಗೊಂಡಿತ್ತು. ಅವನ ತಂದೆ ಮಾಧ್ಯಮಿಕ ಶಾಲೆಯೊಂದರಲ್ಲಿ ಮಾಸ್ತರಾಗಿದ್ದರು. ಜೊತೆಗೆ ಸಂಗೀತ ವಿದ್ವಾಂಸರೂ ಸಹ. ಮನೆಯಲ್ಲೇ ಸಂಜೆ ಹೊತ್ತು ಸಂಗೀತ ಪಾಠ ಹೇಳಿಕೊಡುತ್ತಿದ್ದರು. ಅಷ್ಟೇನೂ ಸ್ಥಿತಿವಂತ ಕುಟುಂಬವಲ್ಲ.

ಲಲಿತ ಕೆ.ಜಿ.ಎಫ್.ನ 'ಲಕ್ಷ್ಮಿ ಮೆಡಿಕಲ್ ಸ್ಟೋರ್ಸ್'ನ ಮಾಲೀಕರಾದ ಶ್ರೀನಿವಾಸರಾಯರ ಒಬ್ಬಳೇ ಮಗಳು. ಸಂಗೀತ ಕಲಿಯಲು ಮೂರ್ತಿಯ ಮನೆಗೆ ಬರ್ತಿದ್ದಳು. ಇಬ್ಬರ ನಡುವೆ ಪ್ರೇಮಾಂಕುರವಾಗಿ ಬೆಳೀತಾ ಹೋಯ್ತು. ಈ ನಡುವೆ ಶ್ರೀನಿವಾಸರಾಯರ ಒಬ್ಬನೇ ಮಗ ಲಲಿತೆಯ ಅಣ್ಣ, ರಸ್ತೆ ಅಪಘಾತವೊಂದರಲ್ಲಿ ತೀರಿಕೊಂಡ. ಶ್ರೀನಿವಾಸರಾಯರಿಗೆ ಹೃದಯಾಘಾತವಾಯಿತು. ಅದೃಷ್ಟವಶಾತ್ ಬದುಕಿ ಉಳಿದರು. ಆದರೆ ಅಂಗಡಿಯ ವಹಿವಾಟು ನೋಡಿಕೊಳ್ಳಲು ಅವರಿಗೆ

ಸಾಧ್ಯವಿರಲಿಲ್ಲ. ಅವರಿಗೆ ವಿಶ್ರಾಂತಿಯ ಅಗತ್ಯವಿತ್ತು. ಕುಟುಂಬಕ್ಕೆ ಗಂಡು ದಿಕ್ಕಿಲ್ಲದಂತಾಯ್ತು.

ಇಂಥ ಸಂಕಷ್ಟಗಳ ಸಮಯದಲ್ಲಿ ಮೂರ್ತಿ ಲಲಿತೆಯ ಕುಟುಂಬಕ್ಕೆ ತುಂಬ ನೆರವಾದ. ಕೊನೆಗೆ ತನ್ನ ವಿದ್ಯಾಭ್ಯಾಸಕ್ಕೆ ತಿಲಾಂಜಲಿ ಕೊಟ್ಟು, ಲಲಿತೆಯ ಕೈಹಿಡಿದ. ಔಷಧದ ಅಂಗಡಿಯ ಜವಾಬ್ದಾರಿ ವಹಿಸಿಕೊಂಡ. ಕೈತುಂಬ ಸಂಪಾದನೆಯೇನೋ ಆಗುತ್ತಿತ್ತು. ಆದರೆ ಬೆಳಗಿಂದ ಸಂಜೆವರೆಗೆ ಮೂರ್ತಿ ಅಂಗಡಿಗೇ ಕಟ್ಟು ಬೀಳಬೇಕಾಯ್ತು.

ಹೀಗೇ ಕಾಲಚಕ್ರ ಉರುಳಿ ಮೂರ್ತಿಗೆ ಇಬ್ಬರು ಗಂಡು ಮಕ್ಕಳಾದರು. ತಂದೆ ಗಂಟಲಿನ ಕ್ಯಾನ್ಸರ್ ಆಗಿ ತೀರಿಕೊಂಡರು. ಮೂರ್ತಿಯೇ ಪೂರ್ತಿ ಜವಾಬ್ದಾರಿ ವಹಿಸಿ, ಒಳ್ಳೆಯ ಸಂಬಂಧಗಳನ್ನು ಹುಡುಕಿ, ತಂಗಿಯರಿಬ್ಬರ ಮದುವೆ ಮಾಡಿ ಮುಗಿಸಿದ. ಮಾವ ಸಹ ಮತ್ತೊಮ್ಮೆ ಆದ ಹೃದಯಾಘಾತದಲ್ಲಿ ತೀರಿಕೊಂಡರು. ಅತ್ತೆಗೆ ಮೂರ್ತಿ ತನ್ನ ಮನೆಯಲ್ಲೇ ನೆಲೆ ಒದಗಿಸಿದ. ಈಚೆಗೆ ಸ್ವಂತ ಮನೆ ಕಟ್ಟಿಸಿ, ಊರಲ್ಲಿ ಒಬ್ಬ ಗಣ್ಯ ವ್ಯಕ್ತಿಯೆಂದೂ ಗುರುತಿಸಲ್ಪಟ್ಟ.

ಮೂರ್ತಿ ಮತ್ತು ಶೇಖರ ದೂರವಾದರೂ ಅವರ ಸ್ನೇಹಕ್ಕೇನೂ ಚ್ಯುತಿ ಬರಲಿಲ್ಲ. ಆಗೊಮ್ಮೆ ಈಗೊಮ್ಮೆ ಪತ್ರಗಳ ಮೂಲಕವಾದರೂ ಅವರು ಸಂಪರ್ಕ ಉಳಿಸಿಕೊಂಡಿದ್ದರು. ಆದರೆ ಅವರು ಮುಖತಃ ಭೇಟಿಯಾಗಿ ಹಲವಾರು ವರ್ಷಗಳೇ ಕಳೆದಿದ್ದವು. ಈ ನಡುವೆ ಶೇಖರ ಕನ್ನಡದ ಒಬ್ಬ ಉತ್ತಮ ಕಥೆಗಾರನಾಗಿ ಸಾಹಿತ್ಯ ವಲಯಗಳಲ್ಲಿ ಹೆಸರು ಗಳಿಸತೊಡಗಿದ್ದ. ತನ್ನ ಕಥಾ ಸಂಕಲನಗಳ 'ಸ್ನೇಹ ಪ್ರತಿ'ಗಳನ್ನು ಮರೆಯದೆ ಮೂರ್ತಿಗೆ ಕಳಿಸಿಕೊಡುತ್ತಿದ್ದ. ಒಮ್ಮೆ ಸಕುಟುಂಬ ಶಿವಮೊಗ್ಗೆಗೆ ಬಾ ಎಂದು ಒತ್ತಾಯಿಸಿ ಹಲವಾರು ಪತ್ರ ಬರೆದಿದ್ದ.

ಮೂರ್ತಿಯ ದೊಡ್ಡ ಮಗ ಅನಿಲ್ ಬೆಂಗಳೂರಲ್ಲಿ ಬಿ. ಫಾರ್ಮ ಮುಗಿಸಿ ಬಂದು, ಔಷಧದ ಅಂಗಡಿಯ ವಹಿವಾಟನ್ನು ಈಗ ತಾನೇ ನಿಭಾಯಿಸತೊಡಗಿದ್ದ. ಮೂರ್ತಿಗೆ ಕೊಂಚ ಬಿಡುವು ಸಿಕ್ಕಂತಾಗಿತ್ತು. ಆದ್ದರಿಂದ, 'ಹೇಗೂ ದಾವಣಗೆರೆಗೆ ಹೋಗ್ತಿದ್ದೇನೆ, ಹಾಗೇ ಒಂದೆರಡು ದಿನ ಶಿವಮೊಗ್ಗೆಗೂ ಹೋಗಿ ಬರೋಣ' ಎಂದು ನಿರ್ಧರಿಸಿ, ಮೊದಲೇ ಶೇಖರನಿಗೆ ಪತ್ರ ಬರೆದಿದ್ದ. ದಾವಣಗೆರೆಯ ಕಾರ್ಯಕ್ರಮ ಮುಗಿಸಿಕೊಂಡು, ಲಲಿತೆಯೊಂದಿಗೆ ಶಿವಮೊಗ್ಗೆಗೆ ಬಂದಿದ್ದ.

ಕಾಲೇಜಿನ್ನೂ ತೆರೆದಿರಲಿಲ್ಲವಾದ್ದರಿಂದ ಶೇಖರನೂ ಬಿಡುವಾಗಿದ್ದ. ಭರ್ಜರಿ ಸತ್ಕಾರ, ಉಪಚಾರಗಳಾದವು. ಶೇಖರನ ಹೆಂಡತಿ ರತ್ನ ಮತ್ತು ಒಬ್ಬಳೇ ಮಗಳು ಸಹಜಾ ಲಲಿತೆಗೆ ತುಂಬ ಆಪ್ತರಾದರು. ಟ್ಯಾಕ್ಸಿ ಮಾಡಿಕೊಂಡು ಐದು

ಮಂದಿ ಶೃಂಗೇರಿ, ಜೋಗ, ಆಗುಂಬೆ, ಕೊಲ್ಲೂರು ಎಂದು ಒಂದೆರಡು ದಿನ ಖುಷಿಯಾಗಿ ಸುತ್ತಾಡಿದರು.

ನಂತರ, ಒಂದು ಸಂಜೆ, ಶೇಖರ ಮೂರ್ತಿಯನ್ನು ತನ್ನ ಸಹೋದ್ಯೋಗಿ ಗೆಳೆಯ ಸಿದ್ದೇಗೌಡನ ಮನೆಯಲ್ಲಿ ಪಾರ್ಟಿಗೆಂದು ಕರೆದೊಯ್ದ.

ದಾರಿಯಲ್ಲಿ ಶೇಖರ ಕೇಳಿದ: 'ಬ್ಲೂ ಫಿಲ್ಮ್ ನೋಡಿದ್ದೀಯೇನೊ?'

'ಥೂ, ಇಲ್ಲಪ್ಪ' ಎಂದ ಮೂರ್ತಿ.

'ಅದ್ಯಾಕೊ ಹಾಗಂತಿ? ಈ ನಮ್ಮ ವಯಸ್ಸಿನಲ್ಲಿ ಅಂಥದೆಲ್ಲ ಇರಬೇಕಮ್ಮ. ಇಲ್ಲದಿದ್ದರೆ ಹುರುಪು ಮೂಡಲ್ಲ. ಸಿದ್ದೇಗೌಡನ ಮನೇಲಿ ಈವೊತ್ತು ಹೆಂಡತಿ, ಮಕ್ಕಳು ಯಾರೂ ಇಲ್ಲ. ಅವನ ಹತ್ತಿರ ವಿ. ಸಿ. ಆರ್. ಇದೆ. ಒಂದು ಷೋ ಅರೇಂಜ್ ಮಾಡು ಅಂದಿದ್ದೀನಿ' ಎಂದ ಶೇಖರ.

'ಥೂ ನನಗೆ ಮುಜುಗರ ಆಗತ್ತಪ್ಪ, ಅದ್ಯಾರಾರು ಇದ್ದಾರೋ ಏನೊ!'

'ಯಾರೂ ಇಲ್ಲ ಕಣೋ, ನಾನು, ನೀನು, ಗೌಡ ಮೂವರೇ, ಗುಂಡು ಹಾಕ್ತಾ, ಚಿಕನ್ ತಿನ್ತಾ, ಬ್ಲೂಫಿಲ್ಮ ನೋಡೋಣ. ಎಂಥಾ ಮಜ ಇರುತ್ತೆ, ಗೊತ್ತುಂಟ?'

'ನಂಗೆ ಗುಂಡೂ ಬೇಡ, ಚಿಕನ್ನೂ ಬೇಡ, ಬ್ಲೂಫಿಲ್ಮ ಮೊದಲೇ ಬೇಡ ಮಾರಾಯ, ಮರ್ಯಾದೆಯಾಗಿ ಮನೆಗೆ ಹೋಗ್ತನೆ. ನೀನು ಬೇಕಾದರೆ ಎಲ್ಲಾ ಮುಗಿಸಿಕೊಂಡು ಬಾ' ಎಂದು ನಿಂತ ಮೂರ್ತಿ,

'ಲೋ, ಗಗ್ಗಯ್ಯ, ಇಷ್ಟು ವರ್ಷವಂತೂ ಮರ್ಯಾದೆಗೆ ನಿನ್ನ ಜೀವಾನೇ ತೇದಿದ್ದೀಯ. ಇನ್ನು ಮೇಲಾದರೂ ಕೊಂಚ ಫ್ರೀಯಾಗಿ ಲೈಫ್‌ನ ಎಂಜಾಯ್ ಮಾಡಮ್ಮ. ನನ್ನ ಮಾತು ಕೇಳು, ಒಂದು ಹೊಸ ಅನುಭವ ಅಂತಾದರೂ ಬಾ. ನಾನಿದ್ದೀನಿ, ಹೆದರಿಕೋಬೇಡ' ಎಂದು ಬಲವಂತವಾಗಿ ಶೇಖರಮೂರ್ತಿಯನ್ನು ಎಳೆದೊಯ್ದ.

***

ಗೌಡನ ಮನೆಯಿಂದ ಹಿಂತಿರುಗುವಾಗ ಮಧ್ಯರಾತ್ರಿ. ಪ್ರಚಂಡ ಉದ್ರೇಕದ ಕನಸಿನ ಲೋಕವೊಂದರಿಂದ ಹೊರ ಬಂದಂತಾಗಿತ್ತು ಮೂರ್ತಿಗೆ. ಮೈಯಿಡೀ ಜ್ವರವಡರಿದ ಹಾಗೆ ಕಾವೇರಿತ್ತು. ನರನರವೂ ಧುಮುಗುಡುತ್ತಿತ್ತು. ಕಣ್ಣಿಗೆ ಕಟ್ಟಿದಂತಿದ್ದ ಒಂದು ರೀತಿ ಹೇಸಿಗೆಯ, ಆದರೆ ಆಳದಲ್ಲೆಲ್ಲೋ ಅತ್ಯಂತ ಅಪ್ಯಾಯಮಾನವಾದ, ಜೀವವನ್ನೇ ಅಲ್ಲಾಡಿಸಿ ಬಿಟ್ಟ ದೃಶ್ಯಾವಳಿಗಳು. ಶೇಖರನ ಒತ್ತಾಯಕ್ಕೆ ಮೂರ್ತಿ ಮಾಂಸ ಮುಟ್ಟದಿದ್ದರೂ ಕೊಂಚ ರಮ್ಮಿಗೆ ಕೋಲಾ ಬೆರೆಸಿ ಗುಟುಕರಿಸಿದ್ದ. ಟಿ.ವಿ. ತೆರೆಯ ಮೇಲೆ ಕಣ್ಣು ನೆಟ್ಟು ಕೂತಿದ್ದವನು ಅದೆಷ್ಟು ಕುಡಿದನೋ ಅವನಿಗೇ ಅರಿವಿರಲಿಲ್ಲ. ಈಗ ನಡೆಯುವಾಗ ಕಾಲುಗಳು

ಸಣ್ಣಗೆ ಜೋಲಿ ಹೊಡೆದಂತಾಗಿ, ಗಾಳಿಯಲ್ಲಿ ತೇಲುತ್ತಿರುವಂತೆ ಹಿತವಾದ ಅನುಭವ. ನಿರಾಳ ಮನಸ್ಸು... ಎಂಥದೋ ಖುಷಿ...!

'ನಿಜವಾಗೂ ಹಾಗೆಲ್ಲ ಮಾಡ್ತಾರೇನೊ ಅಥವಾ ಬರೀ ಸ್ಟಂಟೋ!' ತೊದಲುತ್ತ ಮೂರ್ತಿ ಕೇಳಿದಾಗ ಶೇಖರ ಪಕಪಕ ನಕ್ಕುಬಿಟ್ಟ.

'ಅಮಾಯಕ ಅಂದ್ರೆ ನೀನು ಕಣೋ ಮಾರಾಯ. ಅಲ್ಲ, ಈವರೆಗೆ ಬರೇ ಒಂದೇ ಭಂಗಿಯಲ್ಲಿ ಮಾಡಿ ಮುಗಿಸುತ್ತಿದ್ದೀಯೋ ಹೇಗೆ?' ಶೇಖರ ಚುಡಾಯಿಸಿದ.

'ಸಾಕು ನಿಲ್ಲಿಸಯ್ಯಾ, ಸುಮ್ಮನೆ ರೈಲು ಬಿಡಬೇಡ. ಹೋಗೀ ಹೋಗಿ ಯಾರು ತಾನೆ ಹಾಗೆಲ್ಲ ಬಾಯಿಂದ... ಥೂ ಅಸಹ್ಯ!'

'ಅಲ್ಲೇ ಕಣಮ್ಮ ಇರೋದು ನಿಜವಾದ ಮಜ. ಅದರಲ್ಲೂ ಹೆಂಗಸಿಗೆ ಅದರ ರುಚಿ ಒಮ್ಮೆ ಸಿಕ್ಕಿ ಬಿಟ್ರೆ ಅವಳಿಗೆ ಬೇರೆ ಸ್ವರ್ಗಾನೇ ಬೇಕಾಗೋಲ್ಲ'

'ನಮ್ಮ ಹೆಂಡತಿಯರ ಜೊತೆ ಅದೆಲ್ಲ ಸಾಧ್ಯವಿಲ್ಲ, ಬಿಡು'

'ಯಾಕಯ್ಯ ಸಾಧ್ಯವಿಲ್ಲ? ಬೇಕಾದಷ್ಟು ಜನ ಮಾಡ್ತಾರೆ. ಎಲ್ಲರೂ ನಿನ್ನ ಥರ ಗಗ್ಗಯ್ಯಗಳೇ ಇದ್ದಾರಾ?'

'ಹಾಗಾದ್ರೆ, ನೀನು ಇದೆಲ್ಲ ನಿನ್ನ ಹೆಂಡತಿ ಜೊತೆ ಮಾಡಿದ್ದೀಯೊ?'

'ಹೆಂಡತಿ ಜೊತೇನೇ ಏನು, ಬೇರೆಯವರ ಜೊತೇನೂ.'

'ಏನಂದೆ? ಥ, ನೀನು ಇಷ್ಟು ಹಲ್ಕಾ ಬಡ್ಡಿಮಗ ಅಂತ ಗೊತ್ತಿರಲಿಲ್ಲ ಮಾರಾಯ.'

'ಇರು, ನಿನ್ನ ಹೆಂಡತಿಗೆ ಹೇಳ್ತಿನಿ.'

'ಲೋ, ಯಾಕೋ ಸುಮ್ಮನೆ ಹೊಟ್ಟೆ ಉರ್ಕೊಳ್ತಿ? ದಮ್ಮಿದ್ದರೆ ನಿನ್ನ ಹೆಂಡತಿ ಜೊತೇಲಾದರೂ ಇನ್ನು ಮುಂದೆ ಪ್ರಯತ್ನಿಸು.'

'ಆ ವಯಸ್ಸು ಮುಗೀತು, ಬಿಡೊ.'

'ವಯಸ್ಸಲ್ಲಮ್ಮಾ, ಮನಸ್ಸು ಮುಖ್ಯ.'

'ಅವಳು ಒಪ್ಪಬೇಕಲ್ಲ?'

'ಒಲಿಸಿಕೊಳ್ಳೋದರಲ್ಲಿ ಇದೆಯಪ್ಪ ಕಲೆಗಾರಿಕೆ.'

'ಅದಕ್ಕೆ ತಕ್ಕ ಕಾಲ, ಜಾಗ ಒದಗಿ ಬರಬೇಕಲ್ಲ?'

'ಎಲ್ಲವೂ ತಾನಾಗಿ ಒದಗಿ ಬರಲ್ಲಮ್ಮ, ಹೊಂದಿಸಿಕೊಳ್ಳಬೇಕು. ಈಗ ನಾನು ಹೇಳಿದ ಹಾಗೆ ಮಾಡು. ನಾಳೆ ಬೆಳಗ್ಗೆ ಹೆಂಡತೀನ ಕರಕೊಂಡು ಕೆಮ್ಮಣ್ಣು ಗುಂಡಿಗೆ ಹೋಗಿ, ರಾತ್ರಿ ಅಲ್ಲೇ ಇದ್ದು ಬಾ. ಪ್ರಣಯ ವಿಹಾರಕ್ಕೆ ಹೇಳಿ ಮಾಡಿಸಿದ ಜಾಗ.'

'ಹಾಗಿದ್ರೆ ನಾವೆಲ್ಲ ಒಟ್ಟಿಗೆ ಹೋಗಿ ಬರೋಣ.'

'ಅದಕ್ಕೇ ಕಣಯ್ಯ ನಿನ್ನ ಗಗ್ಗಯ್ಯ ಅನ್ನೋದು. ಮುಚ್ಕೊಂಡು ನಾನು ಹೇಳಿದ ಹಾಗೆ ನಿನ್ನ ಹೆಂಡತಿ ಜೊತೆ ನೀನೊಬ್ಬನೇ ಹೋಗು ಮಜಾ ಉಡಾಯಿಸಿ ಬಾ. ಆಮೇಲೆ ಹೇಳೋವಂತೆ ಹೇಗಿತ್ತು ಅಂತ.'

***

ಕೆಮ್ಮಣ್ಣುಗುಂಡಿಯಲ್ಲಿ ಬಸ್ಸಿನಿಂದಿಳಿದಾಗ ಮೂರ್ತಿ ನಿಜಕ್ಕೂ ಅವಾಕ್ಕಾದ. ಆ ಗಿರಿಧಾಮ ಅಷ್ಟೊಂದು ಸುಂದರವಾಗಿರಬಹುದೆಂದು ಅವನು ಕಲ್ಪಿಸಿಕೊಂಡಿರಲಿಲ್ಲ. ಲಲಿತೆಗಂತೂ ತುಂಬ ಖುಷಿಯಾಗಿತ್ತು.

ಒಂದು ಕಾಟೇಜ್ ಬಾಡಿಗೆಗೆ ಪಡೆದು, ಹಾಗೇ ಸ್ವಲ್ಪ ಹೊತ್ತು ಸುತ್ತಾಡಿ ಬಂದರು. ಕ್ಯಾಂಟಿನಲ್ಲಿ ಊಟ ಮುಗಿಸಿ, ಕಾಟೇಜಿಗೆ ಹಿಂದಿರುಗಿದರು. ಒಳಗೆ ಹಿತವಾದ ಚಳಿ. ಬಾಗಿಲ ಚಿಲಕ ಹಾಕಿದವನೇ ಮೂರ್ತಿ ಲಲಿತೆಯನ್ನು ಬಿಗಿದಪ್ಪಿ ಮುದ್ದಿಸಿದ. ಕಿಲಕಿಲ ನಗುತ್ತ ಕೊಸರಾಡಿ, ಅವನ ತೆಕ್ಕೆಯಿಂದ ಹೊರಬಂದ ಲಲಿತ ಹುಸಿಮುನಿಸಿನಿಂದ, 'ಥ, ಇದೇನ್ರಿ ಹುಡುಗಾಟ? ನಾಚಿಕೇನೆ ಇಲ್ಲ ನಿಮಗೆ, ಕಿಟಕಿ ತೆರೆದೇ ಇದೆ. ಯಾರಾದ್ರೂ ಕಂಡರೆ?' ಎಂದಳು.

'ಕಂಡರೆ ಕಾಣಲಿ ಬಿಡು. ಯಾರೂ ಮಾಡದ್ದು ನಾವೇನು ಮಾಡ್ತಾ ಇದೀವಿ? ಅದೂ ಗಂಡ ಹೆಂಡತಿ' ಎಂದ.

'ಹಾಗಂತ ಎಲ್ಲರಿಗೂ ಕಾಣೋ ಹಾಗೆ ಯಾರೂ ಮುದ್ದಾಡೋಲ್ಲ.'

'ಬೇರೆ ದೇಶಗಳಲ್ಲಿ ಹಾಗೂ ಮಾಡ್ತಾರಂತೆ.'

'ಇದು ಬೇರೆ ದೇಶ ಅಲ್ಲವಲ್ಲ?'

'ಸರಿ ಬಿಡು ಹಾಗಿದ್ರೆ' ಎಂದು ಮೂರ್ತಿ ಕಿಟಕಿಮುಚ್ಚಿ ಬಂದು ಮತ್ತೆ ಲಲಿತೆಯನ್ನು ಬಿಗಿದಪ್ಪಿ, 'ಈಗ ಓಕೇನ?' ಎಂದು ಮತ್ತೊಮ್ಮೆ ಮುದ್ದಿಸತೊಡಗಿದ.

ಹಿತವಾಗಿ ನರಳುತ್ತ ಲಲಿತ ಸುಖಿಸತೊಡಗಿದಳು. ಅವಳ ಅರೆ ತೆರೆದ ಕಣ್ಣು, ಮಾದಕ ನಗೆ, ಬಿಗಿದ ತೆಕ್ಕೆ ಮೂರ್ತಿಯನ್ನು ಮತ್ತಷ್ಟು ಉದ್ರೇಕಿಸಿ, ಅವನು ಮುಂದುವರಿಯತೊಡಗಿದಾಗ, ಲಲಿತ ಕೊಸರಾಡುತ್ತ, 'ಈಗ್ಗೆ ಇಷ್ಟು ಸಾಕು. ಮಿಕ್ಕಿದ್ದು ರಾತ್ರಿಗೆ' ಎಂದು ತೊದಲಿದಳು. 'ರಾತ್ರಿ ಬಿಡು ಮಾಮೂಲು. ಈಗ ಸ್ಪೆಷಲ್ ಮ್ಯಾಟಿನಿ' ಎಂದು ಮೂರ್ತಿ ಅವಳನ್ನು ಒಲಿಸಿಕೊಳ್ಳತೊಡಗಿದ.

***

ಸಂಜೆ ಐದರ ಸಮಯ ಬೆಳಿಗ್ಗೆ ಕವಿದಿದ್ದ ಮೋಡಗಳೆಲ್ಲ ಚದುರಿಹೋಗಿ ಆಕಾಶ ಸ್ವಚ್ಛವಾಗಿತ್ತು. ಚಳಿಗೆ ಹಾಯೆನಿಸುವ ಬೆಚ್ಚನೆ ಬಿಸಿಲು. 'ರಾಕ್ ಗಾರ್ಡನ್'ನಲ್ಲಿ ಕೊಂಚ ಹೊತ್ತು ಅಡ್ಡಾಡಿ, 'ಶಾಂತಿ ಫಾಲ್ಸ್' ಮತ್ತು

ಸಾಧ್ಯವಾದರೆ 'ಜಡ್ ಪಾಯಿಂಟ್' ಸಹ ನೋಡಿಯೇ ಬಿಡಬೇಕೆಂದು ಮೂರ್ತಿ ಮತ್ತು ಲಲಿತ ಹೊರಟಿದ್ದರು. ಮತ್ತೆ ಯೌವನಕ್ಕೆ ಹಿಂದಿರುಗಿದ ಹಾಗೆ ಉಕ್ಕೇರುತ್ತಿದ್ದ ಲವಲವಿಕೆ, ಉಲ್ಲಾಸ. ಎದುರುಗಡೆಯ ವಿಶಾಲವಾದ ಬೆಟ್ಟದ ಎದೆ ಬೆಳ್ಳಿ ಬೆಳಕಲ್ಲಿ ಬಣ್ಣನೆಗೆ ಮೀರಿದ ಚೆಲವು ಕಾಂತಿಯಿಂದ ಕಣ್ಣಿಗೆ ಹಬ್ಬವಾಗಿತ್ತು. ಲಲಿತೆಗಂತೂ ಎಷ್ಟು ನೋಡಿದರೂ ಸಾಕೆನಿಸಲಿಲ್ಲ. ಅವಳ ಖುಷಿ ಕಂಡು ಧನ್ಯತೆಯಿಂದ ಮೂರ್ತಿಯ ಎದೆ ಹಿಗ್ಗಿತು. ನಿರ್ಜನ ನೀರವ ಏಕಾಂತದಲ್ಲಿ ನಿರ್ಭಿಡೆಯಿಂದ ತೋಳಿಗೆ ತೋಳು ಬೆಸೆದು ಮುನ್ನಡೆದರು.

ಸಂಕದ ಬಳಿ ಒಂದು 'ಜೆಪ್ಪಿ' ವ್ಯಾನ್ ನಿಂತಿತ್ತು.

ಇಕ್ಕಟ್ಟಾದ ದಾರಿಯಲ್ಲಿ, ಬೆಟ್ಟದ ಎದೆ ಬಳಿಸಿ, ಹುಷಾರಾಗಿ ಹೆಜ್ಜೆ ಹಾಕುತ್ತ 'ಶಾಂತಿ ಫಾಲ್ಸ್' ತಲುಪುವ ವೇಳೆಗೆ ಇಬ್ಬರೂ ಏದುಸಿರು ಬಿಡುತ್ತಿದ್ದರು.

'ಶಾಂತಿ ಫಾಲ್ಸ್' ಕಂಡಾಗ ಮೂರ್ತಿಗೆ ತೀರಾ ನಿರಾಸೆಯಾಯಿತು. 'ಕೇವಲ ಮೂರಾಳೆತ್ತರದಿಂದ ಜಿನುಗುವ ಇದೂ ಒಂದು ಜಲಪಾತವೇ? ಎಂದುಕೊಂಡ. ಆದರೆ ಲಲಿತೆಗೆ ಇದು 'ಜೋಗ'ಕ್ಕಿಂತಲೂ ಹೆಚ್ಚು ಖುಷಿ ಕೊಟ್ಟಿತು. 'ಜೋಗ' ದೂರದ ರುದ್ರ ರಮಣೀಯ ನೋಟ, ಕಣಿವೆಯಾಳಕ್ಕಿಳಿದು ಆ ಜಲಪಾತದ ಬುಡಕ್ಕೆ ಹೋಗುವ ಧೈರ್ಯ ಅವಳಿಗಾಗಿರಲಿಲ್ಲ. ಇದಾದರೋ ಕೈಗೆಟುಕುವಷ್ಟು ಹತ್ತಿರ. ಸಿಡಿಯುವ ಇದರ ತುಂತುರಿನಲ್ಲಿ ಮೈಕೈಯೆಲ್ಲ ತೋಯಿಸಿಕೊಂಡಳು. ಇದರ ಶೀತಲ ಶುದ್ಧ ನೀರನ್ನು ಬೊಗಸೆಯಲ್ಲಿ ಹಿಡಿದಿಡಿದು ಮುಖಕ್ಕೆ ಎರಚಿಕೊಂಡು ನಲಿದಾಡಿದಳು. ಮೂರ್ತಿಯ ಮುಖಕ್ಕೂ ರಾಚಿದಳು. ಮೂರ್ತಿ ಮಿರುಮಿರುಗುವ ಅವಳ ತುಂಬು ಒದ್ದೆಗೆನ್ನೆಗೆ ತನ್ನ ತುಟಿಯೊತ್ತಿದ.

'ಥೂ ಭಾರಿ ಪೋಲಿ ಆಗ್ತಿದೀರ ನೀವು!' ಎಂದು ರಂಗೇರಿದಳು ಲಲಿತ.

'ನನ್ನದಲ್ಲ ತಪ್ಪು ನಿಂದು, ಈ ಪರಿಸರದ್ದು' ಎಂದ ನಗುತ್ತ ಮೂರ್ತಿ.

ಮನಸ್ಸಿಲ್ಲದೆ ಅಲ್ಲಿಂದ ಕಾಲು ಕಿತ್ತು 'ಜಡ್ ಪಾಯಿಂಟ್' ಕಡೆಗೆ ಹೆಜ್ಜೆ ಹಾಕಿದರು. ಅದನ್ನು ಸಮೀಪಿಸುತ್ತಿದ್ದಂತೆ ಅಸ್ಪಷ್ಟವಾಗಿ ಹಲವು ಗಂಡು ಹೆಣ್ಣುಗಳ ಕೇಕೆ, ನಗೆ, ಕೂಗಾಟ ಕೇಳಿ ಬಂತು. ಮೂರ್ತಿ ಕಿವಿಗೊಟ್ಟು ಆಲಿಸಿದ. ವಿದೇಶೀಯರು. ಇಂಗ್ಲಿಷ್‌ನಲ್ಲಿ ಮಾತಾಡುತ್ತಿರುವಂತಿತ್ತು. 'ಯಾರೋ ಎತ್ತೋ ಹಿಂದಿರುಗಿ ಬಿಡೋಣವೆ?' ಎಂಬ ಅಳುಕು ಮೂಡಿದರೂ ಲಲಿತೆಯೊಂದಿಗೆ ಮುನ್ನಡೆದು ಆ ಸ್ಥಳದ ತಿರುವು ತಲುಪಿದ.

ಅಲ್ಲಿ ನಾಲ್ಕು ಮಂದಿ ಶ್ವೇತವರ್ಣದ ಹೊಂಗೂದಲ ಯೌವನಿಗರಿದ್ದರು. ದೃಢಕಾಯದ ಆಜಾನುಬಾಹುಗಳಾದ ಇಬ್ಬರು ಸ್ಫುರದ್ರೂಪಿ ಯುವಕರು, ಬಳುಕುವ ನೀಳಕಾಯದ ಬಳುಕುವ ನೀಳಕಾಯದ ಇಬ್ಬರು ಚೆಲುವೆಯರು. ನಾಲ್ಕೂ ಮಂದಿ ದೊಗಲೆ ಅಂಗಿ ಮತ್ತು ಬಿಗಿ ಚಡ್ಡಿ ಮಾತ್ರ ತೊಟ್ಟಿದ್ದರು.

ಯುವಕರಲ್ಲಿ ಒಬ್ಬ ದಟ್ಟವಾಗಿ ಗಡ್ಡ ಮೀಸೆ ಬಿಟ್ಟಿದ್ದ. ಇನ್ನೊಬ್ಬನ ಮುಖ ನುಣ್ಣಗೆ ಮಿರುಗುತ್ತಿತ್ತು.

ಯುವತಿಯರಲ್ಲೊಬ್ಬಳು ಒಂದು ಪುಟ್ಟ ವಿಡಿಯೋ ಕ್ಯಾಮೆರ ಹಿಡಿದು ನಿಧಾನವಾಗಿ ಚಲಿಸುತ್ತ ಚಿತ್ರೀಕರಣ ನಡೆಸಿದ್ದಳು. ಅವಳೆದುರಿಗೆ ಕಿಲಕಿಲ ನಗುತ್ತ, ಚಿಲಿಪಿಲಿಗುಟ್ಟುತ್ತ ಉಳಿದ ಮೂರು ಮಂದಿ. ನಡುವೆ ತರುಣಿ. ಅವಳ ಇಕ್ಕೆಲದಲ್ಲಿ ಆ ಇಬ್ಬರು ಯುವಕರು. ತಮ್ಮ ಒಂದೊಂದು ತೋಳನ್ನು ಅವರು ಅವಳ ಭುಜಗಳ ಮೇಲೆ ಇಳಿಬಿಟ್ಟಿದ್ದರು. ಅವಳು ತನ್ನ ಎರಡೂ ತೋಳು ಚಾಚಿ ಅವರಿಬ್ಬರ ನಡು ಬಳಸಿದ್ದಳು.

ಆ ದೃಶ್ಯ ಕಂಡು ಮೂರ್ತಿ ಮತ್ತು ಲಲಿತ ಬೆರಗು, ಮುಜುಗರಗಳೊಂದಿಗೆ ನಿಂತಲ್ಲೇ ನಿಂತುಬಿಟ್ಟರು. (ಮೂರ್ತಿಗೆ ಬ್ಲೂಫಿಲ್ಮ ನೆನಪಾಯಿತು). ಆದರೆ ಇವರ ಬರುವಿಕೆಯಿಂದ ಆ ನಾಲ್ವರು ವಿದೇಶೀಯರ ಮುಖಭಾವದಲ್ಲಾಗಲೀ, ನಡವಳಿಕೆಯಲ್ಲಾಗಲೀ ಯಾವುದೇ ಬದಲಾವಣೆ ತೋರಲಿಲ್ಲ. ತಮ್ಮ ಪಾಡಿಗೆ ತಾವು, ನಿಸ್ಸಂಕೋಚವಾಗಿ, ಒಬ್ಬರ ನಂತರ ಒಬ್ಬರು ಕ್ಯಾಮೆರ ಪಡೆದು, ಉಳಿದ ಮೂವರ ವಿವಿಧ ಭಂಗಿಗಳ ಆಪ್ತ ಒಡನಾಟವನ್ನು ಸುಂದರ ನಿಸರ್ಗದ ಹಿನ್ನೆಲೆಯಲ್ಲಿ ದಾಖಲಿಸತೊಡಗಿದರು.

ಈ ವೇಳೆಗೆ ಸೂರ್ಯ ಪಶ್ಚಿಮ ದಿಗಂತದ ಕಡೆಗೆ ಹೊರಳತೊಡಗಿದ್ದ. ಸುತ್ತಲಿನ ಬೆಟ್ಟಗುಡ್ಡ, ಕಣಿವೆ ಬಯಲುಗಳು ಹೊನ್ನ ಲೇಪ ಪಡೆದು ದಿವ್ಯಸೌಂದರ್ಯದಿಂದ ಕಂಗೊಳಿಸಿದವು. ಜಡ್ ಪಾಯಿಂಟಿನ ಅಂಚಿಗೆ ನಿಂತು ಮೂರ್ತಿ ಮತ್ತು ಲಲಿತ ಆ ಸೊಗಸಾದ ದೃಶ್ಯವನ್ನು ಕಣ್ತುಂಬ ತುಂಬಿಕೊಂಡರು...

ಮೂರ್ತಿ ಹಿಂದಿರುಗಿ ನೋಡಿದಾಗ ವಿದೇಶೀ ತರುಣಿಯ ಕೈಯಲ್ಲಿದ್ದ ವಿಡಿಯೊ ಕ್ಯಾಮೆರ ತಮ್ಮೆಡೆಗೆ ಅಭಿಮುಖವಾಗಿದ್ದುದು ಗಮನಕ್ಕೆ ಬಂತು. ಅವಳು ನಸುನಗುತ್ತ ಇಂಗ್ಲಿಷಿನಲ್ಲಿ ಉಲಿದಳು: 'ನಿಮ್ಮ ಅನುಮತಿ ಪಡೆಯದೆ ನಿಮ್ಮಿಬ್ಬರ ಚಿತ್ರ ತೆಗೆದುಬಿಟ್ಟಿದ್ದೇನೆ. ತಪ್ಪಾಯಿತೆ?'

'ಹಾಗೇನಿಲ್ಲ ಬಿಡಿ, ಪರವಾಗಿಲ್ಲ' ಎಂದ ಮೂರ್ತಿ ಇಂಗ್ಲಿಷಿನಲ್ಲಿ.

'ನಿಮ್ಮ ಚಿತ್ರ ನೋಡ್ತೀರೇನು?' ಕೇಳಿದಳು ತರುಣಿ.

'ತೋರಿಸಿದರೆ ಧಾರಾಳವಾಗಿ ನೋಡ್ತವೆ' ಎಂದ ಮೂರ್ತಿ ನಗುತ್ತ.

ತರುಣಿ ಫಿಲ್ಮನ್ನು ರಿವೈಂಡ್ ಮಾಡಿ, ಒಂದು ಗುಂಡಿಯೊತ್ತಿ, ಮೂರ್ತಿಯ ಕಣ್ಣ ಮುಂದೆ ಹಿಡಿದಳು. ಮೂರ್ತಿ, ಆ ನಂತರ ಲಲಿತ ಕ್ಯಾಮೆರ ಹಿಡಿದು, ತಮ್ಮ ಚಲನಚಿತ್ರ ಕಂಡು ಖುಷಿಪಟ್ಟರು.

ಹೀಗೆ ಅವರ ಮತ್ತು ವಿದೇಶೀಯರ ನಡುವೆ ಪರಿಚಯ, ಸಲಿಗೆ ಕುದುರಿತು. ಒಟ್ಟಿಗೆ ಮಾತಾಡಿಕೊಂಡು ಸಂಕದ ತನಕ ನಡೆದು ಬಂದರು.

ಅಲ್ಲಿದ್ದ 'ಜಿಪ್ಸಿ' ವ್ಯಾನಿನಲ್ಲಿ ವಿದೇಶೀಯರು ಒತ್ತಾಯ ಮಾಡಿ ಮೂರ್ತಿ ಮತ್ತು ಲಲಿತೆಯನ್ನೂ ಕೂರಿಸಿಕೊಂಡು ಅವರ ಕಾಟೇಜಿನ ಬಳಿ ಬಿಟ್ಟು, ಸನಿಹದಲ್ಲೇ ಇದ್ದ ತಮ್ಮ ನಿವಾಸಕ್ಕೆ ಹೋದರು. ಅವರೊಂದಿಗಿನ ಮಾತುಕತೆಯಿಂದ ಮೂರ್ತಿಗೆ ಅವರ ಬಗ್ಗೆ ದೊರೆತ ಮಾಹಿತಿ ಇಷ್ಟು.

ನಾಲ್ಕೂ ಮಂದಿ ನ್ಯೂಯಾರ್ಕಿನವರು. ಗಡ್ಡ ಮೀಸೆ ಬಿಟ್ಟಿದ್ದ ಮೈಕ್ ವಾಸ್ತುಶಿಲ್ಪಿ, ಅವನ ಪ್ರೇಯಸಿ ಕ್ಲೇರ್ ಚಿತ್ರಕಲಾವಿದೆ. ಜಾಹಿರಾತು ಸಂಸ್ಥೆಯೊಂದರಲ್ಲಿ ಕೆಲಸದಲ್ಲಿದ್ದಳು. ಇನ್ನೊಬ್ಬ ಪಾಲ್, ಕಂಪ್ಯೂಟರ್ ತಜ್ಞ, ಅವನ ನಲ್ಲೆ ಜೇನ್ ಶಾಲೆಯೊಂದರಲ್ಲಿ ಶಿಕ್ಷಕಿಯಾಗಿದ್ದಳು. ಎರಡೂ ಜೋಡಿ ಮದುವೆಯಾಗಿರಲಿಲ್ಲ. ತಾವು ಗಳಿಸಿ ಉಳಿಸಿದ ಹಣದಲ್ಲಿ ಪ್ರತಿ ಎರಡು ವರ್ಷಕ್ಕೊಮ್ಮೆ ವಿದೇಶೀ ಪ್ರವಾಸ ಮಾಡುವ ಪರಿಪಾಠವನ್ನು ಅವರು ಬೆಳೆಸಿಕೊಂಡಿದ್ದರು. ಹೀಗೆ ಹಲವಾರು ದೇಶಗಳನ್ನು ಸುತ್ತಿ ಮುಗಿಸಿದ್ದರು. ಈ ಬಾರಿ ಭಾರತಕ್ಕೆ ಬಂದಿದ್ದರು. ಒಂದು 'ಜಿಪ್ಸಿ' ವ್ಯಾನ್ ಕೊಂಡು, ಅದರಲ್ಲಿ ಸಂಚರಿಸುತ್ತ ಉತ್ತರದಿಂದ ದಕ್ಷಿಣಕ್ಕೆ ಬಂದಿದ್ದರು.

ಸಾಕಷ್ಟು ಸುತ್ತಾಡಿದ್ದುದರಿಂದ ಮೂರ್ತಿ ಮತ್ತು ಲಲಿತೆಗೆ ಹೊಟ್ಟೆ ತಾಳ ಹಾಕ್ತಾ ಇತ್ತು. ಕಾಟೇಜಿನ ಕೊರೆಯುವ ತಣ್ಣೀರಲ್ಲಿ ಅತಿ ಪ್ರಯಾಸದಿಂದ ಮುಖ ತೊಳೆದು, ಒಂದು ಚೂರು ತಿಂಡಿ ತಿಂದು ಬರೋಣವೆಂದು ಕ್ಯಾಂಟೀನಿಗೆ ಬಂದರು. ಬಿಸಿ ಬಿಸಿ ಖಾರಾಭಾತ್ ತಿನ್ನುತ್ತ ಸುತ್ತ ಕಣ್ಣಾಡಿಸಿದರು.

ಆ ಬದಿಯ ಟೇಬಲಿನ ಹಿಂದೆ ಮೂರು ಜೋಡಿ ನಡುವಯಸ್ಕ ದಂಪತಿಗಳು ಎದುರು ಬದುರಾಗಿ ಕೂತು ತಿಂಡಿ ತಿನ್ನುತ್ತಿದ್ದರು. ವೇಷಭೂಷಣ ನೋಡಿದರೇ ಸಾಕು ಶ್ರೀಮಂತ ವರ್ಗದವರೆಂದು ಊಹಿಸಬಹುದಿತ್ತು. ಈ ಬದಿಯ ಚಿಕ್ಕ ಟೇಬಲ್ಲಿನ ಹಿಂದೆ ಬೆಳಗ್ಗೆ ಬಸ್ಸಲ್ಲಿ ಬಂದಿದ್ದ ಯುವಜೋಡಿ ಕೂತು, ಕಾಫಿ ಹೀರುತ್ತಾ ಏನೋ ಸಲ್ಲಾಪ ನಡೆಸಿತ್ತು.

ಆ ನಡುವಯಸ್ಕ ಮಹಿಳೆಯರಲ್ಲಿ ಒಬ್ಬಾಕೆಯ ಮುಖ ಲಲಿತೆಗೆ ತೀರಾ ಪರಿಚಿತ ಅನ್ನಿಸಿತು. ನೆನಪಿಸಿಕೊಳ್ಳಲು ಯತ್ನಿಸಿದಳು. ತಟ್ಟನೆ ಹೊಳೆಯಿತು, 'ಅರೆ, ಗೀತಾ! ಎಷ್ಟು ಧಡೂತಿ ಆಗಿ ಬಿಟ್ಟಿದ್ದಾಳೆ!'

ಗೀತಾ ಕೆ.ಜಿ.ಎಫ್. ಬಾಲಕಿಯರ ಪ್ರೌಢಶಾಲೆಯಲ್ಲಿ ಲಲಿತೆಯ ಸಹಪಾಠಿ ಮತ್ತು ಆಪ್ತ ಗೆಳತಿಯಾಗಿದ್ದವಳು. ಅವಳು ಮದುವೆಯಾಗಿ ಹೋದ ನಂತರ ಅವರ ಪರಸ್ಪರ ಭೇಟಿಯಾದದ್ದೇ ಇಲ್ಲ.

ಈ ನಡುವೆ ಗೀತಾ ಸಹ ಲಲಿತೆಯನ್ನೇ ದಿಟ್ಟಿಸಿನೋಡುತ್ತ ನೆನಪಿಸಿಕೊಳ್ಳುತ್ತಿದ್ದಳು. ಲಲಿತ ಎದ್ದು ಅವಳ ಬಳಿ ಹೋದಳು. ಗೀತಾ ಸಹ ಎದ್ದು ನಿಂತಳು.

'ಗೀತಾ ಅಲ್ಲವ?'

'ಲಲಿತ, What a Surpirse!'

'ಇದೇನೇ ಇಲ್ಲಿ?'

'ಕೊಲ್ಲೂರಿಗೆ ಬಂದಿದ್ದು, ಶೃಂಗೇರಿಗೆ ಹೋಗ್ತಾ ದಾರೀಲಿ ಇಲ್ಲಿಗೆ ಬಂದೆವು. By the by, ಇವರು ನನ್ನ ಯಜಮಾನರು. ಇವಳು ನನ್ನ ಹೈಸ್ಕೂಲ್ ಕ್ಲಾಸ್‌ಮೇಟ್ ಲಲಿತ '

ಲಲಿತ ಮೂರ್ತಿನ ಕರೆದು ಅವರಿಗೆ ಪರಿಚಯ ಮಾಡಿಸಿದಳು.

ಗೀತಾಳ ಗಂಡ ಕೃಷ್ಣಪ್ಪ ಬೆಂಗಳೂರಲ್ಲಿ ವಾಣಿಜ್ಯ ತೆರಿಗೆ ಅಧಿಕಾರಿಯಾಗಿದ್ದ. ತನ್ನೊಂದಿಗಿದ್ದ ಇನ್ನಿಬ್ಬರನ್ನು ಅಬಕಾರಿ ಕಂಟ್ರಾಕ್ಟರ್ ಮಾದಯ್ಯ ಮತ್ತು ಲೋಕೋಪಯೋಗಿ ಇಲಾಖೆಯಲ್ಲಿನ ಸಹಾಯಕ ಎಕ್ಸಿಕ್ಯುಟಿವ್ ಇಂಜಿನಿಯರ್ ದಾಸಣ್ಣ ಎಂದು ಮೂರ್ತಿಗೆ ಪರಿಚಯಿಸಿದ. ಮೂರ್ತಿ ತನ್ನ ಪ್ರವರ ಹೇಳಿಕೊಂಡ.

ಕೃಷ್ಣಪ್ಪ ಮೂರ್ತಿಗೆ ಹೇಳಿದ: 'ಇಲ್ಲಷ್ಟೇ ಇವರಿಬ್ಬರ ಪರಿಚಯ ನನಗಾದದ್ದು. ನಾವೆಲ್ಲ ಒಟ್ಟಿಗೆ ಗವರ್ನರ್ಸ್‌ರ ಗೆಸ್ಟ್ ಹೌಸಿನಲ್ಲಿ ಇಳ್ಕೊಂಡಿದ್ದೇವೆ. ನೀವೂ ಬನ್ನಿ, ಒಟ್ಟಿಗೆ ಒಂದಷ್ಟು ಹೊತ್ತು ಕಾರ್ಡ್ಸ್ ಆಡೋಣ.'

'ಇಲ್ಲ ಸಾರ್, ಸ್ಸಾರಿ, ನನಗೆ ಅಭ್ಯಾಸವಿಲ್ಲ' ಎಂದ ಮೂರ್ತಿ.

'ಹೌದ?' ಎಂದ ಕೃಷ್ಣಪ್ಪ ಕೊಂಚ ಕೊಂಕು, ತಾತ್ಸಾರ ಬೆರೆತ ಧ್ವನಿಯಲ್ಲಿ ಎಲ್ಲರೂ ಹೊರಡಲು ಎದ್ದರು.

'ಬಾರೇ, ಲಲಿತ, ನಾವು ಒಟ್ಟಿಗೆ ಸಿಕ್ಕಿ ಯಾವ ಕಾಲವಾಯ್ತು! ಸ್ವಲ್ಪ ಹೊತ್ತು ಕೂತು ಮಾತಾಡೋಣ' ಕರೆದಳು ಗೀತಾ

'ನೀನೇ ಬಾ. ನಮ್ಮ ಕಾಟೇಜಲ್ಲೇ ಕೂತರಾಯ್ತು' ಎಂದಳು ಲಲಿತ.

'ಹೋಗಿ ಬರಲೇನ್ರಿ?' ಗಂಡನ್ನ ಕೇಳಿದಳು ಗೀತಾ.

'ನಿನ್ನಿಷ್ಟ, ಕಾರಿನ ಕೀ ತಗೊ–ನಾನು ದಾಸಣ್ಣನವರ ಕಾರಲ್ಲಿ ಹೋದ್ರೇನೆ' ಕೊಂಚ ಗಡುಸಾಗಿ ನುಡಿದ ಕೃಷ್ಣಪ್ಪ ಕಾರಿನ ಕೀಲಿಯನ್ನು ಗೀತಾಳ ಕೈಗಿಟ್ಟು ಗಂಟುಮೋರೆಯೊಂದಿಗೆ ಮುನ್ನಡೆದ. ಉಳಿದ ಹೆಂಗಸರಿಗೆ, 'ಬೇಗ ಬಂದು ಬಿಡ್ತೇನೆ' ಎಂದು ಹೇಳಿ ಗೀತಾ ಹಿಂದೆ ಉಳಿದಳು.

'ನಿನ್ನ ಯಜಮಾನರಿಗೆ ಕೋಪ ಬಂದ ಹಾಗಿದೆ. ನೀ ಹೋಗು ನಾಳೆ ಬೆಳಗ್ಗೆ ಸಿಕ್ಕೋಣ' ಎಂದಳು ಲಲಿತ.

'ಪರವಾಗಿಲ್ಲ ಬಾರೇ–ಅವರು ಸ್ವಲ್ಪ ಹಾಗೇನೇ. ಆಮೇಲೆ ಸರಿಹೋಗ್ತಾರೆ' ಎಂದಳು ಗೀತಾ.

ಗೆಳತಿಯರು ಆರಾಮವಾಗಿ ಮಾತಾಡಿಕೊಳ್ಳಲೆಂದು ಅವರಿಬ್ಬರನ್ನೇ ಕಾಟೇಜಿನಲ್ಲಿ ಬಿಟ್ಟು, ಸ್ವೆಟರ್ ತೊಟ್ಟು, ಮೂರ್ತಿ ಅಡ್ಡಾಡಲೆಂದು ಹೊರಬಂದ. ಈಗಾಗಲೇ ಕೆಮ್ಮಣ್ಣು ಗುಂಡಿಯನ್ನು ಕತ್ತಲು ಆವರಿಸಿತ್ತು. ಹೊಗೆಯಂತೆ ತೆಳ್ಳಗೆ

ಸರಿಯುತ್ತಿದ್ದ ಮೋಡಗಳ ಮಂಜಿನಲ್ಲಿ ದೀಪಗಳು ಮಂಕಾಗಿ ಬೆಳಗುತ್ತಿದ್ದವು. ದಟ್ಟವಾಗುತ್ತಿದ್ದ ನೀರವತೆ. ಅದಕ್ಕೆ ಇನ್ನಷ್ಟು ಇಂಬು ಕೊಡುವಂತೆ ಹುಳು–ಹುಪ್ಪಟೆಗಳ ಶಬ್ದ. ದೂರದಲ್ಲೆಲ್ಲೋ ಅನೂಹ್ಯದಿಂದ ಎಂಬಂತೆ ಜನರ ಅಸ್ಪಷ್ಟ ದನಿ, ಹೆಜ್ಜೆ ಸದ್ದು, ಗಾಳಿಯಲ್ಲಿ ತೇಲಿ ಬಂದಂತೆ ರೇಡಿಯೊ, ಟೇಪ್‌ರೆಕಾರ್ಡ್‌ರಗಳ ಮೆಲುದನಿಯ ಸಂಗೀತ. ಕಾಟೇಜುಗಳ ಮುಚ್ಚಿದ ಕಿಟಕಿಗಳ ಹಿಂದೆ ಸರಿದಾಡುವ ನೆರಳುಗಳು. ಒಂದು ರೀತಿಯ ಭ್ರಾಮಕ ವಾತಾವರಣ. ಕನಸಿನಲ್ಲೆಂಬಂತೆ ಮೂರ್ತಿ ಮುನ್ನಡೆದ.

'ಹಾಯ್, ಮಿಸ್ಟರ್ ಮೂರ್ತಿ' ಪರಿಚಿತ ಧ್ವನಿ ಕೇಳಿ ಮೂರ್ತಿನಿಂತ. ಪಕ್ಕದ ಇಳಿಜಾರಿನಿಂದ ಮೈಕ್ ಮೆಟ್ಟಿಲೇರಿ ಬರುತ್ತಿದ್ದ. ಅವನ ಕೈಯಲ್ಲೊಂದು ಹಾಟ್ ಬಾಕ್ಸ್ ಇತ್ತು.

'ಇದೇನು ಇಲ್ಲಿ?' ಮೂರ್ತಿ ಕೇಳಿದ.

'ನಾನ್‌ವೆಜಿಟೇರಿಯನ್ ಕ್ಯಾಂಟೀನಿನಲ್ಲಿ ಊಟಕ್ಕೆ ಆರ್ಡರ್ ಮಾಡಿದ್ದೆವು, ತಗೊಂಡು ಹೋಗ್ತಾ ಇದೀನಿ. ನೀವು?'

'ಹೀಗೆ ಸುಮ್ಮನೆ ಅಡ್ಡಾಡ್ತಾ ಇದೀನಿ, ಅಷ್ಟೇ?'

'ಬನ್ನಿ ನಮ್ಮ ಕಾಟೇಜಿಗೆ ಹೋಗೋಣ'

ಹೊತ್ತು ಕಳೆಯಲು ಮತ್ತೇನೂ ತೋಚದ್ದರಿಂದ ಮೂರ್ತಿ ಅವನನ್ನು ಹಿಂಬಾಲಿಸಿದ.

ಕಾಟೇಜಿನಲ್ಲಿ ಚದುರಂಗದಾಟ ನಡೆದಿತ್ತು. ಟೀಪಾಯ್ ಮೇಲೆ ಚೆಸ್ ಬೋರ್ಡು, ನಾಲ್ಕು ಗಾಜಿನ ಲೋಟಗಳಲ್ಲಿ ವಿಸ್ಕಿ, ಒಂದೆರಡು ಸೋಡಾ ಸೀಸೆಗಳು, ಆಷ್‌ಟ್ರೇ.

ಪಾಲ್ ಮಂಚದ ಮೇಲೆ ಕೂತಿದ್ದ. ಅವನಿಗೆ ಆತುಕೊಂಡು ಜೇನ್. ಅವರೆದುರಿಗೆ ಬೆತ್ತದ ಕುರ್ಚಿಯಲ್ಲಿ ಕ್ಲೇರ್, ಅವಳ ಎಡಗೈ ಬೆರಳೆರಡರ ನಡುವೆ ಉರಿಯುತ್ತಿದ್ದ ಸಿಗರೇಟು.

ಮೈಕ್‌ನೊಂದಿಗೆ ಮೂರ್ತಿ ಬಂದದ್ದನ್ನು ಗಮನಿಸಿ, ಅವರೆಲ್ಲ ನಗೆ ಹಾಯಿಸಿ, ಅವನನ್ನು ಸ್ವಾಗತಿಸಿ ಕೂರಲು ಕುರ್ಚಿ ತೋರಿದರು. ಮೈಕ್ ಕೇರಳ ಪಕ್ಕದ ಕುರ್ಚಿಯಲ್ಲಿ ಕೂತು ಅವಳ ಭುಜದ ಮೇಲೆ ಕೈಹಾಕಿದ.

'ಡ್ರಿಂಕ್ ತಗೊತೀರ?' ಜೇನ್‌ಮೂರ್ತಿಯನ್ನು ಕೇಳಿ, ಮಂಚದಿಂದ ಮೇಲೆದ್ದಳು.

'ಅಪರೂಪಕ್ಕೊಮ್ಮೆ ಅಷ್ಟೇ' ಎಂದ ಬಿಂಕ ಬಿಡದೆ ಮೂರ್ತಿ,

'ಸ್ವಲ್ಪ ತಗೊಳ್ಳಿ ಕಂಪೆನಿಗಾಗಿ' ಎಂದು ಮತ್ತೊಂದು ಗಾಜಿನ ಲೋಟಕ್ಕೆ ಸೀಸೆಯಿಂದ ವಿಸ್ಕಿ ಬಗ್ಗಿಸಿ, ಸೋಡಾ ಬೆರೆಸಿ ಕೊಟ್ಟಳು. ಮೂರ್ತಿ ಚೆಯರ್ ಹೇಳಿ ಸಣ್ಣ ಸಿಪ್ ಗುಟುಕರಿಸಿದ.

'ಸಿಗರೇಟ್'ಕೇಳಿದಳು ಜೇನ್.

'ಬೇಡ, ಥ್ಯಾಂಕ್ಸ್' ಎಂದ ಮೂರ್ತಿ,

ಜೇನ್ ಎರಡು ಸಿಗರೇಟುಗಳನ್ನು ತನ್ನ ತುಟಿಗಳ ನಡುವೆ ಇಟ್ಟುಕೊಂಡು ಹಚ್ಚಿ ಒಂದನ್ನು ಪಾಲ್‌ಗೆ ರವಾನಿಸಿ ಮತ್ತೊಂದನ್ನು ತಾನು ಸೇದತೊಡಗಿದಳು.

'ನಿಮಗೆ ಚೆಸ್ ಬರುತ್ತ?' ಪಾಲ್ ಮೂರ್ತಿಯ ಕಡೆ ತಿರುಗಿ ಕೇಳಿದ.

'ಸುಮಾರಾಗಿ' ಎಂದ ಮೂರ್ತಿ ಚೆಸ್ ಬೋರ್ಡಿನ ಮೇಲೆ ಕಣ್ಣು ಹಾಯಿಸಿ.

'ದಯವಿಟ್ಟು ಕೊಂಚ ಗೈಡ್ ಮಾಡಿ. ಈ ಕ್ಲರ್ ಚೆಸ್‌ನಲ್ಲಿ ಭಾರಿ ಚಾಲಾಕಿ. ಸೋತು ಸೋತು ನನಗೆ ಸಾಕಾಗಿ ಹೋಗಿದೆ' ಎಂದ ಪಾಲ್

'ನೋಡೋಣ ಆಡಿ' ಎಂದ ಮೂರ್ತಿ.

ಕೇರ್ ತನ್ನ ಸಿಪಾಯಿಗಳಲ್ಲಿ ಒಂದನ್ನು ಒಂದು ಮನೆ ಮುಂದೆ ತಳ್ಳಿದಳು. ಪಾಲ್ ತನ್ನ ಒಂಟೆಯಿಂದ ಅದನ್ನು ಹೊಡೆದು ತೆಗೆದ. ಕ್ಲೇರ್ ತನ್ನ ಮಂತ್ರಿಯಿಂದ ಆ ಒಂಟೆ ಹೊಡೆದಳು. 'ಹ ಹ್ಹಾ' ಎಂದು ವಿಜಯೋತ್ಸಾಹದಿಂದ ಪಾಲ್ ಕ್ಲೇರಳ ಮಂತ್ರಿಯನ್ನು ತನ್ನ ಸಿಪಾಯಿಯೊಂದರಿಂದ ಹೊಡೆದು ಬೀಗಿದ. ತಟ್ಟನೆ ಕ್ಲೇರ್ ತನ್ನ ಕುದುರೆಯಿಂದ ಪಾಲ್‌ನ ರಾಜನಿಗೆ ಚೆಕ್ ಕೊಟ್ಟಳು. ಪಾಲ್ ಕಕ್ಕಾವಿಕ್ಕಿಯಾದ. ಅವನ ರಾಜನ ಕಥೆ ಮುಗಿದಿತ್ತು. 'ಹುರ್ರೇ' ಎಂದು ಮೈಕ್ ಕ್ಲೇರಳ ಬೆನ್ನು ಚಪ್ಪರಿಸಿದ.

'ನೋ ನೋ ಇದು ಅನ್ಯಾಯ! ನನ್ನ ನಡೆ ನಾನು ವಾಪಸ್ ತಗೊತೀನಿ' ಗೋಗರೆದ ಪಾಲ್.

'ಅದೆಲ್ಲ ಸಾಧ್ಯವಿಲ್ಲ. ಸೋತಿದ್ದಾಯಿತು. ಬಾಜಿ ಹಣ ಇಟ್ಟುಬಿಡು' ಎಂದಳು ಕ್ಲೇರ್ ನಗುತ್ತ.

ಪೆಚ್ಚು ಮೋರೆಯಿಂದ ನೂರರ ನೋಟೊಂದನ್ನು ತನ್ನ ಪರ್ಸಿನಿಂದ ಹೊರತೆಗೆದು ಗೊಣಗುತ್ತ ಪಾಲ್‌ಅವಳ ಕೈಗಿತ್ತು. 'ಕಮಾನ್, ಇನ್ನೊಂದು ಆಟ' ಎಂದ.

'ಅದು ಆ ಮೇಲೆ. ಈಗ ನಮ್ಮ ಅತಿಥಿಯೊಂದಿಗೆ ಕೊಂಚ ಮಾತಾಡೋಣ' ಎಂದಳು ಕ್ಲೇರ್.

'ಡೋಂಟ್ ವರಿ. ನೀವು ಆಟ ಮುಂದುವರಿಸಿ. ನಾನು ಹೋಗ್ತೇನೆ' ಎಂದು ಎದ್ದ ಮೂರ್ತಿ.

ಎಲ್ಲರೂ ಒತ್ತಾಯ ಮಾಡಿ ಮೂರ್ತಿಯನ್ನು ಕೂರಿಸಿಕೊಂಡರು. ಗುಂಡಿನ ಜೊತೆ ಹರಟೆ ಶುರುವಾಯಿತು. ಸಹಜವಾಗಿಯೇ ಭಾರತ ಮತ್ತು ಅಮೆರಿಕಗಳ ಬಗ್ಗೆ ಅಭಿಪ್ರಾಯಗಳ ವಿನಿಮಯವಾಯಿತು. ಮಾತು ಕಾವೇರಿದಂತೆ ಈ ಎರಡೂ ದೇಶಗಳ ಸಂಸ್ಕೃತಿ, ಪರಂಪರೆ, ಜೀವನದೃಷ್ಟಿ, ಶೈಲಿ, ನೈತಿಕತೆಗಳಲ್ಲಿನ

ವೈರುಧ್ಯಗಳ ಬಗ್ಗೆ, ಶಕ್ತಿ ದೌರ್ಬಲ್ಯಗಳ ಬಗ್ಗೆ, ಕೊನೆಗೆ ಒಟ್ಟಾರೆ ಮನುಷ್ಯ ಜೀವನದ ಉದ್ದೇಶ ಪರಮಾರ್ಥದ ಬಗ್ಗೆ ಸಹ ಬಿಸಿಬಿಸಿ ಚರ್ಚೆಯಾಯಿತು.

***

ಒಂದು ಗಂಟೆಯ ಬಳಿಕ ತನ್ನ ಕಾಟೇಜಿಗೆ ಹಿಂದಿರುಗುತ್ತಾ ಮೂರ್ತಿ ಮೈಕ್ ಹೇಳಿದ ಮಾತುಗಳನ್ನು ಮೆಲುಕಾಡಿದ.

'ನೋಡಿ, ಮಿಸ್ಟರ್ ಮೂರ್ತಿ, ಇದೇ ಸರಿ, ಇದಿಷ್ಟೇ ಸತ್ಯ ಅಂತ ನಾ ಹೇಳತಾ ಇಲ್ಲ. ಒಟ್ಟಾರೆ ಈ ವರೆಗಿನ ನನ್ನ ಓದು ಮತ್ತು ಜೀವನಾನುಭವದಿಂದ ನಾನು ಅರ್ಥ ಮಾಡಿಕೊಂಡಿರೋದು ಇಷ್ಟು. ಈ ದೇವರು, ಧರ್ಮ, ಮದುವೆ, ಕುಟುಂಬ, ಪಾಪ, ಪುಣ್ಯ ಇವೆಲ್ಲ ಮನುಷ್ಯ ತನ್ನ ಸಾಮಾಜಿಕ ಅಗತ್ಯಗಳಿಗೆ ತಕ್ಕ ಹಾಗೆ ತಾನೇ ಮಾಡಿಕೊಂಡಿರೋ ಕಲ್ಪನೆಗಳು, ಕಟ್ಟುಪಾಡುಗಳು. ಆದ್ದರಿಂದ ಕಾಲ ಕಾಲಕ್ಕೆ ಅವು ಬದಲಾಯಿಸಬೇಕಾದ್ದೂ ಸಹಜ ತಾನೆ? ಈವೊತ್ತು ವಿಜ್ಞಾನ, ತಂತ್ರಜ್ಞಾನ ಯಾವ ವೇಗದಲ್ಲಿ, ಯಾವ ಪ್ರಮಾಣದಲ್ಲಿ ಬೆಳಿತಾ ಇವೆ ಅನ್ನೋದು ನಿಮಗೂ ಗೊತ್ತು. ಇಂದು ಈ ಇಡೀ ಭೂಮಂಡಲ ನಮ್ಮ ಕಣ್ಣಳತೆಗೆ, ಕಾಲಳತೆಗೆ ದಕ್ಕಿಬಿಟ್ಟಿದೆ. ಆದ್ದರಿಂದ ಈಗ ನಮಗೆ ಬೇಕಾದ್ದು ಈ ಜಗತ್ತಿನ ಎಲ್ಲ ಮನುಷ್ಯರಲ್ಲೂ ಪರಸ್ಪರ ಪ್ರೀತಿ, ಗೌರವ, ಸಮಾನತೆ, ಸಹಾನುಭೂತಿ ಬೆಳೆಸಬಲ್ಲ ವಿಶ್ವಧರ್ಮ, ಮನುಷ್ಯ ಧರ್ಮ. ಯಾಕೆಂದರೆ ಈ ವಾಸ್ತವ ಜಗತ್ತು ಮತ್ತು ಇದರಲ್ಲಿನ ಸಮಸ್ತ ಜೀವಜಾಲವನ್ನು ಮೀರಿದ ಸತ್ಯಗಳು, ಪರಮಾರ್ಥಗಳು ಇರಬಹುದೇ ಎಂಬ ಬಗ್ಗೆ ನನಗಂತೂ ಪ್ರಾಮಾಣಿಕ ಅನುಮಾಗಳಿವೆ. ನನಗನ್ನಿಸುತ್ತೆ–ಈ ದೇಹದ ಹುಟ್ಟಿನೊಂದಿಗೆ ನನ್ನ ಆರಂಭ, ಇದರ ಸಾವಿನೊಂದಿಗೆ ನನ್ನ ಮುಕ್ತಾಯ. ಆದ್ದರಿಂದ ಬದುಕಿರುವಷ್ಟು ಕಾಲ ಖುಷಿ ಪಡಬೇಕು, ಬೇರೆಯವರಿಗೂ ಖುಷಿ ಕೊಡಬೇಕು. ಈ ದೇಹದ ಮೂಲಕ ಸಾಧ್ಯವಿರುವ ಎಲ್ಲ ಅನುಭವಗಳಿಗೆ, ಲೋಕಜ್ಞಾನಕ್ಕೆ ಮುಕ್ತವಾಗಿ ನಮ್ಮನ್ನು ಒಡ್ಡಿಕೊಳ್ಳಬೇಕು. ಈ ದೇಹದ ಶಕ್ತಿ ಮತ್ತು ಪಟುತ್ವಗಳ ಇತಿಮಿತಿ ನನಗೆ ಗೊತ್ತು. ಇದು ಎಷ್ಟು ನಶ್ವರವೆಂದೂ ಗೊತ್ತು. ಈ ಅರಿವಿನಿಂದಲೇ ನನ್ನ ಆಯುಸ್ಸಿನ ಪ್ರತಿಕ್ಷಣವೂ ನನಗೆ ಅಮೂಲ್ಯ ಅನ್ನಿಸಿದೆ. ಪೂರ್ಣ ಎಚ್ಚರದಿಂದ, ಹೊಣೆಗಾರಿಕೆಯಿಂದ ನಾ ಬದುಕಬೇಕು ಅನ್ನಿಸಿದೆ. ನೀವೇನಂತೀರಿ?'

ಇದರಲ್ಲಿ ಅಲ್ಲಗಳೆಯುವಂಥಾದ್ದೇನೂ ತೋರಲಿಲ್ಲ ಮೂರ್ತಿಗೆ. ಆದರೂ ಅವನಿಗನ್ನಿಸಿತು, 'ಸ್ವಧರ್ಮೇನಿಧನಂ ಶ್ರೇಯಃ' ಈಗ ನಾನು ಮೂಲಭೂತವಾಗಿ ಬದಲಾಗೋದು ಕಷ್ಟ. ಹಾಗಂತ ಮೊದಲಿನಂತೆಯೇ ಮುಂದುವರಿಯೋದರಲ್ಲೂ ಅರ್ಥವಿಲ್ಲ. ಆರಾಮವಾಗಿ, ನಿರಾಳ ಮನಸ್ಸಿನಿಂದ ಬದುಕೋದಕ್ಕೆ ಇನ್ನು ಮುಂದಾದರೂ ಪ್ರಯತ್ನಿಸಬೇಕು.

ತಟ್ಟನೆ ಮೂರ್ತಿಯ ಆಲೋಚನೆಗಳು ಇನ್ನೊಂದು ಮಗ್ಗುಲಿಗೆ ಹೊರಳಿದವು. 'ಈ ವಿದೇಶೀಯರನ್ನು ಕಂಡಾಗಲೆಲ್ಲ ಹಾಳಾದ್ದು ನಾನು ನಿನ್ನೆ ರಾತ್ರಿ ಬ್ಲೂಫಿಲ್ಮನಲ್ಲಿ ನೋಡಿದ ಗಂಡು ಹೆಣ್ಣುಗಳೇ ನೆನಪಾಗ್ತಾರಲ್ಲ? ಇವರೂ ಅದೆಲ್ಲ ಮಾಡ್ತಾರೋ ಏನೊ?' ಆ ದೃಶ್ಯಗಳು ಮತ್ತೆ ನೆನಪಾಗಿ ಮೂರ್ತಿಯ ಮೈ ಕಾವೇರಿತು. 'ಈವೊತ್ತು ರಾತ್ರಿ ಏನಾದರೂ ಆಗಲಿ ಅದನ್ನೆಲ್ಲ ಲಲಿತೆಯೊಂದಿಗೆ ಪ್ರಯತ್ನಿಸಿಬಿಡಬೇಕು' ಎಂದುಕೊಂಡು. 'ಕೊಂಚ ಗುಂಡು ಇದ್ದಿದ್ದರೆ ಅನುಕೂಲವಾಗಿತ್ತು' ಅನ್ನಿಸಿತು. 'ನೀನೂ ಒಂದು ಪೆಗ್ ಹಾಕು, ಮೈ ಚಳಿ ಬಿಡುತ್ತೆ ಅಂತ ಲಲಿತೆಗೆ ಹೇಳಬೇಕು' ಎಂದುಕೊಂಡು ನಕ್ಕ. 'ಕ್ಯಾಂಟೀನಿನಲ್ಲಿ ಗುಂಡೇನಾದರೂ ಸಿಗಬಹುದೆ, ನೋಡೋಣ' ಎಂದುಕೊಂಡು ಆ ಕಡೆ ಹೆಜ್ಜೆ ಹಾಕಿದ.

ಕ್ಯಾಂಟೀನಿನ ಬಳಿ ಬಂದಾಗ, ಮೇಲಿನ ದಿಬ್ಬದಲ್ಲಿದ್ದ ಆಫೀಸಿನಿಂದ ಜೋರು ಜೋರು ಮಾತುಗಳು ಕೇಳಿ ಬಂದವು. ಕ್ಯಾಂಟೀನಿಗೆ ಬಂದಿದ್ದ ಕೆಲವು ಪ್ರವಾಸಿಗಳು ಹೊರಗೆ ನಿಂತು ಆಲಿಸುತ್ತಿದ್ದರು. ಮೂರ್ತಿಯೂ ಸಹ ಆ ನಿಟ್ಟಿಗೇ ಕಣ್ಣಾಗಿ ಆಲಿಸುತ್ತ ನಿಂತ. ಮಾತುಗಳು ನಿಂತು, ಆಫೀಸಿನಿಂದ ಒಬ್ಬ ಪೋಲೀಸ್ ಇನ್‌ಸ್ಪೆಕ್ಟರ್ ಮತ್ತು ಒಬ್ಬ ತರುಣ ಹೊರಬಂದರು. ಅವರ ಹಿಂದೆಯೇ ಸೂಟ್‌ಕೇಸ್ ಹಿಡಿದು ಇನ್ನೊಬ್ಬ ತರುಣ, ಜೊತೆಗೊಬ್ಬ ತರುಣಿ ಹೊರಬಿದ್ದರು. 'ಅರೆ! ನಮ್ಮೊಂದಿಗೆ ಬಸ್ಸಿನಲ್ಲಿ ಬಂದ ಯುವ ಜೋಡಿಯಲ್ಲವೆ?' ಅಂದುಕೊಂಡ ಮೂರ್ತಿ. ತರುಣಿ ತಲೆತಗ್ಗಿಸಿದ್ದಳು. ಅಳುತ್ತಿರುವಂತಿತ್ತು. ತರುಣ ಪೆಚ್ಚಾಗಿದ್ದ. ಅವರೆಲ್ಲ ದಡದಡ ಮೆಟ್ಟಿಲಿಳಿದು ಕೆಳಗಿನ ಇಳಿಜಾರಿಗೆ ಹೋದರು. ಅಲ್ಲಿ ರಸ್ತೆಯಲ್ಲೊಂದು ಜೀಪಿತ್ತು. ಅದರಲ್ಲಿ ಇವರೆಲ್ಲ ಕೂತೊಡನೆ ಅದು ಸ್ಟಾರ್ಟಾಗಿ ಕತ್ತಲಲ್ಲಿ ಮಾಯವಾಯಿತು.

ಅವರೊಡನೆ ಕೆಳಗಿಳಿದು ಹೋಗಿದ್ದ ಕ್ಯಾಂಟೀನಿನ ಕುತೂಹಲಿ ಪರಿಚಾರಕನೊಬ್ಬ ಹಿಂದಿರುಗಿ ಬಂದ. ಎಲ್ಲರೂ ಏನು ವಿಷಯವೆಂದು ಅವನಿಗೆ ಮುಗಿಬಿದ್ದರು. ಅವನ ಮಾತುಗಳನ್ನು ಮೂರ್ತಿ ಸಹ ಕೇಳಿಸಿಕೊಂಡ:

'ಆ ಹುಡುಗ–ಹುಡುಗಿ ಬೆಳಗಾವಿಯವರಂತೆ. ಪ್ರೀತಿಸಿದ್ದರಂತೆ, ಬೇರೆ ಬೇರೆ ಜಾತಿಯಂತೆ. ಮದುವೆಗೆ ಮನೆಗಳಲ್ಲಿ ಒಪ್ಪಲಿಲ್ಲವಂತೆ. ಸರಿ, ಹಾಳು ಸಿನಿಮಾಗಳ ಪ್ರಭಾವ ನೋಡಿ, ಊರು ಬಿಟ್ಟು ಪರಾರಿ ಆಗಿದ್ದಾರೆ. ಮೂರು ದಿನ ಆಯ್ತಂತೆ. ಹುಡುಗಿ ಮನೆಯೋರು ಪೋಲೀಸ್ ಕಂಪ್ಲೇಂಟ್ ಕೊಟ್ಟಿದ್ದರಂತೆ. ಹುಡುಗಿ ಅಣ್ಣನಿಗೆ ಅವರು ಇಲ್ಲಿಗೆ ಬಂದಿರೋ ಸುಳಿವು ಸಿಕ್ಕಿ ಶಿವಮೊಗ್ಗದಿಂದ ಇನ್‌ಸ್ಪೆಕ್ಟರನ್ನ ಕರ್ಕೊಂಡು ಬಂದಿದ್ದಾನೆ, ಸಿಕ್ಕಿಬಿದ್ದರು. ಆದರೂ ಹುಡುಗಿ ಭಾರೀ ಜೋರಿದ್ದಾಳೆ. ಮಾರಾಯರೆ. ನಾನು ಮೇಜರ್, ಇಷ್ಟಪಟ್ಟು ಇವರನ್ನು ರಿಜಿಸ್ಟರ್ಡ್ ಮ್ಯಾರೇಜ್ ಆಗಿದ್ದೀನಿ ಅಂತ ಇನ್‌ಸ್ಪೆಕ್ಟರಿಗೇ

ಹೇಗೆ ದಬಾಯಿಸಿಬಿಟ್ಟಳು ಗೊತ್ತುಂಟ? ಅದೆಲ್ಲ ಗೊತ್ತಿಲ್ಲ, ಶಿವಮೊಗ್ಗಕ್ಕೆ ಈ ಕೂಡಲೇ ಬಂದು, ಸ್ಟೇಷನ್ನಿನಲ್ಲಿ ವಿವರಣೆ ಬರ್ಕೊಡಿ, ದೊಡ್ಡವರು ಬರಲಿ, ಬಿಟ್ಟೇನೆ, ಅಂತ ಹೇಳಿ ಇನ್‌ಸ್ಪೆಕ್ಟರು ಅವರಿಬ್ಬರನ್ನೂ ಕರಕೊಂಡು ಹೋದರು.'

ಜನ ತಲೆಗೊಂದು ಟೀಕೆ ಮಾಡುತ್ತ ಮಾಡುತ್ತ ಚದುರಿದರು. 'ಅಯ್ಯೋ ಪಾಪ!' ಅನ್ನಿಸಿತು ಮೂರ್ತಿಗೆ. 'ಹೀಗಿದೆ ಇಲ್ಲಿನ ಪರಿಸ್ಥಿತಿ! ಇದು ಬದಲಾಗಬೇಕಾದರೆ ಇನ್ನೂ ಎಷ್ಟು ಶತಮಾನ ಬೇಕೊ, ಏನೊ?' ಎಂದುಕೊಂಡು ಕ್ಯಾಂಟೀನ್ ಹೊಕ್ಕ.

ಎರಡು ಊಟ ತಮ್ಮ ಕಾಟೇಜಿಗೆ ಕಳಿಸಲು ಯಜಮಾನನಿಗೆ ಹೇಳಿ, ಗುಂಡಿನ ಬಗ್ಗೆ ಒಬ್ಬ ಪರಿಚಾರಕನನ್ನು ಗುಟ್ಟಾಗಿ ವಿಚಾರಿಸಿದ. ಬೆಟ್ಟದ ಮೇಲೆ ಗುಂಡಿನ ಮಾರಾಟ ನಿಷಿದ್ಧವೆಂದೂ, ಸಿಕ್ಕರೆ ನಾನ್ ವೆಜಿಟೇರಿಯನ್ ಕ್ಯಾಂಟೀನಿನ ಅಡಿಗೆಯವನಲ್ಲಿ ಸಿಕ್ಕಬಹುದೆಂದೂ ಸುಳಿವು ಸಿಕ್ಕಿತು. ಅಲ್ಲಿಗೆ ಹೋಗಿ, ದುಬಾರಿ ಬೆಲೆ ತೆತ್ತು, ಸಿಕ್ಕ ಅರ್ಧಬಾಟಲ್ ರಮ್ಮನ್ನು ಸ್ವೆಟರಿನೊಳಗೆ ಹೊಟ್ಟೆಯ ಬಳಿ ಅಡಗಿಸಿಟ್ಟುಕೊಂಡು ಮೂರ್ತಿ ತನ್ನ ಕಾಟೇಜಿನ ಕಡೆಗೆ ಮೆಟ್ಟಿಲೇರತೊಡಗಿದ.

ಲಲಿತ ಮತ್ತು ಗೀತಾ ಮೊಗಸಾಲೆಯಲ್ಲೇ ಕೂತು ಮೂರ್ತಿಗಾಗಿ ಕಾಯುತ್ತಿದ್ದಂತಿತ್ತು. ಅವನನ್ನು ಕಂಡೊಡನೆ ಇಬ್ಬರೂ ಎದ್ದು ನಿಂತರು.

'ಎಲ್ಲಿಗೆ ಹೋದಿರಿ ಕಣ್ರಿ ಇಷ್ಟು ಹೊತ್ತು?' ಲಲಿತ ಅಸಹನೆಯ ದನಿಯಲ್ಲಿ ಕೇಳಿದಳು. 'ಕಾದು ಕಾದು ಸಾಕಾಯ್ತು.'

'ಎಲ್ಲೂ ಇಲ್ಲ ಕಣೆ, ಗೆಳತಿಯರು ಆರಾಮಾಗಿ ಮಾತಾಡಿಕೊಳ್ಳಲಿ ಅಂತ ಹಾಗೇ ಅಡ್ಡಾಡ್ತಾ ಇದ್ದೆ, ಅಷ್ಟೇ' ಎಂದು ಮಾತು ತೇಲಿಸಿದ ಮೂರ್ತಿ.

'ನಾನಿನ್ನು ಬರಲಾ, ಲಲಿತ? ಬೆಳಗ್ಗೆ ಶೃಂಗೇರಿಗೆ ಹೊರಡೋದಕ್ಕೆ ಮುಂಚೆ ಭೇಟಿಯಾಗ್ತಿನಿ' ಎಂದು ಗೀತಾ ಕಾರಲ್ಲಿ ಕೂತು ಹೊರಟಳು.

ಕೊಠಡಿಯ ಒಳಹೊಕ್ಕವನೇ ಮೂರ್ತಿ ಗುಟ್ಟಾಗಿ ಸೀಸೆ ಹೊರ ತೆಗೆದು ಮಂಚದ ದಿಂಬಿನ ಅಡಿಯಲ್ಲಿ ಬಚ್ಚಿಟ್ಟು, ಲೋಕಾಭಿರಾಮವಾಗಿ ಲಲಿತೆಯನ್ನು ಕೇಳಿದ: 'ಏನಂತಾಳೆ ನಿನ್ನ ಗೆಳತಿ ಗೀತಾ? ತನ್ನ ಧನ ಕನಕ ವಸ್ತು ವಾಹನಾದಿಗಳನ್ನೆಲ್ಲ ವರ್ಣಿಸಿ ನಿನ್ನ ಹೊಟ್ಟೆ ಉರಿಸಿದಳೂಂತ ಕಾಣುತ್ತೆ.'

'ಅಯ್ಯೋ ಬಿಡಿ, ಏನಿದ್ದೇನು ಬಂತು? ಬೆಂಗಳೂರಲ್ಲಿ ಬಂಗಲೆ, ಕಾರು, ಒಡವೆ, ವಸ್ತು ಎಲ್ಲಾ ಇರೋದು ನಿಜ. ಆದರೆ ಗಂಡ ಸುಖವಿಲ್ಲವಂತೆ. ಧನ ಪಿಶಾಚಿಯಂತೆ. ಸದಾ ಆಸ್ತಿಪಾಸ್ತಿ ಅಂತಸ್ತು ಪ್ರತಿಷ್ಠೆ ಅಂತ ಪ್ರಾಣ ಬಿಡ್ತಾನಂತೆ. ಹೆಂಡತಿ ಮಕ್ಕಳ ಬೆಂಗಳೂರಲ್ಲಿ ಬಿಟ್ಟು ವರ್ಗ ಆದ ಕಡೆಗೆಲ್ಲ ಒಬ್ಬನೇ ಹೋಗಿ ವರ್ಷಗಟ್ಟಲೆ ಇರ್ತಾ ಇದ್ದನಂತೆ. ಅಲ್ಲಿ ಬೆಳಗಿಂದ ಸಂಜೆ ತನಕ ಲಂಚ ಹೀರಿ,

ಸಂಜೆ ಆಯ್ತು ಅಂದರೆ ಕುಡಿತ, ಇಸ್ಪೀಟಂತೆ. ಜೊತೆಗೆ ಬೇರೆ ಹೆಂಗಸರ ಸಹವಾಸವೂ ಇತ್ತಂತೆ. ಏನ್ರಿ ಇದೆಲ್ಲ ಅಂತ ರೇಗಿದರೆ ಇವಳನ್ನ ದನ ಬಡಿದ ಹಾಗೆ ಬಡೀತಿದ್ದನಂತೆ. ಹೋದ ವರ್ಷ ಹಾಸನದಲ್ಲಿದ್ದಾಗ ಲಂಚ ತಗೊಳ್ತಾ ಸಿಕ್ಕಿಹಾಕಿಕೊಂಡು ಸಸ್ಪೆಂಡ್ ಆಗಿ ಮನೆ ಸೇರಿದನಂತೆ. ಈ ಗಂಡಾಂತರದಿಂದ ತನ್ನ ಗಂಡನ್ನ ಪಾರು ಮಾಡಿದರೆ ಒಟ್ಟಿಗೆ ಬಂದು ಸೇವೆ ಮಾಡಿಸ್ತೀವೀಂತ ಗೀತಾ ಮೂಕಾಂಬಿಕೆಗೆ, ಶಾರದಮ್ಮನಿಗೆ ಹರಕೆ ಹೊತ್ತಿದ್ದಳಂತೆ. ಭಾರಿ ಹಣ ಖರ್ಚು ಮಾಡಿ ಹಾಗೂ ಹೀಗೂ ಪಾರಾಯಿತಂತೆ ಪ್ರಾಣಿ. ಅದಕ್ಕೇ ಕೊಲ್ಲೂರಿಗೆ ಹೋಗಿ ಸೇವೆ ಮಾಡಿಸಿಕೊಂಡು, ಶೃಂಗೇರಿಗೆ ಹೋಗ್ತಾ ದಾರೀಲಿ ಇಲ್ಲಿ ಒಂದು ರಾತ್ರಿ ಆರಾಮಾಗಿ ಇದ್ದು ಹೋಗೋಣ ಅಂತ ಬಂದದ್ದಂತೆ. ಇವಳ ಅದೃಷ್ಟಕ್ಕೆ ಅದ್ಯಾರೋ ಅಯೋಗ್ಯ ಕಂಟ್ರಾಕ್ಟರು, ಇಂಜಿನಿಯರು ಇವಳ ಗಂಡನಿಗೆ ಸಂಜೆಯೇ ಗಂಟುಬಿದ್ದರಂತೆ. ಇನ್ನು ಬೆಳಗಿನ ಜಾವದ ತನಕ ಅವರ ಜೊತೆ ಕುಡಿತ ಇಸ್ಪೀಟು, ಮುಗೀತು ನನ್ನ ವಿಹಾರ, ಪಾಪಿ ಸಮುದ್ರಕ್ಕೆ ಹೋದರೂ ಮೊಳಕಾಲುದ್ದ ನೀರು ಅಂತಾರಲ್ಲ, ಹಾಗೆ ನಾನು ಪಡಕೊಂಡು ಬಂದದ್ದೇ ಇಷ್ಟೂಂತ ಕಾಣುತ್ತೆ, ಅಂತ, ಪಾಪ, ಕಣ್ಣೀರಿಟ್ಟುಕೊಂಡಳು' ಎಂದು ಮುಗಿಸಿದಳು ಲಲಿತ.

'ಅಯ್ಯೋ ಪಾಪ! ನಾನು ಏನೋ ಅಂದುಕೊಂಡಿದ್ದೆ. ಹೋಗಲಿ ಬಿಡು, ಏನು ಮಾಡಕ್ಕಾಗುತ್ತೆ? ಒಬ್ಬೊಬ್ಬರದ್ದೂ ಒಂದೊಂದು ಕಥೆ, ವ್ಯಥೆ ಇದ್ದದ್ದೇ. ಮೇಲೆ ಥಳುಕು, ಒಳಗೆ ಹುಳುಕು ಅಂದ ಹಾಗೆ. ಒಟ್ಟಿನಲ್ಲಿ ಯಾರೂ ಸಂಪೂರ್ಣ ಸುಖಿಗಳಲ್ಲ ನೋಡು' ಎಂದು ತಾತ್ವಿಕ ವ್ಯಾಖ್ಯಾನ ಕೊಟ್ಟ ಮೂರ್ತಿ,

ಇಷ್ಟರಲ್ಲಿ ಕ್ಯಾಂಟೀನಿನ ಹುಡುಗ ಎರಡು ತಟ್ಟೆಗಳಲ್ಲಿ ಊಟ ಹೊತ್ತು ತಂದ. ಮೂರ್ತಿ ಅವನಿಗೆ ದುಡ್ಡು ಕೊಟ್ಟು, ನಾಲ್ಕು ಸೀಸೆ ಕೋಲಾ ಮತ್ತು ಓಪನರ್‌ತರಲು ಹೇಳಿ ಕಳಿಸಿದ.

'ಅದ್ಯಾಕ್ರಿ ಈಗ!' ಸೋಜಿಗದಿಂದ ಕೇಳಿದಳು ಲಲಿತ.

'ಇರಲಿ, ಊಟ ಆದ ಮೇಲೆ ಕುಡಿದರೆ ಚೆನ್ನಾಗಿ ಜೀರ್ಣ ಆಗುತ್ತಂತೆ' ರೈಲು ಬಿಟ್ಟ ಮೂರ್ತಿ.

ಊಟ ಮಾಡುತ್ತ, ಮೂರ್ತಿ ಲಲಿತೆಗೆ ಆ ಯುವಜೋಡಿಯ ಹಗರಣ, ವಿದೇಶೀಯರೊಂದಿಗಿನ ತನ್ನ ಮಾತುಕತೆಯನ್ನು ಸಾದ್ಯಂತವಾಗಿ ವರದಿ ಒಪ್ಪಿಸಿದ.

'ಏನಂದ್ರೂ ಫಾರಿನರ್‌ಗಳೇ ಸರಿ ನೋಡು, ಹ್ಯಾಗೆ ಲೈಫ್‌ನ ಎಂಜಾಯ್ ಮಾಡ್ತಾರೆ! ಎಷ್ಟು ಫ್ರೀಯಾಗಿದ್ದಾರೆ! ನಾವೂ ಇದ್ದೇವೆ ಸದಾ ಸಂಪಾದನೆ, ಸಂಸಾರ ತಾಪತ್ರಯಗಳಲ್ಲೇ ಮುಳುಗಿ ಒದ್ದಾಡ್ತಾ...' ಎಂದ ಮೂರ್ತಿ.

'ಆದರೂ ಅದೇನು ಚೆನ್ನ ಬಿಡಿ ಮದುವೆ ಬೇಡ, ಮಕ್ಕಳು ಬೇಡ, ಒಳ್ಳೇ ಬೀದಿ ಬಸವ, ಬಸ' ಥರ ಅಲೆದಾಡಿಕೊಂಡು. ಸದ್ಯ, ನಮ್ಮ ದೇಶದಲ್ಲೂ ಹೀಗಾಗದೆ ಇದ್ದರೆ ಸಾಕಪ್ಪ' ಎಂದಳು ಲಲಿತ.

'ಆದರೂ, ನಾವು ಅವರಿಂದ ಕಲೀಬೇಕಾದ್ದೂ ಇದೆ ಕಣೆ, ನಾನಂತೂ ನಿರ್ಧರಿಸಿಬಿಟ್ಟಿದ್ದೀನಿ. ಅನಿಲ್ ಹೇಗೂ ಈಗ ಅಂಗಡಿ ಚೆನ್ನಾಗಿ ನೋಡ್ಕೊತಿದಾನೆ. ಅವನಿಗೆ ಮದುವೆ ಮಾಡೋವರೆಗಾದರೂ ನಾವಿಬ್ಬರೂ ಆರಾಮಾಗಿ ಅಲ್ಲಿ ಇಲ್ಲಿ ಓಡಾಡಿಕೊಂಡು ಬರೋಣ, ಏನಂತಿ?'

'ಹೌದು ಕಣ್ರಿ ನನಗೂ ಕಾಶಿ, ರಾಮೇಶ್ವರ ಎಲ್ಲಾ ನೋಡಬೇಕೂಂತ ತುಂಬಾ ಆಸೆ ಇದೆ.'

'ತೀರ್ಥಯಾತ್ರೆ ಅಲ್ಲ ಕಣೆ ಮಾರಾಯ್ತಿ ನಾ ಹೇಳ್ತಿರೋದು. ನಿನಗಾಗಲೇ ವೃದ್ಧಾಪ್ಯ ಬಂದು ಬಿಡ್ತು ನೋಡು' ಮೂರ್ತಿ ಗೇಲಿ ಮಾಡಿ ನಕ್ಕ.

ಊಟ ಮುಗಿಯೋ ವೇಳೆಗೆ ಕ್ಯಾಂಟೀನಿನ ಹುಡುಗ ಕೋಲಾ ಸೀಸೆಗಳನ್ನು ತಂದುಕೊಟ್ಟು, ಊಟದ ತಟ್ಟೆಗಳನ್ನು ತೆಗೆದುಕೊಂಡು ಹೋದ. ಮೂರ್ತಿ ಕೊಠಡಿಯ ಬಾಗಿಲನ್ನು ಮುಚ್ಚಿ ಅಗಳಿ ಹಾಕಿದ. ಕಿಟಕಿಗಳಂತೂ ಮುಚ್ಚಿಯೇ ಇದ್ದವು.

ಲಲಿತೆಯನ್ನು ಮಂಚದ ಮೇಲೆ ತನ್ನ ಪಕ್ಕ ಕೂರಿಸಿಕೊಂಡು, ತೋಳಿಂದ ಅವಳ ಸೊಂಟ ಬಳಸಿ, ಮೂರ್ತಿ ಭಾವೋದ್ವೇಗದಿಂದ ಹೇಳಿದ:

'ನೋಡು ಲಲಿತ, ಈ ರಾತ್ರಿ ನೀನು ಯಾವುದನ್ನೂ ಬೇಡ ಅನ್ನಬಾರದು, ಯಾವುದಕ್ಕೂ ಅಡ್ಡಿ ಬರಬಾರದು. ಇದೊಂದು ಹೊಸ ಪ್ರಯೋಗ, ಹೊಸ ಅನುಭವ ಅಂದುಕೊಳ್ಳೋಣ. ನಮ್ಮ ಜೀವನದಲ್ಲಿ ನಾವು ಎಂದೂ ಮರೆಯೋಕ್ಕೆ ಆಗದಂಥ ಸಂತೋಷದ ರಾತ್ರಿ ಇದಾಗಬೇಕು.'

ಲಲಿತ ಏನೊಂದೂ ಅರ್ಥವಾಗದೆ ಮೂರ್ತಿಯ ಮುಖವನ್ನೇ ಮಿಕಿ ಮಿಕಿ ನೋಡಿದಳು. ಮೂರ್ತಿ ದಿಂಬಿನ ಅಡಿಯಿಂದ ರಮ್ಮಿನ ಸೀಸೆ ಹೊಸತೆಗೆದ.

ಬೆಳಗ್ಗೆ ಎಂಟರ ಹೊತ್ತಿಗೆ, ಉಪಾಹಾರಕ್ಕೆಂದು ಕಾಟೇಜಿನಿಂದ ಕ್ಯಾಂಟೀನಿನ ಕಡೆಗೆ ಹೆಜ್ಜೆ ಹಾಕುವಾಗ, ಮೂರ್ತಿ ಮತ್ತು ಲಲಿತ ಹಿಗ್ಗಿನ ಬುಗ್ಗೆಗಳಾಗಿದ್ದರು. ಕಳೆದ ರಾತ್ರಿ ತಮ್ಮ ಸಂಕೋಚದ ಪೊರೆಗಳನ್ನು ಒಂದೊಂದಾಗಿ ಕಳಚುತ್ತ, ತಮ್ಮ ದೇಹಗಳ ಸುಖದ ಗುಟ್ಟುಗಳನ್ನು ಇಂಚಿಂಚು ಮೊಟ್ಟ ಮೊದಲಬಾರಿಯೋ ಎಂಬಂತೆ, ಯಾವ ಎಗ್ಗ ಇಲ್ಲದೆ ಪರಸ್ಪರರಿಗೆ ಬಿಟ್ಟುಕೊಟ್ಟಿದ್ದು; ತಳಿಕೆಗೊಂಡ ಹಾವುಗಳಂತೆ ಹೊರಳಾಡಿ ಬಸವಳಿದದ್ದು, ತಣಿದು ಮಲಗಿದ್ದು, ಎಚ್ಚರಾದಾಗೊಮ್ಮೆ ಮತ್ತೆ ಮತ್ತೆ ಹೊಸ ಉತ್ಸಾಹದಿಂದ ಹೊಸ ಹೊಸ ಬಗೆಯಲ್ಲಿ ಕೂಡಿದ್ದು, ಮುಂಜಾನೆ ಚುಮು ಚುಮು ಚಳಿಗೆ

ಬಚ್ಚಲ ಹಾಯೆನಿಸುವ ಬಿಸಿನೀರಲ್ಲಿ ಒಟ್ಟಿಗೇ ಮಿಂದದ್ದು. ಅವರಲ್ಲಿ ಹೊಸ ಹುರುಪು, ಲವಲವಿಕೆ, ಗಾಢ ಅನ್ಯೋನ್ಯತೆ ಮೈತುಂಬಿದ್ದವು.

ಕ್ಯಾಂಟೀನಿನಲ್ಲಿ ಗೀತಾ, ಕೃಷ್ಣಪ್ಪ ಮತ್ತು ಪಾರ್ಟಿ ಈಗಾಗಲೇ ಹಾಜರಿದ್ದು ತಿಂಡಿ ತಿನ್ನುತ್ತಿದ್ದರು. ಲಲಿತೆಯನ್ನು ಕಂಡವಳೇ ಗೀತಾ 'ಇಲ್ಲೇ ಬಾರೇ' ಎಂದು ಕರೆದಳು. ಲಲಿತ ಅವಳ ಪಕ್ಕ ಕೂತಳು. ಮೂರ್ತಿ ಕೃಷ್ಣಪ್ಪನ ಪಕ್ಕ ಕೂತ. ಆತ ಮೂರ್ತಿಗೆ 'ಹಲೋ' ಎಂದ ಶಾಸ್ತ್ರ ಮಾಡಿ, ತನ್ನ ಮಿತ್ರರ ಕಡೆ ತಿರುಗಿ ಮಾತಿಗೆ ತೊಡಗಿದ. ಮೂರ್ತಿ ಮೌನವಾಗಿ ತಿಂಡಿ ಮುಗಿಸಿ, ಕಾಫಿ ಹೀರತೊಡಗಿದ. ಈ ವೇಳೆಗೆ ವಿದೇಶೀಯರ ತಂಡ ಕ್ಯಾಂಟೀನ್ ಹೊಕ್ಕಿತು. 'Excuse me' ಎಂದವನೇ ಮೂರ್ತಿ ತನ್ನ ಕಾಫಿ ಬಟ್ಟಲೊಡನೆ ಎದ್ದು ಹೋಗಿ ಅವರೊಂದಿಗೆ ಸೇರಿಕೊಂಡ. ಅವರು ಮೈಸೂರಿಗೆ ಹೊರಡಲಿದ್ದಾರೆಂದು ತಿಳಿಯಿತು.

ಕ್ಯಾಂಟೀನಿನಿಂದ ಹೊರಬಂದಾಗ, ಗೀತಾ ಲಲಿತಳ ಕೈ ಕುಲುಕಿ, 'ನಿನ್ನನ್ನು ಕಂಡದ್ದು ತುಂಬಾ ಸಂತೋಷವಾಯ್ತು ಕಣೆ, ನಾನಿನ್ನು ಬರಲಾ? ಶೃಂಗೇರಿ ನೋಡಿಕೊಂಡು, ನಾವು ಈವೊತ್ತೇ ಬೆಂಗಳೂರಿಗೆ ವಾಪಸ್ಸಾಗ್ತೇವೆ. ನಾನು ಕೊಟ್ಟ ವಿಸಿಟಿಂಗ್ ಕಾರ್ಡ್ ಇದೆ ತಾನೆ? ಬೆಂಗಳೂರಿಗೆ ಬಂದಾಗ ಮರೀದೆ ಫೋನ್ ಮಾಡಬೇಕು, ಮನೇಗೆ ಬರಬೇಕು, ಓಕೆ? bye' ಎಂದು ಕೈಯಾಡಿಸಿ, ಈಗಾಗಲೇ ಮೆಟ್ಟಿಲಿಳಿದು ಮುಂದೆ ಹೋಗುತ್ತಿದ್ದ ತನ್ನ ಗಂಡನನ್ನು ಹಿಂಬಾಲಿಸಿದಳು. ಲಲಿತ ಸಹ ಕೈ ಎತ್ತಿ ಆಡಿಸಿ ಬೀಳ್ಕೊಟ್ಟಳು. ಕೈ ಇಳಿಸಿದಾಗ ತಟ್ಟನೆ ಅವಳ ಅರಿವಿಗೆ ಬಂತು–ಗೀತಾಳ ಪರ್ಸ್ ಇವಳ ಕೈಯಲ್ಲೇ ಉಳಿದುಬಿಟ್ಟಿದೆ! ಕ್ಯಾಂಟೀನಿನಲ್ಲಿ ಕೈ ತೊಳೆಯಲು ವಾಶ್‌ಬೇಸಿನ್ ಬಳಿ ಹೋದಾಗ ಗೀತಾ ಇವಳಿಗೆ ಇಟ್ಟುಕೊಂಡಿರು ಎಂದುಕೊಟ್ಟಿದ್ದು.

ಗೀತಾ...ಲಲಿತ ಗಟ್ಟಿಯಾಗಿ ಕೂಗಿದಳು. ಗೀತಾ ನಿಂತು ಹಿಂದಿರುಗಿ ನೋಡಿದಳು.

'ನಿನ್ನ ಪರ್ಸ್ ನನ್ನ ಕೈಯಲ್ಲೇ ಉಳಿದುಬಿಟ್ಟಿದೆ ಕಣೇ, ಇರು, ಕೊಡ್ತೀನಿ' ಎಂದು ಲಲಿತ ದಡದಡ ಮೆಟ್ಟಿಲಿಳಿಯತೊಡಗಿದಳು. ಹಠಾತ್ತನೆ ಬಲಗಾಲು ಹೊರಳಿದಂತಾಗಿ, ಆಯ ತಪ್ಪಿ, ಚೀರುತ್ತ, ಬಲಗಡೆಗೆ ವಾಲಿ ಉರುಳಿಬಿದ್ದಳು.

'ಲಲಿತಾ...' ಎಂದು ಕಿರುಚಿ, ಮೂರ್ತಿ ಸರಸರ ಮೆಟ್ಟಿಲಿಳಿದು ಅವಳತ್ತ ಧಾವಿಸಿದ. ಗೀತಾ ಸಹ ಓಡುತ್ತ ಮೆಟ್ಟಿಲೇರಿ ಬಂದಳು. ಕೆಲವೇ ಕ್ಷಣಗಳಲ್ಲಿ ಅಲ್ಲೊಂದು ಪುಟ್ಟ ಗುಂಪು ಕೂಡಿತು.

ಅಂಥ ಅನಾಹುತವೇನೂ ಸಂಭವಿಸಿರಲಿಲ್ಲ. ಜಾರಿ ಬಿದ್ದದ್ದರಿಂದ ಲಲಿತಳ ಬಲಗೈ ಬಲಗಾಲಲ್ಲಿ ತರಚಿದ ಗಾಯಗಳಾಗಿದ್ದವು. ಕೊಂಚ ಮೂಗೇಟುಗಳು ಬಿದ್ದಿದ್ದವು. ಆಘಾತಕ್ಕೆ ಮೈಯಿಡೀ ಬೆವರು, ಹಣೆಯಿಂದ ನೀರು ತೊಟ್ಟಿಕ್ಕುತ್ತಿತ್ತು. ಹಾಗೇ ಸಾವರಿಸಿಕೊಂಡು, ಮೂರ್ತಿಯ ಕೈ ಹಿಡಿದು

ಮೇಲೇಳಲು ಪ್ರಯತ್ನಿಸಿದಳು. ಆದರೆ ತನ್ನ ಬಲಗಾಲನ್ನು ನೆಲಕ್ಕೂರಿದೊಡನೆ, 'ಅಮ್ಮಾ' ಎಂದು ನೋವಿಗೆ ಚೀರಿ, ಕುಕ್ಕರಿಸಿಬಿಟ್ಟಳು. ಅವಳ ಬಲಗಾಲಿನ ಪಾದ ಮಣಿಕಟ್ಟಿನವರೆಗೆ ಬುರ ಬುರ ಊದತೊಡಗಿತ್ತು. ಅವಳ ಪಕ್ಕ ಕೂತು ಅವಳನ್ನು ಸಂತೈಸುತ್ತಿದ್ದ ಗೀತಾ ಅದನ್ನು ಗಮನಿಸಿ ಹೇಳಿದಳು, 'Fracture ಆಗಿದೆಯೋ ಏನೋ? ಕೂಡಲೇ ಡಾಕ್ಟರಿಗೆ ತೋರಿಸೋದು ಒಳ್ಳೇದು.'

'ಇಲ್ಲಿ ಡಾಕ್ಟರೆಲ್ಲಿ ಸಿಕ್ತಾರೆ? ತರೀಕೆರೆಗೋ, ಶಿವಮೊಗ್ಗಕ್ಕೋ ಹೋಗಬೇಕು' ಎಂದ ಗಾಬರಿಗೆ ಬಿಳಿಚಿಕೊಂಡು ಏದುಸಿರುಬಿಡುತ್ತಿದ್ದ ಮೂರ್ತಿ.

'ತರೀಕೆರೆಗೇಕೆ? ಶಿವಮೊಗ್ಗಕ್ಕೆ ಹೋಗಿಬಿಡಿ, ಅಲ್ಲಾದರೆ ಒಳ್ಳೇ ನರ್ಸಿಂಗ್ ಹೋಮ್‌ಗಳಿವೆ. ಕೂಡಲೇ ಎಕ್ಸರೇ ತೆಗೆಸಿ ನೋಡಿ' ಎಂದ ಕೃಷ್ಣಪ್ಪ.

'ಅದೇನೋ ಸರಿ, ಆದರೆ ಬಸ್ಸಿರೋದು ಹತ್ತೂವರೆಗೆ. ಅದೂ ತರೀಕೆರೆ ತನಕ ಮಾತ್ರ ಹೋಗುತ್ತಂತೆ. ಅಲ್ಲಿಂದ ಇನ್ನೊಂದು ಬಸ್ಸು ಹಿಡಿದು ಶಿವಮೊಗ್ಗಕ್ಕೆ ಹೋಗಬೇಕು. ಇಲ್ಲೇ ಯಾವುದಾದರೂ ವೆಹಿಕಲ್ ಬಾಡಿಗೆಗೆ ಸಿಕ್ಕುತ್ತಾ ಅಂತ ನೋಡ್ತೀನಿ' ಎಂದ ಮೂರ್ತಿ.

'ಇಲ್ಲಿ ಯಾವ ವೆಹಿಕಲ್ ಸಿಗುತ್ತೆ? ನಮ್ಮ ಕಾರಲ್ಲೇ ಶಿವಮೊಗ್ಗಕ್ಕೆ ಕರೆದುಕೊಂಡು ಹೋಗೋಣ ಕಣ್ರೀ' ಎಂದಳು ಗೀತಾ ತನ್ನ ಗಂಡನಿಗೆ.

ಆತ ತುಟಿ ಬಿಚ್ಚಲಿಲ್ಲ.

'ಬೇಡ ಬಿಡು, ಗೀತಾ, ಏನೂ ಪರವಾಗಿಲ್ಲ. ನಿಮಗೇಕೆ ತೊಂದರೆ? ನನಗೇನೂ ಆಗಿಲ್ಲ. ಸ್ವಲ್ಪ ಸುಧಾರಿಸಿಕೊಂಡು ಬಸ್ಸಲ್ಲೇ ಹೋಗ್ತಿವಿ' ಎಂದಳು ಲಲಿತ ಕ್ಷೀಣ ಸ್ವರದಲ್ಲಿ,

'ನೀನು ಸುಮ್ಮಿರು, ಲಲಿತ, ಏನೂಂದ್ರೆ...' ಮತ್ತೆ ತನ್ನ ಗಂಡನ ಕಡೆ ದೀನ ದೃಷ್ಟಿಯಿಂದ ನೋಡಿದಳು ಲಲಿತ. 'ಅದು ಸರಿ, ಆದರೆ...' ಕೃಷ್ಣಪ್ಪ ತಡಬಡಾಯಿಸಿದ.

ಗೀತಾಳ ಮುಖ ಅವಮಾನ, ಕ್ರೋಧದಿಂದ ಕೆಂಪಾಯಿತು. ಅವಳ ಕಣ್ಣಂಚುಗಳಲ್ಲಿ ನೀರಾಡಿತು.

ಇದೇ ವೇಳೆಗೆ ಆಫೀಸಿನಲ್ಲಿ ಬಾಡಿಗೆ ಚುಕ್ತಾಮಾಡಿ, ವಿದೇಶೀಯರ ತಂಡ ತಮ್ಮ ಬ್ಯಾಗೇಜನೊಂದಿಗೆ ಅದೇ ದಾರಿಯಲ್ಲಿ ಬಂತು.

ವಿಷಯ ತಿಳಿದೊಡನೆ ಕ್ಲೇರ್ ಹೇಳಿದಳು: 'ನೀವೇನೂ ಚಿಂತೆ ಮಾಡಬೇಡಿ, ಮಿಸ್ಟರ್ ಮೂರ್ತಿ, ನಮ್ಮ ಜೀಪಲ್ಲಿ ಈ ಕೂಡಲೇ ಶಿವಮೊಗ್ಗಕ್ಕೆ ಹೋಗೋಣವಂತೆ.'

'ದಯವಿಟ್ಟು ಬೇಡ. ನೀವು ಮೈಸೂರಿಗೆ...' ಮೂರ್ತಿಯ ಮಾತನ್ನು ಅರ್ಧಕ್ಕೇ ತುಂಡರಿಸಿ ಪಾಲ್ ಹೇಳಿದ 'That can wait. This is something urgent. ಜೀಪನ್ನು ಬೇಗ ಇಲ್ಲಿಗೇ ತಂದುಬಿಡು ಮಿಸ್ಟರ್ ಮೂರ್ತಿ ನೀವು

ಕೂಡಲೇ ಹೋಗಿ ನಿಮ್ಮ ಲಗೇಜ್ ತಗೊಂಡು, ಕಾಟೇಜ್ ವೆಕೇಟ್ ಮಾಡಿ ಬನ್ನಿ. ನಾವಿಲ್ಲೇ ಇದ್ದೇವೆ, ನಿಮ್ಮ ಶ್ರೀಮತಿಯವರ ಜೊತೆ'. ಮೂರ್ತಿಯ ಹೃದಯ ತುಂಬಿ ಬಂತು. ಅವಾಕ್ಕಾದ.

***

ಶಿವಮೊಗ್ಗೆಯ ನರ್ಸಿಂಗ್‌ಹೋಮ್ ಒಂದರಲ್ಲಿ ಎಕ್ಸ್‌ರೇ ತೆಗೆಸಿ ನೋಡಿದಾಗ, ಲಲಿತೆಯ ಬಲಗಾಲಿನ ಮಣಿಕಟ್ಟು ಹೊರಳಿ ಉಳುಕಿದೆ ಮಾತ್ರ, ಮೂಳೆಯೇನೂ ಮುರಿದಿಲ್ಲ. ಒಂದೆರಡು ದಿನಗಳಲ್ಲಿ ಸರಿಹೋಗುತ್ತೆ ಎಂದು ತಿಳಿದು ಮೂರ್ತಿ ಸಮಾಧಾನದ ನಿಟ್ಟುಸಿರುಬಿಟ್ಟ. ಜೀಪಲ್ಲೇ ಎಲ್ಲರೂ ಶೇಖರನ ಮನೆಗೆ ಬಂದರು. ಅವನ ಒತ್ತಾಯಕ್ಕೆ ಮಣಿದು ವಿದೇಶೀಯರ ತಂಡ ಅವನ ಮನೆಯಲ್ಲೇ ಮಧ್ಯಾಹ್ನದ ಊಟ ಮುಗಿಸಿ, ಬೀಳ್ಕೊಂಡು ಮೈಸೂರಿಗೆ ಹೊರಟಿತು.

'ಅಲ್ಲಯ್ಯ, ಏನೋ ಹೆಂಡತಿ ಜೊತೆ ಒಂದು ದಿನ ಖುಷಿಯಾಗಿ ಇದ್ದು ಬರಲಿ ಅಂತ ಕೆಮ್ಮಣ್ಣು ಗುಂಡಿಗೆ ಕಳಿಸಿದರೆ, ಹೀಗಾ ಮಾಡ್ಕೊಂಡು ಬರೋದು?' ಶೇಖರ ಏಕಾಂತದಲ್ಲಿ ಮೂರ್ತಿಯನ್ನು ಚುಡಾಯಿಸಿದ.

'ಆದದ್ದೆಲ್ಲ ಒಳ್ಳೇದಕ್ಕೇ ಬಿಡು, ಪೇಚಾಡಬೇಕಾದ್ದೇನೂ ಇಲ್ಲ. ಬೇಕಾದಷ್ಟು ಹೊಸ ವಿಷಯ ತಿಳಿದ ಹಾಗಾಯ್ತು. ಎಷ್ಟೋ ವಿಚಾರ ಸ್ಪಷ್ಟವಾಯ್ತು. I must be very thankful to you' ಎಂದ ಮೂರ್ತಿ.

–1990

18

ಬೆಳ್ಳಿ ಹಿಡಿಕೆ

ನಸುಕು ಹರಿಯುತ್ತಿತ್ತು. ಪುರಾತನ ಜಹಗೀರಿನ ದುರ್ಗದರಮನೆಯ ಚಿಮಣಿಗಳಲ್ಲೊಂದರಿಂದ ತೆಳ್ಳನೆ ಎಳೆಯಂತೆ ಹಗುರಾಗಿ ಮೇಲೇರುತ್ತಿದ್ದ ಹೊಗೆ ಮಾಗಿಯ ಮಂಜಿನ ಮುಂಜಾವಿನಲ್ಲಿ ಸುರುಳಿ ಸುತ್ತುತ್ತಿತ್ತು. ಕೆಳಗಿನ ಕಣಿವೆಯಿಂದ ಕತ್ತೆತ್ತಿ ನೋಡುವ ಯಾವನೇ ಬಲ್ಲ ಜೀತದಾಳಿಗೂ ತಿಳಿಯುತ್ತಿತ್ತು; ಇದು ಜಹಗೀರುದಾರ ಕೌಂಟ್ ಸ್ಕಾರ್ಲೆಟ್‌ಗಾಗಿ (ಆ ಕಣಿವೆಯ ಜನ ಅವನನ್ನು 'ಕೆಂಪು ನೀಚ' ಎಂದು ಕರೆಯುತ್ತಿದ್ದರು) ಅವನ ಅಡುಗೆಯವರು ಬೆಳಗಿನ ಉಪಾಹಾರದ ಸಿದ್ಧತೆಯಲ್ಲಿ ತೊಡಗಿರುವುದರ ಸೂಚನೆಯಲ್ಲ. ಏಕೆಂದರೆ ಅವನ ಅಡಿಗೆಯವರು ಘನಂದಾರಿ ಜನ. ಅವರು ಬೆಳಗ್ಗೆ ಏಳು ಗಂಟೆಗೆ ಮೊದಲು ಏಳುವಂಥವರಲ್ಲ. ಹಾಗಿದ್ದಲ್ಲಿ ಆ ನಸುನೀಲಿ ಬಣ್ಣದ ಹೊಗೆಯ ತೆಳ್ಳನೆ ಎಳೆಗೆ ಕಾರಣವೇನೆಂದೂ ಸಹ ಬಲ್ಲ ಯಾವನೇ ಜೀತದಾಳಿಗೂ ತಿಳಿದಿತ್ತು. ಇಷ್ಟು ಬೇಗ ಎದ್ದು ತನ್ನ ಕೆಲಸದಲ್ಲಿ ತೊಡಗಿರಬೇಕಾದರೆ ಆತ ಪಂಡಿತ ಕಾನಾಡ್ ಸೂಪರ್ ಪಾಲಿಂಜರಿಯಸ್ಸನೇ ಸರಿ. ಆತ ಜಹಗೀರುದಾರನ ಕಸುಬುದಾರ ರಸವಾದಿ, ಸೀಸವನ್ನು ಬಂಗಾರವನ್ನಾಗಿ ಪರಿವರ್ತಿಸುವ ಪ್ರಯತ್ನದಲ್ಲಿ ಅವನು ತೊಡಗಿದ್ದ. ಒಂದೂವರೆ ವರ್ಷದ ಹಿಂದೆ ಅವನು ವಿಜ್‌ಬರ್ಗ್‌ನಿಂದ ಇಲ್ಲಿಗೆ ಬಂದಿದ್ದ. ಅಂದಿನಿಂದಲೂ ಆತನ ಪ್ರಯೋಗಗಳು ಯಾವುದೇ ಫಲವಿಲ್ಲದೆ ನಿರಂತರವಾಗಿ ಸಾಗಿದ್ದವು.

ನಿಜಕ್ಕೂ ಪಂಡಿತ ಕಾರ್ನಾಡ್ ಈಗಾಗಲೇ ನಿದ್ದೆಯಿಂದ ಎದ್ದಿದ್ದ. ಕಪ್ಪು ಬಣ್ಣದ ಉದ್ದನೆ ಕೋಟು ಧರಿಸಿ, ಉರಿಯುತ್ತಿದ್ದ ಒಲೆಗಳಲ್ಲೊಂದರ ಎದುರು

ನಿಂತಿದ್ದ. ಒಲೆಯ ಮೇಲೆ ವಿಲಕ್ಷಣ ವಾಸನೆಯ ನಿಗೂಢ ರಾಸಾಯನಿಕ ಕಲಸುಮೇಲೋಗರವೊಂದು ಕೊತ ಕೊತ ಕುದಿಯುತ್ತಿತ್ತು.

ಪಂಡಿತನ ನರೆತ ನೀಳ ಗಡ್ಡ ಅವನ ತುದಿಗಾಲಿನತನಕ ಇಳಿಬಿದ್ದು ಜೋತಾಡುತ್ತಿತ್ತು.

ಆಗಾಗ ಗಡ್ಡ ನೀವಿಕೊಳ್ಳುವುದು ಅವನ ವಾಡಿಕೆ. ಹಾಗೆ ನೇವರಿಸಿಕೊಳ್ಳಬೇಕಾದಾಗಲೆಲ್ಲ ಆತ ನೆಲದ ತನಕ ಬಗ್ಗಬೇಕಾಗುತ್ತಿತ್ತು. ಹಾಗೆ ಬಗ್ಗಿಯೂ ಅವನಿಗೆ ಗಡ್ಡದ ತುದಿ ನಿಲುಕುತ್ತಿದ್ದುದು ಒಮ್ಮೊಮ್ಮೆ ಮಾತ್ರ.

ಹಲವಾರು ನಿಗೂಢ ಸಾಧನ ಸಲಕರಣೆಗಳು ಪಂಡಿತನನ್ನು ಸುತ್ತುವರಿದಿದ್ದವು. ಗೋಡೆಗಳ ಮೇಲೆ ನಕ್ಷತ್ರಗಳ ಚಲನೆ, ಆ ಮೂಲಕ ವಿಧಿಯ ವಿಲಾಸಗಳನ್ನು ಸೂಚಿಸುವ ಗೋಜಲು ನಕ್ಷೆಗಳು ತೂಗಿಬಿದ್ದಿದ್ದವು. ಸುತ್ತ ಎಲ್ಲೆಡೆ ಇಟ್ಟಿಗೆಗಳಿಂದ ಕಟ್ಟಿದ ಒಲೆಗಳು, ಕುಲುಮೆಗಳು, ನರಕದ ಜ್ವಾಲೆಗಳಿಗೂ ಜಗ್ಗದ ಜಾಡಿಗಳು, ಬುಸಬುಸ ತೇಕುವ ದೈತ್ಯ ತಿದಿಗಳು, ಮೂಲೆಯೊಂದರಲ್ಲಿ ಕೆತ್ತನೆಯಿಂದ ಸಿಂಗಾರಗೊಂಡ ನಿಲುವಿನ ಮೇಲೆ ಗಾಜಿನ ಆವರಣದೊಳಗೆ ವೆಲ್‌ವೆಟ್ ಮೆತ್ತೆಯಲ್ಲಿ ಕಂಗೊಳಿಸುತ್ತಿತ್ತು ಅಕ್ಕಿಯ ನುಚ್ಚಿನ ಗಾತ್ರದ ಒಂದು ಬಂಗಾರದ ತುಣುಕು. ಆ ತುಣುಕು ಬಂಗಾರವನ್ನೇ ನೋಡುತ್ತ ಪಂಡಿತ ತಲೆ ಕೆರೆದುಕೊಂಡ. ಹಿಂದಿನ ರಾತ್ರಿಯಷ್ಟೇ ಕೌಂಟ್ ಸ್ಕಾರ್ಲೆಟ್ ಕೋಪದಿಂದ ಕೆಂಡಾಮಂಡಲವಾಗಿದ್ದ. ಒಂದೂವರೆ ವರ್ಷದಿಂದ ಈ ಪಂಡಿತನನ್ನು ಪೋಷಿಸುವುದರಲ್ಲಿ ಅವನು ಸುಸ್ತಾಗಿಹೋಗಿದ್ದ. ಪಂಡಿತನಾದರೋ ಪುಷ್ಕಳವಾಗಿ ತಿಂದು ಕುಡಿದು ಪೊಗದಸ್ತಾಗಿ ಜೀವಿಸುತ್ತಿದ್ದ. ಜೊತೆಗೆ ಪ್ರಯೋಗಗಳಿಗೆಂದು ಕಂಡಾಬಟ್ಟೆ ಖರ್ಚು ಮಾಡುತ್ತಿದ್ದ. ಇಷ್ಟಾಗಿ ಅವನು ಸಾಧಿಸಿದ್ದೆಂದರೆ ಈ ಕ್ಷುಲ್ಲಕ ತುಣುಕು ಬಂಗಾರ. ಹಿಂದಿನ ವರ್ಷವೇ ಒಮ್ಮೆ, ಈ ಪಂಡಿತನನ್ನು ಹೊರದಬ್ಬಿಬಿಡಬೇಕೆಂದು ಕೌಂಟ್ ನಿರ್ಧರಿಸಿದ್ದ. ಆಗ ಅದೃಷ್ಟವಶಾತ್ ಪಂಡಿತ ಈ ತುಣುಕು ಬಂಗಾರವನ್ನು ಸೃಷ್ಟಿಸುವುದರಲ್ಲಿ ಯಶಸ್ವಿಯಾಗಿದ್ದ, ಅದೂ ಮೋಸದಿಂದ. ಬಂಗಾರವಾಗಿ ಪರಿವರ್ತಿಸಬೇಕಾಗಿದ್ದ ಸೀಸದಕಡ್ಡಿಯಲ್ಲಿ ತಾನು ಕೊಂಡು ತಂದಿದ್ದ ಬಂಗಾರದ ಈ ತುಣುಕನ್ನು ಗುಟ್ಟಾಗಿ ಸೇರಿಸುವುದರ ಮೂಲಕ. ಚಾಣಾಕ್ಷನಾದ ಕೌಂಟ್ ಸ್ಕಾರ್ಲೆಟ್‌ಗೆ ಇದು ಪತ್ತೆ ಹತ್ತದೇ ಹೋದದ್ದು ಪಂಡಿತನ ಪುಣ್ಯ. ಅದೊಂದು ನಟ್ಟ ನಡುರಾತ್ರಿ ಕೌಂಟ್ ಸ್ಕಾರ್ಲೆಟ್‌ನ ಸಮ್ಮುಖದಲ್ಲಿ, ಕಣ್‌ಕಟ್ಟಿನ ಮಂತ್ರ ತಂತ್ರಗಳ ನಡುವೆ, ಪಂಡಿತ ಸೀಸದ ಕಡ್ಡಿಯೊಂದನ್ನು ಬೆಂಕಿಗೆ ಒಡ್ಡಿದ್ದ. ಅದರ ಅಡಿಯಿಂದ ಜಾಡಿಯನ್ನು ಹೊರತೆಗೆದಾಗ ತಳದಲ್ಲಿ ಹೊಳೆದಿತ್ತು ಈ ತುಣುಕು ಬಂಗಾರ.

ಅನಂತರ ಶುರುವಾಯ್ತು ಪಂಡಿತನ ತಾಪತ್ರಯ. ಇನ್ನಷ್ಟು ಬಂಗಾರಕ್ಕಾಗಿ ಕೌಂಟ್ ಅವನನ್ನು ಪೀಡಿಸತೊಡಗಿದ.

'ಈವರೆಗೆ ನೀನೊಂದು ಮೂರ್ಖ ಕತ್ತೆಯೆಂದು ನಾನು ತಿಳಿದಿದ್ದೆ', ಕೌಂಟ್ ಹೇಳಿದ್ದ. 'ಈಗ ನನಗರ್ಥವಾಗುತ್ತಿದೆ. ನೀನು ಮೂರ್ಖನಲ್ಲ, ವಂಚಕ, ಬಂಗಾರ ಮಾಡುವುದು ಹೇಗೆಂದು ತಿಳಿದಿದ್ದರೂ ಮಾಡದೆ ನುಣುಚಿಕೊಳ್ಳುತ್ತಿರುವ ಠಕ್ಕ. ನಾಳೆ ಬೆಳಕು

ಹರಿಯುವುದರೊಳಗೆ ಈ ನಿನ್ನ ಪ್ರಯೋಗಶಾಲೆಯಲ್ಲಿ ಪರವಾಗಿಲ್ಲ ಅನ್ನುವಷ್ಟು ದೊಡ್ಡ ಬಂಗಾರದ ಗಟ್ಟಿ ತಯಾರಾಗಿತ್ತೋ ಸರಿ, ಇಲ್ಲಾಂದ್ರೆ ಯಾರು ಏನಾದರೂ ಅಂದುಕೊಳ್ಳಲಿ, ನಿನ್ನನ್ನು ಈ ಗಡ್ಡ ಹಿಡಿದುಕೊಂಡು ದರದರ ಎಳೆದೊಯ್ದು, ಕೋಟೆ ಗೋಡೆಯ ತುದಿಯಿಂದ ಒದ್ದು ಕೆಳಕ್ಕುರುಳಿಸದೇ ಇದ್ದರೆ ನನ್ನ ಹೆಸರು ಕೌಂಟ್ ಸ್ಕಾರ್ಲೆಟ್ ಅಲ್ಲ.'

ಇಷ್ಟನ್ನು ಒದರಿ ಹಿಂತಿರುಗಿದವನೇ ಕೌಂಟ್ ತನ್ನ ರಾತ್ರಿಯೂಟ ಮುಗಿಸಿ, ಹರುಕು ಕೆಂಪು ಮೀಸೆಗೊಂದಿಷ್ಟು ಅತ್ತರು ಪೂಸಿ, ಮಾಮೂಲಿನಂತೆ ಹೆಣ್ಣಿನ ಬೇಟೆಗೆಂದು ಹಳ್ಳಿಗಾಡಿನ ಕಡೆ ಸವಾರಿ ಹೊರಟಿದ್ದ.

ಮತ್ತೊಮ್ಮೆ ಹೇಳ್ತೇನೆ, ಇದು ನಡೆದದ್ದು ಹಿಂದಿನ ರಾತ್ರಿ, ಮರುದಿನ ಬೆಳಗ್ಗೆಯಾದರೂ ಪಂಡಿತ ತನ್ನ ತಲೆ ಕೆರೆದುಕೊಳ್ಳುತ್ತಲೇ ಇದ್ದ.

ಕೊತ ಕೊತ ಕುದಿಯುತ್ತ ವಿಲಕ್ಷಣ ವಾಸನೆ ಬೀರುತ್ತಿದ್ದ ಕಲಸುಮೇಲೋಗರ ವಾಕರಿಕೆ ಹುಟ್ಟಿಸಿದಂತಾಗಿ, ಅಲ್ಲಿಂದ ದೂರ ಸರಿಯುತ್ತ ಪಂಡಿತ ನಿಟ್ಟುಸಿರಿಟ್ಟು ಯೋಚಿಸಿದ: 'ಇಂದಿಗೆ ನನ್ನ ಕಥೆ ಮುಗಿದಂತೆಯೇ. ಇನ್ನಷ್ಟು ಬಂಗಾರ ಕೊಂಡು ತರಲು ನನ್ನಲ್ಲಿ ಬಿಡಿಗಾಸಾದರೂ ಎಲ್ಲಿದೆ? ಕೌಂಟ್ ಸ್ಕಾರ್ಲೆಟ್‌ನಿಂದ ದೋಚಿದ ಹಣವನ್ನೆಲ್ಲ ನನ್ನ ಹಾದರದ ಮಗನಿಗೆ ಕಳಿಸಿಕೊಟ್ಟಿದ್ದಾಯ್ತು. ಕೇವಲ ಕುತಂತ್ರದಿಂದಲೇ ಈ ಎಂಬತ್ತೆಂಟು ವರ್ಷ ನನ್ನ ಆಯಸ್ಸು ಸವೆಸಿದ್ದಾಯ್ತು. ಆದರೆ ಈ ಬಾರಿಯ ವಿಪತ್ತಿನಿಂದ ಪಾರಾಗಲು ದಾರಿಯೇ ಇಲ್ಲ. ಆ 'ಕೆಂಪು ನೀಚ' ಆಡಿದಂತೆ ಮಾಡುವವನೇ. ಕೇವಲ ಐದು ವರ್ಷಗಳ ಹಿಂದಷ್ಟೇ, ಇಂಥದೇ ಅಪರಾಧಕ್ಕಾಗಿ, ನನ್ನ ಗೆಳೆಯ, ಸಹೋದ್ಯೋಗಿ ಪಾಪೂ ಸಿಯಸ್‌ಗೆ ಆ ನೀಚ ವಿಧಿಸಿದ ಶಿಕ್ಷೆಯಾದರೂ ಎಂಥದು! ಕಿವಿಗಳಿಗೆ ಮೊಳೆ ಜಡಿಸಿ ಕೋಟೆಯ ಮಹಾದ್ವಾರಕ್ಕೆ ಅವನನ್ನು ನೇತುಹಾಕಿಸಿದ! ಪಾಪ, ಆ ಬಡಪಾಯಿ ಆಗ ಒಂದು ಅಡನಾಡಿ ಬಾವಲಿಯಂತೆ ಕಾಣುತ್ತಿದ್ದ. ಅಯ್ಯೋ, ದೇವರೇ, ಈ ಸಂಕಟದಿಂದ ಹೇಗೆ ಪಾರಾಗಲಿ?'

ಹೀಗೆ ಗೋಳಾಡುತ್ತ ಪಂಡಿತ ಮತ್ತೆ ಮತ್ತೆ ನೆಲಕ್ಕೆ ಬಗ್ಗಿ ತನ್ನ ಗಡ್ಡದ ತುದಿಯನ್ನು ನೇವರಿಸತೊಡಗಿದ.

ಹಟಾತ್ತನೆ ಪಡಸಾಲೆಯಲ್ಲಿ ಹೆಜ್ಜೆ ಸದ್ದಾಯಿತು. ಮರುಕ್ಷಣ ಪ್ರಯೋಗ ಶಾಲೆಯ ಬಾಗಿಲು ತೆರೆದು ಹುಬ್ಬುಗಂಟಿಕ್ಕಿದ ಕೌಂಟ್ ಪ್ರತ್ಯಕ್ಷನಾದ. ಎತ್ತರವಾದ ಬಡಕಲು ದೇಹ. ಮೂಳೆ ಚಕ್ಕಳದ ಖೂಳ ಮೈಲಿಮುಖ, ಸಣ್ಣಗೆ ಕತ್ತರಿಸಿದ.

ಕೆಂಪು ತಲೆಗೂದಲು. ಮೊರದಗಲ ಅಂಗೈಗಳು, ಬಿಗಿ ಶರಾಯಿಯಿಂದ ಹೊರಕ್ಕೆ ತಿವಿದು ತೋರುವ ಗಂಟುಗಂಟು ಮೊಳಕಾಲುಗಳು, ವಿಕಾರಾಕೃತಿ. ತನ್ನ ಪುಟ್ಟ ಪಿಳಿಪಿಳಿ ಹಂದಿ ಕಣ್ಣುಗಳಿಂದ ಸುತ್ತಲೂ ಒಮ್ಮೆ ತಡಕಾಡಿ, ಕೌಂಟ್ ಅಬ್ಬರಿಸಿದ: 'ಎಲ್ಲಿಗೆ ಬಂತು ನಾ ಹೇಳಿದ್ದು?'

ಪಂಡಿತನ ಜೀವವೇ ಹಾರಿಹೋದಂತಾಗಿ, ಗಾಳಿಯ ಮೇಲೆ ಕೂರಲು ಯತ್ನಿಸಿದ. ಗಂಟಲ ಪಸೆ ಅರಿತು. ಒಣ ಗಂಟಲಲ್ಲೇ ಕಷ್ಟಪಟ್ಟು ಉಗುಳು ನುಂಗಿದ. ಮುಖ ಬಣ್ಣಗೆಟ್ಟಿತು.

ಅದೊಂದು ಭಯಾನಕ ಘಳಿಗೆ. ತಡವಾಗಿ ಏಳುವ ತನ್ನ ಅನೂಚಾನ ಪದ್ಧತಿಯನ್ನು ಮುರಿದು, ಬೆಳಗಿನ ಜಾವವೇ ಕೌಂಟ್ ಎದ್ದು ಬಂದಿದ್ದದ್ದು ಸಂದರ್ಭದ ಗಂಭೀರತೆಯನ್ನು ದ್ವಿಗುಣಗೊಳಿಸಿತ್ತು. ಅವನ ಬೆದರಿಕೆ ಪೊಳ್ಳಲ್ಲವೆಂದು ಅದು ಸಾಬೀತುಗೊಳಿಸುತ್ತಿತ್ತು.

ಎಲ್ಲ ವಾಸನೆ ಬೀರುತ್ತ ಕುದಿಯುತ್ತಿದ್ದ ವಿವಿಧ ಮೂಲಿಕೆಗಳ ಕಲಸು ಮೇಲೋಗರದ ಕೊತಕೊತ ಅಸಂಗತ ಶಬ್ದದ ಹೊರತಾಗಿ ಕೋಣೆಯಲ್ಲಿ ನಿಶ್ಶಬ್ದ ಕವಿಯಿತು.

ಕೊನೆಗೆ ಮೌನ ಮುರಿದು ಪಂಡಿತ ತೊದಲಿದ, 'ಪ್ರಭು ಬಂಗಾರ... ಸಾಧ್ಯವಾಗಲಿಲ್ಲ.'

'ಹಾಗಿದ್ದರೆ, ಎಲ್ಲಿ ನಿನ್ನ ಗಡ್ಡ?' ಎಂದು ಅಬ್ಬರಿಸಿದವನೇ ಕೌಂಟ್ ಪಂಡಿತನ ಮೇಲೆ ಜಿಗಿದ.

ಅಷ್ಟೇ ಚುರುಕಾಗಿ ಪಕ್ಕಕ್ಕೆ ಜಿಗಿದು ತಪ್ಪಿಸಿಕೊಂಡು ಪಂಡಿತ ತನ್ನ ನೀಳ ಗಡ್ಡವನ್ನ ಎಡಭುಜದ ಮೇಲೆ ಹಾಕಿಕೊಂಡ. ಅದು ಅವನ ಬೆನ್ನಿಗೆ ಇಳಿಬಿದ್ದು ಜೋತಾಡಿತು.

'ನಿಲ್ಲಿ, ಪ್ರಭು' ಪಂಡಿತ ಹತಾಶನಾಗಿ ಚೀರಿದ.

ಕೌಂಟ್ ಗಾಬರಿಗೊಂಡು ನಿಂತ.

'ಬಂಗಾರ ಸಾಧ್ಯವಾಗಲಿಲ್ಲ, ನಿಜ. ಆದರೆ ಅದಕ್ಕಿಂತ ಉತ್ತಮವಾದದ್ದನ್ನು ಸೃಷ್ಟಿಸಿದ್ದೇನೆ.' ಪಂಡಿತ ಮುಲುಗಿದ.

'ಏನದು?'

ಮತ್ತೊಮ್ಮೆ ಪಂಡಿತ ಉಗುಳು ನುಂಗಿದ. ಈ ಬಾರಿ ಗಂಟಲು ಒಣಗಿರಲಿಲ್ಲ. ಹಠಾತ್ತನೆ ತಾನಾಗಿ ಹೊಳೆದುಬಿಟ್ಟ ಸೊಗಸಾದ ಸುಳ್ಳೊಂದರಿಂದ ಅವನ ನಾಲಗೆ ಮತ್ತೆ ಸೆಲೆಯೊಡೆದಿತ್ತು. ತಾನು ಬಚಾವಾದೆ, ಎಂದುಕೊಂಡ.

'ಏನದು?' ಮತ್ತೆ ಗುಡುಗಿದ ಕೌಂಟ್.

'ಬಂಗಾರಕ್ಕಿಂತ ಉತ್ತಮವಾದ್ದು.'

'ದಾರ್ಶನಿಕನ ಶಿಲೆಯೋ?'

'ಮತ್ತೇನು?'

'ಅನಂತ ಪ್ರೇಮದ ಸುಖ' ಎಂದವನೇ ಪಂಡಿತ ಮತ್ತೆ ಉಗುಳು ನುಂಗಿದ.

ಕೌಂಟ್ ತನ್ನ ಮೂಗಿನ ತುದಿಯನ್ನು ಬೆರಳಿಂದ ಮೆತ್ತಗೆ ತಟ್ಟತೊಡಗಿದ. ಅದು ಸಂದೇಹದ ಸೂಚನೆ.

'ನಿನ್ನ ಎಷ್ಟೆಲ್ಲ ಸುಳ್ಳುಗಳನ್ನು ಈವರೆಗೆ ನಂಬಿದ ಹಾಗೆ ಇದನ್ನೂ ನಾನು ನಂಬಬೇಕೇನು?' ಕೌಂಟ್ ಕೇಳಿದ, 'ವಿಜ್ಞಾನ ಜಗತ್ತಿಗೆ ನೀನೊಂದು ಕಳಂಕ, ಬರೀ ವಂಚನೆಯಿಂದಲೇ ಒಂದುವರೆ ವರ್ಷದಿಂದ ನೀನಿಲ್ಲಿ ಹೊಟ್ಟೆ ಹೊರೆಯುತ್ತಿದ್ದೀಯ, ನಾಚಿಕೆಗೆಟ್ಟವನೇ.'

ಪ್ರಭುವಿನ ಅನಿಶ್ಚಿತ ಮನಸ್ಥಿತಿ ಅವನ ಅರೆನಂಬಿಕೆಯ ಸೂಚನೆಯೆಂದು ಭಾವಿಸಿ, ಪಂಡಿತ ಪ್ರಶಾಂತ ಧ್ವನಿಯಲ್ಲಿ ತನ್ನ ಸುಳ್ಳನ್ನು ಬೆಳೆಸುತ್ತ ಹೋದ.

'ನನ್ನ ಪ್ರಯೋಗಗಳ ನಡುವೆ, ಅಕಸ್ಮಾತ್ತಾಗಿ, ಹೆಣ್ಣಿನ ಹೃದಯವನ್ನು ಗೆಲ್ಲುವ ವಿಧಾನವನ್ನು ನಾನು ಕಂಡುಹಿಡಿದಿದ್ದೇನೆ.

ಕೌಂಟ್ ತನ್ನ ಕಣ್ಣರಳಿಸಿದ. ಸ್ತ್ರೀಸೌಂದರ್ಯದ ಆರಾಧಕನೆಂಬ ಪ್ರಸಿದ್ಧಿ ಅವನಿಗಿತ್ತು. ಆದರೆ ಕುಲೀನ ಹೆಣ್ಣುಗಳೊಂದಿಗೆ ಯಶಸ್ಸು ಅವನಿಗೆ ಈವರೆಗೆ ದಕ್ಕಿರಲಿಲ್ಲ. ಅವನ ಮುಖ ಸಂತೋಷದಿಂದ ಬೆಳಗಿತು.

ಪಂಡಿತ ಮುಂದುವರಿಸಿದ, 'ನಾನು ಬೆಳ್ಳಿಯನ್ನು ಅರೆದು, ಹುಡಿ ಮಾಡಿ, ಹಲವಾರು ಬೇರುಗಳ ರಸ ಹಾಗೂ ದ್ರಾವಕಗಳೊಂದಿಗೆ ಅದನ್ನು ಬೆರೆಸಿ ಕುದಿಸಿದ್ದೇನೆ. ಆ ರಾಸಾಯನಿಕಗಳ ಪರಿಮಾಣ ಮಾತ್ರ ನನ್ನದೇ ಸ್ವಂತ ರಹಸ್ಯ.'

ಹೀಗೆಂದು, ಪಂಡಿತ ಒಂದು ಕುಡಿಕೆಯ ಮುಚ್ಚಳ ತೆಗೆದು, ಕೌಂಟ್‌ಗೆ ತೋರಿಸಿದ. ಅಲ್ಲಿ ಕಟುವಾದ ವಾಸನೆಯೊಂದಿಗೆ ಕುದಿಯುತ್ತಿದ್ದ ಎಂಥದೋ ದ್ರವದಲ್ಲಿ ಬೆಳ್ಳಿಯ ಕುಣುಕುಗಳು ನಿಜಕ್ಕೂ ತೇಲಾಡುತ್ತಿದ್ದವು. ಹಿಂದಿನ ರಾತ್ರಿ ಬಂಗಾರವನ್ನು ತಯಾರಿಸುವ ತನ್ನ ಕೊನೆಯ ಪ್ರಯತ್ನವೆಂದು ಪಂಡಿತ ಆ ಪ್ರಯೋಗ ನಡೆಸಿದ್ದ.

'ಮುಂದೆ?' ಕುತೂಹಲ ಹತ್ತಿಕ್ಕಲಾರದೆ ಕೌಂಟ್ ಕಾತರನಾಗಿ ಕೇಳಿದ.

'ಈ ಬೆಳ್ಳಿಯ ಹುಡಿಯಿಂದ ತಮಗೆ ನಾನೊಂದು ಬೆಳ್ಳಿ ತಗಡನ್ನು ಮಾಡಿಕೊಡುತ್ತೇನೆ. ಅದನ್ನು ತಾವು ತಮ್ಮ ಕತ್ತಿಯ ಹಿಡಿಕೆಗೆ ಹೊದಿಸಿಬಿಡಿ. ಅನಂತರ ತಾವು ಯಾವುದೇ ಹೆಣ್ಣಿನೊಂದಿಗೆ ಪ್ರೇಮ ಸಲ್ಲಾಪದಲ್ಲಿ ತೊಡಗಿರುವಾಗಲೂ ತಮ್ಮ ಎಡಗೈಯನ್ನು ಕತ್ತಿಯ ಹಿಡಿಕೆಯ ಮೇಲಿಟ್ಟುಕೊಳ್ಳಿ. ಆ ಹೆಣ್ಣು ರಾಜಕುಮಾರಿಯಾಗಿರಲಿ, ರಾಣಿಯಾಗಿರಲಿ, ಚಕ್ರವರ್ತಿನಿಯೇ ಆಗಿರಲಿ, ಈ ಮಾಂತ್ರಿಕ ಶಕ್ತಿಯನ್ನು ಎದುರಿಸಿ ನಿಲ್ಲಲು ಸಾಧ್ಯವಾಗದು. 'ಈ ಕತ್ತಿಯ ನೆರವಿನಿಂದ ನೀವು ಗೆಲ್ಲಲಾಗದ ಹೆಣ್ಣು ಈ ಜಗತ್ತಿನಲ್ಲೇ ಇರಲಾರಳು.'

'ಇದರಲ್ಲಿ ನಾನು ಪೂರ್ಣ ವಿಶ್ವಾಸ ತಾಳಬಹುದೆ?' ಕೌಂಟ್ ಅನುಮಾನಿಸುತ್ತ ನುಡಿದ.

'ಸೋಲಿನ ಸಾಧ್ಯತೆ ಎಳ್ಳಷ್ಟೂ ಇಲ್ಲ, ಪ್ರಭು.'

ಅದೇ ರಾತ್ರಿ ಬೆಳ್ಳಿಯ ಹಿಡಿಕೆ ಸಿದ್ಧವಾಯಿತು.

ನೆಲಕ್ಕೆ ಬಗ್ಗುವ ಕಷ್ಟ ತಪ್ಪಿಸಿಕೊಳ್ಳಲು ಗಡ್ಡವನ್ನು ತನ್ನ ಎಡತೋಳಿನ ಮೇಲೆ ಹಾಕಿಕೊಂಡು ನೀವುತ್ತ ಪಂಡಿತ ಅಂದುಕೊಂಡ 'ಸದ್ಯ, ಬೀಸೋ ದೊಣ್ಣೆ ತಪ್ಪಿದಂತಾಯ್ತು!'

***

ಗಾಳಿ ಸುದ್ದಿ ಗಪ್ಪೆಂದು ಆ ಪ್ರಾಂತ್ಯದಲ್ಲೆಲ್ಲ ಹರಡಿತು. ನೆರೆಹೊರೆಯ ಕೋಟೆ ಮರಿಕೋಟೆಯ ಅರಮನೆಗಳಲ್ಲಿ ಜರತಾರಿ ನಿಲುವಂಗಿ ತೊಟ್ಟ ಗಣ್ಯ ಮಹಿಳೆಯರು ಅರ್ಥವತ್ತಾದ ಕುಡಿನೋಟಗಳೊಂದಿಗೆ ತಮ್ಮ ತಮ್ಮಲ್ಲೇ ಪಿಸುಮಾತುಗಳನ್ನು ವಿನಿಮಯಿಸಿಕೊಂಡರು. ಕೌಂಟ್ ಸ್ಕಾರ್ಲೆಟ್‌ನ ಬೆಳ್ಳಿ ಹಿಡಿಕೆಯ ಕತ್ತಿ ಎಲ್ಲೆಡೆ ಮಾತುಕತೆಯ ಮುಖ್ಯ ವಿಷಯವಾಯಿತು.

ಮೂರು ದಿನಗಳೂ ಕಳೆದಿರಲಿಲ್ಲ. ಅಷ್ಟರಲ್ಲೇ ವಿವಿಧ ಜಹಗೀರುದಾರರಿಂದ ಪಂಡಿತ ಕಾರ್ನಾಡ್ ಸೂಪರ್‌ಪಾಲಿಂಜರಿಯನಸ್ಸಿಗೆ ಹದಿನಾರು ಆಹ್ವಾನಗಳು ಬಂದವು. ಬೆಳ್ಳಿ ಹಿಡಿಕೆಯ 'ರಹಸ್ಯ ತಿಳಿಸಿಕೊಟ್ಟರೆ ಸಾಕು, ಅಜೀವ ರಾಜಾಶ್ರಯ ಮತ್ತು ಊಟ, ವಸತಿಗಳೊಂದಿಗೆ ಕೇಳಿದಷ್ಟು ಹೊನ್ನು. ಆದರೆ ಇದಕ್ಕೂ ಮಿಗಿಲಾದ ಉಡುಗೊರೆ ಹಾಗೂ ಆಶ್ವಾಸನೆಗಳೊಂದಿಗೆ ಕೌಂಟ್ ಸ್ಕಾರ್ಲೆಟ್ ಪಂಡಿತನನ್ನು ತನ್ನಲ್ಲೇ ಉಳಿಸಿಕೊಂಡ.

ನಾಲ್ಕನೇ ದಿನ ಬೆಳ್ಳಿ ಹಿಡಿಕೆಯೊಂದಿಗೆ ತನ್ನ ದಿಗ್ವಿಜಯಕ್ಕೆ ಕೌಂಟ್ ಹೊರಟ. ಇವನ ದುರ್ಗಕ್ಕೆ ಅನತಿ ದೂರದಲ್ಲೇ ಇನ್ನೊಂದು ದುರ್ಗವಿತ್ತು. ಅದರ ಒಡೆಯ ವಿದೇಶ ಪ್ರವಾಸದಲ್ಲಿದ್ದ. ಚೆಲುವೆಯಾದ ಒಡತಿ ಮಾತ್ರ ತನ್ನ ಮುವ್ವತ್ತು ಮೂರು ಮಂದಿ ಸಖಿಯರೊಂದಿಗೆ ಅರಮನೆಯಲ್ಲಿದ್ದಳು. ಈಗಾಗಲೇ ಬಹುಕಾಲದಿಂದ ಅವಳ ಮನ ಗೆಲ್ಲಲು

ಕೌಂಟ್ ಹಲವಾರು ವಿಫಲಯತ್ನಗಳನ್ನು ಮಾಡಿದ್ದ. ಆದ್ದರಿಂದ ಬೆಳ್ಳಿ ಹಿಡಿಕೆಯ ಸತ್ಯ ಪರೀಕ್ಷೆಗೆ ಇದೇ ತಕ್ಕ ತಾಣವೆಂದು ನಿರ್ಧರಿಸಿ, ಕೌಂಟ್ ಆ ದುರ್ಗಕ್ಕೆ ಹೊರಟ.

ಈ ಬಾರಿ, ಅರಮನೆಯ ಎಲ್ಲ ಲಲನೆಯರೂ ವಿಶೇಷ ಸಂಭ್ರಮ ಪರೀಕ್ಷೆ ಕುತೂಹಲಗಳೊಂದಿಗೆ ಕೌಂಟ್‌ಗಾಗಿ ಎದುರು ನೋಡುತ್ತಿದ್ದರು. ಬೆಳ್ಳಿ ಹಿಡಿಕೆಯ ಬಗ್ಗೆ ತಮಗೆ ಯಾವ ದಿಗಿಲೂ ಇಲ್ಲವೆಂದು ಸಾರಿ ಹೇಳುತ್ತ ಮುವ್ವತ್ತು ಮೂರು ಮಂದಿ ಸಖಿಯರೂ ತಾವೇ ಅವನನ್ನು ಬರಮಾಡಿಕೊಳ್ಳಲು ಮುಂದಾದರು.

ಆದರೆ ಪತಿವ್ರತಾ ಶಿರೋಮಣಿಯೂ, ಸಕಲ ಸದ್ಗುಣಗಳ ಗಣಿಯೂ ಆದ ಆ ದುರ್ಗದ ಒಡತಿ, ಅವರನ್ನೆಲ್ಲ ತಡೆದು, ತಾನೇ ಆ ಕಾರ್ಯಕ್ಕೆ ಸಜ್ಜಾದಳು.

'ಮೂಳೆ ಕೆಂಚ' (ಇದು ಆ ಹೆಂಗಳೆಯರು ಕೌಂಟ್‌ಸ್ಕಾರ್ಲೆಟ್‌ಗೆ ಇಟ್ಟಿದ್ದ ಅಡ್ಡ ಹೆಸರು) ಕೋಣೆಯನ್ನು ಪ್ರವೇಶಿಸಿದಾಗ ಸುಖಾಸನವೊಂದರಲ್ಲಿ ಬೆನ್ನೊರಗಿ ವಿಶ್ರಮಿಸಿಕೊಳ್ಳುತ್ತಿದ್ದ ಒಡತಿ ಎದ್ದು ಹೋಗಿ, ಅವನನ್ನು ಎದುರುಗೊಂಡು, ಕೂರಲು ಒಂದು ಆಸನ ತೋರಿದಳು. ವೀರ ಸರದಾರರ ಪದ್ಧತಿಯಂತೆ ಕೌಂಟ್ ತನ್ನ ಮೊಳಕಾಲುಗಳ ನಡುವೆ ಕತ್ತಿಯನ್ನು ನಿಲ್ಲಿಸಿಕೊಂಡು ಕೂತ. ಈವರೆಗೆ ಕತ್ತಿಯ ಕಡೆ ಓರೆನೋಟವನ್ನು ಬೀರುವ ಧೈರ್ಯವನ್ನೂ ಮಾಡದಿದ್ದ ಒಡತಿ, ತಾಳಲಾರದೆ ಕಳ್ಳನೋಟ ಹಾಯಿಸಿ, ಅದನ್ನೊಮ್ಮೆ ನೋಡಿಯೇ ಬಿಟ್ಟಳು. ಅವಳ ಎದೆ ಕಳಕ್ಕೆಂದಿತು. ನವರತ್ನ ಖಚಿತವಾದ ಆ ಕತ್ತಿ ಸಾದಾ ಬೆಳ್ಳಿಯ ತಗಡಿನ ಹಿಡಿಕೆಯಲ್ಲಿ ಕೊನೆಗೊಂಡಿತ್ತು. ಆದರೆ ಕೋಣೆಯ ಮಂಕು ಬೆಳಕಿನಲ್ಲೂ ಆ ಮಾಸಲು ಬೆಳ್ಳಿ ಹಿಡಿಕೆ ಎಂಥದೋ ಪೈಶಾಚಿಕ ಕಾಂತಿಯಿಂದ ಮಿರುಗುತ್ತಿರುವಂತೆ ತೋರಿತು.

ತೆರೆಗಳ ಹಿಂದೆ ಅವಿತು ನಿಂತು, ಕದ್ದಿಣುಕಿ ನೋಡುತ್ತಿದ್ದ ಮುವ್ವತ್ತು ಮೂರು ಮಂದಿ ಸಖಿಯರೂ ಮೂಕವಿಸ್ಮಿತರಾಗಿದ್ದರು. ನಗೆಪಾಟಲು ಅಸಾಮಿಯೆಂದೇ ಈವರೆಗೆ ಅವರು ತಿಳಿದಿದ್ದ ಕೌಂಟ್‌ನಲ್ಲಿ ಯಾವುದೋ ಸಮ್ಮೋಹಕ ಶಕ್ತಿಯೊಂದು ಆವಾಹನೆ ಗೊಂಡಿದೆಯೆಂದು ಅವರಿಗೆ ಖಾತ್ರಿಯಾಗಿತ್ತು.

'ಹವಾ ಚೆನ್ನಾಗಿದೆ' ಎಂದ ಮೂಳೆ ಕೆಂಚ.

'ಹೌದು, ತುಂಬ ಚೆನ್ನಾಗಿದೆ' ಎಂದಳು ಒಡತಿ. ('ಸದ್ಯ, ಅವನ ಕೈ ಕತ್ತಿಯ ಹಿಡಿಕೆಯ ಮೇಲಿಲ್ಲ' ಎಂದು ಆಕೆ ಸಮಾಧಾನಗೊಂಡಳು).

'ತೀರಾ ಸೆಕೆಯೂ ಇಲ್ಲ, ತೀರಾ ಚಳಿಯೂ ಇಲ್ಲ.'

'ಹೌದು, ನಿಜಕ್ಕೂ ಹಿತಕರವಾಗಿದೆ.'

'ಮಧ್ಯಾಹ್ನ ಕೊಂಚ ಸೆಕೆಯಿದ್ದರೂ ರಾತ್ರಿ ತಂಪಾಗಿರುತ್ತೆ' ಮುಂದುವರಿಸಿದ ಕೌಂಟ್. 'ಈ ಸಂಜೆಯ ಸೂರ್ಯಾಸ್ತವಂತೂ ಅದ್ಭುತ ರಮಣೀಯವಾಗಿದೆ. ನಿನ್ನಂಥ ಚೆಲುವೆಯ ಜೊತೆಯಲ್ಲಿರುವಾಗ ಅದು ಹಾಗೆ ತೋರುವುದರಲ್ಲಿ ಆಶ್ಚರ್ಯವೇನೂ ಇಲ್ಲ'

ಹೀಗೆ ಹೇಳಿದವನೇ ಕೌಂಟ್ ತನ್ನ ಮೊರದಗಲವ ಕೆಂಪು ಎಡಗೈಯನ್ನು ಬೆಳ್ಳಿಯ ಹಿಡಿಕೆಯ ಮೇಲಿಟ್ಟ.

ಇದನ್ನೇ ಬಿಟ್ಟ ಕಣ್ಣುಗಳಿಂದ ನೋಡುತ್ತಿದ್ದ ಒಡತಿ ಸಣ್ಣಗೆ ಕಂಪಿಸತೊಡಗಿದಳು. ದಪ್ಪ ತೆರೆಗಳು ಅಲುಗಾಡಿದವು. ಹೆಂಗಳೆಯರ ಧಮನಿಗಳಲ್ಲಿ ರೋಮಾಂಚನದ ಮಿಂಚೊಂದು ಸಂಚರಿಸಿದಂತಾಯಿತು.

'ಅವನು ಅದರ ಮೇಲೆ ತನ್ನ ಕೈ ಇಟ್ಟ!' ಮುಂದೆ ನಿಂತಿದ್ದವರು ಹಿಂದೆ ನಿಂತಿದ್ದವರಿಗೆ ಪಿಸುಗುಟ್ಟಿದರು.

'ಹೌದು, ಅವನು ನಿಜಕ್ಕೂ ಅದರ ಮೇಲೆ ತನ್ನ ಕೈ ಇಟ್ಟ' ಪಿಸುಮಾತು ಎಲ್ಲೆಡೆ ಹರಿದಾಡಿತು.

ದುರ್ಗದ ಒಡತಿ ಹಿಡಿಕೆಯ ಮೇಲಿದ್ದ ಆ ಕೈಯಿಂದ ತನ್ನ ದೃಷ್ಟಿಯನ್ನು ಕಿತ್ತಲಾರದೆ ಹೋದಳು. ಕೌಂಟ್ ತನ್ನ ಪಾಡಿಗೆ ತಾನು ಏನೇನೋ ಬಡಬಡಿಸುತ್ತಲೇ ಇದ್ದ. ಅವಳ ಗಮನ ಅದರಲ್ಲಿರಲಿಲ್ಲ.

ಅವಳು ತನ್ನಲ್ಲೇ ಅಂದುಕೊಂಡಳು. 'ಇದೊಂದು ಕೇವಲ ಮೂಢನಂಬಿಕೆ, ನಾನು ಅದರ ಕಡೆ ನೋಡಬೇಕಾದರೂ ಏಕೆ?'

ಆದರೆ ಬೇರೆಡೆಗೆ ಹೊರಳಿಸಲು ಯತ್ನಿಸಿದಷ್ಟೂ ಅವಳ ಕಣ್ಣುಗಳು ಅದರಡೆಗೇ ತುಯ್ಯುತ್ತಿದ್ದವು. ಹಿಡಿಕೆಯ ಮೇಲಿನ ಹಿಡಿತವನ್ನು ಇನ್ನಷ್ಟು ಬಿಗಿಗೊಳಿಸಿ, ಕೌಂಟ್ ತನ್ನ ಆಸನವನ್ನು ಒಡತಿಗೆ ಇನ್ನಷ್ಟು ಸಮೀಪಕ್ಕೆ ಎಳೆದುಕೊಂಡು ಕೂತ. ಅವಳು ವಿಹ್ವಲಗೊಂಡಳು.

'ಹೀಗೇಕೆ ನನ್ನ ಕಂಡು ಹೆದರುತ್ತೀ?' ಕೌಂಟ್ ಮುಗುಳ್ನಕ್ಕು ಕೇಳಿದ. 'ನಿನಗೆ ಯಾವುದೇ ರೀತಿ ತೊಂದರೆ ಮಾಡುವ ಉದ್ದೇಶ ನನಗಿಲ್ಲ. ತದ್ವಿರುದ್ಧವಾಗಿ...'

'ಇನ್ನು ನಾವಿಲ್ಲಿರುವುದು ತರವಲ್ಲ, ಬನ್ನಿ, ಹೋಗೋಣ' ತೆರೆಗಳ ಹಿಂದಿದ್ದ ಹೆಣ್ಣೊಂದು ಇತರರಿಗೆ ಪಿಸುಗುಟ್ಟಿತು. ಸದ್ದಿಲ್ಲದೆ ಅವರೆಲ್ಲ ಸರಿದುಹೋದರು.

ನಿನ್ನನ್ನು ತುಂಬ ಕಾಲದಿಂದ ನಾನು ಪ್ರೀತಿಸ್ತಾ ಇದೀನಿ' ಎದೆ ಕರಗಿಸುವ ದನಿಯಲ್ಲಿ 'ಕೆಂಪು ನೀಚ' ನಿವೇದಿಸಿಕೊಂಡ.

ಒಡತಿಯ ಕೊರಳ ಸೆರೆ ಉಬ್ಬಿದಂತಾಯಿತು. 'ಬರೀ ನನ್ನ ಕಲ್ಪನೆ' ಎಂದುಕೊಂಡಳು.

'ನಾನು ನಿನ್ನ ಆರಾಧಕ'.

ಬಡಪಾಯಿ ಒಡತಿಗೆ ಅವನ ಕೈಯಿಂದ ತನ್ನ ಕಣ್ಣನ್ನು ಅಲುಗಿಸಲು ಸಾಧ್ಯವಾಗಲೇ ಇಲ್ಲ. ಅಂಗಲಾಚಿದಳು: 'ನೀನು ನನ್ನನ್ನು ಪ್ರೀತಿಸೋದಾದರೆ ಆ ಕತ್ತಿಯ ಹಿಡಿಕೆಯಿಂದ ನಿನ್ನ ಕೈ ತೆಗಿ.'

ಪ್ರೇಮೋನ್ಮಾದದ ಕಾವಿನಲ್ಲಿದ್ದ ಕೌಂಟ್, 'ಅದು ಮಾತ್ರ ಎಂದಿಗೂ ಸಾಧ್ಯವಿಲ್ಲ' ಎನ್ನುತ್ತ ತನ್ನ ಆಸನವನ್ನು ಇನ್ನಷ್ಟು ಅವಳ ಸನಿಹಕ್ಕೆ ಸರಿಸಿದ.

ಸಂಜೆಯ ಗಾಳಿಗೆ ಎಲೆಯಂತೆ ಒಡತಿ ಕಂಪಿಸತೊಡಗಿದಳು.

'ಆಹಾ, ಎಂತ ಚೆಲುವೆ ನೀನು, ಮುಂಜಾವಿನ ತಾರೆಯಂತೆ, 'ಊಳಿಟ್ಟ ಕೌಂಟ್,

'ನಿಜವಾಗಿ ಹೇಳ್ತೀನಿ, ನೀನಿನ್ನು ಕೇವಲ ನನ್ನವಳು.'

ಹಿಡಿಕೆಯ ಮೇಲಿನ ಅವನ ಹಿಡಿತ ಇನ್ನಷ್ಟು ಬಿಗಿಯಾಯಿತು. 'ಇವನು ಅದನ್ನು ಬಿಡೋದಿಲ್ಲ' ಭಯಭ್ರಾಂತಳಾದ ಒಡತಿ ಅಂದುಕೊಂಡಳು. 'ಇಲ್ಲ. ಇವನು ಅದನ್ನು ಖಂಡಿತ ಬಿಡೋದಿಲ್ಲ. ನನ್ನ ಕಥೆ ಮುಗೀತು.'

ಆಕೆ ಮೇಲೇಳಲು ಯತ್ನಿಸಿದಳು. ಅಷ್ಟರಲ್ಲಿ ತೆಳ್ಳನೆ ಮೀಸೆಯ ಮುಳ್ಳುಗೂದಲುಗಳು ಅವಳ ತುಟಿಗಳನ್ನು ಸ್ಪರ್ಶಿಸಿದವು. ಕಿಟಾರನೆ ಚೀರಬೇಕೆಂದುಕೊಂಡಳು. ಅಷ್ಟರಲ್ಲಾಗಲೇ ಮೂಳ ಕೆಂಚನ ನೀಳ ಬಲಿಷ್ಟ ತೋಳುಗಳು ಅವಳ ಭುಜಗಳನ್ನು ಬಳಸಿ ಬಿಗಿದಿದ್ದವು. ಅವಳ ಚೆಲುವಾದ ಮುಖ ಹೂವಂತೆ ಕುಸಿಯಿತು. ಅವನ ಮೊರದಗಲದ ಅಂಗೈ ಅವಳ ಕೋಮಲ ಮುಖವನ್ನು ಎತ್ತಿ ಹಿಡಿಯಿತು.

ಬೆಳ್ಳಿ ಹಿಡಿಕೆಯ ಮೇಲಿನ ತನ್ನ ಎಡಗೈ ಹಿಡಿತವನ್ನು ಒಂದಿಷ್ಟೂ ಸಡಿಲಿಸದೆ ಕೌಂಟ್, ಎರಡು ಮುತ್ತುಗಳ ನಡುವೆ ಉಸುರಿದ, 'ನೀನು ನನ್ನವಳು.

***

ಏದುಸಿರು ಬಿಡುತ್ತ ನುಡಿದಳು ಒಡತಿ, 'ನಾನು ನಿನ್ನವಳು.'

ಇದಾಗಿ ಹತ್ತು ವರ್ಷ ಕಳೆಯಿತು. ಪಂಡಿತ ಕಾರ್ನಾಡ್ ಈಗ ಮುದಿತನ ಮತ್ತು ಕಾಯಿಲೆಯಿಂದ ಹಾಸಿಗೆ ಹಿಡಿದು ಇನ್ನೇನು ಸಾಯುವುದರಲ್ಲಿದ್ದ. ಕೊಂಚ ಕಾಲದ ಹಿಂದಷ್ಟೇ ಡಾರ್ಕ್‌ಬ್ಲೂ ಬ್ಯಾರನ್ ಎಂಬ ಇನ್ನೊಬ್ಬ ಶ್ರೀಮಂತ ಸ್ತ್ರೀಲೋಲ ಪಂಡಿತನನ್ನು' ಒಂದು ಲಕ್ಷ ಚಿನ್ನದ ನಾಣ್ಯಗಳ ದುಬಾರಿ ಬೆಲೆ ತೆತ್ತು, ಕೌಂಟ್ ಸ್ಕಾರ್ಲೆಟ್‌ನಿಂದ 'ಕೊಂಡಿದ್ದ. ಹತ್ತು ವರ್ಷಗಳ ಕಾಲ ಬೆಳ್ಳಿ ಹಿಡಿಕೆಯ ಮಾಂತ್ರಿಕ ಶಕ್ತಿಯ ನೆರವಿನಿಂದ ಕೌಂಟ್ ಸ್ಕಾರ್ಲೆಟ್ ನೂರಾರು ಗಣ್ಯ ಮಹಿಳೆಯರ ಚೆಲುವಿನ ಭಂಡಾರವನ್ನು ಸೂರೆಗೊಂಡಿದ್ದನ್ನು ಈ ಬ್ಯಾರನ್ ಕಂಡಿದ್ದ. ಆದ್ದರಿಂದ ಪಂಡಿತ ಕೊನೆಯುಸಿರೆಳೆಯುವ ಮುನ್ನ ಬೆಳ್ಳಿ ಹಿಡಿಕೆ ರಹಸ್ಯವನ್ನು ಅವನಿಂದ ಹೊರಡಿಸಲೇಬೇಕೆಂಬ ಹಠದಲ್ಲಿ ಬ್ಯಾರನ್ ಅಂಗಲಾಚಿದ:

'ದಯವಿಟ್ಟು ಹೇಳಿಬಿಡು, ಆ ಬೆಳ್ಳಿ ಹಿಡಿಕೆಯ ಗುಟ್ಟೇನು?'

'ಗುಟ್ಟೂ ಇಲ್ಲ, ಮಣ್ಣೂ ಇಲ್ಲ' ನರಳುತ್ತ ನುಡಿದ ಪಂಡಿತ. 'ದೇವರಾಣೆಗೂ ಹೇಳ್ತೇನೆ, ಆ ಬೆಳ್ಳಿ ಹಿಡಕೆಗಾಗಲೀ ಇನ್ಯಾವುದೇ ಹಿತ್ತಾಳೆ ಗುಂಡಿ, ತವರದ ಹಿಮ್ಮಡಿ ಮುಳ್ಳು, ಚಿನ್ನದ ಕುದುರೆಲಾಳದ ಮೂಳೆಗಾಗಲೀ ಯಾವ ವ್ಯತ್ಯಾಸವೂ ಇಲ್ಲ. ಗುಟ್ಟೆಂದರೆ ಇಷ್ಟೇ: ಗಂಡಿನ ಆತ್ಮವಿಶ್ವಾಸ. ಆತ್ಮವಿಶ್ವಾಸವುಳ್ಳ ಗಂಡಿಂದ ಪಾರಾಗಲು ಯಾವ ಹೆಣ್ಣಿಗೂ ಸಾಧ್ಯವಿಲ್ಲ. ಆದರೆ ಇಲ್ಲಿ ಮುಖ್ಯವಾದ ಅಂಶವೆಂದರೆ, ಬೆಳ್ಳಿ ಹಿಡಿಕೆಯ ಮಾಂತ್ರಿಕ ಶಕ್ತಿಯಲ್ಲಿ ಮೊದಲು ನಿನಗೆ ಅಚಲವಾದ ನಂಬಿಕೆ ಇರಬೇಕು. ನಿನಗೇ ನಂಬಿಕೆ ಇಲ್ಲದಿದ್ದರೆ, ಹೆಂಗಸರಲ್ಲೂ

ನಂಬಿಕೆ ಹುಟ್ಟಲಾರದು. ಆದ್ದರಿಂದ ಬೆಳ್ಳಿ ಹಿಡಿಕೆ, ಹಿತ್ತಾಳೆ ಗುಂಡಿ, ತವರದ ಹಿಮ್ಮಡಿ ಮುಳ್ಳು, ಕುದುರೆಲಾಳದ ಚಿನ್ನದ ಮೊಳೆ, ನಿನ್ನ ಸದ್ವರ್ತನೆ, ಸ್ಫುರದ್ರೂಪ, ಆತ್ಮವಿಶ್ವಾಸ, ತಾರತಮ್ಯ ವಿವೇಕ–ಈ ಯಾವುದೇ ಒಂದರಿಂದ ಬೇಕಾದರೂ ಗಂಡು ಹೆಣ್ಣನ್ನು ಗೆಲ್ಲಬಹುದು. ಮುಖ್ಯವಾಗಿ ಬೇಕಾದ್ದು ಅದರಲ್ಲಿ ಅಚಲವಾದ ಕುರುಡು ನಂಬಿಕೆ. ಆದರೆ, ಅಯ್ಯಾ ಡಾರ್ಕ್‌ಬ್ಲೂ ಬ್ಯಾರನ್, ನೀನು ಈ ಗುಟ್ಟನ್ನು ನನ್ನಿಂದ ಒತ್ತಾಯಿಸಿ ತಿಳಿದುಬಿಟ್ಟೆಯಾದ್ದರಿಂದ ಇನ್ನು ಬೆಳ್ಳಿ ಹಿಡಿಕೆಯಿಂದ ನಿನಗೇನೂ ಪ್ರಯೋಜನವಿಲ್ಲ. ಅದನ್ನು ಹಿಡಿದು ನೀನು ಯಾವ ಹೆಣ್ಣನ್ನೂ ಗೆಲ್ಲಲಾರೆ. ಏಕೆಂದರೆ ಅದರ ಮಾಂತ್ರಿಕ ಶಕ್ತಿಯಲ್ಲಿ ನಿನಗೆ ನಂಬಿಕೆ ಉಳಿದಿರಲು ಸಾಧ್ಯವಿಲ್ಲ. ಆದ್ದರಿಂದ ನಿನ್ನ ಶಕ್ತಿಯಲ್ಲಿ ನಿನಗೇ ನಂಬಿಕೆ ಇಲ್ಲದಿರುವುದನ್ನು ಹೆಂಗಸರು ಪತ್ತೆ ಹಚ್ಚಿಬಿಡುತ್ತಾರೆ. ನೀನು ಪ್ರತಿ ಹೆಣ್ಣಿನೊಂದಿಗೂ ಸೋಲುತ್ತಲೇ ಹೋಗುತ್ತೀ,

ಪಂಡಿತ ತನ್ನ ವಾಕ್ಯವನ್ನು ಪೂರೈಸಲು ಸಾಧ್ಯವಾಗಲಿಲ್ಲ. ಅಷ್ಟರಲ್ಲಾಗಲೇ ಡಾರ್ಕ್ ಬ್ಲೂ ಬ್ಯಾರನ್ನನ ಬಿಗಿದ ಮುಷ್ಟಿ ಬಡಿಗೆಯಂತೆ ಪಂಡಿತನ ತಲೆಗೆ ರಪ್ಪೆಂದು ಅಪ್ಪಳಿಸಿತ್ತು. ಹೇಗೂ ಇನ್ನು ಹತ್ತು ನಿಮಿಷಗಳಲ್ಲಿ ಅವನು ತಾನಾಗಿಯೇ ಸಾಯುತ್ತಿದ್ದ. ಆ ಸಾವನ್ನು ಕೊಂಚ ತ್ವರಿತಗೊಳಿಸಿ ಬ್ಯಾರನ್ ಸಮಾಧಾನಗೊಂಡಂತಾಯಿತು, ಅಷ್ಟೇ.

ಈ ರೀತಿ ನರೆಗೂದಲ ನಯವಂಚಕ ಪಂಡಿತ ಕಾರ್ನಾಡ್ ಸೂಪರ್ ಪಾಲಿಂಜರಿಯಸ್ ಕೊನೆಗಾದರೂ ಒಮ್ಮೆ ಸತ್ಯವನ್ನು ನುಡಿದು ತನ್ನ ಪ್ರಾಣ ಬಿಟ್ಟ.

(ಹಂಗೇರಿಯನ್ ಮೂಲ: ಫೆರೆನ್ಸ್ ಮೊಲ್ನಾರ್]
–1991

19

ಕಬ್ಬೆಕ್ಕು

'ಇದೇನೋ, ಮಂಜು, ಬ್ರಾಹ್ಮಣರ ಮನೇಲಿ ಮಟನ್‌ಸಾರು? ನಾನು ಬಂದಿದ್ದೀನಿ ಅಂತ ಸ್ಪೆಷಲ್ಲಾ?' ಮುನ್ನಾ ಪಿಸುಮಾತಲ್ಲಿ ಕುಚೇಷ್ಟೆ ಮಾಡುತ್ತ ಕೇಳಿದ. ಹಲಸಿನಕಾಯಿ ಹುಳಿಯ ಹೋಳೊಂದನ್ನು ಬಾಯಲ್ಲಿಟ್ಟು ಚಪ್ಪರಿಸುತ್ತ.

'ಮೆಲ್ಲಗೆ ಹೇಳೋ, ಮಗನೇ, ಅಮ್ಮಂಗೆ ವಯಸ್ಸಾದರೂ ಕಣ್ಣು, ಕಿವಿ ಇನ್ನೂ ಚುರುಕಾಗೇ ಇವೆ' ಎಂದ ಮಂಜುನಾಥ.

'ಏನ್ರೋ ಅದು ಗುಸುಗುಸು?' ತುಪ್ಪ ಬಡಿಸುತ್ತ ವೆಂಕಮ್ಮ ಕೇಳಿದರು. 'ಅಡಿಗೇಲಿ ಏನಾದ್ರೂ ಎಡವಟ್ಟಾಗಿದೆಯೇನ್ರೋ?'

'ಛೇ, ಛೇ, ಹಾಗೇನಿಲ್ಲಮ್ಮ' ತಟ್ಟನೆ ಅಂದ ಮುನ್ನಾ, 'ಹುಳಿ ಫಸ್ಟ್ ಕ್ಲಾಸಾಗಿದೆ ಅಂತ ಹೇಳ್ತಿದ್ದೆ ಅಷ್ಟೇ'

'ಏನು ಫಸ್ಟ್‌ಕ್ಲಾಸೋ ಏನೋ, ಬ್ರಾಹ್ಮಣರ ಮನೆ ಊಟ' ಅಂದರು ವೆಂಕಮ್ಮ.

'ಅದೇನಮ್ಮ ಹಾಗಂತೀರಿ? ಇದೇನು ಮೊದಲ ಸಲಾನಾ ನಿಮ್ಮನೇಲಿ ಊಟ ಮಾಡ್ತಿರೋದು? ಬೆಂಗಳೂರಲ್ಲಿ ನೀವಿದ್ದಾಗ ವಾರಕ್ಕೆ ಮೂರು ದಿನ ನಿಮ್ಮನೇಲೇ ಊಟ ತಿಂಡಿ ಗಡದ್ದಾಗಿ ಹೊಡೆದು ಚಪ್ಪರಿಸ್ತಾ ಇರಲಿಲ್ಲವೆ?' ಎಂದ, ಅನ್ನ ಕಲೆಸುತ್ತ ಮುನ್ನಾ.

ವೆಂಕಮ್ಮನವರ ಮುಖ ಊರಗಲವಾಯಿತು. ಆದರೂ ಬಿಂಕ ಬಿಡದೆ ಅಂದರು, 'ಆ ಕಾಲ ಮುಗೀತಪ್ಪ, ಈಗ ನನಗೂ ವಯಸ್ಸಾಯ್ತಲ್ಲ, ಹಾಳು ಮರೆವು, ಒಂದೊಂದು ಸಲ ಹುಳೀಗೆ ಉಪ್ಪು ಹಾಕೋದೇ

ಮರೆತು ಬಿಡ್ತೀನಿ, ಒಂದೊಂದು ಸಲ ಎರಡೆರಡು ಸರ್ತಿ ಹಾಕಿ ಬಿಡ್ತೀನಿ. ರಾಮಾಕೃಷ್ಣಾಂತ ಹಾಯಾಗಿರಬೇಕಾದ ಈ ವಯಸ್ಸಿನಲ್ಲೂ ಗೇಯೋದು ತಪ್ಪಲಿಲ್ಲ ನೋಡು ನನಗೆ. ನೀನಾದರೂ ಬುದ್ಧಿ ಹೇಳಬಾರದಾ ಈ ನಿನ್ನ ಸ್ನೇಹಿತನಿಗೆ,

ಇನ್ನಾದರೂ ಒಂದು ಮದುವೇಂತ ಮಾಡಿಕೊಂಡು ನಿಮ್ಮಮ್ಮಂಗೆ ಸ್ವಲ್ಪ ವಿಶ್ರಾಂತಿ ಕೊಡೋ ಮುಂಡೇದೇ ಅಂತ' ಗೊಣಗತೊಡಗಿದರು ವೆಂಕಮ್ಮ.

'ಸರಿ, ಶುರು ಹಚ್ಚಿದೆಯಾಮ್ಮ ನಿನ್ನ ರಾಮಾಯಣಾನ, ಇನ್ನೂ ಈಗಷ್ಟೇ ಮನೆಗೆ ಬರ್ತಿದಾನೆ ಆಗಲೇ?' ಗುರುಗುಟ್ಟಿದ ಮಂಜುನಾಥ.

'ಅಮ್ಮ ಹೇಳೋದರಲ್ಲಿ ತಪ್ಪೇನೋ ಇದೆ? ನಿನಗೆ ವಯಸ್ಸು ಸಾಲದಾ? ಗದರಿಸಿದ ಮುನ್ನಾ.

'ಹಾಗೆ ದಬಾಯಿಸಿ ಹೇಳಪ್ಪ, ಇಷ್ಟು ದಿನ ತಂಗೀ ಮದುವೆ ತಂಗಿ ಮದುವೆ ಅಂತ ರಾಗ ಹಾಡ್ತಿದ್ದ. ಅದಾಗಿ ಎರಡು ವರ್ಷವೇ ಕಳೀತು. ಅವಳು ಚೊಚ್ಚಲು ಬಾಣಂತನಾನೂ ಮುಗಿಸಿಕೊಂಡು ಹೋದಳು. ಇನ್ನೂ ಇವನಿಗೇನು ಧಾಡಿ ಒಣ ಗಣೇಶನ ಥರ ಇರೋಕ್ಕೆ?' ವಾದಕ್ಕಿಳಿದರು ವೆಂಕಮ್ಮ.

'ತಂಗೀ ಮದುವೆಯೇನೋ ಅಯ್ತಮ್ಮ, ಅದಕ್ಕೋಸ್ಕರ ಮಾಡಿದೆನಲ್ಲ ಮುವ್ವತ್ತ ಸಾವಿರ ಸಾಲ, ಅದನ್ನ ತೀರಿಸೋಕ್ಕೇನು ಅಪ್ಪ ಆಸ್ತಿ ಮಾಡಿಟ್ಟು ಹೋಗಿದ್ದಾನಾ?' ರೇಗಿದ ಮಂಜುನಾಥ.

'ನೋಡಪ್ಪ ಎಷ್ಟು ನಿಷ್ಠೂರವಾಗಿ ಮಾತಾಡ್ತಾನೆ, ನಾನೇನು ಬರೀ ನನ್ನ ಸುಖಕ್ಕೋಸ್ಕರ ಹೇಳ್ತೀನ? ಇರೋನೊಬ್ಬ ಮಗ, ಅವನು ಸುಖವಾಗಿರಲಿ, ನಮ್ಮ ವಂಶ ಬೆಳೀಲಿ ಅಂತ ತಾನೆ ನಾವು ಬಯಸೋದು? ಏನೋ ಕೈಕಾಲು ನೆಟ್ಟಗಿರೋವಾಗ, ಕಣ್ಣಲ್ಲಿ ಬೆಳಕಿರೋವಾಗ ಮೊಮ್ಮಗನನ್ನ ನೋಡ್ಬೇಕು, ಎತ್ತಿ ಆಡಿಸಬೇಕು ಅಂತ ಆಸೆ ಪಡೋದು ತಪ್ಪ?' ಗದ್ಗದಿತರಾಗಿ ಕಂಬನಿ ತುಂಬಿಕೊಂಡರು ವೆಂಕಮ್ಮ.

'ಹೀಗೆ ಅಮ್ಮನ ಮನಸ್ಸು ನೋಯಿಸಬಾರದು ಕಣೋ, ಮಂಜು' ಎಂದ ಮುನ್ನಾ ಇನ್ನೊಂದು ತುತ್ತು ಬಾಯಿಗಿಳಿಸಿ.

'ನಾನೇನು ಮದುವೇನೇ ಆಗೋಲ್ಲ ಅಂತ ಪ್ರತಿಜ್ಞೆ ಮಾಡಿದ್ದೇನೆಯೆ ಇವಳು ಹೀಗೆ ಕೊರಗಕ್ಕೆ? ಮದುವೇಗೇನು ಮಾಡಿಕೊಳ್ಳೋದು ಸುಲಭ. ಆ ಮೇಲೆ ಸಂಸಾರ ನಿಭಾಯಿಸಬೇಡವ? ಸಾಲ ಸೋಲ ತೀರಲಿ, ಮನಸ್ಸು ನಿರಾಳವಾಗಲಿ, ಆ ಮೇಲೆ, ಮಾಡಿಕೊಂಡರಾಯ್ತು ಅಂತ ಕೊಂಚ ತಡಮಾಡಿದೆ. ಅಷ್ಟೇ. ಅಷ್ಟರಲ್ಲಿ ಇವಳಿಗೆ ಅರ್ಜೆಂಟು' ಸಮಜಾಯಿಷಿ ಕೊಡಲು ಯತ್ನಿಸಿದ ಮಂಜುನಾಥ, ಮಿಡಿ ಮಾವಿನ ಉಪ್ಪಿನಕಾಯಿ ಹೋಳೊಂದನ್ನು ಕಡಿಯುತ್ತ.

'ಆಯ್ತುಯ್ಯ, ಈಗ ಸಾಲ ಸೋಲ ಎಲ್ಲ ತೀರಿದೆ ತಾನೆ? ಇನ್ನಾದರೂ ಮದುವೆ ಮಾಡಿಕೋಬಹುದಲ್ಲ?' ವೆಂಕಮ್ಮನವರ ಪರ ವಕಾಲತ್ತು ವಹಿಸಿದ ಮುನ್ನಾ.

'ಸರಿಯಾಗಿ ಹೇಳಿದೆ ಕಣ್ಣಪ್ಪ, ನನ್ನ ಬಂಗಾರ! ನೀನಿರೋವಾಗಲೇ ಇದಕ್ಕೊಂದು ದಡ ಕಾಣಿಸಬೇಕು ನೋಡು' ಹುಮ್ಮಸ್ಸಿನಿಂದ ಮುಂದುವರಿದರು ವೆಂಕಮ್ಮ, ಒಂದು ಒಳ್ಳೆ ಸಂಬಂಧ ಬಂದಿದೆ, ಕಮ್ಮರಡೀದು. ಜಾತಕಾನೂ ಚೆನ್ನಾಗಿ ಕೂಡತ್ತೆ, ಹುಡುಗೀನೂ ಲಕ್ಷಣವಾಗಿದ್ದಾಳೆ. ನೀನೇ ನೋಡು ಬೇಕಾದರೆ, ಫೋಟೋ ಇವನ ಹತ್ತಿರಾನೇ ಇದೆ. ಒಂದು ದಿನ ಕಮ್ಮರಡಿಗೆ ಹೋಗಿ ಹುಡುಗೀನ ನೋಡಿಕೊಂಡು ಬಾರೋ ಅಂದ್ರೆ ಇನ್ನೂ ಮೀನಾಮೇಷ ಎಣಿಸ್ತಾ ಇದಾನೆ.'

'ನೀವೇನೂ ಯೋಚನೆ ಮಾಡಬೇಡಿ, ಬಿಡೀಮ್ಮ, ಇನ್ನು ನಾನಿವನನ್ನ ಸುಮ್ಮನೆ ಬಿಡೋನಲ್ಲ. ಇವನ ಮದುವೆ ನಿಷ್ಕರ್ಷೆ ಮಾಡಿಯೇ ನಾನು ಊರಿಗೆ ಹೊರಡೋದು. ಇನ್ನೂ ಸ್ವಲ್ಪ ಹುಳಿ ಬಡಿಸಿ' ಎಂದ ಮುನ್ನಾ.

***

ಮಂಜುನಾಥ ಮತ್ತು ಮುನ್ನಾ ಬೆಂಗಳೂರಿನ ಚಾಮರಾಜಪೇಟೇಲಿ ಒಂದೇ ಬೀದಿಯ ಮನೆಗಳಲ್ಲಿದ್ದವರು. ಚಿಕ್ಕಂದಿನಿಂದ ಗಳಸ್ಯ ಕಂಠಸ್ಯ ಗೆಳೆಯರಾಗಿ ಒಟ್ಟಿಗೇ ಆಡುತ್ತ, ಓದುತ್ತ ಬೆಳೆದೋರು. ಮಂಜುನಾಥನ ತಂದೆ ಕೃಷ್ಣಭಟ್ಟರದೊಂದು ಸಣ್ಣ ಕ್ಯಾಂಟೀನಿತ್ತು. ಮುನ್ನಾನ ತಂದೆ ಇಬ್ರಾಹಿಂ ಸಾಬರದ್ದೊಂದು ಕಟ್ಟಿಗೆ ಮಂಡಿ. ಇಬ್ಬರೂ ಮೂಲತಃ ಮಲೆನಾಡಿನವರಾದ್ದರಿಂದ ಇವರ ನಡುವೆ ಆತ್ಮೀಯ ಸ್ನೇಹವಿತ್ತು. ಕೃಷ್ಣ ಭಟ್ಟರ ಕ್ಯಾಂಟೀನಿಗೆ ಇಬ್ರಾಹಿಂ ಸಾಬರ ಮಂಡಿಯಿಂದಲೇ ಕಟ್ಟಿಗೆ ಸರಬರಾಜಾಗುತ್ತಿತ್ತು. ಮುನ್ನಾ ಸಾಬರ ಹುಡುಗನಾದರೂ ತನ್ನ ಮುಗ್ಧ ನಿರ್ಮಲ ನಡವಳಿಕೆಯಿಂದ ಮಡಿವಂತ ಬ್ರಾಹ್ಮಣರಾದ ಕೃಷ್ಣಭಟ್ಟರ ಮನೆಯಲ್ಲೂ ಒಳಗಿನವನಾಗಿ ಸಲಿಗೆ ಗಳಿಸಿಕೊಂಡಿದ್ದ. ವೆಂಕಮ್ಮನವರಿಗೆ ಇನ್ನೊಬ್ಬ ಮಗನೆಂಬುವಷ್ಟು ಆತ್ಮೀಯನಾಗಿದ್ದ. ಮಂಜುನಾಥನ ತಂಗಿ ಸುಶೀಲಳಿಗೆ ಮಂಜಣ್ಣನ ಜೊತೆಗೆ ಮುನ್ನಣ್ಣನಾಗಿದ್ದ. ಈ ಬ್ರಾಹ್ಮಣ ಕುಟುಂಬದ ಒಡನಾಟ ತೆಳ್ಳಗೆ ಬೆಳ್ಳಗೆ ಲಕ್ಷಣವಾಗಿದ್ದ ಮುನ್ನಾನ ಮಾತುಕತೆ, ರೀತಿ ನೀತಿಗಳ ಮೇಲೂ ಗಾಢ ಪ್ರಭಾವ ಬೀರಿ ಅವನೂ ಸಹ ಒಬ್ಬ ಬೊಮ್ಮನ್ ಕಾ ಬಚ್ಚಾ ಆಗಿಬಿಟ್ಟಿದ್ದ. ಕೃಷ್ಣಭಟ್ಟರ ಮನೆಯಲ್ಲಿದ್ದ ಕುಮಾರವ್ಯಾಸ, ಲಕ್ಷ್ಮೀಶರ ಕೃತಿಗಳಿಂದ ಕುದುರಿದ ಅವನ ಕಾವ್ಯಾಸಕ್ತಿ ಮುಂದೆ ಅವನನ್ನು ಕನ್ನಡ ಸಾಹಿತ್ಯಾರಾಧಕನನ್ನಾಗಿ ಬೆಳೆಸಿತು.

ಮಂಜುನಾಥ ತನ್ನ ಪದವಿ ಪರೀಕ್ಷೆಯ ಅಂತಿಮ ವರ್ಷದಲ್ಲಿದ್ದಾಗ ಕೃಷ್ಣಭಟ್ಟರು ತಮ್ಮನ್ನು ಹಲವಾರು ವರ್ಷಗಳಿಂದ ಕಾಡುತ್ತಿದ್ದ ಅಸ್ತಮಾ ಕಾಯಿಲೆಗೆ ಬಲಿಯಾದರು. ಅವರ ಕುಟುಂಬ ಅನಾಥವಾಯಿತು. ಮಂಜುನಾಥ ತನ್ನ ವಿದ್ಯಾಭ್ಯಾಸ ಪೂರೈಸಲಾಗದೆ ಕ್ಯಾಂಟೀನು ನೋಡಿಕೊಳ್ಳಬೇಕಾದ ಪರಿಸ್ಥಿತಿ ಬಂತು. ಆದರೆ ಹಾಗಾಗಲು ಮುನ್ನಾ ಮತ್ತು ಇಬ್ರಾಹಿಂ ಸಾಬರು ಬಿಡಲಿಲ್ಲ. ಪಟ್ಟುಹಿಡಿದು ಮಂಜುನಾಥನನ್ನು ಒಪ್ಪಿಸಿ, ಅವನ ಕುಟುಂಬದ ಭಾರವನ್ನು ತಾವೇ ಹೊತ್ತು ಅವನು ಪದವೀಧರನಾಗಲು ನೆರವಾದರು. ಈ ವೇಳೆಗಾಗಲೇ ಇಬ್ರಾಹಿಂ ಸಾಬರು ಸಾಕಷ್ಟು ಸ್ಥಿತಿವಂತರಾಗಿದ್ದರು. ಅವರ ಕಟ್ಟಿಗೆ ಮಂಡಿ ಈಗ ಟಿಂಬರ್ ಯಾರ್ಡಾಗಿ ಬೆಳೆದಿತ್ತು. ರಾಜಕೀಯ ವಲಯಗಳಲ್ಲೂ ಅವರು ಸಾಕಷ್ಟು ಪ್ರಭಾವಶಾಲಿಯಾಗಿದ್ದರು. ಹೀಗಾಗಿ ಮಂಜುನಾಥನಿಗೆ ಬ್ಯಾಂಕೊಂದರಲ್ಲಿ ನೌಕರಿಯೂ ಸಿಕ್ಕಿತು. ಅವನ ಪ್ರಥಮ ನೇಮಕಾತಿ ಮಂಡ್ಯದಲ್ಲಾಯಿತು. ಅಲ್ಲಿ ಮನೆ ಮಾಡಿ, ತನ್ನ ತಾಯಿ ತಂಗಿಯನ್ನು ಅಲ್ಲಿಗೇ ಕರೆಸಿಕೊಂಡ. ಹೀಗೆ ಮಂಜುನಾಥ ಮತ್ತು ಮುನ್ನಾ ಮೊಟ್ಟ ಮೊದಲಬಾರಿಗೆ ಬೇರ್ಪಟ್ಟು, ದೂರವಾಗಬೇಕಾಯಿತು. ಆದರೆ ದೃಢವಾಗಿ ಬೇರೂರಿದ್ದ ಅವರ ಸ್ನೇಹ ಹಸಿರಾಗಿಯೇ ಉಳಿಯಿತು. ಆಗಾಗ ಭೇಟಿ, ಪತ್ರ ಸಂಪರ್ಕ ಮುಂದುವರಿದಿತ್ತು.

ಮುನ್ನಾ ಕನ್ನಡ ಸಾಹಿತ್ಯದಲ್ಲಿ ಸ್ನಾತಕೋತ್ತರ ಪರೀಕ್ಷೆಯನ್ನು ಚಿನ್ನದ ಪದಕಗಳೊಂದಿಗೆ ಮುಗಿಸಿ, ಬೆಂಗಳೂರಿನ ಖ್ಯಾತ ಖಾಸಗಿ ಕಾಲೇಜೊಂದರಲ್ಲಿ ಉಪನ್ಯಾಸಕನಾಗಿ ಸೇರಿದ. ಈ ವೇಳೆಗೆ ಮುನ್ನಾನ ಇಬ್ಬರು ತಂಗಿಯರಾದ ಜರೀನಾ ಮತ್ತು ವಹೀದಾರ, ಹಾಗೆಯೇ ಮಂಜುನಾಥನ ತಂಗಿ ಸುಶೀಲಳ ಮದುವೆಗಳು ಮುಗಿದಿದ್ದವು. ಈಗ ಮಂಜುನಾಥನಿಗೆ ಶಿವಮೊಗ್ಗಕ್ಕೆ ವರ್ಗವಾಗಿತ್ತು. ಇವನ ಬಹುಕಾಲದ ಆಗ್ರಹದ ಆಮಂತ್ರಣಕ್ಕೆ ಮಣಿದು, ಈ ಬಾರಿಯ ಬೇಸಿಗೆ ರಜೆಯಲ್ಲಿ ಒಂದಿಷ್ಟು ದಿನ ಇವನೊಂದಿಗೆ ಇದ್ದು ಹೋಗಲು ಮುನ್ನಾ ಇದೀಗ ಶಿವಮೊಗ್ಗಕ್ಕೆ ಬಂದಿದ್ದ.

***

'ಹುಡುಗಿ ಏ ಒನ್ ಕಣಯ್ಯ, ನಿನಗೆ ಹೇಳಿ ಮಾಡಿಸಿದ ಜೋಡಿ' ಎಂದ ಫೋಟೊ ನೋಡುತ್ತ ಮುನ್ನಾ. 'ಹೆಸರೇನು? ಏನು ಓದಿದಾಳಂತೆ?'

'ಹೆಸರು ಮಾಲಿನಿ, ತೀರ್ಥಹಳ್ಳಿ ಕಾಲೇಜಿನಲ್ಲಿ ಹಿಂದಿನ ವರ್ಷವಷ್ಟೇ ಬಿ.ಎ. ಮುಗಿಸಿದಳಂತೆ ಈಗ external ಆಗಿ ಬಿ.ಎಡ್. ಮಾಡ್ತಿದಾಳಂತೆ' ಎಂದು ಮಂಜುನಾಥ.

'ತಂದೆ?'

'ಅವರಿಗೆ ಕೆಳಕಮ್ಮರಡಿಯಲ್ಲಿ ಒಂದಿಷ್ಟು ಅಡಿಕೆ ತೋಟ, ಹೊಲ ಗದ್ದೆ ಇವೆಯಂತೆ. ಅದೆಂಥದೋ ನರಗಳ ಕಾಯಿಲೆಯಂತಪ್ಪ, ಹೆಚ್ಚಾಗಿ ಓಡಾಡೋಕ್ಕೆ ಆಗಲ್ಲವಂತೆ, ಊರಲ್ಲೇ ಇದ್ದಾರಂತೆ. ಜಾತಕ, ಫೋಟೊ ಕೊಟ್ಟ ಉಪಾಧ್ಯರು ಹೇಳಿದ್ದು.'

***

'ಎಷ್ಟು ಜನಾಂತೆ ಮಕ್ಕಳು?'

'ಇನ್ನೊಬ್ಬ ಮಗ ಮಾತ್ರ ಇದಾನಂತೆ. ಈ ವರ್ಷ ಎಸ್ಸೆಸ್ಸೆಲ್ಸಿ ಕಟ್ಟಿದಾನಂತೆ.'

'ನಾವು ಇವೊತ್ತು ಸಂಜೇನೇ ಉಪಾಧ್ಯರನ್ನ ಹಿಡಿಯೋಣ. ಸಾಧ್ಯವಾದರೆ ನಾಳೆ ಬೆಳಗ್ಗೇನೇ ಕಮ್ಮರಡಿಗೆ ಹೋಗಿ ಬರೋಣ.'

'ಅದ್ಯಾಕೆ ಮಾರಾಯ, ಅಷ್ಟು ಧಾವಂತ ಮಾಡ್ತಿ? ಒಂದೆರಡು ದಿನ ಆರಾಮಾಗಿರು. ನಾನು ರಜಾ ಹಾಕೀನಿ, ಆಗುಂಬೆ, ಜೋಗ, ಕೆಮ್ಮಣ್ಣುಗುಂಡಿ ಎಲ್ಲಾ ಕಡೆ ಹೋಗಿ ಬರೋಣ.'

'ಅದೆಲ್ಲ ಆಮೇಲೆ. ಮೊದಲು ಇದು ಇತ್ಯರ್ಥ ಆಗಬೇಕು'

***

ಸಂಜೆ ಮುನ್ನಾಗೆ ನಿರಾಸೆ ಕಾದಿತ್ತು. ಉಪಾಧ್ಯರು ಊರಲ್ಲಿರಲಿಲ್ಲ. ಯಾವಾಗ ಬರ್ತಾರೆ ಅನ್ನೋದೂ ಖಚಿತವಾಗಿ ತಿಳಿಯಲಿಲ್ಲ.

'ಹೋಗಲಿ ಬಿಡು, ಅವರು ಬಂದ ಮೇಲೆ ನಾನು ಖಂಡಿತ ಅವರೊಟ್ಟಿಗೆ ಹೋಗಿ ಹುಡುಗೀನ ನೋಡಿಕೊಂಡು ಬರ್ತೀನಿ' ಎಂದ ಮಂಜುನಾಥ.

'ಅದೆಲ್ಲ ಸಾಧ್ಯವಿಲ್ಲ. ನೀನು ಬಿಟ್ಟರೆ ಸಿಕ್ಕ ಅನ್ನೋ ಪೈಕಿ. ನಾಳೆ ಬೆಳಗ್ಗೆ ನಾವಿಬ್ಬರೇ ಕಮ್ಮರಡಿಗೆ ಹೋಗಿ ಬರೋಣ' ಉಡದ ಪಟ್ಟು ಹಿಡಿದ ಮುನ್ನಾ.

'ಹಾಗಲ್ಲ ಕಣೋ, ಮಾರಾಯ, ಕೊಂಚ ಯೋಚಿಸಿ ನೋಡು. ಹಿರಿಯರೂಂತ ಒಬ್ಬರು ಜೊತೆಗಿಲ್ಲದೆ ನಾವಿಬ್ಬರೇ ಇಂಥ ಕೆಲಸಕ್ಕೆ ಹೋಗೋದು ಸರಿಯ? ಅದೂ ಅವರಿಗೆ ಮುಂಚಿತವಾಗಿ ತಿಳಿಸದೇನೇ?'

'ಏನೀಗ? ಅವೆಲ್ಲ ಗೊಡ್ಡು ಸಂಪ್ರದಾಯಗಳನ್ನ ಇನ್ನಾದರೂ ಬಿಡಬೇಕೋ, ಮಗನೇ. ಈ ಥರ ದಿಢೀರಂತ ಹೋದರೇನೇ ನಮಗೆ ಹುಡುಗಿ ಮತ್ತು ಅವಳ ಮನೆಯ ನಿಜವಾದ ಚಿತ್ರ ಸಿಕ್ಕೋದು.'

'ಆಯ್ತಪ್ಪ, ಆದರೆ ನಾನು ಹೀಗೆ ಹೇಳೀನೀಂತ ತಪ್ಪು ತಿಳೀಬೇಡ. ನಾವೇನೋ ಚಡ್ಡಿ ದೋಸ್ತುಗಳು, ಜಾತಿ ಮತ ಮೀರಿದೋರು, ಸರಿ. ಆದರೆ ಅವರು ಹ್ಯಾಗೋ ಏನೋ? ನೀನು ಯಾರೂಂತ ತಿಳಿದಾಗ ಅವರು ಇರಿಸುಮುರಿಸು ಮಾಡಿಕೊಂಡರೆ? ನಿನ್ನನ್ನ ಸರಿಯಾಗಿ treat ಮಾಡದಿದ್ದರೆ...?'

'ಹೌದು ನೋಡು, ನಾನು ಆ ಬಗ್ಗೆ ಯೋಚನೇನೇ ಮಾಡಿರಲಿಲ್ಲ' ಪೆಚ್ಚಾದ ಮುನ್ನಾ.

ಮಂಜುನಾಥನಿಗೆ ತೀರಾ ಪೆಚ್ಚೆನಿಸಿತು. ತಟ್ಟನೆ ಹೇಳಿದ: 'ಹೋಗಲಿ, ಹೀಗೆ ಮಾಡೋಣ, ನಿಜಾನ ಅವರಿಗೆ ತಿಳಿಸೋದೇ ಬೇಡ. ನೀನು ಗೋಪಿ, ಗೋಪಾಲಭಟ್ಟ, ನಮ್ಮ ಪೈಕೀನೇ ಅಂತ ಅವರಿಗೆ ಪರಿಚಯ ಮಾಡಿಕೊಡ್ತೀನಿ. ನೀನೂ ಹಾಗೇ ಅಭಿನಯಿಸಿಬಿಡು.'

'ಅದೆಲ್ಲ ಬೇಡ, ಮಾರಾಯ' ಮುನ್ನಾ ಹಿಂಜರಿದ. 'ಏನೋ ಮಾಡಕ್ಕೆ ಹೋಗಿ ಇನ್ನೇನೋ ಆದೀತು.'

'ಅಂಥಾದ್ದೇನೂ ಆಗೋಲ್ಲ ಬಿಡೋ. ಹೇಳಿಕೇಳಿ ನೀನು ಮಾತಿನ ಮಲ್ಲ, ಅಭಿನಯ ಚಕ್ರವರ್ತಿ. ನಿನ್ನ ಸಮಯ ಸ್ಫೂರ್ತಿಲಿ ನನಗೆ ಪೂರ್ತಿ ವಿಶ್ವಾಸವಿದೆ.'

'ಆಯ್ತಪ್ಪ, ನಿನ್ನ ಐಡಿಯ, ನಿನ್ನ ಧೈರ್ಯ' ಅರೆಮನಸ್ಸಿನಿಂದ ಒಪ್ಪಿದ ಮುನ್ನಾ.

***

ಬೆಳಗ್ಗೆ ಮನೆಯಲ್ಲಿ ತಿಂಡಿ ಮುಗಿಸಿ, ಮಿತ್ರದ್ವಯರು ಕಮ್ಮರಡಿಗೆ ಒಂಭತ್ತೂವರೆಯ ಎಕ್ಸ್‌ಪ್ರೆಸ್ ಬಸ್ಸು ಹಿಡಿದರು. ಬಸ್ಸಲ್ಲಿ ಕೂತಾಗ ಮಂಜುನಾಥ ಸಂದೇಹದ ರಾಗ ತೆಗೆದ. 'ಹುಡುಗಿ ಊರಲ್ಲಿರದಿದ್ದರೆ?'

'Lets take a chance, ಒಂದು pleasure trip ಅಂದುಕೊಳ್ಳೋಣ. ಕೊಳ್ಳೆ ಹೋದದ್ದೇನು?' ಎಂದ ಮುನ್ನಾ, ಮೇ ತಿಂಗಳ ಬಿರು ಬಿಸಿಲಿನ ಝಳಕ್ಕೆ ಸಮೃದ್ಧವಾಗಿ ಬೆವರುತ್ತಿದ್ದ ತನ್ನ ಮುಖ ಕತ್ತು ಕೊರಳನ್ನು ಕರವಸ್ತ್ರದಿಂದ ಒರೆಸಿಕೊಳ್ಳುತ್ತ.

ದಾರಿಯುದ್ದಕ್ಕೂ ಅದೂ ಇದೂ ಮಾತಾಯಿತು.

ಬಸ್ಸು ಕಮ್ಮರಡಿ ಮುಟ್ಟಿದಾಗ ಮಧ್ಯಾಹ್ನ ಹನ್ನೆರಡೂವರೆ. ಅಲ್ಲಿನ ಪೇಟೆಬೀದಿಯ ಹೋಟೆಲೊಂದರಲ್ಲಿ ಮಹಾಬಲಭಟ್ಟರ ಮನೆಗೆ ದಾರಿ ವಿಚಾರಿಸಿದರು. ಹೊಟೇಲಿನ ಮಾಲೀಕರು 'ಓ ನಮ್ಮ ಮಾಬಲಭಟ್ಟರ ಮನೇಗೋ? ಏನು ವಿಶೇಷ?' ಎಂದು ವಿಚಾರಿಸಿ, ಟೇಬಲ್ ಕ್ಲೀನ್ ಮಾಡುತ್ತಿದ್ದ ಒಬ್ಬ ಪುಟ್ಟ ಹುಡುಗನನ್ನು ಕರೆದು, 'ಲೋ ಸೀನಿ, ಇವರ ಕೆಳಕಮ್ಮರಡಿ ಮಾಬಲಭಟ್ಟರ ಮನೆ ಮುಟ್ಟಿಸಿ, ಓಡಿ ಬರಬೇಕು, ಆಯ್ತು?' ಎಂದರು. ಸೀನಿ ಕೈಕಾಲು ಮುಖ ತೊಳೆದುಕೊಂಡು ಇವರೊಂದಿಗೆ ಹೊರಟ.

ದಟ್ಟ ಕಾಡಿನಲ್ಲೊಂದು ಇಳಿಜಾರಿನ ಇಕ್ಕಟ್ಟು ಕಾಲು ಹಾದಿ, ಬಗೆ ಬಗೆ ಮರಗಿಡಗಳು, ಬಳ್ಳಿ ಹೊದರುಗಳು, ಬಿದಿರು ಮೆಳೆಗಳು, ಹಕ್ಕಿಗಳ ಕಿಲ ಕಿಲ ವಟಪಟ ಸದ್ದು. ಅನೂಹ್ಯ ಲೋಕವೊಂದನ್ನು ಹೊಕ್ಕಂತಾಯಿತು ಬಯಲು

ಸೀಮೆಯ ಮುನ್ನಾ ಮತ್ತು ಮಂಜುನಾಥರಿಗೆ. ಆ ಹಚ್ಚ ಹಸಿರನ್ನು ಕಣ್ತುಂಬ ತುಂಬಿಕೊಳ್ಳುತ್ತ ತಂಪು ನೆರಳಲ್ಲಿ ಸೀನಿಯೊಂದಿಗೆ ಅದೂ ಇದೂ ಹರಟುತ್ತ ಉತ್ಸಾಹದ ಹೆಜ್ಜೆ ಹಾಕಿದರು. ಹೀಗೇ ಸುಮಾರು ಹತ್ತು ನಿಮಿಷ ನಡೆದ ನಂತರ ಸೀನಿ ತಟ್ಟನೆ ನಿಂತ. ತನ್ನ ಬಲಗೈ ಚಾಚಿ, ದೂರಕ್ಕೆ ಬೆಟ್ಟು ಮಾಡಿ ತೋರಿಸಿ ಹೇಳಿದ: 'ಅಕಾ ಅಲ್ಲಿ ತಳಾಗಡೆ ಹೆಂಚಿನ ಮಾಡು ಉಂಟಲ್ಲ, ಕಾಣ್ತಾ, ಅದೇ ಮಾಬಲಭಟ್ಟರ ಮನೆ. ನಾನಿನ್ನ ಬರ್ತೆ.'

'ಥ್ಯಾಂಕ್ಸ್ ಕಣೋ ಮರಿ. ತಗೊ' ಎಂದು ಮುನ್ನಾ ಅವನಿಗೆ ಎರಡು ರೂಪಾಯಿಯ ನೋಟೊಂದನ್ನು ಕೊಟ್ಟ. ಆ ಪುಟ್ಟ ಹುಡುಗನ ಕಣ್ಣುಗಳು ಬೆರಗಿನಿಂದ ಮಿರುಗಿದವು. ಇಷ್ಟಗಲ ನಕ್ಕು, 'ಟ್ಯಾಂಕ್ಸ್' ಎಂದು, ಹಿಂತಿರುಗಿ 'ಜೀ' ಎಂದು ಕೂಗುತ್ತ ಓಡಿದ. ಗೆಳೆಯರು ನಸುನಕ್ಕು ಮುಂದೆ ಸಾಗಿದರು.

ಆಳದ ತಗ್ಗಿನಲ್ಲೊಂದು ವಿಶಾಲವಾದ ಮನೆ. ಮೇಲಿಂದ, ದಟ್ಟ ಹಸಿರಿನ ನಡುವೆ, ಮನೆಯ ಹೆಂಚಿನ ಮಾಡಷ್ಟೇ ಕಾಣುತ್ತಿತ್ತು. ಕೆಳಕ್ಕೆ ನಿಧಾನ ಇಳಿದಂತೆ ಉಣಗೋಲು, ಅಡಿಕೆ ಹರವಿ ಒಣಗಿಸಲು ಚಪ್ಪರ, ಅದಕ್ಕೊಂದು ಏಣಿ, ಚಪ್ಪರಕ್ಕೆ ಹೊಂದಿದಂತೆ ಮನೆಯ ಮುಂಭಾಗ ಒಂದೊಂದಾಗಿ ದೃಷ್ಟಿಗೆ ಬಿಚ್ಚಿಕೊಂಡವು.

ಗೆಳೆಯರು ಉಣಗೋಲನ್ನು ಸಮೀಪಿಸುತ್ತಿದ್ದಂತೆ ಎಲ್ಲಿತ್ತೋ ಒಂದು ಕರೀ ಕಂತ್ರಿನಾಯಿ ಆಕಾಶ ಕಳಚಿ ಬೀಳುವಂತೆ ಒಂದೇ ಸಮ ಬೊಗಳುತ್ತ ಇವರತ್ತ ಓಡಿಬಂತು. ಗೆಳೆಯರು ಕೊಂಚ ಗಾಬರಿಗೊಂಡರು. ಅಷ್ಟರಲ್ಲಿ ಮನೆಯ ಮುಂಬಾಗಿಲಿನಿಂದ ಒಬ್ಬ ತರುಣಿ ಗಡಬಡಿಸಿ ಹೊರಕ್ಕೆ ಧಾವಿಸಿ ಬಂದು, 'ಲೇ ಜಾನಿ, ಜಾನೀ, ಏನೇ ಅದು? ನಿಲ್ಲೇ... ನಿಲ್ಲೇ...' ಎಂದು ಕೂಗಿಕೊಂಡಳು. ನಾಯಿ ಗಕ್ಕನೆ ನಿಂತು ಹಿಂತಿರುಗಿ ಓಡಿ, ಆ ತರುಣಿಯ ಕಾಲುಗಳ ಸುತ್ತ ಗಿರಕಿ ಹೊಡೆಯುತ್ತ, ಉಣಗೋಲಿನ ಕಡೆ ನೋಡಿ, ಬೊಗಳುವುದನ್ನು ಮುಂದುವರಿಸಿತು.

ತರುಣಿ ಉಣಗೋಲಿನಾಚೆಗೆ ದೃಷ್ಟಿ ಹಾಯಿಸಿ, ಅಪರಿಚಿತರನ್ನು ಕಂಡು ನಿಂತಲ್ಲಿಂದಲೇ 'ಯಾರದು? ಯಾರು ಬೇಕಾಗಿತ್ತು?' ಎಂದು ಕೂಗಿ ಕೇಳಿದಳು.

'ಮಹಾಬಲಭಟ್ಟರ ಮನೆ ಇದೇ ತಾನೆ?' ಮುನ್ನಾ ದನಿಯೆತ್ತಿ ಕೇಳಿದ.

'ಹೌದು, ಬಂದೇ ತಾಳಿ' ಎಂದು ತರುಣಿ ದಾಪುಗಾಲು ಹಾಕುತ್ತ ಬಂದು, ಆಗಂತುಕರನ್ನು ಅಡಿಯಿಂದ ಮುಡಿವರೆಗೆ ಕಣ್ಣಿಂದಲೇ ತಪಾಸಣೆ ಮಾಡುತ್ತ, ಉಣಗೋಲಿನ ಕೋಲುಗಳನ್ನು ಸರಿಸಿ ತೆರೆದಳು.

ಈಗಾಗಲೇ ಫೋಟೊ ನೋಡಿದ್ದ ಕಾರಣ ಈಕೆಯೇ ಮಾಲಿನಿಯೆಂದು ಗೆಳೆಯರಿಗೆ ಸಲೀಸಾಗಿ ಹೊಳೆಯಿತು. ಆದರೆ ಅವರ ನಿರೀಕ್ಷೆಗೂ ಮೀರಿದ

ಸರಳ ಸೌಮ್ಯ ಗ್ರಾಮೀಣ ಚೆಲುವು, ಲವಲವಿಕೆ ಆಕೆಯಲ್ಲಿದ್ದವು. ಹತ್ತಿ ನೂಲಿನ ತಿಳಿ ಹಳದಿ ಬಣ್ಣದ ಸಾದಾ ಸೀರೆ ಕುಪ್ಪಸಗಳಲ್ಲೂ ಆಕೆಯ ಗೌರವರ್ಣದ ಮುಖ ಮತ್ತು ಮೈ ಏರುಪ್ರಾಯದ ಮತ್ತು ಆರೋಗ್ಯದ ಕಾಂತಿಯಿಂದ ಮಿರುಗುತ್ತಿದ್ದವು. ಬಟ್ಟಲುಗಣ್ಣುಗಳು ಕುತೂಹಲದಿಂದ ಇನ್ನಷ್ಟು ಅರಳಿದ್ದವು. ಎಸಳು ಮೂಗು, ತುಂಬು ಕೆಂದುಟಿಗಳಲ್ಲಿ ಸೂಜಿಗಲ್ಲಿತ್ತು. ಮೇಲಕ್ಕೆತ್ತಿ ಬೇಕಾಬಿಟ್ಟಿ ಗಂಟಿಕ್ಕಿದ್ದರೂ ನೀಳ ಕಾಳಪ್ಪು ಹೆರಳು ಆಕೆಯ ನಿರಾಭರಣ ಚೆಲುವಿಗೆ ಕಲಶಪ್ರಾಯವಾಗಿತ್ತು.

ಅವಾಕ್ಕಾಗಿ ಕೆಲವು ಕ್ಷಣ ಎವೆಯಿಕ್ಕದೆ ಆಕೆಯನ್ನೇ ದಿಟ್ಟಿಸಿ ನೋಡುತ್ತ ನಿಂತುಬಿಟ್ಟರು ಮಿತ್ರದ್ವಯರು. ಆಕೆ ನಸು ನಾಚಿ, ಕೆಂಪೇರಿ, 'ಒಳಕ್ಕೆ ಬನ್ನಿ' ಎಂದಳು. ತಟ್ಟನೆ ಸಾವರಿಸಿಕೊಂಡು ಗೆಳೆಯರು ಉಣಗೋಲು ದಾಟಿ ಒಳಕ್ಕೆ ಅಡಿಯಿಟ್ಟರು. ನಾಯಿ ಈಗ ಗುರುಗುಟ್ಟುವುದನ್ನು ನಿಲ್ಲಿಸಿ, ಬಾಲದ ಚಾಮರವಾಡಿಸುತ್ತ ಹತ್ತಿರ ಬಂದು, ಅತಿಥಿಗಳನ್ನು ಸ್ವಾಗತಿಸಿತು.

'ಅಪ್ಪಯ್ಯಾ, ಯಾರೋ ಬಂದಿದಾರೆ ನಿನ್ನ ನೋಡಲಿಕ್ಕೆ' ಎಂದು ಗಟ್ಟಿಯಾಗಿ ಕೂಗಿ ಹೇಳುತ್ತ, ತರುಣಿ ಮುಂಬಾಗಿಲಿಂದ ಮನೆಯ ಒಳಹೊಕ್ಕಳು. ಮಂಜುನಾಥ ಮತ್ತು ಮುನ್ನಾ ಚಪ್ಪರದ ಕೆಳಗೆ ನೆರಳಲ್ಲಿ ನಿಂತು, ಕರವಸ್ತ್ರಗಳಿಂದ ಮುಖ ಒರೆಸಿಕೊಳ್ಳತೊಡಗಿದರು.

ಮಹಾಬಲಭಟ್ಟರು ಕೊಂಚ ಬಾಗಿ, ನಿಧಾನವಾಗಿ ಹೆಜ್ಜೆ ಹಾಕುತ್ತ, ಮುಂಬಾಗಿಲ ಹೊಸ್ತಿಲಿಗೆ ಬಂದು ನಿಂತರು.

ನಡು ವಯಸ್ಸು, ನಿಸ್ತೇಜ ಮುಖ, ಆಳಕ್ಕೆ ಹೂತ ಕಣ್ಣು, ಬತ್ತಿದ ಕೆನ್ನೆ, ಅರಬರ ನರೆತ ತಲೆಗೂದಲು, ಪಂಚೆಯನ್ನಷ್ಟೇ ಉಟ್ಟಿದ್ದರಿಂದ ಎದ್ದು ತೋರುವ ಬಡಕಲು ಮೈ ಪಕ್ಕೆಲುಬುಗಳು.

ಅವರ ಹಿಂದೆಯೇ ಬಂದ ನಡುವಯಸ್ಸಿನ ಒಬ್ಬಾಕೆ ಮೈ ತುಂಬ ಸೆರಗು ಹೊದ್ದು, ಕುತೂಹಲದಿಂದ ಕಣ್ಣರಳಿಸಿ ನಿಂತರು. ಮುಖದ ಹೋಲಿಕೆಯಿಂದಲೇ ಆಕೆ ಮಾಲಿನಿಯ ತಾಯಿಯೆಂದು ಹೇಳಬಹುದಿತ್ತು.

ಆಗಂತುಕರನ್ನು ಒಂದೆರಡು ಕ್ಷಣ ದಿಟ್ಟಿಸಿ ನೋಡಿ, ನೆನಪಿನ ಹಗೇವಿಗಳಿದು ತಡಕಾಡಿದರೂ ಗುರುತು ಹತ್ತದೆ, ಕೊನೆಗೆ ಭಟ್ಟರು ಹೇಳಿದರು: ತಾವ್ಯಾರೋ ತಿಳೀಲಿಲ್ಲ.

ಮಂಜುನಾಥ ಮುಂದೆ ಬಂದು ಹೇಳಿದ: 'ನಾವು ಶಿವಮೊಗ್ಗದಿಂದ ಬಂದಿದೀವಿ. ಉಪಾಧ್ಯರು ಕಳಿಸಿದ್ದಾರೆ.'

'ಉಪಾಧ್ಯರು...' ಎಂದು ಒಂದು ಕ್ಷಣ ಯೋಚಿಸಿ, ತಟ್ಟನೆ ವಿಷಯ ಹೊಳೆದು ಗೆಲುವಾಗಿ ಭಟ್ಟರು, 'ಓಹೋ ಸೀತಾರಾಮ ಉಪಾಧ್ಯರು ಕಳಿಸಿದ್ರೊ? ಬನ್ನಿ ಬನ್ನಿ, ದಯಮಾಡಿಸಿ' ಎಂದು ಬಾಗಿಲಿಂದ ಪಕ್ಕಕ್ಕೆ ಸರಿದು

ಸ್ವಾಗತಿಸಿದರು. ಅವರಾಕೆಯೂ ಸಹ ಹಿಗ್ಗಿ ಹೀರೇಕಾಯಿಯಾಗಿ ಸರಭರನೆ ಒಳಮನೆಗೆ ಸರಿದರು.

ಮಂಜುನಾಥ ಮತ್ತು ಮುನ್ನಾ ಪಡಸಾಲೆಯಲ್ಲಿದ್ದ ಹಳೆಯ ಬೀಟೆ ಮರದ ಕುರ್ಚಿಗಳಲ್ಲಿ ಕುಳಿತರು. ಭಟ್ಟರು ಫ್ಯಾನಿನ ಸ್ವಿಚ್ ಒತ್ತಿ ಅವರೆದುರಿಗೆ ಆರಾಮ ಕುರ್ಚಿಯಲ್ಲಿ ಕೂತರು.

'ಹೇಳದೆ ಕೇಳದೆ ಹೀಗೆ ದಿಢೀರಂತ ಬಂದು ನಿಮಗೆ ತೊಂದರೆ ಕೊಡ್ತಿದೀವಿ, ಕ್ಷಮಿಸಬೇಕು' ಮುನ್ನಾ ತಡಮಾಡದೆ ಮಾತಿಗಿಳಿದ.

'ಛೇ ಛೇ, ಇದರಲ್ಲಿ ತೊಂದರೆ ಏನು ಬಂತು? ತಾವು ಬಂದಿದ್ದು ಭಾಳಾ ಸಂತೋಷ. ಯಾರೋ ಅಂತ ತಿಳಿಕಂಡು ಬಾಗಿಲಲ್ಲೇ ನಿಲ್ಲಿಸಿ ಮಾತಾಡಿದೆ. ತಾವು ತಪ್ಪು ತಿಳೀಬಾರ್ದು. ಉಪಾಧ್ಯರೂ ತಮ್ಮ ಜೊತೇಲಿ ಬಂದಿದ್ದರೆ ಈ ಆಚಾತುರ್ಯ ಆಗ್ತಾ ಇರಲಿಲ್ಲ' ಎಂದರು ಭಟ್ಟರು ಕ್ಷಮಾಯಾಚನೆಯ ಧ್ವನಿಯಲ್ಲಿ.

'ಉಪಾಧ್ಯರು ಊರಲ್ಲಿರಲಿಲ್ಲ. ಇದ್ದಿದ್ರೆ ಅವರನ್ನೂ ಜೊತೆಗೆ ಕರೆ ತರ್ತಾ ಇದ್ವಿ' ಅಂದ ಮುನ್ನಾ.

ಇಷ್ಟರಲ್ಲಿ ಭಟ್ಟರ ಹೆಂಡತಿ ಒಂದು ಬೆಳ್ಳಿ ಹರಿವಾಣದ ಮೇಲೆ ಮೂರು ದೊಡ್ಡ ಬೆಳ್ಳಿ ಬಟ್ಟಲುಗಳಲ್ಲಿ ತಂಪಾದ ನಿಂಬೆಹಣ್ಣಿನ ಪಾನಕ ತಂದು ಎಲ್ಲರಿಗೂ ಕೊಟ್ಟರು.

'ಈಕೆ ನನ್ನ ಹೆಂಡತಿ ಗೌರಿ' ಎಂದು ಭಟ್ಟರು ಪರಿಚಯಿಸಿದರು. ಮಂಜುನಾಥ ಶಿವಮೊಗ್ಗದಿಂದ ತಂದಿದ್ದ ಹೂ ಹಣ್ಣು ತುಂಬಿದ್ದ ತನ್ನ ಬಗಲಚೀಲವನ್ನು ಅವರ ಕೈಗಿತ್ತ.

ಇದೇ ಸದವಕಾಶವೆಂದು ಮುನ್ನಾ ತಮ್ಮ ಪರಿಚಯಕ್ಕೆ ತೊಡಗಿದ: 'ನಾನು ಗೋಪಾಲ, ಎಲ್ಲರೂ ಗೋಪಿ ಅಂತ ಕರೀತಾರೆ. ನೀವೂ ಹಾಗೇ ಕರೀಬಹುದು. ನಾನು ಬೆಂಗಳೂರಲ್ಲಿ ಕಾಲೇಜು ಮೇಷ್ಟರಾಗಿದೀನಿ. ಇವನು ಮಂಜುನಾಥ, ನನ್ನ ಗೆಳೆಯ, ಬಳಗಾನೂ ಆಗಬೇಕು. ಶಿವಮೊಗ್ಗದಲ್ಲಿ ಸಿಂಡಿಕೇಟ್ ಬ್ಯಾಂಕಲ್ಲಿ ಕೆಲಸದಲ್ಲಿದ್ದಾನೆ. ಇವನ ತಂದೆ ಕೃಷ್ಣಭಟ್ಟರು ತೀರಿಕೊಂಡು ತುಂಬಾ ಕಾಲವಾಯಿತು. ತಾಯಿ ಇದಾರೆ, ಒಬ್ಬಳೇ ತಂಗಿ, ಅವಳದ್ದೂ ಮದುವೆ ಆಗಿದೆ. ಇವನೇ ವರ. ನನಗೀಗ ಬೇಸಿಗೆ ರಜ. ನಾಲ್ಕು ದಿನ ಇದ್ದು ಹೋಗೋಣಾಂತ ಶಿವಮೊಗ್ಗಕ್ಕೆ ಬಂದಿದ್ದೆ.

ಉಪಾಧ್ಯರು ನಿಮ್ಮ ಹುಡುಗಿ ಜಾತಕ, ಫೋಟೊ ಇವನಿಗೆ ಕೊಟ್ಟಿದ್ದರಂತೆ, ಜಾತಕ ಹೊಂದುತ್ತೇಂತ ತಿಳೀತು. ಹುಡುಗೀನ ನೋಡಿ ಬರೋಣ ಬಾ, ಅಂದ. ಶುಭ ಕಾರ್ಯ ನೋಡಿ, ಕೈಗೂಡಿದರೆ ನನಗೂ ಒಂದಿಷ್ಟು ಪುಣ್ಯ ಬಂದೀತೇನೋ ಅಂತ ನಾನೂ ಇವನ ಜೊತೇಲಿ ಬಂದೆ.'

ಮುನ್ನಾನ ವಿನೋದಕ್ಕೆ ಭಟ್ಟರು, ಗೌರಮ್ಮ ನಕ್ಕರು.

'ನಿಮಗೆ ಮದುವೆ ಆಗಿದೆಯೋ?' ಭಟ್ಟರು ಕೇಳಿದರು.

'ಇನ್ನೂ ಇಲ್ಲ, ಒಬ್ಬ ತಂಗಿ ಇದಾಳೆ. ಅವಳದ್ದಾಗಲೀಂತ ಕಾಯ್ತಾ ಇದೀನಿ' ಬುರುಡೆ ಬಿಟ್ಟ ಮುನ್ನಾ, ಮಂಜುನಾಥ ಅತಿ ಪ್ರಯಾಸದಿಂದ ನಗು ತಡೆದುಕೊಂಡ.

ಭಟ್ಟರೆಂದರು: 'ಹಾಗೋ, ನೀವೇನು ಚಿಂತೆ ಮಾಡಾದು ಬ್ಯಾಡ. ನಿಮ್ಮ ತಂಗೀದು ಜಾತಕ, ಫೋಟೊ ಉಪಾಧ್ಯರಿಗೆ ಕೊಡಿ–ಚಿಟಿಕೆ ಹಾಕೋದರೊಳಗೆ ಒಳ್ಳೆ ಗಂಡು ತಲಾಶ್‌ಮಾಡಿಕೊಡ್ತಾರೆ. ಈ ವಿಚಾರದಲ್ಲಿ ಭಾರೀ ನಿಸ್ಸಿಮರು ಅವರು.'

'ಹಾಗೇ ಮಾಡ್ತೀನಿ' ಎಂದ ಮುನ್ನಾ.

'ನೀವು ತಪ್ಪು ತಿಳೀಬಾರದು.' ಗೌರಮ್ಮನವರು ಅತ್ಯಂತ ಸಂಕೋಚದಿಂದ ಹೇಳಿದರು. 'ಮದುವೆ ವಿಚಾರಕ್ಕೆ ಬರೋರಿಗೆ ಅವರವರದೇ ಸಂಪ್ರದಾಯಗಳಿದ್ದಾವೆ. ಅದಕ್ಕಂತ ಕೇಳ್ತಿದೀನಿ, ನಿಮಗೆ ತಿಂಡಿ ಆದೀತೋ ಅಥವಾ ಊಟಾನೇ ಮಾಡ್ತೀರೋ?'

'ಛೇ, ಛೇ, ನೀವೇನೂ ತೊಂದರೆ ತಗೋಬೇಡಿ' ಎಂದ ಮಂಜುನಾಥ.

'ಅವನ ಮಾತು ಬಿಡೀಮ್ಮ, ತುಂಬಾ ಸಂಕೋಚದ ಪ್ರಾಣಿ. ನಮಗೆ ಯಾವ–ಸಂಪ್ರದಾಯವೂ ಇಲ್ಲ. ಬೆಳಿಗ್ಗೆ ಶಿವಮೊಗ್ಗ ಬಿಡಕ್ಕೆ ಮುಂಚೆ ತಿಂಡಿ ತಿಂದಿದ್ದು, ಹೊಟ್ಟೆ ತಾಳ ಹಾಕ್ತಿದೆ, ಊಟನೇ ಮಾಡ್ತೀವಿ' ಎಂದ ನಿಸ್ಸಂಕೋಚದಿಂದ ಮುನ್ನಾ.

ಮಂಜುನಾಥ ಅವನನ್ನು ದುರುಗುಟ್ಟಿ ನೋಡಿದ.

'ಹಾಗಿರಬೇಕು ನೋಡಪ್ಪ' ಗೌರಮ್ಮ ಮೆಚ್ಚಿಗೆಯಿಂದ ನುಡಿದರು. 'ಅದು ಬಿಟ್ಟು ಸಂಕೋಚ, ಬಿಗುಮಾನ ಮಾಡಿದರೆ ನಮಗೂ ಕಷ್ಟ, ಮುಜುಗರ, ನೀವು ಮಾತಾಡ್ತಾ ಇರಿ, ಹತ್ತು ನಿಮಿಷ, ಎಲೆ ಹಾಕಿಬಿಡ್ತೀನಿ' ಸಡಗರದಿಂದ ಮತ್ತೆ ಒಳಮನೆ ಹೊಕ್ಕರು ಗೌರಮ್ಮ.

'ಅಂದ ಹಾಗೆ, ನಿಮ್ಮ ಮಗ ಎಲ್ಲಿ ಕಾಣಲೇ ಇಲ್ಲವಲ್ಲ?' ಜ್ಞಾಪಿಸಿಕೊಂಡು ಕೇಳಿದ ಮುನ್ನಾ.

'ಓ ನಮ್ಮ ಮನೋಹರಾನಾ? ಇಲ್ಲೇ ಶಾಲೆ ಮೈದಾನದಲ್ಲಿ ಎಂಥದೋ ಕ್ರಿಕೆಟ್ ಮ್ಯಾಚಂತೆ, ಬೆಳಗ್ಗೇನೆ ಹೋದ. ಸಂಜೆ ಹೊತ್ತಿಗೆ ಬಂದುಬಿಡ್ತಾನೆ' ಎಂದರು ಭಟ್ಟರು.

***

ಬರೀ ಒಂದು ಹುಳಿ, ಪಲ್ಯ, ಸಾಸಿವೆಯೇ ಅಲ್ಲದೆ, ಮಾವಿನಕಾಯಿ ಚಿತ್ರಾನ್ನ, ಗಸಗಸೆ ಪಾಯಸ, ಅಂಬೊಡೆ, ಹಪ್ಪಳ ಸಂಡಿಗೆಗಳ ಭರ್ಜರಿ ಔತಣವೇ ಆಯಿತು ಮಿತ್ರದ್ವಯರಿಗೆ. ಗೌರಮ್ಮನವರು ಬಾಯ್ತುಂಬ ಉಪಚಾರ

ಮಾಡಿ ಕೈ ತುಂಬ ಬಡಿಸಿದರು. ಮಂಜುನಾಥ ಸಂಕೋಚಪಟ್ಟರೂ ಮುನ್ನಾ ಗಡದ್ದಾಗಿ ಹೊಡೆದ. ಮಾಲಿನಿ ಅಡಿಗೆ ಮನೆ ಬಿಟ್ಟು ಹೊರಗೆ ಸುಳಿಯಲೇ ಇಲ್ಲ.

ತಾಂಬೂಲದ ನಂತರ ಭಟ್ಟರು ಮಿತ್ರದ್ವಯರನ್ನು ತಮ್ಮ ದನಕರುಗಳು, ಗೋಬರ್ ಗ್ಯಾಸ್ ಪ್ಲಾಂಟ್, ಅಡಿಕೆ ತೋಟ, ಹೊಲಗದ್ದೆಗಳನ್ನೆಲ್ಲ ತೋರಿಸಿಕೊಂಡು ಬರಲು ಕರೆದೊಯ್ದರು. ಈ ಕಡೆ ಗೌರಮ್ಮ ಮತ್ತು ಮಾಲಿನಿ ಊಟ ಮಾಡಿ, ಅಡಿಗೆಮನೆ ಕೆಲಸಗಳನ್ನೆಲ್ಲ ತರಾತುರಿಯಲ್ಲಿ ಮುಗಿಸಿದರು. ನಂತರ ಮಾಲಿನ ಮುಖ ತೊಳೆದು, ಅಟ್ಟದ ತನ್ನ ಕೊಠಡಿಗೆ ಹೋಗಿ, ಮುಂದಿನ ಕಾರ್ಯಕ್ರಮಕ್ಕೆ ಸಿಂಗಾರಗೊಳ್ಳತೊಡಗಿದಳು.

ಭಾರಿ ಮಳೆ ಬರುವ ಸೂಚನೆಯಾಗಿ ಆಕಾಶದಲ್ಲಿ ಕಾರ್ಮೋಡಗಳು ದಟ್ಟೈಸ ತೊಡಗಿದವು. ಗಾಳಿ ಕಾವೇರತೊಡಗಿತ್ತು. ಈಗಾಗಲೇ ಸಂಜೆ ನಾಲ್ಕರ ಸಮಯವಾಗಿತ್ತು. ಆದರೆ ಮುನ್ನಾಗೆ ಕಾಲದ ಪರಿವೆಯೇ ಇದ್ದಂತಿರಲಿಲ್ಲ. ಬಂದ ಕಾರ್ಯವನ್ನೇ ಅವನು ಮರೆತ ಹಾಗಿತ್ತು. ಬೆರಗುಗಣ್ಣಿಂದ ಪ್ರತಿ ಗಿಡಮರಬಳ್ಳಿಯನ್ನೂ ನೋಡುತ್ತ ಅದರ ವಿವರಗಳನ್ನು ಭಟ್ಟರಿಂದ ಕೇಳಿ ಪಡೆದು ತನ್ನ ನೆನಪಿನಲ್ಲಿ ದಾಖಲಿಸತೊಡಗಿದ್ದ.

ಆದರೆ ಮಂಜುನಾಥನ ಮನಃಸ್ಥಿತಿಯೇ ಬೇರೆಯಾಗಿತ್ತು. ಈಗಾಗಲೇ ಅವನು ಮಾಲಿನಿಯ ಚೆಲುವಿಗೆ ಮಾರುಹೋಗಿದ್ದ. ಎಷ್ಟು ಬೇಗ ಇನ್ನೊಮ್ಮೆ ಅವಳನ್ನು ನೋಡಿಯೇನೋ ಎಂದು ಅವನು ಹಾತೊರೆಯುತ್ತಿದ್ದ. ತಕ್ಕ ಸಮಯಕ್ಕೆ ಮಳೆಯ ಕಾರಣ ಸಿಕ್ಕಿ, ಆದಷ್ಟು ಬೇಗ ಊರಿಗೆ ಹಿಂತಿರುಗಬೇಕೆಂದು ತರಾತುರಿ ಮಾಡತೊಡಗಿದ. ಭಟ್ಟರು ಗೆಳೆಯರನ್ನು ಮನೆಗೆ ವಾಪಸ್‌ಕರೆತಂದರು.

ಪಡಸಾಲೆಯ ಕುರ್ಚಿಗಳಲ್ಲಿ ಗೆಳೆಯರು ಕೂತರು. ಮಬ್ಬು ಆವರಿಸತೊಡಗಿದ್ದರಿಂದ ಭಟ್ಟರು ಟ್ಯೂಬ್‌ಲೈಟ್ ಹಚ್ಚಿ, ತಮ್ಮ ಆರಾಮಕುರ್ಚಿಯಲ್ಲಿ ಕೂತು, 'ಲೇ ಇವಳೇ; ಕಾಫಿ ತಾರೇ' ಎಂದು ಕೂಗಿ ಹೇಳಿದರು. ಮಿತ್ರದ್ವಯರು ಮತ್ತೆ ಗೌರಮ್ಮನವರ ಆಗಮನವನ್ನು ನಿರೀಕ್ಷಿಸತೊಡಗಿದರು.

ಆದರೆ ಅದೇ ಬೆಳ್ಳಿ ಹರಿವಾಣದ ಮೇಲೆ, ಅವೇ ಬೆಳ್ಳಿ, ಬಟ್ಟಲುಗಳಲ್ಲಿ ಈ ಬಾರಿ ವೈಯಾರವಾಗಿ ಬಳುಕುತ್ತ, ನಿರಿಗೆ ಚಿಮ್ಮುತ್ತ ಕಾಫಿ ತಂದವಳು ಮಾಲಿನಿ. ಈಗವಳು ಗುಲಾಬಿ ಬಣ್ಣದ ಶಿಫಾನ್ ಸೀರೆ ಉಟ್ಟಿದ್ದಳು. ಜಡೆ ಹೆಣೆದು ಬೆನ್ನಿಗಿಳಿಬಿಟ್ಟಿದ್ದಳು. ಕನಕಾಂಬರದ ಹೂ ದಂಡೆ ಮುಡಿದಿದ್ದಳು. ಹರಿವಾಣದಿಂದ ಕಾಫಿಯ ಲೋಟ ಎತ್ತಿಕೊಳ್ಳುವಾಗ ಮಂಜುನಾಥ ಅವಳ ಮುಖವನ್ನೊಮ್ಮೆ ಕದ್ದು ನೋಡಿದ. ಅವಳು ಅವನತ ಲೋಚನೆಯಾಗಿದ್ದಳು. ಕಣ್ಣುಗಳು ಕೂಡಲಿಲ್ಲ.

ಮಾಲಿನಿಯ ಹಿಂದೆಯೇ ಪಡಸಾಲೆಗೆ ಬಂದ ಗೌರಮ್ಮನವರು ಚಾಪೆಯೊಂದನ್ನು ಬಿಚ್ಚಿ ನೆಲದ ಮೇಲೆ ಹಾಸಿದರು. ಎಲ್ಲರಿಗೂ ಕಾಫಿ ಕೊಟ್ಟಾದ ಮೇಲೆ ಮಾಲಿನಿ ತನ್ನ ತಾಯಿಯೊಂದಿಗೆ ಚಾಪೆಯ ಮೇಲೆ ಕೂತಳು.

ಕೆಲವು ಕ್ಷಣ ಮೌನ ಆವರಿಸಿತು. ಸನ್ನಿವೇಶದ ಗಾಂಭೀರ್ಯವನ್ನು ಒಡೆಯಲು ಮುನ್ನಾ ತಾನೇ ಮಾತಿಗಿಳಿದ:

'ನೋಡಿ, ಮಾಲಿನಿಯವರೇ, ನೀವೂ ಓದಿದೋರು, ಈ ಕಾಲದೋರು, ಆದ್ದರಿಂದ ಪಾರ್ಮ್ಯಾಲಿಟಿಗಳ ಅಗತ್ಯವಿಲ್ಲ ಅಂದುಕೊಳ್ತೇನೆ. ಇವನೇ ಕನ್ಯಾನ್ವೇಷಣೆಗೆಂದು ಬಂದಿರುವ ವರೋತ್ತಮ. ನನ್ನ ಗೆಳೆಯ ಮಂಜುನಾಥ. ಇವನ ಬಗ್ಗೆ ಈಗಾಗಲೆ ನಿಮ್ಮ ತಾಯಿಯವರಿಂದ ನಿಮಗೆ ಎಲ್ಲ ಮಾಹಿತಿ ಸಿಕ್ಕಿರಬೇಕು. ಸರಿಯಾಗಿ ನೋಡಿಬಿಡಿ. ನೀನೂ ಅಷ್ಟೇ ಕಣಯ್ಯ, ರಾಜಕುಮಾರ, ಆಮೇಲೆ ಹುಡುಗೀನ ಸರಿಯಾಗಿ ನೋಡಲಿಲ್ಲ, ಇನ್ನೊಮ್ಮೆ ನೋಡಬೇಕು ಅಂತ ಇಲ್ಲಿಗೆ ಮತ್ತೆ ನನ್ನ ಕರೀಬೇಡ. ಇವತ್ತಿನ ಔತಣ ಜೀರ್ಣಿಸಿಕೊಳ್ಳೋಕೆ ನನಗೆ ಒಂದು ವಾರ ಟೈಂ ಬೇಕು.'

ಎಲ್ಲರಲ್ಲೂ ನಗುವಿನ ಕಿರುತೆರೆಗಳೆದ್ದು ಸನ್ನಿವೇಶದ ಬಿಗಿ ಸಡಿಲಿತು. ಮಾಲಿನಿ ನಾಚುತ್ತಲೇ ಒಮ್ಮೆ ಕಣ್ಣೆತ್ತಿ ಮಂಜುನಾಥನ ಕಣ್ಣು ಮೀಟಿದಳು. ಅವನ ಹೃದಯ ಕಳಕ್ಕೆಂದಿತು. ನಂತರ ಅವಳ ನೋಟ ಹಾಗೆಯೇ ಒಮ್ಮೆ ಮುನ್ನಾನ ಕಣ್ಣನ್ನೂ ಮೀಟಿ, ನೆಲ ಕಚ್ಚಿತು.

'ನೀವಿಬ್ಬರೂ ಒಪ್ಪಿಗೆಯ ಗ್ರೀನ್ ಸಿಗ್ನಲ್ ಕೊಟ್ಟರೆ ಮುಂದಿನ ನಿಲ್ದಾಣಕ್ಕೆ ಎಕ್ಸ್‌ಪ್ರೆಸ್ ಟ್ರೇನ್ ಹೊರಡಿಸಬಹುದು' ಸೂಚಿಸಿದ ಮುನ್ನಾ.

'ಅಮ್ಮನ್ನೂ ಒಂದು ಮಾತು ಕೇಳಬೇಡವೆ? ಎಷ್ಟಾದರೂ ಹಿರಿಯರು' ಎಂದ ಮಂಜುನಾಥ.

'ಹಾಗಿದ್ರೆ ಹೀಗೆ ಮಾಡಿ. ಭಟ್ಟರೇ, ನೀವು ನಾಳೇನೇ ದಂಪತಿಗಳು ಮಾಲಿನಿಯವರನ್ನು

ಶಿವಮೊಗ್ಗಕ್ಕೆ ಕರೆದುಕೊಂಡು ಬನ್ನಿ. ಇತ್ಯರ್ಥವಾಗಿ ಬಿಡಲಿ, ತಡಮಾಡೋದು ಬೇಡ, ಶುಭಸ್ಯ ಶೀಘ್ರಂ' ಎಂದ ಮುನ್ನಾ.

'ನನ್ನ ಅನಾರೋಗ್ಯದ ಬಗ್ಗೆ ಈಗಾಗಲೇ ನಿಮಗೆ ಹೇಳಿದ್ದೇನೆ. ಈ ಮನೆ, ಈ ತೋಟ ಬಿಟ್ಟು ಕಮ್ಮರಡಿಪೇಟೆ ತನಕ ನಾನು ನಡೆದುಹೋಗಿಯೂ ಎಷ್ಟೋ ಕಾಲವಾಯಿತು. ನನ್ನ ಪ್ರಾರಬ್ಧ ಕರ್ಮ, ದಯವಿಟ್ಟು ತಪ್ಪು ತಿಳೀಬಾರದು. ನನ್ನ ಹೆಂಡತಿ, ಮಗನ ಜೊತೆ ಮಾಲಾನ ನಾಳೆ ಬೆಳಿಗ್ಗೆಯೇ ಶಿವಮೊಗ್ಗದ ಉಪಾಧ್ಯರ ಮನೆಗೆ ಕಳಿಸ್ತೇನೆ. ಅಲ್ಲಿಂದ ಸಂಜೆ ಅವರು ನಿಮ್ಮ ಮನೆಗೆ ಬರ್ತಾರೆ, ಆಗಬಹುದೆ?' ಕೇಳಿದರು ಭಟ್ಟರು.

'ಆಯ್ತು ಹಾಗಿದ್ರೆ ನಾವಿನ್ನು ಹೊರಡಬಹುದಲ್ಲ?' ಎಂದ ಮುನ್ನಾ.

ಪೇಟೆ ತನಕ ನಿಮ್ಮ ಜೊತೆಗೆ ಕಳಿಸೋಣ ಎಂದರೆ ಹಾಳಾದೋನು ನಮ್ಮ ಮನೂ ಇನ್ನೂ ಬರಲೇ ಇಲ್ಲವಲ್ಲ! ಮಳೇ ಬೇರೆ ಬರೋ ಹಾಗಿದೆ!' ಪೇಚಾಡಿದರು ಭಟ್ಟರು. ಅಷ್ಟರಲ್ಲಿ, ಹೇಳಿ ಕಳಿಸಿದ ಹಾಗೆ, ಕಿವಿ ಗಡಚಿಕ್ಕುವ ಗುಡುಗಿನೊಂದಿಗೆ ಭಾರಿ ಬಿರುಮಳೆ

ಶುರುವಾಗೇಬಿಟ್ಟಿತು. ಮುನ್ನಾ ಗಡಬಡಿಸಿ ಎದ್ದು, ಮುಂಬಾಗಿಲಿಂದ ಹೊರಬಿದ್ದು, ಚಪ್ಪರದಕೆಳಗೆ ನಿಂತು, ಮಲೆನಾಡಿನ ಕಾರ್ಗಾಲದ ವೈಭವವನ್ನು ಸವಿಯತೊಡಗಿದ–ಮಂಜುನಾಥನೂ ಸಹ ನಿರ್ವಾಹವಿಲ್ಲದೆ ನಿಧಾನವಾಗಿ ಅವನನ್ನು ಅನುಸರಿಸಿದ. ತನ್ನ ತಂದೆ ತಾಯಿಯರ ಹಿಂದೆ ಮುಂಬಾಗಿಲಲ್ಲಿ ನಿಂತ ಮಾಲಿನಿ ಮುನ್ನಾನ ಎಗ್ಗಿಲ್ಲದ ಮುಗ್ಧತೆ, ಬೆರಗು, ಉಲ್ಲಾಸಗಳನ್ನು ನಸುನಗೆಯೊಂದಿಗೆ ನೋಡತೊಡಗಿದಳು.

***

ಮಳೆಯ ಅಬ್ಬರ ಕ್ರಮೇಣ ಕಡಿಮೆಯಾಯಿತು. ಆದರೆ ಪೂರ್ತಿ ನಿಂತಿರಲಿಲ್ಲ. ಅದು ನಿಲ್ಲುವ ತನಕ ಮಿತ್ರರು ಹೊರಡುವಂತಿರಲಿಲ್ಲ. 'ರಾತ್ರಿ ಎಂಟರ ತನಕ ಶಿವಮೊಗ್ಗಕ್ಕೆ ಬಸ್ಸಿದೆ, ಚಿಂತಿಸಬೇಕಾಗಿಲ್ಲ. ಮಳೆ ಪೂರ್ತಿ ನಿಂತ ಮೇಲೇ ಹೊರಡುವಿರಂತೆ, ಬನ್ನಿ' ಎಂದು ಭಟ್ಟರು ಮತ್ತೆ ಮಿತ್ರರನ್ನು ಪಡಸಾಲೆಯಲ್ಲಿ ಕೂರಿಸಿಕೊಂಡರು. ಮಾಲಿನಿಯನ್ನೂ ಅಲ್ಲಿಗೇ ಕರೆಸಿ ಕೂರಿಸಿದ ಮುನ್ನಾ. ಗೌರಮ್ಮನವರು ಅಡಿಗೆ ಮನೆ ಹೊಕ್ಕು ಈರುಳ್ಳಿ, ಬೋಂಡದ ತಯಾರಿಗೆ ತೊಡಗಿದರು.

ಮುನ್ನಾ ಇದ್ದ ಮೇಲೆ ಮಾತಿಗೆ ಬರವೆ? ಭಟ್ಟರು, ಹಾಗೆಯೆ ಮಾಲಿನಿ ಸಹ ಸಂಗೀತ, ಸಾಹಿತ್ಯ ಪ್ರಿಯರು ಎಂದು ಗೊತ್ತಾದ ಮೇಲೆ ಅವನಿಗೆ ಇನ್ನಷ್ಟು ಹುಮ್ಮಸ್ಸು ಬಂತು. ಅಭಿಜಾತ ಕನ್ನಡ ಸಾಹಿತ್ಯದಿಂದ ದಲಿತ ಸಾಹಿತ್ಯದವರೆಗೆ, ಶಾಸ್ತ್ರೀಯ ಸಂಗೀತದಿಂದ ಭಾವಗೀತೆಯವರೆಗೆ ಬಿಸಿ ಬಿಸಿ ಚರ್ಚೆಯಾಯಿತು. ಮಂಜುನಾಥ ಆಗಾಗ ಅಲ್ಲಲ್ಲಿ ಬಾಯಿ ಹಾಕಿದರೂ ಬಹುಪಾಲು ಮೌನವಾಗಿ ಕೂತು, ಕಣ್ಣಿಂದಲೇ ಮಾಲಿನಿಯ ಚೆಲುವನ್ನು ದೋಚುವುದರಲ್ಲಿ ನಿರತನಾಗಿದ್ದ.

ಮಾಲಿನಿ ತಕ್ಕಮಟ್ಟಿಗೆ ಸಂಗೀತವನ್ನೂ ಕಲಿತಿದ್ದಾಳೆಂದು ಭಟ್ಟರಿಂದ ಸುಳಿವು ಸಿಕ್ಕ ಮೇಲೆ ಮುನ್ನಾ ಬಿಟ್ಟಾನೆಯೆ? ತಂಬೂರಿಯ ಶ್ರುತಿಯಲ್ಲಿ ಮಾಲಿನಿ ಕೆಲವು ಕೀರ್ತನೆ ದೇವರನಾಮ, ಭಾವಗೀತೆಗಳನ್ನು ಹಾಡಲೇಬೇಕಾಯಿತು.

'ಸೊಗಸಾಗಿ ಹಾಡ್ತೀರಿ, ಕಣ್ರೀ, ಥೇಟ್ ನಮ್ಮ ರತ್ನಮಾಲಾ ಅವರ ಥರ. ಎಷ್ಟಾದರೂ ನೀವೂ ಮಾಲಾನೇ ತಾನೆ?' ಮುನ್ನಾ ಮನಸ್ಪೂರ್ತಿ ಹೊಗಳಿದ. ಮಾಲಿನಿ ನಾಚಿ ನೀರಾದಳು.

‘ಅಂದ ಹಾಗೆ, ನಿಮಗೆ ಲಕ್ಷ್ಮೀನಾರಾಯಣಭಟ್ಟರ’ ಎಲ್ಲಿ ಜಾರಿತೋ ಮನವು, ಎಲ್ಲೆ ಮೀರಿತೋ ‘ಅನ್ನೋ ಹಾಡು ಬರುತ್ತೇ?’ ಮುನ್ನಾ ಕೇಳಿದ.

‘ಅದು ನಗೆ ತುಂಬ ಇಷ್ಟವಾದ ಹಾಡು’ ಎಂದು ಮಾಲಿನಿ ಮೆಲುದನಿಯಲ್ಲಿ.

‘ದಯವಿಟ್ಟು ಅದೊಂದು ಹಾಡಿಬಿಡಿ. ನನಗೂ ಆ ಹಾಡು ತುಂಬಾ ಇಷ್ಟ’ ವಿನಂತಿಸಿಕೊಂಡ ಮುನ್ನಾ.

ಇಂಪಾಗಿ, ಭಾವಪೂರ್ಣವಾಗಿ ಹಾಡಿ ತೋರಿದಳು ಮಾಲಿನಿ.

ಇದೀಗ ಮಳೆಯೂ ಪೂರ್ತಿಯಾಗಿ ನಿಂತಿತು. ಗೆಳೆಯನೊಬ್ಬನ ಛತ್ರಿಯೊಂದಿಗೆ ಮನೋಹರನ ಆಗಮನವೂ ಆಯ್ತು. ಬಿಸಿ ಬಿಸಿ ಬೋಂಡ ಸವಿದು, ಕಾಫಿ ಕುಡಿದು, ಎಲ್ಲರಿಂದ ಬೀಳ್ಕೊಂಡು, ಮನೋಹರ ಮತ್ತು ಜಾನಿಯೊಂದಿಗೆ ಮಿತ್ರರು ಕಮ್ಮರಡಿ ಪೇಟೆಗೆ ಹೊರಟರು, ಶಿವಮೊಗ್ಗಕ್ಕೆ ಬಸ್ಸು ಹಿಡಿಯಲು. ಎಲ್ಲೆಡೆ ಥಳಥಳಿಸುವ ಸಂಜೆಯ ಹೊಂಬೆಳಕು ಹರಡಿತ್ತು.

ಬಸ್ಸು ಶಿವಮೊಗ್ಗ ತಲುಪುವ ತನಕ, ಮುನ್ನಾ ಮಾಲಿನಿಯನ್ನು, ಅವಳ ಸೊಬಗು ಸದಭಿರುಚಿಗಳನ್ನು, ಅವಳ ಕುಟುಂಬ ಮತ್ತು ಪರಿಸರವನ್ನು ಓತಪ್ರೋತವಾಗಿ ಹಾಡಿಕೊಂಡಾಡಿದ. ‘ಅಂಥವಳ ಕೈ ಹಿಡಿಯಲಿರುವ ನೀನೇ ಭಾಗ್ಯವಂತ’ ಎಂದು ಮಂಜುನಾಥನನ್ನು ಅಭಿನಂದಿಸಿದ. ಮಂಜುನಾಥನಂತೂ ದಿವ್ಯಾನಂದದಲ್ಲಿದ್ದ.

***

ಅಂದು ರಾತ್ರಿ ಮುನ್ನಾನಿಗೊಂದು ವಿಚಿತ್ರ ಕನಸು: ಅಡಿಕೆತೋಟ ತೋರಿಸುತ್ತ ಮಹಾಬಲ ಭಟ್ಟರು ಮುಂದೆ ಮುಂದೆ ಹೋಗ್ತಾ ಇದ್ದರು. ಮಂಜುನಾಥ ಮತ್ತು ಮುನ್ನಾ ಅವರನ್ನು ಹಿಂಬಾಲಿಸುತ್ತಿದ್ದರು. ಇದು ಏಲಕ್ಕಿ ಬಳ್ಳಿ, ಇದು ಕಾಳು ಮೆಣಸು ಬಳ್ಳಿ, ಇದು‘ಅನಾನಸ್‌ಗಿಡ’ ಎಂದು ತೋರಿಸುತ್ತ ಒಂದು ಚಿಕ್ಕ ಮರದೆದುರು ನಿಂತು ಭಟ್ಟರು ಹೇಳಿದರು, ‘ಇದು ನೋಡಿ, ಕೋಕೋ ಮರ. ನಾವಿದನ್ನ ಕಷ್ಟಪಟ್ಟು ಬೆಳೆಸೋದೊಂದೇ ಬಂತು, ಬೆಳೆ ಕೈಗೆ ಹತ್ತೋದೇ ಅಪರೂಪ. ಇದು ಕಾಯಿ ಬಿಟ್ಟು, ಆ ಕಾಯಿ ಮಾಗೋ ವೇಳೆಗೆ ಕಬ್ಬೆಕ್ಕೂ ಅಂತ ಒಂದಿರುತ್ತೆ, ಅದು ರಾತ್ರಿ ಹೊತ್ತು ಬಂದು, ಹಣ್ಣಿನ ತಿರುಳನ್ನೆಲ್ಲ ತಿಂದು ಹೋಗಿಬಿಡುತ್ತೆ, ಬೀಜ ಬಲಿಯೋದಕ್ಕೇ ಬಿಡೋದಿಲ್ಲ.

‘ಆ ಕಬ್ಬೆಕ್ಕನ್ನ ಹಿಡೀಲಿಕ್ಕೆ ಅಥವಾ ತಡೀಲಿಕ್ಕೆ ಸಾಧ್ಯವಿಲ್ಲವೆ?’ ಮಂಜುನಾಥ ಕೇಳಿದ.

ಯಾರೋ ಬೆನ್ನ ಹಿಂದೆ ಗಹಗಹಿಸಿ ನಕ್ಕಂತಾಯಿತು. ಹಿಂತಿರುಗಿ ನೋಡಿದರೆ ಮಾಲಿನಿ! ಕಷ್ಟಪಟ್ಟು ನಗು ತಡೆಯುತ್ತ ಅವಳು ಹೇಳಿದಳು:

'ಕಬ್ಬೆಕ್ಕನ್ನ ಹಿಡೀಲಿಕ್ಕಾಗಲೀ ತಡೀಲಿಕ್ಕಾಗಲೀ ಯಾರಿಗೂ ಸಾಧ್ಯವಿಲ್ಲ. ಯಾಕೆಂದರೆ ಅದು ಕಪ್ಪಗಿರುತ್ತೆ, ಕಾಳರಾತ್ರೀಲಿ ಬರುತ್ತೆ. ಹೇಗೆ ಬರುತ್ತೋ ಹೇಗೆ ಹೋಗುತ್ತೋ ಗೊತ್ತೇ ಆಗೋಲ್ಲ. ಅಷ್ಟು ನಿಶ್ಯಬ್ದವಾಗಿ ಬಂದು, ನಿಶ್ಯಬ್ದವಾಗಿ ಮರ ಏರಿ, ನಿಶ್ಯಬ್ದವಾಗಿ ಹಣ್ಣು ತಿಂದು, ನಿಶ್ಯಬ್ದವಾಗಿ ಹೋಗಿಬಿಡುತ್ತೆ. ಅದನ್ನ ಹಿಡಿಲಿಕ್ಕಾಗಲೀ, ತಡೀಲಿಕ್ಕಾಗಲೀ ಯಾರಿಗೂ ಸಾಧ್ಯವಿಲ್ಲ' ಮತ್ತೆ ಬಿದ್ದು ಬಿದ್ದು ನಗತೊಡಗಿದಳು ಮಾಲಿನಿ, ಮುನ್ನಾನ ಕಡೆ ನೋಡುತ್ತ.

ಅವಳು ಹೇಳಿದ್ದೇನು? ತನಗೇ ಯಾಕೆ ಹೇಳಿದಳು? ಅದ್ಯಾಕೆ ಹಾಗೆ ಬಿದ್ದು ಬಿದ್ದು ನಕ್ಕಳು? ಮುನ್ನಾಗೆ ಅರ್ಥವಾಗಲೇ ಇಲ್ಲ.

***

ಮರುದಿನ ಬೆಳಿಗ್ಗೆ ಮಂಜುನಾಥ ಮತ್ತು ಮುನ್ನಾ ಸಂಭ್ರಮದಲ್ಲಿದ್ದರು. ಉಪಾಧ್ಯರ ಮನೆಗೆ ಹೋಗಿ ಕೃಷ್ಣಭಟ್ಟರ ಕುಟುಂಬ ಅಂದು ಬರಲಿರುವ ಸುದ್ದಿ ತಿಳಿಸಿ ಬಂದರು. ಸಂಜೆ ಅತಿಥಿಗಳ ಸತ್ಕಾರಕ್ಕೆ ಸಕಲ ಸಿದ್ಧತೆಗಳನ್ನೂ ಮಾಡತೊಡಗಿದರು. ವೆಂಕಮ್ಮನವರೂ ಸಹ ಹುರುಪಿನಿಂದ ಮನೆಯನ್ನು ಓರಣ ಮಾಡತೊಡಗಿದರು.

ಆದರೆ ಅಂದು ಮಧ್ಯಾಹ್ನ ಮಿತ್ರರ ಉತ್ಸಾಹಕ್ಕೆ ತಣ್ಣೀರೆರಚುವಂಥ ಅನಿರೀಕ್ಷಿತ ಸಂಗತಿಯೊಂದು ನಡೆಯಿತು. ಕಮ್ಮರಡಿಯಿಂದ ಮಂಜುನಾಥನ ಮನೆ ಹುಡುಕಿಕೊಂಡು ಮನೋಹರ ಬಂದ. ಯಾಕೋ ಸಪ್ಪಗಿದ್ದ. 'ಏನಯ್ಯಾ ಸಮಾಚಾರ?' ಅಂದರೆ, 'ಅಮ್ಮ, ಮತ್ತೆ ಮಾಲಕ್ಕ ಇವೊತ್ತು ಬರೋಲ್ಲವಂತೆ' ಎಂದ. 'ಯಾಕಂತೆ?' ಅಂದರೆ 'ಅದೇನೋ ಗೊತ್ತಿಲ್ಲ, ಸಾರ್. ಅಪ್ಪಯ್ಯ ಹೇಳಿದರು. ಗೋಪಿ ಅವರಿಗೆ ನಾಳೆ ಬೆಳಿಗ್ಗೆ ಕಮ್ಮರಡಿಗೆ ಬರಲಿಕ್ಕೆ ಹೇಳು, ಕೊಂಚ ಮಾತಾಡೋದಿದೆ, ಅಂತ' ಎಂದ. 'ಮನೇಲೇನಾದರೂ ಮಾತುಕತೆ ಆಯಿತೇನು?' ಮುನ್ನಾ ಆತಂಕಗೊಂಡು ಕೇಳಿದ: 'ಅದೇನೋ, ಸಾರ್, ನನಗಂತೂ ಒಂದೂ

ಅರ್ಥವಾಗಲಿಲ್ಲ. ಅಪ್ಪ ಒಂದೇ ಸಮ ರೇಗಾಡ್ತಾ ಇದ್ದರು, ಅಮ್ಮ ಮುಸುಮುಸು ಅಳ್ತಾಇದ್ದಳು, ಮಾಲಕ್ಕ ಮುಖ ಊದಿಸಿಕೊಂಡು, ಗೋಪಿ ಅವರ ಜೊತೆ ಮಾತಾಡಿದ ಮೇಲೇ ನಾನು ಶಿವಮೊಗ್ಗಕ್ಕೆ ಹೋಗೋದು ಅಂತ ಮೊಂಡು ಹಿಡಿದು ಕೂತಿದ್ದಳು' ಎಂದ. 'ಅಷ್ಟೇ ತಾನೆ? ಸರಿ, ನಾಳೇ ಬೆಳಿಗ್ಗೆ ನಾನು ಕಮ್ಮರಡಿಗೆ ಬರ್ರೀನೀಂತ ನಿನ್ನ ಅಪ್ಪಯ್ಯಂಗೆ ಹೇಳು. ಈಗ ಏಳು, ಊಟ ಮಾಡುವಿಯಂತೆ' ಎಂದ ಮುನ್ನಾ, 'ಇಲ್ಲ, ನಂದು ಊಟ ಆಗಿದೆ ಉಪಾಧ್ಯರ ಮನೇಲಿ' ಎಂದ ಮನೋಹರ. ಕೊನೆಗೆ, ವೆಂಕಮ್ಮನವರು ಕೊಟ್ಟ ತಂಪಾದ ಶರಬತ್ತು ಕುಡಿದು, ಕಮ್ಮರಡಿಗೆ ಹೊರಟ.

'ಇದೇನಯ್ಯ ಕಥೆ ಅಡ್ಡದಾರಿ ಹಿಡಿದ ಹಾಗಿದೆ' ಎಂದ ನಿರಾಸೆಯಿಂದ ಪೆಚ್ಚಾಗಿ ಮಂಜುನಾಥ.

'ಅಂಥಾದ್ದೇನೂ ಇರಲಾರದು ಬಿಡೋ. ಹುಡುಗಿಗೆ ನಿನ್ನ ಬಗ್ಗೆ ತಿಳಿಯೋದೇನೋ ಇರಬಹುದು ಅಥವಾ ತನ್ನ ಬಗ್ಗೆ ತಿಳಿಸೋದೇನೋ ಇರಬಹುದು. ನೇರವಾಗಿ ನಿನ್ನೊಂದಿಗೆ ಮಾತನಾಡಲು ಸಂಕೋಚವಾಗಿ ನನಗೆ ಹೇಳಿ ಕಳಿಸಿರಬೇಕು. 'Don't worry, cheer up, ನಾನು ಹೋಗಿ, ಮಾತಾಡಿ, ಎಲ್ಲ ಬಗೆಹರಿಸಿ ಬರ್ತೀನಿ–ಏಳು ಊಟ ಮಾಡೋಣ' ಎಂದ ಧೈರ್ಯ ತುಂಬಿ ಮುನ್ನಾ.

***

ಅಡಿಕೆ ತೋಟದ ಏಕಾಂತದಲ್ಲಿ, ಕಪಿಲೆ ಬಾವಿಯ ಕಟ್ಟೆಯ ಮೇಲೆ, ಇಬ್ಬರೇ ಕೂತರು ಮಾಲಿನಿ ಮತ್ತು ಮುನ್ನಾ. ಕೆಲವು ಕ್ಷಣ ಇಬ್ಬರಿಗೂ ಮಾತು ಹೊರಡಲಿಲ್ಲ. ಕೊನೆಗೆ ಮುನ್ನಾ ಗಂಟಲು ಸರಿಪಡಿಸಿಕೊಂಡು ಮೌನ ಒಡೆದ:

'ನನ್ನ ಜೊತೆ ಏನೋ ಪ್ರೈವೇಟಾಗಿ ಮಾತಾಡೋದಿದೆ ಅಂದಿರಂತೆ?'

'ಹೌದು, 'ಕ್ಷೀಣಸ್ವರದಲ್ಲಿ ಹೇಳಿದಳು ಮಾಲಿನಿ, 'ನೀವು ತಪ್ಪು ತಿಳೀದೇ ಇದ್ದರೆ ಹೇಳ್ತಿನಿ.'

'ಖಂಡಿತ ತಪ್ಪು ತಿಳಿಯೋಲ್ಲ, ಅದೇನಿದ್ರೂ ಮುಚ್ಚುಮರೆಯಿಲ್ಲದೆ ಹೇಳಿ.'

ತಲೆತಗ್ಗಿಸಿ, ನೆಲ ನೋಡುತ್ತ ಪಿಸುಗುಟ್ಟಿದಳು ಮಾಲಿನಿ:

'ನಿಮ್ಮ ಸ್ನೇಹಿತರನ್ನು ಮದುವೆಯಾಗೋಕ್ಕೆ ನನಗೆ ಇಷ್ಟವಿಲ್ಲ.'

'ಯಾಕೆ?' ದಂಗು ಬಡಿದವನಂತೆ ಅಪ್ರತಿಭನಾಗಿ ಕೇಳಿದ ಮುನ್ನಾ.

ಮಾಲಿನಿ ಏನೋ ಹೇಳಲು ಬಾಯ್ದೆರೆದವಳು ಮಾತು ಹೊರಡದೆ ಉಗುಳು ನುಂಗಿದಳು. ಅವಳ ಅನಿಶ್ಚಿತ ಮನಃಸ್ಥಿತಿಯಿಂದ ಕೊಂಚ ಆಸೆ ಕುದುರಿ ಮುನ್ನಾ ಹೇಳಿದ:

'ನೋಡಿ, ದಯವಿಟ್ಟು, ಆತುರ ಪಡಬೇಡಿ. ಸರಿಯಾಗಿ ಯೋಚಿಸಿ ನಿರ್ಧಾರಕ್ಕೆ ಬನ್ನಿ. ಮಂಜುನಾಥ ಮತ್ತು ನಾನು ಬಾಲ್ಯ ಸ್ನೇಹಿತರು. ನಾನವನನ್ನು ಚೆನ್ನಾಗಿ ಬಲ್ಲೆ. ತುಂಬ ಒಳ್ಳೆಯವನು. ಕಷ್ಟದಿಂದ ಮೇಲೆ ಬಂದವನು. ಈಗ ಒಳ್ಳೇ ಕೆಲಸದಲ್ಲಿದ್ದಾನೆ. ಸಾಕಷ್ಟು ಸಂಪಾದನೆ ಇದೆ. ನೋಡಲಿಕ್ಕೂ ಲಕ್ಷಣವಾಗಿದಾನೆ, ನಿಮಗೆ ಅನುರೂಪನಾದ ವರ. ಜೊತೆಗೆ ನಿಮ್ಮನ್ನು ತುಂಬ ಇಷ್ಟಪಟ್ಟಿದ್ದಾನೆ.'

ಮಾಲಿನಿ ಮಧ್ಯದಲ್ಲೇ ಅವನನ್ನು ತಡೆದು ಹೇಳಿದಳು:

'ನನಗೂ ನನ್ನದೇ ಆದ ಇಷ್ಟಗಳು, ಆಸೆಗಳು ಇರೋದಿಲ್ಲವೆ?'

'ಅಂದರೆ...?' ಮುನ್ನಾ ಅನುಮಾನಿಸುತ್ತ ಕೇಳಿದ. 'ನೀವು ಈ ಮೊದಲೇ ಬೇರೆ ಯಾರನ್ನಾದರೂ ಇಷ್ಟಪಟ್ಟಿದೀರೇನು?'

'ಹೌದು'

'ಈ ವಿಷಯ ಮೊದಲೇ ನೀವು ನಿಮ್ಮ ತಂದೆ ತಾಯಿಗೆ ತಿಳಿಸಬಹುದಿತ್ತಲ್ವ?' ಮುನ್ನಾ ಅಸಹನೆಯಿಂದ ಕೆಂಪೇರುತ್ತ ಹೇಳಿದ. 'ಇಷ್ಟೆಲ್ಲ ತಾಪತ್ರಯ ತಪ್ತಾ ಇತ್ತು.'

'ದಯವಿಟ್ಟು ಕೋಪ ಮಾಡಿಕೊಳ್ಳಬೇಡಿ' ಮಾಲಿನಿ ಅಂಗಲಾಚುತ್ತ ಹೇಳಿದಳು. 'ನೀವು ಕಾವ್ಯ, ಸಾಹಿತ್ಯ ಓದಿರೋರು, ಸೂಕ್ಷ್ಮ ಸಂವೇದನೆ ಉಳ್ಳೋರು, ನೀವು ನನ್ನ ಅಂತರಂಗದ ಭಾವನೆಗಳನ್ನು ಅರ್ಥಮಾಡಿಕೊಳ್ಳಬಲ್ಲಿರಿ ಎಂಬ ನಂಬಿಕೆಯಿಂದ ಹೇಳಿದೆ, ಅಷ್ಟೆ'.

'ಹೆಣ್ಣಿನ ಅಂತರಂಗ ಅರ್ಥ ಮಾಡಿಕೊಳ್ಳೋದು ಅಷ್ಟು ಸುಲಭವಲ್ಲ' ಮುನ್ನಾ ಕಹಿಯಾಗಿ ಹೇಳಿದ.

'ಹೆಣ್ಣನ್ನೇಕೆ ಸಾರಾಸಗಟಾಗಿ ದೂಷಿಸುತ್ತೀರಿ? ಹೋಗಲಿ, ನಿಮ್ಮ ಅಂತರಂಗವಾದರೂ ನಿಮಗೆ ಪೂರ್ತಿ ಅರ್ಥವಾಗಿದೆಯೇ?' ಮಾರ್ಮಿಕವಾಗಿ ಕೆಣಕಿದಳು ಮಾಲಿನಿ.

'ನಿಮ್ಮ ಮಾತಿನ ಅರ್ಥ?'

'ಅದು ಹಾಗಿರಲಿ, ನನ್ನ ಇಷ್ಟವೇನು ಅಂತಲಾದರೂ ನೀವು ಒಂದು ಮಾತು ಕೇಳಬಹುದಿತ್ತಲ್ಲ?'

'ಕೇಳಿ ಏನು ಪ್ರಯೋಜನ? ಆ ವಿಚಾರವಾಗಿ ನಾನು ಏನು ತಾನೆ ಸಹಾಯ ಮಾಡಬಲ್ಲೆ ನಿಮಗೆ?'

'ಮನಸ್ಸು ಮಾಡಿದರೆ ಮಾಡಬಹುದು'

'ಹೌದೆ? ಹಾಗಿದ್ರೆ ಹೇಳಿ, ನೋಡೋಣ'.

ಮಾಲಿನಿ ಅಳುಕುತ್ತ ಪಿಸುಗುಟ್ಟಿದಳು:

'ನಾನು ನಿಮ್ಮ ತಂಗಿ ಮದುವೆ ಆಗೋವರೆಗೂ ಬೇಕಿದ್ರೆ ಕಾಯ್ತಿನಿ'

ಅಂದರೆ...!? ಮುನ್ನಾ ತಬ್ಬಿಬ್ಬಾದ, ತಡವರಿಸಿದ 'ನೀವು...ನನ್ನ...?

'ಯಾಕೆ? ನಾನು ನಿಮಗೆ ಇಷ್ಟವಿಲ್ಲವೆ?'

'ಹಾಗಲ್ಲ, ಮಾಲಿನಿ' ಮುನ್ನಾ ಗಡಬಡಿಸಿ ತನ್ನ ಕರವಸ್ತ್ರ ಹೊರತೆಗೆದು ಮುಖದ ಬೆವರೊರೆಸಿಕೊಳ್ಳುತ್ತ ತೊದಲಿದ, 'ಇದು ಸಾಧ್ಯವಿಲ್ಲ.'

'ಯಾಕೆ ಸಾಧ್ಯವಿಲ್ಲ?' ಮಾಲಿನಿ ದೃಢವಾದ ದನಿಯಲ್ಲಿ ಹೇಳಿದಳು: 'ನಾನು ಎಂಥ ವಿರೋಧವನ್ನಾದರೂ ಎದುರಿಸಲು ಸಿದ್ಧಳಿದ್ದೇನೆ'.

'ಹಾಗಲ್ಲ, ಮಾಲಿನಿ' ಮುನ್ನಾ ಕಂಗಾಲಾಗಿ ಗೋಗರೆದ. 'ದಯವಿಟ್ಟು ನನ್ನ ಪರಿಸ್ಥಿತಿಯನ್ನು ಅರ್ಥ ಮಾಡಿಕೊಳ್ಳಿ. ನನ್ನ ಸ್ನೇಹಿತನಿಗೆ ನಾನು ದ್ರೋಹ ಮಾಡಲಾರೆ'.

'ನಿಮಗೆ ನೀವು ದ್ರೋಹ ಮಾಡಿಕೊಂಡರೆ ಪರವಾಗಿಲ್ಲವ?'

'ಖಂಡಿತ ನಾನು ಆ ದೃಷ್ಟಿಯಿಂದ ನಿಮ್ಮನ್ನು ನೋಡಿಲ್ಲ.'

'ನನ್ನ ಕಣ್ಣಲ್ಲಿ ಕಣ್ಣಿಟ್ಟು ಆ ಮಾತು ಹೇಳಿ.'

ಮುನ್ನಾ ಅವಳ ಸವಾಲನ್ನೆದುರಿಸಲಾಗದೆ ನಿರುತ್ತರನಾಗಿ ತಲೆ ತಗ್ಗಿಸಿದ.

ಇದರಿಂದ ಉತ್ತೇಜಿತಳಾಗಿ ಮಾಲಿನಿ ಹೇಳಿದಳು:

'ಇದರಲ್ಲಿ ದ್ರೋಹವೇನು ಬಂತು? ನಾನು ನಿಮ್ಮನ್ನು ಇಷ್ಟಪಟ್ಟಿದ್ದೀನಿ. ನೀವು ನನ್ನನ್ನು ಇಷ್ಟಪಟ್ಟಿದ್ದೀರಿ. ನಾವು ಮದುವೆಯಾದರೆ ತಪ್ಪೇನು? ನಿಮ್ಮ ಸ್ನೇಹಿತರಿಗೆ ಬೇರೆ ಹೆಣ್ಣೆ ಸಿಕ್ಕೋದಿಲ್ಲವೆ?'

'ಹಾಗಲ್ಲ, ಮಾಲಿನಿ' ಮುನ್ನಾ ದೀನನಾಗಿ ಹೇಳಿದ. 'ಅದೊಂದೇ ಕಾರಣವಲ್ಲ.'

'ಮತ್ತೇನು?' ಹಿಂಜರಿಯುತ್ತ ಕೇಳಿದಳು ಮಾಲಿನಿ.

'ಇಲ್ಲ, ನಾನದನ್ನು ನಿಮಗೆ ಹೇಳಲಾರೆ.'

'ಅಂದರೆ...?' ಮಾಲಿನಿ ಹಲವಾರು ಸಂದೇಹಗಳಿಂದ ತಲ್ಲಣಿಸಿ ಕೇಳಿದಳು. 'ನೀವು ಬೇರೆ ಯಾರನ್ನಾದರೂ ಇಷ್ಟಪಟ್ಟಿದೀರೇನು? ಅಥವಾ ನಿಮಗೆ ಈಗಾಗಲೇ ಮದುವೆಯಾಗಿದೆಯೆ?'

'ಇಲ್ಲ, ಇಲ್ಲ, ಹಾಗೇನಿಲ್ಲ.'

ಸಮಾಧಾನದ ನಿಟ್ಟುಸಿರುಬಿಟ್ಟು ಮಾಲಿನಿ ಕೇಳಿದಳು:

'ಹಾಗಿದ್ರೆ ಇನ್ನೇನು?'

'ಪ್ಲೀಸ್ ನನ್ನನ್ನು ಒತ್ತಾಯಿಸಬೇಡಿ. ನೀವು ಮಂಜುನಾಥನನ್ನು ಮದುವೆಯಾಗದಿದ್ದರೆ ಬೇಡ. ಈ ವಿಚಾರಾನ ಇಲ್ಲಿಗೇ ಬಿಡೋಣ' ತಟ್ಟನೆ ಎದ್ದು ನಿಂತ ಮುನ್ನಾ.

ಗಕ್ಕನೆ ಅವನ ಕೈಯನ್ನು ತನ್ನ ಕೈಯಿಂದ ಭದ್ರವಾಗಿ ಹಿಡಿದು, ನಿರ್ಧಾರದ ದನಿಯಲ್ಲಿ ಮಾಲಿನಿ ಆಗ್ರಹಪಡಿಸಿದಳು:

'ನೀವು ಹೇಳಲೇಬೇಕು.'

ಗಾಳಕ್ಕೆ ಸಿಕ್ಕ ಮೀನಿನಂತೆ ವಿಲಿವಿಲಿ ಒದ್ದಾಡಿದ ಮುನ್ನಾ.

'ನಾನು ನಿಜ ಹೇಳಿಬಿಟ್ರೆ ನೀವು ನನ್ನ ಬಗ್ಗೆ ಇಟ್ಟುಕೊಂಡಿರೋ ಒಳ್ಳೆ ಭಾವನೆಗಳೆಲ್ಲ ನುಚ್ಚುನೂರಾಗ್ತವೆ. ನೀವು ನನ್ನ ಬಗ್ಗೆ ಅಸಹ್ಯಪಡ್ತೀರಿ. ಮೋಸಗಾರ ಅಂತ ದ್ವೇಷಿಸ್ತೀರಿ. ಪ್ಲೀಸ್... ಹಾಗಾಗೋದು ಬೇಡ' ಯಾಚಿಸಿದ ಮುನ್ನಾ.

'ಅದು ಎಂಥ ಕಹಿ ಸತ್ಯವಾದರೂ ಪರವಾಗಿಲ್ಲ. ನಾನು ತಾಳಿಕೊಳ್ತೇನೆ, ಹೇಳಿ' ಪಟ್ಟು ಬಿಡಲಿಲ್ಲ ಮಾಲಿನಿ.

ಒಣಗಿದ ತುಟಿಗಳನ್ನು ನಾಲಿಗೆಯಿಂದ ನೇವರಿಸಿ, ಒಣಗಿದ ಗಂಟಲನ್ನು ಪ್ರಯಾಸದಿಂದ ಉಗುಳು ನುಂಗಿ ಒದ್ದೆ ಮಾಡಿಕೊಂಡು, ಮುನ್ನಾ ಸೊರಗಿದ ಸಣ್ಣ ದನಿಯಲ್ಲಿ ಹೇಳಿದ:

'ಮಂಜುನಾಥ ಮತ್ತು ನಾನು ಬಾಲ್ಯ ಸ್ನೇಹಿತರು ಅನ್ನೋದೇನೋ ನಿಜ. ಆದರೆ ನಾವು ಬಳಗವಲ್ಲ. ನಾನು ನಿಮ್ಮ ಜಾತಿಯವನಲ್ಲ, ಮಾಲಿನಿ. ಮಂಜುನಾಥನ ಜೊತೆಗೆ ನಿಮ್ಮ ಮನೆಗೆ ಬರಲಿಕ್ಕೆಂದು, ನಿಮಗೆ ಮುಜುಗರ ಆಗಬಾರದೆಂದು ಹಾಗೆ ಸುಳ್ಳು ಹೇಳಬೇಕಾಯಿತು. ನಾಟಕ ಆಡಬೇಕಾಯಿತು. ನಾನು ಬ್ರಾಹ್ಮಣನಲ್ಲ, ಮಾಲಿನಿ. ನನ್ನ ಹೆಸರು ಮುನ್ನಾ, ನಾನೊಬ್ಬ ಮುಸಲ್ಮಾನ.'

ತನ್ನೆಲ್ಲ ಊಹೆಗಳಿಗೂ ಮೀರಿದ ಸತ್ಯದ ಆಘಾತಕ್ಕೆ ಮಾಲಿನಿ ತತ್ತರಿಸಿದಳು. ಅವಳ ಮುಖ ಕಳೆಗೆಟ್ಟಿತು. ಒಳಗಿನ ತಳಮಳದ ಏದುಸಿರಿಗೆ ಅವಳೆದೆ ಏರಿಳಿಯತೊಡಗಿತು. ಮೂಗಿನ ಹೊಳ್ಳೆಗಳು ಅರಳಿ ಸಣ್ಣಗೆ ಕಂಪಿಸತೊಡಗಿದವು. ಸೊನ್ನೆನೋಟದ ಬಟ್ಟಲು ಕಣ್ಣುಗಳಲ್ಲಿ ನೀರು ತುಂಬ ತೊಡಗಿತು.

ಬಿಗಿ ಹಿಡಿತ ಮೆಲ್ಲ ಮೆಲ್ಲನೆ ಸಡಿಲಿಸಿ, ಅವಳ ಕೈ ಮುನ್ನಾನ ಕೈಯಿಂದ ಬೇರ್ಪಟ್ಟಿತು.

'I am sorry' ಎಂದು ಬಿಸಿಯುಸಿರಿಟ್ಟು ತಲೆ ತಗ್ಗಿಸಿದ ಮುನ್ನಾ.

ಧಿಗ್ಗೆಂದು ಮೇಲೆದ್ದವಳೇ ಮಾಲಿನಿ ಹಿಂತಿರುಗಿ ನೋಡದೆ ಸರಸರನೆ ಮನೆಯ ಕಡೆ ನಡೆದುಬಿಟ್ಟಳು.

ದುಮುಗುಡುತ್ತಿದ್ದ ತನ್ನ ತಲೆಯನ್ನು ಎರಡೂ ಕೈಗಳಿಂದ ಒತ್ತಿ ಹಿಡಿದು, ಬಾವಿ ಕಟ್ಟೆಯ ಮೇಲೆ ಒಬ್ಬಂಟಿ ಕೂತ ಮುನ್ನಾ.

'ನಿಮ್ಮ ಮಗಳೊಂದಿಗೆ ಮಾತಾಡಿದ್ದಾಗಿದೆ. ಮಂಜುನಾಥನೊಂದಿಗೂ ವಿಚಾರ ಮಾಡಿ, ನಾಳೇನೇ ಕಾಗದ ಬರೀತೀನಿ ಅಥವಾ ಮತ್ತೆ ನಾನೇ ಬಂದರೂ ಬಂದೆ?' ಎಂದು ಒಂದು ಸುಳ್ಳು ಹೇಳಿ ಕೃಷ್ಣಭಟ್ಟರಿಂದ ಬಚಾವಾಗಲು ಯತ್ನಿಸಿದ ಮುನ್ನಾ,

'ಏನಂತೆ ಅಂಥಾ ರಾಜರಹಸ್ಯ?' ವ್ಯಂಗ್ಯದಿಂದ ಕೆದಕಿ ಕೇಳಿದರು ಭಟ್ಟರು.

'ಅದು ಅವರಿಬ್ಬರಿಗೇ ಸಂಬಂಧಿಸಿದ್ದು. ಸದ್ಯಕ್ಕೆ ಯಾರಿಗೂ ಹೇಳಕೂಡದೆಂದು ಮಾತು ತಗೊಂಡಿದ್ದಾರೆ ನಿಮ್ಮ ಮಗಳು' ನುಣುಚಿಕೊಂಡ ಮುನ್ನಾ.

'ಅದೇನೋಪ್ಪ, ಈಗಿನ ಕಾಲದ ಹುಡುಗಿಯರ ವರ್ತನೆ ನಮಗಂತೂ ಬಗೆಹರಿಯೋಲ್ಲ' ನೊಂದುಕೊಂಡರು ಗೌರಮ್ಮ.

'ಸಣ್ಣ ವಿಷಯ ಅಷ್ಟೇನಮ್ಮ, ನೀವೇನೂ ಯೋಚನೆ ಮಾಡಬೇಡಿ. ಎಲ್ಲಾ ಒಳ್ಳೇದಾಗುತ್ತೆ' ಹುಸಿ ಭರವಸೆ ತುಂಬಿದ ಮುನ್ನಾ.

ರುಚಿಗೆಟ್ಟ, ನಾಲಿಗೆಯಿಂದ ಬಲವಂತದ ಊಟ ಮುಗಿಸಿ, ಗೌರಮ್ಮ ಮತ್ತು ಭಟ್ಟರಿಂದ ಬೀಳ್ಕೊಂಡು, ಪೆಚ್ಚುಮೋರೆ ಹೊತ್ತು ಶಿವಮೊಗ್ಗಕ್ಕೆ ಹೊರಟು ನಿಂತ ಮುನ್ನಾ. ಮಾಲಿನಿ ಅಟ್ಟದಿಂದ ಕೆಳಕ್ಕೆ ಇಳಿದು ಬರಲೇ ಇಲ್ಲ. ಬೇಡವೆಂದರೂ

ಬಿಡದೆ, 'ಕಮ್ಮರಡಿ ಪೇಟೆ ತನಕ ಜೊತೆಗೆ ಬರ್ತೀನಿ' ಎಂದು ಮನೋಹರ ಗಂಟು ಬಿದ್ದ. ಮಾಮೂಲಿನಂತೆ ಜಾನಿಯೂ ಜಿಗಿದಾಡುತ್ತ ಅವನನ್ನು ಹಿಂಬಾಲಿಸಿತು.

ಏರು ದಿಬ್ಬದ ದಾರಿಯನ್ನು ಏದುಸಿರು ಬಿಡುತ್ತ ಹತ್ತಿ ಅದರ ನೆತ್ತಿ ತಲುಪಿದಾಗ, ಮನಸ್ಸು ತಡೆಯದೆ ಮುನ್ನಾ ಒಮ್ಮೆ ಹಿಂತಿರುಗಿ ನೋಡಿದ. ಇಳುಕಲ ಆ ತುದಿಯಲ್ಲಿ ಉಣಗೋಲಿನ ಹಿಂದೆ ಮಾಲಿನಿ ನಿಂತಿದ್ದಳು, ಇವನತ್ತಲೇ ಕಣ್ಣಾಗಿ, ಮನಸ್ಸು ಹಗುರಾಯಿತು.

ನಸುನಗುತ್ತ ಕೈಬೀಸಿ ವಿದಾಯ ಹೇಳಿದ. ಅವಳೂ ತನ್ನ ಕೈಬೀಸಿ, ಸರಕ್ಕನೆ ಹಿಂದಕ್ಕೆ ತಿರುಗಿ ಮನೆಯ ಕಡೆ ಓಡಿದಳು. ಮುನ್ನಾ ಮನೋಹರನೊಂದಿಗೆ ಚುರುಕು ಗತಿಯಲ್ಲಿ ಮುಂದುವರಿದ.

***

ಬಸ್ಸು ಬಂತು. ಮುಕ್ಕಾಲು ಪಾಲು ಖಾಲಿಯಾಗೇ ಇತ್ತು. ಒಂದಿಬ್ಬರು ಇಳಿದುಕೊಂಡರು. 'ನಾನಿನ್ನು ಬರ್ಲಾ, ಮನು?' ಎಂದು ಮುನ್ನಾ ಬಸ್ಸು ಹತ್ತುವುದರಲ್ಲಿದ್ದ. ತಟ್ಟನೆ ಮನೋಹರ ತನ್ನ ಪ್ಯಾಂಟಿನ ಜೇಬಿನಿಂದ ಒಂದು ಕವರ್ ಹೊರತೆಗೆದು, ಮುನ್ನಾನ ಕೈಗಿತ್ತು 'ಮಾಲಕ್ಕ ನಿಮಗೆ ಕೊಡಲಿಕ್ಕೆ ಹೇಳಿದಳು' ಎಂದ. ಮುನ್ನಾ ಅದನ್ನು ತನ್ನ ಅಂಗಿಯ ಜೇಬಲ್ಲಿಟ್ಟು ಬಸ್ಸು ಹತ್ತಿದ. ಮನೋಹರ ಟಾಟಾ ಮಾಡಿದ. ಬಸ್ಸು ಹೊರಟಿತು. ಮುನ್ನಾ ಕಿಟಕಿಯ ಬದಿಯ ಸೀಟೊಂದು ಹಿಡಿದು ಕೂತ.

ಈಗ ಮತ್ತೊಮ್ಮೆ ಮುನ್ನಾನ ಎದೆಯಲ್ಲಿ ಭತ್ತ ಕುಟ್ಟ ತೊಡಗಿತು. 'ಏನು ಬರೆದಿರಬಹುದು ಮಾಲಿನಿ ಪತ್ರದಲ್ಲಿ?' ಒಡೆದು ಓದುವ ತವಕ! ಆದರೆ ಎಂಥದೋ ಅಂಜಿಕೆ! ಟೈಂ ಬಾಂಬೊಂದನ್ನು ಜೇಬಿನಲ್ಲಿರಿಸಿಕೊಂಡ ಹಾಗೆ ಚಡಪಡಿಸಿದ ಮುನ್ನಾ. ಕೊನೆಗೂ ಮನಸ್ಸು ಗಟ್ಟಿ ಮಾಡಿಕೊಂಡು, ಸಣ್ಣಗೆ ಕಂಪಿಸುತ್ತಿದ್ದ ಕೈಯಿಂದ ಕವರ್ ಹೊರತೆಗೆದು, ಒಡೆದು, ಪತ್ರವನ್ನು ಹೊರಕ್ಕೆಳೆದು, ಮಡಿಕೆ ಬಿಚ್ಚಿ, ಉದ್ವಿಗ್ನನಾಗಿ ಓದತೊಡಗಿದ:

ಪ್ರಿಯ ಮುನ್ನಾ,

ಇದು ಭಾವೋದ್ವೇಗದ ದುಡುಕಿನ ನಿರ್ಧಾರವಲ್ಲ. ಅಟ್ಟದ ನನ್ನ ಕೊಠಡಿಯಲ್ಲಿ ಒಬ್ಬಳೇ ಕೂತು, ಶಾಂತ ಮನಸ್ಸಿನಿಂದ ತೂಗಿ ಅಳೆದು ವಿಚಾರ ಮಾಡಿ ಬರೆಯುತ್ತಿದ್ದೇನೆ. ನಾನು ಈಗಲೂ ನಿಮ್ಮವಳೇ–ನೀವು ಸ್ವೀಕರಿಸುವುದಾದರೆ,

ನಿಮಗಾಗಿ ಕಾದಿರುವ,

ನಿಮ್ಮ ಮಾಲಿನಿ.

ದೇಹವಿಡೀ ಛಳ್ಳೆಂದು ವಿದ್ಯುತ್ ಹರಿದಂತಾಗಿ ಪುಳಕಗೊಂಡ ಮುನ್ನಾ. ಎದೆಯಾಳದಿಂದ ಏನೆಲ್ಲ ಭಾವನೆಗಳು ಒಮ್ಮೆಲೇ ಒತ್ತರಿಸಿಕೊಂಡು ಮೇಲೆದ್ದು ಬಂದಂತಾಗಿ ಕೊರಳ ಸೆರೆಯುಬ್ಬಿತು. ಬಿಕ್ಕಿ ಬಿಕ್ಕಿ ಅತ್ತುಬಿಡಬೇಕೆನಿಸಿತು. ಕಷ್ಟಪಟ್ಟು ಉಗುಳುನುಂಗಿ ತಡೆದ. ಆದರೆ ಅವನ ಪ್ರಯತ್ನವನ್ನೂ ಮೀರಿ ಕಣ್ಣುಗಳು ತುಂಬಿ ಬಂದು ಮಂಜಾದವು.

'ಇದು ನಿಜವೇ?ನಾನೊಬ್ಬ ಮುಸಲ್ಮಾನನೆಂದು ತಿಳಿದ ಮೇಲೂ ಮಾಲಿನಿ ಹೀಗೆ ಬರೆದಿದ್ದಾಳೆಂದರೆ ನಂಬಲೆ? ಇದೆಂಥ ಹುಚ್ಚುತನ! ಎಂಥ ಭಂಡ ಧೈರ್ಯ! ಇದೇಕೆ ನನ್ನಲ್ಲಿವಳಿಗೆ ಇಂಥ ವ್ಯಾಮೋಹ? ನಾನಿದಕ್ಕೆ ಅರ್ಹನೇ? ನನ್ನಂತರಾಳದಲ್ಲಿ ನಾನೂ ಅವಳನ್ನು ಪ್ರೀತಿಸಿದ್ದು, ಬಯಸಿದ್ದು ನಿಜವೇ? ನಿಜವಲ್ಲವಾದರೆ ಹಾಗೆಂದು ಹೇಳಿಬಿಡಲು ನನಗೇಕೆ ಸಾಧ್ಯವಾಗಲಿಲ್ಲ? ತಾನಾಗಿ ಒಲಿದು ಬಂದಿರುವ ಮಾಲಿನಿಯಂಥ ಹೆಣ್ಣನ್ನು ಹೇಗೆ ತಿರಸ್ಕರಿಸಲಿ? ಒಪ್ಪಿಕೊಂಡು ಬಿಡಲೆ? ಇದರ ಪರಿಣಾಮ ಏನೇನಾದೀತು? ಅದನ್ನೆಲ್ಲ ಎದುರಿಸುವ ತಾಕತ್ತು ನನಗಿದೆಯೆ? ಮಾಲಿನಿಯಂಥ ಹೆಣ್ಣೆ ಇಂಥ ಧೈರ್ಯ ಮಾಡಿರುವಾಗ ನಾನು ಹಿಮ್ಮೆಟ್ಟುವುದು ತರವೇ? ಈಗ ಮಂಜುನಾಥನಿಗೆ ಹೇಗೆ ಮುಖ ತೋರಿಸಲಿ? ಏನೆಂದು ಹೇಳಲಿ?'

ಅಡಕತ್ತರಿಯಲ್ಲಿ ಸಿಕ್ಕವನಂತೆ ವಿಲಿವಿಲಿ ಒದ್ದಾಡಿದ ಮುನ್ನಾ.

ತೀರ್ಥಹಳ್ಳಿಯಲ್ಲಿ ಬಸ್ಸು ನಿಂತಾಗ, ಇಳಿದು ಹೋಗಿ ಹೋಟೆಲಿನಲ್ಲಿ ಕಾಫಿ ಕುಡಿದು ಬಂದ. ಸಿಗರೇಟು ಹಚ್ಚಿ ಸೇದತೊಡಗಿದ. ಮನಸ್ಸು ಇನ್ನೂ ಹೊಯ್ದಾಡುತ್ತಲೇ ಇತ್ತು.

'ಯಾರ್ರೀ ಅರ್ಜೆಂಟ್ ಕಮ್ಮರಡಿ, ಶೃಂಗೇರಿ...' ಕೂಗು ಕೇಳಿತು. ಅತ್ತ ತಿರುಗಿ ನೋಡಿದ. ಕಮ್ಮರಡಿಯ ಕಡೆಗೆ ಬಸ್ಸೊಂದು ಹೊರಟು ನಿಂತಿತ್ತು. ಹಠಾತ್ತನೆ ಏನೋ ನಿರ್ಧರಿಸಿ, ಮುನ್ನಾ ಸಿಗರೇಟು ನೆಲಕ್ಕೆಸೆದು, ಓಡಿಹೋಗಿ ಆ ಬಸ್ಸೇರಿ, ಸೀಟೊಂದು ಹಿಡಿದು ಕೂತುಬಿಟ್ಟ.

–1994

20

ಘಾತ

ಮಗಳ ಮದುವೆಗೆ ಇನ್ನೊಂದು ವಾರವಷ್ಟೇ ಉಳಿದಿತ್ತು. ಸಿದ್ಧತೆಗಳೆಲ್ಲ ಬಹುಪಾಲು ಮುಗಿದಿದ್ದವು. ಪರ ಊರುಗಳಲ್ಲಿನ ನೆಂಟರಿಷ್ಟರನ್ನೆಲ್ಲ ಖುದ್ದಾಗಿ ಹೋಗಿ ಆಮಂತ್ರಿಸಿಯಾಗಿತ್ತು. ಊರಲ್ಲಿ ಲಗ್ನಪತ್ರಿಕೆಗಳನ್ನು ಹಂಚುವ ಕೆಲಸ ಕೊಂಚ ಬಾಕಿ ಉಳಿದಿತ್ತು. ಇಂದು ಮುಗಿಸಿ ಬಿಡೋಣವೆಂದು ಆರುಂಧತಿ ಮತ್ತು ನಾನು ಗಡಿಬಿಡಿಯಲ್ಲಿದ್ದೆವು.

ಬೇಗ ಎದ್ದು, ಕಾಫಿ ಹೀರುತ್ತ ದಿನಪತ್ರಿಕೆಯ ಮೇಲೆ ಕಣ್ಣಾಡಿಸಿ, ಶೇವಿಂಗ್ ಮುಗಿಸಿ, ಸ್ನಾನ ಮಾಡಿ ಸಜ್ಜಾಗುತ್ತಿದ್ದೆ. ಹತ್ತು ಗಂಟೆಗೆ ಬರಲು ಆಟೋಗೆ ಹೇಳಿದ್ದೆ. ಈಗಾಗಲೇ ಒಂಭತ್ತೂವರೆ. ಮಗಳು ಅಖಿಲಾ ತನ್ನ ಗೆಳತಿಯರನ್ನು ತಾನೇ ಸ್ವತಃ ಆಮಂತ್ರಿಸಲು ತನ್ನ ಖಾಸಾ ಗೆಳತಿ ನವ್ಯಳೊಂದಿಗೆ ಸ್ಕೂಟಿಯಲ್ಲಿ ಒಂಭತ್ತಕ್ಕೆಲ್ಲ ಹೊರಟು ಹೋಗಿದ್ದಳು.

ಭರ್ಜರಿ ರೇಷ್ಮೆ ಸೀರೆ ಮತ್ತು ಒಡವೆಗಳೊಂದಿಗೆ ಸಾಲಂಕೃತಳಾಗಿ ಅರು ಡೈನಿಂಗ್ ಟೇಬಲ್ಲಿನ ಮೇಲೆ ತಟ್ಟೆಲೋಟಗಳನ್ನಿಟ್ಟು ನನಗಾಗಿ ಸಿಡಿಮಿಡಿಗುಟ್ಟುತ್ತ ಕಾಯುತ್ತಿದ್ದಳು.

‘ಆಯ್ತು, ಬಂದೆ ಕಣೆ’ ಎಂದು ತಲೆಯಲ್ಲಿ ಅಳಿದುಳಿದ ಕೂದಲಿನ ಮೇಲೆ ಬಾಚಣಿಗೆ ಆಡಿಸಿ, ಡೈನಿಂಗ್ ಟೇಬಲ್ಲಿನ ಮುಂದೆ ಬಂದು ಕೂತೆ. ಡೋರ್ ಬೆಲ್ಲು ಗುರ್ರೆಂದು ಗುರುಗುಟ್ಟಿತು.

‘ಯಾರೋ ನೋಡು, ಆಟೋ ಬಂತೂಂತ ಕಾಣುತ್ತೆ’ ಎಂದೆ.

ಅರು ಹೋಗಿ ಮುಂಬಾಗಿಲು ತೆರೆದಳು. ಯಾವುದೋ ಗಂಡು ಧ್ವನಿ ಅಸ್ಪಷ್ಟವಾಗಿ ಕೇಳಿಸಿತು. ಆಟೋದವನೇ ಇರಬೇಕು ಅಂದುಕೊಂಡೆ. ಹಿಂತಿರುಗಿ ಬಂದು ಅರು ಹೇಳಿದಳು:

'ಯಾರೋ ಹೊಸಬರು ಕಣ್ರೀ, ಬೆಂಗಳೂರಿಂದ ನಿಮ್ಮನ್ನು ಕಾಣಬೇಕೂಂತ ಬಂದಿದಾರಂತೆ. ವರಾಂಡಾಲಿ ಕೂರಿಸಿದ್ದೇನೆ. ಮಾತಾಡ್ತಾ ಕೂತುಬಿಡಬೇಡಿ, ಲೇಟಾಗುತ್ತೆ.'

ಯಾರಿರಬಹುದು ಅಂತ ಯೋಚಿಸುತ್ತ ಎದ್ದು ಹೋದೆ. ನನ್ನನ್ನು ಕಂಡವರೇ ಆ ವ್ಯಕ್ತಿ ಎದ್ದು ನಿಂತು ಕೈ ಜೋಡಿಸಿ ನಮಸ್ಕರಿಸಿದರು. ನಾನೂ ನಮಸ್ಕರಿಸಿ, 'ಕೂತ್ಕೊಳ್ಳಿ' ಎಂದು ಹೇಳಿ, ಅವರೆದುರು ಕುರ್ಚಿಯಲ್ಲಿ ಕೂತು, ಅವರನ್ನು ಗಮನಿಸಿದೆ.

ಹಿಂದೆಂದೂ ಕಂಡ ನೆನಪಾಗಲಿಲ್ಲ. ನಡು ವಯಸ್ಸು, ಬಡಕಲು ದೇಹ, ನಿಸ್ತೇಜ ಮುಖ, ನರೆತ ಕೂದಲು, ಬತ್ತಿದ ಕೆನ್ನೆ, ಜುಬ್ಬಾ ಪೈಜಾಮ ತೊಟ್ಟಿದ್ದರು. ಬಣ್ಣ ಮತ್ತು ಮುಖ ಲಕ್ಷಣ ಕಂಡರೆ ದಕ್ಷಿಣ ಕನ್ನಡದವರಂತೆ ತೋರಿದರು. ನಾನು ಕೇಳುವುದಕ್ಕೆ ಕಾಯದೆ ಅವರೇ ತಮ್ಮನ್ನು ಪರಿಚಯಿಸಿಕೊಂಡರು.

'ನನ್ನ ಹೆಸರು ಬಾಲಕೃಷ್ಣ ಭಟ್ ಅಂತ. 'ನಾಡು-ನುಡಿ' ವಾರಪತ್ರಿಕೇಲಿ ಉಪಸಂಪಾದಕ ನಾಗಿದ್ದೇನೆ. ನಿಮ್ಮ ಕಥೆ ಕವನಗಳನ್ನೆಲ್ಲ ಓದಿದ್ದೇನೆ. ತುಂಬಾ ಚೆನ್ನಾಗಿ ಬರೀತೀರಿ".

'ಥ್ಯಾಂಕ್ಸ್' ಎಂದೆ.

'ನಿಮ್ಮನ್ನು ಭೇಟಿಯಾಗಬೇಕೂಂತ ತುಂಬಾ ಕಾಲದಿಂದ ಆಸೆಯಿತ್ತು. ಈಗ ಕೈಗೂಡಿತು' ಎಂದರು.

'ಫೋನ್ ಮಾಡಿ ಬರಬಹುದಿತ್ತು' ಎಂದೆ.

ಕೊಂಚ ಪೆಚ್ಚಾಗಿ 'ಸ್ಸಾರಿ, ನಿಮಗೆ ತೊಂದರೆ ಆಗಿದ್ದರೆ ಕ್ಷಮಿಸಬೇಕು' ಎಂದರು.

'ಛೇ ಛೇ, ಹಾಗೇನಿಲ್ಲ. ಮಗಳ ಮದುವೆ ಮುಂದಿನ ವಾರ. ಊರಲ್ಲಿ ಲಗ್ನಪತ್ರಿಕೆ ಹಂಚೋದಿತ್ತು. ನಾನೂ ನನ್ನ ಹೆಂಡತಿ ಹೊರಗೆ ಹೊರಟಿದ್ದೆವು' ಎಂದೆ.

'ಹಾಗಿದ್ರೆ ಇನ್ನೊಮ್ಮೆ ಯಾವಾಗಲಾದರೂ ಬತ್ತೇನೆ' ಎಂದು ಎದ್ದರು. ನಾನೂ ಗಕ್ಕನೆ ಎದ್ದು ನಿಂತು ಹೇಳಿದೆ:

'ಛೇ ಛೇ, ತಪ್ಪು ತಿಳೀಬೇಡಿ, ಕೂತ್ಕೊಳ್ಳಿ. ಬೆಂಗಳೂರಿನಿಂದ ಬಂದಿದ್ದೀರಿ. ನಿಮ್ಮೊಂದಿಗೆ ಹೆಚ್ಚಿಗೆ ಸಮಯ ಕಳೆಯಲು ಸಾಧ್ಯವಾಗುತ್ತಿಲ್ಲವಲ್ಲಾಂತ ಬೇಜಾರಾಯಿತು, ಅಷ್ಟೇ.'

'ಪರವಾಗಿಲ್ಲ, ನೀವೇನೂ ಬೇಜಾರು ಮಾಡಿಕೋಬೇಡಿ. ನಾನು ಒಬ್ಬಂಟಿಗ. ಪ್ರತಿ ಭಾನುವಾರ ಹೀಗೇ ಯಾವುದಾದರೂ ಹತ್ತಿರದ ಊರಿಗೆ

ಹೋಗಿ ಬರ್ತೀರ್ತೇನೆ. ಪ್ರೇಕ್ಷಣೀಯ ಸ್ಥಳಗಳನ್ನು ಕಂಡ ಹಾಗೂ ಆಯ್ತು, ಬೇಸರ ಕಳೆದ ಹಾಗೂ ಆಯ್ತು ಅಂತ. ಈ ಊರಿನ ಗುಡ್ಡ ತುಂಬ ಚೆನ್ನಾಗಿದೆಯಂತಲ್ಲ? ಪುರಾತನ ಕೋಟೆ, ದೇವಸ್ಥಾನ ಇದೆಯಂತೆ? ನೋಡಿ ಹೋಗ್ತೇನೆ' ಎಂದರು.

'ಇಲ್ಲ ಇಲ್ಲ, ಬನ್ನಿ, ಒಟ್ಟಿಗೆ ತಿಂಡಿ ತಿನ್ನೋಣ, ಆಮೇಲೆ ಹೋಗೋರಂತೆ' ಎಂದು ಅವರನ್ನು ತಡೆದೆ.

'ಬೇಡ ಬೇಡ, ನನ್ನ ಟಿಫಿನ್ ಆಗಿದೆ' ಎಂದರು.

ಅರು ಹಜಾರದ ಬಾಗಿಲಿಂದ ನಮ್ಮತ್ತ ಇಣುಕಿದಳು. ಅವಳನ್ನು ಕರೆದು ಆಗಂತುಕ ವ್ಯಕ್ತಿಗೆ ಪರಿಚಯಿಸಿದೆ. 'ಕಾಫಿ ತಾ' ಎಂದೆ.

'ದಯವಿಟ್ಟು ತೊಂದರೆ ತಗೋಬೇಡಿ. ಐ ಕೆನ್ ಅಂಡರ್‌ಸ್ಟ್ಯಾಂಡ್ ಯುವರ್ ಪೊಸಿಷನ್. ಹೋಗಿ ಬನ್ನಿ. ಇನ್ನೊಮ್ಮೆ ಬರ್ತೇನೆ' ಎಂದರು.

'ಹಾಗಿದ್ರೆ ಒಂದು ಕಂಡಿಶನ್. ನೀವು ಮಧ್ಯಾಹ್ನ ಊಟಕ್ಕೆ ನಮ್ಮ ಮನೆಗೆ ಬರಲೇಬೇಕು. ನಾವು ಎರಡು ಗಂಟೆಗೆಲ್ಲ ವಾಪಸ್ ಬಂದಿರ್ತೀವಿ' ಎಂದೆ.

'ಬೇಡ ಬೇಡ, ಈ ಸಂದರ್ಭದಲ್ಲಿ ನಿಮಗೆ ತೊಂದರೆ ಕೊಡಲು ನನಗಿಷ್ಟವಿಲ್ಲ. ಇನ್ನೊಮ್ಮೆ ಖಂಡಿತ ಬರ್ತೀನಿ' ಎಂದರು.

ಅರು ಹೇಳಿದಳು: 'ನೀವು ಬೆಂಗಳೂರಿಂದ ಬಂದು ಹಾಗೇ ಹೊರಟು ಹೋದರೆ ನಮಗೆ ಖಂಡಿತ ಬೇಜಾರಾಗುತ್ತೆ. ನಿಮಗೋಸ್ಕರ ವಿಶೇಷವಾಗಿ ನಾನೇನೂ ಮಾಡೋಲ್ಲ. ಈಗಾಗಲೇ ಅಡುಗೆ ಮಾಡಿಟ್ಟಾಗಿದೆ. ಮಧ್ಯಾಹ್ನ ಅದನ್ನೇ ಬಡಿಸ್ತೇನೆ ಅಷ್ಟೇ. ದಯವಿಟ್ಟು ಬಂದು ಹೋಗಿ.'

'ಆಯ್ತು ತಾಯಿ, ನೀವು ಇಷ್ಟು ಒತ್ತಾಯಿಸಿದ ಮೇಲೆ ಇಲ್ಲಾಂತ ಹೇಗೆ ಹೇಳಲಿ? ಖಂಡಿತ ಬರ್ತೇನೆ' ಎಂದು ನಮ್ಮಿಂದ ಬೀಳ್ಕೊಂಡು ಆ ವ್ಯಕ್ತಿ ಹೊರಗೆ ಹೊರಟರು. ನಾವೂ ಸಹ ಬೇಗ ಬೇಗ ತಿಂಡಿ, ಕಾಫಿ ಮುಗಿಸಿ ಹೊರಡಲು ಅಣಿಯಾದೆವು.

***

ನಾವು ಮನೆಗೆ ಹಿಂತಿರುಗುವಷ್ಟರಲ್ಲಿ ಎರಡೂವರೆ ಗಂಟೆ. ಆ ಬಾಲಕೃಷ್ಣ ಭಟ್ ನಿಜಕ್ಕೂ ಊಟಕ್ಕೆ ಬರುವುದರ ಬಗ್ಗೆ ಅನುಮಾನವಿತ್ತು. ಆದರೂ ಇರಲಿ ಎಂದು ದಾರೀಲಿ ಒಂದಿಷ್ಟು ಸಿಹಿ, ಖಾರ ಕಟ್ಟಿಸಿಕೊಂಡೆ.

ಮನೆಯ ಮುಂಬಾಗಿಲು ತೆರೆದಿತ್ತು. ಅಖಿಲಾಳ ಸ್ಕೂಟಿ ಕಾಂಪೌಂಡಿನಲ್ಲಿ ನಿಂತಿತ್ತು. ಪರವಾಗಿಲ್ಲ, ನಮಗಿಂತ ಮೊದಲೇ ಹಿಂತಿರುಗಿದ್ದಾಳೆ ಅನ್ನಿಸಿ ನೆಮ್ಮದಿಯಾಯಿತು.

ಹಜಾರದಿಂದ ಅಖಿಲಾಳ ಕಿಲ ಕಿಲ ನಗೆ ತೇಲಿಬಂತು. ನಮ್ಮನ್ನು ಕಂಡವಳೇ ಧಾವಿಸಿ ಬಂದು, 'ಯಾಕಿಷ್ಟು ಲೇಟು? ಪಾಪ, ಅಂಕಲ್ ಅರ್ಧ ಗಂಟೆಯಿಂದ ನಿಮಗಾಗಿ ಕಾಯ್ತಿದ್ದಾರೆ' ಎಂದಳು.

ಸೋಫಾಲಿ ಕೂತಿದ್ದ ಭಟ್ ಎದ್ದು ನಿಂತರು. ಅವರ ಮುಖ ಹಿಗ್ಗಿನ ಕಾರಂಜಿಯಾಗಿತ್ತು. ಹೊಸ ಹುರುಪೊಂದು ಅವರ ದೇಹದ ನರನಾಡಿಗಳಲ್ಲೆಲ್ಲ ಹರಿದಾಡುತ್ತಿರುವಂತೆ ತೋರಿತು.

'ಕ್ಷಮಿಸಿ, ಕೊಂಚ ತಡವಾಯಿತು' ಎಂದೆ.

'ನೋ ಪ್ರಾಬ್ಲಂ, ನಿಮ್ಮ ಮಗಳು ನನಗೆ ಒಳ್ಳೇ ಕಂಪೆನಿ ಕೊಟ್ಟಳು. ಸ್ವೀಟ್ ಚೈಲ್ಡ್' ಎಂದರು.

'ಅಂಕಲ್ ತುಂಬ ತಮಾಷೆಯಾಗಿ ಮಾತಾಡ್ತಾರೆ. ಅರ್ಧ ಗಂಟೆಯಿಂದ ನಾನು ನಕ್ಕಿದ್ದೇ ನಕ್ಕಿದ್ದು' ಎಂದಳು ಅಖಿಲಾ.

'ಹ್ಯಾವ್ ಬಿಕಮ್ ಕ್ಲೋಸ್ ಫ್ರೆಂಡ್ಸ್. ಅಲ್ವೇನಮ್ಮ ಅಖಿಲಾ?' ಎಂದರು ಭಟ್.

'ಅಂದ ಹಾಗೆ, ಗುಡ್ಡಕ್ಕೆ ಹೋಗಿ ಬಂದಿರಾ' ಕೇಳಿದೆ.

'ಹೋಗಿ ಬಂದೆ, ಅದ್ಭುತವಾಗಿದೆ. ನನ್ನ ಕ್ಯಾಮೆರಾಲಿ ಒಂದಷ್ಟು ಫೋಟೋ ಸಹ ತೆಗೆದುಕೊಂಡಿದ್ದೇನೆ. ಒಂದು ಲೇಖನ ಮಾಡೋ ಉದ್ದೇಶವಿದೆ' ಎಂದರು.

'ಕೈ ಕಾಲು ತೊಳಕೊಳ್ಳಿ, ಊಟ ಮಾಡುವಿರಂತೆ. ಈಗಾಗಲೇ ನಿಮ್ಮನ್ನು ತುಂಬ ಕಾಯಿಸಿ ಬಿಟ್ಟಿದ್ದೀವಿ' ಎಂದಳು ಅರು.

ಎಲ್ಲರೂ ಊಟಕ್ಕೆ ಎದ್ದೆವು.

ಸಾಹಿತ್ಯ, ರಾಜಕೀಯ ಅದೂ ಇದೂ ಮಾತಾಡ್ತಾ ಊಟ ಮುಗಿಸಿದೆವು. ಭಟ್ ಮಿತಾಹಾರಿ. ಅರು ಎಷ್ಟೇ ಬಲವಂತ ಮಾಡಿದರೂ ಒಂದಷ್ಟು ಉಂಡ ಶಾಸ್ತ್ರ ಮಾಡಿ ಕೈತೊಳೆದರು.

ಊಟ ಮುಗಿದದ್ದೇ ಭಟ್ ಹೊರಡಲು ಅವಸರಿಸಿದರು. 'ಕೊಂಚ ರೆಸ್ಟ್ ತಗೊಂಡು ಹೋಗೋರಂತೆ. ಆತುರ ಯಾಕೆ?' ಎಂದೆ.

'ಇಲ್ಲ, ಇನ್ನು ಬಸ್ಸು ಹಿಡಿದು ಬೆಂಗಳೂರು ತಲುಪೋದರಲ್ಲಿ ರಾತ್ರಿಯಾಗುತ್ತೆ. ಜೊತೆಗೆ ನಿಮಗೂ ಬೇಕಾದಷ್ಟು ಕೆಲಸ ಕಾರ್ಯಗಳಿರುತ್ತೆ. ಈಗಾಗಲೇ ಸಾಕಷ್ಟು ತೊಂದರೆ ಕೊಟ್ಟಿದ್ದೇನೆ' ಎಂದರು.

'ಮುಂದಿನ ತಿಂಗಳು ಬನ್ನಿ, ನಾನು ಅಷ್ಟರಲ್ಲಿ ಬಿಡುವಾಗಿರುತ್ತೇನೆ. ಒಟ್ಟಿಗೆ ಸುತ್ತಾಡಿ ಬರೋಣ. ಇಲ್ಲಿ ಸುತ್ತಮುತ್ತ ನೋಡಬೇಕಾದ ಸ್ಥಳ ತುಂಬಾ ಇವೆ' ಎಂದೆ.

'ಖಂಡಿತ ಬರ್ತೇನೆ' ಎಂದರು.

ಅರು ನನ್ನನ್ನು ಪಕ್ಕಕ್ಕೆ ಕರೆದು 'ಅವರಿಗೆ ಲಗ್ನ ಪತ್ರಿಕೆ ಕೊಟ್ಟಿರ?' ಕೇಳಿದಳು.

'ಅಯ್ಯೋ ಹೌದಲ್ಲ? ಮರೆತೇ ಬಿಟ್ಟಿದ್ದೇ' ಎಂದು ಲಗ್ನಪತ್ರಿಕೆ ತಂದು, ಅವರ ಹೆಸರು ಬರೆದು 'ಮುಂದಿನ ಭಾನುವಾರ ನಮ್ಮ ಏಕೈಕ ಪುತ್ರಿ ಅಖಿಲಾಳ ಮದುವೆ ಇದೇ ಊರಲ್ಲಿ. ತಪ್ಪದೇ ಬರಬೇಕು' ಎಂದು ಅವರ ಕೈಗಿತ್ತೆ.

'ಖಂಡಿತ ಬರ್ತೀನಿ. ನಾನಿನ್ನು ಬರಲಾ?' ಎಂದು ಎದ್ದರು.

ಅಖಿಲಾ ತಾನಾಗಿ ಬಂದು, ಅವರ ಪಾದ ಮುಟ್ಟಿ ನಮಸ್ಕರಿಸಿದಳು. 'ನಿನಗೆ ಒಳ್ಳೆಯದಾಗಲಿ, ಮಗು' ಎಂದು ಅವಳ ತಲೆ ಮುಟ್ಟಿ ಹರಸಿದವರೇ, ಯಾಕೋ ಭಟ್ ಒಮ್ಮೆಲೆ ಸೋಫಾ ಮೇಲೆ ಕುಸಿದು ಕುಳಿತರು. ಎರಡೂ ಕೈಗಳಿಂದ ಮುಖ ಮುಚ್ಚಿಕೊಂಡು ಬಿಕ್ಕಿ ಬಿಕ್ಕಿ ಅಳತೊಡಗಿದರು.

ನಮಗೆ ಗಾಬರಿಯಾಯಿತು.

'ಯಾಕೆ ಮಿಸ್ಟರ್ ಭಟ್? ಏನಾಯಿತು?' ಎಂದು ಅವರ ಬೆನ್ನು ನೇವರಿಸುತ್ತ ಕೇಳಿದೆ.

ಜುಬ್ಬಾ ಜೇಬಿನಿಂದ ಕರವಸ್ತ್ರ ತೆಗೆದು ಕಣ್ಣರೆಸಿಕೊಳ್ಳುತ್ತ, ಸಾವರಿಸಿಕೊಂಡು ಭಟ್ ಹೇಳಿದರು.

'ಏನಿಲ್ಲ, ನೀವೆಲ್ಲ ತೋರಿದ ಪ್ರೀತಿಯಿಂದ ಹೃದಯ ತುಂಬಿ ಬಂತು, ಅಷ್ಟೇ'.

ನನಗೆ ನಂಬಿಕೆಯಾಗಲಿಲ್ಲ.

'ಇಲ್ಲ, ಮಿಸ್ಟರ್ ಭಟ್, ನೀವೇನೋ ಮುಚ್ಚಿಡ್ತಾ ಇದೀರಿ. ಹೇಳಬಹುದಾದ ವಿಷಯವಾದರೆ ದಯವಿಟ್ಟು ಹೇಳಿ ನಿಮಗೂ ಮನಸ್ಸು ನಿರಾಳವಾಗುತ್ತೆ' ಎಂದೆ.

'ಬೇಡ, ನಿಮ್ಮ ಈ ಸಂತೋಷದ ವಾತಾವರಣಾನ ಕಲಕೋದಕ್ಕೆ ನನಗೆ ಮನಸ್ಸಿಲ್ಲ. ಇನ್ನೊಮ್ಮೆ ಬಂದಾಗ ಹೇಳ್ತೀನಿ' ಎಂದು, ಹಣೆಯ ಮೇಲೆ ಮೂಡತೊಡಗಿದ್ದ ಬೆವರ ಹನಿಗಳನ್ನು ಕರವಸ್ತ್ರದಿಂದ ಒರೆಸಿಕೊಂಡರು.

'ಅಖಿಲಾ, ಫ್ಯಾನ್ ಹಾಕಮ್ಮ' ಎಂದೆ. ಅರು ಒಳಗಿಂದ ಒಂದು ಲೋಟ ತಂಪಾದ ನೀರು ತಂದು ಭಟ್ ಕೈಗಿತ್ತಳು. ಅವರು ನಿಧಾನವಾಗಿ ನೀರನ್ನು ಗುಟುಕರಿಸುತ್ತ ಸುಧಾರಿಸಿ ಕೊಳ್ಳತೊಡಗಿದರು.

'ಮಿಸ್ಟರ್ ಭಟ್, ನೀವು ಈ ರೀತಿ ನಮ್ಮನ್ನು ಸಸ್ಪೆನ್ಸ್‌ನಲ್ಲಿ ನಿಲ್ಲಿಸಿ ಹೋಗೋದು ಸರಿಯಲ್ಲ. ಅದರಿಂದ ಏನೇನೋ ಸಂದೇಹಗಳಿಗೆ ಆಸ್ಪದವಾಗುತ್ತೆ. ನಾನು ಹೆಚ್ಚು ಒತ್ತಾಯಿಸೋಲ್ಲ. ಹೇಳಬಾರದ ವಿಷಯವಾದರೆ ಬೇಡ' ಎಂದೆ.

'ಹೇಳಬಾರದ ವಿಷಯವೇನೂ ಅಲ್ಲ ರಾಯರೇ. ನಿಮ್ಮ ಮಗಳನ್ನು ಕಂಡು ನನ್ನ ಹೆಣ್ಣು ಮಕ್ಕಳ ನೆನಪಾಯಿತು, ಅಷ್ಟೇ' ಎಂದರು.

'ಮತ್ತೆ, ನಾನು ಒಬ್ಬಂಟಿಗ ಅಂದಿರಿ?'

'ಸುಳ್ಳು ರಾಯರೇ, ಕ್ಷಮಿಸಿ, ಈಗ ಒಂದು ವರ್ಷದಿಂದ ಅದೇ ಸುಳ್ಳನ್ನು ಹೇಳೀ ಹೇಳೀ ಅಭ್ಯಾಸವಾಗಿಬಿಟ್ಟಿದೆ. ಅದೊಂದು ಭಯಂಕರ ಕಥೆ' ಎಂದವರೇ, ತಮ್ಮ ಜುಬ್ಬಾ ಜೇಬಿನಿಂದ ಒಂದು ಪಾಕೆಟ್ ಡೈರಿ ಹೊರ ತೆಗೆದು, ಅದರಲ್ಲಿದ್ದ ಒಂದು ಚಿಕ್ಕ ಫೋಟೋನ ನನ್ನ ಕೈಗಿತ್ತರು. ಅರು ಮತ್ತು ಅಖಿಲಾ ಸಹ ಕುತೂಹಲದಿಂದ ಇಣುಕಿ, ನನ್ನೊಟ್ಟಿಗೇ ಆ ಫೋಟೋ ಮೇಲೆ ಕಣ್ಣು ಹಾಯಿಸಿದರು.

ಸಮುದ್ರ ತೀರದಲ್ಲಿ ನಡು ವಯಸ್ಸಿನ ಒಬ್ಬಾಕೆ ಮೂವರು ತರುಣಿಯರೊಂದಿಗೆ ನಿಂತಿದ್ದ ಕಲರ್ ಫೋಟೋ ಅದಾಗಿತ್ತು.

'ಆಕೆ ನನ್ನ ಹೆಂಡತಿ. ಆ ಮೂವರು ನನ್ನ ಹೆಣ್ಣು ಮಕ್ಕಳು' ಎಂದರು ಭಟ್.

'ಅವರೆಲ್ಲ ಈಗ ಎಲ್ಲಿದ್ದಾರೆ?' ಅರು ತಟಕ್ಕನೆ ಕೇಳಿದಳು.

ವಿಷಾದದ ಒಣನಗೆ ಬೀರಿ ಭಟ್ ಹೇಳಿದರು:

'ಅದೊಂದು ದುರಂತ ಕಥೆ, ತಾಯಿ. ನೆನೆಸಿಕೊಂಡರೆ ಈಗಲೂ ಮೈ ನಡುಗುತ್ತೆ. ಅದಕ್ಕೆ ಹಿನ್ನೆಲೇನೂ ನಾಲ್ಕು ಮಾತಲ್ಲಿ ಹೇಳಿಬಿಡ್ತೀನೆ.'

ನನ್ನದು ದಕ್ಷಿಣ ಕನ್ನಡದ ಒಂದು ಸಣ್ಣ ಗ್ರಾಮ. ನನ್ನ ತಂದೆ ಪೌರೋಹಿತ್ಯ ಮಾಡ್ತಿದ್ದರು. ತುಂಬಿದ ಕುಟುಂಬ. ಕಡು ಬಡತನ. ಆದರೂ ನಾನು ಕಷ್ಟಪಟ್ಟು ಓದಿ, ಮಂಗಳೂರಲ್ಲಿ ಬಿ.ಎ. ಮುಗಿಸಿದೆ. ಮೊದಲಿಂದಲೂ ನನಗೆ ಬರವಣಿಗೆಯ ಹುಚ್ಚು. ಮಂಗಳೂರಲ್ಲೇ ಒಂದು ಪತ್ರಿಕೆಯಲ್ಲಿ ಕೆಲಸಕ್ಕೆ ಸೇರಿಕೊಂಡೆ ಮದುವೆಯಾಯ್ತು. ಸಾಲಾಗಿ ಮೂರು ಹೆಣ್ಣು ಮಕ್ಕಳಾದವು. ಹೆಂಡತಿ ಟೈಲರಿಂಗ್ ಮಾಡುತ್ತಿದ್ದಳು. ಹಾಗೂ ಹೀಗೂ ಸಂಸಾರ ನಿಭಾಯಿಸುತ್ತ ಮಕ್ಕಳನ್ನೂ ಅಕ್ಕರೆಯಿಂದಲೇ ಬೆಳೆಸಿದವು. ಅವರು ವಯಸ್ಸಿಗೆ ಬಂದರು. ದೊಡ್ಡಮಗಳ ಮದುವೆಗೆ ತುಂಬಾ ಪ್ರಯತ್ನ ಮಾಡಿದೆವು. ದುಡ್ಡು ಕಾರಣವಾಗಿ ಪ್ರಯತ್ನಗಳೆಲ್ಲ ಮತ್ತೆ ಮತ್ತೆ ಮುರಿದುಬಿದ್ದು ನಾವು ಕಂಗಾಲಾಗಿದ್ದೆವು.

ಗಾಯದ ಮೇಲೆ ಬರೆ ಎಳೆದ ಹಾಗೆ, ನಾನು ಕೆಲಸ ಮಾಡುತ್ತಿದ್ದ ಪತ್ರಿಕೆ ನಿಂತು ಹೋಯಿತು. ನಿರುದ್ಯೋಗಿಯಾದೆ. ಹೊಟ್ಟೆಪಾಡಿಗೂ ಕಷ್ಟವಾಯಿತು. ಉದ್ಯೋಗ ಹುಡುಕಿಕೊಂಡು ಅಲೆದಾಡಬೇಕಾಯಿತು. ಸಾಲಸೋಲ ಹೆಚ್ಚಾದವು. ಹೆಣ್ಣು ಮಕ್ಕಳನ್ನು ಉದ್ಯೋಗಕ್ಕೆ ಕಳಿಸಲು ಸುತರಾಂ ಇಷ್ಟವಿರಲಿಲ್ಲ. ಒಬ್ಬಾಕೆ ನೌಕರಿ ಸೇರಿ, ಅಲ್ಲೊಂದು ಕಹಿ ಪ್ರಸಂಗವಾಗಿತ್ತು. ಅದೊಂದು ಬೇರೆಯೇ ಕಥೆ, ಬಿಡಿ.

ಹೀಗಿರುತ್ತ ಹಿಂದಿನ ವರ್ಷ ಒಂದು ಭಾನುವಾರ, ಮುರುಡೇಶ್ವರಕ್ಕೆ ಒಟ್ಟಿಗೆ ಹೋಗಿ ಬರೋಣ ಎಂದಳು ನನ್ನಾಕೆ. ಹೋದೆವು. ದೇವರ ದರ್ಶನ ಮಾಡಿಕೊಂಡು, ಮಧ್ಯಾಹ್ನ ಊಟ ಮುಗಿಸಿ, ಸಂಜೆ ಸಮುದ್ರ ತೀರದಲ್ಲಿ

ನಡೀತಾ ನಡೀತಾ ಒಂದು ನಿರ್ಜನ ಪ್ರದೇಶ ತಲುಪಿ, ಅಲ್ಲೇ ಮರಳಿನ ಹಾಸಿನ ಮೇಲೆ ಕೂತು, ಸೂರ್ಯಾಸ್ತಕ್ಕಾಗಿ ಕಾಯ್ತಾ ಇದ್ದೆವು. ಆಗಲೇ ನೋಡಿ, ನಾನು ಈ ಫೋಟೋ ತೆಗೆದದ್ದು.

ಸೂರ್ಯಾಸ್ತವಾಯಿತು. ಅದರ ಚೆಲುವನ್ನು ಸವಿದು ಉಲ್ಲಾಸಗೊಳ್ಳುವ ಮನಸ್ಥಿತಿಯಲ್ಲಿ ನಾವಿರಲಿಲ್ಲ. ಮಬ್ಬು ಕವಿಯುತ್ತಿದ್ದ ದಿಗಂತವನ್ನೇ ದಿಟ್ಟಿಸುತ್ತ ಮೌನವಾಗಿ ಕೂತಿದ್ದೆವು. ಸಮುದ್ರದ ಉಬ್ಬರ, ಅಬ್ಬರ ಹೆಚ್ಚಾದವು.

'ಇನ್ನು ಹೊರಡೋಣವ?' ಎಂದೆ.

'ಸಮುದ್ರದ ತನಕ ಬಂದು ಕಾಲಾದರೂ ತೋಯಿಸಿಕೊಳ್ಳದೆ ವಾಪಸ್ ಹೋದರೆ ಏನು ಚೆನ್ನ? ನೀವು ಇಲ್ಲೇ ಕೂತಿರಿ. ನಾವು ಹೋಗಿ ಅಲೆಗಳಿಗೆ ಕಾಲೊಡ್ಡಿ ಬತ್ತೇವೆ. ಬನ್ರೇ' ಎಂದು ನನ್ನಾಕೆ ಮೂವರೂ ಹೆಣ್ಣು ಮಕ್ಕಳನ್ನು ಕರೆದುಕೊಂಡು ಸಮುದ್ರದತ್ತ ಹೊರಟಳು. ನನಗೆ ಸಿಗರೇಟು ಸೇದಲು ಒಂದು ಸದವಕಾಶ ಸಿಕ್ಕಂತಾಗಿ, 'ಬೇಗ ಬಂದುಬಿಡಿ, ತುಂಬಾ ಮುಂದೆ ಹೋಗಬೇಡಿ' ಎಂದು ಅವರನ್ನು ಕಳಿಸಿಕೊಟ್ಟು ಸಿಗರೇಟು ಹಚ್ಚಿದೆ.

ನಾಲ್ಕೂ ಜನ ಕೈ ಕೈ ಹಿಡಿದುಕೊಂಡು ಸಮುದ್ರದತ್ತ ಹೊರಟರು. ಮುಂದೆ ಮುಂದೆ ಹೋಗ್ತಾನೇ ಇದ್ದರು. ಅಲೆಗಳು ಹಿಂದೆ ತಳ್ಳಿದಂತೆಲ್ಲ ಓಲಾಡುತ್ತ, ತೂರಾಡುತ್ತ ಬಿದ್ದು ಎದ್ದು ಮುನ್ನುಗ್ಗುತ್ತಲೇ ಇದ್ದರು. ನಾನು ಗಾಬರಿಗೊಂಡು, ಸಿಗರೇಟೆಸೆದು, 'ಲೇ ವಾಪಸ್ ಬನ್ರೇ, ಇನ್ನು ಮುಂದೆ ಹೋಗಬೇಡಿ, ಅಪಾಯ!' ಎಂದು ಕೂಗಿಕೊಂಡೆ ಅವರು ಕಿವಿಗೊಡಲಿಲ್ಲ.

ಅಷ್ಟರಲ್ಲಿ, ದೊಡ್ಡ ಅಲೆಯೊಂದು ತಿಮಿಂಗಿಲದ ಹಾಗೆ ಬಾಯ್ದೆರೆದು ಬಂದು, ಅವರನ್ನೆಲ್ಲ ಒಟ್ಟಿಗೆ ನುಂಗಿಬಿಟ್ಟಿತು. ಒಂದೇ ಕ್ಷಣ. ನನ್ನ ಕಣ್ಣೆದುರೇ ನನ್ನ ಇಡೀ ಕುಟುಂಬ ಜಲಸಮಾಧಿಯಾಗಿ ಕಣ್ಮರೆಯಾಗಿಬಿಟ್ಟಿತು.

ನನಗೆ ದಿಕ್ಕೇ ತೋಚಲಿಲ್ಲ. ಹುಚ್ಚನಂತೆ 'ಲೇ, ವಾಪಸ್ ಬನ್ರೇ... ಬನ್ರೇ...' ಎಂದು ಕಿರಿಚುತ್ತ ಸಮುದ್ರದತ್ತ ಓಡಿದೆ. ಅಲೆಗಳ ಹೊಡೆತಕ್ಕೆ ಆಯ ತಪ್ಪಿಬಿದ್ದೆ. ಮುಂದೆ ಹೋಗುವ ಧೈರ್ಯವಾಗಲಿಲ್ಲ. ಎದ್ದು, ತೀರದುದ್ದಕ್ಕೂ ಓಡಿದೆ. 'ಯಾರಾದರೂ ಬನ್ನಿ, ಸಹಾಯ ಮಾಡಿ' ಎಂದು ಚೀರಿದೆ. ಆ ನಿರ್ಜನ ಪ್ರದೇಶದಲ್ಲಿ ನನ್ನ ಕೂಗು ಯಾರ ಕಿವಿಗೂ ಬೀಳಲಿಲ್ಲ. ಕೊನೆಗೊಮ್ಮೆ ಜನ ನೆರವಿಗೆ ಬರುವಷ್ಟರಲ್ಲಿ ಎಲ್ಲಾ ಮುಗಿದು ಹೋಗಿತ್ತು. ನನ್ನ ಬದುಕು ಸರ್ವನಾಶವಾಗಿತ್ತು.

ನನಗೆ ಲವಲೇಶವೂ ಸಂದೇಹ ಬಾರದ ಹಾಗೆ, ನನ್ನ ಹೆಂಡತಿ ಮಕ್ಕಳು ಆ ಕ್ರೂರ ಸಂಚನ್ನು ಯಾವಾಗ ರೂಪಿಸಿದ್ದರು? ಅಥವಾ ಅದು ಆ ಕ್ಷಣದ ನಿರ್ಧಾರವೋ? ನನ್ನ ಕಣ್ಣೆದುರೇ ಏಕೆ ಹೀಗೆ ಸಾಮೂಹಿಕ ಆತ್ಮಾಹುತಿ ಮಾಡಿಕೊಂಡರು? ನನ್ನ ಬಗ್ಗೆ ಕನಿಕರದಂದಲೊ ಅಥವಾ ತಿರಸ್ಕಾರದಿಂದಲೊ? ನನ್ನನ್ನು ಅಪನಿಂದೆ, ಅವಮಾನಗಳಿಂದ ಮುಕ್ತಗೊಳಿಸಲಿಕ್ಕೋ ಅಥವಾ ಹೀಗೆ

ಅಜೀವಪರ್ಯಂತ ದಂಡಿಸಲಿಕ್ಕೋ? ನನಗೆ ಇಂದಿಗೂ ಬಗೆಹರಿದಿಲ್ಲ. ಆದರೆ ಆ ಅತ್ಯಂತಿಕ ನಿರ್ಧಾರಕ್ಕೆ ಬರಲು ಅವರು ಅನುಭವಿಸಿರಬಹುದಾದ ಸಂಕಟ, ಹತಾಶೆ ನೆನೆದರೆ ಈಗಲೂ ನನ್ನ ಹೃದಯ ಹಿಂಡಿದ ಹಾಗಾಗುತ್ತೆ.

ಅವರಂತೆ ಆತ್ಮಹತ್ಯೆ ಮಾಡಿಕೊಳ್ಳುವ ಕೆಚ್ಚು ಸಹ ನನಗಿಲ್ಲದಿದ್ದರಿಂದ, ಮಂಗಳೂರು ಬಿಟ್ಟು ಬೆಂಗಳೂರಿಗೆ ಬಂದು, ಹೊಟ್ಟೆಪಾಡಿಗೆಂದು ಒಂದು ಉದ್ಯೋಗ ಹಿಡಿದು, ಹೀಗೆ ಜೀವಚ್ಛವದ ಹಾಗೆ ಬದುಕಿದ್ದೇನೆ. ಭಾನುವಾರ ಬಂದರೆ ಆ ಘೋರ ನೆನಪು ಮರುಕಳಿಸುತ್ತೆ. ಅದರಿಂದ ಪಾರಾಗಲು ಹೀಗೆ ಊರೂರು ಸುತ್ತುತ್ತೇನೆ. ಆದರೆ ನೆನಪಿಗೆ ಸಾವಿದೆಯ? ನೋಡಿ, ಹಸೆಮಣೆ ಏರಲಿರುವ ನಿಮ್ಮ ಮಗಳನ್ನು ಕಂಡದ್ದೇ, ನನ್ನ ಸ್ವಂತ ಮಕ್ಕಳಲ್ಲೆ ಒಬ್ಬಳನ್ನು ಕಂಡಂತಾಗಿ ಹೇಗೆ ಸಂಭ್ರಮಿಸಿದೆ? ಈ ಮಗು ನನ್ನ ಪಾದಮುಟ್ಟಿ ನಮಸ್ಕರಿಸಿದಾಗ ಯಾಕೋ ಕರುಳು ಕಿವುಚಿದ ಹಾಗಾಯಿತು. ಕುಸಿದುಬಿಟ್ಟೆ, ಅತ್ತುಬಿಟ್ಟೆ. ನಿಮಗೆ ಹೇಗನ್ನಿಸಿತೋ ಏನೋ? ನೀವು ಒತ್ತಾಯಿಸದೇ ಇದ್ದಿದ್ದರೆ ಇದನ್ನೆಲ್ಲ ನಾನು ಹೇಳಿಕೊಳ್ತಾ ಇರಲಿಲ್ಲ. ಶುಭ ಸಂದರ್ಭದಲ್ಲಿ ಇದೆಂಥ ಅಪಶಕುನ ಅಂತ ನಿಮಗನ್ನಿಸಿದ್ದರೆ ಹೆಚ್ಚಲ್ಲ'.

'ಛೇ ಛೇ, ಹಾಗೆಲ್ಲ ಯೋಚಿಸುವಷ್ಟು ಸಣ್ಣ ಬುದ್ಧಿಯವರು ನಾವಲ್ಲ. ವೀ ಆರ್ ಡೀಪ್ ಲಿ ಟಚ್‌ಡ್' ಎಂದೆ ಭಾರವಾದ ಧ್ವನಿಯಲ್ಲಿ.

'ಸಾರಿ ಅಂಕಲ್!' ಎಂದವಳೇ, ಒದ್ದೆಗಣ್ಣಿನ, ಬಿಳಿಚಿಕೊಂಡ ಮುಖದ ಅಖಿಲಾ ತತ್ತರಿಸಿದವಳಂತೆ ತಟ್ಟನೆ ಎದ್ದು ಹೋಗಿ, ತನ್ನ ಕೋಣೆ ಸೇರಿಕೊಂಡುಬಿಟ್ಟಳು.

'ಪಾಪ, ತುಂಬಾ ನೊಂದಿದ್ದೀರಿ! ನಿಮಗೆ ಹೇಗೆ ಸಮಾಧಾನ ಹೇಳಬೇಕೋ ನನಗೆ ತೋಚ್ತಾ ಇಲ್ಲ. ಅಖಿಲಾನ ನಿಮ್ಮ ಹೆಣ್ಣು ಮಕ್ಕಳಲ್ಲಿ ಒಬ್ಬಳೊಂತಲೇ ತಿಳಿಯಿರಿ. ಮದುವೆಗೆ ದಯವಿಟ್ಟು ಬಂದು, ಅವಳಿಗೆ ಆಶೀರ್ವಾದ ಮಾಡಿ' ಎಂದಳು ಅರು ಗದ್ಗದಿತಳಾಗಿ,

'ನಿಮ್ಮದು ದೊಡ್ಡ ಮನಸ್ಸು, ತಾಯಿ' ಎಂದು ಕೈ ಜೋಡಿಸಿದರು ಭಟ್.

'ನಿಮ್ಮ ನೋವಿನ ಮುಂದೆ ಯಾವುದೂ ದೊಡ್ಡದಲ್ಲ' ಎಂದಳು ನಿಟ್ಟುಸಿರಿಡುತ್ತ ಅರು.

***

ಭಟ್‌ನಮ್ಮಿಂದ ಬೀಳ್ಕೊಂಡು ಹೊರಟು ಹೋದರು. ಅವರು ಹೋದ ಎಷ್ಟೋ ಹೊತ್ತಿನ ತನಕ ಒಂದು ಗಾಢ ವಿಷಾದದ ಮೌನ ನಮ್ಮನ್ನು ಆವರಿಸಿ, ಮನೆಗೆ ಮಂಕು ಬಡಿದಿತ್ತು.

–2002

ವೀರಲೋಕದ ಪ್ರಕಟಣೆಗಳು

1. ಕೈ ಹಿಡಿದು ನೀ ನಡೆಸು ತಂದೆ–ವಿಶ್ವೇಶ್ವರ ಭಟ್ 250/–
2. ವಿಶ್ವಸುಂದರಿ–ಕುಂ. ವೀರಭದ್ರಪ್ಪ....................160/–
3. ನಿಮಗೆಷ್ಟು ಹಣ ಬೇಕು?–ಅನಂತ ಹುದೆಂಗಜೆ....................250/–
4. ಆರ್ಟ್ ಆಫ್ ಸಕ್ಸಸ್–ರಮೇಶ್ ಅರವಿಂದ್ 120/–
5. ಮನಿ ಮನಿ ಎಕಾನಮಿ–ರಂಗಸ್ವಾಮಿ ಮೂಕನಹಳ್ಳಿ....................160/–
6. ಇವರು ಅವರು ದೇವರು–ಜೋಗಿ....................200/–
7. ಲಾಸ್ಟ್ ಡೇಸ್ ಆಫ್ ಲೆಜೆಂಡ್ಸ್–ಗಣೇಶ್ ಕಾಸರಗೋಡು 225/–
8. ಒಳ್ಳೆಯ ಬದುಕಿನ ಸೂತ್ರಗಳು–ರವಿ ಕೃಷ್ಣಾರೆಡ್ಡಿ....................150/–
9. ಸೋಲೆಂಬ ಗೆಲುವು–ದೀಪಾ ಹಿರೇಗುತ್ತಿ....................150/–
10. ಬೆಳ್ಳಿತೆರೆಯ ಬಂಗಾರದ ಗೆರೆ–ಗಣೇಶ್ ಕಾಸರಗೋಡು 150/–
11. ನಟನ ಕಥೆ–ಮಂಡ್ಯ ರಮೇಶ್–ಎನ್. ಧನಂಜಯ 250/–
12. ತ್ಯಾಗಕ್ಕಿಲ್ಲ ನೂಕುನುಗ್ಗಲು–ಡಾ. ಗವಿಸ್ವಾಮಿ ಎನ್. 140/–
13. ಬದುಕೇ ಭಗವಂತ–ಡಾ. ಡಿ.ಎಸ್. ಶ್ರೀನಿವಾಸ ಪ್ರಸಾದ್ 170/–
14. ಮಾದಕ ದೊರೆ–ಸಂತೋಷಕುಮಾರ ಮೆಹೆಂದಳೆ....................375/–
15. ದ್ವೈತ–ರಾಘವ್ 140/–
16. ಹೃದಯದ ಮಾತು ಕೇಳಿ–ಮಂಜುನಾಥ್ ಚಾಂದ್....................150/–
17. ಹಿಂದಿನ ನಿಲ್ದಾಣ–ಶುಭಶ್ರೀ ಭಟ್ಟ....................120/–
18. ಪ್ರೀತ್‌ಸು–ರಾಜೀವ ನಾರಾಯಣ ನಾಯಕ 170/–
19. ಕೃಷಿ ಯಾಕೆ ಖುಷಿ?–ನರೇಂದ್ರ ರೈ ದೇರ್ಲ....................140/–
20. ಕ್ಷಯ–ಡಾ. ವಾಸುದೇವ ಶೆಟ್ಟಿ....................120/–
21. ಅರ್ಧ ಬಿಸಿಲು ಅರ್ಧ ಮಳೆ...–ಸದಾಶಿವ ಸೊರಟೂರು....................120/–
22. ಯಾರೂ ಹೇಳದ ಕಥೆಗಳು–(ಸಂ.) ಸುದರ್ಶನ ಚೆನ್ನಂಗಿಹಳ್ಳಿ....................150/–
23. ಕಥಾ ಸಾಗರಿ–ನಾಗವೇಣಿ ವೆಂ. ಹೆಗಡೆ ಹೆಗ್ಗರ್ಸಿಮನೆ....................120/–
24. ಮೆಮರೀಸ್ ಆಫ್ ಬಾಸರ್–ರಂಗಸ್ವಾಮಿ ಮೂಕನಹಳ್ಳಿ....................160/–
25. ಮೇರುನಟ–ಡಾ. ಶರಣು ಹುಲ್ಲೂರು....................240/–
26. ನಾ ಸೆರೆಹಿಡಿದ ಕನ್ಯಾಸ್ತ್ರೀ–ಶಶಿಧರ ಹಾಲಾಡಿ 200/–
27. ಟ್ರಾಯ್–ಗಾಯಿತ್ರಿ ರಾಜ್....................200/–
28. ಫಾರೆಸ್ಟರ್ ಪೊನ್ನಪ್ಪ–ನೌಶಾದ್ ಜನ್ನತ್....................300/–
29. ವಿಶ್ವಯಾನಕ್ಕೆ ಗಣಿತವಾಹನ–ಎಸ್.ವಿ. ಶ್ರೀನಿವಾಸಮೂರ್ತಿ 200/–
30. ಲೆಟ್ಸ್ ಮೇಕ್ ಎ ಶಾರ್ಟ್ ಫಿಲಂ–ಜಯರಾಮಾಚಾರಿ 120/–
31. ಕುಣಿಗಲ್ ಟು ಕಂದಹಾರ್–ಮಂಜುನಾಥ್ ಕುಣಿಗಲ್.................... 260/–
32. ಗದಾಯುದ್ಧಂ–ಡಾ. ಎಂ.ಎ. ಜಯರಾಮ್ ರಾವ್....................350/–
33. ಫೀನಿಕ್ಸ್–ದೀಪಾ ಹಿರೇಗುತ್ತಿ....................120/–
34. ಹಿಟ್ಲರ್ ಲವ್ ಪಾಲಿಟಿಕ್ಸ್–ಸತೀಶ ಬಳೆಗಾರ 170/–
35. ಭಾನುಮತಿಯ ಪರಿವಾರ–ಕುಮಾರಸ್ವಾಮಿ ತೆಕ್ಕುಂಜ....................140/–
36. ನೀ ದೂರ ಹೋದಾಗ–ಫೌಝಿಯ ಸಲೀಂ....................220/–
37. ವ್ಯಗ್ರ ಮತ್ತು ಇತರ ಕಾದಂಬರಿಗಳು–ಕುಮಾರ ಬೇಂದ್ರೆ....................180/–
38. ಸತ್ಯದ ಅನಾವರಣ–ಕೆ.ಎಸ್. ರಮಾಸುಂದರಿ 100/–
39. ಅಂತಾರಾಷ್ಟ್ರೀಯ ಕುಂಬಳಕಾಯಿ ಮತ್ತು ಇತರ ಕಥೆಗಳು–ಅಬ್ದುಲ್ ರಶೀದ್........120/–
40. ಅನಾಥ ಪ್ರೀತಿಯ ಅನುಬಂಧ–ಬಿ. ಮಂಜುನಾಥ್ ಕಾಮತ್ ಹಾಲಾಡಿ....................140/–
41. ಹಕ್ಕಿ ಮತ್ತು ಹುಡುಗಿ (ಕವನ ಸಂಕಲನ)–(ಸಂ.) ಪ್ರಜಾವಾಣಿ ಬಳಗ....................150/–

42. ಹಾವಿನ ಮನೆ–ಅನು ಬೆಳ್ಳಿ (ರಾಘವೇಂದ್ರ ಬಿ. ರಾವ್)..........250/–
43. ಈಗಲ್ಸ್ ಲೈನ್–ರಾಜೇಶ್ ಕುಮಾರ್ ಕಲ್ಯಾ..........220/–
44. ನಂಬಿಕೆಯೆಂಬ ಗಾಳಿಕೊಡೆ–ಡಾ. ಪ್ರೇಮಲತ ಬಿ. 180/–
45. 10 ಕುಟುಂಬ 18 ಗೋತ್ರದ ಗೌಡ ಪರಂಪರೆ–ಪುತ್ತೂರು ಅನಂತರಾಜ ಗೌಡ......300/–
46. ಗಿಳಿಯು ಬಾರದೆ ಇರದು (ಕಥಾಸಂಕಲನ)–ಪಿ.ಎಸ್. ಶ್ರೀಧರನ್ ಪಿಳ್ಳೆ (ಅನುವಾದ: ಮೇರಿ ಜೋಸೆಫ್)..........85/–
47. ಒಂದು ಆದಿಮ ಪ್ರೇಮ (ಕವನ ಸಂಕಲನ)–ನಂದಿನಿ ಹೆದ್ದುರ್ಗ..........150/–
48. ಮಣ್ಣೇ ಮೊದಲು... (ಕವನ ಸಂಕಲನ)–ಪಾಪುಗುರು..........120/–
49. ಬಿಂಜೆಮುಳ್ಳು (ಕವನ ಸಂಕಲನ)–ಫಾಲ್ಗುಣ ಗೌಡ ಅಚವೆ..........120/–
50. ಅಮೋಘವರ್ಷ–ಡಾ. ಲಕ್ಷ್ಮಣ ಕೌಂಟೆ..........420/–
51. ಗಾಯಗೊಂಡ ಸಾಲುಗಳು (ಕವನ ಸಂಕಲನ)–ಸದಾಶಿವ ಸೊರಟೂರು 110/–
52. ನಿನ್ನ ಧ್ಯಾನದ ನೂರೊಂದು ಹಣತೆ (ಕವನ ಸಂಕಲನ)–ವಾಸುದೇವ ನಾಡಿಗ್ 170/–
53. ಕ್ರಿಕೆಟಾಯಣ–ಎಚ್. ಪ್ರೇಮಾನಂದ ಕಾಮತ್ 230/–
54. ಹೂವಿನಕೊಲ್ಲಿ–ಅಬ್ದುಲ್ ರಶೀದ್ 270/–
55. ಕನಸುಗಳ ಶ್ರಾದ್ಧ–(ಅನುವಾದ) ಡಾ. ಗೀತಾ ಸುನಿಲ್ ಕಶ್ಯಪ್..........200/–
56. ವೀರ ಸಿಂಧೂರ ಲಕ್ಷ್ಮಣ–ಕೌಂಡಿನ್ಯ..........190/–
57. ಸಹಭಾಷಿಕರ ಕನ್ನಡ ಪ್ರೇಮ–ಡಾ. ಡಿ.ಎಸ್. ಶ್ರೀನಿವಾಸ ಪ್ರಸಾದ್..........400/–
58. ಚಿತ್ರ–ವಿಚಿತ್ರ–ರವೀಂದ್ರ ವೆಂಶಿ..........220/–
59. ಜನಮಿತ್ರ ಅರಸು–ಡಾ. ಡಿ.ಎಸ್. ಚೌಗಲೆ 80/–
60. ಹಂಸಾಕ್ಷರ–ಜಯರಾಮಾಚಾರಿ 165/–
61. ನದಿಯೊಂದು ಕಡಲ ಹುಡುಕುತ್ತಾ–ಸಂತೆಬೆನ್ನೂರು ಫೈಜ್ನಟ್ರಾಜ್ 180/–
62. ನೀಲಿ ಮತ್ತು ಸೇಬು–ಸುಧಾ ಆಡುಕಳ..........180/–
63. ಕಾಗೆ ಮೇಷ್ಟ್ರು–ವಿಕ್ರಮ ಹತ್ವಾರ..........125/–
64. ಪರಿಮಳದ ಪಡಸಾಲೆ (ಎಸ್. ದಿವಾಕರ್ ಪ್ರಪಂಚಕ್ಕೊಂದು ಪ್ರವೇಶಿಕೆ)..........190/–
65. ಈ ಹೊತ್ತಿನ ಕಥೆಗಳು–(ಸಂ) ವಿಜಯ ಕರ್ನಾಟಕ..........250/–
66. ನಿಶ್ಚಲವ ಕಲಕಿದ ಹಕ್ಕಿ–ವಿಕ್ರಮ ಹತ್ವಾರ..........100/–
67. ಹರಿವ ಕನ್ನಡಿ–ಸ್ವಯಂಪ್ರಭಾ ಮಹೇಶ..........120/–
68. ನರಕದ ಕೆನ್ನಾಲಿಗೆಯಂಥ ನಿನ್ನ ಬೆನ್ನಹುರಿ–ಅಬ್ದುಲ್ ರಶೀದ್ 130/–
69. ಚಿಕ್ಕಪುಟ್ಟಮ್ಮನವರ ಗೃಹನ್ಯಾಯ–ಕೆ. ಸತ್ಯನಾರಾಯಣ 140/–
70. ಹಕ್ಕಿ ಅಟೆಂಡೆನ್ಸ್–ಡಾ. ಲೀಲಾ ಅಪ್ಪಾಜಿ.......... 595/–
71. ದಡ ಸೇರದ ದೋಣಿಗಳು–ಬೇಲೂರು ರಾಮಮೂರ್ತಿ..........275/–
72. ನಿಷಿತೆ–ಪ್ರೀತಿನಿ ಧನಂಜಯ..........250/–
73. ಮಲೆನಾಡ ಅಜ್ಜಿ–ಶೋಭಾ ರಾವ್ 175/–
74. ಮಲ್ಲಿಮಲ್ಲಿಗಿ–ಎಂ.ಎಲ್. ಪ್ರಸನ್ನ..........210/–
75. ಬೆಳವಡಿ ಮಲ್ಲಮ್ಮ–ಕೌಂಡಿನ್ಯ..........
76. ಆರೋಹಣ–ವಿವೇಕಾನಂದ ಕಾಮತ್ 190/–

ವೀರಲೋಕ

ಯಾವುದೇ ಕನ್ನಡ ಪುಸ್ತಕಕ್ಕಾಗಿ
ಒಂದು **ಕರೆ** ಅಥವಾ **ಮೆಸೇಜ್** ಕಳಿಸಿ.
ನೀವಿದ್ದಲ್ಲಿಗೆ ಪುಸ್ತಕ ಕಳಿಸುತ್ತೇವೆ.

+91 7022122121 / 8861212172

www.ingramcontent.com/pod-product-compliance
Lightning Source LLC
LaVergne TN
LVHW101415051026
849519LV00005BC/1765
9789394942547